VÕ NGUYÊN GIÁP

Tiểu thuyết lịch sử

VŨ XUÂN TỬU

VÕ NGUYÊN GIÁP

Tiểu thuyết lịch sử

NHÀ XUẤT BẢN
BẰNG HỮU
2020

"Lịch sử là một phòng tranh,
nơi nguyên bản thì ít, mà phiên bản thì nhiều".

Alexis de Toqueville
(Nhà Sử học Pháp)

Lời nói đầu

Đại tướng Võ Nguyên Giáp là một nhân vật có thực, vượt ra ngoài tầm cỡ quốc gia, hoạt động đa lĩnh vực: chính trị, quân sự, ngoại giao, văn hóa, khoa học... Do vậy, sưu tầm tư liệu để viết về cuộc đời hoạt động của nhân vật trung tâm này, cũng là quá trình tìm hiểu lại lịch sử Việt Nam, từ cuối thế kỷ XX, sang đầu thế kỷ XXI. Ông thượng thọ, một trăm linh ba tuổi; cuộc đời binh nghiệp đi qua năm cuộc chiến tranh với Pháp, Nhật, Mỹ, Khơ-me Đỏ, Trung Cộng, và có sự liên quan mấy chục nước trên thế giới. Ông là nhân vật quan hệ đến rường cột chế độ, then máy quốc gia, nên ngoài những chuyện đời thường, thì tất nhiên cũng có những chuyện thâm cung bí sử. Do vậy, tư liệu về nhân vật đa dạng, không ít chuyện trái ngược, nên việc xử lý rất khó khăn, phức tạp. Chẳng hạn, có ý kiến thiên về ngợi ca, như Nhà sử học Mỹ Cecil Curry, từng viết: "Võ Nguyên Giáp không chỉ trở thành huyền thoại, mà có lẽ còn trở thành một thiên tài quân sự lớn nhất thế kỷ XX và một trong những thiên tài quân sự lớn nhất của các thời đại". Nhưng cũng có ý kiến khác, lại cho rằng, từ những năm sáu mươi của thế kỷ trước, trong cuộc thanh trừng nội bộ, ông đã từng bước bị vô hiệu hóa rồi...

Về sưu tầm, xử lý tài liệu: Viết cuốn tiểu thuyết lịch sử *Võ Nguyên Giáp*, tôi đã sưu tầm, nghiên cứu, phân tích hơn một ngàn đầu tài liệu, sách, báo khoảng ba vạn trang và sáu mươi giờ xem phim tài liệu, nghe ghi âm. Gặp gỡ bốn chục nhân chứng, gồm:

quan chức chính phủ, tướng lĩnh, thư kí, bác sĩ, lái xe, thợ cắt tóc và thân nhân gia đình Đại tướng. Nghiên cứu thực địa hơn bảy mươi địa điểm có liên quan, thuộc mười tám tỉnh, thành phố: Cao Bằng, Bắc Kạn, Thái Nguyên, Tuyên Quang, Hà Nội, Sơn Tây, Hòa Bình, Sơn La, Lai Châu, Điện Biên, Hòa Bình, Nghệ An, Quảng Bình, Quảng Nam, Quảng Ngãi, Sài Gòn, Vũng Tàu, Lâm Đồng...

Ngoài ra, còn phải nhiều lần đi xem năm chục nhà bảo tàng, khu di tích, nhà lưu niệm tại Thủ đô Hà Nội và các địa phương, để thu thập tài liệu qua hiện vật. Sau đó, lập Biên niên sự kiện hơn một trăm năm Võ Nguyên Giáp, từ 1910 đến 2013. Phân loại sự kiện từng thời gian liên quan tình hình thế giới, khu vực Đông Nam Á, bán đảo Đông Dương và trong nước. Vẽ các bản đồ, sơ đồ chiến sự tiêu biểu trong sự nghiệp cầm quân của Đại tướng...

Đồng thời, để chủ động tạo điều kiện thuận lợi cho độc giả, tôi cũng liệt kê chừng hai trăm câu thành ngữ, tục ngữ, dân ca và ngót một trăm câu hát liên quan đến bối cảnh và tâm lý nhân vật. Bên cạnh đó, còn tìm hiểu một số cách xưng hô đặc biệt của người Miền Trung, và trong gia đình Đại tướng cho phù hợp hoàn cảnh thực tế (*Phụ lục kèm theo*)...

Về phân loại nhân vật: Người xưa từng nói, có bột mới gột nên hồ. Trên cơ sở lịch sử, tôi xây dựng hình tượng Đại tướng Võ Nguyên Giáp, bằng thể loại tiểu thuyết lịch sử, nghĩa là hư cấu mang tính văn chương. Võ Nguyên Giáp là nhân vật trung tâm, từ một người yêu nước, đi theo Cộng sản, rồi từng bước trở về với Dân tộc; công lao to lớn và cũng không ít lỗi lầm. Tổng số 206 nhân vật (1 nhân vật trung tâm, 20 nhân vật chính, 64 nhân vật phụ, 121 nhân vật minh họa) và 300 tên người liên quan được nhắc tới ít nhiều, nhưng không tính trong diện nhân vật (*Phụ lục kèm theo*). Trong tất thảy nhân vật, chỉ có 2 nhân vật đổi tên vì lý do tế nhị, 12 nhân vật gọi theo nghề nghiệp cho đỡ phức tạp, còn lại 192 nhân vật đều là tên thật. Trong quá trình sáng tác, tôi cũng định đặt những cái tên nhân vật khác với đời thực cho khỏi phiền hà, nhưng suy đi tính lại vẫn giữ nguyên là hay hơn cả. Bởi vậy, nếu có điều gì thất thố, xin quí vị thể tất cho.

Về cấu trúc tiểu thuyết: Tôi chia thành năm phần, tên mỗi phần gồm hai chữ (*Lá cờ, Công nghiệp, Danh vọng, Số phận, Hóa thánh*); mười hai chương, tên mỗi chương gồm ba chữ (Chương một: *Tiếng quê hương*, Chương mười hai: *Nơi yên nghỉ*); bốn mươi bảy mục, mỗi mục bốn chữ (Mục 1: *Hò khoan Lệ Thủy*, Mục 47: *Đảo Yến-Vũng Chùa*).

Về quá trình sáng tác: Tôi cố gắng bám sát những sự kiện lịch sử và các nhân vật có thật, nhưng không làm công việc minh họa lịch sử, hoặc chép lại lịch sử. Tiểu thuyết lịch sử phải được kết tinh bằng lao động nghệ thuật sáng tạo của nhà văn. Nhà văn Gông-cua (Goncourt) từng nói, lịch sử là cuốn tiểu thuyết đã viết xong; hoặc là, tiểu thuyết là lịch sử có thể diễn ra như thế...

Tên nhân vật và địa danh bằng tiếng nước ngoài được giữ nguyên, có phiên âm qua tiếng Việt, chỉ dùng lần đầu, để phục vụ đông đảo các tầng lớp bạn đọc. Ví dụ: Xta-lin (Stalin), Ba Lan (Polska), Singapor (Tân Gia Ba)... Tôi viết với tinh thần tôn trọng lịch sử nước nhà và tiểu sử Đại tướng, nhưng không thần thánh hóa và cũng không dung tục hóa nhân vật; ngòi bút không thiên vị bất kỳ phe phái, chính thể và cá nhân nào.

Tôi xin chân thành cám ơn các vị nhân chứng, nhà làm phim, nhà sử học, nhà nghiên cứu xã hội, nhà báo, nhà nhiếp ảnh, nhà văn, nhà thơ và bè bạn... đã có nhiều tác phẩm xuất bản thành sách, hoặc đăng trên báo chí, phim ảnh, in-tơ-nét (internet), sách vở, chuyện kể truyền khẩu, giúp tôi rất nhiều trong quá trình sáng tác tiểu thuyết này. Tự biết mình tài hèn sức mọn, nên trong quá trình sáng tác, tôi chủ yếu lấy hồn cốt sự kiện, nhân vật từ nguồn tài liệu phong phú đa dạng sẵn có mà thôi. Năm năm dụng công, tâm huyết sưu tầm tư liệu và sáng tác, để cho ra đời cuốn tiểu thuyết này, nhưng không tránh khỏi hạn chế sơ suất, dám mong bạn đọc chỉ giáo và lượng thứ.

Thành phố Tuyên Quang, năm 2019
Vũ Xuân Tửu

Phần thứ nhất: Lá cờ
Chương một: Tiếng quê hương

1. Hò khoan Lệ Thủy

Tháng 4 năm 1940, tại làng Chèm[1], Hoàng Văn Thụ nhóm họp bí mật:

- Đệ Nhị thế chiến bùng nổ, Pháp ra mặt khủng bố Cộng sản, Mặt trận Bình dân vỡ rồi. Toàn quyền Đông Dương Ca-tru (G. Catroux) cấm Đảng Cộng sản hoạt động. Trung ương chủ trương rút vào bí mật, bảo toàn lực lượng, chỉ để lại một số đồng chí hoạt động bán công khai. Thí dụ, như trường hợp đồng chí Võ Nguyên Giáp. Dù trong hoàn cảnh nào, báo chí vẫn phải giữ vững trận địa tuyên truyền cho Đảng, giác ngộ quần chúng.

- Vừa mới nghe chuyện Xta-lin (Stalin) và Hít-le (Hitler) ký hiệp định phân chia Âu Châu. Thế mà chưa ráo mực, nó đã tấn công Ba Lan (Polska) rồi. - Đồng chề miệng chê trách quân phát-xít (fasium), khiến cho khuôn mặt đã dài lại càng như dài thêm. - Hắn cũng danh xưng là Đảng Công nhân Đức quốc gia Xã hội chủ nghĩa (Quốc xã). Thật kỳ quặc, - Đồng bồi thêm.

1- Ngày nay thuộc phường Thụy Phương, quận Bắc Từ Liêm, thành phố Hà Nội.

- Chấp cái bọn Na-zi (Nationalsozialistische Deutsche Arbeiterpartei) mà làm gì? Kẻ thù của chúng là dân Do Thái và người Cộng sản. - Thụ nói như thể vừa an ủi Đồng, lại vừa như cảnh báo Giáp, rồi vào đề, - lâu nay, chúng ta mất liên lạc với bên ngoài. Do đó, tôi đã bàn với hai đồng chí Trường Chinh (Đặng Xuân Khu) và Hoàng Quốc Việt (Hạ Bá Cang) trong Thường vụ, nay thay mặt Thường vụ Trung ương[2] và Xứ ủy Bắc Kì, tôi cử hai đồng chí Võ Nguyên Giáp và Phạm Văn Đồng, sang gấp Côn Minh, bắt mối với Thượng cấp, xin chủ trương hoạt động trong tình hình mới. - Thụ chậm rãi ra chỉ thị.

- Xin đồng chí cho biết, việc đi đứng thế nào? - Giáp lo lắng hỏi, chợt nghĩ đến bé Hồng Anh hãy còn ẵm ngửa.

- Các đồng chí cứ chuẩn bị tinh thần. Tôi cử thầy giáo Minh (Bùi Văn Hách) làm người dẫn đường. Công việc đã trù liệu cả rồi.

Nước Đức cũng thật ghê gớm, sản sinh ra hai thứ Chủ nghĩa Cộng sản và Phát-xít đối lập, khiến nhân loại sôi sùng sục như trong chảo lửa. "Búa liềm" và "Chữ Thập ngoặc" choảng nhau, ắt dẫn đến kết cục một mất một còn, hoàn cầu tan hoang. Giáp ngẫm ngợi mông lung.

*

Lần đầu tiên đứng bên bờ Nậm Thi, nhìn dòng nước cuồn cuộn chảy giữa hai bên biên giới Việt -Trung, lòng Giáp lại bâng khuâng nhớ tới con sông Kiến Giang, nơi quê hương Quảng Bình.

- Thực kỳ vĩ! Sông Hồng như thác chảy xuôi, còn sông Kiến Giang của miềng, lại êm đềm chảy ngược, - bất giác, Giáp thốt lên.

- Thế mới gọi là "nghịch hà", - Đồng ra vẻ hiểu biết, tiếp lời. - Quảng Ngãi quê tôi có sông Trà Câu, chảy qua huyện Đức Phổ.

- Đồng nhướng mắt sang phía Hà Khẩu, lo lắng hỏi, - sao mà chưa thấy thuyền bè gì nhỉ?

---

(2) Ban Thường vụ Trung ương Đảng Cộng sản Việt Nam, lập ra từ 1930 đến 1951; Sau Đại hội II, đổi thành Bộ Chính trị Ban Chấp hành Trung ương Đảng, gọi tắt là Bộ Chính trị.

- Đứng chân đất Lao Kay (Lào Cai) thế này, chắc ăn rồi, - Giáp trấn an Đồng.

Cả hai lại nằm khểnh trong bụi lau, chờ Minh tìm phương tiện vượt sông. Đồng cắn cọng cỏ, kiềm chế sự nóng lòng. Giáp quay sang hỏi:

- "Nam quốc sơn hà Nam đế cư" là từ chỗ ni (chỗ này) chăng? Một nghìn năm trước, biên giới ở chỗ mô (chỗ nào)?

- Be bé cái mồm, kẻo bọn mật thám lại nghe thấy cái giọng trọ trẹ xứ Bọ, thì tóm sống, - Đồng cũng nói giọng trọ trẹ, vẻ lo ngại, khẽ nhắc.

- Đó là, tiếng quê hương của miềng (mình) đó! - Giáp cãi, đầy vẻ tự hào.

Chục năm trước, Giáp ra Hà Nội và đã có dịp ngắm sông Hồng đỏ nặng phù sa. Sông Hồng là sông lớn, sông cái, sông mẹ, nhưng bản đồ người Pháp lại ghi tên sông là "Rouge", nghĩa là màu đỏ, chắc hẳn ấn tượng màu phù sa. Chợt có tiếng cây cỏ loạt xoạt, khiến cả hai nhổm dậy, đề phòng. Nhưng Minh đã lù lù trước mặt, giục giã:

- Xuống bè, mau!

Vừa đi đến chỗ giấu bè, Minh hỏi và ra lệnh:

- Hai anh biết bơi cả chứ? Sang từng người một!

- Sang cả một chuyến cho nhanh, - Đồng ý kiến.

- Ai bỏ cả trứng vào một giỏ bao giờ? Không thấy ca-nô (canot) nó vừa đi tuần đấy à? - Minh thận trọng quan sát.

- Miềng đã bao lần bơi trải trên sông Kiến Giang. - Giáp vừa ngoái lại hữu ngạn, nhìn thị xã biên thùy lần cuối, vừa nói chuyện với Minh.

Chiếc bè dào dạt qua sông chuyến thứ hai an toàn, khiến cả ba thở phào nhẹ nhõm.

- Theo đường phân thủy, thì đây đã là đất Tàu rồi. Không

biết bao giờ trở lại. - Giáp đứng đón và kéo Đồng lên bờ và hất cằm nói.

- Đã bảo be bé cái mồm, - Đồng có vẻ bực. - Thật chẳng khác nào, lạy ông tôi ở bụi này.

- Kế dùng binh là cứ phải hư hư thực thực, khéo lại hóa hay, - Giáp biến báo.

- Đồng chí Giáp thực là người mưu mẹo và lạc quan cách mạng. - Minh đưa ra nhận xét, cốt để hòa giải.

Điệu hò khoan Lệ Thủy là tiếng quê hương, đã ngấm vào máu thịt Giáp từ thuở ấu thơ, nhưng Đồng dân xứ Quảng, lại là con quan, nên đâu có thấu. Lúc nào Đồng cũng chỉ chú mục vào công việc, chữ nghĩa lại chẳng bằng Đặng Xuân Khu, nên không dễ đồng cảm. Cái thời Giáp và Khu viết chung cuốn sách *Vấn đề dân cày*, cách đây ba năm, lúc nào hứng chí, Giáp đều cất giọng hò cho khuây. Thế mà, Khu chẳng những không ẻ họe như Đồng, lại còn hỏi lại cho tường tận các làn điệu, cách "xô" nữa, khiến cả hai càng thêm tâm đầu ý hợp. Ai cũng bảo Giáp và Khu giống nhau như hai anh em vậy.

Giáp và Khu cùng dạng tầm thước, nhưng Khu có vẻ thấp đậm. Đồng thì cao hơn hẳn, dễ chừng hàng gang tay, nhưng lại gầy như cò hương, cao như cây sào, đen như cột nhà cháy. Đổi lại, Đồng có giọng nói vang và sang, am hiểu địa lí, có thể phóng bút vẽ sơ đồ, bản đồ địa hình cả một vùng lãnh thổ. Bởi thế, tuy chưa đến Lệ Thủy, nhưng đã biết sông Kiến Giang chảy từ đông lên bắc, nên người đời gọi là "nghịch hà". Nghịch với ai không biết, chứ trong con mắt của dân Lệ Thủy, thì Kiến Giang vẫn thuận dòng và ai cũng biết câu: "Ẩm hà tư nguyên", nghĩa là, uống nước nhớ nguồn. Trên thượng nguồn Kiến Giang, có phần mộ ông bà nội Giáp, mai táng ở An Mã.

Quê hương đã sinh ra Nguyễn Hữu Cảnh, danh tướng nhà Nguyễn, người đã có công mở đất Sài Gòn. Quả là chốn địa linh nhân kiệt, chứ đâu phải "nghịch hà", như Đồng chế giễu? Nhưng thôi, một điều nhịn là chín điều lành. Vả lại, miềng và Đồng đang gánh trên vai trọng trách; ngõ hầu, bắt lại mối liên lạc với Quốc tế Cộng sản, đã bị gián đoạn bấy lâu nay.

Sang Côn Minh, Giáp lấy bí danh là Dương Hoài Nam, còn Đồng là Lâm Bá Kiệt. Trong khi chờ đợi gặp yếu nhân, Giáp và Đồng chỉ loanh quanh trong nhà cơ sở Việt kiều, thảng hoặc, đảo ra phố mua bán lặt vặt. Có bận, Đồng bộc bạch:

- Hẳn là nhờ nước sông Kiến Giang tắm gội, cậu mới được nước da trắng trẻo như con gái?

- Thế mà, có người bảo sông ấy là "nghịch hà" đấy! - Giáp nói tỉ.

Đồng cười rổn rảng, vỗ vai thân mật nói:

- Hẳn là đám nho sĩ thấy thế đặt ra thế, chứ cánh dân đen, chỉ gọi câu "chảy ngược" là cùng...

- Lại còn sinh ra điệu hò Lệ Thủy thì không đâu bằng, - Giáp hãnh diện khoe.

- Thế nên mới bạ đâu hát đấy. - Đồng nhân cơ hội chọc Giáp và cảnh báo, - nhưng làm cách mệnh, thì cái sự văn nghệ văn gừng cũng phiên phiến đi, kẻo mắc bệnh "Cải lương chủ nghĩa" lúc nào không hay.

Nghe Đồng nói lời chí tình, Giáp chột dạ, nghĩ bụng, thì ra tay này cũng là người sâu sắc, chứ không phải thường. Ba năm trước, Giáp được Nguyễn Duy Trinh giới thiệu làm quen với người bạn tù chính trị là Phạm Văn Đồng. Từ đó, hai bên mới hiểu biết và thân thiết nhau, cùng hoạt động trong phong trào "Mặt trận Bình dân". Lúc đó, Giáp đang làm chủ bút Tuần báo Notre Voix (Tiếng nói của chúng ta) xuất bản bằng tiếng Pháp. Còn Đồng thì làm cho tờ Le Traivail (Lao động) của Đặng Xuân Khu. Đúng, làm chính trị là phải bày binh bố trận trong từng cử chỉ, hành động, không thể chạy theo cảm xúc như cánh văn nghệ sĩ được đâu. Nói vậy mà không phải vậy, là cái sự vậy. Giáp đã nhận ra điều đó, từ khi tham gia Đảng Tân Việt. Lặn lội suốt một dải từ Trung kỳ vào Sài Gòn, ra Hà Nội, nhiều khi phải dằn lòng, không bộc lộ tình cảm thực, nhưng không hiểu sao, mỗi khi vẳng nghe điệu hò khoan nơi miền quê, Giáp lại cảm thấy rạo rực lạ thường. Nhớ những đêm trăng, trai gái hò khoan đối đáp, ai cũng dụng ý gửi cái tình, cái nghĩa vào câu ca điệu hò. Giọng hò sông nước miên man, có cái gì đó, vừa hoang dã, lại vừa đằm thắm, tưởng như người ta được sinh ra từ điệu hò vậy.

- Cái ông Nguyễn Hữu Cảnh ấy mà, nghe nói là dòng dõi con cháu thi hào Nguyễn Du đấy nhá! - Đồng nói, vẻ thán phục.

- Phải đó, - Giáp hào hứng. - Gia phả nhà Nguyễn ghi là, cụ tổ Nguyễn Bặc, một trong Tứ trụ triều đình của Đinh Bộ Lĩnh[3], xuất thân Hoa Lư (Ninh Bình), rồi vô Gia Miêu (Thanh Hóa), mà phát tích triều Nguyễn.

- Thế, cái họ Võ nhà cậu thì từ mà đâu ra?

- Nghe nói, họ Võ cũng từ họ Vũ mà ra. Chữ Nho, "Võ" viết cũng như chữ "Vũ", đọc cũng giống nhau. Sự tình cụ thể ra sao thì còn đang tìm hiểu ngọn nguồn. Nhà miềng, dòng họ gốc Võ Tử, nhưng ông thân và anh cả cải thành Võ Quang, miềng Võ Nguyên, em chú Võ Thuần. Còn gốc gác thế nào, thì gia phả thất lạc. Không biết các cụ đời xưa, có ai làm vương làm tướng gì không?- Giáp quay sang Đồng, tâm sự vẻ tiếc nuối.

- Biết đâu, gặp thời, Võ Nguyên Giáp lại nổi đình nổi đám trong thiên hạ?

Đồng nói đoạn, cả hai cất tiếng cười vang, rung cả bụng; chợt nhận ra sự vô ý vô tứ, nên vội nín bặt. Giữa đêm hôm khuya khoắt, ngoài phố vẳng tiếng rao hàng, lộng lên căn gác.

- Cậu ham hò hát vậy, thời ở làng có đám nào chưa? - Đồng ngoảnh sang, thì thầm hỏi.

- Cũng có đám con gái ông Bá hộ, nhưng là do hai gia đình sắp đặt, chứ miềng thích thoát ly thỏa chí tang bồng, - Giáp thành thực.

---

(3) Bộ lĩnh là chức quan do sứ quân Trần Lãm phong cho Đinh Hoàn, nên gọi Đinh Bộ lĩnh, thường viết hoa là Đinh Bộ Lĩnh.

- Cô Thái có biết hò khoan Lệ Thủy không? - Đồng tò mò hỏi, nhưng không kịp để Giáp trả lời, lại hỏi tiếp, - à mà này, cô chị Minh Khai bị Pháp bắt, thì gia đình nội, ngoại đã bị hệ lụy gì chưa?

- Chị ấy ở Thành ủy Sài Gòn, nhưng tham gia cùng với lãnh đạo Xứ ủy, ý định nhân tiện giải cứu cho anh Lê Hồng Phong (Lê Văn Dục) và các đồng chí bị bắt trong cuộc Nam Kỳ khởi nghĩa, nhưng bất thành. Ông nhạc miềng hay tin bị ốm thập tử nhất sinh, - Giáp thủ thỉ, giọng lo âu.

- Thế là, cậu với anh Phong làm anh em cọc chèo, hả? - Đồng hỏi mà như đã biết mười mươi.

- Lẽ ra, còn "cọc chèo" cả với Nguyễn Ái Quốc nữa ấy chứ, - Giáp phơ lên

- Có lẽ là duyên số? - Đồng khỏa lấp cho qua chuyện.

Đêm thanh xứ lạ, càng khiến Giáp cồn cào nhớ người vợ trẻ, con thơ. Sau ngày cưới, hai vợ chồng đầu gối tay ấp được một tuần, thì Giáp phải ra Hà Nội trước, Thái biên thư theo chân: "Nhờ sáu ngày nay mà Thái hiểu Giáp hơn và có ái tình mật thiết hơn xưa. Bây giờ mới đúng là ái tình, chứ không phải thứ ái tình như trước kia...". Nhớ lúc chia tay hai mẹ con ở đầu đường Cổ Ngư mà lòng bồi hồi. Căn nhà Đặng Thai Mai thuê ở số 14, ngõ Chúc Lạc, phố Blockhaus Nord (Lô-cốt Bắc)[4], cách không xa, nhưng không thể đến để chia tay cho đặng. Hôm ấy, tan lớp, Giáp cắp cặp đến cổng đền Quán Thánh, nhìn ngược ngó xuôi, nhưng không thấy hai mẹ con Thái như đã hẹn. Chợt nghe tiếng khỏa nước dưới bến, Thái lom khom bế bé Hồng Anh bước lên từng bậc. Giáp vội chạy xuống đón[5]. Từ cổng đền, có bậc xuống bến nước Hồ Tây. Hoàng hôn buông xuống, mặt hồ mênh mang sóng nước, tạo vẻ đẹp nên thơ. Hồ Tây đẹp hơn và thân thiện hơn Thúy Hồ, Giáp nghĩ, hay tại đó là tình cảm quê hương Việt Nam chăng? Anh Thụ dặn, bắt mối quan hệ với đồng chí Vương ở Thúy Hồ, nên Giáp và Đồng đã đi thám thính trước. Giáp chỉ nghe danh, chứ chưa

---

(4) Ngày nay là phố Phó Đức Chính, thành phố Hà Nội.

(5) Lúc đó, cổng đền Quán Thánh chưa bị đường Thanh Niên chắn ngang, như bây giờ.

diện kiến, còn Đồng đã theo lớp Việt Nam cách mạng đồng chí Hội và từng nghe Nguyễn Ái Quốc và đám Chu Ân Lại rao giảng về Chủ nghĩa Mác - Lê-nin ở Quảng Châu, cách đây mười lăm năm rồi. Hình như, Đồng vẫn thao thức điều gì đó, nhưng Giáp không tiện hỏi thêm về Quốc nữa. Có lẽ, lúc đó, Đồng cũng không biết chuyện Quốc viết thư cho Tổng thư ký Phương Đông Bộ Pê-tơ-rốp (Petrorov), về vấn đề Dân tộc và Giải phóng dân tộc. Nhưng vì trái quan điểm của Xta-lin, nên khi Quốc sang châu Á, không được Quốc tế Cộng sản cấp giấy giới thiệu và cũng không được trợ cấp tài chính. Nhưng cũng nghe nói, cách đây tám năm, Quốc đã chết vì bệnh lao phổi trong nhà tù Hồng Kông. Giáp nhớ là đã đọc bài báo, nhan đề: *Luttons pour liberer L'indochine- Nguyen Ai Quoc-Le vaillant fondateur du P.C. Indochinois est mort emprisone'*. *(Hãy chiến đấu để giải phóng Đông Dương- Nguyễn Ái Quốc-Người sáng lập dũng cảm Đảng C.S Đông Dương đã chết trong tù)*. Dung lượng bài chừng tám trăm chữ, đăng trên tờ L'Humanite (Nhân đạo) của Đảng Xã hội Pháp[6]... Nhiều tờ báo đều đưa tin đồng chí Nguyễn Ái Quốc đã chết, hộp tro hài cốt, đưa sang Mạc Tư Khoa và đã làm lễ truy điệu, có nhiều học viên Đại học Phương Đông tham dự, đại biểu Quốc tế Cộng sản cũng đến chia buồn. Thế mà sau đó, không biết phép "cải tử hoàn sinh" thế nào, Quốc vẫn sống và lại tiếp tục hoạt động cách mạng... Nguyễn Ái Quốc thực là một người Cộng sản bí ẩn?

Nguyễn Thị Vịnh mang bí danh Nguyễn Thị Minh Khai, được lựa chọn đưa sang Hồng Kông, làm thư ký cho Quốc tế Cộng sản và gặp Nguyễn Ái Quốc. Hai người con xứ Nghệ, chung lý tưởng cách mạng vô sản, đã gặp nhau nơi đất khách quê người, thế là từ tình đồng chí, đồng cảm và yêu nhau. Quốc làm đơn xin phép Quốc tế Cộng sản lấy Khai làm vợ. Trong khi chờ phê duyệt thì cả hai đều bị bắt, rồi kẻ mất người còn. Và trên bước đường cách mạng, Khai lại gặp Phong. Phong từng đi học thợ sửa chữa máy bay và cũng học lý thuyết không quân ở Liên Xô; đến Đại hội

---

(6) Báo L'Humanite, số 12292, ra thứ ba, ngày 09/8/1932.

VII Quốc tế Cộng sản, được bầu vào Ban Chấp hành. Từ đó, Chi bộ Đảng Cộng sản Đông Dương đang trực thuộc Đảng Cộng sản Pháp, liền chuyển sang Quốc tế Cộng sản. Khai nhận thấy Phong tầm cỡ cũng chẳng kém gì Quốc, nên trong lòng cảm phục vô cùng. Lại nữa, cả hai cùng được đi dự Đại hội Quốc tế, nên lửa gần rơm lâu ngày cũng bén, âu là sự thường tình.

Thời gian lưu lại Liên Xô, trước khi nhận lời yêu Phong, Khai đã mang hoa đến Nghĩa trang Kun-tre-vô (Kuntsevo), lặng lẽ viếng mộ Quốc. Khai nhớ ngày Nguyễn Ái Quốc từ giã cõi trần, cách đã ba năm, nay mới chính thức biệt li. Phong cũng muốn đi viếng mộ người đồng chí, đồng hương, nhưng Khai không đồng ý, chỉ muốn riêng mình, giành phút giây thiêng liêng cuối cùng cho Quốc. Chiều Mạc Tư Khoa lạnh giá, Nghĩa trang Kun-tre-vô buồn thương. Khai cảm thấy nhớ thương Quốc đến độ đau thắt ngực. Chẳng lẽ, mình đã qua một đời chồng rồi ư? Giá mà mình bằng lòng cho đồng chí nọ "mở chăn", trong cái đêm đi công tác ngủ chung giường ấy, thì cũng cam lòng, nhưng ai mà biết đấy chính là Quốc cơ chứ? Khai bật khóc trước sự trớ trêu của số phận. Nếu năm xưa, Tôn Quang Phiệt cho mình thoát ly hoạt động theo ý kiến của Giáp, thì đâu đến nông nỗi này?

2. Căn chòi gốc mít

Nước sông Kiến Giang lên to.

Thấy vợ đã ộ ệ, sắp đến ngày "ngồi chỗ", mà nền nhà chẳng cao hơn bờ sông là mấy, lại có công chuyện phải vô Quảng Trị gấp, nên ông Nghiêm vội gá cây que bên gốc mít, dựng tạm căn chòi nhỏ, trong mảnh vườn trước cửa nhà. Thôi thì cũng có chỗ chui ra chui vào, đề phòng lụt lội. Thế nhưng bọn trẻ lại thích thú ra mặt. Con Điểm, con Liên ríu ra ríu rít như chim về tổ. Chúng kéo nhau trèo lên, khiến căn chòi rung ra rung rinh, làm cho bà Kiên sợ tái mặt, vội ôm lấy bụng, như thể nhện công trứng.

- Thím (mẹ) à, nỏ (không) phải lo sợ chi mô (gì đâu)!, - Điểm nhìn thấy mẹ ôm bụng vẻ lo sợ, vội an ủi, - rớt xuống nác (nước) là nổi như vịt thôi mà.

Bà Kiên nghe vậy, phì cười, nhưng chợt quặn lòng, nhớ trận lụt năm Thìn (1904). Đận ấy, con Châu mới vừa tròn một tuổi. Hai mẹ con trèo lên cái tra là căn gác cao ráo, thường để đựng thóc, thế mà lũ dâng lên, cuốn trôi sạch cả. May mà tóc bà dài, quấn vào bụi tre, nên ông Nghiêm nhanh tay cứu được. Còn Châu thì bị dòng nước hung dữ cuốn tuột đi mất, không tìm thấy xác. Châu mà còn, giờ cũng bảy, tám tuổi rồi. Thương nhớ con, bà Kiên ứa nước mắt.

Hết lụt, ông Nghiêm từ Quảng Trị mới trở về nhà, vừa tới cổng, mấy đứa con gái đã chạy ra, đồng thanh reo to:

- Thầy ơi, thím sinh em bé rồi!

- Gái hay giai? - ông Nghiêm ngó cổ, hỏi vọng ra.

- Con giai, thầy ạ!

- Hắn ra ngày hay đêm? - ông Nghiêm ngoảnh sang hỏi vợ.

- Canh hai, - bà Kiên cười cười, rồi nói ngày sinh tháng đẻ.

Ông ngồi bấm giờ sinh, xem ngày, tính tháng, đọ năm để làm một cái lá số tử vi; đoạn, ông mặc áo the, đội khăn xếp, rồi thành kính khấn vái:

- Tín chủ là Võ Quang Nghiêm, tức Võ Nguyên Thân và vợ là Trần Thị Kiên, nay cư ngụ tại làng Thá, Lộc Thủy xã, Lệ Thủy huyện, Quảng Bình tỉnh, Việt Nam quốc. Vợ chồng chúng con và sinh hạ con trai thứ, xin đặt tên là Võ Nguyên Giáp. Cầu xin tiên tổ thần linh phù hộ độ trì cho Giáp đặng bình an, mai ngày khô đầu khô sọ ăn nên làm ra, tiền bồ thóc lẫm, nhà ngói cây mít. Lòng thành khấn cáo. Củng thỉnh!

Ông Nghiêm hít hà một hơi khoan khoái:

- À hà, thế là lại có đứa chống gậy tre cho cha, chống gậy vông cho mẹ rồi.

- Thằng ni, hắn (nó) đẻ đêm hôm, gặp nác lụt đồng, liệu có nên công trạng gì không, hè? - Bà Kiên vừa ẵm Giáp, vừa ngó chồng, hỏi.

- Nác nổi thì ngài (người) lên. Lo chi không đặng? - Ông Nghiêm động viên vợ.

- Lụt, phát sợ! - bà Kiên dường như chưa quên nỗi sợ hãi, khi mất đứa con gái trong trận lụt mấy năm về trước, - bà cố nén tiếng thở dài, sợ lây nỗi muộn phiền sang chồng.

- Hồng thủy là nác to, hay lắm đó, - ông Nghiêm lấy chữ Nho giảng giải cho vợ và cũng là tự huyễn hoặc mình. - Giá như còn thằng Toại, thế nào hắn cũng lập nên cơ đồ. Tui xem tử vi, thằng này cũng không đến nỗi nào đâu.

- Khôn lớn, hắn có đặng bằng anh bằng em không? - Bà Kiên nhìn dòng nước đang rút dần ra sông, mà lòng vẫn lo lắng khôn nguôi, - khôn quá thì giời bắt, ngu quá thì người nạt.

- Mi (mày) lớn, thầy sẽ truyền dạy đạo Lão: "Thánh nhân chi đạo vi nhi bất tranh"; nghĩa là, đạo thánh nhân chăm chỉ mà không tranh giành. Người họ Võ cũng biết tận tụy và nhường nhịn. Phàm ai biết giữ được chữ "Nhẫn" thì nên công trạng, nhược bằng ham hố quá, thì dẫu tài cán, giỏi giang mấy cũng đổ xuống sông xuống bể, - ông Nghiêm triết lý với con thơ, mà cũng là tâm sự cùng vợ.

- Mi nhịn, mi nhường là tụi nó bắt nạt đó nghe! Tránh xa cái mấn (váy) đàn bà thì mới nên công trạng, hè!

Chắc hẳn, cậu bé còn đỏ hỏn đang nằm trong lòng mẹ chẳng hiểu gì việc đời, nhưng tự dưng toét miệng cười, khiến cả nhà cùng hồ hởi cười theo.

- Hắn thấu lời thầy thím rồi à...

Cả hai chị em gái cùng reo lên và lại giành nhau bế em.

*

Lại nhớ, thằng Toại là trưởng nam, giờ mà còn cũng chục tuổi rồi. Nó sáng dạ, lanh lẹn, học một biết mười. Ông Nghiêm mấy lần đi thi không đỗ, bèn mang "Chữ thánh hiền" dạy con và mấy đứa trẻ trong làng. Ông tự hào vui sướng, thấy con mình thông minh nhất, nhưng chỉ thổ lộ với vợ, mà không dám khen con quá lời, e nó sinh kiêu, đâm hư. Ông hỏi các trò về địa lí, xem kiến thức làng-nước ra sao? Bởi ông nghĩ, muốn con nên người thì phải dạy cái sự yêu nước thương nòi, trước hết phải thương yêu gia đình, làng xóm. Các trò chỉ nhớ câu được câu chăng, còn Toại thì khoanh tay, lễ phép thưa vanh vách, cả những điều ông chưa kịp dạy, không biết nó học mót được ở đâu? Có bận, hắn còn học chuyện (nói chuyện) tình hình thế giới, khiến ai nấy đều kinh hãi...

- Thưa, thôn ta là Trung Hòa, làng An Xá, tục gọi làng Thá, có nghề làm chiếu cói. Làng nằm bên bồi, phía hữu ngạn sông Kiến Giang, còn tả ngạn gọi là bên bợc (bên lở). Đất Lệ Thủy thuộc tỉnh Quảng Bình. Có thời, ông thi hào viết *Truyện Kiều* là Nguyễn Du, từng làm Cai bạ. Quảng Bình lại thuộc châu Ô của Chiêm Thành, đến thời cưới Công chúa Huyền Trân, thì vua Chiêm Thành cắt đất dâng cho Đại Việt...

Nhiều lần bà Kiên nghe chồng nói lại, về cái sự học hành của Toại như thế... Thoạt đầu, bà mừng trong dạ, rồi dẫn đến sợ trong lòng.

- Hắn thành thần đồng? - Ông Nghiêm nheo mắt nhìn vợ, vẻ tự hào.

- Thế thì ông giời bắt đi mất thôi! - bà Kiên sợ hãi đáp.

- Bà chớ nói nhảm, người ta còn mong chẳng được.

- Tui sợ, con Châu đã bị hà bá bắt rồi đó.

- Chậc, - ông Nghiêm thở dài, - đó, chẳng qua là tai nạn lũ lụt thôi mà.

- Có khi, ông cho hắn uống mực tàu, tối dạ dễ nuôi.

Cực chẳng đã, ông Nghiêm mới phải hòa mực tàu loãng cho Toại uống. Nhìn mồm mép con đen sì những mực là mực, ông vừa thương lại vừa lo. Ông không sợ nó tối dạ, bởi trí thông minh sáng láng là ở như trên đầu, chứ đâu phải từ trong bụng. Nhưng ông cảm thấy mình nhẫn tâm với con, chỉ vì chiều theo ý vợ. Mà mẹ nó cũng vì thương con, chứ không có ác ý gì sất cả.

May mà hắn vẫn thông minh, sáng dạ, nhưng bị bệnh dịch cướp đi mất. Ông làm nghề bốc thuốc chữa bệnh cứu người, mà đến con trai trưởng của mình thì đành khoanh tay.

- Thầy ơi, cứu con!

Mỗi khi nhớ lại câu van xin tuyệt vọng của con, khiến lòng ông như xát muối, đau xót khôn cùng. Người đời, đâu thoát khỏi mệnh trời! Mãi về sau mới biết bài thuốc chữa lị bằng cây *lựu lật* thì đã quá muộn, nhưng ông Nghiêm vẫn cho trồng dọc lối ngõ, để sắc thuốc chữa cho hàng xóm láng giềng.

Như lúc còn Toại, bây giờ, ông Nghiêm lại dạy chữ Nho cho hai con trai là Giáp và Nho, cùng bọn trẻ trong làng, ngay tại tư gia, với bộ sách *Tam tự kinh* và *Ấu học tân thư*, được xuất bản từ thời Vua Duy Tân.

Trong ngôi nhà tranh ba gian hai chái, thì chái tây là nơi ông Nghiêm dạy học, đọc sách; kế bên là chỗ ba bố con trai nghỉ ngơi, gian giữa làm nơi thờ cúng, có đặt bàn thờ gia tiên, phản gỗ, kỉ tre. Cạnh đó là gian của ba mẹ con gái, rồi chái đông để đồ đạc. Nhà ngang kề bên, làm bếp.

Ba gian nhà thông thống, chẳng có vách ngăn, nên Giáp và Nho chơi đùa thoải mái, chạy nhảy từ chái tây cho tới chái đông, trốn tìm sau bức bình phong xây bằng gạch ngoài sân, rồi theo đường "chữ chi" từ sân tới ngõ, chạy ra đường làng.

Hai anh em chui rúc qua rặng ruối bờ rào, ra bến sông lặn ngụp; nhập bọn với lũ trẻ trong làng, chui vào vườn mụ Thơ, hái trộm bưởi. Mụ Thơ bị mất nhiều, xót của, đuổi theo đến tận nhà ông Nghiêm mà chửi:

- Bố thầy đồ mà không biết dạy con. Hắn đi trộm bưởi nhà người. Ăn rồi lấp mề, nỏ chộ (không thấy) mặt chữ được mô (được đâu)!

Nghe mụ Thơ chửi độc, ông Nghiêm rút phắt cây gậy chống cửa, đuổi theo hai đứa con, vụt chí mạng. Cả hai phải chui xuống gầm bàn thờ, run như cầy sấy, mặt tái mét không còn hột máu.

Bà Kiên lủng bủng:

- Không có con giai thì bảo không biết đẻ. Có con giai thì như giặc, nghe chưởi (chửi) rát mặt, chứ nước non gì?

Mấy chị em gái thấy bố đã ra chái tây, bèn lén gọi hai em trai lủi ra ngoài đồng. Một lúc, lũ trẻ đã quên hết chuyện đòn roi, lột phăng quần áo, nhảy xuống bộng (ao) bắt cá.

*

Ông Nghiêm cao giọng đọc:

- "Thiên thượng, hạ địa, nhật trú, dạ nguyệt", - đoạn cầm cây thước, trỏ vào Nho. Nho lễ phép, khoanh tay trước ngực, đọc to:

- Thưa, trên là trời, dưới là đất; mặt trời mọc ban ngày, mặt trăng mọc ban đêm.

Ông Nghiêm gật đầu chỉ Giáp, rồi lại đọc:

- "Chi Lăng tẩu Tống binh, Bạch Đằng phá Nguyên sư"?

- Thưa, câu này nghĩa là, ải Chi Lăng đuổi quân nhà Tống, sông Bạch Đằng phá quân Nguyên, - Giáp cũng vâng lời giải nghĩa.

- Thầy khuyên các trò, học thời phải ngẫm, học một ngẫm mười. Ngẫm là tự học lại trong lòng mình mà ngó ra đời, - thấy bọn trẻ ngơ ngác, ông Nghiêm chột dạ, dường như điều này dành cho người lớn, quá sức trẻ nhỏ, nên dừng lại, không nói nữa.

Nhưng Giáp lại nhớ điều thầy giảng, về cái sự ngẫm. Ngẫm ngợi nhiều, khiến Giáp trở nên trầm tư và hành động chín chắn hơn, làm cho Giáp như lớn trước tuổi, già trước tuổi.

Tết Thanh minh, hai anh em Giáp và Nho theo bố ngược sông Kiến Giang lên An Mã, tảo mộ ông bà nội.

- Ông nội các con là Võ Quang Nguyên, mộ táng trên Trắm, sau làng An Sinh, bên hữu ngạn sông Kiến Giang.

- Cùng phía làng ta, - Giáp đỡ lời.

- Còn mộ bà nội thì táng Hàm Rồng bên tê (bên kia) sông, - Nho lanh chanh nói xen vào, - thầy ơi, bà nội tên chi ạ?

- Bà nội của các con tên là Bùi Thị Gái, - ông Nghiêm trang trọng nói.

- Con chộ bà lúc mất, mặc áo tím, áo điều. Thầy cúng bảo: "Kìa, bà nội mi đang ngồi trên mộ đó".

- Có những điều, người này chộ, người khác lại nỏ chộ (không nhìn thấy), - ông Nghiêm triết lý.

- Mần răng, hè (làm sao vậy ạ)? - Nho ngây thơ hỏi.

- Cũng là do từ cái chữ tâm, cái tầm vóc chữ nghĩa, kiến thức của từng người mà ra. Có khi, còn do trời ban cho nữa.

Ba bố con thắp hương, sửa mộ cho ông bà nội. Giáp thấy Nho cứ quanh quẩn bên nấm mộ, như có sự níu kéo, hoặc nhắn gửi điều gì đó. Giáp thắc mắc, tại sao phần mộ của hai ông bà nội không đặt gần nhau, mà lại cách sông. Thầy giải thích qua loa rằng, các cụ tính toán theo sách phong thủy, về âm trạch chi đó...

- Hôm nay, bên Mỹ Đức[7], hẳn các bác cũng đang tảo mộ cho ông bà ngoại, thầy nhỉ? -

Giáp hỏi bố, và kéo Nho ra, để cùng khấn vái.

- Phải, cả làng cả nước cùng đi tảo mộ trong tiết Thanh minh.

"Thanh minh trong tiết tháng ba
Lễ là tảo mộ, hội là đạp thanh".

Ông Nghiêm đọc câu *Kiều*, rồi ngước nhìn lên thượng nguồn và dặn, - các con phải nhớ phần mộ ông bà tổ tiên. Lúc vật đổi sao dời, cũng không để bị thất lạc. Sống vì mồ vì mả, đâu vì cả bát cơm.

Ba bố con lục tục xuống thuyền, khỏa nước rửa tay, rồi chèo xuôi dòng.

---

(7) Thôn Mỹ Đức thuộc xã Sơn Thủy, huyện Lệ Thủy, tỉnh Quảng Bình.

- Con theo thím sang nhà ông ngoại. Ông quý con lắm. Thím bảo, ông theo Văn Thân, làm chức Đề đốc, coi Đại đồn tiền vệ, - Giáp vừa chèo, vừa hào hứng kể.

- Văn Thân là chi mà quân Pháp căm ghét vậy hè? - Nho vừa khỏa nước mạn thuyền, vừa ngoái lại hỏi anh trai. Giáp bí, ngước nhìn bố cầu cứu. Ông Nghiêm chậm rãi giảng giải:

- Phong trào Văn Thân ở Trung Kì, nêu khẩu hiệu: "Bình Tây, sát tả"; nghĩa là, đánh Pháp và tàn sát Công giáo.

- Chúng con cũng hay đánh nhau với bọn trẻ nhà thờ An Lạc, - Nho lại chêm vào, khoe.

- Ông ngoại các con bị Tây bắt, tra tấn, nhưng không hạch được tội, nên tha, - ông Nghiêm vẫn thong thả kể.

- Thảo nào, bàn thờ có cái thiếp của mấy ông Văn Thân, thầy bảo phải giấu đi, - Nho bỗng trở nên tư lự.

- Họ đang bị truy nã, - Giáp tỏ ra am tường sự việc trả lời em trai và quay sang hỏi bố, - ngôi mộ thiên táng nhà họ Ngô Đình, nằm ở đâu hả thầy?

- Ở Bến Đẻ chứ đâu? - ông Nghiêm kể chuyện, - ngày xưa, ông Ngô Đình Dinh, còn gọi ông Niệm là bố ông Ngô Đình Khả, dân ngụ cư, chết thảm. Dân làng đưa đi chôn thì gặp cọp dữ, phải bỏ chạy. Hôm sau ra, định tiếp tục mai táng thì thấy đống mối đã đùn to. Mộ có mối đùn là linh thiêng lắm. Thế nên ông Khả mới phát quan, con cháu đề huề. Đất này, làm nên công nghiệp, rạng rỡ non sông, chỉ có họ Ngô Đình ở Kẻ Đợi mà thôi.

- Làng ấy cũng theo Công giáo, - Nho tỏ ra rành rẽ.

- Người ta cứ ác cảm với dân Công giáo, bảo là theo Tây. Chứ thực ra, hầu hết các đạo cũng từ ngoại quốc du nhập vào nước ta, mà đạo nào cũng khuyến thiện cả. Gia đình ông Khả có công giúp đỡ nhà mình, chuyện đất cát. Nhà mình nghèo chứ không bạc. Giấy rách phải giữ lấy lề, nhớ đó nghe!

Sông nước dào dạt, tấp nập người chèo thuyền đi tảo mộ.

Thấy ông Nghiêm, họ đều kính cẩn chào hỏi. Bỗng ai đó cất lên câu hò:

*"Lũy Thầy ai đắp mà cao
Sông Gianh ai bới ai đào mà sâu".*

Giáp hứng chí hò khoan đế theo, càng làm cho không khí sông nước thêm náo nức, khác nào trẩy hội. Giáp và Nho thấy dân trong làng ngoài tổng đều kính trọng bố mình, thì lấy làm tự hào lắm. Bởi ông Nghiêm rất chỉn chu, làm việc gì cũng cẩn trọng. Khi người ta mời đi cúng bái thì ông phải tắm nước lá thơm. Đêm hôm, mưa gió mà có người bệnh, ông không quản ngại, tất bật đi cứu chữa. Nhưng dân làng bảo, Giáp giống mẹ hơn, từ khuôn mặt phúc hậu, đôi mắt hiền từ, nước da trắng trẻo và cả dáng thấp đậm nữa.

Thỉnh thoảng, hai anh em lại theo hai chị đi chợ Chè, chợ Tréo. Giáp thích món bún chấm mắm ruốc chợ Tréo. Món ăn dân dã mà ấm áp tình người, khiến Giáp nhớ suốt đời.

Giáp còn theo các chị chèo thuyền qua làng Đại Phong- Kẻ Đợi, lên huyện lị Lệ Thủy. Thuyền buôn chợ nọ bán chợ kia, tuy chỉ có cá mú, đường phèn... nhưng cũng có đồng ra đồng vào, đỡ túng bấn hơn. Có lần, lên tận Đồng Hới, các chị tảo tần mua mua bán bán, còn Giáp thì chỉ ngó ngó nghiêng nghiêng, cái gì cũng thấy lạ, nào phố xá, nào xe cộ, nào thuyền bè... Càng đi, Giáp càng thấy chân trời rộng mở, đầu óc thêm sáng láng. Những cảnh giàu, nghèo trong xã hội, gắn với nhau như hai đầu đòn gánh, bên nặng bên nhẹ nên làng nước chênh chao. Nhà Giáp, có bố vừa làm thầy cúng, thầy lang, thầy đồ và các chị buôn bán vặt, tuy cũng chẳng phải là hạng giàu có, nhưng không đến nỗi nghèo túng, có lẽ, chỉ đứng vào hạng trung lưu trong làng mà thôi. Đó, từ khi hai chị đi buôn, thì mẹ không phải đi làm đồng nữa, mà chỉ quanh quẩn việc nội trợ trong nhà. Giáp răn mình gắng học giỏi. Người giỏi giang không cam phận nghèo hèn.

3. Võ Giáp bỏ "Nguyên"

- Giáp, ai cho phép mi bỏ chữ "Nguyên"? - ông Nghiêm hằm hằm giật cây gậy chống rèm, như muốn vụt luôn.

- Tự con, - Giáp ấp úng trả lời bố.

- Tao làm thầy dạy chữ, chả lẽ lại nông cạn? - ông Nghiêm vẫn chưa nguôi gặng hỏi, - tự bao giờ?

- Khi con lên trường tỉnh, - Giáp lấm lét ngước nhìn, mặt đỏ lựng.

- À, mi thật to gan, dám qua mặt tau (tao) đến thế kia mà, - ông Nghiêm tức giận, đến nỗi run cả người. - Từ cái đận Đồng Hới thì mới nứt mắt. Giỏi, thằng này giỏi. Hừm...

Sau vụ ăn trộm bưởi nhà mụ Thơ đến giờ, Giáp mới thấy bố giận dữ như thế. Mấy đứa con sợ hãi, chạy dạt cả sang chái đông. Bà Kiên thấy tình thế nguy ngập, bèn lựa lời hạ hỏa:

- Thôi mà ông, bớt giận, con nó cũng mười bốn, mười lăm tuổi rồi. Có chi thì bảo ban. Tui làm mẹ hắn cũng có lỗi một phần. Mũi dại thì lái chịu đòn.

- Bà thấy đó, - ông Nghiêm phân trần. - Tui đặt tên như rứa là mong hắn nên người, chứ chưa dám nói nên vương nên tướng gì. Thế mà hắn dám tùy tiện, bỏ hẳn chữ "Nguyên" ở giữa, chỉ còn trần trụi hai chữ "Võ", "Giáp" hai bên, y như thể người sứt răng cửa.

Có tiếng Nho cười khúc khích và tiếng mấy chị "suỵt, suỵt...", nẹt em.

- Con xin lỗi thầy thím. - Giáp ứa nước mắt vì ân hận, không ngờ việc làm của mình, lại gây ra cơn giận dữ đến độ như thế, - con sẽ sửa lại.

Ông Nghiêm thở dài, ném cây gậy ra cươi (sân); lặng lẽ sang chái tây, ngồi tư lự, vẻ thất vọng cùng cực. Bà Kiên nhặt cây gậy, chống lại rèm cửa và gọi với vào chái đông:

- Thằng Nho, ra pha trà cho thầy!

Giáp sượng sùng vào chái tây, khoanh tay cúi đầu trước bố. Ông Nghiêm đã nguôi giận, nhưng vẫn sẵng giọng, quát:

- Vô (vào) Trường Quốc học rồi mà vẫn còn nông cạn... Thôi, đi ra!

Giáp ngập ngừng lùi ra đến cửa, mới dám quay gót, lầm lũi bước ra bờ sông. Sẽ sàng ngồi lên bậc đá, nhìn dòng nước trong xanh, lòng dịu lại. Nghe các cụ nói, hòn đá này được lấy từ chân thành Ninh Viễn, mang về kê bến nước. Giáp và bọn trẻ đã từng đến đó. Ninh Viễn là tên chữ, dân làng thường gọi là thành Ngo. Thành Ngo của người Chiêm Thành, phía nam huyện Lệ Thủy. Cái tên của miềng, cũng bị rút chữ lót bỏ đi, khác nào hòn đá này bị rút khỏi chân thành, và cũng khác gì người sứt răng; thảo nào, thằng Nho cười. Chợt nghe có tiếng bước chân, từ ngõ phía sau nhà đi ra, Giáp ngoái lại, thấy hai chị đang ngập ngừng xuống bến. Giáp vội đứng dậy, mặt lại đỏ lên vì ngượng.

- Thầy nguôi rồi. Cậu Nho đang quạt cho thầy nằm nghỉ trên nhà. Thím bảo các chị ra với cậu cho khuây.

*

Mấy chị em xúm xít ngồi trên bậc đá, ngắm nhìn dòng sông đang chảy ngược lên hướng đông bắc, đổ ra cửa Nhật Lệ, hòa vào Biển Đông. Con đường chạy ven sông, cây cối um tùm rậm rạp, tán lá rủ xuống mặt nước, nom như thể cô gái đang xõa tóc gội đầu, khiến Giáp nhớ đến ngôi trường tư ở ngoại thành Huế, cũng có cây đa to, cành lá sum suê tỏa bóng.

- Nghe nói, kinh đô có sông Hương đẹp lắm, hỉ? - Điểm lảng chuyện buồn vừa xảy ra, hỏi cho Giáp quên nỗi đau.

- Nước cũng trong xanh, lững lờ, nhưng rộng hơn, - Giáp miễn cưỡng trả lời.

- Con gái Huế, mặc áo dài tím, đẹp lắm à? - Liên tò mò, nheo mắt nhìn Giáp hỏi.

- Cùng trong xứ Trung Kì, thứ gì cũng nhang nhác giống

nhau, từ dáng người, giọng nói, đến cách ăn mặc, - Giáp tránh khen con gái Huế đẹp, sợ hai chị chạnh lòng, - nhưng ở chốn kinh kì, họ ăn chơi hơn. Nhiều người, em thấy cũng buôn bán như các ả (chị). Có khi mở cửa hiệu, hoặc bán hàng rong. Em quen con cô Ba Thành Thái, tên Huy. Hắn hay rủ em đi xem xi-nê (cinema), ở rạp Tân Tân, chiếu phim Vua hề Sác-lô (Charlie). Ông Bửu Thanh ở Gia Hội cũng bảo em về học cùng Tôn Nữ Thị Vui. Lúc ông ta trả tiền mà nói cứ như ban ơn: "Mệ ban cho mi mấy xu". Nghe vậy, cả mấy chị em cười vang cả khúc sông, bao nhiêu muộn phiền tan theo dòng nước.

- Mấy chị đầu tắt mặt tối, đâu có nhan sắc như con gái tỉnh thành? - Điểm giọng buồn, như phân bua. - Chẳng qua bữa ni cậu về, nên hai chị nghỉ buổi chợ, ở nhà cho vui thế thôi. Ai dè, thầy nổi cơn thịnh nộ, - Điểm lỡ lời, vội nín bặt, ngó trộm Giáp.

- Bỏ mỗi chữ lót, có chi mà thầy la dữ? - Liên hỏi độp một câu như đổ ốc ra rổ, chứ không ý tứ như chị Điểm.

Giáp ném hòn sỏi xuống sông, lặng lẽ ngắm từng vòng tròn nước đang loang rộng, tìm kế hoãn binh. Nhưng thấy mấy chị có ý chờ câu trả lời, nên đành thở dài miễn cưỡng nói:

- Em cốt để bạn bè gọi "Võ Giáp" cho oai. Theo chữ Nho, thì "Nguyên" có bốn nét, hành âm hỏa, quẻ hung, nhưng người can trường thì sẽ trở thành quái kiệt. Em sợ mình có tính nhẫn nhịn, không xứng, nên liều bỏ đi, không ngờ thầy biết, - Giáp thủ thỉ tâm sự, - hẳn là thầy không giận chuyện em tự ý bỏ chữ lót ấy đâu, mà thất vọng vì em thối chí mà thôi. Em thương thầy, chứ không dám trách thầy đâu, - Giáp nghẹn ngào, khiến hai chị cũng phải lau nước mắt.

- Rứa (thế), thầy không nói, cậu không bày (không giảng), thì ai biết mô? Các chị ít chữ, đâu có thấu ý nghĩa sâu xa đến thế - Điểm mở kim băng, móc túi áo cánh, đưa tiền cho Giáp, - cậu cầm lấy mà tiêu. Ăn vóc học hay.

- Em xin hai ả. - Giáp lặng lẽ nhận tiền, rồi giãi bày, - biết là các ả khó nhọc mới có đồng tiền, nuôi em cũng tốn kém. Nhưng em định bàn với thầy thím và hai ả, đã tốn thì tốn một thể, lúc nào cho thằng Nho vô Huế, học với em. Hai anh em ở chung, đọi cơm (bát cơm) chia đôi cũng đặng. Làm trai là phải học, các ả hè!

- Hắn còn nhỏ quá, - Điểm phân vân. - Cứ để hắn hết tiểu học hẳng hay.

- Lúc thi vào Trường Quốc học, em cũng khai năm sinh một nghìn chín trăm mười, - Giáp hồ hởi khoe, để thuyết phục hai chị. - Mà từ bây chừ (bây giờ), quan Toàn quyền Đông Dương đã cho học chữ Quốc ngữ rồi.

- Thầy vẫn bảo, cậu sinh năm một nghìn chín trăm mười, cầm tinh "chó vàng", có giấy khai sinh hẳn hoi? - Điểm ngạc nhiên hỏi.

- Nhưng thím bảo sinh năm lụt Tân Hợi, hụt một tuổi, nên cứ theo thím, - Giáp nói, vẻ cam chịu.

- Nhà trên bờ sông, năm nào chẳng lụt, - Điểm vẫn giữ chủ kiến của mình.

*

Bốn anh em cùng Trường Quốc học là Nguyễn Chí Diểu, Nguyễn Thúc Hào, Phan Bôi, Võ Nguyên Giáp rủ nhau đi nghe cụ Phan Bội Châu diễn thuyết. Cụ Phan nói một hồi, suýt rơi cả hàm răng giả, khiến cử tọa cười ồ cả lên. Nhưng cụ là người từng trải, bình tĩnh chỉnh lại hàm răng, giọng vẫn sang sảng:

- Cái mục đích của người nước ta ngày nay vào học, chẳng qua vì cầu quan to, hớt đồng bạc tốt, để làm môi giới cho rượu tây, cơm tây, xe tây, lầu tây mà thôi ư? Cái hồn quốc dân còn mong gì sống được?

Bọn nữ sinh nhìn như dán mắt vào chòm râu quai nón, và đôi mắt sáng quắc của cụ Phan. Diểu huých nhẹ Giáp, nói nhỏ:

- Quả là đấng trượng phu!

Cụ Phan vung tay lên:

- Học đường nô lệ, giáo dục nô lệ, nhân tài nô lệ...

- Quả là lời vàng ngọc, - Giáp khẽ đáp lại anh Diểu, khi nghe câu nói của cụ khơi dậy lòng yêu nước thương nòi.

Những lời của cụ Phan Bội Châu, khiến đám học trò Quốc học trở nên suy tư, ai cũng nghĩ về vận nước và trách nhiệm công dân.

Hầu như trong cặp, học sinh nào cũng có bài thơ "Chúc Tết thanh niên", Xuân Bính Dần (1926). Từ đó, mỗi buổi sớm, anh em lại gọi nhau: "Dậy, dậy, dậy...", tưởng như cụ Phan thúc giục.

- Dậy, dậy, dậy... như lời cha gọi con ấy nhỉ? - Hào tâm đắc, nói với Bôi.

- Phải là lời non sông kêu gọi mới đúng, - Diểu triết lý cao xa.

- Tôi thấy các anh đều đúng. Mẹ Tổ quốc đang kêu gọi, thúc giục chúng ta, - Giáp nói, cốt để dàn hòa.

- Phải đó, Giáp có đầu óc phân tích rất nhanh, - Hào có ý khâm phục. - Thi vô trường, tôi đỗ đầu, hắn thứ hai. Nhưng vào học, tháng nào hắn cũng "Maijor" (đứng đầu lớp), - Hào quay sang khoe với Diểu.

- Tớ chỉ đỗ khá thôi, - Diểu thú nhận, vẻ ngượng ngùng.

- Học tài thi phận, - Giáp an ủi.

Cả bốn anh em, không ai bảo ai, đều rẽ nẻo Bến Ngự, thăm nhà cụ Phan Bội Châu. Cụ vẫn mặc áo dài thâm, quần trắng, nhưng dáng trở lại hiền từ. Cụ tiếp đám thanh, thiếu niên mà tôn trọng và lịch lãm. Qua câu chuyện, cả bọn mới biết, Nguyễn Văn Vĩnh một "Hiền năng dũng phái" Bắc Kì, cũng mới vào Huế bàn với cụ, về việc lập Đảng Cộng hòa tiến bộ Đông Dương. Điều lệ Đảng đang được trình lên quan Toàn quyền. Giáp háo hức nhìn giá sách đầy ăm ắp, vẻ thèm muốn. Cụ chợt bảo:

- Về sau, ta cho Võ Nguyên Giáp cả số sách này!

Giáp xúc động nghẹn lời, chỉ biết khoanh tay cúi đầu cảm tạ. Bọn Phan Bôi có vẻ ghen tị. Thế rồi, cả tình riêng và nghĩa chung, thôi thúc Giáp cùng anh em bạn bè tham gia phong trào đòi ân xá cho cụ Phan Bội Châu.

*

Hay tin cụ Phan Châu Trinh mất ở Sài Gòn, cả nước tự phát dấy lên phong trào để tang. Trường Quốc học cũng như cả xứ Huế cùng hòa chung không khí bi thương. Nhóm Diểu, Giáp trong ký túc xá, vận động anh em học sinh cùng để tang. Ban Giám hiệu ra lệnh cấm, nhưng tất cả học sinh đồng lòng chống lại. Học sinh sao chép bài viết "Mười điều bi ai của dân tộc", truyền tay nhau đọc: "Trong khi người nước ngoài có chí khí cao, dám chết vì việc nghĩa, vì lợi dân ích nước, thì người nước mình tham sống sợ chết, chịu kiếp sống nhục nhã, đọa đầy".

Thế là phong trào hai cụ Phan tiếp nối bãi khóa. Chánh mật thám Trung kỳ Sô-nhi (Sogny), Hiệu trưởng Bu-rốt (Bourotte) và Tổng giám thị Hác-te (Harter) huy động mọi lực lượng theo dõi số học sinh, được cho là "hiếu động". Giáp cùng anh em ra tận cổng trường, thuyết phục những học sinh con cái nhà quan, đi xe gọng đồng đến lớp.

- Học sinh cả trường bãi khóa, các bạn phải ủng hộ! - Giáp cầm càng xe, kiên quyết giật lại.

- Thầy mệ tui (thầy mẹ tôi) không cho phép bỏ học, - chúng cự lại.

- Các bạn là đồng niên, đồng khóa, phải đồng lòng, - Giáp vừa phải chặn đầu xe vừa nói, - lời cụ Phan, anh em đặng quên được sao?

Bị nhà trường phối hợp với mật thám đàn áp, Giáp phẫn nộ, viết ngay một bài báo bằng tiếng Pháp *Đả đảo tên bạo chúa Trường Quốc học*. Chủ bút Phan Văn Trường bèn cho đăng ngay lên tờ L'Annam (An Nam). Từ đó, tên tuổi Giáp vang khắp kinh thành, lan ra cả Trung Kì.

Ông Nghiêm nghe tin Giáp viết báo chống quan, biểu tình bãi khóa, thì trong lòng như lửa đốt. Bà Kiên cũng bồn chồn khôn nguôi.

- Tui biết ngay mà, hắn bỏ chữ "Nguyên" là to gan lắm đó, - đoạn, ông rút phắt cây gậy chống rèm, đứng chống nẹ giữa sân, tưởng như chuẩn bị giáng đòn chí mạng vào một tên "Võ Giáp" vô hình trước mặt.

Bà Kiên đang lúi húi làm vườn, vội ngẩng lên, khẽ khàng:

- Hay là, ông vô đó một chuyến, khuyên bảo con, kẻo bị đuổi học không chừng.

- Ý tui cũng định thế. Mà bà này, có khi phải cưới vợ, kìm cương hắn lại, - ông Nghiêm toan tính một nước cờ. Bởi hai đứa con đầu đã mất, nên nỗi lo của ông cũng thấu tâm can bà.

Đột ngột, Giáp thấy bố xuất hiện ở ký túc xá Trường Quốc học, thì hồn vía lên mây. Nếu như ở nhà, ông Nghiêm sẽ vụt cho mấy gậy. Nhưng vào đây, phải giữ thể diện cho con, vả lại, chẳng gì, mình cũng là nhà Nho, nên ông Nghiêm ngọt nhạt:

- Con phải tu chí mà học hành.

- Dạ, con luôn học giỏi, nhưng thấy bất công quá, không đừng được. Mong thầy thứ lỗi cho con.

- Giờ, con lớn khôn rồi, tự quyết được rồi, nhưng luôn phải nhớ đến thầy thím làm lụng khó nhọc và các chị buôn bán vất vả, mới có tiền ăn học. Chớ phụ công!

- Con vẫn đi học, thầy ạ, - Giáp tự tin hứa hẹn.

Ông Nghiêm mở đãy, lấy ra mấy quả bưởi, rồi mỉm cười, khẽ nói:

- Mụ Thơ gửi quà cho con, nì.

- Ôi trời!, - Giáp bị bất ngờ, thốt lên đầy vẻ ngạc nhiên. - Thế mà hồi xưa, mụ chưởi hoài.

- Thầy có chút thuốc dấu. - Ông Nghiêm lấy ra lọ thuốc, đặt vào lòng bàn tay con và dặn, - bọn cẩm (commissanat) đánh đau, thì lấy mà xoa, khỏi liền.

- Bãi khóa, chúng con chỉ phản đối ôn hòa, bất bạo động

theo kiểu cụ Phan Châu Trinh, chứ không bạo động như cách cụ Phan Bội Châu đâu mà, - Giáp phân trần, trấn an bố.

- Cứ biết thế hẵng, quân tử phòng thân, - ông Nghiêm lo lắng nhìn con, cố nén tiếng thở dài. - Trước khi đi ngủ, có còn xoa tay, xoa chân nữa không?

- Con vẫn nhớ, thầy dạy từ tấm bé, - Giáp xúc động. - Trong ký túc xá, con truyền lại cho anh em cùng làm theo.

- Bọn hắn mà đuổi học, thì sau hai năm, các trường toàn cõi Đông Dương mới được nhận lại, đó!

Giáp nghe bố cảnh báo, mặt thộn ra, vẻ lo lắng và sợ hãi.

4. Tự học mà đi

Tham gia cầm đầu nhóm học sinh bãi khóa, Giáp bị đuổi học.

Trong khi đang được bố mẹ và các chị nuông chiều, chu cấp, bạn bè quấn quít, nay bỗng dưng tuột mất cả, khiến chàng trai mười sáu cảm thấy bơ vơ. Hết lương ăn và bạn bè ngoảnh mặt, nên không thể ở Huế được rồi, về quê thì sợ thầy đánh, làm sao bây chừ? Đôi chân Giáp bước đi vô định. Bất chợt, một giọng hò khê đặc, từ dưới sông Hương vẳng lên, như có ý trêu chọc:

"Học trò trong Quảng ra thi
Gặp cô gái Huế bỏ đi không đành".

A, câu hò như một sự gợi ý, miềng sẽ đi Quảng Nam. Thế là tạm xa rạp xi-nê Tân Tân với Vua hề Sác-lô và các cô tôn nữ. Giáp đi Quảng Nam, Quảng Ngãi, rồi vô Bình Định, càng đi càng háo hức trước những chân trời mới, nỗi đau bị đuổi học cũng nguôi dần. Tới Quy Nhơn, Giáp tìm đến nhà thầy Võ Liêm Sơn, một nhà Nho gốc Hà Tĩnh. Giáp cũng đã từng được nghe thầy bình văn. Và như một định mệnh, Giáp nhìn thấy trên giá sách cuốn *Le Marxisme* (Chủ nghĩa Mác). Trong đầu óc non nớt và thích nổi loạn của Giáp, bắt gặp ngay nguồn mạch giai cấp tranh đấu của Mác, lập tức hạt giống đỏ cắm rễ đâm chồi, chí hướng cách mạng vô sản trỗi dậy.

- Em đã đến thăm cụ Phan Bội Châu, tại ngôi nhà do thầy dựng ở Bến Ngự, - Giáp nói câu chuyện làm thân.

- Phải, đó là tiền quyên góp của đồng bào, những hai ngàn đồng. Thổ đất đẹp, ba gian nhà đơn sơ, nhưng gần đàn Nam Giao, - Sơn bộc bạch tâm sự, nhìn thẳng vào đôi mắt mở to và trong sáng của Giáp hỏi, - Trò đọc *Chủ nghĩa Mác*, thấy thế nào?

- Lý luận cách mạng vô sản mới mẻ quá, - Giáp thú nhận. - Vốn thực tế của em, mới chỉ là tham gia bãi khóa và viết một bài báo phản đối sự bất công mà thôi.

- Có, thầy đã đọc bài ấy. - Sơn nói câu tiếng Pháp, - *A bas le tyranneau du Quoc hoc* của trò, do Luật sư Phan Văn Trường đăng L' Annnam, xuất bản tại Sài Gòn. Giỏi! - Sơn hào hứng khen.

- Dạ, - Giáp đỏ mặt, vừa tự hào, lại vừa ngượng. Bởi, sau đó đọc lại bài viết của chính mình *Phản đối tên bạo chúa Trường Quốc học*, Giáp thấy cũng còn non nớt, nên lảng chuyện, - em chưa quen uống trà. Nhưng bữa nay, được thầy cho thưởng thức... - vì không phải dân nghiện trà, Giáp bỗng bí lời, đành nói khéo một câu, - trà đậm đà.

- Trà đặc hả? - Sơn cười rung tràng kỉ. - À, thầy báo cho trò biết tin mừng, cụ Phan đã được tha bổng hoàn toàn. Cụ tự nhận mình là người theo thuyết "Duy dân", chứ không theo duy vật, duy tâm chi mô.

- Thế ạ! - Giáp chưa hiểu nổi câu nói thâm thúy của thầy, nên bộc trực đáp, - chúng giam giữ cụ, mười mấy năm còn gì?

- Chính xác là từ năm Quý Sửu (1913), Pháp đã tuyên án vắng mặt các bậc anh hào, như cụ Phan Bội Châu, Nguyễn Hải Thần (Vũ Hải Thu) và Cường Để (Nguyễn Phúc Đan).

Võ Liêm Sơn nói câu bổ khuyết và tư lự. Ông nhận thấy, Giáp là một cậu thanh niên có chí khí, ham học hỏi, nên định gợi ý về Tân Việt cách mạng Đảng, mà bản thân mới tham gia năm ngoái. Nhưng ngẫm lại, thấy cũng chưa vội. Bởi một người chưa thành niên thì dễ dao động, bồng bột. Vừa hay lúc đó, có mấy người chạc tuổi trung niên đến chơi, Sơn khoát tay giới thiệu:

- Đây là các bạn cùng Tân Việt Hội với thầy, - Sơn giơ tay về phía Giáp, trân trọng nói, - còn đây là trò Võ Nguyên Giáp, tác giả của bài báo phản đối Hiệu trưởng Trường Quốc học Huế, mà chúng ta đã đọc. Hắn có tên là Bourotte.

Giáp đứng dậy, đỏ mặt vì xúc động, rồi chào xã giao và nói câu từ biệt.

Vừa đi, Giáp vừa nghĩ rất lung, thầy cao hơn cả chục tuổi, học hành đỗ đạt, danh tiếng lẫy lừng, lại cùng họ Võ và hào hiệp, nhưng người xưa đã nói, một bữa là vàng, hai bữa là bạc, ba bữa là rác trôi sông, thì miệng không thể ăn nhờ ở đậu mãi được. A, thầy nói đến Tân Việt Hội, phải chăng là tổ chức Tân Việt cách mạng Đảng, mà miềng đã từng nghe? Có lẽ, thầy nghĩ miềng còn là con nít, lại đang trong hoàn cảnh chân không tới đất, cật không tới trời thế này, chưa vội thổ lộ, nên nói lái đi? Nhưng bây chừ, biết đi mô? Thực ra, chẳng đâu bằng nhà miềng. Rõ là, "Hồ tử thú khâu"- Cáo chết quay đầu về núi. Nhưng về là xơi đòn và nhục mặt. Chặc, Giáp tặc lưỡi, sượng sùng trở về làng Thá.

*

Bước chân Giáp lại đi trên con đường làng. Làng Thá nghĩa là làng dệt chiếu, hai bên ken dày những vạt cói phơi. Tiếng dệt chiếu lách cách từ những căn nhà vọng ra. Tiếng hò khoan Lệ Thủy dời dợi bay trên sông Kiến Giang... Tất cả quá đỗi thân quen. Nhưng lúc này, lòng Giáp đang ngổn ngang, nên bước chân nặng trĩu, chứ không còn náo nức như bao lần xưa trở về.

- Anh Giáp, sao bây chừ mới về? - vừa tới đầu trôồng (đầu ngõ), Nho đã nhồ ra, la lên.

- Suỵt, - Giáp gật nảy mình, vội chống ngón trỏ lên môi, ra hiệu im lặng, rồi hỏi nhỏ, - thầy thím và các chị ra răng (thế nào)?

- Cả nhà biết, cả làng cũng biết chuyện anh làm loạn, bị đuổi học. Thầy buồn lắm, nằm liệt chái tây, - Nho nói một thôi như thể quan tòa tuyên án. - Nhà hết gạo rồi, ta ra chợ Chè ăn bún chấm mắm ruốc.

Nghe nói đến món bún chấm mắm ruốc, Giáp đã ứa nước miếng, nhưng chần chừ không đi. Nho lại ngỡ Giáp hết tiền, nên phô phang:

- Em có tiền đây, mấy ả nớ (chị ấy) mới cho, ngại gì?

Giáp giật mình, ngước nhìn mái nhà đã lợp ngói, như vượt lên những mái tranh nghèo trong làng Thá, - nhà mới quặc ngói à?

- Ừ, thầy thím và mấy ả bảo, để chuẩn bị đón anh lúc vinh quy bái tổ, - Nho vô tư khoe.

Giáp nghe vậy, cảm thấy nẫu cả ruột gan, nhưng chép miệng, bảo:

- Tau chẳng còn bụng dạ nào mà ăn bún mắm ruốc. Thôi, vào nhà.

Giáp lý nhí chào mẹ, rồi rón rén vào chái tây, khoanh tay chờ cơn thịnh nộ của bố giáng xuống. Nhưng ông Nghiêm coi như không nhìn thấy Giáp, vẫn nằm trên tràng kỉ và trân trân nhìn lên trần nhà.

Trước đây, nhà ông Nghiêm cũng lợp mái tranh như cả làng. Nhưng từ khi các con đi buôn, có đồng ra đồng vào, bà Kiên lại tùng tiệm chắt bóp tích cóp, nên khi đủ lực, ông đã quyết thay mái ngói, để có chỗ tươm tất, phòng khi có việc hệ trọng thì cũng đỡ cóm róm. Hình ảnh nhà ngói cây mít là ước mơ bao đời nay của cha ông, nay đã thành hiện thực. Cái điều ông và vợ con hằng chăm lo là chuyện Giáp đi học trong Kinh đô Huế. Thế mà không ngờ, hắn làm loạn ở trường. Ông đã phải nén giận vào tận nơi khuyên bảo, cứ ngỡ hắn ngộ ra, ai ngờ ngựa quen đường cũ, mới đến nông nỗi thế này. Cá không ăn muối cá ươn, con không nghe lời cha mẹ trăm đường con hư. Điều này, hắn cũng được dạy bảo kỹ càng rồi kia mà. Phải chi còn thằng Toại.

- Toại ơi!

Bất chợt, ông Nghiêm ứa nước mắt gào lên, khiến Giáp điếng người. Thầy kêu anh Toại như rứa, khác nào coi anh nớ (anh ấy) đã chết mà vẫn như còn, miềng tuy đang sống mà vô tích sự, tưởng như không có trên cõi đời này sao?

*

Hai anh em Giáp và bọn con trai trong làng, thường trèo lên cây khế, phía sau chái tây, đọc sách Cụ Phan Bội Châu và mấy bài của Võ Liêm Sơn. Doãn kể về nỗi khổ của dân cày làng Thá, rồi tò mò hỏi:

- "Lưu Cầu huyết lệ tâm thư", nghĩa là gì?

- Lưu Cầu là nước Nhật, - Giáp giải thích. - Có thời, Nhật cũng mất nước như xứ miềng. Cụ Phan mượn chuyện để viết tác phẩm khêu gợi lòng yêu nước thương nòi.

- Thế thì là sách cấm rồi, - Doãn hoảng sợ.

- Sợ gì? Chúng ta sẽ lập một Hội Thanh niên yêu nước, - Giáp hăng hái, nói như lời hiệu triệu.

- Ba mống ranh, lý trưởng nện cho mấy hèo, có chạy xuống sông Kiến Giang cũng chẳng kịp cởi quần, - Doãn huych toẹt một câu.

Nho nghe vậy, bật cười khúc khích. Giáp tức, lừ mắt nhìn, gằn giọng:

- Chưa chi đã thun vòi, thế thì còn mơ mộng cơm cháo gì?

- Mi làm loạn, bị đuổi học đó thôi, - Doãn chì chiết.

- Ai cũng sợ giặc, thì làm sao giữ được thành? - Giáp tỏ khí tiết.

- Thành còn đâu, mất qua tay Pháp rồi? - Nho cũng hùa theo Doãn.

- Mất thành thì giành lại, sợ chi mô? - Giáp vẫn khẳng khái.

- Kệ mi, đi mà làm loạn.

Doãn nhảy xuống đất, phủi tay, đi ra cổng. Giáp và Nho cũng tụt xuống, dắt nhau ra sông Kiến Giang.

Hại thay cho Giáp, những điều mấy đứa bàn cãi trên cây khế, bị ông Nghiêm ngồi trong chái tây nghe hết cả. Khi chúng đi rồi, ông Nghiêm vội gọi vợ vào bàn bạc;

- Thằng Giáp vẫn chứng nào tật ấy, lại định làm loạn trong làng.

- Chu cha! - chưa kịp để chồng nói hết lời, bà Kiên đã thảng thốt kêu lên.

- Ta lấy vợ cho hắn là xong, - ông Nghiêm bàn, - vợ như cái dây chạc, ghìm con trâu dái lại, rồi lâu ngày tự khắc sẽ thuần. Bây chừ, đường học coi như đứt, phải lo chuyện gia thất cho hắn, để yên phận làm ăn.

- Trong làng, có đám nào đánh tiếng mô? - bà Kiên lo lắng hỏi.

- Con gái nhà Bá hộ đó, - ông Nghiêm mừng rỡ, khi thấy vợ đã thuận ý.

- Tôi biết tính hắn, chưa chắc đã ưng o nớ (cô đó), - bà Kiên phân vân.

*

Tuy bị đuổi học, nhưng là người có chí tiến thủ, nên Giáp đăng ký theo học Trường Giáo dục phổ cập của Pháp.

Giáp miệt mài làm văn theo hướng dẫn trong cuốn sách *Tu từ học*. Ban đầu, Giáp ngỡ tu từ là chỉnh sửa câu chữ, ai dè lại là nghệ thuật nói chuyện. Học nói, tăng khả năng trình bày, thuyết phục và động viên đối tượng nghe điều mình nói, đọc chữ mình viết. Lịch sử của nó có từ thời A-ri-xtốt (Aristoteles), nghĩa là từ thời cổ đại. Càng học, càng đọc, Giáp càng phát ngốt với đủ lại Tu từ học, nào là *Ẩn dụ, Biện chứng, Châm biếm, Đối thoại*, lại có cả *Người mị dân* nữa. Người mị dân phải có tầm cỡ chính trị gia, biết hùng biện để lôi kéo người ít học, kêu gọi tầng lớp bình dân bao giờ cũng chiếm số đông trong xã hội. Điều này thì tâm đắc đây. Khi miềng tham gia vận động bãi khóa, có lúc phải xông ra cản xe của con nhà quyền quý. Lẽ ra, phải hùng biện, thuyết phục chúng trở về, cùng tham gia bãi khóa mới phải. Giá mà miềng học môn này sớm hơn. Giáp tiếc rẻ, nghĩ ngợi mông lung.

Nho đi học thợ may về, ghé vào chái tây, thấy Giáp đang ngồi ngẩn ngơ, bèn hỏi:

- Anh nghĩ chi mà hung rứa (dữ thế)?

- Tau học để trở thành "Người mị dân", - Giáp ỡm ờ.

- Thầy thím bảo, phải học cái tử tế, chứ đăng ký học trường Tây mà chuốc lấy điều lừa dối là không hay, - Nho lên giọng cụ non.

- Không phải rứa, - Giáp phân bua, - đó là một khoa học về diễn thuyết, có từ thời Cổ đại, nhằm lôi kéo quần chúng; không phải trò lừa mị, phỉnh nịnh dân chúng theo mình, để mà cầu lợi đâu.

- Chứng tỏ, anh vẫn ham làm loạn, - Nho lại chỉ trích và nhìn Giáp đầy vẻ cảnh giác.

- Thôi, lúc nào rảnh, mi đọc *Tu từ học*, sẽ hiểu, chứ không phải trực giác, sống sít như vậy đâu. Này, - Giáp cầm quyển sách, đưa cho Nho, - kịch *Lơ-xít* đấy, hay lắm.

- Anh thì cái gì chẳng hay! - Nho nói mỉa.

- Từ ngày mi đi học cái nghề thợ may, đầu óc chỉ còn có số đo và vải vóc, - Giáp bực, la (mắng) cho một chập.

- Cái anh *Lơ-xít* này, ra đời từ hồi nào? - Nho thấy Giáp nổi giận thì có ý xử nhũn, cầm cuốn sách, hỏi một câu lấy lệ cho qua.

- Từ thế kỷ mười bảy, chú em à, - Giáp quên giận, hồ hởi giãi bày.

- Cách ba thế kỷ rồi kia à?, - Nho ngạc nhiên, - thế, hắn còn hay nữa không mà đọc?

- Hay chớ, sách hay thì vượt thời gian. Đọc nó, không dứt ra được đâu, - Giáp khẳng định và nói câu mồi chài.

- Bọn Tây thì cái gì cũng hay. Không biết, hồi ấy, các cụ nhà ta làm gì mà không viết sách? - Nho ca cẩm.

- Chắc là đi học may, - Giáp nói kháy, - nhác thấy Nho mím môi, vằn mắt tức giận, Giáp vội biến báo, - đùa tí thôi. Thời đó, các cụ còn chia năm bè bẩy bối, "uýnh nhau" liên hồi kỳ trận. Đàng Trong, Chúa Nguyễn Phúc Lan cai quản một vùng, Đàng Ngoài thì Vua Lê Thần Tông, hợp với Vũ Công Ứng trên miền sơn cước, đánh nhau với Mạc Kính Khoan.

- Chính anh nói chuyện lịch sử chiến chinh lại thấy hay, - Nho hồ hởi khen anh trai. - Anh học được ở đâu vậy?

- Sách vở chỉ giáo đó, - Giáp trịnh trọng, vẻ mãn nguyện, - phục anh mày chưa?

- Thế thì anh trở thành "Người mị dân" rồi, - Nho vỗ tay reo lên.

Nghe vậy, Giáp bàng hoàng cả người. Bất chợt, tiếng ông Nghiêm từ ngoài gian thờ nói vọng vào:

- Học đi đôi với hành là rứa đó!

Lâu lắm rồi, kể từ ngày Giáp trở về, bữa cơm hôm đó, cả nhà mới quây quần vui vẻ. Giáp hồ hởi kể về kịch thơ *Ăng-đrô-mác* (Angromaque) của Ra-xin (Racine) và *Lơ-xít* (Le cid) của Coóc-nây (Corrneille).

- Về cái anh cốt truyện, từ ta đến Tây đều na ná giống nhau, chỉ có cách viết của Tây chứa nhiều tính tư tưởng và triết học, - ông Nghiêm ngẫm ngợi, triết lý.

Giáp chăm chú nghe và cầm cái nậm bịt bạc, rót rượu cho bố.

- Dân ta cũng có truyện thơ, - bà Kiên gắp miếng thịt lợn luộc chấm nước mắm quầy cho Út Lài và góp chuyện, - như thể *Tống Trân - Cúc Hoa, Phạm Tải - Ngọc Hoa, Cung oán ngâm khúc*, rồi thì *Truyện Kiều* đấy thôi, - bà Kiên xổ chút vốn liếng văn chương thuộc lòng, vẫn thường ru con hằng ngày, khiến bữa cơm càng thêm rôm rả.

Ông Nghiêm gắp đũa "nhút" cho vào bát và nhìn Giáp khề khà nói:

- Hà Nội có con phố gần hồ Thuyền Quang, mang tên Ôn

Như Hầu, chính là tước hiệu của ông Nguyễn Gia Thiều, người viết sách *Cung oán ngâm khúc*. Khi nào qua đó, ngó coi.

- Tụi Tây, nhiều khoản ăn đứt ta, hơn hẳn ta, - Nho chống đũa, nói xen vào.

- Hơn là hơn thế nào? - ông Nghiêm xẵng giọng.

- Thì, con học may, toàn cắt đồ tây. Mà cứ xem cung cách ăn vận thì thấy nó sang, ta hèn. Bọn hắn dận giày da, ta lê guốc mộc. Bọn hắn mặc com-ple, ta khoác áo bông. Bọn hắn đội mũ phớt, ta đóng khăn xếp... Anh Giáp mà đội mũ phớt (fedora) thì khác gì công tử.

- Cậu Giáp kiếm cái mũ phớt mà đội, - Điểm lái câu chuyện, sợ xảy ra sự cãi cọ trong bữa ăn.

- Để chị mua cho, - Liên không cho Giáp kịp từ chối, vội lên tiếng, - cậu trắng trẻo, thư sinh, đội mũ phớt hẳn là sang trọng, chỉ tội hơi lùn.

Nói xong, Liên cười khúc khích, khiến cả nhà cười theo.

*

Mặc cho lũ lụt hoành hoành, Giáp vẫn ngồi trong chái tây, kê cao tràng kỉ, chăm chú đọc sách, viết bài, theo chương trình tự học của hệ thống giáo dục phổ cập Pháp. Bỗng ngoài ngõ có tiếng mái chèo ì oạp và ai đó gọi dõng dạc:

- Bớ, Võ Giáp!

Giáp giật mình ngó ra, nghĩ bụng, ai mà xếch mé thế, thầy nghe được thì khốn.

- Anh Diểu! - Giáp vội xắn quần, lội ra cổng.

Diểu trả tiền đò, rồi cũng xắn quần lội theo Giáp vào nhà, - nghe nói, khi xưa, cậu cũng được sinh năm lụt? - Diểu vừa dò dẫm lội, vừa thân mật hỏi, - thế mà nay đã thành chàng trai mười tám rồi, vẫn thư sinh như xưa, hỉ?

- Này, - Giáp dừng lại giữa sân, ghé tai Diểu nói nhỏ, - đừng gọi tên em là "Võ Giáp" như hồi ở trường nhá, ông thân không ưng, vì thiếu chữ "Nguyên".

- Thế hả? - Diểu chột ạ, - ông thân đâu?

- Bố em đi bốc thuốc trong làng. Lũ lụt, người ốm đau nhiều, - Giáp dẫn Diểu vào tấm phản kê giữa nhà.

- Nhà hướng đông nam, - Diểu lội ra trước thềm, ngó nghiêng bốn phương tám hướng vẻ cảnh giác, đề phòng mật thám theo dõi và phán một câu như thể ông thầy địa lí, rồi dò hỏi, - ở nhà một mình, buồn không?

- Em đang tự học theo Chương trình Giáo dục phổ cập của Pháp, anh ạ, - Giáp hào hứng khoe.

- Có chí lắm đó, - Diểu động viên, - học là chuyện cả đời. Này, - Diểu ghé tai nói nhỏ, - anh mang tài liệu của Nguyễn Ái Quốc đây, tranh thủ đọc, rồi đưa lại ngay, không được lưu giữ, chỉ nhớ trong đầu thôi.

Diểu loay hoay lấy tài liệu, vừa kể chuyện bãi khóa năm trước.

- Anh cũng phục chú đưa ra những yêu sách, nào là không được đuổi học Nguyễn Chí Diểu; nào là, không được giáo dục kiểu ngu dân; nào là, phải cho tự do đọc báo. À mà này, bài báo của chú vang khắp nước đó.

- Thầy Võ Liêm Sơn cũng đọc mà, - Giáp nhận bản tài liệu, tiêu đề ghi *Bài nói chuyện của Nguyễn Ái Quốc, tại Liên đoàn các dân tộc bị áp bức trên thế giới, tại Brúc-xen,* - Bruxelles là thủ đô nước Bỉ, tận Châu Âu, Giáp nghĩ. - A, em nhớ ra rồi, từ năm một ngàn chín trăm mười chín, Nguyễn Tất Thành đã đổi tên là Nguyễn Ái Quốc, đưa *Yêu sách tám điểm,* tại Hội nghị Véc-xay (Versailles); - đoạn hỏi, - phải trả lại luôn à?

- Ừ, đọc mau, vừa đọc vừa nói chuyện. Chính thầy Sơn cũng nói chuyện về chú. Thầy có vẻ mến.

- À, - Giáp rời mắt khỏi bản tài liệu, nhìn Diểu, dò hỏi, - thầy có nói về Tân Việt Hội...

- Đó chính là Tân Việt cách mạng Đảng. Anh là Ủy viên Trung Kì, có nhiệm vụ kết nạp chú đó, ưng không? - Diểu nheo mắt hỏi.

- Ôi trời, - mắt Giáp sáng lên, - hết bất ngờ này đến bất ngờ khác. Em đang dụng công tìm hiểu, nhưng chưa biết hỏi ai. Các bậc tiền bối, như Võ Liêm Sơn, Nguyễn Chí Diểu đều đã vào Tân Việt, lý do gì mà tiểu đệ Võ Nguyên Giáp lại đứng ngoài?

Hai anh em hồ hởi ôm lấy nhau. Diểu bảo:

- Vào Đảng là phải hy sinh, thoát ly hoạt động, hẹn gặp ở Huế, nhé!

- Dạ, - Giáp ngoan ngoãn vâng lời.

*

Giáp vận khăn xếp, áo dài, quần chúc bâu trắng, đi guốc gỗ xoan, sang chơi nhà ông Bá hộ, nom như thể chàng rể tương lai ra mắt gia đình bố vợ vậy.

- Gớm, hôm nay, anh Giáp ăn vận sang quá, - tiểu thư Bá hoan hỉ ra chào.

- Tui sang chào hai bác và cô. Ngày mai, vô Huế học lại, - Giáp từ tốn nói.

- Đã qua hai năm rồi sao? - cô Bá biết mình lỡ lời, vội nín bặt.

- Học là chuyện cả đời nam nhi mà cô, - Giáp đỡ lời.

Cô Bá lủi ngay xuống nhà ngang, để cho Giáp nói chuyện với anh Đính. Lát sau, mang lên một bọc trứng gà, đưa cho Giáp:

- Cho anh mang vô Huế. Nhà quê không chỉ có tấm lòng thôi đâu nhá?

- Cám ơn cô Bá, tôi không dám nhận đâu, - Giáp nhếch mép cười, vẻ độ lượng.

- Gớm, cứ vẽ chuyện, rồi sau này, lại chẳng đòi ruộng, đòi nhà nữa ấy chứ?

Đính lừ mắt, Bá vội lẩn vào buồng.

- Thông cảm, em nó trực tính, chứ không có ý gì đâu! - Đính thanh minh, chữa ngượng cho em gái.

Hôm sau, Giáp xuống đò bốn chèo, ra ga (gare) Mỹ Trạch. Đính, Doãn và Nho cùng đưa tiễn, ai nấy hồ hởi trước cảnh sông nước và chuyện lai kinh học lại của Giáp. Khi gần đến ga, Giáp nói:

- Tôi đi chuyến này là thoát ly gia đình. Nhờ chú Nho nói lại với thầy thím cùng hai chị và Út Lài; cũng nhờ anh Đính thưa với hai bác bên nhà và cô Bá, tôi không có ý định hôn nhân đâu. Mong các bậc sinh thành bỏ quá cho.

- Thế, mi không lấy o Bá, hè? - Doãn buông chèo, vẻ thất vọng, - mi lập kế lừa bố mẹ hai bên và o nớ (cô ấy) à?

- Đầu xanh tuổi trẻ, tau chỉ thích bay nhảy, - Giáp phân bua. - Chuyện này cũng là bất đắc dĩ, nỏ (không) hứa hẹn chi mô (gì đâu), chỉ là xã giao thôi.

Đính và Nho thở dài nhìn nhau rồi lặng lẽ quay đi, không nói nên lời .

Giáp lên ga, chỉ có Nho xách đồ theo, còn Đính và Doãn ngồi dưới thuyền. Đoàn tàu chạy trên cầu bắc qua sông Kiến Giang, rồi rời ga Mỹ Trạch, nhưng cả hai người bạn hàng xóm vẫn ngồi như hóa đá trên thuyền, mỗi người theo đuổi một ý nghĩ riêng. Mãi đến khi Nho xuống bến, cả bọn mới ngoái trông đám khói tàu tỏa trên nền trời và tiếng máy xình xịch xa dần về phương nam.

Chương hai: Đường cách mạng

5. Chàng công tử bột

Nhận nhiệm vụ vận động các kỳ bộ của Đảng Tân Việt, chuyển sang Đông Dương Cộng sản Đảng, Giáp sắm vai chàng công tử con nhà giàu, để che mắt mật thám. Chàng đáp tàu hỏa, ngồi toa hạng sang, vô Nam Kỳ, qua Trung Kì, ra Bắc Kì, rồi trở lại Huế.

Tàu hỏa dừng ở Vinh, Giáp bồi hồi nhớ lại những ngày qua, cố gắng hết sức mình để xin cho Nguyễn Thị Vịnh thoát ly ra Bắc kỳ hoạt động, nhưng Tôn Quang Phiệt không nhận. Cô ta có bố mẹ là người gốc làng Mọc (Hà Nội), Vinh là quê hương thứ hai, bố làm ký ga, mẹ bán hàng tấm. Vịnh hoạt động năng nổ, nhưng có nguy cơ bại lộ, gia đình lại muốn gả chồng cho yên. Bởi thế, cô càng cần thoát ly, xa gia đình và địa bàn sở tại mới an toàn. Nghe mấy anh cơ sở bảo, cô em gái tên là Quang Thái đẹp lắm, vẫn thường theo chị đi khai hội ở chùa Diệc. Cô em làm bình phong cho cô chị, cốt để bố mẹ yên lòng, nhưng dần dà lại giác ngộ cách mạng và theo Tân Việt lúc nào không hay.

- Anh Giáp!

Giáp đang lơ đãng ngắm nhìn nhà ga hỏa xa, bỗng giật mình chợt nghe tiếng gọi từ hàng ghế ngay trước mặt.

- A, chào cô Hồ Cầm!

Giáp nhận ra cô em gái của bạn học, trấn tĩnh lại và chào hỏi xã giao. Nhác thấy cô gái cùng đi, dáng thanh tao, mắt mở to, vẻ bẽn lẽn. Cầm mau mắn giới thiệu cả hai:

- Đây là anh Nguyên Giáp, bạn học cùng chị Hải Đường của mình. Còn đây là Quang Thái, bạn em, vô Huế học Trường Đồng Khánh.

Nghe giới thiệu kỹ càng như vậy, cô gái có tên Thái, lộ vẻ không vui, vội níu tay Cầm khẽ giật giật, ý muốn trách: "Người lạ mà nói phứa". Giáp nghe tên Quang Thái, suýt nữa thì thốt lên: "Em gái cô Vịnh đây ư?", may mà đã kịp kìm lại, nhưng mắt vẫn nhìn trân trân, khiến Thái nhíu mày, vẻ phật ý.

Kẻ xuống ga, người lên tàu tấp nập. Hành khách nhốn nháo trên sân ga. Xúm xít quanh các cửa toa hạng ba là khách bình dân, vẻ xô bồ. Còn toa hạng nhì, toàn khách sang, nên từ lời ăn tiếng nói, đến trang phục, hành lí, đều toát lên vẻ quí phái.

- Bảo trọng, con gái nhé!

Tiếng người đàn ông đứng tuổi vẫy dưới sân ga. Thái nhoài ra cửa sổ, nghẹn ngào:

- Con đi nhé...

- Bố Quang Thái đấy! - Cầm mau miệng giới thiệu tiếp.

- Hẳn là ông Huy Bình, ký ga, - Giáp ra vẻ hiểu biết, đáp lại.

- Ơ... - Thái liếc xéo Giáp và ngồi xuống ghế, trong lòng lấy làm ngạc nhiên vô cùng, tại sao cái anh chàng công tử bột này, lại biết cả tên bố mình?

Con tàu rúc lên một hồi còi đĩnh đạc và từ từ chuyển bánh. Hai bố con Thái vẫn vẫy tay lưu luyến.

- Cả hai cô cùng vô Đồng Khánh à? - Giáp hỏi thân mật.

- Vâng, anh về mô (về đâu)? - Cầm tò mò hỏi.

- Quan hải tùng thư, - Giáp đáp gọn lỏn.

Nghe vậy, Thái lại "ơ" lên một tiếng nữa. Chợt nhận ra sự vô duyên của mình, cô vội rúc đầu vào sau lưng Cầm, cười khúc khích, khiến Giáp và Cầm nhìn nhau ý nhị.

Tiếng bánh sắt lạch cạch gõ trên đường ray (rail), âm thanh đều đều một cách buồn nản, toa tàu lắc la lắc lư như ru ngủ. Sau một hồi hàn huyên trò chuyện, hành khách thấm mệt, ai nấy tựa lưng vào thành ghế, thiu thiu ngủ. Giáp cũng chìm vào giấc mộng.

*

Lần đầu tiên, Giáp đáp tàu hỏa đi khắp nước. Bên ngoài diện com-lê (complet), mũ phớt, giày da, tay xách va-li (valise), rõ là một công tử đi du ngoạn, nhưng bên trong, nhiệm vụ cách mạng lại đè nặng lên vai của chàng trai mười tám, nếu ở nhà, thầy còn sẵn sàng vụt cho mấy gậy. Hà Nội lúc này trở thành tỉnh, bởi kinh đô nhà Nguyễn đã chuyển vào Huế, nhưng Hà Nội vẫn là thủ phủ của Đông Dương. Lúc rảnh rỗi, Giáp bảo anh Nguyễn Tạo là người gốc Hà Tĩnh, công tác ở cơ quan Nhân kỳ (mật danh kỳ bộ Bắc kỳ của Đảng Tân Việt) dẫn đi thăm núi Nùng, sông Nhị Hà, hồ Hoàn Kiếm, khu phố Tây, phố chợ...

Giáp cảm thấy, Hà Nội như thể một cái chợ to. Anh Tạo bảo, đúng là phố chợ kinh kì. Núi Nùng chon von có cặp rồng đá, Hồ Gươm giống như một cái ao, chỉ có Hồ Tây là rộng mênh mang, ngợp tầm mắt. Giáp nêu vắn tắt nhận xét bộc trực. Tạo ậm ừ, khiến Giáp chột dạ, nghĩ bụng, miệng hãy còn bồng bột, nên cần phải kiệm lời. Đó cũng là một kinh nghiệm để tự củng cố thêm lý thuyết "Người mị dân".

Giáp theo anh Tạo, nhảy tàu điện chạy ven Bờ Hồ, rồi lên chợ Đồng Xuân. Tiếng chuông leng keng, vừa vui nhộn, lại vừa dân dã. Nếu nhà chế tạo lại lắp còi cho tàu điện, thì sẽ làm mất đi nét độc đáo riêng có của nó. Cầu Long Biên như một con rồng khổng lồ, được người Pháp làm bằng sắt thép, vươn qua sông Hồng, dài mấy cây số, thật là vĩ đại. Người Pháp rêu rao là "khai hóa văn minh", nhưng sự thực lại là một cuộc xâm lăng và khai thác thuộc địa. Các công trình về giao thông vận tải, kiến trúc đô thị và văn hóa xã hội thì quả là một kỳ tích. Phải chăng, Chủ nghĩa Thực dân là một quá trình xâm lược, rồi khai hóa? Toàn quyền Pôn Đu-me (Paul Dumer) đã để lại những công trình xây dựng kỳ vĩ khắp đất nước Việt Nam, nào là cầu Long Biên, Nhà Hát lớn (Hà Nội), cầu Tràng Tiền (Huế), cầu Bình Triệu (Sài Gòn), thành phố Đà Lạt trên cao nguyên Lang Biang và hệ thống hỏa xa... Hàng trăm năm nữa, chưa chắc đã có ai vượt quan dấu ấn Đu-me, mà dân miềng thường gọi qua cách phiên âm ngồ ngộ theo kiểu Tàu là ông Đô Mỹ. Tân Việt sẽ vận động dân chúng đánh đuổi quân xâm lược, xây dựng đất nước khang trang gấp bội, nhưng phải biết giữ gìn những thành quả mà nó để lại, nếu triệt phá hết sẽ dẫn tới tả khuynh. Suy cho cùng, đó chính là mồ hôi, xương máu của nhân dân tạo thành. Nhưng biết đâu, những người Cộng sản lại say máu lãng mạn cách mạng kiểu Rút-xô (Rousseau), mà xóa bỏ tư hữu một cách cực đoan, rồi đập phá đảo lộn lanh tành bành hết thảy, thì sao?

Tạo cũng dẫn Giáp đến hồ Trúc Bạch, từng là trụ sở của Nam Đồng Thư xã, tiền thân của Quốc dân Đảng. Mấy năm trước, Nguyễn Thái Học đã chuyển hướng đánh đuổi Thực dân. Giáp nhớ, hồi trong Huế dấy lên phong trào hai Cụ Phan, thì cũng nghe nói Nam Đồng Thư xã hưởng ứng để tang Cụ Phan Châu Trinh và đòi ân xá Cụ Phan Bội Châu. Thế là, không chỉ Tân Việt, mà nhiều đảng phái khác cũng chung mục đích, - Giáp nghĩ.

Việc thuyết phục các kỳ bộ Tân Việt chuyển hướng hoạt động, thành lập Đông Dương Cộng sản Liên đoàn, một việc lớn, nhưng không khó, bởi có sẵn tài liệu hướng dẫn. Chứ Giáp, mang tiếng là đi vận động, nhưng cũng chỉ là hạng chim non mới ra giàng, không cẩn thận, các bậc đàn anh còn vặc lại cho ấy chứ. Vả lại, lúc này, Bắc kỳ cũng đã có tổ chức Đông Dương Cộng sản Đảng mới thành lập. Do vậy, nên ai cũng muốn chuyển hướng mau lẹ, còn tranh giành ảnh hưởng. Trâu chậm uống nước đục, mất hết quần chúng, đặc biệt lưu ý giới trí thức.

Thực ra, theo chỗ miềng biết, vào năm Ất Sửu (1925), khi Nhượng Tống lập Nam Đồng Thư xã ở Hà Nội, thì cũng là lúc bên Tàu, cụ Phan Bội Châu xúc tiến thành lập Quốc dân Đảng, nhưng chẳng may sa vào tay địch, nên sự nghiệp cách mạng của cụ giữa đường đứt gánh. Và thế là, Pháp đưa cụ về giam lỏng ở Huế. Nghe dư luận đồn thổi có liên quan đến vụ ai đó bán đứng cụ Phan, nhưng không rõ mô tê ra răng (thực hư thế nào)?

Giáp thấy lạ một điều, tầm vóc trí tuệ của cụ Phan lớn đến như vậy, thế mà lại theo Quốc dân Đảng, chứ không ở ê gì đến Cộng sản? Nghe nói, đoàn cán bộ Nga La Tư (nước Nga) đến Tàu, chiêu mộ người du học về Chủ nghĩa Cộng sản, với điều kiện, khi thành tài thì phải hoạt động theo đúng đường lối Cộng sản. Thế là cụ thoái lui, không một lời từ biệt. Đến khi bị án giam lỏng rồi, "Ông già Bến Ngự" vẫn bài xích Cộng sản, tuyên bố: "Hô hào giai cấp tranh đấu ở cái xứ này là một việc cực ngu. Những người thức thời không bao giờ làm như thế". Chẳng hóa ra, cụ là người thức thời sao? Miềng vừa phục, lại vừa e ngại cụ. Phan Bội Châu là một dấu hỏi lớn, như thể con rồng bí ẩn vắt ngang trời.

Cộng sản là trào lưu trên thế giới, đang hoạt động sôi sục khắp xứ Đông Dương, mà sao cụ Phan lại bất hợp tác nhỉ? Cụ đã bôn ba khắp thế giới, hẳn là từng trải, vậy có điều chi mà miềng chưa nhận thức ra, chưa đủ tầm vóc để thấu hiểu chăng? Cộng sản xác định dùng bạo lực giành chính quyền. Nhưng cụ Phan Châu Trinh lại đề cao công việc "Khai dân trí, chấn dân khí, hậu dân sinh", làm cách mạng ôn hòa. Không, người Cộng sản phải vũ trang bằng học thuyết đấu tranh giai cấp, chuyên chính vô sản. Anh Diểu đã nói thế và miềng đã giơ tay tuyên thệ nhập Tân Việt.

Bất giác, Giáp vung tay lên, khiến Cầm giật mình, hỏi:

- Chi rứa (gì thế), anh Giáp?

Giáp tỉnh cơn mê, sượng sùng nhìn hai cô nữ sinh Đồng Khánh, cười trừ và sửa lại cái mũ phớt đang bị lệch trên đầu.

- "Giơ tay với thử trời cao thấp", - Thái đọc câu thơ Hồ Xuân Hương, rồi lại cười khúc khích và chúi vào lưng bạn gái.

- Mi thấy anh Giáp đẹp giai mà chọc hoài, - Cầm lên tiếng

bênh vực Giáp và lái câu chuyện chữa ngượng thay. - Anh lại vô Huế học tiếp ư?

- Khoe mẽ công tử bột, - Thái ghé sát tai bạn, thì thầm.

- Ừ, à... mà không, - không biết Thái nói gì, nhưng thấy Cầm nghiêm nét mặt, vẻ không tán đồng, khiến Giáp lúng túng một lát. Vả lại, cũng không muốn hai nữ sinh hiểu lầm về chuyện bị đuổi học, nên nói lảng, - tôi đi làm ở trong đó thôi, nhưng vẫn tự học theo Chương trình Giáo dục phổ cập mà.

- Bài báo *Phản đối tên bạo chúa* của anh, nhiều người coi mà ham, - Cầm bộc bạch, có ý khen Giáp.

- Anh ni là ký giả ư? - Thái ngạc nhiên hỏi bạn, tỏ ý khâm phục.

- Cũng là bài báo ngắn thôi mà, - Giáp khiêm nhường, trả lời cho qua chuyện.

- Thế là, anh cũng tham gia bãi khóa đấy chứ? - Thái thay đổi thái độ đối với Giáp, sôi nổi hẳn lên.

- Dạo đó, nữ sinh Đồng Khánh còn đánh điện cho quan Toàn quyền Va-ren (Varenne), đòi ân xá cho cụ Phan Sào Nam. Bọn tôi bên Quốc học cũng vận động lấy chữ ký gửi Toàn quyền Đông Dương.

- Vui nhỉ? - Thái lại thốt lên, mắt tròn xoe nhìn Giáp.

- Lịch sử Trường Quốc học Huế, có công xây dựng của ông Ngô Đình Khả là người quê miệng đó, - Giáp tự hào khoe. - Nhưng lần đầu vô trường, miệng nhìn thấy dòng chữ đề lầu chuông: "Pháp tự Quốc học trường môn", mà lòng vừa tự hào, lại vừa man mác buồn. Tâm lý khó tả, rất khó tả, - Giáp thủ thỉ tâm sự.

- Là sao? - Cầm nhướng mắt nhìn Giáp, sốt ruột hỏi.

- Chữ "Pháp tự" khiến miệng cảm thấy bị nô dịch, - Giáp nói như giác ngộ lòng yêu nước cho hai cô gái trẻ.

Nghe vậy, cả hai cô tự dưng ngồi thẳng lưng, ngây ra, tưởng như bị giội gáo nước lạnh.

*

Lại nhớ, trên chuyến tàu hỏa ra Vinh, đến ga xép Trường Thi, Giáp lặng lẽ xuống tàu, đánh lạc hướng mật thám, đi bộ ra Bến Thủy. Giáp thả bộ, vẻ nhàn tản, vừa ngắm dòng sông Lam xanh trong, nghĩ bụng, hắn rộng hơn Kiến Giang, lại vừa kín đáo quan sát xem có bị mật thám theo dõi không, rồi mới thuê xe kéo ngược vào Vinh.

Chàng thong dong trên phố Mare'chal Foch[8], qua ga tàu hỏa, tìm đến hiệu cắt tóc bắt mối liên lạc. Từ đó, Giáp được dẫn đến Cầu Rầm, nơi đóng trụ sở bí mật liên tỉnh Nghệ-Tĩnh của Tân Việt. Nom hào hoa và phong độ, nhưng trong túi Giáp chỉ còn hai hào. Công việc thuận lợi, khi bàn về việc chuyển đổi, nhiều đảng viên Trí kỳ (mật danh kỳ bộ Tân Việt ở Trung Kì), cũng nhất trí cao. Ra Hà Nội, kỳ bộ Nhân kỳ đóng tại phố Huế, giữa các nhà cô đầu, suốt ngày "tom chát", nhộn nhạo, nhưng như thế lại lừa được mật thám, giữ bí mật địa điểm. Nay tàu qua Vinh để trở lại Huế, vô tình gặp Thái trên tàu, càng khiến cho Giáp áy náy, vì không thể xin chuyển địa bàn cho Vịnh. Như vậy, nếu bị lộ, Vịnh sẽ gặp nguy hiểm; hoặc giả, có thể bỏ cuộc, một khi gia đình thúc ép lấy chồng. Tôn Quang Phiệt hơn miếng cả chục tuổi, là một trong những người thành lập Hội Phục Việt, sau đổi Hưng Nam, rồi thành Tân Việt; nghĩa là, anh từng trải, am hiểu công tác tổ chức, hẳn suy tính kỹ càng lắm, nên mới không chấp nhận một người như Vịnh. Phải chăng Vịnh nam tính, thẳng thắn quá, lại mê truyện kiếm hiệp, nên anh Phiệt ngại? Theo báo cáo, năm ngoái, anh Phiệt kết nạp Lê Duẩn (Lê Văn Nhuận). Duẩn quê Hà Tĩnh, sinh tại Quảng Trị, làm thư ký đề-pô (depot) Sở Hỏa xa Đông Dương, ở Hà Nội. Thế mà đối với Vịnh, chỉ thoát ly ra Hà Nội công tác thôi, thì lại ngặt nghèo quá đỗi.

Tàu qua Quảng Bình, Giáp chỉ cho Cầm và Thái ngắm nhìn dòng sông Kiến Giang và ga Mỹ Trạch. Nhà ga, bến sông gợi nhớ cuộc chia tay năm ngoái. Cô Bá có trách miếng không? Cô Bá tuy cùng làng, nhưng sao không gợi một chút cảm mến như cô

---

(8) Ngày nay là phố Quang Trung, thành phố Vinh, tỉnh Nghệ An.

Thái xa lạ nầy? Nghĩ vậy, Giáp quay sang nhìn Thái đang tranh thủ nhảy xuống ga mua đồ ăn.

- Thái cầm tinh con mèo, kém chị Vịnh năm tuổi, - cảm thấy Giáp có vẻ mến Thái, nên Cầm tâm sự.

- Thế là, mới mười lăm thôi ư? - Giáp cười cười, làm ra vẻ không quan tâm.

- Trẻ gì, mẹ hắn lúc mười lăm đã lấy bố hắn là ông Bình ký ga rồi đó, - Cầm ra vẻ thạo đời.

- Chu cha! - Giáp buột miệng thốt lên.

Nhác thấy bóng Thái đang khệ nệ xách túm khoai luộc và mấy đẵn mía lên toa, cả hai lập tức lảng sang chuyện khác.

- Anh đi nhiều, hiểu rộng, thấy nơi nào đẹp nhất? - Cầm nghiêng đầu làm duyên và hỏi.

- Có lẽ, nên thơ nhất là đoạn qua đèo Hải Vân, - Giáp vờ như không để ý đến Thái, vẫn chỉ nói chuyện với Cầm, - đường ray uốn lượn chạy lưng chừng đèo. Dưới chân đèo là ghềnh đá, sóng biển tung bọt trắng xóa. Ngoài khơi xa, thấp thoáng những con thuyền đánh cá của ngư dân. Tít tắp là nơi biển và trời hòa làm một.

Thái dỏng tai nghe, nhưng cũng làm ra vẻ như không để ý đến câu chuyện của Giáp, vẫn thản nhiên xếp đồ ăn lên cái bàn nhỏ bên cửa sổ toa. Cầm hồ hởi thốt lên:

- Không chừng, anh Giáp làm văn sĩ rồi đó! Kẻng giai, lại văn hay chữ tốt, hát câu Hò khoan Lệ Thủy ngọt như mía lùi, thì khối cô chết mê chết mệt đấy nhé!

Bất giác, cả hai cùng ngó nhìn Thái. Dưới ánh nắng xiên qua cửa xổ, bỗng thấy mặt cô ửng hồng, ánh mắt long lanh, khóe môi hé cười, mái tóc lòa xòa tung bay trong gió, nom lộng lẫy và mảnh mai như một nàng tiên.

*

Thái đến Quan hải tùng thư, tìm đọc cuốn sách *Phụ nữ vận*

động, do Đào Duy Anh dịch, để học tập, ngõ hầu nâng cao trình độ, theo yêu cầu của tiểu tổ. Nhưng quan trọng hơn, cô muốn trình thư giới thiệu của Trí Kì, với Tổng bộ Tân Việt. Theo hướng dẫn, Thái tìm đến Quan hải tùng thư là trụ sở bí mật của Tổng bộ. Bữa trước, trên tàu, chàng công tử Giáp có nói, cũng làm việc ở đó, chẳng lẽ... Ban đầu, Thái không thiện cảm gì với chàng công tử này, nhưng dần dà nghe cách nói chuyện, tỏ ra là người có học, tác phong chững chạc, nhưng Cầm giới thiệu cứ như mai mối, khiến cô bối rối, ngại gặp mặt. Thái trình thư giới thiệu, thì người liên lạc chỉ đến một địa chỉ bí mật gần chợ Đông Ba. Thái lần mò tìm đến, nhận đúng ám hiệu, gõ cửa và hồi hộp chờ đợi. Một lát, thấy Giáp xuất hiện. Sự việc quá bất ngờ, khiến cả hai ngớ ra, phải mất một lát mới trấn tĩnh được.

Thái bất ngờ gặp lại Giáp, nhưng bất ngờ hơn, khi thấy Giáp là một nhân vật quan trọng của Tổng bộ, Ủy viên Trung ương dự bị chứ có phải thường đâu, lại còn phụ trách Tuyên giáo, dưới sự chỉ đạo trực tiếp của Tổng Bí thư Đào Duy Anh.

Thời kỳ ở Vinh, Thái thường theo chị Vịnh đi họp các tiểu tổ, đại tổ và khi biết chị là Ủy viên Ban chấp hành Tỉnh Đảng bộ, thì Thái cảm thấy hãnh diện vô cùng. Nay gặp Giáp trong hoàn cảnh này, trái tim thiếu nữ như ngột thở. Có điều gì đó rất mơ hồ, mà Thái cảm nhận được qua cử chỉ, ánh mắt, giọng nói của Giáp. Như thể thoảng qua vô hình, như thể thực tại hiện hữu, thực khó phân biệt rạch ròi giữa tình cảm đồng chí và tình cảm lứa đôi của tuổi thanh xuân đang chớm nở.

6. Ô-tô về làng

Ông Nghiêm nhận được thư của Giáp gửi về. Thoạt đầu, ông cũng không chú tâm cho lắm, đoán chừng, thằng ni lại gặp chuyện rầy rà với mật thám, sau vụ bãi khóa bị đuổi học. Bởi ông biết, bọn mật thám sẽ bám riết những phần tử đã bị biên vào "sổ đen". Nhưng khi đọc đến đoạn: "Con xin thầy thím cho em Nho vào Huế gấp, cho kịp ôn thi rồi học. Con tính, ban đầu, hai anh em ăn chung, ở chung cho đỡ tốn kém. Nho phải ôn thi cho thật tốt, thi đỗ kết quả cao, để lấy học bổng ăn học thành tài". Điều đó, khiến ông xúc động thực sự, vội gọi vợ và ba cô con gái, cùng vào chái tây, nghe thư. Cả nhà, ai nấy đều phấn khởi, bàn tán râm ran.

Nho vừa đi học về, thấy trong nhà vui mừng khác thường, vội chạy vào sân, kêu to:

- Anh Giáp về ư?

- Không phải người, mà là thư, - Lài mau mắn lên tiếng.

- Đây, Giáp bảo cậu vô Huế ôn thi, - Liên cầm lá thư, chiềng ra trước mặt Nho, - đó, đó...

- Ồ, chữ ký có đủ cả tên đệm, - Nho hồ hởi khoe với bố, khiến ông Nghiêm rạng rỡ nét mặt, - tái bút: "Con làm báo có tiền, sẽ gửi dây thép (bưu điện) về, cấp lộ phí cho em Nho đi tàu xe", - Nho cao giọng đọc, đầy vẻ phấn khích.

- Đâu? - Điểm vội hỏi, như trút được gánh nặng.

- Sao tau nỏ chộ (không thấy)?, - ông Nghiêm hỏi, vẻ nghi hoặc.

- Mặt sau đó, - Nho lật lá thư, chiềng ra cho cả nhà cùng xem.

*

Hồi này, Giáp làm báo Tiếng Dân, do cụ Huỳnh Thúc Kháng làm Chủ bút. Bị kiểm duyệt dữ quá, Giáp phân vân lắm.

- Thưa cụ, bỏ thì tiếc mà đăng sẽ rầy rà với Sở Kiểm duyệt. Bây chừ, phải tính sao ạ?

- Cứ để cột báo trắng và chua thêm mấy chữ: "Bị kiểm duyệt, cắt bỏ", - cụ Huỳnh phán một câu xanh rờn. - Nhớ vẽ hình cái kéo nữa nhá.

- Nhưng... - Giáp lo ngại cái trò chơi với lửa.

- Đây là quyết định của Chủ bút.

Thấy thái độ cụ Huỳnh cương cường như vậy, Giáp đành ngậm tăm. Cả xứ này, ai mà chẳng biết tiết tháo nhà Nho của cụ.

Nhưng trong lòng Giáp lo lắm, cái cần câu cơm mà bị gãy, thì cuộc sống của miềng và Nho sẽ ra sao?

Nho miệt mài ôn thi và đỗ nhì, thế là được học bổng. Nhưng Nho cũng bị ảnh hưởng của Giáp, lao vào hoạt động "hội kín". Giáp biết chuyện, dặn Nho bảo trọng.

- Hằng ngày, mi phải bỏ thêm ngô nướng, lạc rang vào túi, hè!

- Em lớn rồi, đâu còn con nít, - Nho cự lại.

- Quân tử phòng thân, - Giáp ân cần khuyên nhủ, - lỡ bị tụi nó tóm thì có cái lót dạ.

Nho "à" lên một tiếng, hiểu tấm lòng anh trai dành cho mình.

Bên Đồng Khánh, Thái cũng học giỏi, lại được Giáp thúc đẩy, nên cô tham gia phong trào "Nữ sinh đỏ". Nội quy nhà trường không cho người lạ, nhất là nam thanh niên đến thăm nữ sinh, nên thỉnh thoảng Giáp lại đóng vai anh họ đến gặp Thái, hẹn hò. Nhưng thực lòng, Thái chỉ cảm mến chứ chưa yêu thương chàng công tử bột này. Sự ác cảm ban đầu như thể cái ba-ri-e (barrier) chắn ngang con đường tình duyên. Những buổi cùng Hồ Cầm và hai anh em Giáp, Nho bơi thuyền trên sông Hương, hay lên núi Ngự Bình, chùa Thiên Mụ cũng chỉ làm đầy thêm kỷ niệm học trò của Thái mà thôi.

Giữa lúc đó, cuộc khởi nghĩa Yên Bái của Quốc dân Đảng thất bại nặng nề. Thủ lĩnh Nguyễn Thái Học tuyên bố: "Dù không thành công cũng thành nhân". Giáp và các đồng chí lên tiếng phản đối sự đàn áp dã man của thực dân Pháp đối với Quốc dân Đảng; ngõ hầu, gióng lên một hồi chuông thức tỉnh đồng bào đứng lên chống Pháp.

- Chúng dùng máy chém thi hành án tử hình thủ lĩnh, - Giáp ngậm ngùi.

- Cô Giang, người vợ chưa cưới của thủ lĩnh đã tự sát để giữ trọn lòng chung thủy, - Thái bồi hồi đáp lời Giáp mà lòng se thắt.

Bất giác, cả hai nhìn sâu vào mắt nhau, như cùng đồng cảm

và thầm hứa hẹn một điều gì, thật thiêng liêng.

Tuy bề ngoài bình lặng, những hoạt động của nhóm Giáp tưởng qua được mắt mật thám. Nhưng bỗng một hôm, hai anh em cùng bị hốt gọn. Khi vào tới nhà lao Thừa Phủ, lại nhìn thấy Quang Thái và cả Đặng Thai Mai nữa, khiến Giáp bàng hoàng. Thôi, thế là hết.

Không khí khủng bố tràn ngập kinh thành Huế. Pháp đã nhận thấy mầm họa Cộng sản, reo rắc trong đám học sinh Quốc học và Đồng Khánh, ngày càng gia tăng và còn có dấu hiệu nguy hiểm hơn cả Quốc dân Đảng, nên thẳng tay đàn áp.

Theo hồ sơ mật thám, thì Nguyễn Ái Quốc thống nhất ba tổ chức Cộng sản trong nước, gồm: Đông Dương Cộng sản Đảng ở Bắc Kì, Đông Dương Cộng sản Liên đoàn ở Trung kỳ và An Nam Cộng sản Đảng ở Nam Kỳ, hợp nhất thành Đảng Cộng sản Việt Nam, do Trịnh Đình Cửu phụ trách Ban Chấp hành; chẳng bao lâu sau, lại đổi tên Đảng Cộng sản Đông Dương, do Trần Phú là Tổng Bí thư. Thực ra, trình độ và uy tín của Phú cũng thường thường bậc trung, nhưng là do chỉ đạo của Liên Xô, tức Quốc tế Cộng sản, nên tất thảy đều lặng lẽ chấp hành.

Ngay từ khi tham gia Tân Việt Đảng, được tiểu tổ giác ngộ và Thái đã xác định dấn thân, kể cả việc dự tính tình huống sa vào tay địch. Ấy vậy mà khi bị bắt, Thái cũng cảm thấy bàng hoàng. Thiếu nữ vừa tròn đôi tám, đang rung động bởi tiếng gọi con tim và ánh mắt hút hồn của chàng trai Võ Nguyên Giáp, thì bỗng dưng bị hụt hẫng, khi nhìn thấy nhau cùng bị sa lưới. Nhưng cảm giác ấy thoáng qua nhanh, trước mặt mật thám, Thái trở nên cứng cỏi và mỗi khi nghĩ đến Giáp, cô đã cảm thấy tự hào là người đồng chí. Tự nhiên, Thái liên tưởng đến câu chuyện tình bi thương của thủ lĩnh Nguyễn Thái Học và Nguyễn Thị Giang. Họ dám đi chung một con đường tranh đấu và chết bên nhau. Thái nhớ lại, lúc cô và Giáp bàn cách phát triển phong trào đấu tranh chống khủng bố, lên án Pháp đàn áp Quốc dân Đảng. Phải chăng, ta đã gặp chàng trên trường tranh đấu? Lúc đầu, ta chẳng mến chàng, bởi cái mẽ công tử bột. Đâu ngờ, đó là cách chàng đánh lừa mật thám, để hoạt động cách mạng. Thế là chàng khôn ngoan và thành công. Còn ta là một con ngốc, không chỉ nhìn bề ngoài mà xét người được đâu, nhất là trong thời buổi nhiễu nhương này? Thầm nhủ lòng, ta phải cứng vững như chị Vịnh, anh Giáp.

Chợt thấy mấy cô nữ sinh bị gọi đi lấy khẩu cung, dáng điệu sợ sệt, lại còn khóc thút thít, Thái cao giọng, nói bằng tiếng Pháp:

- Personne ne te de'nonce ne de'nonces personne!

- Đó, các bạn hãy vững tâm, ngẩng cao đầu trước quân thù. Bạn Nguyễn Thị Quang Thái đã nhắc nhở chúng ta: "Không ai tố giác bạn. Bạn đừng tố giác ai!", - tiếng ai đó dịch sang tiếng Việt.

*

Hai anh em Giáp và Nho bị đuổi học, phải về quê, khiến làng xóm đồn ầm cả lên.

- Tui đã bảo, phải lấy vợ, đeo gông vào cổ cho hắn. Thế mà bà để hắn lừa, tai họa nhãn tiền chưa? - ông Nghiêm giận cá chém thớt, quay sang chì chiết vợ.

Bà Kiên chỉ còn biết khóc, nước mắt vắn dài.

- Đó, hằng tháng phải lên huyện trình diện, đẹp mặt chưa?, - ông Nghiêm giận dữ chỉ mặt cả hai anh em, quát lên cho hả.

Giáp liều, quay lại Huế, liền bị quan Công sứ Láp-bê (Labbe') triệu đến cảnh cáo:

- Chỗ của mày ở Huế là nhà tù, hiểu không?

Đang lúc quẫn bách, thì may sao Đặng Thai Mai lại gọi ra Hà Nội dạy học, làm báo. Giáp lại còn thi đỗ Tú tài Triết học phần thứ nhất, khi Trường Trung học An-be Xa-rô (Albert Sarraut) mở lớp cho thí sinh tự do. Giáp theo học và đứng đầu lớp, đỗ Tú tài Toàn phần.

Khi Thái cũng bị đuổi học khỏi trường Đồng Khánh. Lúc bấy giờ, hai vợ chồng ông bà Bình-Thư mới ngã bổ chửng, thì ra, nó theo gót con chị, làm Cộng sản tự lúc nào không hay. Thái cảm cảnh cho mình một, nhưng lại thương chị Vịnh mười. Chị hoạt động tích cực thế, nhưng lại chẳng được thoát ly ra Hà Nội, nếu lộ, mật thám bắt bất kỳ lúc nào. Đang lúc ngàn cân treo sợi tóc, thì may sao, Quốc tế Cộng sản lại chọn chị sang Hồng Kông, làm thư ký cho lãnh tụ Nguyễn Ái Quốc. Cái tên Nguyễn Ái Quốc thì Thái và nhiều người Cộng sản đã từng nghe. Đó chính là thần tượng của đám Cộng sản trẻ tuổi. Khi anh Quốc, chị Vịnh vừa mới hứa hôn, thì không may, cả hai đều bị bắt. Thế rồi, anh Quốc chết trong nhà lao, chị Vinh ra tù bơ vơ, thân gái dặm trường.

Biết Giáp có ý theo đuổi mình, nhưng bây giờ cả hai bị tống về quê, mỗi người mỗi ngả và cùng mang án thế này, chẳng biết khi nào gặp lại. Thái đang nghĩ vẩn vơ, thì Giáp đột ngột xuất hiện, như thể tự trên trời rơi xuống nhà ông ký ga. Không, Giáp không đi bằng đường trời, mà đáp tàu hỏa từ ga Hàng Cỏ xuôi vào ga Vinh.

- Cậu này công tử bột, hạng trói gà không chặt, thì làm nên nước non gì? - bà Thư nói trắng phớ, khi Thái thưa chuyện rằng, Giáp ngỏ lời cầu hôn.

- Tao đã lận đận hành trình ba trăm cây lô mếch (kilometre), phải cắn răng mà bỏ làng Mọc vào đây lập nghiệp, gian nan lắm mới có cơ đồ thế này. Nhìn lên, tuy chẳng bằng ai, nhưng nhìn xuống cũng khối kẻ chưa bằng mình, - ông Bình thở dài, lo lắng cho số phận con gái, - cậu ta là giáo học, với lại ký giả, nhưng theo Cộng sản làm loạn, chẳng khác hai chị em chúng bay, sớm muộn cũng bị mật thám giăng lưới, vậy còn làm ăn gì được?

Nghe Thái nói lại như thế, Giáp thấy không ổn, bèn quay ra Hà Nội mời Đặng Thai Mai vào thương thuyết. Ông bà Bình rất kính nể ông giáo Mai, nên cũng thể tất mà tác thành cho, mặc dù bằng mặt chứ không bằng lòng. Nhưng vì bà ngoại ốm thập tử nhất sinh, nên ông bà Bình đồng ý cho cưới chạy tang. Thái thì không muốn chuyện trăm năm của mình lại bị ám quẻ xui xẻo, nhưng ông Bình bảo, con gái khôn ba năm dại một giờ. Thế thì đành phải thế.

Giáp thuê một căn nhà nhỏ cùng phố, cách không xa ngôi

nhà số 132 của bố mẹ Thái. Ông Bình bàn:

- Gần thế này, không cần thuê ô-tô đưa dâu, có khi thuê xe tay cũng được.

- Thôi mà bố, đi bộ cũng sang, - Thái ngậm ngùi.

Ngày cưới, ông bà Nghiêm ở Lệ Thủy ra, Nho từ Hà Nội vào. Ông giáo Mai phụ giúp cho đôi trẻ một đám cưới tươm tất, dẫn lễ có cả một con lợn quay vàng ươm và đeo chiếc khuyên vàng trên mũi. Tiệc cưới đặt ở hiệu Khách. Dân phố thấy đám cưới lạ, có rất nhiều hoa tươi, mà tự tay Giáp chọn từ Hà Nội mang vào.

Sau ngày cưới, Giáp thuê một cái ô-tô hãng Rơ-nô (Renault), từ Vinh phóng về làng Thá.

Ông Nghiêm không thể ngờ, đời mình lại có ngày được ngồi xe hơi. Cái thằng cứng đầu, ham làm loạn này, không ngờ lại lấy được vợ thành thị, con nhà danh giá và lại còn thuê cả xe hơi đưa dâu về quê nữa. Chuyện này, cả làng Thá chuyên nghề dệt chiếu chưa từng có. Thì ra, nó dám làm tất cả, chứ không phải nín nhịn, nhu nhược như mình nghĩ đâu? Hẳn là thiên hạ cũng khối kẻ nhìn người lầm lẫn về hắn cho mà xem...

Phiền một nỗi, cả hai vợ chồng chúng nó đều không được tuổi. Tính tuổi ta để làm nhà, cưới vợ, tậu trâu, thì thằng Giáp hăm sáu, con Thái hăm mốt. Cả hai phạm "kim lâu thì đừng". Vợ tuổi mèo, chồng tuổi chó, cãi nhau suốt ngày cho mà xem. Nhưng nó đã quyết lấy, khác nào chuyện trời chẳng chịu đất thì đất phải chịu trời. Vậy thì cưới, người xưa có câu: "Thương con cho tròn mọi sự". Ngày giờ thì ông Bình đã đi xem, nhằm 28 tháng 9 tây, vào thứ bảy, đổi ra âm lịch là mồng 1 tháng 9 Ất Hợi. May mà năm ngoái, mình đã làm giấy khai sinh rõ ràng, minh bạch cho nó. Tờ giấy khai sinh biên bằng ba thứ chữ Pháp, Việt và cả chữ Nho. Dưới đầu đề chữ Pháp ACTE DE NOTORIE'TE', lại còn cẩn thận chua thêm câu tiếng Việt: "Cái tờ này thay cái sổ sinh ra". Ngoài ba người làm chứng, còn có chữ kí, con triện hình chữ nhật phết mực đen của lý trưởng hẳn hoi, tuổi tây là mùng 10 tháng 9 năm

1910, tuổi ta tính từ mùng 7 tháng 8 năm Canh Tuất. Ta đã bấm giờ ngày sinh tháng đẻ, lập lá số tử vi cho hắn rồi mà. Tuy là nhà nho quèn, nhưng ta đâu phải hạng vô tâm...

Lần đầu tiên, Thái về thôn quê, cái gì cũng bỡ ngỡ. Tuổi thơ cô sống ở Vinh, thời thiếu nữ đi học ở Kinh đô Huế, nên nông thôn cũng chỉ là ký ức, "phóng xe hơi vùn vụt qua nhà quê". Ấn tượng nhất với Thái là bữa bốn chị em bơi thuyền trên sông Kiến Giang. Hai chị Điểm và Liên bơi chèo, còn Lài bễn lễn ngồi cạnh chị dâu.

- Đẻ (mẹ) em cũng bán hàng tấm. Em từng theo đẻ đi thuyền trên sông La, qua quê ngoại Đức Thọ, - Thái gợi chuyện, tranh thủ sự đồng cảm của mấy chị em gái bên chồng.

- Buôn bán cực khổ lắm mự (mợ) ơi, - Điểm chia sẻ, - hẳn bà cụ dài vốn mới buôn hàng tấm?

- Buôn tài không bằng dài vốn, - Liên cười bảo, - bà cụ nhà mự, vừa buôn tài, lại vừa dài vốn, nên thung dung. Chả gì, ông nhà cũng giữ chân ký ga.

- Thầy em làm hàng ký gửi thôi mà, - Thái tỏ ra khiêm nhường.

Bất chợt, một cô gái bơi thuyền ngược chiều, nhìn chằm chằm vào mặt Thái, rồi quắc mắt lên như thấy kẻ thù. Gặp tình huống đột xuất bất ngờ, Liên vội cất tiếng han chào, như để xóa đi không khí nặng nề:

- O (cô) Bá bơi nôốc (thuyền) đi nhởi (chơi) đó ư?

- Không dám, - cô gái tên Bá bỗng buông sõng một câu trả lời, rồi đột nhiên cất tiếng hò ai oán:

"Kiến Giang nước chảy đôi dòng
Bên bồi bên lở đau lòng hay chưa?"

- À, thì ra là o Bá, - Thái ngỡ ngàng thốt lên.

- Hẳn Giáp đã kể với mự, chuyện về o Bá rồi? - Điểm nhướng mắt hỏi.

- Dạ, rồi ! - Thái ngoan ngoãn trả lời và nhoẻn cười bảo, - anh Giáp cũng số đào hoa.

Nghe vậy, cả bốn chị em cùng cất tiếng cười sảng khoái, vang cả khúc sông.

Ban đêm, từ căn buồng nhỏ, dưới nhà ngang, Thái nghe tiếng cú kêu vọng về. Cô sợ hãi ôm chầm lấy Giáp và hổn hển nói qua hơi thở:

- Em sợ!

- Nó canh gác cho chúng miềng đó, - Giáp cười cười.

- Đừng làm em sợ thêm, - Thái van nài.

- Thiệt mà, chúng kêu cây mưng. Cây mưng có nhiều hang hốc ở đầu cành cụt. Khi xưa, anh giấu tài liệu của Đảng, trên đó, - Giáp ôn tồn kể, vỗ yên cô vợ trẻ. - Bọn mật thám cũng sợ cú, nên chúng không dám mò vào kho tài liệu của anh.

- Trời ơi, anh ví em cũng như cái bọn đốn mạt đó sao? - Thái thảng thốt kêu lên.

- Đâu có. Thôi xí xóa, hè. Anh xin em Thái. - Giáp cười rung giường, khiến Thái cũng phải vui lây, quên cả bực bội.

*

Thái chỉ ở nhà chồng được dăm ngày đã phải về vội, bởi đám tang bà ngoại. Khi Giáp trở lại trường tư ngoài Hà Nội, Thái đi sau, âu cũng là cái sự thuyền theo lái, gái theo chồng. Đời con gái, mới mười chín đôi mươi đã đầy biến động, phải từ bỏ Trường Đồng Khánh trong Kinh đô Huế, rồi xa quê chồng Quảng Bình và tạm biệt nơi chôn nhau cắt rốn Nghệ An, để ra Hà Nội, bắt đầu một cuộc sống gia đình với Giáp. Thái rầu lòng, khi thấy bố mẹ mình không ưng Giáp và bố mẹ Giáp cũng chẳng mặn mà gì lắm với mình, nhất là khi biết cô cũng bị đuổi học. Cả hai bên gia đình đều lo ngại cho đôi vợ chồng trẻ, phải sống nơi đất khách quê người.

Nhớ lúc mấy chị em bên chồng đang dọn thuyền, Thái lên nhà trước. Đứng bên hàng giậu duối, bất chợt Thái nghe ông bà

Nghiêm đang trò chuyện rỉ rả:

- Con ni cũng bị đuổi học như thằng Giáp, - tiếng ông Nghiêm, - chắc cùng hội kín với nhau?

- Sông có khúc, người có lúc, - tiếng bà Kiên, có vẻ muốn xoa dịu, - dù gì, nó cũng là dâu con trong nhà.

- Bảo lấy con Bá chẳng thuận. Nhà người ta có của ăn của để, lại dân quê như mình, chuộng cái sự bình yên, chứ không hay làm loạn như dân thành thị, - lại tiếng ông Nghiêm.

Thái chột dạ, nghĩ bụng, à thì ra vẫn là cô Bá hò khoan trêu người ban nãy. Cô ta cũng đáo để chứ không phải thường.

- Thì bố hắn cũng giữ chân ký ga, mẹ buôn hàng tấm, hắn cũng không đến nỗi nghèo kiết xác như mình.

Thái đứng nghe, cảm thấy không tiện, bèn rảo bước đến đầu ngõ và gọi với ra sông, cốt để đánh tiếng.

Từ đó, một câu hỏi lớn luôn ám ảnh tâm trí Thái: Tại sao, mình và chị Vịnh, anh Giáp cũng như bao người khác, đi theo lý tưởng Cộng sản, không ngại hy sinh gian khổ trên trường tranh đấu giai cấp, nhằm đánh đổ thực dân, phong kiến, giành lấy sự lãnh đạo của Đảng Cộng sản, ngõ hầu xây dựng xã hội tương lai tươi đẹp. Đó là một Thế giới Đại đồng, một xã hội hoàn cầu, không phân biệt quốc gia, dân tộc. Mọi người sống bình đẳng, tự do, hạnh phúc, nhưng không ngờ lại bị chính gia đình của mình e ngại, cản trở, thậm chí còn gọi là làm loạn? Đã bao lần Thái định trao đổi với Giáp, nhưng lại sợ Giáp buồn, nên đắn đo mãi, càng đắn đo thì câu hỏi càng phình ra. Bố mẹ đã nghĩ như thế, thì dân chúng sẽ hiểu thế nào về những người Cộng sản?

Đêm, trước khi Giáp trở ra Hà Nội, Thái trằn trọc không ngủ được, rồi câu hỏi ấy cũng bật ra:

- Chúng mình theo gương tranh đấu của các bậc tiền bối, - Thái dạn dĩ kéo tay Giáp đang tí toáy trên trên cổ áo của mình, đặt xuống chiếu, vừa giãi bày tâm sự, - nhưng có vẻ không mấy người ưa chuộng cái lý tưởng Cộng sản đâu?

- Dân chúng, thậm chí cả gia đình cũng chưa hiểu biết gì về viễn cảnh Xã hội Cộng sản. Muốn xây dựng Chủ nghĩa Cộng sản thì phải xóa bỏ tư hữu, thực thi công hữu và công bằng xã hội. Nhưng phải làm từ từ, tranh thủ các tầng lớp quần chúng, gây dựng lực lượng, rồi đấu tranh giai cấp dùng bạo lực nắm chính quyền. Từ đó, xây dựng xã hội tân tiến. Cái gì cũng phải từ từ... - Giáp vục dậy, nhưng vẫn giữ giọng ôn tồn giải thích, - cũng như em Thái, ban đầu chê miếng là công tử bột đấy thôi. Này thì công tử bột! Này thì...

- Kìa, anh! Nhẹ nhàng thôi! - Thái bất lực buông xuôi, nhưng cũng gượng nói câu chối từ một cách chiếu lệ, - giữ sức anh à, mai còn ngược tàu...

- Trong chữ "nhẹ" đã có "dấu nặng" rồi đó!- Giáp cười cười, nói câu khôi hài.

- Chữ "nặng" cũng có "dấu nặng" nữa đó. Những hai lần nặng, thế thì chết em à? - Thái đổi giận làm vui cùng đùa tếu đáp lại.

7. Cánh cửa Tam điểm

Đã bao lần, Giáp ngước nhìn ngôi Biệt thự số 107, trước cửa ga Hàng Cỏ[9]. Giới trí thức, doanh nhân, quan chức có hạng, đều biết đây là trụ sở bí mật của Hội Tam điểm (Maconnrrie). Bây giờ, biệt thự này, do Công ti Hỏa xa Vân Nam quản lý[10].

Ban đầu, Giáp cũng như nhiều người, ngỡ Tam điểm là hội kín, chuyên khủng bố, về sau tìm hiểu mới biết, đó là hội của những người sang trọng, danh giá, những bậc hiền nhân quân tử, nhưng hoạt động rất bí mật. Nguyễn Ái Quốc cũng có thời tham gia Hội Tam điểm bên Pháp, sau khi xin ra, Quốc quay lại chửi. Nguyễn Văn Vĩnh là một trong những người đàn ông hào hoa bậc nhất Hà Thành, từng vào Huế bàn với cụ Phan Sào Nam, việc

---

(9) Ngày nay là đường Trần Hưng Đạo, thành phố Hà Nội. Ga Hàng Cỏ đổi tên thành ga Hà Nội.

(10) Biệt thự 107, Trần Hưng Đạo, thành phố Hà Nội, bị sập đổ năm 2015.

thành lập Đảng Cộng hòa tiến bộ, và ông cũng là thành viên được kết nạp đặc cách vào Hội Tam điểm.

Đến Hà Nội, vợ chồng Giáp thuê nhà ở phố Cốt-tông[11], số 106, cách không xa Hồ Hoàn Kiếm. Hằng ngày, Giáp đi dạy học ở Trường tư thục Thăng Long[12], tối đến lúi húi viết báo. Thái thì tham gia Hội Truyền bá Quốc ngữ và công tác vận động phụ nữ. Nhiều người tham gia hội một cách tự nguyện, với cả tâm huyết, dấn thân cho công việc xã hội, nhân đạo. Họ chỉ biết là hội hợp pháp, được Phủ Thống sứ Bắc kỳ cấp phép hẳn hoi, chứ không biết đó là chủ trương tập hợp quần chúng để gây dựng lực lượng cách mạng của Xứ ủy Bắc Kì. Thái theo đường cái tây ra tận vùng ngoại ô. Có hôm, chẳng may gặp bọn lính đoan (duoane) đi bắt rượu lậu, thì coi như lớp học tan tác.

Một đêm, thấy Giáp ngủ gục trên bàn viết, Thái bèn khẽ khàng khoác thêm tấm áo lên vai chồng, cho đỡ lạnh. Bất chợt, Thái thấy một tờ giấy lạ, vẽ hình cái thước vuông góc và com-pa (compass), trong lòng nó là chữ "G"[13] rất lớn. Anh Giáp dạy sử kia mà, sao lại nghiên cứu cả toán học nữa ư? Đột nghiên, Giáp giật mình vục dậy, toan cất tờ giấy lạ vào cặp, thì Thái ngăn lại hỏi:

- Em tưởng anh chỉ học thêm môn Triết và Luật?

- Em Thái thấy rồi sao? - Giáp tỏ ra lo ngại, đắn đo hồi lâu, rồi mới miễn cưỡng nói, - đây là biểu tượng của Hội Tam điểm.

- Vậy sao? - Thái ngỡ ngàng. - Hồi học trong Đồng Khánh, em có nghe loáng thoáng về hội này, toàn người siêu đẳng, như là Bết-tô-ven (Beethoven), Xếch-pia (Shakespeare)...

- Đúng thế em Thái ạ. Đó là hội của những người thông thái và bác ái, - Giáp ôn tồn giải thích và lảng chuyện, - Em Thái hoạt động trong Hội Truyền bá Quốc ngữ có vất vả lắm không?

- Mệt nhưng vui, anh ạ. Nếu mệt mà không vui thì chán chết

---

(11) Ngày nay là phố Hàng Bông, thành phố Hà Nội.

(12) Ngày nay ở số nhà 20, Ngõ Trạm, quận Hoàn Kiếm, thành phố Hà Nội.

(13) Viết tắt chữ Pháp "Geometrie"; nghĩa là, sáng tạo vũ trụ.

đi được... - Thái trả lời và cười cười, đầy vẻ ngụ ý.

Ngoài phố, vẳng tiếng rao đêm của hàng phở gánh: "Phơ, phơ...". Giáp mở cửa sổ, ngó xuống phố, toan gọi và cũng là kiếm cớ lảng chuyện, nhưng Thái từ chối.

- Mình đã theo chủ thuyết Cộng sản, chẳng lẽ lại... - Thái vẫn không buông tha chuyện Tam điểm.

- Người yêu đầu của chị Vịnh là một người Cộng sản gộc, nhưng cũng từng tham gia hội đó, từ năm hăm hai (1922), tại Pháp; đến khi sang Liên Xô, thì Quốc tế Cộng sản yêu cầu từ bỏ. - Giáp sực nhớ chuyện Quốc, bèn tung ra cái phao cứu sinh.

- Anh Quốc cũng vậy sao? - Thái thốt lên, đầy vẻ ngạc nhiên. - Thế mà em cứ ngỡ, có cái gì đó không minh bạch trong cái hội ấy.

- Đó là một hội bí mật, - Giáp khẳng định. - Hội Tam điểm là kẻ thù của tôn giáo, đặc biệt với Công giáo thì một mất một còn, nên phải bí mật để tồn tại. Một khi tồn tại được thì mới có thể phát triển.

- Chẳng lẽ, anh cũng bí mật cả với em sao? - Thái hỏi mà như trách.

- Thực ra, miềng cũng chỉ tìm hiểu để biết, chứ không đủ điều kiện vào hội, - Giáp phân bua. - Bởi, miềng đã bị đuổi học và lại bị tù đày khi lên tiếng ủng hộ Quốc dân Đảng và phản đối người Pháp đàn áp ông Nguyễn Thái Học. Em Thái cũng biết đấy thôi.

- Chúng ta tranh đấu cho lý tưởng Cộng sản, xây dựng Thế giới Đại đồng kia mà, - Thái vẫn đau đáu với cái lý tưởng của mình.

- Hội Tam điểm chỉ kết nạp người chưa có tiền án, - Giáp nói toạc móng heo. - Miềng tuy không được tham gia, nhưng ngưỡng mộ. Đến như ông Mã Khắc Tư (Karl Marx) cũng tham gia đấy, em Thái à!

Thái nghe vậy đâm choáng váng, và chợt nhận thấy không khí tranh luận đã có vẻ căng thẳng, bất lợi về đêm, nên ngưng chiến và lảng chuyện.

- Em lấy nước cho anh uống nhé!

- Thôi, khuya rồi. - Giáp nhìn kim đồng hồ đã thấy chỉ sang ngày mới, nên lục tục xếp sách vở vào cặp và nói, - chúng miềng đi ngủ thôi, em Thái.

- Mét-xi bố-cu! (Merci beaucoup), - Thái nhoẻn cười, đáp câu: "Cám ơn rất nhiều" bằng tiếng Pháp.

Lúc nào Giáp cũng âu yếm gọi "em Thái", "em Thái"... khiến người lạ nghe, dễ cho là khách sáo, nhưng sống chung với Giáp, Thái biết đó là những lời chân tình và cũng rất riêng biệt, chỉ có ở Giáp mà thôi.

Trong lúc Thái dọn lại giường, thì Giáp ngồi xoa lòng bàn tay và bàn chân. Ban đầu, ai cũng ngỡ Giáp kỳ ghét, nhưng đó lại là bài luyện khí công, được ông thân dạy từ nhỏ. Đêm tân hôn, Giáp cũng tự xoa như vậy. Thái kể chuyện với mấy đứa bạn thân, khiến chúng cười rũ, đầy vẻ thích thú và bảo: "Người này, không phải thường đâu đấy nhé!"

Hằng ngày, Thái thường đến liên hệ công việc với cụ Nguyễn Văn Tố- Hội trưởng Hội Truyền bá Quốc ngữ, tại trụ sở số nhà 11, phố Phạm Phú Thứ[14]. Qua cụ Tố, Thái mới hiểu vai trò lớn lao của Nguyễn Văn Vĩnh, người có công đầu đưa báo chí vào nước ta. Tân Nam Tử[15] là người tiêu biểu của nhóm Tứ hùng[16]. Ông là "Người khai sáng" của dân tộc trong thế kỷ đen tối này. Chữ Quốc ngữ từ nhà thờ Công giáo ra được với xã hội là nhờ công lao, tâm huyết của những nhà cải cách và ái quốc. Đó, quả là một cuộc cách mạng biến đổi xã hội. Hội Truyền bá Quốc ngữ chỉ là cái bình phong cho Đảng hoạt động, tập hợp lực lượng để làm cuộc cách mạng. Nhưng theo cụ Tố, thì việc truyền bá Quốc ngữ còn có tác dụng tự thân lớn lao hơn nhiều. Đó là, khi có chữ thì dân chúng thấu hiểu văn chương, nâng cao văn hóa, chấn hưng dân tộc... Mình đi dạy chữ, nhưng lại học được văn. Văn là cái đẹp.

---

(14) Ngày nay là phố Nguyễn Quang Bích, thành phố Hà Nội.

(15) Bút danh của Nguyễn Văn Vĩnh.

(16) Nhóm này gồm: Nguyễn Văn Vĩnh, Nguyễn Văn Tố, Trần Trọng Kim, và Phạm Quỳnh.

Lương tháng của Giáp được một trăm năm mươi đồng, cao gấp sáu lần lương khởi điểm chân thư ký tòa sứ; trong khi đó, giá gạo chỉ có đồng rưỡi một tạ, nên Thái không phải lo chuyện đồng tiền bát gạo, mà chú tâm hoạt động cách mạng. Những khi rảnh rỗi công việc của hội, Thái lại ghé thăm làng Mọc quê nội, hoặc ra ra vào vào ngắm cái phù điêu đắp hình vương miện trước cửa, rồi phụ với cậu Ngãi, giúp việc gia đình cùng nấu bữa ăn. Thái ra các sạp báo, mua về hàng xấp, đọc dần. Có bận, thấy báo Ngày nay của nhóm Tự lực văn đoàn, đăng bài về áo dài đàn bà, có cả hình ảnh cô gái mặc áo dài tân thời của họa sĩ Cát Tường. Có báo hướng dẫn cách đan áo len nữa. Tận dụng thời gian nhàn rỗi, Thái học theo và đan cho Giáp một cái áo len.

- Tôi sẽ đan cho anh giáo nhà tôi một cái áo len cổ lọ, - Thái dặng.

- Ông giáo sư dáng người thấp đậm, mặc cổ lọ không hợp, phải là cổ lái tim (trái tim). Tôi ở Sầm sơn, thấy người sang trọng đều diện như thế cả, - Ngãi cũng tham gia góp ý và tự nguyện vót đôi kim đan bằng tre.

Thế là từ đấy, lúc nào cũng thấy cuộn len xanh và kim đan trên tay Thái. Tuy có việc làm, nhưng Thái vẫn cảm thấy buồn nản trong lòng, nhất là từ lúc nhìn thấy cái biểu tượng của Hội Tam điểm. Thì ra, Giáp vẫn có chuyện giấu mình, cái hội chết tiệt ấy lại hấp dẫn hơn mình sao? Tại sao cả Mã Khắc Tư, Nguyễn Ái Quốc cũng tham gia ư? Tam điểm, chứ có đến tứ điểm, thập điểm thì mình cũng chẳng đoái hoài. Chẳng qua, nó liên quan đến Giáp mới thành chuyện mà thôi. Mà sao, lúc nào mình cũng như người ốm lửng, chẳng phải nghén, nhưng không muốn ăn uống gì. Ngãi bảo, có khi không hợp hướng nhà. Hay là, bảo Giáp chuyển quách đi chỗ khác, cắt đuôi con nòng nọc Tam điểm cho xong.

Giáp chiều Thái, chuyển đến nhà 26, phố Nam Ngư.

- Nhà này hướng chính nam. Vợ đàn bà, nhà hướng nam, hẳn sẽ phát tài phát lộc, - Giáp cười cười, có ý trêu Thái.

- Hướng nào cũng được, miễn là công việc hanh thông, - Thái vừa kéo cổ áo sơ-mi (chemise) ra ngoài cổ áo len xanh cho Giáp và ngắm nghía, vẻ mãn nguyện, nhưng vẫn nói câu khiêm nhường, - phải người khéo tay, thì cái áo còn tôn lên nhiều.

- Em Thái mới học đan, thế là tuyệt lắm rồi, - Giáp nói câu nịnh vợ. - Giá mà anh cao như anh Mai, thì mặc còn đẹp nữa.

- Vợ chồng mình phải biết ơn anh Mai cả đời, nào là xin việc làm báo, rồi xin nghề giáo học cho anh, nào mai mối cho chúng mình. Đúng là "ông mai" chứ không phải anh Mai, - Thái chơi chữ "mai" và nhìn chồng âu yếm, - à, cậu Ngãi cứ gọi anh là "ông giáo sư" đấy.

- Anh chị Mai cũng có chuyện lạ, khi vừa sinh con đầu lòng đã hứa hôn với con giai chưa ráo máu đầu của anh Tôn Quang Phiệt, - Giáp tâm sự với vợ, vẻ ái ngại thay. - Có khi, chỉ là nể tình đồng hương hàng huyện?

- Cái nhà anh Phiệt không chấp nhận chị Vịnh thoát ly ra Hà Nội ấy à? - Thái hỏi lại, nhưng không chờ Giáp trả lời, lại hỏi tiếp, - đứa cháu đó đã lớn chưa?

- Bây giờ, Bích Hà mới tám tuổi thôi, - Giáp thở dài.

Giáp lao vào viết báo cùng với Phạm Văn Đồng. Đồng cũng mới từ Côn Đảo trở về, đang viết sách cùng Đặng Xuân Khu. Một hôm, Giáp đưa Khu đến nhà chơi và bỗ bã nói:

- Anh Khu mà mặc áo len, hẳn cũng phải dùng loại cổ "lái tim" như miềng.

Thái hiểu ý, cười đỏ mặt, thú nhận, - hai anh giống nhau đến kỳ lạ!

- Ngày trước, chúng tôi cũng cao ráo lắm, nhưng từ khi gánh vác việc nước non nặng nề quá, nên mới bị lùn xuống đấy chứ, - Khu biến báo, khiến mọi người cùng cười rôm rả.

- Nhớ cái bận, miềng dẫn đầu đoàn đại biểu đến gặp nhà cầm quyền, đưa yêu sách, về vấn đề dân cày. Vừa bước vào cửa, viên Thống sứ Bắc kỳ Chaatel đã đập bàn, quát to để ra oai: "Tên Đặng Xuân Khu!".

Nghe vậy, cả ba lại cười vang. Thái vội bước ra, khép cửa sổ mặt tiền. Nhác thấy dưới phố, mấy người lảng vảng sau cột đèn.

- Chứng tỏ, cả hai anh đều bị hắn ghi "sổ đen", - Thái cười cười ý trêu chọc.

- Thời buổi ô trọc này, mà bị khép tội phản động, chống đối thì khác nào trao phần thưởng danh giá cho nhân sĩ, trí thức và những người yêu nước? - Khu triết lý.

- Đúng thế, - Giáp hùa theo. - Cánh miềng thì bị ghi "sổ đen", còn em Thái thì bị ghi cả sổ đen lẫn sổ đỏ.

- Anh chị cứ bênh nhau chằm chặp, kẻ xướng người họa, thật là ăn ý, - Khu nheo mắt cười.

Giáp và Khu cùng viết sách, nên phải thu thập tài liệu rất nhiều. Cái thì lấy trên báo, cái thì phải về thôn quê, với rất nhiều lĩnh vực, như là địa tô, ruộng đất, thương chính, sưu thuế, đê điều, sinh hoạt, phong tục... Giáp nhớ lại câu chuyện mà Doãn kể về nỗi khổ dân cày làng Thá, bèn đúc rút thành một đoạn tư liệu điền dã. Thái cũng góp phần phân loại từng bản tài liệu, thống kê số liệu đồn điền, thuế khóa, so sánh giữa thu nhập và chi tiêu của hộ nông dân.

- Cô Thái cũng là con chim biết chọn hạt, - Khu khen xã giao.

- Làm việc thế này, cũng giúp em nâng cao trình độ, lại hiểu thêm về nông dân là một lực lượng cách mạng quan trọng của Đảng, - Thái nói thành thực.

- Hồi mới vào Trường Đồng Khánh, em Thái đã đến Quan hải tùng thư, mượn cuốn sách *Phụ nữ vận động* kia mà, - Giáp khoe vợ với bạn.

Bản thảo hoàn thành trong niềm vui tràn ngập, Giáp bảo Khu:

- Anh văn hay chữ tốt, viết cái tên sách. À, miềng lấy bút danh Vân Đình cho nó lành, - Giáp hồ hởi quay sang Khu chờ ý kiến.

- Tôi lấy bút danh Qua Ninh, - Khu để theo hưởng ứng và nắn nót viết tên sách lên trang bìa: *Vấn-đề dân cày, quyển 1*, rồi mới đề tên hai người đồng tác giả lên đầu tờ bìa: "Qua-Ninh và Vân-Đình", giữa hai chữ trong tên của từng người, có gạch nối một cách trang trọng; đoạn, ngẩng lên hỏi Giáp, - thế này ổn chưa?

Giáp cầm tập bản thảo lên ngắm nghía, y như thể người mẹ nâng niu đứa con đầu lòng và gật gù, mãn nguyện.

- Để tôi xem lại lần nữa, rồi ta gửi cho Nhà xuất bản Đức Cường. Có khi phải chua thêm lên trang bìa một câu: "Tập sách dân chúng", kẻo các bậc tiền bối lại cười chê.

- Anh quá cẩn thận và cũng rất đỗi khiêm nhường, - Giáp nêu nhận xét, vẻ thán phục.

Khu ngoái sang Thái, nói thêm câu chiếu lệ:

- Cựu nữ sinh Đồng Khánh thấy bản thảo thế nào?

Lưỡng lự giây lát, Thái mạnh bạo nêu nhận xét:

- Bản thảo dụng công, kể khổ dân cày, ngõ hầu vận động nông dân bước vào trường giai cấp tranh đấu. Nhưng cần phải có ý như Cụ Phan Châu Trinh đã đề ra: "Khai dân trí".

Khu và Giáp ngớ ra nhìn nhau và lập tức, Khu vội lật lật tập bản thảo, lướt trang cuối, đọc to một đoạn: "Dân cày thất học nên ít đọc báo, xem sách; quanh năm họ làm ăn quá vất vả, công việc đồng áng lại hoàn toàn phụ thuộc vào sức tự nhiên, do đó họ càng mê tín dị đoan".

- Ý em Thái cũng đáng xem xét, có khi bổ khuyết quyển hai, anh nhỉ? - Giáp dàn hòa, gỡ bí cho cả vợ lẫn bạn.

Trong khi Khu loay hoay cất bản thảo vào cặp, thì Thái xồng xộc mang ra một xấp báo, khiến Khu giật mình, vội hỏi:

- Cô định bổ sung tài liệu à?

- Đâu dám, - Thái khiêm nhường đáp, - anh đã viết cẩn trọng như thế, còn phải lo gì nữa. Nhưng em hằng ngày vẫn đọc nhật trình, có tin mới đây.

- Ừ, em Thái đọc cho bọn anh nghe nào, - Giáp cổ vũ.

Thái lật tờ báo có gấp góc đánh dấu bài, rồi lấy hơi đọc: "Toàn quyền Đông Dương lập đơn vị hành chính ở Hoàng Sa, dựng bia chủ quyền Cộng hòa Pháp-Vương quốc An Nam- Quần đảo Hoàng Sa 1816-Đảo Hoàng Sa 1838. Ngoài ra, còn lập một hải đăng, hai trạm khí tượng, một đài vô tuyến điện ở Hoàng Sa, một đài nữa ở Trường Sa. Đóng một đơn vị bảo vệ Hoàng Sa".

Nghe vậy, cả Giáp lẫn Khu đều ngẩn ra, nhìn nhau.

Thái vừa xếp báo, vừa lầm rầm:

- Bọn Tây cái gì cũng chiếm, đánh dấu cắm mốc xí phần, tỏ vẻ công khai minh bạch.

*

Lê Duẩn đã được Hà Huy Tập kết nạp lại vào Đảng Cộng sản Đông Dương, từ Nam Kỳ ra Bắc, mang theo thư của Vịnh gửi cho vợ chồng Giáp - Thái, đang cư ngụ tại phố Henri de Orleans[17].

- Nhà gần đường tàu thế này thì ồn quá, - Duẩn nhìn vẻ ái ngại số nhà 149.

- Từ khi ra Hà Nội, chúng tôi đã chuyển chỗ lần thứ ba rồi anh ạ. Trước ở Cốt-tông, rồi sang Nam Ngư, mới chuyển về ở tầng hai này thôi, trong Nam gọi là lầu một. - Giáp phân trần một cách hài hước. - Vả, em Thái khi ở Vinh, nhà cũng gần ga, nên quen với hỏa xa rồi. Sáng sớm lại được nghe kèn la-vầy (revail), từ đồn binh trong thành cổ báo thức giùm.

Thái nhận lá thư cuộn tròn như tổ sâu, từ bàn tay thô và to bè như tay hộ pháp của Duẩn và cắm cúi đọc; đoạn, reo to:

- Thế là anh chị ấy về Sài Gòn rồi!

- Anh Phong làm Tổng Bí thư Đảng ta, chị Minh Khai làm Bí thư Thành ủy Sài Gòn-Chợ Lớn. Ngặt nỗi, phải trốn mật thám như trốn ma tà, - Duẩn nói, tỏ sự cảm thông.

---

(17) Ngày nay là phố Phùng Hưng, thành phố Hà Nội.

- Cả hai anh chị kề vai sát cánh như thể Liệt sĩ Nguyễn Thái Học và Liệt nữ Nguyễn Thị Giang, - Giáp nói, giọng đầy tự hào.

- Anh đừng nói gở, - Thái chau mày, nhắc.

- À, ờ... - Giáp chột dạ, nhớ ra cái chết bi thương của thủ lĩnh Quốc dân Đảng và người tình.

- Cộng sản mới là người bẻ ghi Chế độ Thực dân- Phong kiến sang Xã hội Cộng sản. Quốc dân Đảng chỉ bạo động là cùng, khác gì toán cướp? - Duẩn nói như thể lên lớp về đường lối cách mạng vô sản.

Giáp nghe vậy, tưởng như nhai phải hạt sạn, nhưng nín thinh. Thái mở to cặp mắt, chăm chắm nhìn chồng, vẻ không hài lòng về sự nhẫn nhịn ấy, bèn lên tiếng:

- Lãnh tụ Nguyễn Ái Quốc chỉ đạo tuyên truyền chống lại bọn Pháp đàn áp Quốc dân Đảng kia mà?

- Đồng chí Hà Huy Tập thông báo rằng, bên Tàu, Khang Sinh đã đề nghị Quốc tế Cộng sản tử hình vắng mặt Nguyễn Ái Quốc, bởi lý do theo phái Lý Lập Tam, một phần tử cơ hội tả khuynh phản động. Tên Tam đã bị Quốc tế Cộng sản bắt tại Liên Xô, - Duẩn lại nghiêm mặt nói.

Sau khi Duẩn đi rồi, Thái mới khẽ nói:

- Chắc anh Duẩn chưa biết tin anh Quốc đã mất?

- Anh Tập đã thông báo về cái chết của anh Quốc rồi kia mà? Nếu sống lại, thì tội lỗi nặng đến mức nào mới phải đề nghị Quốc tế Cộng sản lập án tử hình, chứ ảnh hưởng Lý Lập Tam thì đã làm sao nào? Tất cả cứ u u minh minh, chẳng biết đâu mà lần.

Thái đọc đi đọc lại thư của chị Vinh, đến mức thuộc lòng và chuyển cho Giáp xem, rồi mới châm lửa đốt.

- Thế là cả hai anh chị đã học xong Trường Đại học Phương Đông, - Thái nói, vẻ thèm muốn chuyện học hành.

- Em Thái gắng tự học cũng tốt. Anh từng đăng ký học Trường Giáo dục phổ cập, - Giáp an ủi vợ.

- Tài liệu về Chủ thuyết Cộng sản thuộc hàng quốc cấm, thì làm sao đăng ký qua đường dây thép, như học trường Pháp được, - Thái cười nhạt, trong lòng vẫn lưu chuyện Duẩn lấn át Giáp vừa rồi.

- Anh Phong tham gia cả ba Đảng Cộng sản: nào Tàu, nào Nga Xô và Việt Nam. - Giáp nhạy cảm, nhận ra thái độ của vợ, nhưng lờ đi, không chấp, lại còn nói câu động viên, - điều đó, đúng như em Thái đã nói trong bữa tranh luận Hội Tam điểm, về cái lý tưởng xây dựng Thế giới Đại đồng. Tuổi thơ Thái sinh sống với gia đình, ngay bên ga Vinh. Tàu qua tàu lại nghe quen tiếng máy xình xịch và những hồi còi thét vang, đến mức không để ý nữa. Chỉ khi nào lũ lụt sạt núi, ngập đường tàu, không nghe tiếng còi nữa, mới thấy thiêu thiếu và nhơ nhớ. Thế mà nay, đương độ tuổi ăn tuổi ngủ, nhưng đêm đêm tiếng tàu chạy qua phố vào ga Hàng Cỏ, lại khiến Thái tỉnh giấc và dùng Giáp như một liều thuốc ngủ... Người ta bảo, các đôi vợ chồng ở gần đường tàu, thường mắn đẻ, thế mà đối với mình mấy năm rồi vẫn chưa đậu. Chị Vịnh cũng chưa sinh cháu, hoàn cảnh anh chị ấy còn khó khăn gấp bội mình. À, phải biên thư bảo chị, khi nào sinh cháu thì gửi cho mình nuôi. Chẳng nhẽ, dì son rỗi mà không nuôi nổi cháu sao? Nghe nói, kẻ Mơ có ông thầy xem về đường con cái hay lắm. Phải bảo Giáp đưa đến đó xem thử mới được.

Giáp thông minh và cũng có chí, mấy năm ra Hà Nội dạy học, viết báo kiếm sống, lại còn học thêm vài ba trường nữa, làm luận án: "Tình hình thương mại và cán cân thanh toán ở Đông Dương", rồi thi ý tưởng kiến trúc cũng đỗ nhất. Thế là, chàng cũng danh giá như ai, chỉ tội hay nín nhịn, thành thói quen mất rồi. Bất giác, Thái thở dài đánh "sượt" một cái, khiến Giáp tỉnh giấc và quài tay sang, khẽ hỏi:

- Em Thái lại khó ngủ ư?

- Không phải thế đâu anh, - nhận thấy Giáp có cử chỉ âu yếm, như định "cấp thuốc ngủ", Thái vội gỡ ra và đáp như thanh minh, - hôm nay em mệt, - đoạn, Thái quay lưng lại.

Ngoài phố, tiếng đoàn tàu xình xịch rời ga, bỏ lại sau lưng cả một thành phố trống trải trong đêm trường. Giáp cũng thức giấc và theo đuổi ý nghĩ riêng của mình. Theo Khu trao đổi, thì Duẩn đã được làm Bí thư xứ ủy Trung Kì. Thế là cũng như miềng, Duẩn được kết nạp hai lần, vừa Đảng Tân Việt, lại cả Đảng Cộng sản Đông Dương.

Chợt nhớ, chiều hôm gặp Thống sứ Bắc kỳ đưa yêu sách, miềng chở cô bé Bích Hà đến sân Xép-tô (septo) Hàng Đẫy, để luyện tập thể thao và tắm nước lạnh. Còn Hà thì chơi tha thẩn chơi. Trong lúc đợi chờ, thì Hà hí hoáy dán đề-can (decalcomanie), hình con chuột Mích-ky (Mickey), hay vịt Đô-nan (Donal), lên tuýp (khung) xe đạp. Không biết ai móc mồm, mà đột nhiên miềng nói:

- Khi Hà lớn, anh sẽ cưới Hà, với đĩa xôi và con gà.

- Anh có hôn thê rồi mà, - Hà ngây thơ vặn lại.

- Áy dà, biết cả từ "hôn thê' như bà cụ non. Nhưng từ "hôn thê" là chỉ vợ chưa cưới, cô nhóc ạ. - miềng béo nhẹ vào má Hà một cách âu yếm.

- Thế thì em cũng là vị hôn thê của anh Tôn Gia Ngân rồi, - Hà vui sướng reo lên.

- Này, đừng mách chị Thái nhé.

- Anh Giáp sợ chị Thái sao? - Hà cười khúc khích, đầy vẻ thơ ngây.

Đặng Thai Mai là một trong những người sáng lập phong trào Truyền bá Quốc ngữ. Quang Thái nhiệt tình tham gia. Nay gia đình Mai lại thuê nhà số 2 cùng phố Henri de Orleans, nên hai gia đình càng thêm gần gũi. Giáp thường đến đó, bò xoài lên sàn gỗ mà đọc sách, rồi chơi đùa với bọn trẻ và xoa chân tay...

8. Thầy giáo tư thục

Giáp treo tấm bản đồ trận đánh Oa-téc-lô (Waterloo) lên tường, rồi hướng về phía học trò, ôn tồn đặt câu hỏi:

- Buổi trước, thầy đã giảng về Công xã Ba Lê, nói tiếng Pháp là, La Commune de Paris. Trò nào nhắc lại vấn đề căn bản, nào?

Nhác thấy một cậu ngọ nguậy, vẻ hiếu động, Giáp chỉ tay:

- Cẩn, Phạm Duy Cẩn.

Cẩn chần chừ đứng dậy, rồi rụt rè trả lời:

- Thưa, Công xã Ba Lê là chính quyền hàng xã.

Có tiếng học trò cười khúc khích.

- Đúng, - Giáp khích lệ. - Tại sao thất bại? - Giáp hỏi tiếp.

- Bởi, không tịch thâu nhà băng (bank), nên không có tiền tiêu xài và không quản sở dây thép, nên không a-lô (allo) điều binh khiển tướng được.

Đám học trò cười phá lên, vì cách trả lời ngộ nghĩnh của Cẩn.

- Đúng, trò Cẩn trả lời đúng, nhưng chưa đủ, - Giáp nhận xét, - chưa đủ là vì sao? Bởi vì lực lượng võ trang của công xã quá yếu kém, không chống cự nổi quân chính qui của chính phủ. Các trò nhớ, dù bất kỳ cuộc khởi nghĩa nào cũng phải chú trọng xây dựng quân võ trang.

Giáp quay lại, chỉ thước lên bản đồ:

- Nã Phá Luân (Napoleon) đã đánh sáu mươi trận, thắng năm mươi ba, thua bảy. Đây là trận Oa-téc-lô, thất bại có tính chất quyết định. - Giáp đặt đầu thước lên các ký hiệu và giảng giải, - các điểm và mũi tên màu đỏ chỉ quân Pháp, màu xanh là phía Liên quân. Oa-téc-lô là tên một ngôi làng nhỏ tại nước Bỉ, thuộc châu Âu. - Giáp sực nhớ một bài phát biểu của Nguyễn Ái Quốc, tại thủ đô nước này, mà anh Diểu đã cho đọc năm nào. - Một làng vô danh bỗng dưng nổi tiếng, bởi là địa điểm xảy ra trận đánh, mà là một trong mười trận đánh đẫm máu nhất trong lịch sử chiến tranh thế giới. - Quay lại phía học trò, Giáp nói câu khích lệ, - về sau, trò nào muốn nổi tiếng thì phải lập chiến công, có thể về quân sự, khoa học, nghệ thuật. Đúng không, trò Cẩn?

Cẩn đỏ mặt tía tai vì xấu hổ. Cả lớp lại cười ồ lên, đầy vẻ sảng khoái.

- Thầy giảng tiếp nhé, bảy vạn quân Pháp dưới sự chỉ huy của Nã Phá Luân, đánh nhau với mười một vạn lính Liên quân, gồm: Anh, Phổ, Bỉ, Hà Lan và xứ Han-nô-vơ. Chỉ huy quân Anh là Oen-ling-tơn (Wellington). Các trò biết không? Lúc này, Nã Phá Luân, mới bốn mươi sáu tuổi; đời sau, được Lý luận gia quân sự người Phổ là Clau-zơ-vít (Clausewitz), đánh giá tầm cỡ thiên tài quân sự. Nhưng thiên tài cũng có lúc sơ xuất, mà trong chiến tranh, có khi chỉ một sơ xuất nhỏ dẫn đến thất bại lớn. - Giáp nói câu triết lý và nhìn xuống đám học trò, bắt gặp những đôi mắt thơ ngây và chăm chú, khiến Giáp càng tự tin như một vị tướng đang trình bày diễn biến trận đánh trước ba quân tướng sĩ. - Bởi đêm trước có trận mưa to, nên Nã Phá Luân phải chờ cho mặt đất khô, rồi mới triển khai pháo binh, kị binh và bộ binh. Nếu ở xứ ta, sau trận mưa rào, các trò chờ đợi điều gì?

- Tắm truồng ngoài phố, - trò Cẩn ghé tai bạn cùng bàn, khẽ nói.

- Gì nữa? - Giáp nói chuyện vui cho không khí đỡ căng thẳng, - bắt cá rô, đúng không?

Cả lớp lại cười ồ lên, đầy vẻ khoái chí.

- Chính lúc chủ tướng quân Pháp chờ mặt đất khô ráo, chứ không phải đi bắt cá rô, lại tạo thời cơ cho Liên quân chi viện thêm ba vạn quân nữa, vị chi là mười bốn vạn. Trước khi giao chiến, quân đội hai bên có nhiều cách bày binh bố trận, nào là "Đội hình Hình nêm", "Đội hình Hình chữ nhật", vân vân... Trận này, quân Anh dàn trận theo "Đội hình Hình vuông rỗng". Đó chính là quả đấm quyết định của Oen-ling-tơn, khiến Nã Phá Luân huyền thoại ngã ngựa.

Giáp thấy nỗi thất vọng hiện lên trong những đôi mắt trẻ thơ.

- Quân Pháp tổn thất năm vạn, liên quân chết chỉ bằng phân nửa. Nếu chúng ta có bảy vạn rưởi quân đó thôi, thì sẽ làm nên chiến công lừng lẫy. Về sau, có một nhà sử học hỏi Nã Phá Luân: "Có phải trận Oa-téc-lô làm thất bại công cuộc chinh phục châu Âu của ngài?". Ông ta trả lời rằng: "Tôi đã thất bại trước đó, vì không nghe lời các tướng dưới quyền". À, thầy nói thêm về Nã Phá Luân, ông đã chỉ đạo bốn luật gia soạn thảo "Bộ luật dân sự" cho nước Pháp, trải qua ngót hai trăm năm rồi, thế giới vẫn phải học theo. - Cả lớp vỗ tay hoan hô đầy thán phục.

- Các trò tìm đọc cuốn tiểu thuyết *Những kẻ khốn nạn*[18], - Giáp nói tiếng Pháp, - Les Miserables của tiểu thuyết gia Vích-to Huy-gô (Victor Hugo), sẽ hiểu thêm về Công xã Ba Lê và Nã Phá Luân. Có trò nào đọc chưa?

- Nhà em có, nhưng chưa đọc hết. Em thích cậu bé Ga-vô-rốt (Gavroche), - Cẩn lại láu lỉnh trả lời.

- Đó là "Cậu bé chiến lũy", - Giáp hướng về Cẩn, ân cần hỏi, - nhà của trò ở đâu?

- Thưa thầy, nhà em ở phố Rue Takou[19]. Phố nhà em cắt ngang qua phố Henri de Orlans của nhà thầy, - Cẩn đáp rành rọt.

- Thế thì tư gia của Nhà văn Phạm Duy Tốn cũng gần đó, phải không? - Giáp hỏi Cẩn.

- Bố em đấy ạ, - Cẩn tự hào khoe, - ông Nguyễn Văn Vĩnh còn là bạn bố em, người đã dịch tiểu thuyết thầy vừa kể, thành mười tập song ngữ.

- A hà, - Giáp mừng rỡ reo lên, - Phạm Duy Tốn là nhà văn nổi tiếng, với truyện ngắn *Sống chết mặc bay*, đăng báo Nam Phong, năm mười tám (1918). Đó là truyện ngắn hiện đại sớm nhất ở xứ ta. Trước đó, phần lớn các tác phẩm ảnh hưởng tư tưởng Nho gia.

- *Vỡ đê nữa ạ*, - có tiếng học trò xướng lên phụ họa.

- Thưa, thầy giảng tiếng Pháp hay lắm ạ. - Cẩn nói to một câu, rồi vội ngồi thụp xuống, như muốn giấu mình đi.

---

[18] Sau này, bản dịch tiếng Việt đổi tên tác phẩm là *Những người khốn khổ*.

[19] Ngày nay là phố Hàng Cót, thành phố Hà Nội.

- Cám ơn các trò. - Giáp mỉm cười, vẻ mãn nguyện, lèo thêm một câu tuyên truyền Cộng sản, - tác phẩm *Những kẻ khốn nạn, Sống chết mặc bay* hay *Vỡ đê*... dù ở nước Pháp, hay xứ ta cũng đều lên án chế độ áp bức, bất công. Cuối cùng, sẽ phải trả giá bằng những trận như Oa-téc-lô.

Tại sao Văn hào Vích-to Huy-gô tố cáo tội ác của chế độ Thực dân-Đế quốc đến độ, nhưng lại coi Chủ nghĩa Cộng sản là ác mộng của nhân loại? Miềng thì đang theo đuổi lý tưởng đó. Chẳng lẽ, các lãnh tụ cộng sản, như: Mác, Lê-nin, Mao Trạch Đông, Nguyễn Ái Quốc... lại dẫn dắt loài người và dân tộc miềng vào địa ngục sao? Vô lý nhỉ, vì theo lý luận chỉ lối soi đường của Đảng, thì Chủ nghĩa Cộng sản là đỉnh cao tân tiến nhất của xã hội loài người kia mà. Cũng có thể ông văn hào này nhận thức sai? Nhưng nhà văn tài năng lỗi lạc, người ta trải đời và uyên bác lắm chứ. Hai cụ Phan cũng có màng đến chủ thuyết Cộng sản đâu? Thảo nào, thuở ấu thơ, thầy dạy, học một phải ngẫm mười... Chuyện cũng tưởng chỉ dừng lại chỗ hiềm nghi, nhưng đến khi Phan Bội Châu tuyên bố trên tờ Tràng An Báo, rằng: "Những người lợi dụng Chủ nghĩa xã hội nhằm chia rẽ đất nước, phá hoại sự thống nhất và tiêu diệt tinh thần quốc gia của dân tộc, của nhân dân", thì Giáp bàn với Khu phản bác lại, tờ Notre Voix[20], gọi Phan Bội Châu là tên phản bội. Báo chí là một mặt trận, người Cộng sản kiên trung không có sự nhân nhượng.

*

Ngoài việc dạy học ở trường tư thục, Giáp còn phải bố trí học ngoài giờ lên lớp và tranh thủ thời gian dạy thêm nữa. Trong số học trò được phụ đạo, Giáp rất ấn tượng với Lưu Thị Yến, cô gái mới bước vào tuổi cập kê mà đã tỏ ra duyên dáng, mặn mà và rất thông minh.

- Anh Phong bị bắt rồi! - vừa thấy Giáp về đến cửa, Thái đã hoảng hốt báo tin dữ.

---

(20) Tiếng nói của chúng ta.

- Vậy sao? - Giáp giật giọng hỏi lại, thế là hai đời Tổng Bí thư của Đảng bị bắt mất rồi. Phải bình tĩnh em Thái ạ, chúng miềng cần thận trọng hơn, cảnh giác hơn, không được để xảy ra sơ xuất gì.

- Chẳng lẽ, chúng quên "sổ đen" hay sao? - Thái tỏ ra từng trải, sau lần bị bắt ở Huế.

- Đúng thế, - Giáp nói theo như một cái máy. - Khi anh và anh Mai ra Hà Nội, phải đến trình diện với Mác-ty (Marty), trùm mật thám Đông Dương. Hắn chế nhạo anh: "Học cho giỏi Chủ nghĩa Mác vào nhé". Lúc đó, anh chỉ muốn bắn cho hắn một phát vào óc.

Thái nhíu mày, hẳn Giáp đang suy nghĩ điều gì hệ trọng lắm, nên gặng hỏi:

- Có chuyện gì không anh?

- Có thư chị Vịnh, gửi anh Nguyễn Văn Cừ mang ra. - Giáp ngả mũ phớt, lấy lá thư tổ sâu giắt trong mái tóc, đưa cho Thái.

Thái sấn đến bên Giáp, sốt ruột như muốn vồ lấy lá thư, vừa hấp tấp mở, vừa hỏi:

- Chị báo tin chẳng lành à? - Thái vẫn bị ám ảnh chuyện anh rể bị bắt.

- Không, em Thái ạ. - Giáp vẫn ôn tồn, - anh Cừ bảo, chị Vịnh đã sinh cháu gái. Không biết tình hình này, chị xoay sở thế nào? - Giọng Giáp đầy lo âu, - mật thám đang lùng chị, dữ lắm.

- Chị đặt tên cháu là Lê Nguyễn Hồng Minh. - Thái ngồi thừ ra, cái bụng chửa con so nom cũng gọn, nhưng cô luôn cảm thấy vướng bận và ngượng ngùng.

- Năm nay, hai chị em cùng sinh. Em Thái còn có gia đình, chứ như chị Vịnh bây giờ đơn thương độc mã, rồi nuôi con và công tác ra răng hè (sao nhỉ)?

Thái nghe Giáp thủ thỉ như tâm sự, mà ứa hai hàng nước mắt. Cô không ngờ Giáp cũng lo toan và tình cảm đến vậy. Càng sống gần Giáp, càng thêm hiểu Giáp và lại càng thương yêu, nể phục Giáp.

Chuyến tàu chạy qua, tiếng bánh sắt nặng nề lăn trên đường ray. Giáp ý tứ đóng cửa chớp và cửa kính, chặn cơn gió bắc, rồi khẽ hỏi Thái:

- Em Thái, miềng đi mua bún chả nhé?

- Vâng, em cũng chán ngấy cơm rồi. - Thái như quên hết buồn phiền, nhiệt tình hưởng ứng, - em đi cùng nhé. Các bà bảo, phải năng đi lại cho dễ sinh...

Hai vợ chồng dắt tay nhau, lững thững đi bộ vào khu phố chợ. Đợt gió mùa đông bắc mang theo không khí lạnh về, khiến thanh niên quàng thêm khăn phu-la (foulard), người già khoác thêm áo bông trần hạt lựu.

- Quê miềng có món bún chấm mắn ruốc chợ Tréo, ăn từ tấm bé mà nhớ đến già. Bến Đò Trai quê em Thái, cũng có món bún bò tuyệt đỉnh. - Giáp khoe, tỏ vẻ từng trải.

- Anh thì bún nào chẳng ngon! - Thái nói tỉ, trêu đùa.

- Món bún bò Đò Trai còn cứu bọn miềng nữa đó. - Giáp không chấp vợ, hồn nhiên kể chuyện năm xưa. - Năm hăm chín (1929), cách đây đúng mười năm, Tân Việt Đảng mở hội nghị ở Đò Trai, trên sông La.

- Họp trên sông à? - Thái lạch bạch bước theo, vừa thở vừa hỏi, - lãng mạn nhỉ?

- Bọn miềng cử người đi Hương Cảng, dự cuộc hợp nhất ba đảng đó. - Giáp vừa đi vừa chờ, đồng thời kín đáo quan sát xung quanh. - Nhưng chẳng may bị lộ, nên cuộc khai hội không thành, hậu quả là sang Tàu chậm, nên sự hợp nhất ấy, thực tình chỉ có hai đảng kia bàn với nhau mà thôi.

- Anh Quốc chủ trì, có cả đại biểu đảng ở nước ngoài cùng tham dự[21] kia mà, - Thái ngậm ngùi.

---

(21) Thành phần tham gia Hội nghị thành lập Đảng Cộng sản Việt Nam, tại Hồng

Mùi chả nướng từ góc phố bay ra thơm nức. Thấy quán đông người, Giáp không kể chuyện chính trị nữa, mà chuyển sang lĩnh vực ẩm thực.

- Món bún bò Đò Trai đặc biệt là ở chỗ, do bò chăn ven đê sông La, nên thịt chắc và thơm, thái lát to và dày, lại có thêm khoanh giò nữa. Bún đen làm từ gạo lức; khi ăn, chấm vào nước dùng từng miếng và rau thơm để nguyên cả ngọn. - Giáp nuốt nước miếng và âu yếm nhìn vợ. - Em Thái biết không, ăn thịt bò thì bổ tế bào thần kinh và tế bào máu đó?

- Không ngờ anh lại thạo các món ẩm thực đến thế? Chính là vùng quê ngoại em mà. Nghe đã thèm. À, bây giờ, thấy hiện diện cả món phở gà rồi nhá. Có lẽ, do chiến tranh tàn phá mà thiếu bò nên lấy gà thay thế? - Thái cũng nuốt nước miếng, nói câu suy đoán và chờ đến xuất của mình.

Đoàn tàu điện chạy qua, chiếc cần vẹt trên nóc toa tóe lửa rèn rẹt. Thái giục bà chủ quán nhanh tay và loay hoay lựa thế ngồi.

- Hà Nội mà thiếu Hồ Gươm cổ kính và tàu điện hiện đại, thì khác nào bún bò mà không có bò, bún chả mà không có chả, - Giáp triết lý vụn.

- Đúng ra, Hồ Gươm đẹp là ở như cái sắc nước xanh màu hồ thủy. Linh hồn tàu điện là tiếng chuông leng keng, - Thái cũng phụ họa theo.

- Em Thái cảm nhận được hồn cốt của Hà Thành rồi đó, - Giáp khen, hàm chứa sự nể phục.

Giáp chuyển bát bún chả cho vợ trước và bảo: "Em cứ tưởng tượng đây là món bún bò Đò Trai"; đoạn, nhận lấy bát của mình và nói câu khôi hài: "Đây là món bún chấm mắm ruốc chợ Tréo". Nhưng Thái chưa kịp đụng đũa đã phải chống tay vào hông, vặn

---

Kông, năm 1930, gồm có: 2 đại biểu An Nam Cộng sản Đảng (Châu Văn Liêm, Nguyễn Thiệu); 2 đại biểu Đông Dương Cộng sản Đảng (Trịnh Đình Cửu, Nguyễn Đức Cảnh), 2 đại biểu Hải ngoại (Hồ Tùng Mậu, Lê Hồng Sơn); 2 đại biểu Quốc tế Cộng sản (Nguyễn Ái Quốc, Hồ Tập Chương). Đông Dương Cộng sản Liên đoàn không kịp dự.

vẹo người, thở dốc. Mấy bà mấy cô trong quán thấy vậy lo lắng kêu lên: "Có khi giở dạ rồi". Giáp vội gọi xích-lô (cyclo), đưa Thái đến nhà hộ sinh dưới gốc cây đa.

*

Quang Thái đi học trường cô đỡ (lớp nữ hộ sinh), nhưng vào ngày Quốc khánh mẫu quốc 14 tháng 7, lại đứng lên phản đối việc chào cờ Tam tài. Tức thì, cô bị trục xuất về bản quán. Thế là, Thái ôm con xuôi tàu vào Vinh. Vừa về đến nhà, lại nghe tin chị Vịnh bị bắt, may mà đã kịp gửi gửi bé Hồng Minh cho cơ sở cách mạng nuôi giấu.

- Để con Anh ở nhà, để trông. Mi vào Sè Goòng (Sài Gòn), xem chị ra sao? - Bà Thư rớm nước mắt bảo Thái, - tìm được con Minh, ẵm ra đây ngay!

Thái lại đáp tàu hỏa vào Sài Gòn, qua cầu Mỹ Trạch trông vời Lệ Thủy lại càng thêm nhớ Giáp. Hẳn lúc này, Giáp đang ở bên nước Tàu, không biết ấm lạnh ra sao? Đoàn tàu qua xứ Huế, Thái nhớ kỷ niệm những ngày với Hồ Cầm học Trường nữ sinh Đồng Khánh, cùng Giáp đi khắp kinh thành, xuôi sông Hương, lên núi Ngự... Bây giờ, tất cả đã lùi vào dĩ vãng, Thái như cánh chim lẻ bạn, thân gái dặm trường...

Thái chọn chiếc áo dài kiểu Sài Thành, tay áo liền, thân bó sát, chất vải sa-tanh (satin) màu trắng, làm tôn thêm nước da mịn màng của gái một con. Thái nhớ, có lần Giáp kể, cụ cử Hồ Phi Thống đã dùng dao và thớt, chặt đứt cái áo dài Le mur (Lơ-muya), màu hồ thủy của con gái, bởi cho là sự lai căng. Người đời còn thành kiến với đồ tây lắm thay.

Tay xách giỏ trái cây, lẹ làng bước trên đường phố, nom Thái chả khác gì cô gái Sài Gòn đi thăm nuôi. Đến nỗi, khi Thái đã vào tận trong khám Chí Hòa, chị Vịnh mới nhận ra. Hai chị em ôm chầm lấy nhau, mừng mừng tủi tủi. Cách đấy không xa, mụ đầm Lơ Cuya kéo ghế ngồi giám sát.

- Thầy để mới biết tin chị bị bắt thôi, chưa hay tin anh Phong đâu, - Thái thì thầm.

- Vậy sao? - Vịnh ngỡ ngàng. - Thế cũng là tốt, biết lại càng thêm suy sụp sức khỏe. Giáp thế nào?

- Anh Thụ cử sang Tàu để gặp Thượng cấp Vương. Em cũng đã sinh cháu gái, - Thái khoe.

- Thế ư? - đến lúc này, Vịnh mới ngắm nhìn thân thể nảy nở căng tràn sức sống của em gái, mỉm cười mãn nguyện. - Tên cháu là gì?

- Võ Hồng Anh chị ạ, gửi đẻ trông. Em bị đuổi học Trường nữ Đồng Khánh ở Huế, vì bãi khóa và cũng bị đuổi khỏi trường cô đỡ, tại Hà Nội, bởi chống chào cờ Tam tài của Pháp. - Thái khoe, vẻ tự hào.

- Thế là dì nhập vào trường tranh đấu giai cấp rồi đó, - Vịnh nhìn em âu yếm. - Nhưng cuộc đời sẽ gian khổ, nay... - suýt nữa Vịnh buột miệng nói: "Nay sống mai chết", nhưng may kịp dừng lại, tránh được lời nói gở, bèn nhanh miệng chuyển ý, - Nay đây mai đó cũng là chuyện thường của người Cộng sản. Cố gắng nhé. Chị đã gặp chú Giáp, cũng tốt đấy, nhưng xem ra, không rắn rỏi bằng anh Phong.

- Lúc đầu, em cứ ngỡ hạng công tử bột. Nom chàng da dẻ trắng như bột lọc, mà lại ăn vận bảnh bao nữa chứ, - Thái cười khúc khích. - Này chị, để bảo, tìm cháu Minh đưa ra.

- Chị gửi cháu ở nhà anh Dương Bạch Mai, - Vịnh ngó chừng mụ đầm gác ngục, - nhưng không dễ tìm nổi đâu. Này, - Vịnh ghé sát tai Thái nói thầm, - chị còn một số tài liệu, gửi cơ sở ở Ngã Sáu, gần hồ bơi đó. Dì giúp chị chuyển đi nhá!

Thái bóc cam cho chị, rồi chọn mấy quả gửi Nguyễn Văn Cừ và Võ Văn Tần. Thuốc lá thì cô chia cho tù nhân nam giới. Vịnh khe khẽ hát mấy câu là lạ, bằng cả tiếng Nga và Việt, khiến Thái phải dỏng tai nghe: "Đảng của Lê-nin là sức mạnh của nhân dân, đưa chúng ta tới thành công của Chủ nghĩa Cộng sản"[22], rồi thì thầm vào tai Thái:

---

(22) Nhạc: Alexandrov; lời: Mikhalkov, Reghistan.

- Quốc ca của Liên bang Xô Viết đó.

- Chị dạy em nhé, - Thái vồ vập, ôm chầm lấy vai gày của Vịnh.

- Trước khi xuất ngoại, chị thần tượng lãnh tụ Nguyễn Ái Quốc vô chừng, ước sao trong đời được gặp một lần. - Vịnh ngoắc tay chỉ về phía mụ đầm đang giám sát, ý nói hoàn cảnh câu thúc thế này, không thể làm điều đó được. - Lúc đó, chị đâu có biết, Quốc cũng đang vô công rồi nghề, chẳng có vai trò lãnh đạo gì, không được Quốc tế cộng sản giao việc, chỉ như một "hộp thư" mà thôi. Nghe nói, trong cuộc họp thống nhất ba đảng, tại sân bóng đá Hương Cảng, Quốc nhân danh Quốc tế Cộng sản, liền bị vặn hỏi về giấy giới thiệu cho chính danh. Quốc bèn thanh minh: "Nếu tôi mang giấy giới thiệu của Quốc tế Cộng sản, thì liệu mật thám có để yên cho tôi có mặt ở đây không?". Mãi về sau người ta mới biết, thực tế, Quốc tế Cộng sản giao nhiệm vụ cho Trần Phú và Ngô Đức Trì (Phan Văn Quốc), từ châu Âu về Việt Nam, để thành lập Đảng Cộng sản Đông Dương. Nhưng khi Phú và Trì về tới Sài Gòn thì nghe tin Nguyễn Ái Quốc thành lập Đảng Cộng sản Việt Nam rồi. Do vậy, Quốc tế Cộng sản lại giao cho Phú đổi tên đảng thành Cộng sản Đông Dương và làm Tổng Bí thư đầu tiên. Thế mà, khi sang Tàu, lúc đầu chị cũng chưa được giúp việc cho anh Quốc đâu, còn phải hoạt động thử thách chán chê mê mỏi. Nhớ có lần, chị được cử đi công tác với một đồng chí nam giới, và phải đóng vai vợ chồng. - Vịnh cười khúc khích, khiến Thái càng tò mò. - Đêm ngủ chung giường, chị cứ phải quấn chặt tấm chăn. Đồng chí nọ mở ra, chị lại quấn vào chặt hơn. Khi về cơ quan, chị kể lại câu chuyện vui vui như thế. Mấy chị liền bảo: "Đồng chí Nguyễn Ái Quốc đó, chứ có phải ai xa lạ đâu?".

- Chị giữ mình như thế, anh Quốc lại càng trọng nể. - Thái cười theo và nói câu khen chị.

- Nhưng chị lại bị chuyển sang công tác khác, - nghe vậy, Thái nhướng mắt, tỏ vẻ ngạc nhiên. Vịnh lại cười buồn, thủ thỉ nói, - sau khi anh Quốc mất ba năm, thì chị đi bước nữa với anh Phong. Anh ấy từng học lý thuyết về phi cơ và thợ sửa chữa phi cơ ở Liên Xô, - giọng Vinh kể, đầy vẻ hãnh diện.

- Hồi vô học trong Huế, em có nghe nói đến viên phi công nổi tiếng đầu tiên ở xứ mình là Đỗ Hữu Vị, nhưng tử trận trong Đệ Nhất thế chiến. Hình anh ta còn được in trên tem (timbre), kia mà.

- Anh Phong đã từng có vợ ở quê, nhưng cô ta đã tái giá. Anh với chị cùng cảnh rổ rá cạp lại, nên chỉ báo cáo tổ chức là xong. Tuy cưới ở Thượng Hải, nhưng cũng tùng tiệm thôi, - Vịnh ngậm ngùi. - Anh Hà Huy Tập làm chủ hôn.

- Thế là sang rồi, - Thái động viên chị. - Em cưới sau chị một năm, chạy tang bà ngoại nhà mình, nên cũng vội vội là, chẳng kịp sắm quần áo mới, nhưng rất may là có nhiều hoa tươi. Hôm sau, thuê xe ô-tô về quê anh Giáp. Qua Đèo Ngang còn dừng lại ngắm cảnh cơ mà.

- Cưới mà được mặc áo dài như thế này thì tuyệt. - Vịnh nhìn tấm áo dài của Thái, mà lòng nuối tiếc tuổi thanh xuân, - đời con gái, chẳng biết thế nào. À, trong Đại hội Quốc tế Cộng sản, chị thấy một người cao cao, hao hao giống và cũng mang tên Nguyễn Ái Quốc... - Vịnh đang định nói điều gì hệ trọng, nhưng mụ đầm Lơ Cuya thông báo hết giờ thăm nuôi, quầy quả đuổi Thái ra và đẩy Vịnh vào. Hai chị em đành nhìn nhau chia tay qua song sắt nhà tù.

*

Tòa đại hình Sài Gòn xử vụ Nam Kỳ khởi nghĩa, anh em đồng chí cải trang đi dự. Thái đứng cạnh Lê Duẩn và bọn lính canh. Nhân lúc bọn lính sơ hở, Vịnh ném cho Duẩn một mẩu thư. Nhưng không biết luýnh quýnh thế nào, cái thư sinh tử ấy lại rơi cạnh chân tên lính. Duẩn tái mặt, Vịnh sững sờ. Tên lính gặp tình huống bất ngờ nên ngẩn cả người. Thái vờ sửa guốc, nhanh tay nhặt luôn mẩu giấy và bỏ vô miệng nhai ngấu nghiên. Tên lính sực tỉnh, quay sang bóp cổ Thái, khiến cô lè lưỡi, trợn mắt. Bọn lính hè nhau bu lại móc họng lấy thư, nhưng việc đã rồi.

- Ói ra mau! - viên đội hạ lệnh.

- Chẳng có chi mà nôn.

Thái lè lưỡi ra, bọn lính tức tối, vả cho một cái hộc máu

mồm. Phiên tòa nhốn nháo.

- Phản đối lính tòa đánh người! - Vịnh hô to và thở phào nhẹ nhõm, rồi lớn tiếng chửi rủa bọn thực dân cướp nước và lũ triều đình tay sai bán nước.

- Trong khi đó, Thái đắc thắng bưng miệng quay ra, thì chẳng thấy Duẩn đâu nữa.

Thái trở lại Vinh, báo tin buồn cho thầy mẹ, về chuyện không tìm thấy cháu Minh và giấu việc chị Vịnh bị tuyên án tử hình. Nhưng đến lúc Vịnh bị bắn ở nhà thương Giếng Nước, thì báo chí loan tin ầm ĩ cả lên, khiến ai ai cũng biết. Ông Bình vì quá thương con mà đột quị, ba ngày sau thì mất. Trong lúc tang gia bối rối, bọn mật thám lại xông đến tận nhà, bắt Thái. Thế là, gia đình ông ký ga tan nát.

9. Ám ảnh Thúy Hồ

Chu Ân Lai là cha đẻ cơ quan tình báo của Đảng Cộng sản Trung Quốc, từ năm 1927 lập Phòng Công tác Đặc vụ. Mươi năm sau, Chu bố trí cho Thiếu tá Hồ Quang đến Văn phòng Bát lộ quân đóng tại thôn Hồng Nham, thuộc Quế Lâm, tỉnh Quảng Tây. Phương Nam Cục của Chu cũng đặt tại đây. Cơ quan này được coi là "Bộ Chính trị thứ hai", phụ trách Hoa Nam Tình báo Cục; trong đó, có nhiệm vụ theo dõi phong trào cách mạng Đông Dương cũng như Đông Nam Á.

Hồ Quang đến Côn Minh chắp mối liên lạc với Ban Chỉ huy ở ngoài (Ban Hải ngoại) của Đảng Cộng sản Đông Dương, gặp gỡ Vũ Anh, Phùng Chí Kiên, Hoàng Văn Hoan; sau đó, tiếp xúc với Phạm Văn Đồng, Võ Nguyên Giáp...

*

Sau hơn nửa tháng chờ đợi, Thượng cấp Vương mới hẹn gặp Giáp và Đồng ở Thúy Hồ. Phùng Thế Tài ngồi xa phía đuôi thuyền, làm nhiệm vụ bảo vệ Vương là chính, nay thực hiện nhiệm vụ bảo vệ cả ba người. Vừa bước xuống thuyền, Vương đã thân mật xòe tay ra với Đồng, hồ hởi:

- Lâm Bá Kiệt, - rồi quay sang Giáp, nheo mắt hỏi, - hẳn đây là Dương Hoài Nam. - Vương chủ động dẫn cả hai ra mũi thuyền, phân ngôi chủ khách, kín đáo qua sát xung quanh và gật đầu ra hiệu cho Tài. Con thuyền thong thả bơi quanh hồ. Một lát, không thấy gì khả nghi, Vương mới chỉ vào mình mà nói, - tôi là Vương, phái viên Quốc tế Cộng sản.

Nghe nói đến cụm từ "Quốc tế Cộng sản", khiến cả Giáp và Đồng cùng đột nhiên lập nghiêm, thu mình lại vẻ lễ phép, ngước nhìn Thượng cấp.

- Tôi vẫn còn nhớ bài giảng năm xưa, - Đồng hỏi câu thăm dò, bởi trong lòng phân vân. Hồi ấy, Quốc chỉ tầm thước như Giáp, mà nay Quốc mang bí danh Vương, lại cao bằng mình thế này. Qua tuổi thanh niên, chiều cao con người chững lại chứ nhỉ?

- Kiệt có trí nhớ tốt lắm. - Vương vỗ vai giả lả, - từ độ Quảng Châu, mười mấy năm còn gì, vật đổi sao rời, huống chi là diện mạo con người?

- Vâng ạ, - Đồng tuy chột dạ, nhưng lại tỏ ra hồ hởi như cởi tấm lòng.

Đang ngồi quan sát, chợt thấy Vương hất cằm và ngoảnh ra hồ, Tài bèn bảo chủ thuyền bơi ra xa bờ. Khi thấy an toàn, Vương mới bắt tay vào bàn công việc.

*

Hai anh em vòng qua hướng Chùa Đồng, giả bộ khách du ngoạn, đánh lạc hướng mật thám, rồi mới trở về nhà trọ. Có lẽ, trong thời gian nửa tháng chờ đợi, Thượng cấp Vương đã cho người điều tra, quan sát bọn miềng? Đảng Cộng sản có khi còn chặt chẽ hơn cả Hội Tam điểm. Ký ức lại đưa Giáp về Biệt thự 107, ga Hàng Cỏ và cảm thấy bực tức, khi cánh cửa Tam điểm đóng sầm ngay trước mũi. Vương hẳn đã tìm hiểu kỹ về miềng, thấy nước da trắng trẻo, vẻ thư sinh, nên gọi "Cô" và phân công lo về quân sự! Nhưng kiến thức quân sự thì miềng mới "chỉ huy" trận Oa-téc-lô trên lớp tư thục, còn chuyện vũ khí thì miềng mới tra từ điển về súng săn và lựu đạn trong thư viện mà thôi.

Đồng lõi đời hơn miềng tưởng. Có lẽ bởi thế, Thượng cấp mới bảo hắn lo học thêm về quản lý. Quản lý cái gì nhỉ? Thôi, kệ xác hắn với thượng cấp, miềng lo mở rộng kiến thức quân sự và chiến tranh cho thiết thân.

- Làm sao, lúc miềng hỏi về Hội Những người bị áp bức, thì Thượng cấp có vẻ không mặn mà lắm nhỉ? - Giáp thắc mắc.

- Hồi tớ học ở Quảng Châu, có nghe Lý Thụy là bí danh lúc đó của Nguyễn Ái Quốc cũng tham gia hội ấy, giữ chân Ủy viên Tài chính, - Đồng chậm bước, khẽ nói, - thực ra, đó là tổ chức của Đảng Cộng sản Tàu và Quốc dân Đảng cùng hợp tác mấy nước Đông Á, hoạt động của nó cũng chưa có gì đáng kể, ngoài việc cổ vũ cho vụ đình công ở Cảng Tỉnh mà thôi. Vài năm sau, Quốc dân Đảng gây chính biến, quân ta dạt sang Hương Cảng, xuống Xiêm La... thế là mãn trào.

- Sao anh Thụ và Xứ ủy lại quan tâm tổ chức này, - Giáp vẫn thắc mắc.

- Tớ chịu. Có lẽ, nó chết yểu, cho nên Thượng cấp chẳng nói thì biết hỏi ai? - Đồng cười dàn hòa. Chợt có mấy người tới gần, Đồng đánh trống lảng, - công nhận, Côn Minh đẹp nên thơ, thảo nào được mệnh danh là Xuân Thành.

- Quảng Châu đẹp không? - Giáp cũng góp chuyện cho xôm trò.

- Đó là thủ phủ tỉnh Quảng Đông. - Đồng thấy bọn người kia đã rẽ vào cửa hiệu ven đường, bèn hạ giọng nói nhỏ với Giáp, - người ta ví, Quảng Châu như Mạc Tư Khoa của Tàu.

- Ui chu cha!, - Giáp giơ hai tay lên đầu, vẻ khôi hài. - Cả hai nơi miềng đều chưa tới, thế mà anh mang ra so sánh cái nỗi gì hả?

Nghe vậy, Đồng biết mình hớ, nói thế khác nào đánh đố, bèn cất tiếng cười ha hả, đầy sảng khoái. Giáp nghĩ bụng, Đồng hơn người là ở tiếng cười và giọng nói, nghe cứ sang sảng, sang sảng, miệng lại rộng đến mang tai, rõ là quí tướng.

*

Hồ Học Lãm (Hồ Xuân Lan) là một người quảng giao và lại hưởng tiền lương sĩ quan quân đội Tưởng. Lãm dùng tư gia làm trụ sở cho người Việt Nam yêu nước, rồi lập hội quán để lấy chỗ giao lưu, tụ tập anh tài, và cũng tạo điều kiện để kẻ khác gây vốn chính trị. Con người này rộng bụng, cả tin, quả thật là hiếm có. Lãm làm bạn với Tưởng Giới Thạch (tức Chu Thái, húy là Chung Cheng-Trung Chính), đâu phải chuyện thường. Tưởng làm đến chức Tổng tài Quốc dân Đảng, rồi lập hẳn một quốc gia Trung Hoa Dân Quốc. Lãm và đồng sự cũng có gan lập một tổ chức chính trị mang tên Việt Nam độc lập đồng minh Hội, trên đất khách quê người, hướng về Tổ quốc. Chắc hẳn về lâu về dài sẽ chuyển lực lượng về nước, khuynh đảo chế độ chứ chẳng chơi. Về sau, Vương và đám Cộng sản bọn miềng, có nên tấm nên miếng cũng nhờ một tay tài trợ, tạo dựng tổ chức Việt Minh của Lãm. Người con gốc xứ Nghệ này, có anh em dây mơ rễ má với Đặng Thai Mai. Mà anh Mai đã giúp miềng khác nào Lãm giúp Vương, tuy cấp độ khác nhau, miềng chỉ là thuộc hạ, nhưng phải giữ mối quan hệ này. Các cụ dạy, giàu về bạn, sang về vợ kia mà.

Lúc rảnh rỗi, Giáp thường giúp việc vặt trong nhà, nên vợ con Lãm quý lắm. Vừa giặt quần áo với Diệc Lan, Giáp vừa học tiếng Trung, theo kiểu truyền khẩu.

- Tại sao hai chị em lại tên Diệc Lan, Mộ Lan? - Giáp tò mò hỏi.

- Thầy em hâm mộ anh hùng Rô-lan[23], phiên âm La Lan, nên đặt tên chị Diệc Lan, "diệc" là cũng, tức cũng như La Lan, còn "mộ" là hâm mộ thôi, hâm mộ La Lan, nhưng em thường được gọi là Mộ La. Chỉ có anh Vương mới hay gọi em là Mộ Lan mà thôi.

---

(23) Thượng quan Roland, Châu Âu, thời Trung cổ.

- Diệc Lan thích văn chương, còn Mộ La thích âm nhạc, - Giáp nhận xét.

Nguyễn Tất Thành (Nguyễn Ái Quốc) là dân xứ Nghệ. Quốc có tài, lập ra tổ chức Cộng sản cho Việt Nam, bằng cách hợp nhất ba tổ chức Cộng sản lại với nhau. Lãm bảo, cái chuyện này phải kể công đầu là Hồ Tùng Mậu, cũng dân xứ Nghệ. Thấy mấy tổ chức Cộng sản tranh giành ảnh hưởng, hục hặc với nhau, Mậu mới cho tìm Quốc từ Xiêm (Thái Lan) về Tàu và sáp nhập lại. Anh Phong cũng dân xứ Nghệ, tham gia Ban Chấp hành tổ chức Cộng sản to nhất thế giới. Cả hai anh, kẻ trước người sau đều phải lòng chị Vịnh.

Nghe đồn, Duẩn đã bị mật thám bắt, đày ra Côn Đảo. Tay này có vẻ khôn ranh, lúc nào cũng muốn làm bố thiên hạ. Chị Vịnh đã bị tử hình cùng mấy anh liên quan vụ Nam Kỳ khởi nghĩa. Miềng thương anh Thụ, người Thổ xứ Lạng, có tài trí, mưu lược, nhưng không thoát ra khỏi cái tính thật thà, cả tin cố hữu của người dân tộc thiểu số.

10. Lá cờ Pác Bó

Vừa chui vào hang Cốc Bó, thấy đập ngay vào mắt là lá cờ đỏ sao vàng treo trên vách đá, mặc dù đã thấy treo bên Tàu rồi, nhưng Giáp vẫn bàng hoàng thốt lên:

- Rực rỡ quá! Thiêng liêng quá!

Điều đó, khiến ông Ké hài lòng và bảo:

- Đây là lá cờ Việt Minh, lá cờ của nước Việt Nam mới!

Nghe vậy, mọi người ồ cả lên, tưởng như đất nước được khai sinh tự cái hang đầu nguồn này. Ông Ké nói về Mặt trận Việt Minh, bữa nay là ngày thành lập, 19 tháng 5 năm 1941. Giáp và Đồng đưa mắt nhìn nhau đầy vẻ ngụ ý. May mà hang tối lờ mờ, nên ông Ké không nhìn thấy cử chỉ ấy. Giáp cúi xuống xắn quần, như thể tránh nền hang ẩm ướt; ngó sang thấy Đồng cũng đang làm như vậy. Cả hai lại nhìn nhau ý nhị, rõ là tâm đầu ý hợp. Con người ta cứ ở lâu với nhau là ảnh hưởng thói quen, tính cách của nhau. Giáp thì thào: "Chính là lá cờ treo trong rừng Nậm Quang- Nậm Tấy bên Tĩnh Tây, trong lớp bồi dưỡng bốn mươi ba cán bộ người dân tộc thiểu số Việt Nam, tự hồi năm ngoái đó".

- Hai đồng chí Biện sự sứ của Việt Nam độc lập đồng minh Hội, vừa từ Tĩnh Tây về, - ông Ké gằn giọng nói nhỏ, nhưng ai cũng nghe rõ. - Đó là tổ chức ở nước ngoài. Còn đây, ta lập tổ chức lãnh đạo cách mạng giải phóng dân tộc, theo tinh thần Nghị quyết Tám vừa mới họp xong.

Nghe vậy, Đồng và Giáp đều giật nảy mình, tưởng ông Vương, nay mang tên Ké Thu đi guốc trong bụng, đọc được cả ý nghĩ vụng trộm của người khác.

Quả thực là Đồng và Giáp vừa rời Biện sự sứ Tĩnh Tây, về dự hội nghị thành lập tổ chức mới này, nhưng cũng là Việt Nam độc lập đồng minh Hội, gọi tắt là Việt Minh, thay cho Mặt trận thống nhất phản đế Đông Dương. Đây là hội nghị quan trọng, hợp pháp hóa sự lãnh đạo của Đảng trong giai đoạn cách mạng mới, mà Hội nghị Trung ương vừa mới họp tại lán Khuổi Nậm. Lúc đó, Đồng và Giáp không về kịp, nên ông Ké phải nhắc lại, như thể dành cho hai người vậy.

- Như hội nghị Khuổi Nậm xác định, từ nay, nhiệm vụ căn bản là giải phóng dân tộc. Muốn giải phóng dân tộc thì phải có lực lượng. Muốn có lực lượng thì phải vận động quần chúng. Mà muốn có quần chúng thì cần phải nam tiến từ Cao Bằng, qua Bắc Kạn, Tuyên Quang, Thái Nguyên... Đồng thời, phải tính chuyện tây tiến, đông tiến nữa.

- Nghe ông Ké huấn thị thực giản dị, nhưng đã mở ra con đường tương lai tươi sáng của cách mạng, nên ai cũng hiểu cả, - chờ cho mọi người ý kiến chán chê, Giáp mới khoan thai đứng dậy, trịnh trọng phát biểu. - Chúng ta chỉ cần tổ chức triển khai theo hướng chỉ đạo như thế, ắt thành công.

Ông Ké hài lòng, kết thúc hội nghị. Cả bọn lục tục chui ra

khỏi hang.

Giáp từ hang Cốc Bó đi xuống núi, thấy bên bờ suối có mấy bà mấy cô người Nùng, người Thổ đang nấu cơm phục vụ hội nghị. Dương Đại Lâm chỉ vào cô gái mặc áo chàm, đội khăn chàm, giới thiệu:

- Đây là noọng Bày, còn gọi là Ngát, đi lánh nạn bên Tàu, vừa được đón về làm cách mạng. Ké Thu đặt tên là Trưng, Nông Thị Trưng. Noọng đang được Ké trực tiếp bồi dưỡng lý luận chủ nghĩa Mã Khắc Tư, Lý Ninh đấy lố.

Cô gái tên Trưng đỏ mặt, vẻ bẽn lẽn. Giáp tươi cười, giơ tay chào xã giao, rồi rủ Lâm lên đầu nguồn.

Đầu nguồn có hai mạch nước cuồn cuộn chảy ra từ chân núi, gọi là Cốc Bó, tức đầu nguồn. Hai nguồn này hợp thành Pác Bó, nghĩa là miệng nước, nơi khởi nguồn của suối Giàng. Vòng sang bên hữu ngạn, thấy bàn đá to như cái chõng, Giáp khen:

- Trời đất khéo sắp đặt, đẹp như bàn cờ tiên!

- Trời đất nào sắp đặt đâu? - Lâm kêu lên, - chính tay Lê Quảng Ba với Phùng Chí Kiên vần từ trên núi xuống cho ông Ké đấy lố.

Lâm kéo vai Giáp cùng quay lưng lại phía cột mốc biên giới quốc gia số 108, bảo:

- Núi trước mặt kia, tên là Phia Tào, nay ông Ké đặt tên mới gọi là Các Mác. Suối Giàng đổi tên suối Lê-nin, chảy dưới chân nó đấy. Ngày xửa ngày xưa, cô tiên tắm suối Giàng, nghĩa là suối nhà trời, cảnh đẹp khiến cô bỏ quên quả đào, nên thành tên núi.

- Phia tào nghĩa là Núi Đào, - Giáp tỏ vẻ hiểu biết tiếng Nùng, rồi phán, - Núi Các Mác, suối Lê-nin thật là ý nghĩa.

- Mình thấy, đặt là núi Mao Trạch Đông, suối Chu Ân Lai thì đúng cái lý hơn. Cách mạng Đảng ta đều đứng chân nước Tàu mà nên sự nghiệp đấy lố, - Lâm bộc bạch, kiểu sờ đầu gối nói chân thật của dân miền sơn cước.

- Trong hang Cốc Bó, ké Thu cũng tạc nhũ đá thành tượng

Các Mác, thực là tài giỏi, - Giáp đột ngột lảng chuyện, khiến Lâm ngẩn cả người, không hiểu ra làm sao nữa.

Giáp lặng lẽ xuống suối vốc nước rửa mặt, cảm thấy sảng khoái lạ thường. Chợt nghe có tiếng người lao xao tiến lại, Giáp nhận ra tiếng Đồng:

- Tôi thấy lá cờ đỏ sao vàng treo trong hang đẹp lắm. Ai mang về thế hả?

- Ông Ké đấy. Bọn tôi gánh đồ mà, - nghe giọng biết ngay là Phùng Thế Tài.

- Phùng Thế Tài phải không? - Giáp hắng giọng, gọi vóng lên.

Bọn người kia dừng lại nghe ngóng, vẻ cảnh giác.

- Dương Đại Lâm, Dương Hoài Nam đây lố, - Lâm xướng to.

- A hà hà, tưởng ai, - Tài nhồ ra, hồ hởi bắt tay.

- Lại đi chơi à? Không ở lại bảo vệ ông Ké? - Lâm ngạc nhiên hỏi.

- Hội nghị toàn cán bộ, ai cũng làm nhiệm vụ bảo vệ ông Ké rồi mà. - Tài biến báo, rồi tay trái nhặt hòn cuội tung lên, giơ bàn tay phải giả làm khẩu súng ngắn, nheo mắt bắn với theo và miệng kêu "đòm" một tiếng.

Cả bọn thấy vậy cười xòa. Giáp bảo:

- Không bảo vệ thì luyện tập quân sự cũng là nhiệm vụ cách mạng. - đoạn, quay sang Đồng, - vừa nghe các anh nói chuyện lá cờ?

- Anh Giáp mới qua Vân Nam, Quảng Tây thôi, chứ tôi nhập đám giang hồ khắp đất Tàu rồi, - Tài khoe sự từng trải. - Tôi đến Phúc Kiến cũng thấy lá cờ của tỉnh này, năm cánh sao bầu múi khế, giống hệt như vậy. Nghe nói, còn một lá cờ khác của đạo Hồng Quân Trung Hoa, trong lòng ngôi sao vẽ hình cái búa và cái liềm, bắc chéo nhau

- Phúc Kiến rộng lắm, gồm cả đảo Đài Loan, - Đồng trổ tài hiểu biết địa lí.

- Đài Loan, Phúc Kiến có người Khách Gia, còn gọi là người Hẹ, bên ta gọi là Ngái, Sán Ngái đấy lố, - Lâm cũng góp chuyện.

- Thảo nào, các cụ gọi dân Tàu là người Khách, phố người Tàu là phố Khách, cửa hiệu của người Tàu là hiệu Khách; "thằng Ngô-chú Khách"...- Giáp bỗng nhớ bữa đám cưới, đặt cơm ở hiệu Khách thành Vinh, - khi Nguyễn Ái Quốc lập Đảng Cộng sản Việt Nam, cả thảy có hơn hai trăm đảng viên, thì một nửa là người Tàu. - Chợt có tiếng mõ khua "cốc, cốc, cốc..." vọng lên từ đầu nguồn, Giáp giật mình hỏi, - báo động à?

- Không phải báo động đâu lố, bếp gọi cơm đấy. - Lâm giải thích và nheo mắt nhìn Giáp cười, - nhát thế.

Tức thì, Giáp vằn mắt lên. Lâm vội chắp tay xá một vái.

Giáp nghĩ, lá cờ từ trên trời rơi xuống kia, vận vào thân phận miềng, ám ảnh tâm trí khôn nguôi. Miềng đã từng thấy lá cờ Quẻ ly của nhà Nguyễn trong Đại nội Huế, cờ Tam tài của Pháp ở Hà Nội, cờ Thanh thiên bạch nhật của Trung Hoa Dân Quốc treo bên Côn Minh, nhưng chưa thấy lá cờ nào thiêng liêng và giản dị như cờ đỏ sao vàng của ông Ké. Ngặt nỗi, từ lúc nghe Tài bảo, nó giống cờ tỉnh Phúc Kiến, khiến miềng phân vân trong lòng. Chả nhẽ, nước Nam ta chỉ sánh ngang hàng tỉnh của nước Tàu thôi sao? Hoặc, đó là dấu hiệu của một sự phiên thuộc? Nhưng ông Ké dụng công mang về, đầu tiên treo trước lớp học giữa rừng Nậm Quang thuộc xứ Tàu, rồi lại được trưng lên hội nghị trong hang Pắc Bó quan trọng như thế, hẳn là một cách tuyên bố và khẳng định rồi. Cờ Phúc Kiến, núi Các Mác, suối Lê-nin, Thế giới Đại đồng... Miềng đi theo con đường vô sản cách mạng là bước theo ông Ké rồi. Miềng đã được hai lần kết nạp vào Đảng Cộng sản. Đồng bảo, rượu cất hai lần là nặng đô (dose) lắm đấy!

Nghe nói, cuộc khởi nghĩa Nam Kỳ, Xứ ủy trong ấy cũng dùng một lá cờ đỏ sao vàng nào đó. Nhưng nghĩ cho cùng kỳ lý, lá cờ treo ở Nậm Quang năm bốn mươi (1940) và cũng là lá cờ Pác Bó năm bốn mươi mốt (1941) này, mới chính là ngọn nguồn cách mạng vô sản Việt Nam, dưới sự điều binh khiển tướng của ông Ké. Và cờ cách mạng vô sản phải treo dưới lá cờ Búa liềm của Cộng sản quốc tế.

Năm ngoái, ông Ké cùng Hoàng Văn Hoan (tức Trần Thanh Phong, còn gọi là Hoàng Ngọc Ân), Vũ Anh (Trịnh Đông Hải), Cao Hồng Lãnh (Phan Hải Thâm), Phạm Văn Đồng và miềng, tham gia tổ chức Việt Nam Độc lập đồng minh Hội của Hồ Học Lãm. Ông Lãm làm Chủ nhiệm, Đồng làm phó cho ông ta. Thực ra, từ năm ba mươi sáu (1936), Lãm đã lập ra tổ chức này rồi, trụ sở đóng ngay tại nhà. Ngoài ra, ông còn lập tổ chức Trung-Việt Văn hóa công tác đồng chí Hội, và cũng do chính ông làm Chủ nhiệm. Bây chừ, ở đầu nguồn Pác Bó, ông Ké lại lập tổ chức Việt Minh, khác nào dụng kế "Ve sầu thoát xác". Thực là diệu kế, bình cũ rượu mới.

*

Đầu năm 1941, Hoàng Văn Thụ sang Tĩnh Tây, khẩn khoản mời Thượng cấp Vương về chỉ đạo phong trào trong nước. Thụ còn vạch đường qua nẻo Cao Bằng cho an toàn. Bởi cơ sở cách mạng của Thụ khắp cả vùng biên giới. Tuy chưa qua trường lớp chính quy nào, nhưng Thụ đã từng tham gia quân đội của Tưởng, lẫn Hồng quân trên đất Trung Hoa, rồi về nước tung hoành khắp chốn, từ đồng bằng, duyên hải cho tới thành thị. Thụ được bầu vào Trung ương, giữ chân Thường vụ và Bí thư Xứ ủy Bắc kỳ Đảng Cộng sản Đông Dương.

Ngồi bên bàn đá, cạnh suối nguồn Pác Bó, Giáp và Đồng báo cáo với ông Ké, về chuyện Biện sự sứ, coi như cắt đuôi con nòng nọc. Cả hai, nộp hết tài liệu, rồi lên hang Cốc Bó. Trong hang vắng lặng, chẳng thấy bóng ai, chỉ có ba tấm phản ghép kê chổng chơ ở nền hang. Chợt nghe có tiếng cười nói lao xao trên phía nhà Lý Quốc Súng, cả hai bèn mò lên chơi.

- Biết ngay là tụ họp trên này, - Đồng vừa thở dốc, vừa nói thay lời chào.

- Áy dà, hai ông Biện sự sứ đấy à? - Súng đon đả chạy ra han chào.

Thấy có cả Lê Quảng Ba (Đàm Văn Mông) và Phùng Chí Kiên (Nguyễn Vỹ) đang ngồi bên bếp lửa, nên Đồng, Giáp cùng sà vào. Nhìn ngôi nhà nhỏ, cột gỗ, mái thấp như thể những ngôi nhà tránh gió bão ở Trung Kì, Giáp ước đoán dễ chừng chỉ bằng cái nhà ngang làng Thá, nhưng lại hồ hởi khen:

- Nhà toàn gỗ tốt, có khi hàng trăm năm không mối mọt.

- Gỗ rừng thôi mà, cũng mới dựng năm ngoái đấy lố, - Súng thật thà đáp.

- Khi bọn tôi mới về, ông Ké ở tạm nhà này chục ngày, rồi mới tìm xuống hang. Nhưng nền hang ẩm ướt, nên lại phải mượn ba tấm gỗ ván, kê làm phản nằm, - Ba góp chuyện.

- Bác quê đâu ta? - Đồng quay sang hỏi Súng.

- Tôi cũng quê Tịnh Tây, người Choang, sang đây gọi là dân Nùng Giang, - Súng hồ hởi tâm sự.

- Các anh có biết cái tên "Súng", nghĩa là gì không? - Kiên nãy giờ ngồi thở, vẻ mệt mỏi, vừa chất thêm củi vào bếp, vừa tham gia câu chuyện với chủ nhà. - Đúng ra, phải viết từng chữ là "Lỷ Cò Slung", dịch ra tiếng Việt là Lý Quốc Súng. Nguyên cái từ "Súng" cũng đầy ý nghĩa, đấy là "Thăng", là "Ngày mới", là "Ánh mặt trời lên"...

- Áy dà, - Súng cười rạng rỡ. - Tôi cũng không biết hết ý nghĩa tên mình như anh Kiên nói đâu mà, - Súng phấn khởi bày tỏ lòng mình.

- Như thế, suy rộng ra còn là "Bình minh" nữa đấy, - Giáp góp lời tán dương.

Lửa cháy tí tách. Súng rót cho mỗi người một bát rượu. Cả bọn cùng chạm, chúc mừng gia chủ có cái tên đẹp, lại vì cách mạng Việt Nam mà phục vụ nữa.

- Khi xuống hang, nằm trên phản mà vẫn lạnh, ông Ké bảo: "Chú Ba nằm ngoài cùng, còn chú Kiên ốm đau nằm cạnh ta cho ấm". Trong tôi còn hai anh nữa. Năm người nằm trên ba tấm ván, đêm lạnh thấu xương, phải trải thêm lá khô. - Kiên thủ thỉ kể chuyện những ngày qua.

- Đúng là nằm gai nếm mật, - Giáp nói câu thán phục và đồng cảm.

Ba cời lửa, ghé sang Giáp, hỏi nhỏ:

- Ông Ké phân công thế nào?

- Tôi với anh Lê Thiết Hùng đi Ban Xung phong Nam tiến, - Giáp khẽ trả lời.

- Hai tay này hợp với nhau đấy. Ông Ké chọn người tinh lắm. - Đồng nghe thủng câu chuyện cũng lên tiếng, - Hùng là anh em con chú con bác với đồng chí Lê Hồng Phong.

- Đồng chí Tổng Bí thư ấy à? - Ba cướp lời, vẻ thán phục.

- Ừ, mà đồng chí Phong với cậu Giáp đây là anh em cọc chèo đấy nhé. - Đồng ra vẻ am hiểu về Giáp, trân trọng giới thiệu.

Nghe vậy, ai nấy nhìn Giáp đầy vẻ ngưỡng mộ.

- Nhưng chẳng may, cả hai anh chị ấy đều sa vào tay địch. - Giáp khẽ nén tiếng thở dài, - cháu gái mới đầy tuổi, không biết lưu lạc nơi mô?

Không khí buồn thương hòa cùng sương chiều trùm xuống căn nhà nhỏ, trên lưng chừng núi. Tiếng suối đầu nguồn vọng lên lúc xa lúc gần, nghe thật mơ hồ.

Lãnh đạo cuộc Khởi nghĩa Nam Kỳ là Tân Bí thư Xứ ủy Tạ Uyên. Minh Khai làm Bí thư Thành ủy muốn nhân cơ hội giải thoát chồng và các bạn tù đang bị Pháp bắt giam tại khám Chí Hòa, nếu chậm sẽ bị đầy ra Côn Đảo. Nhưng hỡi ôi, sự việc không thành...

*

Lê Văn Nghiệm là tên thật của Lê Thiết Hùng, so với miềng, hắn chỉ hơn ba tuổi, nhưng lại là người từng trải. Hắn gia nhập ba đảng, gồm: Đảng Cộng sản Tàu, Đảng Cộng sản Việt Nam và Quốc dân Đảng Tàu nữa. Một thời, hắn theo Hồ Học Lãm thu thập tin tức tình báo của Quốc dân Đảng, cung cấp cho Đảng Cộng sản Tàu. Hắn lấy con gái Lãm là Hồ Diệc Lan, chênh lệch tuổi tác như chú lấy cháu. Thời miềng còn đang loay hoay bỏ chữ "Nguyên" thì hắn đã cùng Lê Hồng Phong sang Xiêm, rồi Quảng Châu hoạt động cách mạng. Hắn đã từng mang quân hàm đại hiệu của Quốc dân Đảng, tương đương đại tá.

Ông Ké giao công tác quân sự, khiến miềng lo quá. Trong đám cán bộ đang quanh quẩn ở Pác Bó, phần lớn già dặn về việc binh đao chinh chiến, tỉ như Đại hiệu Lê Thiết Hùng, Thiếu hiệu Phùng Thế Tài, "Hùm xám Bắc Sơn" Chu Văn Tấn, lại còn Phùng Chí Kiên, Lê Quảng Ba được ông Ké giao cho lập đội bảo vệ căn cứ. Điểm mặt, thấy Kiên đương chức Tổng Chỉ huy khu căn cứ Bắc Sơn, cũng là một tay đáng gờm. Miềng mới chỉ tham gia phụ trách Ủy ban Quân sự của Tổng bộ Việt Minh, xây dựng căn cứ địa Cao- Bắc- Lạng.

Nhưng dù sao, năm Tân Ty (1941) này cũng đánh một dấu son cho vốn liếng chức tước quân sự đầu tiên, trên con đường binh nghiệp cách mạng - Phụ trách Ủy ban Quân sự.

Từ tổng Kim Mã[24], nơi xuất phát của Ban Xung phong Nam tiến, Giáp gặp Hùng, bảo:

- Anh Nghiệm ơi, - Giáp gọi tên cúng cơm của Hùng cho thân mật. - Chuyến này, anh em miềng cùng đi nam tiến, có vấn đề gì về quân sự, anh chỉ giáo nhé!

- Cậu phụ trách Ủy ban Quân sự kia mà, tôi phải báo cáo chứ, - Hùng xởi lởi vỗ vai Giáp.

Giáp cũng vỗ vào lưng Hùng một cái, cả hai cùng cười vui vẻ. Giáp nghĩ bụng, rõ là người từng trải, tài cao, có khi còn cẩn trọng hơn Đồng.

---

(24) Ngày nay thuộc huyện Nguyên Bình, tỉnh Cao Bằng.

11. Mối tình sơn nữ

Chiếc xe Zép (Jeep) cắm lá cờ đỏ sao vàng, chạy qua huyện lị Chợ Mới thuộc tỉnh Bắc Kạn. Nơi đây cũng rực rỡ sao vàng cờ đỏ, khiến cho Giáp và tài xế cảm thấy lâng lâng, tưởng chừng như vừa uống cạn bát rượu đầu, gọi là "thầu chíu" của người Mèo rẻo cao.

Xe đến gần ngã ba, tài xế cho xe chạy chậm lại và đánh mắt sang Giáp, vẻ dò hỏi.

- Rẽ nẻo Cao Bằng, - Giáp hiểu ý, ra lệnh ngắn gọn.

Cách mạng vừa mới thành công, nên cả Giáp và đồng đội vẫn còn mang cung cách thời hoạt động bí mật, khi đi đường, không ai được hỏi đi đâu, làm gì? Xe vừa nhấn ga tăng tốc, bất chợt, một cô gái Thổ nhảy bổ ra giữa đường, chĩa thẳng khẩu súng lục vào xe và quát to, át cả tiếng động cơ:

- Hưng! Bước ra khỏi xe! Khẩn trương! - Cô gái đội khăn vuông đen, mặc áo dài đen, váy đen, nom như một con quạ khổng lồ, chỉ lộ ra khuôn mặt tái dại, với đôi mắt nảy lửa căm hờn và hiên ngang ra lệnh cho Giáp.

- Sao thế anh?- Tài xế đạp phanh (frein) cháy mặt đường, hốt hoảng hỏi.

Theo đà quán tính, Giáp va trán vào kính chắn gió, vội lấy lại tư thế và bình tĩnh bảo:

- Cậu dừng xe, để tôi xuống!

- Anh cứ bám chắc vào, để tôi vòng tránh phóng nhanh. Con thổ phỉ này không kịp trở tay đâu! - Tài xế đưa ra tình huống xử trí.

- Không, nguy hiểm lắm, - Giáp gằn giọng, đầy uy lực.

Miệng nói, tay mở cửa, Giáp bình tĩnh xuống đường, tiến lại phía cô gái. Cô gái cũng rê nòng súng nhằm theo.

- Em Thanh ơi, anh Hưng của em đây, - Giáp giơ nắm tay phải lên thái dương, làm động tác chào kiểu quân sự và mỉm cười thân thiện.

Nghe giọng Quảng Bình trầm ấm vọng bên tai, khiến cô gái bồi hồi, nòng súng rung lên, nhưng vẫn lớn tiếng quát:

- Thằng phản bội!

- Em Thanh đừng nói thế, chẳng qua là vì nhiệm vụ cách mạng cả thôi mà. Em Thanh nghe anh, hạ súng xuống nào!

Mắt vẫn nhìn thẳng vào cô gái tên Thanh, Giáp vừa nói, vừa cầm lấy khẩu súng đã nới lỏng trong bàn tay cô; đoạn, bấm chốt tháo băng đạn và giật quy-lát (culasse), một viên đạn vàng chóe rơi "cạch" xuống mặt đường đá.

- Đã lâu mới gặp, mà em Thanh định đãi anh viên "kẹo đồng" này à? - Giáp nhặt viên đạn lên, hỏi có ý trêu đùa.

Đột nhiên, Thanh cảm thấy rã rời, vội gục vào vai Giáp, khóc tu tu.

- Thôi, đừng khóc, - Giáp lấy cườm tay lau nước mắt cho Thanh và nói, - người ta cười cho kia kìa. Nào, lên xe với anh. Ta vừa đi và nói chuyện.

*

Đêm rừng, lều nương sương lạnh, Giáp ngồi co ro quấn tấm chăn sui mà Thanh đã phải lách mình theo đường mòn, vừa mới mang lên.

- Cán bộ Hưng ăn cơm, để mình đốt lửa cho ấm, - miệng nói tay làm, Thanh vun lá khô, toan chụm lửa.

- Ấy, chớ! - Giáp vội ngăn lại.

- Muốn ấm thì phải có lửa mà. Có lửa, người thì ấm, mà thú dữ cũng phải sợ đấy lố! - Thanh ngạc nhiên, dừng tay hỏi.

- Thiếu gì cách làm cho ấm, - Giáp buột miệng, nói câu hớ hênh, sợ cô gái bản đang có cảm tình với Việt Minh hiểu lầm thì nguy, nên nhanh ý chỉ vào tấm chăn sui, nói chữa, - có chăn thì ấm rồi. Đốt lửa, lính dõng, lý trưởng mò đến ngay.

- A lúi, - Thanh bật kêu lên, vẻ ngượng ngùng, - mình chưa

có kinh nghiệm hoạt động mà. - Cô bóc gói lá dong, nói như thanh minh, - chỉ có cơm xôi với thịt gà luộc thôi, không có muối đâu lá.

- Thế này là tốt lắm rồi. Em Thanh cùng ăn cho vui. Mai ngày giành được độc lập, cán bộ chở nhiều muối lên rừng cho đồng bào. - Giáp bẻ miếng xôi còn hơi ấm, đặt vào lòng bàn tay cô.

Cả hai cùng ăn ngon lành. Giáp nhác thấy hai gò má của Thanh chín hồng trên làn da trắng mịn; nghĩ bụng, con gái rẻo cao, thượng du thường trắng hơn con gái đồng bằng, đồng bể. Bất chợt, cô nhìn chăm chắm vào Giáp, đường đột hỏi :

- Khi nước nhà giành độc lập, thì có phải làm nương, giã gạo nữa không?

Giáp đỡ người, hẳn là Thanh đã nghe cán bộ Việt Minh tuyên truyền, về tương lai tươi sáng của cách mạng một cách thái quá, nên ôn tồn trả lời:

- Nước độc lập, nghĩa là không phải làm nô lệ cho bọn Thực dân, Phong kiến nữa, nhưng vẫn phải lao động sản xuất mới làm ra của cải nuôi sống con người và xây dựng đất nước. Có điều khác là, ta sẽ lao động bằng cách điều khiển máy móc làm thay sức con người.

- Có máy chọc lỗ tra lúa nương không? Có máy giã gạo không? - Thanh vẫn ngây thơ hỏi dồn.

Nghe vậy, Giáp bật cười, suýt bắn cả miếng thịt gà. Giáp đã từng giúp dân cầm gậy dài như con sào vát nhọn, chọc lỗ trên sườn đồi, tra hạt lúa nương. Người chọc liên hồi, kẻ tra thoăn thoắt. Hàng lỗ chọc cách nhau cả gang tay, đều tăm tắp như thể đo máy. Bàn tay người thảy hạt cũng thả đều mỗi lỗ năm, bảy hạt như thể đếm bằng máy vậy. Hằng ngày, đàn bà con gái phải thức khuya dậy sớm, giã lúa cum thành thóc, từ thóc mới giã thành gạo để nấu cơm, cực nhọc vô cùng. Phụ nữ ở đâu cũng vất vả, nên chương trình Việt Minh quan tâm vận động và tranh thủ phụ nữ, có tính chiến lược cách mạng. Nay nghe Thanh hỏi ngây thơ về điều đó, khiến Giáp hiểu, đấy là những công việc nặng nhọc suốt đời mà người phụ nữ vùng rẻo cao phải gánh chịu và họ khát khao giải phóng sức lao động bằng một thế lực siêu nhiên trong các câu chuyện thần thoại, hoặc bằng máy móc như Giáp gợi ý. Nhưng chính Giáp và những cán bộ Việt Minh cũng chưa hiểu lắm về xã hội tương lai sẽ được tạo dựng như thế nào, chỉ biết đó là viễn cảnh tốt đẹp mà Lê-nin đã vạch ra: "của cải tuôn trào như nước suối ban mai"... Có khi, chính Lê-nin cũng không biết làm cách nào để của cải tuôn ra dào dạt?

- Em Thanh đã thành cán bộ Việt Minh rồi đó, - Giáp ân cần nói.

- A lúi! - Thanh bất giác kêu lên, vì quá ngạc nhiên.

Giáp thấy bầu ngực phập phồng, biết là cô xúc động lắm. Nhưng nghĩ, để cô ở lâu bất tiện, bèn giục về kẻo muộn: "Về đi, khẩn trương". Cô quấn lại xà cạp, thắt bao dao bên hông và lui bước, chỉ để lại sau làn mi cong một cái nhìn trong veo và phảng phất mùi hương trinh nữ. Chợt cô ngoái lại, hỏi:

- Cán bộ Hưng có sợ cọp không?

- Không! - Giáp chột dạ, nhưng trả lời cứng vững cho xứng đáng nam nhi, - ở nhà miềng có cây chè dại, uốn tỉa thành hình con hổ, ban đêm nom giống như thật. Mình chơi với hổ quen rồi lố! Sao em Thanh hỏi thế?

- Dân bản bảo nhau là có cọp về mà, nên lính cũng sợ bỏ đi tuần ba-tui (patrouille), - Thanh thật thà đáp.

- Thế lại càng hay, - Giáp tỏ ra khoái chí, nhưng trong bụng thì run.

Sau khi cùng Đồng về Pác Bó, Giáp được ông Ké giao nhiệm vụ phát triển lực lượng cách mạng trong vùng đồng bào dân tộc thiểu số, tiến dần về xuôi. Nhiều cuộc khởi nghĩa cũng đã làm như vậy. Phan Bội Châu đã từng lập đội du kích ở Cốc Pàng, thuộc huyện Bảo Lạc (Cao Bằng) cơ mà. Trong vai thầy giáo vùng cao, Giáp nam tiến và giờ đây, cơ sở cách mạng phát triển đến vùng Ngân Sơn. Giáp bắt gặp cô sơn nữ xinh đẹp và thơ ngây này.

Đêm rừng cô đơn, khiến Giáp nhớ đến Quang Thái, người vợ thành Vinh và đứa con gái nhỏ Hồng Anh. Buổi chia tay bịn rịn bên Hồ Tây, giữa buổi chiều hè Hà Nội, bấm đốt ngón tay đã ba năm có lẻ. Bé Anh đã lên bốn tuổi, hẳn đã biết bi bô gọi ba rồi. Mấy năm bặt tin nhà, không biết Thái gửi con ở làng Thá, hay ga Vinh, để đi thoát ly như ước hẹn? Giáp thuộc lòng những lá thư Thái gửi, thời đang yêu nhau mãnh liệt: "G yêu Th, Th yêu G; yêu nhau tức là hiểu nhau, tin nhau... Th không biết là G có khác ngày xưa hay không, chỉ biết G yêu Th mà Th yêu G được thì yêu mà thôi..."

*

Nông Văn Quỳnh nghe nói, trong bản có những người theo Việt Minh, thỉnh thoảng họ rủ nhau lên rừng gặp cán bộ. Thế là, Quỳnh cũng tò mò bám theo. Cái anh cán bộ này tên Hưng cũng còn trẻ, người tầm thước, khuôn mặt tròn, da trắng nom dễ mến. Cán bộ Hưng nói chuyện về tình hình thế giới, về đất nước bằng giọng miền Trung ấm áp và dễ hiểu. Cán bộ bảo, đi cắt dây thép làm cho địch có tai như điếc. Tức là, phá đường dây điện thoại, thì Quỳnh đặt thành thơ vần cho dân dễ nhớ. Cán bộ Hưng xem qua, cười bảo:

- Miềng đặt mỗi câu năm chữ, gọi là thể thơ ngũ ngôn. Cậu dịch ra tiếng Thổ nhé. Nếu có ai biết tiếng Mán, tiếng Mèo thì bảo họ dịch ra cho đồng bào dễ nhập tâm, đi theo Việt Minh.

> *"Du kích đánh bí mật*
> *Giặc có mắt như mù*
> *Cắt dây thép quân thù*
> *Chúng có tai như điếc".* [25]

Theo Việt Minh, Quỳnh đổi tên thành Chấn; từ đó, gọi là Nông Quốc Chấn.

Chấn dò hỏi, tận trong châu Nguyên Bình, dưới chân đèo

---

(25) Võ Nguyên Giáp, *Việt Minh Ngũ tự kinh*.

Tam Kim[26] có chàng trai họ Bàn, gọi là Bàn Tài Tuyên[27] biết làm thơ tiếng Mán, nhưng lại viết chữ Nho. Thế là mấy chàng thanh niên kẻ Thổ, người Mán được Giáp giác ngộ đi theo Việt Minh và làm thơ bằng tiếng dân tộc, vận động đồng bào của mình theo Việt Minh chống Pháp.

Giáp cũng dạy Thanh chuyển thơ tuyên truyền sang tiếng Thổ, nhưng Thanh lại chỉ thích hát những bài tình yêu dân tộc mình mà thôi. Thanh yểu điệu vừa liếc nhìn Giáp, vừa búng ba dây đàn tính:

> *"Chúa lọt bến nước hoa*
> *Tiên tới miền bách điểu*
> *Quân Then rước lọng kiệu*
> *Giữa tiếng lạ hòa ca*
> *Khắp quan quân ngẩn ngơ người ngựa*
> *Bỗng trong lòng thương nhớ rưng rưng."*[28]

Giáp dỏng tai nghe, cảm thấy trái tim rộn ràng náo nức, hòa cùng giai điệu du dương. Ôi, giọng hát ngọt ngào, đôi má hồng, ánh mắt biếc của Thanh dường như có ma lực hớp hồn.

- Cán bộ Hưng nghe *Then Bách điểu* có lọt lỗ tai không? - Thanh lại khua thêm mấy đường tơ và nghiêng đầu khẽ hỏi.

- Người đẹp lại còn biết hát hay. Thế giới loài chim khác chi loài người, - Giáp nói câu chân tình từ đáy lòng mình, rồi buông câu ỡm ờ, - ai là Chúa Then, ai là Nàng Tiên đây?

Ngắm nhìn khuôn mặt Thanh rạng ngời, như vẻ đẹp của nàng tiên bước ra từ câu chuyện cổ tích, khiến Giáp càng thêm bồi hồi, nhưng cố làm ra vẻ trang nghiêm của anh cán bộ Việt Minh. Điều đó, không lọt qua được đôi mắt lá dăm của Thanh, đôi môi đỏ hồng như thoa son lại chúm chím nở nụ cười duyên.

---

(26) Đèo Tam Kim thuộc xã Tam Kim, huyện Nguyên Bình, tỉnh Cao Bằng.

(27) Bàn Tài Tuyên được Võ Nguyên Giáp đặt bí danh là Bàn Tài Đoàn.

(28) *Then Bách điểu*, Nxb Văn hóa dân tộc, Hà Nội, 2012. (Hoàng Hạc, Hoàng Tuấn Cư sưu tầm).

- Đất nước ta, dù đồng xuôi, đồng rừng, hay đồng bể, ở đâu cũng có câu dân ca nói hộ lòng người, - Giáp sợ con gái Thổ bỏ bùa mê, nên nói câu khách sáo, vẻ cảnh giác.

Nhưng khi nghe Giáp nói vậy, khuôn mặt Thanh càng đỏ nhừ, tưởng như cán bộ thấu hiểu lòng mình.

- Cán bộ Hưng hát nhé, mình đàn cho, - Thanh khẽ khàng nói lời thỉnh nguyện.

- Miềng hát cho em Thanh nghe câu *Hò Lệ Thủy* quê hương miền Trung, nhưng đàn tính không bắt theo nhịp được đâu, - Giáp e hèm dọn giọng.

- Cán bộ Hưng chê mình không biết đánh đàn à? - Thanh phụng phịu.

- Đâu có, đâu có, - Giáp sợ hãi, vội thanh minh và gượng gạo cất tiếng hò:

"Thiếp thương chàng không cho ai biết

Chàng thương thiếp chớ để ai hay"[29]

- Hay quá, - Thanh như quên hết nỗi bực dọc, buông đàn đứng bật dậy, - cán bộ Hưng dạy mình nào!

- Khi miềng hát xong một câu, thì em Thanh cùng hò theo nhé. Hò thế này, - Giáp hát mẫu, - "là ố là khoan ai khoan ta hò khoan", - Giáp thở phào nhẹ nhõm, khi giải tỏa được tình huống bất ngờ, khó xử. - Em Thanh hát câu tuyên truyền Việt Minh bằng tiếng Thổ, thì cả làng cả bản đi theo, hơn anh nói hàng tháng đấy lố, - Giáp vuốt nhẹ mớ tóc mai thấm mồ hôi trên má Thanh, cảm thấy làn da mịn màng và ấm nóng truyền sang như một dòng điện.

Thanh nghiêng đầu e lệ, vồng ngực nhỏ cao dưới lớp áo chàm và thổn thức nói:

- Mình chỉ đi theo cán bộ Hưng thôi, không biết hát theo Việt Minh đâu lá. Nhưng cán bộ Hưng không được làm cho lòng mình buồn đấy lố!

---

(29) *Hò khoan Lệ Thủy* (lời cổ).

- Chung đường theo Việt Minh đấy lố! - Giáp khôn ngoan đáp lại câu nói đầy ngụ ý của Thanh.

Có hôm, cả hai người cùng đi công tác, nhưng nhỡ độ đường, phải ngủ qua đêm ven rừng. Thanh nhanh nhẹn chặt cây, chém lá, dựng vội một cái lán nhỏ. Giáp cũng xăng xái lợp mái, thưng vách và luôn miệng vừa cười vừa giục: "Khẩn trương! Khẩn trương!", cho thêm sự hào hứng trong công việc. Cả hai lại hối hả đi xung quanh lán, buộc cỏ "ma nhong" trên các lối mòn, đề phòng thú rừng và người lạ đột nhập. Những búi cỏ cao ngang hông, Giáp vơ một nắm bên phải, thì cô cũng vơ một nắm bên trái, cùng kéo rạp xuống và buộc vào nhau, chắn ngang đường mòn như những cái ba-ri-e xanh xanh. Giáp nghĩ bụng, dân rẻo cao cũng ma lanh gớm, kẻ nào vô tình đi qua sẽ bị vướng chân, bất ngờ ngã gãy cổ như bỡn. Hàng rào mỏng manh và cái lán đơn sơ đó, giúp cho hai cán bộ Việt Minh ngủ qua đêm an toàn giữa rừng sâu núi thẳm.

Sáng sớm, vẫn nằm trên ổ lá, Giáp thủ thỉ tâm sự với Thanh:

- Miềng sắp phải xa em Thanh rồi!

Đang mơ mơ màng màng nhìn tán lá đài hoa đung đưa trong ánh nắng mai, nghe Giáp nói vậy, Thanh ngồi bật dậy, hỏi dồn:

- Cán bộ Hưng bỏ mình à?

- Không, - Giáp cũng ngồi dậy, đặt hai tay lên đôi vai trần của Thanh, ôn tồn nói, - miềng được ông Ké gọi về, bàn công việc khai hội (họp hành).

- Ông Ké ở với chị Bày phải không? Chị Bày tin ông Ké, thì mình cũng tin cán bộ Hưng thôi, - Thanh suy tính kiểu đàn bà, vẻ tự tin đến tội nghiệp.

- Anh Hưng mà còn không tin, thì em Thanh tin ai? - Giáp nói câu động viên.

- Chị Bày khoe, được ông Ké tặng cho tập vở, dạy về cách đánh nhau; trang bìa có bài thơ hay lắm, - Thanh mặc lại tấm áo chàm, đầu ngẩng cao, tựa hồ như đang soi vào tấm gương vô hình trước mặt.

- Có phải cuốn vở có câu thơ: "Vở này ta tặng cháu yêu ta"? - Giáp vừa giúp Thanh cài cúc bên hông, vừa ngân nga đọc thơ ông Ké.

- Phải lố, - mắt Thanh sáng lên, - cán bộ Hưng cũng được xem rồi à?

- Đâu có, miềng chỉ nghe nói thôi, - Giáp sợ chuyện đến tai ông Ké, bất lợi cho mình, nên chối biến.

*

Ký ức đưa Giáp về bên bếp lửa dưới hang Cốc Bó, ông Ké bảo:

- Việt Minh đã có cơ sở trong đồng bào, nhưng một khi dùng bạo lực cách mạng để đánh đổ Thực dân, Phong kiến thì phải có một đội quân vũ trang. Việc quân, ta giao cho chú Văn!, - ông Ké nhìn thẳng vào Giáp, - chú có làm được không?

- Được ạ, - Giáp quả quyết đáp lời, đầy khí phách.

- Vậy ta đặt tên là Đội Võ trang tuyên truyền Giải phóng quân, - ông Ké nói như đinh đóng cột.

- Võ trang là phải có súng pháo để đánh địch chứ ạ? - Giáp có ý thắc mắc chữ "tuyên truyền" trong tên đội vũ trang kia.

- Ai chẳng biết, - ông Ké ôn tồn giải thích, - nhưng thế của địch như tảng đá kê bếp này, còn chúng ta mới như quả trứng kia thôi, không khéo là bị đè bẹp tức khắc, - ông Ké chỉ tay vào xoỏng trứng gà treo cạnh tượng Các Mác, dùng để uống sống vào bữa sáng. - Bởi vậy, tuy gọi tên là đội võ trang, nhưng phải lấy tuyên truyền giác ngộ cách mạng cho đồng bào theo Việt Minh là chính. Khi nào lực đủ mạnh, ta sẽ "Đối trận", - ông Ké có ý nhắc tới binh pháp. - Các chú đã học lý luận cách mạng, lực lượng võ trang phải phục vụ nhiệm vụ chính trị của Đảng, nhớ không?

- Dạ, em hiểu, lời bác dạy là một bài học sâu sắc về chuyện cầm quân, - Giáp xúc động nghẹn ngào pha chút sợ hãi, khi ông

Ké có ý đe nẹt, gặng hỏi: "Nhớ không?"

Đột nhiên, ông Ké nói sang chuyện khác, tưởng chẳng đâu vào đâu:

- Đồng bào thiểu số thật thà, con gái dân tộc cả tin lắm đấy! Rồi ra, chú phải lĩnh trọng trách cách mạng, phu nhân cũng phải có trình độ học vấn. O Thái từng học Đồng Khánh, hỉ? - Ông Ké hạ một câu giọng Huế.

Giáp giật mình không nghĩ tới Thái, mà nghĩ về Thanh, hẳn có kẻ mách lẻo rồi.

Nghe nói, anh Hoàng Văn Nọn (Hoàng Như), người Cao Bằng cũng được đi dự Đại hội Quốc tế Cộng sản cùng với anh Phong và chị Vịnh, về kể lại nhiều chuyện thú vị lắm. Nếu chị Vịnh là vợ của Quốc, tức Hồ, thì miệng cứ gọi là bác xưng em cho phải đạo. Nếu Hồ với Quốc không phải một người, thì cũng là nước cờ hay. Từ xưa đến nay, phàm người làm nên đại nghiệp cần có chí lớn và chỗ dựa, nhưng phải biết giả ngu...

*

Thấm thoắt mấy năm trôi qua, bây giờ, Giáp mới gặp lại Thanh, không ngờ lại trong hoàn cảnh trớ trêu thế này. Giáp kéo Thanh cùng lên xe, chạy xa một quãng đường, rồi rủ ra bờ sông Cầu nói chuyện. Ngồi bên dòng sông lơ thơ nước chảy, khiến Thanh nguôi ngoai nỗi lòng, Giáp lại thủ thỉ, như hôm nào nằm trên ổ lá ven rừng Ngân Sơn.

- Cũng vì nhiệm vụ cách mạng cả thôi, em Thanh ạ! Nhưng dù sao, anh Hưng cũng xin lỗi em Thanh nhé, - Giáp lại choàng cánh tay rắn chắc lên bờ vai sơn nữ.

- Việt Minh dạy yêu thương đàn bà, giải phóng phụ nữ, chứ có bảo ăn quả vặt cành trong rừng thiêng của người ta đâu? - Thanh gỡ tay Giáp và nhìn thẳng vào mặt, chợt thấy vết thương trên trán đã sưng như quả ổi, buột miệng kêu lên, - a lúi, - cô đưa tay xoa nhẹ lên vầng trán rộng, mà cảm thấy tan nát cõi lòng.

- Ông Ké bảo thế mà! - Giáp ngước lên núi Pác San sừng sững bên kia sông, nói phứa.

Nghe vậy, Thanh vội rụt tay như đụng phải lửa. Giáp thấy lời thương đã hiệu nghiệm, bèn bồi thêm:

- Cô Bày cũng thoát ly công tác, xuống Na Rì[30] để sinh con rồi!

- A lúi! - Thanh buột miệng kêu to, rồi thẫn thờ nhìn dòng nước. Bất giác, cô thở dài ngao ngán, không cần giấu giếm sự thất vọng ê chề.

Giáp thấy sự việc đã thành đến bảy, tám phần, bèn trao lại khẩu súng và băng đạn, cho vào túi thông[31] khoác vai của Thanh.

- Em Thanh cầm lấy mà đi thoát ly nhé! Súng của Việt Minh trang bị là để bắn vào bọn Việt gian và lũ Thực dân, Phong kiến phản động.

Thanh vẫn ấm ức trong lòng mà không nói nên lời, bèn vùng đứng dậy, nhằm hướng đồi Nà Khon, lặng lẽ quay lại Chợ Mới.

12. Trường học bụi rậm

Việc quân thì giao cho chú Văn!

Giáp cưỡi ngựa vượt đèo Tam Kim, mà trong lòng ngẫm ngợi mông lung. Ông Ké nói thế, nhưng có quyển vở chép bản dịch *Binh pháp Tôn Tử* lại cho vợ thằng lính dõng, chứ không tặng miếng là cớ làm sao? Lại còn đặt tên Trưng cho cô ta nữa, hẳn ngụ ý sẽ giao làm nữ tướng nối gót Bà Trưng, Bà Triệu chắc? Nông Thị Bày, tức Trưng đã từng có một đời chồng làm lính Dõng. Nhưng chuyện đó xảy ra, lúc miếng và Đồng còn đang ở Biện sự sứ bên Tàu kia mà?

Tên tuổi Nguyễn Ái Quốc, miếng đã biết từ lâu. Mười bốn năm trước, được tin Quốc tổ chức hội nghị thống nhất ba đảng,

---

(30) Tên một huyện thuộc tỉnh Bắc Kạn.

(31) Một loại túi vải chàm của người Tày.

coi như thành lập Đảng Cộng sản chính thống của Việt Nam và Đông Dương. Rồi những năm làm báo ở Hà Nội, càng được nghe nói đến Quốc nhiều hơn, thậm chí còn được xem ảnh nữa. Nhưng đến năm bốn mươi, bọn miềng sang Côn Minh, gặp Thượng cấp Vương giao phụ trách quân sự, rồi thành lập đội vũ trang của Đảng. Như vậy, hướng dùng người thiên về chiến lược, chứ không phải anh hùng hảo hán, hoặc hàm hiệu chức tước. Vậy thì, miềng phải tập trung vào những việc đại đởn mới được. Quân sự là phải phục tùng chính trị, phải đặt dưới sự lãnh đạo trực tiếp của Đảng, tức ông Ké mới xong. Trong đám người theo ông Ké về nước năm bốn mốt (1941), thì Phùng Thế Tài cũng là một kẻ tài ba. Hắn học quân sự và tình báo tại Trường Hoàng Phố, được ông Ké chọn làm cận vệ.

Xuống chân đèo, Giáp thúc ngựa phi thẳng đến động Mán của Bàn Tài Tuyên.

*

Nghe tin Giáp đã được ông Ké giao cho nhiệm vụ xúc tiến thành lập Đội Việt Nam Tuyên truyền Giải phóng quân; thế có nghĩa là, hắn sẽ nắm quyền chỉ huy về quân sự của Đảng, Phùng Thế Tài bèn kéo Lê Quảng Ba ra cửa rừng, hỏi nhỏ:

- Tay Giáp đã qua trường lớp quân sự nào đâu, mà dám trông coi việc quân?

- Ông Ké giao việc đấy, - Ba nghiêm giọng nói.

- Ông Ké giao là việc của ông Ké, còn hắn cũng phải biết phận mình mà nói câu chối từ mới phải đạo làm tôi. Chứ đằng này, hắn hới mưng vơ lấy luôn, y như sợ ai cướp mất không bằng. Anh Phùng Chí Kiên mà còn, thì đâu đến lượt hắn kia chứ? Chẳng may, anh ấy thất trận Bắc Sơn, rồi yểu mệnh ở Ngân Sơn, cách mạng mất một vị tướng tài ba lỗi lạc. - Tài gân cổ lên phán xét, vẻ bực tức ra mặt. - Tôi đây, bằng cấp đầy túi, quân hàm nặng vai, mà còn chưa dám...

- Thì anh làm cận vệ cho ông Ké, vinh dự nhất rồi còn gì? -

Ba nói câu động viên an ủi, - mà lúc nào cũng kè kè bên ông Ké, sao không hỏi thẳng luôn?

- Ối giời!, - Tài bất giác huơ hai tay kêu lên, - ông Ké còn hơn cả bố tôi, đâu dám hỗn? Chẳng qua là chỗ anh em đồng chí, thì tâm sự riêng với anh mà thôi.

- Việc nào cũng là nhiệm vụ cách mạng, do ông Ké chỉ đạo.

Ba vỗ vai toan dìu đi, nhưng Tài cúi xuống, nhặt hòn đá cuội to bằng quả cam, tung lên trời, rồi rút súng lục bắn "đòm" một phát. Hòn đá vỡ tan trên không trung.

Nghe tiếng súng, Giáp hốt hoảng từ lán chạy ra, thấy Tài và Ba đang điềm nhiên đứng bên nhau, bèn hỏi:

- Ai bắn gì thế, làm thanh động cả núi rừng? May mà ông Ké đi vắng.

Ba kín đáo trỏ vào Tài. Tài không nói không rằng, nhặt mấy viên cuội nhỏ bằng quả táo, ném lên cao và bắn theo "đòm, đòm.. " mấy phát liền. Những mảnh đá vụn rơi lả tả, khói súng bay mờ mịt. Tài giắt súng vào cạp quần, lặng lẽ bỏ đi như không có chuyện gì xảy ra. Ba và Giáp nhìn nhau, cùng phải nín thinh.

Năm mười ba tuổi, Phùng Văn Thụ bỏ xứ Hà Đông, lang bạt kỳ hồ sang tận bên Tàu kiếm sống. Vốn có máu yêng hùng, lại thêm sức vóc hơn người, cộng với tài ba võ nghệ, nên trong các trận kịch chiến giành lãnh địa và bênh vực kẻ yếu thế, bao giờ Thụ cũng thắng, tiếng tăm lừng lẫy vượt ra cả ngoài thành Côn Minh.

Trịnh Đông Hải, bí danh Vũ Anh là người được Trung ương Đảng Cộng sản Đông Dương cử sang Tàu, xây dựng cơ sở cách mạng trong dân lao động người Việt. Một hôm, Hải thấy Thụ đang nằm khoèo trên ghế đá công viên Hạ Lầu, ngoại thành Côn Minh, bèn rủ rỉ hỏi han mọi nhẽ bằng tiếng Việt, khiến Thụ cảm động vô cùng. Sau đấy, được gợi ý tham gia tổ chức cách mạng, Thụ sốt sắng nhận lời.

Thụ được lấy bí danh là Tài- Phùng Thế Tài, trong tay chỉ có vũ khí là quả đấm sắt và con dao găm, nhưng Tài đã năng nổ hoạt động, lôi kéo được vô khối bạn bè trong đám giang hồ đi theo cách mạng. Vũ Anh giao cho Tài bảo vệ ông Vương, có lúc gọi ông Trần cũng là một con người ấy. Tài chỉ được bảo vệ từ xa, người ngoài nhìn vào, tưởng không có quan hệ gì. Ông Vương ở trong nhà, Tài không được vào, mà phải đứng ngoài đường quan sát. Khi Dương Hoài Nam và Lâm Bá Kiệt gặp gỡ ông Vương ở Thúy Hồ, thì Tài phải bảo vệ cả ba người.

À, thì ra ngay từ lúc nó sang Tàu, ta đã phải bảo vệ rồi. Chả trách... Tài cay đắng nghĩ, nếu không phải ông Vương, thì con ngựa bất kham này, đâu có chịu để nó ngồi trên đầu trên cổ. Tài hít một hơi thở thật sâu, rồi vêu mồm thả khí uất. Chốc lát, lòng dạ lại thư thái như thường.

*

Được sự chuẩn y của ông Ké, Giáp lệnh cho khắp vùng căn cứ địa, lựa chọn các chiến sĩ trung kiên, tập trung về khu rừng Dền Sinh, dưới chân núi Slam, thuộc huyện Nguyên Bình, để làm lễ ra mắt Đội Vũ trang tuyên truyền Giải phóng quân. Ông Ké đã duyệt thành phần ban chỉ huy, gồm: Đội trưởng Hoàng Sâm, Chính trị viên lấy Xích Thắng, tức Dương Mạc Thạch là Bí thư Châu ủy Nguyên Bình, Phụ trách chính trị Lâm Cẩm Như (Lâm Kính), Phụ trách công tác tình báo và tác chiến Hoàng Văn Thái. Tất thảy, đặt dưới sự lãnh đạo của Chi bộ Đảng.

Nhìn rừng cây san sát như bó đũa, nào là xẻ cài, cáng lò, sâu sâu... Giáp bảo anh em đội viên chặt cây rừng bên, mang về dựng lán trại, còn cây nơi trú quân phải để nguyên, không ai được đụng tới, kẻo lộ mục tiêu.

- Tối nay, đội ta ăn một bữa cơm nhạt muối, thiếu rau, để mãi mãi nhớ buổi đầu gian khổ, mà cùng nhau đoàn kết đánh giặc.

- Thế sao? - Hoàng Văn Thái (Hoàng Văn Xiêm) có vẻ phân vân, - ngỡ phải có chút chất tươi, nhắm rượu cho khí thế. Anh em chuẩn bị cả rồi.

- Cũng là đề phòng, anh em say xỉn, lại sẵn súng ống, bắn

bừa bãi, chuyện đến tai Thượng cấp, lại phiền. - Giáp kéo bao súng lục xệ bên hông, chậm rãi nói.

- Tùy anh, để tôi bảo lại bọn nấu bếp.

Thái vừa đi vừa nghĩ, thì ra, Giáp cũng kín kẽ mọi chuyện, lại tỏ ra rất sợ Thượng cấp, cái gì cũng Thượng cấp, Thượng cấp... Thượng cấp chính là Ké Thu- Hồ Chí Minh chứ ai!

- Mà này, - Giáp gọi giật lại.

- Anh gọi, - Thái chột dạ quay lại và nghĩ, chẳng lẽ Giáp bắt nọn mình?

- Nắm lại tình hình ba quân tướng sĩ và võ khí cụ thể thế nào nhỉ? - Giáp cười cười mở sổ tay, lăm lăm cây bút Pác-ke (Parker).

- Báo cáo, - Thái sà xuống bên cạnh Giáp, - thời xưa, ba quân là ba vạn bảy ngàn rưỡi[32]. Bây giờ, ta mới có vỏn vẹn ba tiểu đội, gồm ba mươi tư chiến sĩ Cao-Bắc-Lạng; trang bị mười bảy súng trường, hai súng thập, mười bốn súng kíp, hai súng máy. Tổng số, ba mươi lăm khẩu cả thảy. Thành phần dân tộc có mười chín Thổ, chín Nùng, bốn Kinh, Mèo với Dao mỗi dân tộc có một đội viên.

- Phân công Hoàng Sâm làm Đội trưởng, bảo hắn đọc *Mười lời thề*, - Giáp gấp sổ bỏ xắc-cốt (sacoche), lèo thêm, - miềng soạn thảo chi tiết rồi đó.

- Thì anh đã từng soạn thảo *Điều lệ Tân Việt Đảng* kia mà! - Thái nói câu thán phục.

- Cái đó, miềng cũng dựa theo *Điều lệ Quốc tế Cộng sản* thôi mà, - Giáp tỏ vẻ khiêm tốn.

- Mấy giờ làm, anh nhỉ? - Thái dợm chân toan bước, nhưng nghe có tiếng hát lượn, từ phía mỏ nước vọng lên, mà Thái biết là Loan dành cho mình, nhưng không dám tỏ ra vồ vập quá, nên ngoái lại hỏi Giáp để hoãn binh mà thôi

---

(32) Theo biên chế thời nhà Chu (Trung Quốc), mỗi quân có 12.500 lính. Về sau, từ "ba quân" dùng chỉ quân đội

- Chừng năm rưỡi chiều, tầm gà lên chuồng, trong rừng là sâm sẩm tối rồi đấy, - Giáp nhẩm tính và thủng thẳng trả lời.

- Về sau, đánh trận, ta cũng cứ chọn giờ này mà nã súng, - Thái hồ hởi nói câu lấy lòng Giáp, rồi rảo bước.

Thấy Sâm lơ ngơ đứng dưới gốc sấu cổ thụ, Thái nói to, vẻ trịnh trọng:

- Anh Văn giao cho cậu đọc *Mười lời thề* đấy.

- Tưởng gì, thuộc lòng rồi. Này nhá, lời thề thứ bảy: "Hết sức ái mộ bạn chiến đấu cũng như bản thân... "; - Sâm nhấn mạnh từ "ái mộ", rồi đánh mắt về phía Loan, đầy vẻ ngụ ý.

Bất chợt, cả Thái và Loan đỏ bừng cả mặt, đưa mắt nhìn nhau.

- Cậu chỉ được cái lém lỉnh, - Thái nói câu khỏa lấp.

Cả ba cùng cất tiếng cười, vang cả rừng chiều.

Giáp và Thái cắt đặt công việc, người dựng lán, kẻ canh gác, còn thì lo kiếm gạo, rau, thịt, không ăn chiều nay thì dự trữ ngày mai, cơm không ăn thì gạo còn đấy. Hàng trăm con người, lại có cả mấy cô gái Thổ lo việc bếp núc, nên giữa rừng xanh núi đỏ trong tiết đông giá lạnh, mà vẫn nhộn nhịp ấm áp lạ thường. Tiếng chặt cây, tiếng bổ nứa, tiếng đẽo gỗ, tiếng lợn kêu, tiếng gà gáy, tiếng gọi nhau, tiếng hát lượn... náo nhiệt cả cánh rừng.

- Này, - Giáp bảo Thái, - cậu nhắc anh em, hãy giữ gìn trật tự, đảm bảo bí mật, kẻo lính đồn Phai Khắt phát hiện là hỏng chuyện.

- Anh yên tâm, - Thái tự tin đáp, - tôi đã cho cảnh giới từ xa rồi. Thằng dõng, thằng Tây nào léo hánh vào đây, ta thịt luôn làm lễ tế cờ. Ông Ké đã định hôm nay, hăm hai tháng mười hai năm bốn tư tây lịch (1944), âm là nhằm ngày mùng tám tháng một Giáp Thân, tiết Đông chí, - Thái nhìn xa xăm, - hẳn ông Ké đã tính toán cả rồi, ta cứ thế mà làm, anh nhỉ?

- Gọi mấy cậu Tiểu đội trưởng lại đây, - Giáp dường như không để ý chuyện Thái đang tính ngày, giục tiếp, - ta thống nhất lần cuối về nội dung, nghi thức buổi lễ cho chu đáo. Súng pháo cũng phải bày ra cho oai phong.

- Anh em đội viên có người chưa thạo tiếng Kinh, - Thái lo lắng, - không biết nghe *Mười lời thề*, có hiểu không?

- Du kích rẻo cao, có cả Mèo (Mông), Mán (Dao), Thổ (Tày), Kinh (Việt)... Ta cứ cho đọc tiếng Kinh, rồi các tiểu đội khai hội mà quán triệt lẫn nhau.

- Nhất trí, có muộn thì ta đốt đuốc càng vui, khác gì lửa trại, - Thái nói, đầy vẻ khoái chí.

Lại có tiếng hát lượn từ phía mỏ nước vọng lên, cả Giáp và Thái cùng dỏng tai nghe.

- Ai như tiếng cô Nết, à quên, đổi bí danh cô Loan rồi đấy nhỉ, - Giáp chậm rãi nói, nhưng Thái vờ như không để ý, - cô cậu phải lòng nhau, hả? - Giáp hỏi thẳng, - đâu như anh Đồng cũng mến cô nàng thì phải? Mà cậu thì đã có vợ ở quê rồi kia mà?

- Cô ta cũng là gái Thổ, cũng kháu gái như cô Bày, cô Thanh, anh ạ!

Nghe Thái nói giọng cù nhầy chặn họng, khiến Giáp lặng ngắt không dám ho he nửa lời, nghĩ bụng, đúng là, "Vật cùng tắc phản". Vừa hay các tiểu đội trưởng lục tục kéo đến họp, nên Giáp bỏ qua.

- Kể ra, có cái máy chụp ảnh thì tốt biết bao, - Thái chủ động lảng chuyện.

- Ừ nhỉ? Thế mà không nghĩ ra từ sớm, nước đến chân rồi, - Giáp cũng bỏ qua câu chuyện về ba cô gái Thổ, tiếp chuyện máy ảnh, - nhưng thế có khi lại hóa hay, chiềng cả đội lên ảnh, nom thì oai, nhưng lộ ra thì chết cả nút, có khi còn bị ông Ké phê bình cho là huyếnh quá cũng không biết chừng....

Sau những ngày dựng trại và tổ chức buổi lễ thành lập Đội Việt Nam Tuyên truyền Giải phóng quân, các đội viên mệt mỏi, lăn ra ngủ trong hai dãy lán. Giáp cũng mệt nhọc, nhưng cứ trằn trọc không sao chợp mắt được. Nghe đôi chim khảm khắc gọi nhau giữa hai đầu núi, lòng càng nhớ Thanh da diết. Tưởng như cây đàn tính và lời then đang đồng vọng đâu đây.

> *"Tiếng khảm khắc cứ vọng đêm trường*
> *Cớ sao kêu thảm thương khuya vắng"*[33].

Tiếng những giọt sương rơi trên mái lán, tiếng đội viên nói mớ, tiếng muỗi vo ve, tiếng súng va chạm lách cách đổi gác... tưởng như nghe rõ mồn một giữa đêm rừng tịch mịch. Hơi sương lạnh, khí núi lạnh, nhìn ánh sao và trăng khuya mà lòng càng thêm lạnh lẽo. Giáp vục dậy, khẽ cời bếp than giữa lán cho hơi ấm lan tỏa. Ánh lửa nháng lên soi lên dãy sạp nằm. Giáp kéo khăn lau mặt cho đội viên bị cảm, trước khi đi ngủ nôn thốc nôn tháo, may mà đã được mấy cô gái Thổ đánh cảm bằng tóc rối với gừng và vòng bạc.

Ông Ké giao cho việc lập Giải phóng quân, coi như đã hoàn thành. Nhưng cánh Phùng Thế Tài chưa tâm phục khẩu phục. Nhân cơ hội này, miệng bảo tay Thái dẫn đội đi đánh úp một đồn binh nào đó, cho hắn sáng mắt ra. Ông Ké bảo tuyên truyền là chính; nghĩa là, không phải tất cả chỉ có tuyên truyền, ta cất quân cũng có lí. Xưa nay, phàm đã cầm quân đều phải lâm trận thì thắng lợi mới vẻ vang. Vả lại, thắng trận đầu cũng có tiếng vang khích lệ bằng mấy tuyên truyền miệng. Từ đấy, ta khuếch trương chiến quả, dương đông khích tây, có khi làm cho bọn Tây hoang mang mà rút quân, tụi dõng lo sợ mà tháo chạy cũng không biết chừng. Xem ra, tinh thần kẻ địch cũng núng lắm rồi, tựa hồ cây gỗ mục, đụng làn gió nhẹ cũng đổ chổng kềnh.

Sáng hôm sau, khi đôi chim khảm khắc gặp nhau, ngừng kêu than thì cũng là lúc trời rạng sáng. Hừng đông, chim rừng bắt đầu cất tiếng hót trên tán lá cổ thụ, Giáp choàng tỉnh giấc.

Anh em đội viên cũng lục tục dậy theo. Cô Loan nhanh nhẹn bê cái chậu đồng đựng nước nóng cho Giáp rửa mặt. Giáp hài lòng, bảo:

[33] *Lượn cọi*, Nhà xuất bản Văn hóa dân tộc, Hà Nội, 1994; (Lục Văn Pảo sưu tầm).

- Chốc nữa, cô bảo cậu Thái lên gặp anh Văn nhé!

Loan chột dạ, chạy đi. Loáng một cái, Thái đã xuất hiện, vẻ mặt căng thẳng, đồ chừng Giáp lại nhắc chuyện luyến ái. Nhưng thực ra, Giáp đang đăm chiêu suy nghĩ điều gì đó, có vẻ lung lắm. Vừa phơi khăn mặt lên sợi dây lanh chăng ngoài hiên, Giáp nhác thấy Thái, bèn ngoái sang bảo:

- Ta bàn cái này, vào đây, - Giáp bước vào lán.

- Có gì, anh nói luôn xem nào? - Thái tỏ vẻ nóng ruột, sẵn sàng bổ lại chuyện chiều qua.

- À, không... - Giáp hiểu cơ sự, vội nói, - ta bàn luôn nhé, - Giáp quay lại, kéo Thái ra bìa rừng, ôn tồn nói, - Đội ta đã làm lễ thành lập, rất chi là hoành tráng, nào đội viên ba mươi tư người, nào súng pháo ngang với trung đội mạnh. Vậy, miềng tính, Đội ta đánh một trận, thỏa lòng binh sĩ mà lại có tiếng vang với Thượng cấp và đồng bào.

- Thế thì chơi luôn cái thằng Phai Khắt, - Thái trả lời, như cởi tấm lòng và thở phào nhẹ nhõm, - nhổ được cái đồn này, là mở cửa rừng Trần Hưng Đạo.

- Trinh sát thám thính ngay, ngày mai ta đánh luôn tút xịt, - Giáp ra quyết định đầy chất lính. - Này, hỏi thêm tay Nông Văn Lạc về cấu trúc đồn Phái Khắt. Đó chính là nhà cũ của gia đình hắn, bị địch chiếm đóng mà.

- Có khi phải huy động thêm vài chục cán bộ địa phương tham gia bao vây phong tỏa, cùng với quân ta chừng dăm chục cả thảy. Nhà con Lự ở cạnh đồn, ta bảo nó về, gọi bọn lính sang chơi, để phân tán binh lực địch, anh nhỉ? - Thái sực nhớ mớ kiến thức quân sự học ở Điền Đông (Quảng Tây, Trung Quốc), bèn hào hứng hiến kế.

- Thế thì làm ngay đi, - Giáp cũng phấn khởi giục.

*

Chiều Phai Khắt[34], bóng núi đổ dài trên cánh đồng. Dòng suối hiền hòa rộn lên tiếng chân các mế lội qua chợ. Đàn trâu đủng đỉnh về chuồng. Đồn Phai Khắt đóng trên gò đất cao, bên bờ suối. Chòi gác ken dày hai lớp bằng cọc hóp cắm đứng, giữa hai hàng cọc được nhồi đất, lèn chặt, nom vững chắc vô cùng. Chòi gác án ngữ đường qua chợ, chỉ có một tên dõng ôm súng gác lấy lệ. Đám lính dõng trong đồn tụ tập chờ cơm chiều. Tiếng điếu cày chuyền tay nhau rít lên để giết thời gian.

Bất chợt, nhà bên có tiếng khua cối gỗ rộn rã như mời gọi, rồi tiếng Ly lảnh lót cất lên:

- Sang chơi đoán gạo, các anh lính ơi!

Thế là dăm bảy cậu lính trẻ, nhảy tót sang. Ly thoăn thoắt xúc gạo từ cối ra dậu. Cái đấu chao nghiêng trong những ngón tay búp măng, khiến bọn lính cùng sục tay vào.

- Đố các anh, trong dậu có mấy đấu gạo, nào? - Ly nghiêng đầu làm duyên, cái vòng bạc xô lệch bên cổ, càng tôn thêm nước da trắng hồng, đầy vẻ khêu gợi.

- Năm đấu, - một chú lính nhân cơ hội nắm cổ tay tròn lẳn của Ly, tỏ ra thành thạo.

- Bốn đấu thôi, - cậu khác vừa ngắm bầu ngực tròn đầy của Ly, vừa rút bớt một đấu.

- Thôi nào, anh! - Ly nheo mắt cười duyên, làm ra vẻ nũng nịu, gỡ tay tên lính.

Trong lúc đám lính đang mải mê chơi trò Đoán gạo, thì Giáp cho đội viên ăn mặc giả toán lính trên huyện đi tuần qua, ghé vào đồn. Cả tên lính gác lẫn đám lính đang chờ cơm chiều chưa kịp phản ứng gì, thì các đội viên đã xộc vào, tước súng và trói gô tên lính gác. Lập tức, các đội viên khác chiếm giữ giá súng, leo lên gác, khống chế cả đồn, khiến đám lính không kịp trở tay. Đồn Phai Khắt bị chiếm trong chớp mắt.

---

(34) Xưa thuộc xã Tam Lộng, tổng Kim Mã; nay là xã Tam Kim, huyện Nguyên Bình, tỉnh Cao Bằng.

Một toán đội viên chạy sang nhà Ly, giương súng quát to:

- Đầu hàng ngay, chống thì chết!

Bọn lính rụng rời chân tay, ngoan ngoãn đầu hàng. Ly cười rạng rỡ, giúp các đội viên trói bọn lính lại. Lúc này, chúng mới biết đã bị sập bẫy mỹ nhân kế.

Tại Chỉ huy sở đặt trong hang Thẳm Khẩu, cách bản Phai Khắt chừng nửa cây số, chợt thấy bé Hồng làm liên lạc, chạy về báo tin thắng trận, Giáp vẫn lăm lăm khẩu súng Côn (Colt) trên tay, ngỡ ngàng hỏi:

- Sao không nghe tiếng súng nổ?

- Lính không kịp chống cự, đầu hàng ngay lố! - Mắt Hồng sáng lên, khi nhìn thấy cái ổ quay (rouleau), trên khẩu súng lục của Giáp và vội đáp.

- Truyền lệnh cho anh Thái, bảo phải giữ bí mật trận đánh, không khuyếch trương chiến quả. Gọi anh Thái về đây ngay nhé. - Giáp phấn khích trước thắng lợi đột ngột, nhưng vẫn tỉnh táo tính kế đánh tiếp trận nữa.

- Áy dà, - bé Hồng nhăn trán, cố nhớ mệnh lệnh dài dằng dặc, với từ "chiến quả" không biết là thứ gì, nhưng rồi vẫn vắt chân lên cổ chạy thẳng vào đồn.

Nhận lệnh của Giáp, Thái vội bảo các tiểu đội dồn hết tù binh vào trong đồn, nội bất xuất ngoại bất nhập và đóng giả lính canh gác, coi như không có chuyện gì xảy ra.

Tên Đồn trưởng Xi-mô-nô đang đi họp trên huyện Nguyên Bình, bất ngờ cưỡi ngựa trở về, liền bị quân Giáp bắn chết ngay tại cổng. Thế rồi, khi quân Giáp rút đi, bố con Mỹ nhân Nông Thị Ly phải thu dọn chiến trường một cách bất đắc dĩ; nghĩa là, vần tên quan Tây xuống hố mà lấp đất lên, rồi mổ thịt con ngựa chiến lợi phẩm.

Giáp bàn với Thái:

- Có khi, ta đánh luôn bọn Nà Ngần[35].

- Phải, tôi cũng nghĩ thế, dụng kế "thuận tay dắt bò", - Thái hào hứng thuận theo. - Thế là, hai cánh cửa chốt hãm khu rừng Trần Hưng Đạo sẽ được mở toang. Quân ta hùng cứ một phương.

- Ta lại đóng giả địch đánh địch. Bởi thế, tôi mới lệnh cho các cậu giữ bí mật. Mai, làm dấn luôn, hè? - Giáp tính.

- Nhanh cũng phải ba tiếng cuốc bộ vượt dốc trèo đèo, mới đến được đồn Nà Ngần. Nội nhật ngày mai, quân ta sẽ thu được cái đồn thứ hai của địch quân, - Thái say sưa với giấc mơ chiến thắng..

- Nà Ngần nghĩa là gì? - Giáp ngảnh sang hỏi bé Hồng.

- Người già bảo là ruộng bạc, - bé Hồng tự tin trả lời.

- Phai Khắt là sao? - Thái cũng chen vào hỏi.

- Là cái đó bắt cá suối nhưng bị rách rồi lố, - bé Hồng gãi đầu gãi tai, vẻ ngượng ngùng, vì chưa thạo tiếng Kinh, nên diễn tả dài dòng.

- "Đó rách" mà ta bắt trận đầu được mẻ cá to. "Ruộng bạc" chắc đậm hơn, - Thái chơi chữ, kiểu khôi hài.

Giáp cười bảo:

- Ngày mai, chúng miềng dẫn quân đi, lấy tiếp đồn nữa. Thắng trận sẽ báo cáo Thượng cấp và khao quân.

*

Đồn Nà Ngần nằm trong thung lũng, giữa bốn bề núi cao, án ngữ tuyến đường độc đạo, quân Giáp lại đóng giả lính dõng và lính tập, bất ngờ xông vào đồn mặc sức chém giết. Chiến sĩ

Tô Văn Cắm (Tô Tiến Lực)[36] vật nhau với lính địch, đồng đội thấy vậy, bèn giương súng bắn "đòm" một phát trợ chiến, nhưng

---

(35) Xưa thuộc xã Cẩm Lý, nay là xã Hoa Thám, huyện Nguyên Bình, tỉnh Cao Bằng.
(36) Tô Văn Cắm là một trong 34 chiến sĩ tham dự lễ thành lập Đội Việt Nam Tuyên truyền Giải phóng quân. Ông là người cuối cùng của tổ chức tiền thân QĐND VN, từ trần năm 2017, tại tỉnh Lâm Đồng.

không may lại trúng ngay vào ngón tay Cắm. Tên lính địch giật mình hoảng sợ, buông ra, liền bị chém chết ngay tức khắc. Sau một hồi kịch chiến, xác lính khố đỏ nằm ngổn ngang khắp đồn. Quân Giáp cắt được mấy chục cái đầu, rồi hè nhau thu chiến lợi phẩm, kiểm lại có tới ba ngàn đồng bạc Đông Dương.

Nghe báo cáo chiến lợi phẩm, Giáp cười bảo:

- Đúng là Nà Ngần-ruộng bạc.

Thái để theo:

- Nếu có đồn Nà Kim thì ta đánh luôn, kiếm ít vàng. Các cụ bảo, phúc bất trùng lai, nghĩa là, điều tốt lành không mấy khi lặp lại, thế mà liền hai ngày, quân ta thắng luôn đôi trận.

Cả bọn cười rỡ cả lên. Lúc này, người nọ nhìn người kia, mới thấy mặt mũi, chân tay ai nấy nhuốm đầy máu me, bèn giục nhau xuống suối tắm rửa. Máu nhuộm đỏ cả dòng suối, nhưng vò mãi mà quần áo vẫn còn vết hoen ố. Giáp bảo:

- Các cậu đái một bãi vào đống quần áo, giặt sẽ sạch ngay tức thì.

Các chiến sĩ bưng háng làm theo, thấy hiệu nghiệm thật, ai nấy đều tấm tắc khen:

- Anh Văn tài thật lố!

Giáp phấn khích nói:

- Đồng chí Cắm băng bó cẩn thận, kẻo nhiễm trùng, - Giáp giơ cánh tay bị thương kia lên và nói to, - đây là người thương binh đầu tiên của quân ta. Mong sao, từ nay đến lúc nước nhà độc lập, cũng chỉ có một thương binh nhẹ thế này thôi.

Đám chiến sĩ reo ầm cả bờ suối, đầy vẻ kích động.

Cắm ôm chầm lấy Giáp, nghẹ ngào thốt lên:

- Bố!

- Tôi hơn đồng chí mươi tuổi, chỉ đáng làm anh là cùng! - Giáp vỗ vai Cắm, ôn tồn khuyên nhủ.

Cắm gạt nước mắt nói với cả trung đội:

- Khi bị thằng mật thám truy lùng, suýt mất mạng trong rừng, tôi đã toan đi báo thù, giết cả nhà nó cho hả giận. Bố Giáp liền cản lại, phạt cho một trận, rồi bảo: "Nó gây ra tội ác thì một mình nó chịu, hà cớ gì giết cả bố, mẹ, vợ, con nó. Người cách mạng không được làm điều ác". Tôi mồ côi từ lúc sáu tuổi, nên bây giờ mới được bài học làm người...

Tin chiến thắng truyền về căn cứ, Ké Thu bảo Phùng Thế Tài:

- Chú Văn cũng biết cầm quân đấy chứ, - Ké nói thế, cũng có nghĩa là tự khẳng định mình có con mắt tinh đời, chọn được tướng cầm quân của mình.

- Thì ra cụ biết cả gan ruột của kẻ hèn mọn này, một lần nữa, xin tâm phục khẩu phục. Tài quỳ thụp xuống, ông Ké vội đỡ dậy và ân cần như cha dạy con:

- Chú nên có lời chúc mừng chú Văn.

Tài vâng vâng dạ dạ, nhưng trong bụng vẫn chưa phục Giáp cho lắm, cho là ăn may mà thôi, chứ đối trận, dàn quân, chắc gì đã thắng? Cứ chờ xem, ba keo mèo mở mắt...

*

Sau khi thành lập hai đại đội, thuộc khu Thiện Thuật[37], Thái bàn với Giáp luyện quân mộ lính, chờ thời cơ. Nhưng lúc đó, Giáp lại đang muốn phát huy chiến quả, bất ngờ lấy thêm đồn nữa, nên mới nhắm đồn Đồng Mu, ở huyện Bảo Lạc, cùng tỉnh Cao Bằng. Nơi này, liền kề huyện Na Pô, tỉnh Quảng Tây, nên đường hành quân phải vòng sang Tàu, rồi mới quay trở lại, tiếp cận đồn địch. Sở chỉ huy đặt cách đồn ba cây số. Trước khi bước vào trận đánh thứ ba, Giáp dặn:

- Trời tối, bí mật bò vào bắt sống địch nhân, tước võ khí. Bất đắc dĩ mới phải nổ súng. Chúng chỉ có bốn chục lính Khố đỏ và ba thằng quan Tây thôi. Quân ta lớn mạnh, có hàng trăm đội viên rồi. Ba đánh một chẳng chột cũng què.

---

(37) Ngày nay thuộc huyện Nguyên Bình, tỉnh Cao Bằng.

Nhưng hại thay, mấy hôm nay đồn Đồng Mu đã tăng cường phòng thủ, bởi có tin, bọn cướp từ bên kia biên giới sẽ sang tập kích, trả thù vụ bắt giữ thuốc phiện. Giải phóng quân kéo đến bất ngờ, cơ sở trong đồn không kịp báo tin ra. Do đó, cả đội sa vào cái bẫy đã giương sẵn.

Khi quân Giáp vừa đến chân hàng rào, đã bị lính đồn phát hiện, bắn ra như mưa. Các mũi tấn công sợ bắn nhầm vào nhau, nên được lệnh ai nấy đều phải hát to, vừa lấy lại dũng khí, vừa tránh chuyện quân ta bắn nhầm quân mình như ở Nà Ngần. Bọn lính trong đồn đang bắn vu vơ, nay cứ nhằm vào những chỗ phát ra tiếng hát mà nã đạn, khiến quân Giáp không ngóc đầu lên được.

Chiến sĩ Nông Văn Nhủng, đội viên người Thổ rất năng nổ, nằm phục cạnh hàng rào, cất tiếng hát:

"Yêu nhau cho thành ra danh tiếng
Khi chết còn chơi chốn bữa ăn[38]
Để mai lên trời xanh khỏi tiếc"[39]

Bỗng có tiếng súng từ phía trong đồn vọng ra, nổ "pọp" một phát. Nhủng kêu "ối" một tiếng, rồi tiếng hát tắt lịm. Đồng đội bò đến, phát hiện Nhủng đã tắt thở. Các chiến sỹ truyền tin dữ cho nhau, khiến ai cũng hoảng sợ. Tiểu đội trưởng hô vang, đánh động cả rừng đêm:

- Các đồng chí, xông lên trả thù cho đồng chí Nhủng!

Quân Giáp nổ súng đùng đoàng, đồng loạt hô "xung phong". Đạn địch lại bắn ra chiu chíu. Từ trong đồn có tiếng quát to:

- Một thằng chết rồi. Cứ nhằm chỗ có tiếng hát mà nhả đạn!

Quân Giáp nghe vậy, biết là dại dột, tự dưng lại xưng xưng hò hát, khác gì lạy ông tôi ở bụi này. Từ đấy không ai dám ho he chi nữa. Tất cả nằm im, chờ lệnh.

Từ chỉ huy sở, nhìn đồng hồ dạ quang, kim đã chỉ gần hai giờ

---

(38) Lễ cúng trước bữa ăn trong đám tang của người Tày.

(39) Lượn cọi, (sđd).

sáng, Giáp nghe tình hình chiến sự bất lợi, bèn ra lệnh lặng lẽ rút quân. Các chiến sĩ tìm một gò đất, mai táng cho Nhủng- người liệt sĩ đầu tiên của Giải phóng quân Việt Nam, rồi thu quân về căn cứ.

Phùng Thế Tài nghe tin Giáp thất trận, ngửa cổ cười to, rồi lại tung đá lên trời và rút súng lục bắn "đòm, đòm, đòm...".

*

Năm bốn mốt (1941), nếu Phùng Chí Kiên thoát khỏi trùng vây, thì hẳn ông Ké đã giao phụ trách đội quân này. Nhưng Kiên vận dụng lối đánh của Hồng quân Trung Hoa, nên thí quân thiệt tướng. Miềng cứ tà tà đi tuyên truyền gây dựng cơ sở cách mạng, lập các đội du kích, tự vệ trong dân chúng, tính kế sâu rễ bền gốc. Có lẽ, chính vì thế mà ông Ké quyết định chọn miềng cầm quân chăng?

Buổi đầu ra quân, đánh ba trận thắng hai, chiếm hai đồn, giết mấy chục tên địch, có cả sĩ quan Pháp, thu hàng trăm súng và hàng ngàn đồng bạc trắng, quả là những chiến công lớn hơn cả mong đợi. Nhưng quân miềng cũng bị thương một, hy sinh một. Họ là những thương binh, liệt sĩ đầu tiên của quân đội cách mạng.

May mà thua ở trận thứ ba, chứ trận đầu thì mất nhuệ khí. Nếu thua trận thứ hai thì ắt không xảy ra trận thứ ba. Có lẽ, do hai trận đầu thắng dễ dàng quá, cứ y như trở bàn tay, nên cả miềng và chiến sĩ đều chủ quan khinh địch. Vả lại, chiến sĩ cũng chỉ mới tập bắn súng, chứ chưa trận nào luyện đánh cường tập, công đồn ban đêm.

Hai trận đầu, chỉ đánh ở cấp trung đội, nhưng nhờ có yếu tố bí mật, bất ngờ góp phần quan trọng làm nên chiến thắng. Còn trận thứ ba, tuy quân số cấp đại đội, nhưng chẳng may lại sa vào bẫy. Cũng là chỉ mất một, chứ nướng cả vài chục quân là hết vốn, phải làm lại từ đầu. Nếu thế, ắt ông Ké chẳng cho miềng phụ trách quân sự nữa, mà có khi lại là Phùng Thế Tài cũng nên? Phen này, chắc hắn mừng lắm, múa tay trong bị. Thôi, thua keo này miềng bày keo khác.

Sử sách còn ghi, bốn ngàn lính Pháp mà đánh thắng bốn

vạn quân nhà Nguyễn, tại đại đồn Kỳ Hòa (Chí Hòa)[40]. Một ngàn bốn trăm lính Pháp, với mười bảy khẩu pháo mà đã khiến cho hai vạn binh lính và hơn một ngàn khẩu pháo của quân nhà Nguyễn, bảo vệ đồn Mang Cá[41] phải thất thủ... Liệu có phải khi thắng trận, thì tướng sĩ thường khuếch trương và tranh công, nhưng lúc thất bại lại hay biện bác đổ lỗi? Ai nói câu đó nhỉ, hay chính lòng miềng đang tự vấn lương tâm? Giáp cười chua chát. Vạn sự khởi đầu nan... Ngày xưa, quan quân nhà Nguyễn đã thua trận, mất nước vào tay Pháp. Bây chừ, quân miềng phải đánh thắng Pháp mà giành lại độc lập.

Trong cuộc chiến chinh giành độc lập, du kích phải dựa vào bụi rậm, rừng cây che chở. Quân du kích quán triệt phương châm của ông Ké: "Lai vô ảnh, khứ vô hình", nghĩa là, lúc đến không lộ hình, khi đi không để lại bóng. Thắng không kiêu, bại không nản, miễn sao giành được chiến thắng cuối cùng. Trong trận Oa-téc-lô, hơn bảy vạn binh sĩ phơi xác trên chiến trường kia mà. Sớm muộn, miềng phải có dăm bảy sư đoàn thì mới có thể giành được thắng lợi quyết định trên chiến trường. Trường quân sự bụi rậm sẽ giúp miềng trưởng thành.

Giáp thở dài, lặng lẽ dạo bước dưới tán rừng cổ thụ, tiếng lá khua xào xạc theo nhịp bước. Hoàng hôn miền thượng du, khiến nỗi nhớ nhà càng thêm da diết. Không biết em Thái và con gái Hồng Anh thế nào? Bốn năm xa cách, có lúc, miềng đã không phải với em Thái. Thời gian vị hôn[42], chỉ có mấy năm trời, mà em Thái viết cho miềng hàng trăm lá thư. Hai cái tên Thái-Giáp, mà Thái hưởng viết tắt là "G" và "Th", như quyện chặt vào nhau, tưởng như không có sức mạnh nào chia cắt nổi. Tại sao, bỗng dưng miềng lại nhớ vợ thương con đến độ bồn chồn thế này nhỉ?

Đêm, tiếng chim khảm khắc ngừng kêu. Tiếng chim khảm khắc được đồng bào rẻo cao ví như chuyện người yêu xa cách than thở, nhớ nhung suốt đêm trường. Giáp ngỡ trời sáng, vội

(40) Trận chiến xảy ra tại Sài Gòn, năm 1861.

(41) Trận chiến xảy ra tại Huế, năm 1885.

(42) Thời gian trước khi làm lễ thành hôn.

vục dậy, nhưng liếc nhìn đồng hồ đeo tay, thấy mới có nửa đêm. Lạ nhỉ? Giáp lại đi nằm tiếp. Trời lạnh mà nóng ruột. Sương rơi, lá rụng, tiếng nai tác rừng xa vọng về, càng khiến nỗi buồn nẫu ruột, Giáp chìm vào mộng mị. Nhớ hôm hai vợ chồng thuê xích-lô xuống chợ Mơ. Lão thầy bói phán đúng thật: "Sẽ có con. Vợ chồng phải xa nhau. Chồng lo nghiệp lớn". Giáp nhớ như in lá thư trong "Thiên tình sử", theo cách gọi của Thái khi ấy: "*Th nhớ G lắm. Đêm ấy, bên mấy tập thơ, chúng ta tâm sự từ bảy giờ tối đến mười hai giờ khuya. G có nhớ không? Nhớ lại xem nào! Đêm ấy đáng ghi vào thiên tình sử của chúng ta*". Một cô gái vận bộ đồ trắng, tóc búi sau gáy, khuôn mặt trái soan, chập chờn như bay lượn. "Quang Thái"- Giáp thốt lên. Thái lặng lẽ nhìn Giáp, nửa như giận hờn, nửa như thương xót, khẽ đáp: "Anh Giáp, chớ bỏ rơi con gái Hồng Anh". Giáp vội kêu lên: "Lúc nào anh Giáp cũng ở bên em Thái và con gái Hồng Anh của chúng ta". Thái nghiêm sắc mặt, nhưng lời lẽ ôn tồn: "Bảo trọng". Bóng áo trắng của các cô hộ lý dìu Thái đi xã dần, rồi khuất nẻo. Giáp hoảng hốt, gọi với theo: "Em Thái!"...

Nghe tiếng kêu mớ ú ớ của Giáp, người đội viên canh gác vội chạy vào lay gọi: "Anh Văn! Anh Văn!". Giáp tỉnh cơn mơ, mồ hôi vã ra đầm đìa, nhưng đầu óc tỉnh táo lạ thường. Tại sao em Thái báo mộng cho miềng như thể vĩnh biệt? Lại có những cô hộ lý đi cùng? Em Thái ốm nặng, phải đi nhà thương ư? Lòng dạ rối bời, Giáp bước ra hiên, hỏi lính gác:

- Tại sao, khảm khắc kêu nửa đêm đã dừng nhỉ?

- Người già bảo, phải là thần linh về đấy lố, - bất giác, cậu ta xiết chặt tay súng, dáo dác ngó quanh.

Nghe vậy, khiến Giáp liên tưởng đến hình bóng Quang Thái trong giấc mộng, mồ hôi lại toát ra đầm đìa. Thái dặn, phải chăm sóc Hồng Anh. Nhưng bây giờ, con một nơi, bố một nẻo thì biết làm sao? Khi nào có thể, miềng sẽ cho đón Hồng Anh lên chiến khu.

Phần thứ hai: Công nghiệp

Chương ba: Cướp chính quyền

13. Bắn súng ngọn si

Ông Ké phục hồi sức khỏe rất nhanh, thuốc Mỹ cứ như thần dược. Mấy lần, Giáp xem bác sĩ Pôn Hau-lăn (Paul Hoaglund), từ lán Đồng Minh sang lán Nà Lừa chữa trị cho ông Ké, nên cảm thấy yên tâm, nhưng vẫn bảo y tá Việt Cường, đang công tác ở làng Kim Long lên giúp sức.

- Chú tiêm thuốc gì mà "độc" thế, - ông Ké vừa kéo tay áo xuống, vừa hỏi một câu lập lờ, vẻ cảnh giác.

- Cháu tiêm thuốc long não trợ lực thôi ạ, - Cường sợ hãi vội thưa, - cái này, anh Văn đã xem xét kiểm tra kỹ rồi, cụ ạ.

- Thế hả? - ông Ké có vẻ an tâm, nói chữa, - ý tôi muốn nói là, thuốc của chú cũng hiệu nghiệm lắm, tôi khỏe hẳn ra.

Mấy hôm trước, sức khỏe của ông Ké suy sụp đột ngột, không đi lại được nữa, phải nằm liệt. Đội bảo vệ khoét một cái lỗ trên tấm giát nứa lót sàn, rồi đổ tro bếp xuống hòn đá dưới gầm, để ông Ké đại tiện; mỗi lần, chỉ són ra được một nhúm chất nhầy, nặng mùi. Giáp quán triệt bọn bảo vệ phải tận tụy và chịu đựng, đừng khinh xuất điều gì. Nhưng tay bác sĩ người Mỹ, mỗi khi thăm khám cho ông Ké Việt Minh thì bịt khẩu trang kín mặt, đeo găng tay và đi ủng y như thể trong nhà thương. Bởi hắn biết bệnh lị, đi ngoài ra máu và chất nhầy như nước mũi, do viêm khuẩn A-mít (Amid) gây ra. Giáp nhắn cô Thanh cấp dưỡng, từ dưới làng Kim Long lên làm vệ sinh. Cô hiểu ý, thu dọn đống quần áo ở góc lán mang xuống suối Thia, vừa giặt giũ, vừa nôn ọe. Giáp hối thúc mọi người đi tìm cây lựu lật để chữa bệnh cho ông Ké. Giáp nhớ, sau khi anh Toản mất vì bệnh lị, bố đã trồng khắp nơi, cái thứ cây thuốc mà mặt lá trên xanh, dưới nâu, nhưng ngặt nỗi, xứ này bói không ra rà không thấy.

Đêm hôm, Giáp và Lê Giản (Tô Gĩ) thay nhau nằm ngủ trong lán Nà Lừa, canh chừng. Giáp thấy, cái lán này cũng chẳng to hơn căn chòi gốc mít ở làng Thá bao nhiêu. Nhớ chuyện thầy mẹ kể lại bệnh tình của anh Toại khi xưa, nay thấy không khác của ông Ké là mấy.

- Tình hình chuyển biến mau lẹ, - ông Ké nói trong hơi thở đứt quãng.

- Bác đỡ rồi ạ? - Giáp mừng rỡ, hỏi lại.

- Không phải thế, ý tôi muốn nói, tình hình Chiến tranh thế giới lần thứ Hai đã đến hồi kết, - ông Ké gắng gượng diễn đạt cho rõ ý tứ.

- Bác đoán vận nước? - Giáp tò mò hỏi.

- Không phải, chuyện này, tôi nghe máy thu thanh và tin tức của Tô-mát (Thomas). Mai ngày, dù có phải đốt cháy cả dãy Trường Sơn, thì cũng phải giành cho được tự do, độc lập!

Giáp vục dậy, khêu đĩa đèn, nhìn ông Ké như vị thánh sống. Hồi lâu, Giáp khẽ nói:

- Bác sẽ bình phục nhanh thôi. Em đã nhắn đón một ông lang có mối quen biết và tin cậy bên ngoại Chu Văn Tấn, sẽ mang tới phương thuốc bí truyền.

Giáp tựa lưng vào vách lán, ngủ gà ngủ gật và dòng hồi ức

đứt nối hiện về. Thời gian miềng cùng Đồng sang Trung Quốc, thì cũng là lúc Thiếu tá Hồ Quang[43] phụ trách điện đài của Bát lộ quân[44], từ Quế Lâm đến Côn Minh, với bí danh Vương và gặp nhau tại Thúy Hồ.... Hồ Chí Minh quả là một chiến sĩ Cộng sản quốc tế có tầm vóc lịch sử. Ông Ké đã chỉ đạo Giáp nam tiến và chính nhờ đó đã tìm ra địa điểm Kim Long này. Lần đầu tiên, làng Kim Long đón tiếp đoàn khách đông đàn dài lũ, gồm hàng trăm người, nào lính, nào phu, nào hiệu thính viên làm trò lạ mà dân bản chưa thấy bao giờ. Họ mắc dây thép lên ngọn cây và đánh moóc (morse) "tạch, tè...".

Chợt nghe tiếng chim rừng hót ríu ran, giật mình tỉnh giấc, nhìn ra ngoài cửa, thấy lính bảo vệ khoác súng đứng bên cầu thang, áo quần ướt đẫm sương đêm. Bên lán Đồng Minh, lán điện đài, lán bảo vệ... mọi người cũng đang lục tục trở dậy. Tiếng ho hắng, tiếng huýt sáo, rồi tiếng Thổ, tiếng Kinh, lẫn tiếng Anh hòa quyện vào nhau, chẳng khác bầy chim rừng. Giáp lững thững xuống suối rửa mặt, chợt thấy bác sĩ Pôn đang đánh răng, bèn vẫy tay phiên dịch tiếng Anh lại, trao đổi về bệnh tình của ông Ké, khiến cả hai cùng thấy an tâm. Pôn phục bệnh nhân Lucius[45] có nghị lực phi thường.

Giáp toan về nhà ông Trung Nguyên ngả lưng, nhưng vừa đến miếu gốc đa, thì thấy Chu Văn Tấn và ông lang dắt ngựa đang lù lù đứng đó rồi.

- Thế nào? - vừa thấy bóng Giáp, Tấn đã hỏi độp luôn, vẻ sốt ruột.

- Đỡ rồi, - Giáp hồ hởi đáp lại và chào xã giao ông lang, - ông vất vả quá, đi cả đêm ư?

Buộc hai con ngựa vào gốc đa cho trạm canh gác chăn dắt, rồi

---

(43) Một trong những bí danh của Hồ Chí Minh.

(44) Bát lộ quân (Quốc dân Cách mạng Quân Đệ thập bát Tập đoàn quân), danh nghĩa thuộc Chính phủ Trung Hoa Dân Quốc, nhưng thực tế do Đảng Cộng sản Trung Quốc lãnh đạo, hoạt động trong thời kỳ 1936-1947. Đó là một trong những lực lượng tiền thân của Quân Giải phóng nhân dân Trung Quốc.

(45) Một cái tên do nhóm OSS đặt cho Hồ chí Minh, tại Tân Trào, năm 1945.

cả ba tất tả đi bộ lên lán Nà Lừa. Ông lang nói câu gì đó bằng tiếng dân tộc thiểu số, Tấn dịch ra tiếng Kinh cho Giáp nghe. Giáp bảo, bố của mình cũng làm lang thuốc, đêm hôm thường phải đi chữa bệnh cứu người. Ông lang nhận thấy sự đồng cảm, vui vẻ hoạt bát hẳn lên. Ông lại hỏi về bệnh tình ông Ké, nguyên do làm sao, để cắt thuốc cho đúng bệnh mới mau khỏi. Giáp nói thực, nhưng yêu cầu giữ kín, không được nói ra với bất kỳ người nào khác.

- Ai hỏi, thì bảo là bị sốt rét rừng, tức là bệnh "ngã nước" thôi nhá! - Giáp dặn đi dặn lại mấy lần, không chỉ với ông lang.

- Ông bệnh, làm quan to à? Bệnh "ngã nước" sốt rét thì sang trọng hơn bệnh kiết lị à? - thấy chuyện khác thường, ông lang sợ hãi hỏi.

Nghe vậy, cả Tấn lẫn Giáp cùng cười. Giáp thận trọng cân nhắc từng lời, nhưng vẫn phải nói tình thực:

- Đang ăn uống kham khổ, thì quân Đồng Minh lại cho biếu nhiều bơ, sữa. Bọn dân bản quý trọng ông Ké, nên khi bắt được con ba ba đã cắt tiết pha rượu, rồi xào nấu cho ăn, uống. Thế là, ông Ké đang khỏe như vâm, vẫn leo núi phăm phăm, bỗng dưng bị đau bụng đi ngoài như thế...

- A lúi, bọn làm thịt ba ba bị vỡ bọng phân rồi, - ông lang thốt lên, - phân ba ba độc lắm đấy lố!

Nói đoạn, ông rẽ lên núi, đào mấy củ Hà thủ ô trắng, mang xuống suối Thia, vừa cạo rửa, vừa giảng giải:

- Củ thuốc này còn gọi là Mã liên an, phải cạo vỏ bằng lẹm nứa, kiêng dao sắt, rồi nướng cháy, hòa vào cháo, ăn là khỏi ngay thôi mà.

Giáp đến bên máy điện thoại từ thạch, đặt ở góc lán, quay tay nối máy về nhà ông Trung Nguyên:

- A-lố, cô Thanh à, anh Văn đây. Cháo chín thì mang lên lán để làm thuốc ngay nhé. Ông lang đến rồi. - Mỗi khi gọi tên cô Thanh-Tân Trào, lòng Giáp lại bồi hồi nhớ em Thanh-Ngân Sơn, liệu có ngày gặp lại nhau không?

- Vâng, vâng, - Thanh hồi hộp cầm ống nghe trả lời, - em nhìn thấy cả ba người đứng dưới gốc đa, từ lúc tinh mơ. Cháo em nấu xong rồi, mang lên ngay đây.

- Khiếp, cô nói cứ như bắn súng liên thanh.

Cả hai cười phớ lớ, rồi cùng gác máy.

*

Từ Pác Bó về Kim Long, ông Ké đi cùng bốn mươi tư binh lính tùy tùng và hai mươi lăm dân phu thồ súng ống, đạn dược, máy móc truyền tin và đồ đạc, tới trọ nhờ nhà dân. Đây là làng người Thổ, nằm trong thung lũng hẹp, dưới chân núi Hồng. Trước làng, có dòng suối Thia chảy qua. Kim Long, nghĩa là rồng vàng, cũng hay đấy chứ? Lần đầu, đặt chân tới chốn thâm sơn cùng cốc này, khiến Giáp ngạc nhiên vô cùng. Làng Thổ, dân ở nhà sàn, mà cũng có cây đa, đình, miếu như dân cư đồng bằng châu thổ sông Hồng. Nhưng chỉ có điều khác, là đình cũng làm kiểu nhà sàn, cột thấp, mái lợp lá cọ. Khóm đa có hai cây giao tán vào nhau, gọi là Cây đa Bà và Cây đa Ông.

Từ nhà ông Trung Nguyên, cạnh gốc Cây đa Bà rễ bủa như lưng voi, kề nơi Giáp trọ, ông Ké cho nối một đường dây điện thoại lên lán Nà Lừa. Đây là đường dây điện thoại độc nhất vô nhị, nối giữa Tư lệnh các lực lượng vũ trang cách mạng, kiêm Ủy viên Ủy ban Quân sự Bắc Kì, Chỉ huy các chiến khu Bắc Đông Dương Võ Nguyên Giáp, với Tổng hành dinh Hồ Chí Minh. Đường dây hữu tuyến này, chừng hai cây số, chỉ liên lạc nội bộ. Liên lạc với bên ngoài, dùng máy vô tuyến điện do hai người Mỹ gốc Hoa là Frank Tann và Mac Shin. Họ đã theo ông Ké từ Tàu về và tới đây cùng nhóm "Con Nai" của OSS[46], do Thiếu tá Tô-mát. Mọi tin tức được trao đổi với quân đội Đồng Minh, đóng tại Côn Minh. Chàng lính trẻ Nguyễn Kim Hùng đã được Mac Shin hướng dẫn kỹ thuật điện báo viên. Từ đó, Việt Minh có thể duy trì liên lạc với Đồng Minh.

Ngày xưa, liên lạc chạy bộ, hỏa tốc thì cầm thêm bó đuốc,

____

(46) Office of Strategic Service (Sở Tình báo chiến lược) thành lập năm 1941, tiền thân của Cục Tình báo Trung ương Mỹ (CIA, ra đời 1947).

rồi đến cưỡi ngựa, thả chim, bắn tên, đốt lửa trên núi làm hiệu... Bây giờ, cái văn minh thông tin liên lạc nối với thế giới bên ngoài, xa xôi vạn dặm, dùng máy móc truyền tin chỉ trong chốc lát. Tiếng mõ trâu khua lốc cốc vang vọng thung sâu, như ngàn đời vẫn thấy ở chốn rừng xanh núi đỏ, nhưng rồi những đường dây, máy móc và đoàn người phi thường, từ tận bên kia bán cầu tụ hội về đây, đảo lộn trật tự thế giới. Miềng may mắn là một chứng nhân, hơn thế nữa, miềng còn là một cái đinh ốc trong guồng máy đó. Nhưng điều quan trọng nhất là ông Ké khỏi bệnh rồi, thật là trời giúp.

Tại sao ông Ké không muốn nhận Montfort, một nhân viên người Pháp trong nhóm OSS, mà yêu cầu lập tức trở lại nơi xuất phát? Thể hiện quyết tâm dựa vào Đồng Minh để chống Pháp ư? Nếu có vấn đề liên quan đến Pháp cần giải quyết nhanh, thì tự dưng thiếu một cầu nối trung gian. Trong lòng nhiều người cũng vân vi về chuyện này, nhưng không dám bộc lộ ý kiến.

*

Đại đội Quang Trung, thường gọi là Đại đội Việt-Mỹ có chừng hai trăm quân, nhưng được trang bị mạnh; gồm: một đại liên, hai cối 60 li, tám trung liên Brenn, hai mươi tiểu liên Thompson, sáu mươi Carbin, tám súng trường tự động và hai mươi súng ngắn.

Dưới gốc đa cổ thụ, Giáp đứng trước hàng quân hỗn hợp của Đại đội Việt-Mỹ, dõng dạc đọc bản Quân lệnh số Một, rồi rút súng lục đeo bên hông, bắn liền ba phát vào ngọn cây si phía tây; đoạn, quay sang hướng đông, vung tay hô to:

- Xuất phát quân!

Tức thì, cả đoàn quân y lệnh, rùng rùng tiến đánh Thái Nguyên.

Dưới gốc si, bọn trẻ con làng Kim Long đổ ra, tranh nhau tìm đầu đạn. Đám đại biểu Quốc dân đại hội từ đình làng ra tiễn quân khởi nghĩa. Họ đứng xúm xít quanh Trần Huy Liệu, trầm trồ khen:

- Anh chấp bút bản Quân lệnh, thật tuyệt vời!

- Anh Văn không sửa chữ nào. Nhưng căn bản là giọng đọc

rất chi là hùng hồn và truyền cảm của anh Văn, - Liệu đáp, vẻ khiêm nhường.

Giáp ghì cương ngựa, bồi hồi nhìn theo đoàn quân đang nhấp nhô đi trong rừng chiều, mùi thuốc súng vẫn còn vương đâu đây, tạo nên cảm giác phấn khích lạ thường, chỉ muốn vung roi xung trận. Hoàng Văn Thái đang đứng trước miếu thờ giữa hai cây đa, chợt nhớ ra điều gì đó, vội chạy lại phía Giáp, gọi thất thanh:

- Anh Văn, anh Văn!

- Gì thế? - Giáp giật mình, nhảy xuống ngựa.

- Anh có nhớ năm ngoái, cái hôm thành lập Giải phóng quân? - thấy Giáp nhíu mày, vẻ khó hiểu, Thái bèn khum hai bàn tay làm thay ống kính và nói, - anh định chụp ảnh mà không có máy.

- À, ừ nhỉ, - Giáp chợt nhớ lại.

- Bây giờ, anh cho chụp lại một cái làm kỷ niệm. Tay kỹ sư canh nông có cái máy ảnh, - Thái hấp tấp nói.

- À, Hoàng Văn Dự, đảng viên Xã hội, - Giáp quay sang Song Hào (Nguyễn Văn Khương), - cậu gọi Đàm Quang Trung cho ba quân quay lại gốc đa, chụp kiểu ảnh cái đã. Thái, chạy ù đi gọi "phó nháy".

Đoàn quân lại chộn rộn đứng dưới hai gốc đa. Mấy tay lính Mỹ không biết mô tê gì cũng đứng ké vào, hếch mặt lên và nở nụ cười tươi, chờ bấm máy, nhưng liền bị Hào kéo ra ngoài.

Giáp chỉnh lại mũ phớt, cầm tờ giấy lên giả vờ như đang đọc mệnh lệnh gì đó. Các chiến sĩ cũng vung tay lên như đang thề bồi. Hoàng Văn Thái đội mũ cát (casque), lưng thắt xanh-tuya-rông, tay cầm lá cờ đỏ sao vàng, nom rất uy nghiêm.

- Đừng nhìn máy, - Dự vừa xoay ống kính, vừa nhắc nhóm cát-ca-đơ (diễn viên đóng thế) bất đắc dĩ, - nào, nghiêm trang nhé! Hai, ba chụp này.

- Đứng im, kiểu nữa cho chắc, - Hào hô to, khiến cả Giáp lẫn chiến sĩ tuân theo răm rắp; đoạn, chạy đến, giật phắt cái máy ảnh trong tay Dự, - đưa đây, mau!

- Ơ, máy của tôi đấy chứ? - Dự bị bất ngờ, giằng lại.

- Bí mật quân sự! Cãi gì? Có muốn mất đầu không thì bảo?

Dự nghe vậy, sợ hãi vội buông dây đeo máy ảnh ra, như phải bỏng, mặt cắt không còn hột máu. Ở giữa An toàn khu (ATK), Dự hiểu câu nói đó, có uy lực như một nhát dao bầu.

*

Đêm đầu, đoàn quân Việt-Mỹ tới thị trấn Đăng Châu (huyện Sơn Dương, tỉnh Tuyên Quang), đóng lại. Đêm thứ ba mới đến chùa Thịnh Đán (huyện Đồng Hỷ, tỉnh Thái Nguyên), cũng đóng lại, nghỉ ngơi chờ lệnh. Thế là mất đứt ba ngày, đoàn quân mới vượt được chặng đường dài ngót trăm cây số, đến được vị trí tập kết. Giáp cho họp ban chỉ huy, triển khai công tác, chuẩn bị chiến đấu.

- Đồng chí Chi đội trưởng, báo cáo cụ thể tình hình, lực lượng địch, ta thế nào? - Giáp mở sổ công tác, chờ Lâm Kính báo cáo.

- Báo cáo anh, - Kính có ý chờ Trần Đăng Ninh kéo ghế ngồi, - Chi đội Quân giải phóng của ta, về quân số có bốn trăm rưỡi, - quay sang Giáp, Kính hỏi, - tính cả quân Mỹ chứ ạ?

- Chậc, - Giáp toan lắc đầu, nhưng chợt nhìn thấy Tô-mát ngồi phía ngoài, nên lại gật.

- Quân địch ra sao? - Ninh chen vào hỏi.

- Quân Nhật có một trăm hai mươi tên, - đang chờ ý kiến của Giáp, thấy Ninh làm phó cho Giáp, lại hỏi ngang một câu, khiến Kính lúng túng, nhưng cũng phải trả lời, - một nửa, chúng đóng ở Trại lính Khố xanh và Dinh Công sứ. Số còn lại, đóng ở Biệt thự Gô-chi-ê (Gochie), Ti Liêm phóng, Kho mễ cốc (lương thực) và Đồn điền Gia Sàng.

- Cả tỉnh Thái Nguyên mà chỉ có hơn trăm tên lính thôi à? - Giáp ngạc nhiên hỏi lại.

- Báo cáo... - Kính cuống lên, - báo cáo, còn nhiều nữa chứ

ạ, bốn trăm lính Bảo an, một trăm lính Cơ bảo vệ Dinh Tỉnh trưởng và huyện Đồng Hỷ, nơi ta đang trú quân.

- Vị chi là sáu trăm tên địch. Quân ta có bốn trăm rưởi, - Giáp tính toán, - phép dùng binh là "công ba thủ một", nhưng thực tế lại là hai chấp ba. Chúng có công sự, lô cốt, súng máy. Còn quân miềng có Đại đội Quang Trung từ Tân Trào sang, Đại đội Vi Dân ở Đại Từ đến, Đại đội Đàm Quốc Chủng bên Chợ Đồn lại. Ngoài ra, còn có lực lượng Giải phóng quân dưới Bắc Giang lên Gia Sàng chặn viện. Chúng có mũ sắt, còn ta chỉ có mũ nồi và mũ ca-lô (calot), tôi thì có thêm cái mũ phớt, - Giáp nói câu khôi hài, trấn an tướng sĩ..

Nghe vậy, cả bọn nhìn nhau cười rổn rảng.

- Nhưng mà, - Giáp lật trang sổ, ghi tóm tắt các đầu việc, - theo đúng tinh thần chỉ đạo của Chủ tịch Ủy ban dân tộc giải phóng Việt Nam Hồ Chí Minh, về tuyên truyền, giác ngộ quần chúng, miềng tính thế này, - Giáp đảo mắt nhìn đám cán bộ chỉ huy một lượt, - đầu giờ chiều nay, mười chín tháng Tám, ta cho tập hợp đồng bào tỉnh lị Thái Nguyên và huyện Đồng Hỷ mét-tinh (meeting), khoảng năm nghìn người, khuyếch trương khí thế, - quay sang Liệu, Giáp giao việc, - anh lo chuyện này nhé! Mét-tinh xong, anh Lâm Kính cho chuyển Chỉ huy sở lên đỉnh Hàng Phố, sáng mai, ta đánh Dinh Tỉnh trưởng. Mang danh chi đội là cấp tiểu đoàn, nhưng quân số và trang bị vũ khí chỉ có vậy, nên phải giữ bí mật. Có thể khuếch trương lên, áp đảo tinh thần quân địch.

Đã ba ngày nay, Giáp đốc thúc Đại đội trưởng Đàm Quang Trung và Tham mưu trưởng Tô-mát, đánh trận rất bài bản, nào là gửi tối hậu thư cho Tỉnh trưởng Bùi Huy Lượng, nhưng hắn không đầu hàng; nào liên quân vây ép quân Nhật, nhưng chúng tuyên bố, đang chờ Đồng Minh vào giải giáp vũ khí, chứ không theo lệnh Việt Minh, mặc dù có Mỹ hợp tác.

Đang lúc loay hoay đốc chiến, thì chợt thấy Trường Chinh lù lù xuất hiện:

- Hà Nội, cướp được chính quyền rồi!

Câu nói đó như gáo nước lạnh, đổ ụp vào mồi lửa công đồn của Giáp.

- Ai bảo thế? - Giáp bực, nếu không phải là Tổng Bí thư phát ngôn, hẳn đã bị xạc cho một trận, bởi làm quân tâm giao động, - báo cáo anh, hôm kia, tôi đã thay mặt Ủy ban khởi nghĩa cho thành lập chính quyền tỉnh Thái Nguyên rồi. Ngoài ra, thu được sáu trăm súng của địch, tôi lập thêm một chi đội nữa. Cả thảy, quân ta có hai chi đội, - Giáp dịu giọng, vớt vát.

- Bà Cát Hanh Long chứ ai? - Trường Chinh không để ý đến chuyện chính quyền tỉnh lẻ, mà chỉ đăm đắm mục tiêu Thủ đô. - Bà ấy cắm cờ đỏ sao vàng vào xe ô-tô, chạy thẳng lên chiến khu báo cáo thì ta mới biết. Cánh Hà Nội chớp thời cơ mau lẹ.

- Lâu chưa? - Giáp vẫn chưa hết bàng hoàng, nghĩ bụng, thằng cha nào hớt tay trên của miếng thế nhỉ? À, mà miếng có thể rút kinh nghiệm chiến trận tiếp diễn, bỏ đồn nhỏ đánh trung tâm đầu não, giành thắng lợi quyết định.

- Thôi, bỏ Thái Nguyên, tiến về Thủ đô mới là quan trọng. Ông Ké cũng đang trên đường về Hà Nội rồi.

- Ông Ké khỏi bệnh rồi à? - Giáp ngỡ ngàng, hết bất ngờ nọ đến bất ngờ kia, vội gọi cán bộ chỉ huy, ra lệnh, - thời cơ cách mạng cướp chính quyền đã đánh, tôi hạ lệnh hai chi đội, nội nhật tối nay phải nhập Hà Thành.

Qua nhóm OSS, ông Ké đã biết tinh thần Hội nghị Pốt-xđam (Posdam), diễn ra tại Đức, về lịch trình quân Anh và Tưởng sẽ vào Việt Nam tước khí giới của quân đội Nhật. Bởi vậy, ông Ké mới đốc thúc quan quân kíp về Hà Nội, chớp thời cơ "khoảng trống quyền lực", để giật chính quyền.

14. Hai bản tuyên ngôn

Vua Bảo Đại vừa từ Quảng Trị đi săn về, bèn truyền cho Thượng thư Bộ lại Phạm Quỳnh vào cung.

- Trẫm nghe, Đệ Nhị thế chiến đã mãn trào, Nhật Hoàng Hi-rô-si-tô (Hiroshito) trao trả độc lập. Vậy ta cũng phải chớp thời cơ, kíp Tuyên cáo độc lập. Khanh chọn ngày lành tháng tốt, nghe!

- Khởi bẩm Hoàng thượng, - Quỳnh bấm đốt ngón tay, lẩm nhẩm tính toán hồi lâu, bèn tâu, - hôm nay là mồng mười tháng ba tây lịch, Hoàng thượng có thể lấy ngày mười hai, tức là cách một ngày nữa, đảm bảo chu đáo, đúng hăm tám tháng giêng Ất Dậu.

- Được, cứ thế mà làm. Trẫm cũng còn phải tế cáo trời đất, tổ tông, rồi Tuyên cáo độc lập với quốc dân đồng bào.

Ngay sáng hôm sau, Quỳnh đã trình bản sơ thảo Tuyên cáo độc lập. Bảo Đại hỏi:

- Trước trẫm, đã có ông vua nào Tuyên ngôn độc lập chưa?

- Bẩm Hoàng thượng, về văn bản tuyên ngôn độc lập, theo danh chính ngôn thuận thì đây là lần đầu tiên, - Quỳnh dâng bản thảo lên tâu, - còn về danh nghĩa, giới học giả cho rằng, "Bài thơ thần" tương truyền là của Lý Thường Kiệt, thế kỷ mười một, phá quân Tống trên sông Như Nguyệt và bài "Bình Ngô đại cáo" của Lê Lợi, do đại thần Nguyễn Trãi soạn thảo, thuộc thế kỷ mười lăm, sau khi đánh thắng quân Minh, cũng được coi là có ý tứ của bản tuyên ngôn độc lập.

Bảo Đại đọc lướt qua một lượt, rồi chậm rãi xướng lên:

- "Chiếu tình hình thế giới nói chung và tình hình Châu Á nói riêng, Chính phủ Việt Nam long trọng công khai tuyên bố, kể từ ngày hôm nay, Hiệp ước bảo hộ ký với nước Pháp đã được bãi bỏ và đất nước thu hồi chủ quyền độc lập quốc gia...". A, hà hà... - Bảo Đại cười mãn nguyện.

- Mới có ba ngày, sau khi Nhật đảo chính Pháp, mà Hoàng đế đã tuyên bố độc lập ngay, thực là sáng suốt, - Quỳnh chắp tay cung kính, tâu khéo. - Nhưng điều quan trọng phải chọn Thủ tướng và lập Nội các.

- Ngài võ quan Yokoyama, hôm mồng mười tây khuyên trẫm

làm Thủ tướng luôn. Nhưng trẫm tính, mời được ông Ngô Đình Diệm thì hay, nhưng ông ấy không thuận, nên trẫm mời ông giáo học Trần Trọng Kim đã nghỉ hưu. Mà này, - Bảo Đại thân mật nói, - cứ đề hôm nay ngày mười một, rồi mời các quan Thượng thư cùng tiếp ký "phó thự" với trẫm. Còn ngày mai, trẫm công bố cho bàn dân thiên hạ cùng hay. Khanh bàn với Ngự tiền Đổng lý Văn phòng Phạm Khắc Hòe, lo liệu Lễ Tuyên cáo độc lập cho long trọng. Thực ra mà nói, cũng chưa độc lập lắm đâu, cái thuyết Đại Đông Á của người Nhật vẫn câu thúc ta đó. Nhưng nhân cơ hội này, thoát khỏi Thực dân Pháp, xóa Hòa ước bảo hộ Pa-tơ-nốt (Patenotre), đưa xứ Nam Kỳ trở về, mà không tốn một viên đạn, hóa chẳng hay lắm ru?

Giáo sư Hoàng Xuân Hãn, Luật sư Phan Anh cũng húm vào thuyết phục Bảo Đại sớm lập Chính phủ do Trần Trọng Kim đứng đầu. Thế là, tháng sau, Trần Trọng Kim đã lập xong Nội các mới, phần lớn thành viên là nhân sĩ, trí thức có tên tuổi, có tư tưởng tiến bộ và đức hạnh, như Giáo sư Hoàng Xuân Hãn- Bộ trưởng Giáo dục, Luật sư Phan Anh- Bộ trưởng Thanh niên... Hàng tỉnh, có Phó bảng Đặng Văn Hướng- Tỉnh trưởng Nghệ An... Đế quốc Việt Nam, một nhà nước quân chủ lập hiến ra đời, dùng cờ Quẻ ly làm Quốc kỳ, nhạc bài "Đăng đàn ca" có từ thời Gia Long, dùng làm Quốc ca.

Xem danh sách Nội các, Đổng lý Văn phòng Hòe giật mình hỏi Thủ tướng Kim:

- Ngài Thủ tướng không cho lập Bộ Quốc phòng sao?

- Chúng ta không có quân đội thì lập bộ ấy mà làm cái nỗi gì?, - Kim điềm nhiên phán bảo, - bây giờ, mấu chốt là khai dân trí, chấn hưng đất nước, đưa chữ Quốc ngữ vào dạy từ bậc tiểu học đến đại học, việc này giao cho ông Hãn lo. Về mặt an dân, ông thảo một cái sắc lệnh tha hết tù chính trị.

- Ôi trời, - Hòe sợ hãi kêu lên, - mười phần tù chính trị thì có đến chín phần là Việt Minh Cộng sản, nào là Lê Duẩn, Tôn Đức Thắng, Lê Văn Lương, Phạm Hùng, Đỗ Mười... cũng trong đám ấy.

- Tôi hiểu chứ, - Kim nhắc lại, có ý không hài lòng, nhưng bản thân là nhà giáo, nên kiềm chế. Hòe không hiểu thâm ý rằng, đến một lúc nào đó, Bộ Thanh niên sẽ chuyển thành Bộ Quốc phòng và bọn Việt Minh kia cũng là một lực lượng đối chọi với Pháp, Nhật...

Bấy lâu nay, người của Việt Minh vẫn thường gặp Hòe, có ý chèo kéo, nhưng ông sợ mang là kẻ tiếng buôn vua bán chúa, nên thoái thác. Nay thấy chính phủ mới mà chẳng có lực lượng vũ trang bảo vệ, không có bộ quốc phòng chỉ huy thì lại luẩn quẩn, bỏ cái ô bảo trợ của Pháp, rồi chui vào nách của Nhật mà thôi. Xem cơ trời vận nước, thì cái anh Việt Minh có khi lại trở thành lực lượng cướp chính quyền cũng nên. Thôi được, cứ biết thế đã, không ai bỏ hết trứng vào một giỏ.

*

Hai chi đội quân Việt Minh vào Hà Nội. Đại đội Việt-Mỹ đóng quân tại trại Bảo an binh. Tranh thủ lúc rảnh rỗi, Thái đưa Loan ra Hồ Gươm chơi.

- A lúi, có cái miếu giữa hồ, - Loan ngạc nhiên kêu lên.

- Đó là Tháp Rùa, - Thái giảng giải như thể thầy giáo dẫn học trò đi tham quan thực tế.

- Sao lại có tên như thế? - Loan tò mò.

- Chỗ bãi cỏ dưới chân tháp kia, rùa thường lên để trứng, nên gọi thế thôi, - Thái lại giảng giải.

Bất chợt, một con giải nổi lên, bơi sát bờ, nom to như cái nia. Loan sợ hãi bám chặt vào Thái, kêu thất kinh:

- A lúi, con ba ba...

- Con rùa, - Thái khủng khỉnh, như kiểu mỏi mồm, chán chả muốn nói nữa.

Cả hai cứ cãi vã, chuyện rùa với ba ba. Đột nhiên, Giáp và cậu gác-đờ-co (garde corps) đi ngang qua, nghe vậy cùng phì cười. Loan chột dạ, nhưng lại làm ra vẻ phụng phịu:

- Anh Văn cười em à? Cười con gái Thổ ra phố chứ gì?

- Em Loan là Trung đội trưởng tự vệ Hà Nội, chứ có phải thường đâu? - Giáp hạ giọng, - Nhìn em đi là biết ở rừng về phố rồi. Anh thương các em gian khổ mà thôi, chứ ai dám cười nào?

Nghe vậy, Thái nhướng mắt dò hỏi. Giáp lại cười bảo:

- Đi trên đường rừng thì phải tránh hòn đá, gốc cây, nên ai cũng phải bước chân cao. Nay về phố, đường phẳng như tấm phản vẫn quen bước chân cao. Mật thám nhìn qua là để mắt theo dõi người rẻo cao về thành thị.

Nghe vậy, cả bọn cùng ngửa cổ cười hơ hới.

- Đã hết cãi nhau rùa với ba ba chưa? Rùa thì mai có những cái hoa văn hình lục lăng, nhưng ba ba mai nhẵn thín, - Giáp nheo mắt nhìn Thái và lấy tay bàn phải xoa xoa mu bàn tay trái. Loan chợt nhìn thấy cử chỉ tếu táo ấy, mặt đỏ lựng lên, liếc trộm Thái một cái, - ba ba nhỏ như cái đĩa, nếu loại to như cái mẹt cái nia thì gọi là rùa mai mềm, hoặc là con giải, thuồng luồng cũng là hắn. Chúng khỏe như trâu, kéo được cả mảng nứa qua vực suối.

- A lúi, - Loan cười ha hả, - Anh đi chơi với chúng em nhá?

- Anh không phải người thứ ba như Phạm Văn Đồng, - Giáp có ý trêu đùa, nhác thấy Thái nhoẻn cười đắc chí.

- Anh này, cứ đùa em mãi thôi, - Loan lại phụng phịu.

- Thôi, các cậu đi lên cầu Thê Húc mà ngắm phong cảnh, có báo động là phải kíp về ngay nhé.

- Tôi dặn liên lạc rồi, cũng chỉ dám dạo bước quanh quẩn đây thôi. Mà anh đi đâu vậy? - Thái tò mò.

- Anh Thận[47] đón ông Ké về viết Tuyên ngôn độc lập, bảo tớ lên gặp có chút việc thôi.

- Bảo Đại đã Tuyên cáo độc lập hồi trung tuần tháng ba rồi mà, - Thái ngạc nhiên nói.

---

(47) Một trong những bí danh của Đặng Xuân Khu.

- Cậu làm quân sự thì cũng phải để ý đến chính trị chứ. Quân sự phục vụ chính trị kia mà, - Giáp giảng giải.

- Anh càng nói, tôi nghe lại càng rối, - Thái thành thực

Giáp phẩy tay, rồi quầy quả bước gấp sang phố Hàng Đào.

Số là, Trường Chinh điều tài xế Nền, lái chiếc xe Xi-tơ-rô-en (Citroen), mang biển số "T-A 20", đón Chủ tịch Hồ Chí Minh từ làng Gạ, về phố Hàng Ngang, trú ngụ tại nhà Trịnh Văn Bô. Lúc Giáp qua nhà số 6, phố Hàng Đào, ngoái vào toan gọi, thì đã nghe tiếng Trường Chinh nhắc nhở ở ngã tư:

- Khẩn trương!

Nghe mệnh lệnh, khiến Giáp giật mình, sực nhớ đến mệnh lệnh và họng súng của Thanh hôm nào, vội sải chân đến cửa nhà 48, Hàng Ngang thì mới theo kịp. Bà Hoàng Thị Minh Hồ là vợ ông Trịnh Văn Bô đon đả han chào:

- Hai bác này, nom giống nhau như hai anh em!

Giáp và Trường Chinh nhìn nhau tủm tỉm cười, rồi rảo bước lên tầng hai. Hồ Chí Minh, Hoàng Quốc Việt, Lê Đức Thọ (Phan Đình Khải) và thư ký Vũ Kỳ (Vũ Long Chẩn) đang chờ.

- Các chú đều đã từng hoạt động ở Hà Nội, còn tôi lần đầu đến xứ này, - Hồ Chủ tịch ra chiều thân mật, - nếu có chuyện gì sơ xảy thì kíp thời chỉ dẫn, ngộ xin đa tạ.

Nghe Hồ Chủ tịch nói kiểu người Tàu như vậy, cả bọn cùng cười ồ lên vui vẻ, trước sự khiêm nhường của lãnh tụ.

- Tình hình rất khẩn trương, nên chân ướt chân ráo đã phải họp gấp thế này. Hà Nội tranh thủ thời cơ, cướp chính quyền nhanh, gọn thật đáng biểu dương. Sài Gòn tuy không nhận được lệnh, nhưng chú Trần Văn Giàu cũng nhanh trí lập được chính quyền cách mạng rồi. Bảo Đại đã thoái vị. Vậy, ta phải mau chóng Tuyên bố độc lập.

- Bảo Đại và triều đình còn đó, nguy cơ phục hồi rất cao. Chi bằng xử lý quách đi cho rảnh tay. - Thọ ranh mãnh hiến kế, giơ bàn tay ra hiệu cứa cổ. - Khi Cách mạng Tháng Mười Nga thành công, Bôn-sơ-vích (Bolshevick) cũng xử bắn cả gia đình Sa Hoàng kia mà.

- Cái này ta đã có chủ trương vô hiệu hóa, nhưng vẫn giữ được hòa khí. - Hồ Chủ tịch nheo mắt nhìn cả bọn, nhỏ nhẹ nói nhưng giọng đầy uy quyền.

- Hà Nội giật được chính quyền sớm, là do bọn Nhật án binh bất động thôi. Hắn có gợi ý can thiệp vũ trang, nhưng Bảo Đại không chấp nhận, nói rằng: "Tôi không để quân đội nước ngoài làm đổ máu đồng bào tôi". Chứ hắn cũng cương như Thái Nguyên, thì chưa chắc mèo nào cắn mỉu nào, - Giáp phân tích tình hình, có ý thanh minh chuyện đánh Thái Nguyên không thành.

- Sài Gòn hẳn đã tuân theo Chỉ thị "Nhật-Pháp bắn nhau và hành động của chúng ta", nên giành thắng lợi, - Trường Chinh cũng có ý nhắc đến chỉ thị từ làng Đình Bảng[48] của mình, bởi khi đang họp ở đó, thì thấy súng nổ rộ lên, hỏi ra mới biết Nhật đảo chính Pháp.

Hồ Chủ tịch nghe vậy, nghĩ bụng, trong Nam có ai ra liên lạc đâu mà gửi chỉ thị này nọ, nhưng vẫn khởi nghĩa? Thôi kệ, chuyện đó không quan trọng, nên ngồi im, ra chiều lắng nghe tất cả các ý kiến.

- Các anh ai cũng có công cả, nên bây giờ, chúng ta mới được cùng nhau ngồi ở đây, - Việt lên tiếng, dàn hòa. - Tôi thiết nghĩ, ta có chính quyền cả nước trong tay rồi, cứ thong thả chuẩn bị buổi Lễ Độc lập cho chu đáo cũng chưa muộn, - Việt ngó nghiêng mọi người chờ sự đồng cảm, nhưng ai nấy ngồi im so, bèn nêu lý do, - nào là dựng kỳ đài này, nào là tập dượt lực lượng vũ trang này, nào là huy động đồng bào này, nhưng quan trọng nhất là bản Tuyên ngôn độc lập phải kỳ công lắm mới soạn xong, rồi lại còn thông qua này nọ...

- Chú nói thế, biết một mà không biết hai, - Hồ Chủ tịch có vẻ không hài lòng, quyết giành lại thế chủ động, - chuyện kỳ đài

---

(48) Đình Bảng, tức Đình Báng, nay thuộc thị xã Từ Sơn, tỉnh Bắc Ninh.

thì bảo chú Nguyễn Hữu Đang trong Hội Truyền bá Quốc ngữ, chú Văn biết rõ mà. Chú ấy lo là xong ngay. Mét-tinh thì huy động dân các phố phường và làng xã lân cận, cũng nhanh thôi. Ta có hệ thống chân rết cả rồi, vả lại, dân chúng cũng đang hiếu kì. Cái quan trọng nhất, đúng như chú Việt nói là soạn thảo Tuyên ngôn độc lập. Ta phải hơn Bảo Đại chứ? - Hồ Chủ tịch lôi kéo Giáp làm đồng minh và xử nhũn với Việt.

- Cái này, phi Chủ tịch Hồ Chí Minh là không xong, - Thọ trịnh trọng phát biểu. - Tôi biết, Chủ tịch đã nhờ quân Đồng Minh thả dù xuống Tân Trào, gồm các bản Tuyên ngôn độc lập nổi tiếng của Mỹ, Pháp để tham khảo rồi mà.

- Các đồng chí đã phân công thì tôi xin gánh vác, - Hồ Chủ tịch lại nhún nhường nói, - nội nhật trong ba ngày sẽ xong, ta Tuyên bố độc lập vào ngày mùng hai tháng chín tới đây. Hôm đó, Nhật chính thức tuyên bố đầu hàng Đồng Minh. Bởi thế, ta không thể nhanh hơn, hoặc không thể chậm hơn, dù chỉ một ngày.

Hồ Chủ tịch nói như đinh đóng cột, cả bọn trợn mắt nhìn nhau.

- Chủ tịch tính toán như thần. Súng lệnh đã nổ rồi, vắt chân lên cổ mà chạy đặng cho kíp thời, - Thọ lại đưa đẩy.

Tại nhà 48, Hàng Ngang, Hồ Chủ tịch giao cho Trần Huy Liệu viết bản dự thảo Tuyên ngôn độc lập. Liệu viết xong, Hồ Chủ tịch chỉnh sửa, rồi tự tay đánh máy, trên chiếc máy chữ hiệu Hemes Baby[49]. Sau đó, Tô-mát được nhờ xem lại phần trích dẫn Tuyên ngôn độc lập Hoa kỳ cho chuẩn xác.

*

Giáp nói với Đang về chuyện dựng kỳ đài. Đang tá hỏa chạy đến cầu cứu Hồ Chủ tịch, xin thoái thác:

- Thưa cụ, vì gấp quá, mà Lễ Độc lập thì không thể úi xùi được đâu, xin cụ sai kẻ anh tài nào đó lĩnh ấn tiên phong mới làm nổi.

- Ai chẳng biết thế, nhưng có khó mới giao cho chú! - Hồ Chủ tịch cười cười, vẻ tin cậy.

---

(49) Chiếc máy chữ này, Chủ tịch Hồ Chí Minh sử dụng từ năm 1938 đến năm 1969.

Lòng như lửa đốt, nay được lời vàng ngọc, làm mát dạ, Đang bèn xin Hồ Chủ tịch mấy chữ làm bửu bối. Đoạn, phác nhanh trong đầu kế hoạch, rồi đi đôn đốc đám kiến trúc sư thiết kế, đòi bọn nhà buôn cung cấp vật liệu, huy động nhân công. Chỉ trong ba ngày, kỳ đài uy nghi đã dựng lên giữa vườn hoa, ai nhìn cũng khen đứt lưỡi, phục sái cổ. Thực là một công trình từ xưa chưa thấy bao giờ.

Giữa trưa, Việt Minh đã huy động được cơ man là người, tề tựu trên Vườn hoa Ba Đình[(50)], dự Lễ Độc lập. Giáo dân các nhà thờ xung quanh Hà Nội, tan buổi lễ cũng tò mò kéo nhau ra xem, nhưng phải đứng cách xa kỳ đài. Quanh lễ đài, có đội vũ trang Giải phóng quân bồng súng trường, cắm lưỡi lê sáng lòa. Vòng trong là Đội Ám sát của Công an, súng lục lăm lăm trong tay.

Nguyễn Hữu Đang gọi điện vào Bắc Bộ Phủ, báo cáo công việc đã hoàn tất, mọi người đang chờ. Lập tức, Hồ Chủ tịch ngồi vào chiếc xe ô-tô mang nhãn hiệu For-V8, cắm cờ đỏ sao vàng chạy ra lễ đài. Hai bên xe có Đội Công an danh dự ba chục người, khoác súng trường đạp xe đi kèm. Tiếp sau là xe của các bộ, đoàn thể. Cuối cùng là xe hơi chở công an, được ngụy trang kín đáo hộ tống. Đoàn xe kéo dài hàng trăm mét, nom thực uy nghi và hoành tráng.

Trước khi Đang giới thiệu, Trường Chinh đã dặn khéo, không được nhắc đến cái tên Nguyễn Ái Quốc, nhưng khi giới thiệu về Chủ tịch Hồ Chí Minh, thì phải nói làm sao cho mọi người thầm hiểu đó chính là Nguyễn Ái Quốc. Nguyễn Tất Thành chính là Nguyễn Ái Quốc, nhưng còn Nguyễn Ái Quốc với Hồ Chí Minh quan hệ như thế nào?

Hồ Chủ tịch mặc quần phăng, áo sơ-mi trắng và khoác áo vét-tông (veston), đội mũ cát trắng tôn thêm vẻ lịch lãm, sang trọng, chống can bước lên lễ đài, nói to cho tiếng bắt vào mi-crô:

---

(50) Quảng trường Ba Đình: trước năm 1945 có tên là Bãi Cột Cờ (Rond Point Puginer), sau tháng 8/1945, Thị trưởng Hà Nội Trần Văn Lai đổi tên là Vườn hoa (công viên) Ba Đình. Sau lễ Tuyên ngôn Độc lập 2/9/1945, mang tên Quảng trường Độc Lập. Từ 1946 đổi thành Quảng trường Hồng Bàng. Sau 1954 lại mang tên Quảng trường Ba Đình, như hiện nay.

- Chú Nguyễn Hữu Đang đâu? Truyền lời Hồ Chủ tịch mời các vị tu hành, chức sắc tôn giáo đến gần lễ đài hơn. Mời phái đoàn Hoa kỳ lên lễ đài.

Nghe vậy, cả biển người hoan hỉ, ai nấy cảm phục tấm lòng của vị Chủ tịch. Riêng Tô-mát không tuân, vẫn đứng quan sát dưới vườn hoa. Trung sĩ Anron Squires, nhiếp ảnh của Đội Con nai thắc mắc:

- Sao ngài Thiếu tá không lên lễ đài?

- Ngay từ lúc nhảy dù xuống Tân Trào, ta đã báo cáo về Côn Minh rằng, họ theo Chủ nghĩa Mác, nhưng đang dựa vào Đồng Minh để kháng Nhật. Nhưng họ lại vẫn tưởng đeo cái mặt nạ "Chủ nghĩa dân tộc", nên đã lừa được ta. Nay ta leo lên lễ đài kia, thì ngang với chuyện thừa nhận Cộng sản à? Thưa ngài Trung sĩ! - Tô-mát nói, vẻ giễu cợt.

- Tôi ngỡ họ là Việt Minh của bọn Hồ Học Lãm thân Tưởng, từ Tàu sang, - Trung sĩ ngây thơ hỏi lại.

- Cáo đội lốt cừu mà thôi. - viên thiếu tá nhún vai khinh bỉ. - Hồ Chí Minh được như hôm nay, là do Đại tá Austin Glass- cố vấn Mỹ và Chính phủ Trung Hoa ra lệnh thả ra khỏi nhà tù, rồi quyết định dùng Việt Minh để chống Nhật, chứ không sử dụng Việt Cách, hoặc Quốc dân Đảng...

- Nhưng ông Hồ có nhờ Thiếu tá xem bản thảo Tuyên ngôn độc lập kia mà? - Trung sĩ vẫn vô tư hỏi dồn.

- Đấy chỉ là xem lại những đoạn dịch sang tiếng Việt chưa chuẩn, so với bản Tuyên ngôn độc lập của Hoa kỳ mà thôi. Thực ra, Vua Bảo Đại đã Tuyên bố độc lập trước đây nửa năm rồi. Bây giờ, ông Hồ tuyên bố thêm cũng không đủ tư cách và lại là thừa. Sau cuộc này, ta được lệnh rút quân. - Thiếu tá nghiêm sắc mặt, ra hiệu kết thúc câu chuyện bát đắc dĩ.

Hồ Chủ tịch bước đến trước micro. Vườn hoa có tiếng ồn ào xao động.

- Tôi nói đồng bào nghe rõ không? - Hồ Chủ tịch thử loa.

Lập tức, cả đám người hoan hỉ đáp: "Rõ". Âm thanh lan truyền như sấm dậy. Giáp nghĩ bụng, Hồ Chủ tịch quả là bậc thầy của "Người mị dân".

Hồ Chủ tịch có dáng quắc thước, giọng đọc sang sảng, tình cảm ấm áp nên lay động được hàng vạn con tim. Bản Tuyên ngôn độc lập thứ hai này được phát thanh và truyền thanh tại chỗ, nhưng vì máy yếu, công suất 200w. Có cái máy phát thanh đồ sộ kéo đến quảng trường, nhưng bọn Nhật chặn ở vườn Bách Thảo, lấy cớ là vùng quản lý của quân đội Nhật, phải chờ Đồng Minh đến tiếp quản. Còn cách thứ ba nữa, nối dây từ lễ đài Ba Đình xuống Đài Phát thanh, đặt tại Sở Thông tin Tuyên truyền Bắc Bộ, nhưng phải dùng dây trần, hiệu quả không cao. Con cháu nhà Tân Nam Tử Nguyễn Văn Vĩnh, tự nguyện mang thiết bị của gia đình để lắp đặt Đài Phát thanh tiếng nói Việt Nam. Buổi sáng 25/8/1945, Nguyễn Dực dõng dạc đọc thử trên máy: "Đây là Tiếng nói Việt Nam, phát thanh từ Hà Nội, trên làn sóng bốn mươi mốt mét... ". Tình huống này, may ra trên Việt Bắc nghe được, chứ cách xa hàng ngàn cây lô mếch như Sài Gòn, thì không biết Trần Văn Giàu xoay sở ra sao? Bởi theo hợp đồng, thì dân Sài Gòn sẽ tập trung mét-tinh và nghe Chủ tịch Hồ Chí Minh đọc Tuyên ngôn độc lập, nhưng trục trặc như thế, thật là lực bất tòng tâm. Giáp nghe báo cáo lại sự vụ, cũng chỉ biết thở dài mà thôi.

Nguyễn Hữu Đang lắng nghe, trong bản Tuyên ngôn, Hồ Chủ tịch nói về Tuyên ngôn độc lập của Mỹ, của Pháp và tuyên bố lấy nước từ tay Nhật, chứ không phải từ tay Pháp. Lạ nhỉ? Đang lấy làm phân vân lắm. Pháp bị Nhật đảo chính rồi và Nhật cũng đã thua trận, bởi hai quả bom nguyên tử mà Mỹ ném xuống Hi-rô-si-ma (Hiroshima) và Na-ga-sa-ki (Nagasaki). Mỹ lại còn ra tối hậu thư cho Nhật Hoàng, nếu không hàng, sẽ ném quả thứ ba xuống Thủ đô Tô-ky-ô, khiến bọn Nhật tá hỏa giơ hai tay lên trời. Thế là, Mỹ cũng góp phần tạo thời cơ và lực lượng cho Việt Minh cướp chính quyền. Tại xứ Đông Dương và Việt Nam, quân Nhật án binh bất động, chờ quân Đồng Minh vào tước khí giới. Vậy thì, Hồ Chủ tịch cướp chính quyền từ tay chính phủ Trần Trọng Kim chứ nhỉ? Cái cách cướp chính quyền của Hà Nội cũng không phải kiểu quân tử. Ai đời, lợi dụng lúc người ta tổ chức mét-tinh mừng Nội các, Nghị viện đầu tiên của Việt Nam, ăn mừng Tết Độc lập của Bảo Đại và việc thống nhất lãnh thổ, thì lại xông vào biến thành cuộc biểu tình cướp chính quyền? Khác nào, hàng xóm mừng nhà mới, mình lại nhảy vào treo biển của mình lên và nhận xằng. Thế thì khác gì ăn cướp? Đúng là cướp chính quyền! Nhưng tại sao phải nói khéo cho mọi người ngầm hiểu Hồ Chí Minh chính là Nguyễn Ái Quốc, mà không được nhắc đến cái tên Nguyễn Ái Quốc? Chẳng hóa ra, hai cái tên đó là của hai người khác nhau và người này đóng thế vai người kia sao?

Nguyễn Lương Bằng đại diện Tổng bộ Việt Minh lên phát biểu. Sau đó, Võ Nguyên Giáp đứng trước micro cao giọng cổ võ tinh thần chiến đấu: "Noi theo truyền thống của các thế hệ trước, thế hệ chúng ta sẽ đánh một trận cuối cùng, để cho những thế hệ sau này mãi mãi được sống với độc lập, tự do và hành phúc"; Đồng thời, Giáp cũng hoan nghênh sự giúp đỡ của quân Mỹ: "Đó là một nước dân chủ, không có tham vọng đất đai lãnh thổ, mà lại có công trong việc đánh bại kẻ thù của dân tộc ta. Vậy thì ta cũng nên coi Mỹ là người bạn tốt". Tô-mát tuy đứng dưới lễ đài nhưng cũng quan sát và nghe thấy tất cả, nên xúc động vô cùng. Trần Huy Liệu báo cáo việc thoái vị của Vua Bảo Đại; đoạn, rút thanh kiếm vàng và khệ nệ nâng cái ấn vàng của Cựu Hoàng. Cái ấn khá nặng, hàng chục cân chứ không ít, có khắc chữ nho "Vương Quốc Chi Ấn". Nghe đâu, được đúc từ thời Vũ Vương Nguyễn Phúc Khoát, vào năm 1744. Có tiếng ai đó nói to: "Kiếm gỉ rồi". Lời đó được bắt vào máy phóng thanh, khiến cả biển người cười ồ lên, đầy vẻ giễu cợt. Đang phân vân nghĩ, tại sao kiếm nhà vua, cả vỏ lẫn lưỡi kiếm đều bằng vàng mà lại gỉ được nhỉ? Mình đã xem kỹ cả bộ ấn, kiếm. Lưỡi kiếm hình lá lúa, bản rộng chừng vài phân, lưỡi kiếm chỉ ngắn bằng một phần ba vỏ kiếm mà thôi. Từ thượng cổ tới giờ, chưa ai thấy vàng gỉ bao giờ? Hay đó là lớp dầu bảo quản, mà khiến người ta nhìn gà hóa cuốc chăng? Có khi Bảo Đại láu cá, trao thanh kiếm giả cho Việt Minh cũng không biết chừng? Bất đồ, Hồ Chủ tịch bước tới, giật sẩn thanh kiếm và quát to:

- Thanh kiếm này, sẽ chặt đầu những tên phản quốc!

Cả vườn hoa chết lặng, người ta chỉ còn nghe được tiếng loa réo ồ ồ, rồi kêu lục bục mà thôi.

Đột nhiên, trên bầu trời xuất hiện hai chiếc máy bay Tia chớp P-38 của quân Mỹ, bay sà thấp xuống quảng trường và nghiêng cánh như thể chào mừng. Hồ Chủ tịch phanh cúc áo vét-tông, ngả mũ, cầm can thận trọng bước xuống lễ đài, vẻ mặt đầy mãn nguyện.

Các đoàn thể và quần chúng diễu hành, đến Bờ Hồ mới giải tán.

Loan và Thái cố bước chầm chậm sau đại đội. Cô đi sát người yêu, khẽ hỏi:

- Tại làm sao, mà lúc gọi Hồ Gươm, khi thì Hoàn Kiếm?

- Gươm với kiếm cũng là một thôi. Ngày xưa, sau khi Lê Lợi đánh thắng quân Minh, bèn đi thuyền qua hồ này. Lúc bấy giờ, hồ thông ra sông Hồng. Bỗng một con rùa ngoi lên, đòi lại kiếm. Từ đó, đặt tên Hoàn Kiếm, tức là trả lại gươm, vãn hồi hòa bình. - Thái lại nhẫn nại giải thích, - như kiểu con giải hôm nọ bơi cạnh bờ đó, nhưng anh không có gươm, mà chỉ đeo mỗi khẩu súng lục với hai viên đạn, nên không dám lặn xuống hồ.

- Anh chỉ bậy bạ là nhanh, - Loan trách yêu, - có khi, tại nhìn thấy con giải to quá, ông vua giật mình sợ hãi, đánh rơi thanh kiếm cũng nên?, - cô hồn nhiên suy diễn.

Nghe vậy, Thái bật cười ha hả, khiến những người vừa đi xem mét-tinh về, đang dạo chơi quanh hồ, ngoái lại nhìn. Người ta nhận ra cô gái Thổ, vừa kéo cờ ở vườn hoa trong lễ Độc lập, bèn xúm lại xem. Người khen da trắng, mắt sáng. Kẻ xem vòng bạc, áo chàm và xà cạp, khiến Loan phát hoảng. Thái phải xông vào giải vây. Loan nắm chặt tay Thái. Cả hai chạy thục mạng theo đường tàu điện ven hồ, khiến vòng bạc kêu xủng xoẻng cổ tay, vòng cổ nhảy tưng tưng trên ngực. Thỉnh thoảng, Loan lại kêu :"A lúi", nghe rất hồn nhiên như chốn hoang dã.

Thái thả bước qua tháp Hòa Phong, nhấc mũ cát trắng ra phe phẩy quạt cho cả hai. Lúc bấy giờ, Thái mới cảm thấy rát chân, bèn nói:

- Quen đi dép cao su lội suối, trèo đèo, nay dận giày da, lại phồng rộp cả lên.

- Giày ba-ta trắng của em lại rất êm, - Loan kéo váy chàm, khoe giày một cách vô tư.

- Em thì cái gì mà chẳng trắng, chẳng êm! - Thái đánh mắt, tán tếu.

Loan huých khuỷu tay, nguýt dài một cái, mắt sáng long lanh, khuôn mặt ửng hồng.

15. Một tay sắc lệnh

Tháng 7 năm 1945, Vua Bảo Đại ban hành hàng loạt đạo dụ, về tự do hội họp, lập hội và nghiệp đoàn. Dân chúng vui mừng, gọi thời kỳ vàng son đó là "Tuần lễ của tự do". Nhưng chỉ ba tuần sau Lễ Tuyên ngôn độc lập của Việt Minh, Hồ Chủ tịch ra lệnh xóa sạch. Bộ trưởng Nội vụ Võ Nguyên Giáp ra sắc lệnh giải tán các nghiệp đoàn. Đất nước độc lập, không chừng các đảng phái Quốc gia thắng thế, Việt Minh Cộng sản sẽ bị lép vế. Nếu vậy, hai phe Quốc gia và Cộng sản lại lâm vào cảnh nồi da nấu thịt, huynh đệ tương tàn như bên Tàu. Quốc-Cộng như nước với lửa, một mất một còn, không thể hòa hợp; nếu có hợp tác trong tình thế nào đó, thì cũng là bất đắc dĩ, mang tính sách lược tạm thời mà thôi.

Họp Thường vụ mở rộng, Hồ Chủ tịch phân công công tác:

- Chú Văn lo việc Nội vụ, chú Tấn về Quốc phòng, đặng để con hùm xám Bắc Sơn nó vồ bọn phản động, còn Ngoại giao...

Hồ Chủ tịch đưa mắt nhìn quanh, nghĩ bụng, giá mà Hoàng Văn Thụ còn sống thì đâu đến nỗi phân vân thế này. Trường Chinh hiểu ý, nhanh miệng nói:

- Bác kiêm luôn cho, cái khoản này phải là người quan hệ tầm cỡ quốc tế mới đặng.

Đồng nhíu mày quay đi. Hồ Chủ tịch miễn cưỡng nói:

- Tổng Bí thư và Thường vụ đã phân công, tôi xin chấp hành. Còn các ghế khác, giao cho bọn Việt Quốc, Việt Cách.

Đồng và Giáp cùng bật dậy, thảng thốt kêu lên:

- Không chịu, không thông...

Không khí hội nghị có chiều căng thẳng, ngồi trong biệt thự có quạt máy, mà mấy người phải phanh ngực, xắn tay áo.

- Cứt có thối không?

Đột nhiên nghe Hồ Chủ tịch hỏi vậy, cả bọn ngớ nghết nhìn nhau, như không ai tin vào lỗ tai mình.

- Cứt bón cho rau lại tốt, hiểu không?

Cả bọn lại cười ồ, chịu Hồ Chủ tịch cao kiến.

- Thực ra, bên trong thì chú Văn vẫn giữ chân Tư lệnh, Ủy viên Quân sự như trong Hội nghị Quân sự Bắc Kì, hồi tháng tư năm ngoái đã chia; về công tác Đảng, vẫn làm Bí thư Đảng đoàn Chính phủ, - dừng lại chốc lát cho thuộc hạ hiểu bản chất của sự điều hành và chức tước vẫn là do Đảng của ta chỉ đạo toàn diện và truyệt đối, tuy bên ngoài có người nọ người kia, như kiểu chế biến các món ăn cho xôm mâm cỗ. - Nội vụ là phải quán xuyến việc trong nước, tức là nội trị, Thường vụ giao cả vào một tay chú Văn.

Giáp nghe như cởi tấm lòng. Trường Chinh tủm tỉm nhìn Đồng, nhưng lại nói với Hồ Chủ tịch:

- Còn chân Tài chính nữa ạ?

- Chuyện đồng tiền bát gạo của quốc gia, Đoàn thể giao chú Tô, phải không đồng chí Tổng Bí thư? - Hồ Chủ tịch nói kiểu dân dã với Đồng và trịnh trọng với Trường Chinh.

*

Nạn đói hoành hoành khắp vùng Bắc Bộ, khiến hàng triệu người chết. Làng mạc, phố xá tiêu điều như trải qua một trận "đại hồng thủy". Việt Minh nhẫn tâm chặn các đoàn xe chở gạo từ Nam ra Bắc của Chính phủ Trần Trọng Kim, vừa là để tích trữ lương thực nuôi quân, vừa bớt một phần cứu đói cho dân chúng để khuếch trương thanh thế. Máy bay Mỹ ném bom các bến cảng, nhà ga ngõ hầu ngăn chặn các phương tiện tiếp tế lương lực cho quân Nhật. Pháp vơ vét thóc gạo tích trữ. Nhật phá lúa trồng đay và thầu dầu phục vụ công nghiệp. Chính phủ Đế quốc Việt Nam không thương thuyết nổi với Nhật, Pháp để cứu trợ lương thực cho dân Bắc Kì... Bởi vậy, tất cả các nước tham chiến tại Đông Dương, như: Pháp, Nhật, Mỹ cùng với Chính phủ Đế quốc Việt Nam và Việt Minh đều phải chịu trách nhiệm về nạn đói Ất Dậu, khủng khiếp nhất trong lịch sử. Giáp đau lòng, khi nghe trẻ con hát, như truyền lời sấm trạng và cũng là một bản tổng kết lịch sử bằng văn vần:

"Tàu cười, Tây khóc, Nhật lo,
Việt Nam độc lập chết co đầy đường".

Miềng chân ướt chân ráo, vừa từ rừng xanh núi đỏ trở về thành, một tay phải lo quán xuyến việc thiên hạ. Bởi người xưa có câu: "Thần thiêng bởi bộ hạ". Vậy phải chọn ai làm Đổng lý Văn phòng Bộ Nội vụ? Chỗ nớ là cái tay, cái miệng, cái mắt của miềng, vậy Hoàng Minh Giám được chăng? Mười năm trước, trong lúc khốn khó, thầy Hiệu trưởng Hoàng Minh Giám đã nhận miềng vào dạy Trường Tư thục Thăng Long. Thầy là nhà trí thức lớn, nhà văn hóa lớn, nhưng hồi ấy, có dư luận xì xầm là thầy tham gia Hội Tam điểm. Nhưng Tam điểm thì đã làm sao, miềng vào đến cửa còn rụng kia mà? Miềng không được tham gia Hội Tam điểm, nhưng có thể thông qua Giám mà liên hệ với các yếu nhân thì cũng tiện lợi, một công đôi ba việc. Tháng trước, miềng vừa bảo trợ cho Phan Tư Nghĩa và Nguyễn Xiển lập Đảng Xã hội, để tập hợp hạng trí thức theo Việt Minh. Thầy Giám cũng tham gia vào cái đảng ấy rồi, thế thì còn lo gì nữa? Nhưng dù sao cũng phải hỏi ý kiến Hồ Chủ tịch, nhất cử lưỡng tiện, vừa được tiếng là nhớ ơn thầy học, lại vừa đặt gánh trách nhiệm lên vai Thượng cấp.

- Giám là cháu ngoại cụ Cao Xuân Dục hả? Được! - Hồ Chủ tịch nghe Giáp báo cáo, chuẩn y liền, như thể cũng đã có chủ đích vậy.

- Thưa, em sẽ cho soạn thảo sắc lệnh để trình bác kí, về việc bổ nhiệm quan trọng này- Giáp lễ phép, tạo không khí gần gũi như trong gia đình.

- Tôi ủy nhiệm cho chú luôn, - Hồ Chủ tịch cũng nói một cách thân mật và nhếch mép cười ý nhị.

Lần đầu tiên được ghi thêm hai chữ "Thay mặt", vào trước dòng chức danh "Chủ-tịch Chính-phủ lâm-thời Việt-Nam", Giáp ký rõ họ và tên, kèm cả tên đệm đầy đủ như viết chính tả. A hà, viết đầy đủ thế này, ông thân hẳn không quở trách nữa! Đây là sắc lệnh đầu tiên do miềng kí, được đích thân Hồ Chủ tịch ủy quyền, lại phong chức cho thầy học của miềng, thật là trọn nghĩa vẹn tình. Ngày 30 tháng 8 năm 1945, đánh dấu một cái mốc son trên con đường của miềng. "Thay mặt Chủ tịch nước", chữ ký đầu tiên này chỉ sau hai ngày thành lập Bộ Nội vụ mà thôi.

Trở lại Hà Nội, qua những dãy phố đã từng thuê trọ, lòng miềng lại càng da diết nhớ em Thái. Sau một năm em Thái mất, miềng mới biết tin. Có lẽ, cái đêm miềng ở giữa rừng Cao Bằng, em Thái đã hiện về báo mộng đó chăng? Trong mộng, em Thái dặn dò về bé Hồng Anh. Mãi đến bây giờ, miềng mới biết, em Thái gửi bé cho bà ngoại ở Vinh để đi thoát ly hoạt động cách mạng. Khi em Thái mất, ông bà nội lại đón bé về làng Thá. Nghe nói, em Thái bị bệnh thương hàn, Nhà tù Hỏa Lò phải chuyển sang Nhà thương làm phúc Rô-banh (Robin), tức Cống Vọng. Em Thái mất trong tay mẹ Thư và các em cậu, rồi mai táng ở Nghĩa trang Quảng Thiện. Nghĩa trang này, chính là nơi miềng đã gặp anh Thụ, trước khi lên đường sang Tàu. Hôm đó, anh Thụ cải trang vận áo the, khăn xếp, cầm ô như người đi viếng mộ. Chỗ đó, gần ga tàu điện Cầu Mới. Miềng phải đi viếng mộ em Thái mới yên lòng.

*

Đổng lý Văn phòng Hoàng Minh Giám trình dự thảo sắc lệnh về Quốc kỳ, kèm theo hình vẽ qui định tỉ lệ kích cỡ hẳn hoi.

- Nếu tôi nhớ không nhầm, - Giáp thận trọng cân nhắc, - cái buổi Quốc dân đại hội ở đình Tân Trào, đã quyết định lấy Quốc kỳ là cờ đỏ sao vàng và Quốc ca là bài "Tiến quân ca" của anh Văn Cao, rồi mà.

- Nhưng đấy là phần Quốc hội, chủ trương cái đại đởn, - Giám từ tốn giải thích, - cái Hội nghị quốc dân ấy, được coi như Quốc hội, định ra Chính phủ, Chủ tịch nước, Quốc ca, Quốc kỳ. nhưng về mặt Chính phủ, thì Bộ Nội vụ phải có văn bản quy định cụ thể, - trình Bộ trưởng, - Giám trân trọng báo cáo theo chức phận.

- Anh cứ để đấy cho tôi nghiên cứu thêm, - Giáp khiêm nhường, đón tập dự thảo sắc lệnh Quốc kỳ, đặt lên góc bàn và hạ giọng hỏi nhỏ, - tôi định trình Hồ Chủ tịch giao cho anh Đặng Thái Mai giữ chức Bộ trưởng Giáo dục, anh thấy thế nào?

- Anh được Hồ Chủ tịch ủy nhiệm ký các sắc lệnh, khác nào vai trò Thủ tướng, thận trọng thế là phải, - Giám hồ hởi. - Chúng ta cùng dạy học một trường, nên hiểu biết sở trường sở đoản của nhau. Anh Mai xứng đáng vị trí quan trọng đó.

- Vậy thì, tôi sẽ báo cáo Hồ Chủ tịch quyết định, - Giáp cũng như cởi tấm lòng, thế là hai người thầy cũng là hai đồng sự thân thiết đã được cất nhắc.

Giáp chăm chú xem bản dự thảo. Văn phòng mới lập, mà nhân viên thực có trình độ và mẫn cán, quả là miềng và Hồ Chủ tịch đã chọn đúng người cộng sự. Mới có ba ngày sau Lễ Độc lập, mà đã trình dự thảo sắc lệnh về Quốc kỳ. Giáp biết, Luật sư Vũ Ngọc Khánh và cộng sự là người chấp bút soạn thảo các sắc lệnh.

Dự thảo ghi rõ: "Điều 1, bỏ cờ Quẻ ly". Tại sao bỏ? Bởi, Vua Bảo Đại đã thoái vị và Chính phủ mới đã ra đời. "Điều 2, Quốc kỳ nền đỏ tươi, sao màu vàng tươi". Cái chữ ""đỏ tươi", "vàng tươi" thật là ý nhị và thấu đáo. "Kích cỡ bề ngang bằng hai phần ba bề dài. Ngôi sao năm cánh đặt trung tâm, từ đỉnh góc lồi tới mép bằng 1/5 bề dài, từ đỉnh góc lõm tới mép bằng 1/10 bề dài", quả là chặt chẽ. Như thế, dù cờ lớn hay nhỏ đều cân đối hài hòa. Được, duyệt, Giáp ghi chữ "Đồng ý" lên góc trên bên trái bản dự thảo và ký một chữ dài ngoằng.

Hạ tuần tháng Tám, tin Sài Gòn báo ra, trong ấy đã tự phát khởi nghĩa, cuộc mét-tinh của Ủy ban hành chính lâm thời, Chủ tịch Trần Văn Giàu lại treo cờ của Thanh niên Tiền phong, nền vàng sao đỏ; trong ấy vùng lên, sau khởi nghĩa Hà Nội một tuần. Ồ, tuy cùng một nước, nhưng Miền Nam lúc nào cũng khác biệt và năng động, Giáp nghĩ vân vi...

Quốc dân đại hội Tân Trào đã quyết về Quốc kỳ, thì miếng có ký hay không cũng là việc đã rồi, chẳng qua té nước theo mưa mà thôi. Nhưng oái oăm ở chỗ, đường đường là Quốc kỳ nước ta, nhưng lại giống y hệt cờ một tỉnh của Tàu thì sái quá, mà hắn lại có trước hàng chục năm rồi chứ?

Lá cờ đỏ sao vàng với bài hát "Tiến quân ca" như một cặp bài trùng, sinh ra để có nhau, hòa quyện vào nhau. "Thề phanh thây uống máu quân thù", bạo liệt quá, phải thay bằng câu: "Đường vinh quang xây xác quân thù" . Tuy vẫn còn hiếu chiến, nhưng cũng chấp nhận được. Vả lại, Quốc dân đại hội đã thông qua rồi. Mặt khác, Hồ Chủ tịch đã nhất trí, tức là có sự chỉ đạo rồi. Người Tàu có câu: "Cung kính không bằng tuân chỉ".

*

Chiếc xe Rơ-nô dừng lại gần cổng. Giáp xuống xe, đi về phía Nghĩa trang Quảng Thiện. Khi nhìn thấy tấm bia mộ ghi rõ tên tuổi Nguyễn Thị Quang Thái, lòng Giáp rung lên, hiển hiện mối tình đầu. Giáp đọc cho linh hồn Thái nghe lại bài thơ mười lăm năm trước, mà chính cô đã viết trong lao Thừa Phủ:

"Mười sáu xuân qua sống ở đời
Nhân tình nghĩ đến lệ đầy vơi
Trông phường Đế quốc lòng ngao ngán
Thấy bạn cần lao dạ rối bời

Quyết chí hy sinh thây kệ chết
Đem lòng phấn đấu mặc đầu rơi
Ngọn cờ Vô sản bao giờ phất
Chín suối hồn ta mỉm miệng cười".

Giáp chọn chiếc xe Rơ-nô, để nhớ lại ngày đón dâu về Lệ Thủy. Em Thái mà còn, nay cũng ba mươi xuân, tràn đầy khí phách cách mạng.

- Em Thái ơi, anh Giáp của em đây! - Giáp nghẹn ngào, - Ngọn cờ Vô sản đã phất cao, ta cướp được chính quyền trong cả nước rồi. Bé Hồng Anh bây chừ sáu tuổi, đang ở với ông bà nội. Con mất mẹ, xa bố đằng đẵng tuổi ấu thơ, - Giáp ứa hai hàng nước mắt. Chiều nghĩa trang hiu hắt. Sau ngày cưới, hai vợ chồng qua chùa Diệc thành Vinh, nhớ câu kinh Phật: "Diệc bộ diệc xu", nghĩa là, cùng đi theo, cùng chạy theo. Liên hệ đến chuyện Thái kể, từng theo chị Vịnh đi họp tiểu tổ Tân Việt ở chùa Diệc, rồi theo cách mạng. Sao mà câu kinh ấy vận vào hai chị em đến vậy, rõ là cùng đi theo Đảng, cùng hy sinh vì cách mạng, chị trước em sau. Cụ Phan Châu Trinh, Phan Bội Châu cũng có thời dùng chùa Diệc làm điểm hẹn liên lạc bí mật. Giáp cúi đầu, lẩm nhẩm: "Diệc bộ diệc xu"; đoạn, cất bước trở ra xe.

*

Giáp nhấc lên đặt xuống, suy đi tính lại dự thảo Sắc lệnh số 21, phong cho Ngô Đình Nhu làm Giám đốc Nha Lưu trữ quốc gia và Thư viện toàn quốc. Giáp biết, Nhu học ngành Cổ tự học lưu trữ, một ngành khó và đã viết luận văn: "Những phong tục và tập quán của người An Nam ở Đằng Ngoài, thế kỷ XVII". Người Pháp đánh giá rất cao trình độ học vấn và năng lực chuyên môn của Nhu. Họ Ngô Đình cũng thuộc hạng danh gia vọng tộc ở đất Đại Phong. Nghe thầy kể, họ Ngô cũng từng giúp đỡ nhà miềng lúc khó khăn về nơi ăn chốn ở. Tất nhiên, miềng không lợi dụng chức vụ Việt Minh giao cho để trả ơn người này kẻ nọ, mà quả là Nhu thực tài. Chỉ tội, gia đình Nhu theo Công giáo, mà Thiên Chúa và Cộng sản kị nhau như nước với lửa. Nhưng Hồ Chủ tịch dặn, tình thế lúc này là phải tập hợp lực lượng ủng hộ Việt Minh. Lưu trữ và thư viện có quan trọng không? Cái gì mà chẳng quan trọng, nhưng cũng còn "xa ruột" lắm. Vả lại, Nhu đã từng giữ chức Phó Giám đốc Sở Lưu trữ và Thư viện Đông Dương, do Toàn quyền Đông Dương Yuitsu Tsuchihashi trao cho, sau khi Nhật đảo chính Pháp kia mà.

Ký xong, Giáp tựa lưng vào ghế, gác chân lên bàn, lòng thư thái. Miếng nhận chức vụ này, ký chừng hai chục cái sắc lệnh rồi. A hà, cũng quyền sinh quyền sát trong tay, kém gì ai nào? Khi xưa, thầy mà đồng ý cho bỏ chữ "Nguyên" thì có khi chẳng kém Trường Chinh, dưới một người trên muôn người. Nhưng xem chừng, chính quyền Việt Minh như trứng để đầu gậy, rồi Pháp sẽ quay lại, triều cũ phục hồi, các đảng phái nổi dậy thì đối phó sao đặng? Việt Minh chiếm được lòng dân quê, bởi dân trí thấp, bảo sao nghe vậy, giở bài "Người mị dân" hiệu nghiệm ngay, không nghe thì mang chuyên chính vô sản ra là sợ vãi... Nhưng đám trí thức, nhà buôn và tôn giáo thì khác, khó lòng mê dụ. Bởi chúng có chính kiến, đức tin và toan tính có sạn trong đầu...

Chợt có tiếng gõ cửa, Giáp vội thu chân xuống gầm bàn, lấy lại tư thế ngồi nghiêm ngắn, để tập văn bản và cái bút máy Pắc-ke lên mặt bàn và khẽ lên tiếng: "Mời vào". Giám kéo cánh cửa gỗ, bước vào, khẽ hỏi:

- Anh mới đi thăm mộ cô Thái về à?   Thế mà chẳng "ới" tôi với anh Mai đi cùng?

- Phải, cũng do gấp gáp, các anh bỏ quá cho. Mời anh ngồi, - Giáp đứng dậy kéo ghế, vẻ trân trọng, - tôi đã ký Sắc lệnh Hai mươi mốt rồi.

- Anh em nhà họ Ngô, quả là những đấng anh tài, - Giám nhận lại bản sắc lệnh, vừa nói câu chân thành.

- Hồ Chủ tịch cũng có nhã ý mời ông Diệm làm Thủ tướng, nhưng ông ta bắc bậc cành cao, - Giáp vui câu chuyện, tiết lộ.

- Thế kia à? - Giám tròn mắt kinh ngạc, - ông Diệm, chân

đi hai hàng, lạch bạch như vịt bầu, chẳng phải quí tướng chính khách, thế mà còn ra vẻ...

- Chả là, ông ta đòi làm việc trực tiếp với các Bộ trưởng và có quyền quyết định. Nhưng Hồ Chủ tịch không nói gì, nên ông ta cũng lặng lẽ ra đi, - Giáp giải thích.

- Rõ là, "cao nhân gặp cao thủ"! - Giám tấm tắc, rồi lái câu chuyện, - này, cháu Bích Hà con anh Mai, hay nhắc đến anh Giáp lắm đấy. Cũng tròn đôi chín rồi, rõ là "Áng mây xanh biếc", hay là... - Giám nhìn Giáp, dò hỏi.

- Tôi thì đầu tắt mặt tối suốt ngày, có hở lúc nào được đâu? - Giáp nói câu khách sáo, có ý thanh minh về chuyện tái hôn, nhưng trong lòng lại nhớ chuyện tỏ tình năm xưa với Hà, khi đạp xe qua Septo Hàng Đẫy. Thế mà, nhoáng một cái đã hơn chục năm, cô bé nhọ nhem năm xưa đã kịp lớn thành "Áng mây xanh biếc" đầy quyến rũ, - cám ơn anh đã quan tâm chuyện đời tư, nhưng anh cho hỏi chút, - Giáp làm như đang bị cuốn hút vào việc công, - có phải Quốc ca đầu tiên là "Đăng đàn cung" của nhà Nguyễn?

- Phải, ban đầu chỉ có nhạc, do người ngoại quốc sáng tác, mãi về sau vua quan mới đặt lời[51], - thấy Giáp tỏ vẻ không mặn mà với đám Hà, nên Giám cũng trả lời chiếu lệ cho qua chuyện, rồi phàn nàn, - anh thì lúc nào cũng công việc, công việc...

- Hồ Chủ tịch dạy: "Dĩ công vi thượng".

Cả hai nhìn nhau, lại cùng cười ha hả, đầy vẻ sảng khoái.

---

(51) Nhạc: Chaigneau (Pháp), soạn thời Gia Long. Lời: Ưng Thiều, soạn thời Bảo Đại.

Chương bốn: Pháo đài Láng

16. Hiệp định chồng lấn

Ngày mai, ta cùng Hồ Chí Minh, thay mặt Chính phủ Liên hiệp, đi gặp Xanh-tơ-ni (Sainteny) đại diện Chính phủ Pháp, ký Hiệp định Sơ bộ. Thực ra, chủ trương là của bọn Cộng sản, do Hồ cầm đầu, còn ta cũng có tiếng là Phó Chủ tịch Kháng chiến Ủy viên Hội (Ủy ban Kháng chiến), nhưng cũng chỉ làm vì mà thôi.

Còn nhớ cái đận năm bốn mươi ba (1943), Hồ từ Việt Nam sang Tàu, tìm gặp Chu Ân Lai, để hỏi về sự chỉ đạo gì đó của Cộng sản Quốc tế, thì bị Tưởng Giới Thạch bắt giam. Ta cùng Hồ Học Lãm, Nguyễn Hải Thần (Vũ Hải Thu) vận động Mỹ, Tưởng tha cho, với cái cớ là Việt Minh đang thiếu cán bộ. Thế là Hồ không những được thoát khỏi ngục tù, mà còn lấy được cái vỏ Việt Minh của Lãm và Thần, rồi thế cái ruột Cộng sản vào, chiêu tập dân chúng, rồi lại cướp giật được chính quyền từ tay Chính phủ Đế quốc Việt Nam Trần Trọng Kim; mặc kệ Vua Bảo Đại và Thủ tướng Trần Trọng Kim đã thu được nền độc lập cho đất nước, từ trước khi quân Nhật đầu hàng Đồng Minh. Và Hồ ra tiếp một bản Tuyên ngôn độc lập nữa, dù cho Bảo Đại đã chính thức trịnh trọng truyền cáo trước bàn dân thiên hạ, về nền độc lập của Việt Nam. Kể ra, Hồ cũng là hạng khôn ranh và liều lĩnh.

Trước giai đoạn kết thúc Thế chiến Hai, khi Nhật sắp sửa đầu hàng Đồng Minh, tại Hội nghị Y-an-ta (Yalta), vào tháng 2 năm 1945, Tổng thống Mỹ Ru-dơ-ven (Roosevent) đưa ra "Chính sách ủy trị" đối với các nước Đông Dương, nhưng bị Hồ Chí Minh phản đối. Nhóm OSS cũng khuyên Hồ, nên loại cờ đỏ sao vàng, nhưng bị bỏ ngoài tai. Hồ lộ rõ chân tướng Cộng sản, nên người Mỹ quay lưng lại đối với Việt Minh là đương nhiên. Nếu Hồ đồng ý một Ủy ban ủy trị Liên Hợp Quốc tạm thời giúp đỡ Việt Nam, thì nước ta đã thành một quốc gia dân chủ mà người Pháp cũng chẳng thể quay lại Đông Dương. Một cơ hội hòa bình trong tầm tay bị bỏ lỡ. Bọn Việt Minh Cộng sản chỉ khoái trò tranh đấu giai cấp và chuyên chính vô sản mà thôi. Thế mà ngày mai, lại cam tâm ký hiệp định với Pháp, chỉ để cho Pháp đưa vạn rưỡi quân trở lại Việt Nam, thay thế hai mươi vạn quân Tưởng, chấp nhận nằm trong Liên bang Đông Dương, thuộc khối Liên hiệp Pháp. Như vậy, Tuyên ngôn độc lập chưa ráo mực để làm trò gì? Rước Pháp vào, phải nhả quyền lợi cho nó ở Hải Phòng, Hà Nội là những nơi yết hầu kinh tế, chính trị. Chúng sẽ lộng hành, được đằng chân lân đằng đầu. Sớm muộn, bọn Việt Minh cũng phải rút chạy khỏi Hà Nội và các đô thị, chứ không thể kề vai với tụi Pháp được. Thế là, thuộc địa lại hoàn thuộc địa. Vả lại, cuối tháng 2, tức là mới trước đây vài ngày, Pháp và Tưởng đã ký Hiệp ước Hoa-Pháp. Theo đó, quân Tưởng sẽ rút hết vào giữa tháng 6 này. Vậy thì đâu phải hòa Pháp đuổi Tưởng nữa. Ắt hẳn Việt Minh sẽ có âm mưu gì đây, đối với các đảng phái Quốc gia?

Phải chi Nguyễn Thái Học còn sống? Một người yêu nước thương nòi nhất mực, không dính dáng gì đến các chủ thuyết Vô sản. Bởi thế, lấy được nước sẽ xây dựng quốc gia phú cường, chứ không cần lệ thuộc vào Nga Xô, Trung Cộng như cánh Hồ Chí Minh sẽ phải gánh chịu. Cùng quê hương Thổ Tang[52], ta biết Đảng trưởng Quốc dân Đảng, với tôn chỉ, mục đích sáng ngời Chủ nghĩa Tam dân: Dân tộc độc lập- Dân quyền tự do- Dân sinh hạnh phúc. Hồ ma lanh thuổng khẩu hiệu thiêng liêng ấy, đưa vào tiêu

---

(52) Ngày nay thuộc huyện Vĩnh Tường, tỉnh Vĩnh Phúc.

đề các văn bản hành chính, trình bày rõ là trang trọng:

"Việt Nam Dân chủ Cộng hòa
Độc lập - Tự do - Hạnh phúc".

Đảng ta lập trước, lại ở trong nước, chứ không như Đảng Cộng sản lập sau ba năm, tận bên xứ Tàu. Bọn Cộng sản khi lấy được nước, sẽ chơi trò chuyên chính vô sản kiểu Lý Ninh (Lê-nin), rồi sẽ loại bỏ hết các đảng phái Quốc gia để độc quyền cai trị, như bên Nga Xô. Bọn này sẽ tựa lưng vào Tàu Cộng, một mất một còn với Quốc dân Đảng cho mà xem. Ta thực ân hận khi đã tham gia giải cứu cho Hồ Chí Minh. Đến như Vua Bảo Đại, người toàn tâm toàn ý thoái vị để hi vọng làm công dân một nước tự do, mà còn cay đắng thốt lên: "Trẫm mắc lừa bọn du côn...".

Ngày mai, ta đồng lõa phạm tội bán nước. Vũ Hồng Khanh (Vũ Văn Giản) châm nến và lầm rầm hát bài Đảng ca Quốc dân Đảng:

"Trông sắc cờ đỏ sao trắng oai hùng bay trên non sông
Đây uy linh năm xưa lẫy lừng ý chí chiến đấu
Bao anh hùng đem máu xương nguyện dành cho non sông
Lạc Hồng..." [53]

Những giọt nước mắt lã chã rơi, ướt đầm chòm râu đốm bạc. Ngọn nến hiu hắt trong đêm. Tưởng như lời thủ lĩnh cũng như đang gửi lòng mình trong bài hát: "Mau đem tự do, ấm no, hòa bình cho dân tộc mình". Ta cũng ngũ tuần đến nơi rồi, làm đấng trượng phu đứng trong trời đất, lại cam tâm bán rẻ Tổ quốc, hóa chẳng nhục lắm ư? Trong màn đêm mờ ảo, Khanh như thấy bóng hình Đảng trưởng hiển hiện và tâm sự vọng về: "Học ta đã làm cuộc bạo động, dù không thành công cũng đã thành nhân. Ông cũng vào độ biết mệnh trời, hãy gắng giữ chữ "Tâm" mà phụng sự Đảng và Dân tộc". Khanh thao thức mãi, đắn đo vô cùng. Thôi vậy, ngày mai ta cũng cứ đến phố Hàng Vôi, mà bọn Pháp đã đổi là phố Đô đốc Coubet; gọi là cho có mặt mà thôi, chứ còn ký tá thì đâu có đến lượt ta? Phải chi Trần Trọng Kim kíp chuyển Bộ Thanh

---

(53) Bài hát *Cờ sao trắng*, sáng tác của Lê Minh.

niên thành Bộ Quốc phòng và nhận thêm võ khí của Nhật, rồi hợp sức cùng với lực lượng các đảng phái Quốc gia, thì quân Việt Minh khó có thể tự tung tự tác như chốn không người như vậy.

*

Trong khi Hồ Chí Minh thay mặt Chính phủ Việt Nam Dân chủ Cộng hòa, ký với Xanh-tơ-ni đại diện Chính phủ Cộng hòa Pháp, về Hiệp định Sơ bộ, thì Võ Nguyên Giáp- Chủ tịch Quân sự ủy viên Hội trong Chính phủ cũng ký với Tướng Xa-lăng (Salan)- Tổng Chỉ huy quân đội viễn chinh Pháp tại Việt Nam, bản phụ ước về việc Pháp thay Tưởng tiếp nhận sự đầu hàng của Nhật ở Việt Nam.

Ngay từ khi ký Hiệp định Sơ bộ, ngày mùng 6 tháng 3 năm 1946, dư luận đám nhân sĩ, trí thức đã rầm rầm phản đối. Hồ Chủ tịch muối mặt thanh minh rằng, không có sự bán nước nào sất cả. Nhưng bịt miệng vò, miệng hũ, chứ đâu bịt được miệng người.

Lê Duẩn, sau khi được tha ra khỏi nhà tù Côn Đảo, trở về làm Bí thư Xứ ủy Nam Bộ, nghe tin Hồ Chí Minh và Võ Nguyên Giáp ký hiệp định hòa hoãn với Pháp thì tức lắm, nhưng không làm gì được.

- Không cẩn thận, mấy cha bán đứng đất nước chứ chẳng phải đùa.

- Cụ Hồ giao cho tôi vào củng cố Nam Bộ, - Nguyễn Bình bộc bạch.

- "Tôi giao Nam Bộ cho chú" chứ gì? Thế Xứ ủy bỏ đi đâu? - Duẩn bật lại. - Mà nói cho cùng kỳ lý, nếu Toàn quyền Đông Dương Su-chi-ha-si (Tsuchihashi), sau khi Nhật đảo chính Pháp, lại trao trả Nam Bộ cho bọn Cao Miên, chứ không phải cho Việt Nam như bây giờ, thì lấy cứt mà củng cố...

Bình há hốc mồm, không ngờ Duẩn lại tọc mạch và bỗ bã đến vậy, biết cả chuyện Hồ Chủ tịch giao nhiệm vụ và dặn riêng mình nữa. Bình biết, lúc ở Việt Bắc, Duẩn còn tranh luận tay đôi với cả Hồ Chí Minh và Trường Chinh, về đường lối cách mạng. Người đâu mà to gan?

Duẩn biết thành tích bất hảo của Bình, nên đoán chừng, Hồ Chủ tịch dùng để trấn áp đám giáo phái Nam Bộ, chẳng qua là lấy độc trị độc mà thôi.

Một hôm, Duẩn tâm sự với Trần Văn Giàu:

- Tay này tên thật là Nguyễn Phương Thảo, theo Quốc dân Đảng, bị Pháp bắt đày ra Côn Đảo. Bạn tù nghi phản bội đã chọc mù một mắt. Thế mà về Bắc, hắn lập chiến khu Đông Triều, làm Tư lệnh, rồi tự cướp chính quyền hàng tỉnh. Hảo hớn ghê gớm chứ chẳng chơi.

- Bình thân với Trần Huy Liệu. Liệu rủ theo Quốc dân Đảng phụ trách quân sự. Hắn đổi tên Bình là có ý đồ "bình thiên hạ", - Giàu tính, - chi bằng, anh kết nạp hắn vào Đảng để có cái tóc mà nắm.

- Hay, - Duẩn vỗ đùi, - nhưng đâu như hắn đã được kết nạp rồi kia mà?

- Thì lại kết nạp nữa, cũng như Giáp, được kết nạp trong nước một lần, rồi sang Tàu hoạt động lại được Hồ Chủ tịch kết nạp lần nữa, có sao đâu? - Giàu vẫn kiên trì ý kiến của mình.

- Đúng, tôi cũng được kết nạp hai lần mà! - Duẩn vỗ bàn tay hộ pháp vào vai, khiến Giàu lạng người, suýt ngã. - À, nhưng mà thôi, chẳng cần phải làm như thế, tôi đã có cách...

*

Tháng 4, sau hội nghị Hàng Vôi, Giáp vào Đà Lạt, chuẩn bị cho Hội nghị Phông-ten-nơ-blo (Fontainebleu), dự tính tháng 7 sẽ họp bên Pháp. Danh nghĩa là Phó đoàn, nhưng Giáp quyết cả. Nguyễn Tường Tam làm Bộ trưởng Ngoại giao, tuy Trưởng đoàn, nhưng cái gì cũng phải hỏi ý kiến Giáp. Bởi những việc hệ trọng, phải do Đảng Cộng sản chỉ đạo, có xin chỉ thị Hà Nội thì cái máy vô tuyến điện duy nhất lại do Giáp độc quyền quản lý, nên nghiễm nhiên, Tam chỉ là bù nhìn mà thôi.

Những lúc rảnh rỗi, Giáp hay bàn chuyện văn chương với Tam, vì Tam là nhà văn nổi tiếng, với bút danh Nhất Linh, tham gia nhóm Tự Lực Văn đoàn lừng lẫy một thời. Chính thế, Tam mới được đặc cách trong số bảy mươi ghế Quốc hội, không cần bầu cử, lại giữ chân Bộ trưởng Ngoại giao trong Chính phủ liên hiệp.

Nói đến văn chương là Tam phơ lên, đậm chất nghệ sĩ, nên có tác phẩm để đời: *Gánh hàng hoa, Đời mưa gió, Đoạn tuyệt..* Nhưng loại người này khó tỉnh táo để làm chính trị. Chính trị lạnh lùng trong lòng thì mới có bước đi khôn ngoan, loại bỏ đối thủ. Làm chính trị là vừa hợp tác, tạo thế lực vây cánh, vừa đấu tranh loại bỏ lẫn nhau, để hòng ngoi lên địa vị cao hơn nữa...

Hội nghị Đà Lạt bất thành, nhưng theo đúng lịch trình, Hội nghị Phông-ten-nơ-blô vẫn diễn ra và Tam lại được cử làm Trưởng đoàn. Nhớ khi được cử làm Bộ trưởng Ngoại giao, Tam hăm hở lắm, nhưng qua thời gian ở Đà Lạt, Tam biết rõ phận mình cũng chỉ là cái bung xung cho Việt Minh lòe thiên hạ mà thôi. Tư chất nghệ sĩ giúp Tam có sự nhạy cảm, nhận biết độ nóng lạnh của thời tiết chính trị, nên Tam cáo ốm, chẳng thèm sang Pháp nữa.

Huỳnh Thúc Kháng được Hồ Chủ tịch giao làm Quyền Chủ tịch nước, giật mình hỏi Giáp:

- Tình thế này thật khó xử, làm sao bây chừ, hè?

- Cụ Hồ dặn: "Dĩ bất biến ứng vạn biến", cứ thế mà làm, cụ ạ, - Giáp gỡ thế bí của mình, nói câu vô thưởng vô phạt, hồi lâu tính kế, - hay là cử Phạm Văn Đồng đi thay Nguyễn Tường Tam? Tôi sẽ giới thiệu cho anh Tô[54], cậu Phạm Huy Thông, kém tôi dăm tuổi, trước kia cùng dạy Tư thục Thăng Long, nay đậu Tiến sĩ Luật ở Pa-ri, giữ chân Ủy viên Hội đồng Giáo dục Tối cao của Pháp.

- Có phải cậu ta là con ông gì, mà làm Chủ tịch Tuần lễ vàng, phỏng? Thế cũng được, cần gì đã có cụ Hồ đang là thượng khách của Chính phủ Pháp, ắt hẳn sẽ đỡ một tay, - Huỳnh như cởi được mớ tơ vò, phấn chấn hẳn lên. Suy nghĩ chốc lát, bèn ghé tai Giáp nói nhỏ, - khéo mà Nhất Linh bị bệnh tư tưởng cũng nên?

Giáp chột dạ, nhớ lại những biểu hiện khác thường của Tam

---

(54) Một trong những bí danh của Phạm Văn Đồng.

trong thời gian dự Hội nghị Đà Lạt. Tay này có thực tài, nhưng phải cái tính ngang, không biết điều. Hắn làm Bộ trưởng, nhưng chỉ là hạng trưởng giả, chứ nước non gì mà rộn.

*

Sau Lễ Tuyên ngôn độc lập chưa đầy tuần, Hồ Chủ tịch đã ký sắc lệnh thành lập Bộ Tham mưu quân đội

- Bộ Quốc phòng có chú Tấn trông coi, nhưng về Tham mưu giao cho chú Thái, - Hồ Chủ tịch hỏi Giáp, - ổn chứ?

- Em đã tìm hiểu tài liệu quân sự thế giới, thấy nhiều nước, Bộ trưởng Quốc phòng lại là dân sự, nhưng Tham mưu trưởng phải là quân nhân chuyên nghiệp. Hoàng Văn Thái có kinh nghiệm làm công tác tình báo, tác chiến và tham mưu, nên bác quyết cho giữ chân Tham mưu trưởng là xác đáng, - Giáp trình bày có ngành có ngọn, thuận theo.

- Cậu này với cô Nết thế nào? - Hồ Chủ tịch có ý thăm dò.

- Hôm làm Lễ Độc lập, cậu Thái trong đội võ trang bảo vệ kỳ đài. Còn cô Nết, nay đổi tên Loan, làm Trung đội trưởng tự vệ thành Hà Nội. Chính cô gái bận bộ đồ nữ y phục người Thổ tham gia thượng cờ là Nết, cùng với cô Thoa là con gái Dương Quảng Hàm đấy.

- Thế hả? - Hồ Chủ tịch cười vui, quyết định, - thôi được.

Hôm sau, khi trao sắc lệnh thành lập Bộ Tham mưu cho Thái ở Phủ Thống sứ, Giáp ghé tai nói nhỏ:

- Ông Ké có hỏi về chuyện cậu với cô Nết- Loan đấy.

- Thế sao? - Thái giật mình, biến sắc mặt.

- Nhưng tất cả ổn rồi, - Giáp có ý khoe vai trò quan trọng của bản thân, - cô cậu là gắn bó với lá cờ đỏ sao vàng cả đời. Hôm làm lễ thành lập quân đội thì cậu cầm cờ. Đến khi thượng cờ trong Lễ Độc lập lại là cô Loan.

Thái cười khà khà, tỏ ý vui mừng.

- Chúng tôi bàn nhau, định tuần sau thư thư việc, sẽ báo cáo làm lễ thành hôn.

- Tốt quá, - Giáp cười, - người ta bảo, "phúc bất trùng lai", thế mà cậu vui hai cái liền.

Thái chột dạ, ngờ Giáp có ý nói kháy chuyện cô Bình, người vợ đầu còn đang giấu tổ chức, ở dưới quê Thái Bình, nên rảo bước đến bên Giáp, nói như van:

- Trăm sự nhờ anh cả đấy!

- Yên tâm, yên tâm! - Giáp hồ hởi, đứng thế thượng phong, thân tình bảo Thái, - hồi còn mồ ma chị Quang Thái, bảo là, ở kẻ Mơ có ông thầy bói hay lắm đấy.

- Cô Loan đã đi xem rồi. Thầy phán, ngày cưới mùng mười tháng Tám Ất Dậu, - Thái thật thà đáp. - À, anh Văn này, - Thái hạ giọng, vẻ quan trọng, - cô ấy bảo, còn thấy cả ảnh lãnh tụ Nguyễn Ái Quốc ở nhà thầy bói. Cô ấy tò mò hỏi, thầy bảo vầy chứ: "Người này mũi chẩy, hẳn chết vì bệnh lao. Trán sư, chắc chết trong chùa, hoặc trong trại". Cô Loan kêu lên: "Đây chính là cụ Hồ Chí Minh, vừa đọc Tuyên ngôn độc lập ở Quảng trường Ba Đình đấy thôi". Thầy cãi: "Người này mắt trong như hòn bi, rất thông minh, nhưng đã chết rồi. Cụ Hồ là người khác. Cụ tướng phúc hậu, được hưởng lợi từ kẻ khác".

Giáp nghe vậy, đờ cả người. Một lát định thần, phẩy tay khẽ nói:

- Cậu bảo cô ấy, chớ nghe luận điệu tuyên truyền nhảm!

Nghe tin Hoàng Văn Thái được phong chức, đứng đầu Bộ Tham mưu quân đội, Phùng Thế Tài gọi điện thoại ngay cho Giáp:

- Thằng ấy mà Tham mưu trưởng cái nỗi gì? - Tài nói như quát trong máy, - chính nó bày trận Đồng Mu làm cho anh gánh chịu cái tiếng thất bại.

- Anh bình tĩnh, không phải thế đâu, - Giáp ôn tồn, - trận ấy, Thái lập kế hoạch tác chiến xong, nhưng lại bị điều đi đánh Hà

Giang, Tuyên Quang, chứ không thì thắng to cũng nên. Mà chính tay Hồ Chủ tịch ký sắc lệnh này, chứ không phải tôi.

- Thế à? - Tài giật mình, suýt đánh rơi ống nghe, - chết, chết... Này, đừng nói với ông Ké đấy nhá.

Trong khi đó, Thái chỉ để lại bộ phận bản đồ ở nhà số 4, Hàng Vôi, còn thì kéo bộ đội các Phòng Tình báo, Nhân sự, Tác chiến, Quân nhu, Thông tin về Biệt thự số 16, phố Ri Quer[55]. Giáp đến hướng dẫn công việc, thấy anh em rải chiếu ra sân mà họp bàn công tác.

*

Việt Minh bỏ tiền ra mua Biệt thự Les Saules, còn gọi Liễu Trang, thuộc làng Mọc, nhưng lại để gia đình Đặng Thai Mai đứng tên. Hồ Chí Minh, Võ Nguyên Giáp, Trường Chinh, Phạm Văn Đồng... thường về đó họp bàn công việc.

Mỗi lần thấy Giáp đến là Bích Hà lại đỏ mặt tưng bừng, lẻn ra đình tạ hóng mát, nhưng dỏng tai nghe tiếng cười nói từ biệt thự vọng ra. Mỗi khi nghe giọng Quảng Bình ấm áp là tim Hà lại như ngưng đập. Hà nhớ lời tỏ tình của Giáp hôm nào đạp xe qua Septo Hàng Đẫy và cười khúc khích một mình. Người đâu mà đa tình, vừa mới cưới vợ đã tán tỉnh trẻ con. Hà kể chuyện ấy với Nghiêm Thúy Băng[56]. Cả hai cùng cười ngặt nghẽo.

- Anh Văn Cao cũng quý anh Giáp lắm, - Băng tự hào khoe.

- Anh Giáp đã ký sắc lệnh quốc ca, Quốc kỳ; lấy bài "Tiến quân ca" của "người đằng ấy".

- Nhưng mà, nói thật, tớ nghe bài ấy cứ thấy toàn gươm giáo loẻng xoẻng với súng pháo đùng đoàng thôi, chứ không được êm ái như *Suối mơ, Thiên thai*... - Băng thú nhận.

- Chuyện, giai cấp đấu tranh mà, phải bạo liệt chứ, - Hà ra chiều bênh vực những người thuộc phe Giáp.

---

(55) Ngày nay là số nhà 18, Nguyễn Du, thành phố Hà Nội (trụ sở Bộ Thông tin-Truyền thông).

(56) Phu nhân Nhạc sĩ Văn Cao.

17. Tảo thanh đảng phái

Tuy rằng, Chu Văn Tấn làm Bộ trưởng Quốc phòng đầu tiên, nhưng Võ Nguyên Giáp đứng sau, làm Thứ trưởng thường trực, kiêm Bộ trưởng Nội vụ và lại quán xuyến về công tác Đoàn thể (Đảng), nên mọi tin tức quân báo mà Bộ Tham mưu tổng hợp và Nha Công an báo cáo hằng ngày hằng giờ, đều được chuyển đến tay Giáp.

Báo cáo "Tứ cá nguyệt liễu", bốn tháng cuối năm 1945 và dự kiến công tác cơ bản đầu năm 1946, đều nêu bật vấn đề các đảng phái đang nổi lên chống Việt Minh, đứng đầu bảng là Quốc dân Đảng.

"15 tháng 12 năm 1945, các đảng phái chống Việt Minh, tập hợp lực lượng thành lập Mặt trận quốc dân Việt Nam, do Vũ Hồng Khanh (Vũ Văn Giản) làm Bí thư trưởng".

Đọc đến đây, Giáp nhíu mày, suy nghĩ rất lung. Cũng là chuyện đảng phái, mà ngay trước ngày Hồ Chủ tịch Tuyên ngôn độc lập, miềng đã ký Sắc lệnh Thiết quân luật. Ngay sau đó, miềng lại ký Sắc lệnh số 8, giải tán các đảng phái, như bọn: Đại Việt Quốc xã của Trần Trọng Kim, Đại Việt Quốc dân Đảng (Đại Việt) của Trương Tử Anh và Quốc dân Đảng của Vũ Hồng Khanh... nại cớ rằng, tư thông với nước ngoài, làm phương hại nền độc lập. Tức thì, Ti Liêm phóng có quyền ra tay. Thế mà nay lại ngóc đầu dậy, nhộn nhạo làm càn ư?

Trong báo cáo, nhắc đến cái tên Vũ Hồng Khanh, khiến Giáp phân vân. Chả là, khi Hồ Chí Minh bị Tưởng Giới Thạch giam cầm, thì chính Vũ Hồng Khanh và Hồ Học Lãm là chỗ thân tình của Tưởng, mà xin được tha cho. Nay Hồ Chủ tịch đứng đầu một cõi, ắt cũng phải biết điều vuốt mặt nể mũi, nỡ sao xuống tay với ân nhân cứu mạng cho đặng? Miềng phải cân nhắc, để khi trình lên được chuẩn xác, có lý có tình. Vũ Hồng Khanh làm Phó Chủ tịch Chính phủ Liên hiệp kháng chiến. Tuy nhiên, hắn cũng chỉ làm vì, tạo sắc màu cho bức tranh dân chủ mà thôi. Quyết định mọi việc là ở như một tay Hồ Chủ tịch. Bởi thế, hắn không bị trừng trị.

"Cấp báo: Tới ngày 14 tháng 7 năm 1946, kỷ niệm Quốc khánh Cộng hòa Pháp, địch nhân sẽ có cuộc ném lựu đạn vào đội quân da đen diễu binh trên phố, để lấy cớ tấn công Việt Minh".

"Hỏa tốc: Nhà in của Quốc dân Đảng ở phố Đuy-vi-nhô (Duvigneau)[57] đang in rất nhiều truyền đơn, tài liệu phản động. Trương Tử Anh lập kế hoạch lật đổ Chính phủ Hồ Chí Minh".

"Thượng khẩn: Tại trụ sở số 7, Ôn Như Hầu[58], tên Phan Kích Nam là đại biểu Quốc hội, có âm mưu phản nghịch".

Tin tức dồn dập từ các toán trinh sát ở hiệu cắt tóc phố Cửa Đông và công an hóa trang thành ăn mày, phu xe, thợ đánh giày cho sĩ quan Pháp và đóng giả hành khách trên các chuyến tàu từ Huế ra Hà Nội... được báo về Nha Công an trên phố Đơ-loóc-mơ (Delorme)[59], rồi cũng nhanh chóng chuyển đến tay Giáp.

Trong bản báo cáo nhắc đến ngày Quốc khánh Pháp, khiến Giáp nhớ tới Quang Thái, cũng ngày ấy, năm xưa, Thái không chịu chào cờ Tam tài, không chịu hát bài Mác-xây-e (La Marseillaise), nên bị đuổi học khỏi Trường Cô đỡ. Cuối cùng, Thái lại sa vào vòng lao lý và trút hơi thở cuối cùng tại Nhà thương Cống Vọng[60]. Nghe nói, những người chết không có thân nhân, bị coi là vô thừa nhận, đưa xuống nhà xác và phu đào huyệt chôn trong nghĩa trang làm phúc. Có lẽ, miềng phải bàn với Nha Công an về việc này mới được, tương kế tựu kế để có bằng chứng, chứ báo cáo suông với Trường Chinh và cụ Huỳnh sẽ khó có thể chấp nhận. Tên phố Ôn Như Hầu, gợi nhớ bữa cơm rau nhút khi xưa ở làng Thá, thầy đã nhắc đến cái phố mang tên Nguyễn Gia Thiều, tác giả truyện thơ chữ Nôm *Cung oán ngâm khúc...*

Lúc này, Đảng Cộng sản Đông Dương đã tự giải tán, rút vào hoạt động bí mật, dưới danh nghĩa các Đoàn thể cứu quốc. Giáp bàn với Nguyễn Tạo, người của cơ quan Nhân kỳ năm xưa, nay

---

(57) Ngày nay là phố Bùi Thị Xuân, thành phố Hà Nội.
(58) Ngày nay là phố Nguyễn Gia Thiều, thành phố Hà Nội.
(59) Ngày nay là phố Trần Bình Trọng, thành phố Hà Nội.
(60) Ngày nay là Bệnh viện Bạch Mai, thành phố Hà Nội.

là Phó Giám đốc Nha Công an Trung ương, người được Đoàn thể giao phụ trách Nha Công an.

- Anh báo với cụ Huỳnh-Quyền Chủ tịch cho ý kiến, nhân cơ hội này, giải quyết dứt điểm bọn Quốc dân Đảng, - Giáp giơ nắm tay, vẻ quyết liệt.

- Để anh Lê Giản báo cáo thì hay hơn, chả gì cũng là Giám đốc công khai. Làm như vậy, có lợi cho Đoàn thể rút vào bí mật, - Tạo đề xuất ý kiến khôn ngoan.

- Đúng, Giản là tù chính trị từ Ma-đa-gát-xka (Madagascar) trở về, lại làm Giám đốc Nha Công an báo cáo cụ Huỳnh là hợp lẽ. Ý kiến của anh hay đấy, Đảng không lộ diện chỉ đạo vụ này, - Giáp tán đồng.

Lê Giản cũng như đám đảng phái được Việt Minh sử dụng làm bình phong, thậm chí, có người đứng đầu ban này bộ nọ, nhưng cũng nằm trong chiến thuật "Bôi trắng cái đầu" của Cộng sản mà thôi. Người phụ trách công tác Đoàn thể mới là lãnh đạo thực sự.

Giản đến gặp cụ Huỳnh, báo cáo mọi nhẽ. Nhưng cụ Huỳnh lấy làm ngờ lắm. Chẳng lẽ, Quốc dân Đảng có Vũ Hồng Khanh, giữ chân Phó Chủ tịch Chính phủ, Nguyễn Tường Tam làm Bộ trưởng Ngoại giao, lại đi lật đổ Chủ tịch Hồ Chí Minh. Vả lại, họ cũng đều là những người yêu nước cả. Ai dám bảo Đảng của ông Nguyễn Thái Học là phản động?

Giản về báo cáo lại, khiến Giáp và Tạo thấy bí, nghĩa là cụ Huỳnh đòi bằng cớ, tang vật phản động hẳn hoi, chứ mấy cái bản báo cáo, dù có đóng dấu "hỏa tốc", "tối mật" cũng khó thuyết phục. Tức là, cụ vẫn còn trọng các đảng phái tham gia Chính phủ. Giáp biết, cụ Huỳnh và bọn đảng phái Quốc gia còn gây sức ép với Hồ chủ tịch, để vời Diệm từ nhà tù Tuyên Quang, về làm Thủ tướng kia mà. Cả bọn trầm ngâm suy tính.

- Nghe bọn nhà thầu sửa biệt thự này nói, trong vườn chuối có mấy cái mộ Tàu Tưởng, - Tạo thủ thỉ tính kế.

- Nếu có cũng rữa cả ra rồi, mà bọn Cu-dê-đê (Quốc dân Đảng) thì mới chuyển đến, không hợp lí, - Giáp đắn đo.

Rồi Giáp kể về những cái xác vô thừa nhận, lưu trong nhà xác Cống Vọng. Tạo hiểu ý, bèn gọi Đại đội trưởng Lễ đến giao nhiệm vụ...

Đêm 12 tháng 7 năm 1946, lại Thiết quân luật toàn thành phố Hà Nội, dân chúng không được ra đường. Theo chỉ đạo, Lễ lặng lẽ dẫn quân đến Nhà thương Cống Vọng, gặp Nguyễn Văn Huyên quản lý nhà xác, xin lấy ba cái xác người vô thừa nhận. Bọn Lễ hành động cấp tốc và bí mật mang về, vùi trong vườn chuối của Biệt thự số 7, phố Ôn Như Hầu.

Rạng sáng ngày 13 tháng 7, Tạo chỉ huy Lê Hữu Qua, cùng một tiểu đội Công an phóng ô-tô đến gần cổng số nhà 132, phố Đuy-vi-nhô thì tắt máy để giữ bí mật, nhưng theo đà quán tính, xe vẫn chạy đến cổng mới dừng lại đổ quân. Lực lượng Công an xông vào bắt lính gác, thu truyền đơn, tài liệu vẫn chưa ráo mực. Bọn nhà in vẫn còn ngủ lăn lóc trên sàn nhà.

Sáng 14, Nguyễn Bá Hùng (Trần Tấn Nghĩa) vào gặp Phan Kích Nam (Phan Xuân Thiện), hòng bắt sống tại Biệt thự số 7, Ôn Như Hầu, nhưng Nam là tay cứng cựa, mở lời trước:

- Tôi là Phan Kích Nam, Trung ương ủy viên Quốc dân Đảng, Tư lệnh Đệ thất Chiến khu, đại biểu Quốc hội. Dám hỏi, tôi đang được hân hạnh tiếp ai đây ạ?

- Tôi là Trần Tuấn Nghĩa, theo lệnh Nha Công an Trung ương, mời ông đến làm việc, - Nghĩa lấy lại thế chủ động.

- Chuyện này, phải có sự vụ lệnh, phải có lệnh của Hồ Chí Minh, nhá!

Nghĩa tiu nghỉu quay về xin giấy tờ, rồi trở lại. Bọn lính gác quen mặt, không kiểm tra gì nữa. Nghĩa lại vào phòng Nam, đặt cả bao súng lẫn xanh-tuya (ceinture) lên bàn và đưa giấy. Nam không hài lòng, sẵng giọng:

- Tôi đã bảo là phải có lệnh của Hồ Chí Minh, chứ một anh Chủ sự nào đó, ký giấy thế này, sao triệu được tôi? Tôi cùng quê xứ Quảng với cụ Huỳnh đấy nhá!

Nghĩa vờ thất vọng quay ra. Nam cầm bao súng gọi với theo:

- Quên súng này!

Nhưng Nghĩa còn một khẩu súng Côn (Colt) giấu trong túi áo, mà bọn lính chủ quan không kiểm. Nhanh như một con báo, Nghĩa xoay phắt lại, rút súng ra, chĩa thẳng vào ngực Nam, dõng dạc ra lệnh:

- Ông đã bị bắt!

Nam bị bất ngờ, đứng như trời trồng.

- Tất cả bỏ súng xuống!

Nghĩa vừa ra lệnh cho bọn bảo vệ, vừa nghiêng bàn tay lực sĩ, chém mạnh một phát vào cổ Nam, khiến hắn gục xuống sàn. Bọn lính sợ hãi buông súng. Các chiến sĩ Nha Công an và Sở Liêm phóng Bắc Bộ ào vào, tóm gọn. Nhanh chóng tước vũ khí, lục soát nhà cửa, đào bới vườn chuối tìm xác người.

- Rõ ràng là một hắc điếm, chứ đâu phải trụ sở một chính đảng?

Ngay lập tức, Giản mang hình ảnh, tang vật, truyền đơn, tài liệu đến báo cáo Huỳnh Thúc Kháng và Võ Nguyên Giáp. Huỳnh thấy vậy, tái mặt vì tức giận, quát lên:

- Thật là hủ bại, bắt ngay!

Lập tức, Giáp truyền lệnh cho Nha Công an Trung ương triển khai lực lượng, tấn công đồng loạt hơn bốn mươi địa điểm của Quốc dân Đảng trên khắp ba kỳ trong cả nước.

Ở Hà Nội, thời xưa, Giáp đã từng đến trụ sở Ngũ Xã của Nhượng Tống (Hoàng Phạm Trân), nay cũng làm cỏ luôn. Nhượng Tống bị thủ tiêu. "Chinh chiến mấy người đi trở lại", Giáp nhớ câu thơ mà Nhượng Tống dịch của Đỗ Phủ và nhếch mép cười. Bọn Quốc dân Đảng ở Trấn Vũ Quán chống cự quyết liệt. Quân Pháp cho xe tăng đến hỗ trợ, nhưng khi thấy Việt Minh trưng ra bằng chứng phản động, bèn thu quân. Quốc dân Đảng bị bắt sống ráo chọi. Muốn tảo thanh thì phải tạo cớ, gài thế, dựng nên cái chính danh cho miệng và sự bất nghĩa cho kẻ thù. Mục tiêu tối cao là bằng mọi giá, phải tiêu diệt bằng được các đảng phái đối lập, để cho Đảng Cộng sản là lực lượng lãnh đạo duy nhất. Và, chỉ có như vậy, mới có thể xây dựng được Thế giới Đại đồng, phất cao ngọn cờ vô sản, như ước nguyện trong bài thơ em Thái viết năm nao.

Vũ Hồng Khanh nghĩ, đúng là nhân bảo như thần bảo, Việt Minh đã ra tay rồi. Nhưng thật không ngờ, chúng cầu viện cả pháo binh Pháp để bắn vào cánh ta nữa. "Mang thân về với triều đình" mà bị xử tệ, nên "tẩu mã" là thượng sách. Khanh cảm thấy tính mệnh của mình nguy trong sớm tối. Chúng nó đã vu vạ mà diệt Trương Tử Anh, Phan Kích Nam, không lẽ lại chừa Vũ Hồng Khanh, Nguyễn Tường Tam ra ư? Đến như Bảo Đại, từng là vua thoái vị, rồi làm Cố vấn Chủ tịch nước, thế mà bị cử sang Hồng Kông rồi cắt đường về. Công nhận Việt Minh cao tay, mưu sâu kế hiểm. Nếu cái tổ chức này vẫn nằm trong tay người sáng lập là Hồ Học Lãm, Nguyễn Hải Thần thì chắc sẽ khác, ít ra là tránh được họa Cộng sản. Ba tháng trước, ta còn có lúc mơ hồ về chuyện ký Hiệp định Sơ bộ, thì nay đã rõ. Chẳng qua, đó là âm mưu câu kết với Pháp, để loại bỏ các đảng phái Quốc gia mà thôi. Cánh ta không còn con đường nào khác là lại sang Tàu, chiêu binh mãi mã trở về khôi phục giang san. Thế là, Chính phủ Liên hiệp như một cái mặt nạ vẽ nhọ bôi hề, tự nhiên rơi xuống, lộ nguyên hình Cộng sản; mặc dù, trên danh nghĩa chúng đã rút vào bóng tối, từ tháng 11 năm ngoái.

*

Chuyến tàu biển chở đoàn đại biểu Chính phủ Việt Nam Dân chủ Cộng hòa, do Chủ tịch Hồ Chí Minh dẫn đầu, từ Pháp về cập cảng Hải Phòng. Rồi từ Hải Phòng, đoàn đáp tàu hỏa về Hà Nội.

- May quá, bên anh Lê Giản phát hiện ra bọn phản động đặt mìn trong đống than chạy tàu, đã kịp thời vô hiệu hóa, - Giáp hồ hởi khoe, khi đón Hồ Chủ tịch.

- Phá được âm mưu xách động mười bốn tháng bảy là công đầu thuộc về anh Văn, - Giản tỏ ra khiêm nhường khi được Giáp báo công với Hồ Chủ tịch, đồng thời cũng đề cao vai trò của Giáp.

- Không có cụ Huỳnh là không xong vụ này, - Giáp trân trọng đề cao vai trò của Huỳnh Thúc Kháng để tạo bình phong, rồi báo cáo vắn tắt vụ việc.

- Đấy là do cụ Hồ trao cái "túi gấm đựng bửu bối", - Huỳnh nhún mình, - những lúc tình thế bí quá, thực là ngàn cân treo sợi tóc, hắn mà lấy cớ đảo chính thì ôi thôi... Mãi tới khi anh Văn nhắc tôi rằng, cụ Hồ có dặn gì không? Tôi mới sực nhớ câu: "Dĩ bất biến ứng vạn biến".

Nghe vậy, cả bọn vỗ tay rào rào, ai nấy cùng cười rạng rỡ.

Hồ Chí Minh triệu tập gấp cuộc họp Thường vụ mở rộng. Trường Chinh báo cáo đánh giá tình hình:

- Nếu không dẹp được đám Quốc dân Đảng và tảo thanh đám đảng phái cỏ rác, thì Hồ Chủ tịch cũng đủ mệt mà đối phó. Chúng âm mưu cật vấn Hiệp định mùng sáu tháng ba, rước Pháp trở lại và Tạm ước mười bốn tháng bảy, khiến Việt Nam lại bị lệ thuộc Pháp.

Hồ Chủ tịch bảo:

- Thế là chúng biết một mà không biết mười. Chúng ta hoãn binh chi kế, để xây dựng lực lượng chuẩn bị kháng chiến. Sớm muộn, ta cũng phải đánh Pháp thôi.

Đồng nghe chủ trương của Hồ Chủ tịch như vậy thì lo lắm. Bởi tiền giấy, dân gọi là "Tờ bạc tài chính cụ Hồ" đang in ở nhà Tô-panh[61], nếu xảy ra nổ súng thì trước tiên phải khẩn trương sơ tán máy móc, tiền bạc, cần tính ngay từ bây giờ. Có khi tạm thời chuyển về Đồn điền Chi Nê[62], về lâu dài phải chuyển đường thủy

---

(61) Ngày nay là Cửa hàng bách hóa số 5 Nam Bộ, đường Lê Duẩn, thành phố Hà Nội.

(62) Ngày nay thuộc xã Cổ Nghĩa, huyện Lạc Thủy, tỉnh Hòa Bình.

lên Việt Bắc.

Hồ Chủ tịch khen:

- Chú Tô biết lo xa. Còn chú Văn, nếu kháng chiến nổ ra, thì giữ Hà Nội được bao lâu? Giáp đắn đo rồi đáp:

- Chừng một tháng là cùng. Nhưng có cách gì tránh khỏi nổ súng được không? Bọn phản động, các đảng phái đối lập đều cho rằng, Bảo Đại đã tuyên bố độc lập từ hồi tháng ba, Nô-rô-đôm (Norodom) tuyên bố Cam Pốt độc lập tháng tư, rồi Ai Lao cũng tuyên bố độc lập. Cả xứ Đông Dương độc lập rồi. Pháp với Tưởng cũng đã thỏa thuận rút quân rồi. Từng ấy việc chúng nêu ra, cộng với việc anh Trường Chinh vừa báo cáo Hồ Chủ tịch, thì dân chúng sẽ hoang mang cực độ. Bởi vậy, bất luận thế nào, dẹp bỏ chúng là thượng sách.

Hồ Chủ tịch kết luận:

- Chúng cứ lặp đi lặp lại luận điệu cũ mèm. Nhưng nguy hiểm ở chỗ là dân trí thấp, dễ tin dễ ngờ, cụ Huỳnh với các chú mạnh tay là cần thiết cho sự bảo vệ thành quả cách mạng, bảo vệ chính quyền non trẻ của chúng ta. Thật đáng khen.

Tuy cương cường với thuộc hạ như vậy, nhưng Hồ Chủ tịch vẫn phải tổ chức một cuộc mít-tinh, để xoa dịu dư luận. Trên bao lơn (balcony) Nhà hát Lớn, Hồ Chủ tịch dõng dạc tuyên bố:

- Tôi- Hồ Chí Minh, suốt đời đã cùng đồng bào đấu tranh cho nền độc lập của Tổ quốc. Đồng bào biết rằng, tôi thà chết chứ không bao giờ bán nước. Tôi thề với đồng bào rằng, tôi đã không phản bội đồng bào.

*

Còn một nhiệm vụ tối quan trọng mà Hồ Chủ tịch giao cho miệng và Đoàn thể Nha Công an là tiêu diệt bọn Tờ-rốt-kít (Trosky). Giáp lại gọi Tạo đến, hỏi về hồ sơ Tạ Thu Thâu. Tạo báo cáo vắn tắt, nhưng rất bài bản:

- Một là, phong trào Đệ Tứ Quốc tế Cộng sản, do Tờ-rốt-kít thành lập năm một nghìn chín trăm ba mươi tám, tại Pa-ri, với quan điểm "Cách mạng thường trực", chống lại "Cách mạng vô sản" của Xta-lin, nên Liên Xô chỉ đạo phải loại bỏ. Hai là, năm một nghìn chín trăm hai mươi chín, Thâu tham gia tổ chức Tờ-rốt-kít, trở thành lãnh tụ đầu tiên của chúng, tại Việt Nam. Nay xử trí thế nào?

- Khi từ Liên Xô trở về Nam Bộ, chị Vịnh đã truyền đạt chủ trương của lãnh tụ Nguyễn Ái Quốc là khẩn trương vô hiệu hóa bọn Tờ-rốt-kít, như bọn Tạ Thu Thâu, Phan Văn Hùm, - Giáp thủ thỉ như kiểu tâm sự chuyện bạn bè với nhau, chứ không phải trao đổi công tác liên quan đến sinh mệnh con người và tổ chức đối lập, - vừa rồi, tuân theo chỉ thị của Hồ Chủ tịch, thì Bộ Nội vụ đã ban hành sắc lệnh tảo thanh đảng phái. Nay bọn hắn ở chỗ mô?

- Tên Thâu đang ở Quảng Ngãi, xa quá anh ạ, tính sao? - Tạo lo lắng.

- Gọi ngay cho Trần Văn Giàu là xong! - Giáp đáp gọn lỏn một câu.

- À, anh Giàu[63] bảo là, anh hơn anh ấy một tuổi?- Tạo dò hỏi.

Giáp nghe vậy, nhưng lặng thinh không đáp, làm như đang nghĩ công việc lung lắm. Quả thực, Giáp cũng đang nghĩ tới Hội Tam điểm, mà Tạ Thu Thâu cũng là hội viên. Hắn đã được tham gia cái hội ấy, thì ắt không phải hạng người tầm thường.

Tờ-rốt-kít là kẻ thù không đội trời chung của Xta-lin, mặc dù hắn có công thành lập Hồng quân Liên Xô. Nhưng trái quan điểm với lãnh tụ tối cao, thì rơi vào trận tuyến một mất một còn. Tiếc một điều, bọn theo Tờ-rốt-kít xứ này lại toàn là người tài giỏi, nào Phan Văn Hùm, nào Tạ Thu Thâu... Tuy cùng là Cộng sản, nhưng mang khuynh hướng cách mạng dân chủ thì làm sao tiến hành cách mạng triệt để cho đặng? Bọn miềng biết nhau cả, nhưng làm cách mạng là phải biết câu: "Dĩ công vi thượng", đặt lợi ích của Hồ Chủ tịch và Đảng Cộng sản lên trên hết. Đảng phải độc quyền lãnh đạo, không liên hiệp gì sất. Quảng Ngãi hạ thủ Tạ Thu Thâu như thế là gọn và kín. Nhưng Ủy ban khởi nghĩa tỉnh Nguyễn Tri

---

(63) Trần Văn Giàu (1911-2010).

Phương[64] diệt bọn Phạm Quỳnh và hai bác cháu nhà Ngô Đình Khôi thì cách làm dở ẹc, gây tiếng xấu cho Việt Minh. Trên núi rừng Tuyên Quang, khử Nhà văn Lan Khai cũng khiến cho dân chúng sợ hãi. Lan Khai là bạn Nhượng Tống, cùng đầu quân Cu-đê-đê cả. Hai vụ này hỏng là do mất yếu tố bí mật và thiếu khôn khéo, gây hậu quả không biết bao giờ mới rũ xong. Một trận công đồn thất bại thì lần sau đánh lại, nhưng trong lĩnh vực an ninh trật tự thì khác, việc oan sai khiến lòng người oán hận, tích tụ mưu đồ phản kháng thì hậu quả khôn lường.

Thôi được, đến nước này, đành phải lấy đại đởn làm trọng, tảo thanh được đảng phái và Tờ-rốt-kít là một thắng lợi vô cùng quan trọng. Thế là, trên toàn cõi Đông Dương, chỉ còn hai thế lực đối địch là Việt Minh và Pháp thôi. Miềng đã lưu ý Hoàng Văn Thái, tăng cường thu thập tình hình, bầy binh bố trận ở cả ba kỳ và Cam Pốt, Ai Lao. Cậu này, thế mà được việc.

Còn trong nội bộ, nằm trong chăn mới biết chăn có rận. Trường Chinh mấy lần phàn nàn rằng, Lê Đức Thọ lúc nào cũng gầm ghè. Miềng hiểu ý, bèn bảo ông Ké cho hắn đi xa, kẻo hai con hổ trong một rừng là dễ xung đột. Thế mà hắn đi Nam thật, không biết ông Ké nể miềng hay ngại Khu? Và cũng không biết bằng cách nào mà Khu chinh phục được ông Ké, khiến vua một xứ phải kiêng nể, quả không phải chuyện thường...

Ông Ké nom củ mỉ cù mì thế thôi, nhưng lúc cần ra tay là cương cường, chẳng khác nào con báo vồ mồi. Miềng còn nhớ, hôm Chính phủ Liên hiệp ra mắt, ai cũng vận com-lê (comple), ca-vát (cravate) nghiêm chỉnh, nhưng ông Ké chỉ mặc quần soóc (short), chống ba-toong (baton), nom rất xuềnh xoàng. Chợt thấy cụ Nguyễn Văn Tố đang đứng trên bậc thềm Nhà hát Lớn Hà Nội, ông Ké bèn túm lấy ca-vát mà giật giật và rít lên qua kẽ răng: "Sao lại ăn mặc thế này?", khiến ai nấy đều kinh hãi. Một người đương chức Chủ tịch Quốc hội và Quốc vụ khanh trong Chính phủ, mà bị đối xử bất nhã thế sao? Thì ra, ông Ké không coi cái Quốc hội và

Chính phủ này là gì. Vào họp, ông Ké chỉ công bố danh sách Chính phủ, rồi giải tán. Có khi, miềng cũng phải bỏ mũ phớt, com-plê, ca-vát được rồi. Hãy học và làm theo ông Ké như đấng tối cao.

18. Người vợ thứ hai

Tuy đứng tên Biệt thự Liễu Trang, gần Ngã Tư Sở, nhưng gia đình Đặng Thai Mai vẫn ở phố Buolevard Đồng Khánh[65] là chính. Thấy Giáp và Hà ngày càng mặn nồng, bà Hồ Thị Toan lo ngại bàn với chồng:

- Tôi thấy hai đứa phải lòng nhau rồi, ông ạ!

- Tôi cũng có ý nhắc con Hà nhà mình, nhưng nể Giáp quá. Trước, hắn là học trò, rồi sau là đồng nghiệp, nay quyền lệch thiên hạ, dưới một người trên muôn người. Nhưng hắn là người tử tế. Anh Hoàng Minh Giám kể, bổ nhiệm tôi giữ chân Bộ trưởng Giáo dục, ngang bằng quan Thượng thư Bộ học ngày xưa, cũng là do một tay hắn cả, - Mai thở dài, đắn đo trăm bề.

- Ngại là còn ở chỗ, ngày xưa, nhà mình với nhà anh Phiệt đã hứa hôn cho con Hà với thằng Ngân, - bà Toan cũng nén tiếng thở dài.

- Nghĩ cũng dại, hồi con Hà với thằng Ngân cùng vắt mũi chưa sạch, nhưng nể chỗ đồng hương hàng huyện Thanh Chương với nhau... Vả, họ Tôn cũng danh giá, mà nay đâm ra khó xử, - ông Mai nhấp tách cà-phê (cafe) đen đặc sánh, cảm thấy đắng ngắt.

- Hay là, từ hôn với nhà họ Tôn? - bà Toan mau miệng hiến kế.

- Gượm hẳng, Giáp và gia đình ông thân đã nói chi mô? Chẳng qua, mình tính trước để trù liệu mà thôi. Con mình nó lại cứ bập vào, thế mới khổ chứ lại, - ông Mai phàn nàn.

- Chuyện, gái ham tài. Vả, hắn đi lại mãi, khác gì lửa gần rơm. Mà nghe con Hà nó kể với con Băng, con Băng lại nói mách tôi, - bà Toan đắn đo nhìn chồng, khi thấy ông Mai chăm chú lắng

---

(65) Ngày nay là phố Hàng Bài, thành phố Hà Nội.

nghe chuyện đàn bà, mới kể tiếp, - hồi Giáp lấy cô Thái, chính ông một tay vun vén tác thành, - ông Mai gật đầu xác nhận. - Thế mà sau ngày cưới, hắn lai xe đạp con Hà đến Septo Hàng Đẫy, lại tỏ tình luôn, bảo là, khi nào em Hà lớn, anh Giáp sẽ cưới đĩa xôi với con gà.

- Cái thằng, - ông Mai cảm thấy buồn cười, - quá trò trẻ con!

- Mấy mẹ con tôi thì lại cho là định mệnh, - bà Toan nhón một nhúm thuốc lào trong cái hộp hình ô-van (oval), thong thả chà qua chà hai hàm răng, vốn đen nhưng nhức, rồi khẽ quệt cốt trầu bên khóe mép, gương mặt chẳng ra vui cũng chẳng ra buồn. - Chỉ ngặt chuyện, hắn lớn tuổi quá, gấp đôi con Hà. Mà con nhà mình cũng hàng danh giá, phải đi làm phận lẽ mọn, kể cũng ngọ ngằn.

Có tiếng chuông lắc ngoài cổng, bà Toan gọi cô sen ra đổ rác.

- Nhớ hồi năm ngoái, bác Thanh từ trong Nghệ An ra tìm cụ Hồ, nghe tiếng chuông đổ rác lại ngỡ chùa nào tụng kinh. Mà sao cụ Hồ lúc đó không cho gặp ở Chủ tịch phủ nhỉ? - bà Toan thắc mắc.

- Bà Thanh xách ra một đôi vịt. Chúng kêu náo loạn cả dinh, - ông Mai biến báo.

- Chú bảo vệ xách vịt về đây, còn căn vặn bà Thanh mang vịt ra làm gì? Bà Thanh thấy hỏi đi hỏi lại mãi rác cả tai, mới thú thật là thuở nhỏ, cậu Công thích ăn thịt vịt. Nhưng ý chừng, bà ấy muốn xem mặt cụ Chủ tịch có phải em trai không thôi. Bởi báo chí loan tin, cậu ấy qua đời từ mười bốn năm trước, tận bên xứ Tàu kia mà, - bà Toan vừa xếp lại đống hộp mới sưu tầm được, cái thì hình hộp chữ nhật, cái hình trụ tròn, cái hình bầu dục, vừa kể lại nỗi niềm của bà Thanh.

- Có mồm thì nắp, có cắp thì đậy, nghe chưa? Chớ có hé răng ra với ai, kẻo rồi không có chỗ đội nón, - ông Mai nặng lời nhắc vợ, nhưng vẫn lo đàn bà khó giữ chuyện kín.

- Thì tôi cũng nấu cơm, làm bếp cùng bà Thanh với con sen, vui vẻ thôi mà, - bà Toan vẫn không hiểu ra sự nghiêm trọng của vấn đề. - Bà Thanh mang cho lọ mắm tôm chua, ngon đáo để, những con tôm đỏ hồng, trong suốt, lại điểm thêm mấy quả ớt đỏ au, nom càng hấp dẫn.

- Ông ngoại Hồ Phi Thống (Hồ Phi Huyền) nhà ta là chỗ đỡ đầu của bà Thanh. Lúc đó, bà Thanh gọi là Bạch Liên, - ông Mai giảng giải thêm về gia tộc bên ngoại.

- Tối hôm đó, tôi thấy cụ Hồ ra đây, tỏ vẻ vồn vã nói: "Chị vẫn nhớ em thích thịt vịt ư?", - bà Toan vẫn kể theo mạch chuyện kiểu đàn bà, - chính bà Thanh, lúc đêm nằm ngủ mới rủ rỉ tâm sự: "Kể cũng lấy làm lạ, chị em bao năm xa cách, cụ Chủ tịch dù có bận đến mấy cũng phải bỏ việc đấy, mà chạy ra chào chị một câu cho phải phép chứ nhỉ? Điệu về đây, hẳn là, "Hoãn binh chi kế". Bà ấy nói thế đấy..

- Thì mấy chục năm trời xa cách, - ông Mai lựa lời trấn an, cố ý lái câu chuyện sang hướng an toàn. - Xem nào, từ khi chàng rể tương lai của ta ra đời kia mà, - ông Mai cười, đầy ngụ ý, - tính ra đã ba mươi lăm năm.

- Ôi, thế là hắn những băm lăm tuổi cơ à? - bà Toan giật mình.

- Thì tôi cũng bốn mươi ba rồi còn gì? - ông Mai hít một hơi thở sâu, vẻ khoan khoái, vì đã kéo được vợ ra khỏi miền ký ức đầy nguy hiểm. Đúng là, "nữ nhi nan hóa", người ta cứ theo ý của người ta, khó uốn nắn lắm. - Các cụ dạy: "Băm lăm, băm bảy đi đâu, mà không cưới vợ, tậu trâu, làm nhà"? Đàn ông ba mươi lăm là cái tuổi sung mãn. Anh Đồng bốn mươi tuổi mới cưới cô Cúc đôi mươi đấy thôi.

- Mấy ông Việt Minh, muộn đường vợ con... - bà Toan bùi ngùi thương cảm và lặng lẽ kéo ống tay áo lụa màu ngà, chấm khóe mắt. Sực nhớ lời đồn thổi về chuyện vợ con của Giáp, bà Toan chợt hỏi, - đâu như ông Luật sư Vũ Mạnh Tường có mối lái cho hắn với cô Phụ nữ Cứu quốc nổi tiếng nào đó cơ mà?

- Miệng thế gian như làn sóng bể, chấp làm gì? - ông Mai né câu trả lời một cách khéo léo cho vợ yên lòng.

Sau khi Võ Nguyên Giáp đặt vấn đề xin cưới Đặng Bích Hà

làm vợ, ông Đặng Thai Mai mới cho gọi Tôn Gia Ngân đến, xin được từ hôn. Bởi đã được bố dặn dò, nên Ngân tỏ ra đĩnh đạc, càng khiến gia đình ông Mai thêm bối rối.

- Cháu và Hà cũng chỉ biết nhau. Còn chuyện giữa hai gia đình hứa hẹn là theo nếp cổ mà thôi, - Ngân lễ phép nói.

- Thì bởi cùng xứ Nghệ với nhau, lại gắn bó bấy lâu, - ông Mai cố trấn tĩnh, - bác cũng đã thưa lại câu chuyện với bố cháu, nay thì xin cháu như thế. Chúng ta cùng là đàn ông, hiểu và dễ cảm thông.

Có tiếng phanh tàu điện rít lên ngoài đường ray, khiến ông Mai giật mình, ngưng bặt câu chuyện, dỏng tai nghe ngóng. Hồi lâu trấn tĩnh, ông Mai bèn hỏi:

- Cháu gặp Hà chưa?

- Thôi bác ạ, chúc Hà hạnh phúc. Cháu xin phép...

Tiễn Ngân ra cửa, thấy đoàn tàu điện vẫn dừng trên phố, hành khách nhốn nháo bảo có vụ tai nạn, nhưng giải quyết xong rồi. Ngân bước lên toa hạng nhất, có ghế bọc da ngồi ngang. Tàu chạy ra Bờ Hồ. Dân phố Hàng Dầu được lệnh Việt Minh tiêu thổ kháng chiến, đang phá dỡ cầu Thê Húc, kẻ nậy xà beng, người bóc ván, không khí khẩn trương nhưng náo nhiệt lạ thường. Phá hoại mà cứ như trẩy hội, Ngân chua xót nghĩ. Một toán Công an Xung phong hì hục đào tấm bia ghi công soạn chữ Quốc ngữ của A-lếch-xan đờ Rốt (Alexandre de Rhodes), mà dân ta thường gọi là ông A Lịch Sơn Đắc Lộ. Chàng tò mò hỏi, họ bảo, khiêng ra vứt ở bờ sông Hồng cho khuất mắt; từ bây giờ, cụ Hồ là nhất xứ, chữ cũng phải chữ cụ Hồ... Chàng tản bộ, nhớ cuộc dạo chơi quanh hồ, Hà vô tư kể chuyện Giáp tỏ tình ở Septo Hàng Đẫy, cả hai cười khúc khích. Chàng coi như trò đùa, thế mà bây giờ lại thành sự thật. Lần đầu tiên trong đời, chàng cảm thấy hụt hẫng, biết thế nào là thất tình. Nếu không được bố dặn dò từ trước, thì không biết sẽ ra sao? Chàng cảm thấy thương bác Mai, bác Toan và giận Hà quá; tham vàng bỏ ngãi, à không, phải nói là tham quyền mới đúng, mà suy cho cùng thì cũng thế thôi... Chợt thấy con giải nổi lên ven hồ, Ngân nhớ sự tích "Hoàn kiếm", bèn khua tay kêu to:

- Ta không có tấc sắt trong tay, lấy gì mà trả?

Chàng ngửa cổ lên trời, cười sằng sặc. Con giải thấy động, sợ hãi lặn mất tăm.

Nhớ có lần, chơi trên cầu Thê Húc, Hà ngây thơ hỏi:

- Thê Húc có nghĩa là gì, anh?

- Thê là vợ, húc là lao đầu vào. Thê húc nghĩa là bị vợ lao đầu vào, - Ngân tếu táo đáp, nhưng mặt tỉnh bơ.

- Nhưng mà đây là tên cái cầu kia mà?

Hà lấy làm ngờ lắm, bèn về hỏi bố, được giải nghĩa là "Chờ mặt trời mọc". Hà phá lên cười, khiến cả nhà ngớ ra, về sự vô duyên bất thường của cô con gái, vốn hiền thục.

- Chi rứa? - bà Toan ngạc nhiên hỏi.

- Không có chi, - Hà vừa che miệng cười, vừa chạy lên lầu, nghĩ bụng, Ngân đáng tội chết, ta sẽ cấu véo cho nhừ tử mới thôi.

Nghe Hà kể lại, Ngân trách yêu: "Có thế mà cũng hỏi ba". Ôi, cứ ngỡ chuyện đùa cho vui, ai ngờ lại bị "vợ húc" ngã bổ chửng thế này? Thì ra, trên đời không có gì là không thể xảy ra, cứ y như tiền định vậy.

*

- Anh Đồng của em không còn là cục đồng nữa, nay đã thành thỏi vàng rồi, - Thái ỡm ờ, trêu Loan.

- Chả nhẽ, độc lập rồi mà vẫn phải đổi bí danh à? - Loan ngây thơ hỏi.

- Đùa thôi, anh Đồng làm bên Bộ Tài chính, phụ trách in tiền Chính phủ. Anh Văn bảo, khi ở bên Tàu, ông Ké đã giao cho Đồng giữ cả bọc tiền to, những bảy vạn sáu ngàn kia mà. Thảo nào, khối cô mê... - Thái nheo mắt nhìn Loan, đùa nhả một câu.

- Anh đúng là nói hay như hát, - Loan sợ Thái ghen với Đồng, bèn hát mấy câu nịnh chồng, - "Cờ giải phóng phất cao mau thẳng tiến, trời phía nam dân chúng đang chờ ta..."[66]. Anh ấy có chị Cúc rồi. Chị ấy cũng bằng tuổi em lố!

Nhân lúc Loan thu dọn quần áo, đồ của người nào gấp, xếp vào ba-lô (ballot), túi dết của người nấy. Cô vẫn quen nếp sinh hoạt như trên căn cứ địa. Thái đứng bên cửa sổ nhìn ra màn đêm, nghĩ về ban nhạc làng quê thuở nào và lòng bỗng nhớ Bình da diết. Mối tình đầu sao có thể lãng quên? Mình đã phụ tình, cô gái làng chân chỉ hạt bột. Bình vẫn là vợ mình đấy chứ, còn với Nết, "Vì thương nên phải đèo bòng". Cán bộ Việt Minh khối anh "đèo bòng" đấy thôi. Không biết, khi chuyện lộ ra, rồi sẽ thế nào, đành phó mặc số phận...

- Anh nhớ quê à? - Loan đến bên, khẽ hỏi.

- Đâu có, - Thái giật mình như thể ăn vụng bị bắt quả tang, bèn chống chế, - nhớ hôm anh Văn giao cho sáng tác bài hát vừa rồi. Thế mà cũng gần hai năm trôi qua. Chúng mình như con chim ấy nhỉ? Thoắt trên rừng xanh, thoắt xuống Thủ đô. Em đã quen với thành phố chưa?

- Em chỉ nhớ núi Ẳng Zàng[67] thôi lố! - Loan bùi ngùi.

- Ẳng Giàng, nghĩa là gì? - Thái tỏ ra quan tâm.

- Người già bảo, nghĩa là "Cổng Thiên Nga". - Loan tự hào giải đáp.

- Ồ, xứ sở thần tiên, - Thái thán phục thốt lên và hỏi, - Em có gặp lại cô Thoa, người cùng kéo cờ buổi Lễ Độc lập không? - Thái hỏi cho có chuyện, lòng vẫn nhớ người vợ đầu tiên.

- Không gặp lại mà, không biết người ở đâu lố, - Loan thật thà đáp, - đường phố chằng chịt như mạng nhện, đi lạc là em lại nhảy tàu điện về Bờ Hồ, rồi tìm ra chỗ đơn vị đóng quân được ngay.

---

(66) Bài hát *Phất cờ nam tiến*, sáng tác của Hoàng Văn Thái.
(67) Tên ngọn núi thuộc huyện Hòa An, tỉnh Cao Bằng.

- Em giỏi quá, - Thái vồ vập nâng bổng Loan lên, quay một vòng, - kém gì gái Hà Thành nào?

Loan lâng lâng vui sướng, mặt đỏ như gấc, miệng nở nụ cười tươi đóa hoa, mắt sáng long lanh và liếc lên giường... Đoạn, cả hai người mặt áp mặt, thân áp thân. Hồi lâu, Thái giơ nắm tay lên thái dương chào và hổn hển nói theo kiểu điều lệnh quân đội:

- Báo cáo đồng chí Đàm Thị Loan-Trung đội trưởng tự vệ Minh Khai, tôi-Hoàng Văn Thái đã hoàn thành xuất sắc nhiệm vụ. Báo cáo hết, xin ý kiến đồng chí!

- Tháo đạn, đứng dậy! - Loan cũng nói trong hơi thở dốc.

Cả hai vừa lồm cồm bò dậy mặc lại quần áo, vừa cười rinh rích.

- À này, có biết tên Minh Khai của Trung đội em là gì không? - hai tay chắp gáy, Thái nằm khểnh, ngoảnh sang hỏi vợ.

- Không mà, chỉ thấy Trên phổ biến là cái bí danh thôi à, - Loan vừa chải tóc vừa trả lời bâng quơ.

- Bí danh của chị Vịnh. Vịnh là chị gái người vợ đầu tiên của anh Văn lố! - thỉnh thoảng Thái cũng bắt chước Loan nói "lố", "lá" mấy từ cho vui.

- A lúi! - Loan ngạc nhiên, xoay lại nhìn chồng, như khám phá ra một điều kỳ diệu.

*

Tại số nhà 32, Lý Thường Kiệt, Hà Nội. Nguyễn Lương Bằng làm chủ hôn đám cưới của Giáp với Hà. Bác sĩ Trần Duy Hưng mở túi quà mừng, trịnh trọng thông báo với hội hôn:

- Hôm nay, ngày hăm bảy, tháng mười một, năm một nghìn chín trăm bốn mươi sáu, nhân buổi hôn lễ của ngài Võ Bộ trưởng, Tổng Chỉ huy với Đặng Tiểu thư, tôi vừa đến mừng hạnh phúc của đôi trai tài gái sắc, lại vừa nhân danh Thị trưởng thành phố Hà Nội, đại diện chính quyền, đăng ký và làm chứng luôn.

Cả hôn trường vỗ tay hoan hỉ. Lời giới thiệu và chúc mừng của vị bác sĩ, rất hợp với không khí hối hả chuẩn bị kháng chiến của thủ đô. Tự tay bác sĩ trao chai rượu sâm banh cho Giáp và Giáp trịnh trọng mời quan khách, khiến ai nấy đều xúc động và nói lời chúc tụng.

Chú rể Võ Nguyên Giáp mặc bộ áo vét màu sáng, thắt ca-vát kẻ sọc chéo. Cô dâu Đặng Bích Hà mặc áo dài trắng và khoác thêm chiếc áo len mỏng, đầu đội khăn voam (voile). Cả hai, nom thật sang trọng, lịch sự và rạng rỡ hạnh phúc. Họ khoác tay nhau, cùng đi một vòng chào hỏi và cám ơn các vị khách mời.

Bác sĩ Hưng đến bên hai vợ chồng Đặng Thai Mai:

- Trân trọng chúc mừng, - Hưng nâng cốc mời.

- Rất hân hạnh, - ông Mai, bà Toan cùng nâng cốc đáp lễ.

Ngoài phố, gió mùa đông bắc tràn về, mang theo không khí lạnh và phảng phất mùi thuốc súng. Đèn đường bật sáng, khách bộ hành bất giác "à" lên reo mừng.

Đêm tân hôn, tiết trời se lạnh. Giáp thao thức nhớ lại những cuộc tình, nào em Thái thành Vinh, nào em Hà thủ đô, cả hai lần cưới đều vào ngày thứ bảy, cuối tuần. Đánh trận đầu Phai Khắt và cưới vợ lần thứ hai đều vào cuối chiều, hoàng hôn...

- Anh khó ngủ sao? - Hà khẽ khàng hỏi trong hơi thở nồng ấm.

- Anh đang nhớ lễ dẫn cưới đĩa xôi con gà, - Giáp chống chế một cách tếu táo.

Hà cười lỏn lẻn, lấy ngón tay trỏ trắng muốt như cánh hoa lan, khẽ gảy vào mũi Giáp một cái và trêu chọc:

- Tỏ tình sau mười mấy năm mới cưới, dấm kỹ thế?

- Thế mà bây giờ mới ương ương thôi, - Giáp ôm đôi má nóng rực của Hà và ngắm nhìn say đắm.

- Cụ Huỳnh thay anh làm Bộ trưởng Nội vụ rồi à? - Hà chợt hỏi.

- Chu cha, đêm tân hôn mà còn bàn chuyện chính trị, - Giáp hôn nhẹ lên môi Hà, lòng đầy phấn khích.

- Thì, anh lo chính trị, quân sự tối ngày, em cũng xin chia sẻ thôi mà.

- Nhưng anh xin em Hà đừng làm chính trị. Đàn bà là mái ấm gia đình. Chính trị nó lạnh lùng và dã man lắm, - Giáp chân thành khuyên. - Từ bây chừ, chúng miềng thống nhất, anh "mần" chính trị, quân sự, còn em lo chuyện gánh vác gia đình. Lẽ ra, không có chiến tranh thì em đã du học bên Pa-ri (Paris) hoa lệ rồi, tình thế lại khác cũng nên.

- Anh cũng rứa, em biết mà. Anh đã viết đơn xin học đó thôi, - Hà thổ lộ tâm sự. - Nhưng cái vụ Ôn Như Hầu kinh hãi quá, - Hà vẫn vương vấn chuyện vườn chuối.

Giáp giơ ngón út lên ra hiệu cam kết, Hà cũng làm theo và nói kiểu bông đùa:

- Ngoắc thì ngoắc. Cái khác còn ngoắc được, xá gì cái ngón tay.

Hà vô tình nhắc tới vụ Ôn Như Hầu, khiến Giáp nhớ tới Nhà thương Cống Vọng và em Quang Thái. Nơi đó, em Thái ra đi không trở lại...

Từ hôm nay, mùng bốn tháng một Bính Tuất, (ngót hai tháng nữa là Tết Đinh Hợi), mình trao thân gửi phận cho Giáp. Hà ghi nhớ ngày trọng đại của cuộc đời và thiêm thiếp ngủ. Bỗng cô giật bắn mình, bởi tiếng ngáy sôi sùng sục của Giáp như thể phát qua loa phóng thanh, thổi thẳng vào tai. Giáp thấy động, bừng tỉnh vội hỏi:

- Gì thế, em Hà?

- Không, em sợ chuột, - Hà vội chống chế và cắn răng vào mép gối, cười rung bần bật.

Mười lăm năm trước, khi miềng và anh Mai mới ra khỏi nhà lao Thừa Phủ, liền đến Vinh ở nhờ và học chữ Nho tại nhà cụ Hồ Phi Thống, ở Cửa Tả. Cụ Thống là bố bà Toan. Lúc đó, Hà còn để chỏm, hay nghịch đất ở sân. Thế mà, giờ đây lại được nằm chung giường thế này. Bất giác, Giáp khoái chí cười khùng khục.

- Gì thế anh? - Hà ngỡ ngàng hỏi.

- Miềng vui sướng, bởi trời ban cho báu vật, - Giáp choàng tay ôm lấy tấm thân nóng rực ở bên mình.

Hà xúc động ứa hai hàng nước mắt. Lúc này, hẳn Ngân buồn lắm; nỗi lòng trắc ẩn, khiến nước mắt Hà lại tuôn rơi. Mối tình hờ với Ngân, ngỡ như cơn gió thoảng qua, nhưng là mối tình đầu, nên một thời đã in vết trong trái tim thiếu nữ.

19. Và, Hà Nội cháy

Ba ngày sau đám cưới vợ thứ hai, Võ Nguyên Giáp được cử giữ chức Tổng Tư lệnh, kiêm Chính ủy, Bí thư Tổng Quân ủy. Sau đó, nhận chức Bộ trưởng Quốc phòng từ tay Phan Anh, bởi trước đó, Chu Văn Tấn đã chuyển công tác khác. Sắc lệnh số 230, ngày 30 tháng 11 năm 1946 của Hồ Chủ tịch ghi rõ: "Ủy quyền Tổng Chỉ huy Quân đội toàn quốc cho ông Võ Nguyên Giáp, hiện sung chức Bộ trưởng Quốc phòng".

Hôm bàn giao chức Bộ trưởng Nội vụ cho Huỳnh Thúc Kháng, Giáp trân trọng nói:

- Thưa cụ Huỳnh Bộ trưởng, Luật sư Vũ Trọng Khánh là một cộng sự đắc lực.

- Thần thiêng bởi bộ hạ, - Huỳnh trìu mến nhìn Khánh.

- Ấy chết, tôi chỉ giữ vai trò trợ thủ mà thôi, - Khánh khiêm nhường, một trăm tám mươi mốt ngày qua, dưới sự lãnh đạo của Bộ trưởng Nội vụ Võ Nguyên Giáp và Đổng lý Văn phòng Hoàng Minh Giám, chúng tôi đã soạn thảo ba mươi sắc lệnh.

Mọi người trầm trồ khen ngợi.

- Cụ Hồ mở nước, trăm thứ giềng mối, một tay Võ Bộ trưởng đã gây dựng tiền đề, bầy tui chỉ biết thừa hưởng mà thôi, - Huỳnh nhìn Giáp, vẻ nể phục.

- Tôi là học trò thuở làm báo Tiếng dân của cụ. Bây chừ, có

Hồ Chủ Tịch và Tổng Bí thư Trường Chinh luôn chỉ giáo, nên dốc sức hợp tác cùng các cộng sự mà thôi. Hậu quả có gì bê bối, dám mong cụ bỏ quá cho, - Giáp khôn ngoan nói câu xã giao rồi chia tay.

Tan buổi bàn giao, Giáp đưa Khánh về Biệt thự Liễu Trang. Vượt qua đường tàu điện, xe ô-tô rẽ vào cổng sắt. Ven bờ ao, liễu rủ từng hàng. Vừa bước xuống cái sân rộng, lát gạch khía, đã thấy Hà niềm nở han chào.

- Em Hà, đây là anh Khánh-Vũ Trọng Khánh đó, - Giáp trân trọng giới thiệu và có ý là, cũng thường nói chuyện về Khánh với gia đình rồi.

- Chào anh Khánh, anh Giáp kể về anh suốt, - Hà xởi lởi và phụ họa theo chồng, nói câu hàm ơn. - Chả gì cũng cùng họ mà.

- Thì tôi cũng biết anh Giáp từ lâu, nhưng không dám nhận họ chi mô? - Khánh nói mấy từ kiểu miền Trung cho thân mật, - sợ người đời đàm tiếu, thấy người sang bắt quàng làm họ.

Cả ba cười vui vẻ. Giáp và Khánh ra cái đình tạ trò chuyện. Hà giúp cậu cần vụ pha cà-phê mang theo. Khánh cảm thấy hương thơm man mác, tỏa ra từ hai cây mộc lan trồng bên lối cửa.

- Tôi lấy làm tiếc, khi anh không chịu để Đoàn thể giới thiệu bầu đại biểu Quốc dân lập hiến, - Giáp nói lại chuyện đầu năm.

- Tôi thích tự do, - Khánh thực thà đáp, - tôi từng là Chủ tịch Thành phố Cảng kia mà. Anh đã hỏi thì tôi cũng tình thực, - Khánh đắn đo, - hình như có sự chỉ đạo ngầm, anh có biết không? Bởi tôi và ông Vũ Đình Hòe cùng chung quan điểm về Tam quyền phân lập, nhưng Hồ Chủ tịch lại muốn cả ba quyền đó cùng tồn tại trong sự lãnh đạo của Đoàn thể. Nếu quả thực như vậy, thì các quyền tự do ngôn luận, tự do báo chí, tự do lập hội, tự do cư trú, vân vân và vân vân chỉ là "cái bánh vẽ" mà thôi.

- Sao lại nghĩ thế, - Giáp chột dạ, - nhưng vì không trúng cử, nên đành phải cất chức Bộ trưởng Tư pháp của anh, tôi cũng đau chứ. Chuyện Tư pháp như anh nói, còn phải thảo luận nhiều.

- Tư tưởng lập hiến đã xuất hiện từ lâu trên thế giới và ở xứ ta rồi, nhưng tiếc là bản Hiến pháp đầu tiên này, lại chưa thể hiện hết được tinh hoa nhân loại và tâm huyết của các vị tiền bối. Ngay từ thời Nguyễn Trường Tộ đã nêu rằng, Quốc dân nhất thể, thượng hạ tình thông và quân chủ thần quyền. Nguyễn Thái Học thì chủ trương theo tư tưởng Tam dân và Ngũ quyền[68]. Hoặc giả như gần đây, Luật sư, Nhà báo Phan Văn Trường cũng nêu quan điểm về Chủ nghĩa phân quyền - Khánh lèo một câu tiếng Pháp, - Principe de la separation des pouvoirs.

Nghe nhắc đến cái tên Phan văn Trường, Giáp lại nhớ bài báo thời trai trẻ, mà Trường đã đăng trên tờ An Nam khi xưa

- Nghe nói, Bảo Đại ứng cử đại biểu Quốc hội tại Thanh Hóa. Trúng cử chín mươi hai phần trăm số phiếu, khiến Cựu Hoàng cũng phải ngạc nhiên. Còn số phiếu bầu cho Hồ Chủ tịch lại nhiều hơn dân số Hà Nội, đấy là chưa kể số cử tri từ mười tám tuổi trở lên phải ít hơn dân số. Đúng không?

- Ông Cựu Hoàng này cũng kỳ lạ đó, - Giáp cười khỏa lấp, nói câu chuyện chẳng đâu vào đâu để vùi đi, - khi được Hồ Chủ tịch mời ra làm Cố vấn Chính phủ, chính tôi tiếp đón. Rồi chuyến đi Phát Diệm thuyết phục Linh mục Lê Hữu Từ làm Cố vấn Tôn giáo, tôi cũng đi cùng Bảo Đại mà.

- Cà-phê pha khéo, - Khánh khen xã giao lấy lòng chủ nhà, cũng để lảng chuyện.

- Chị Hà phải hướng dẫn thì mấy cậu này mới biết cách, đều là dân Thổ từ chiến khu về, lạ nước lạ cái, - Giáp nói vừa như khoe vợ, lại vừa như thanh minh cho đám lính cần vụ.

Khánh nhìn theo, nghĩ bụng, đúng là dân thượng du, khuôn mặt chất phác, bước chân rất cao. Khánh cũng nghe chuyện, một cậu cần vụ của Giáp, không biết loay hoay thế nào mà làm cướp cò súng. Tiếng nổ bất ngờ vang lên trong đình tạ, khiến Hồ

---

(68) Tam dân (Dân tộc, Dân quyền, Dân sinh). Ngũ quyền (Lập pháp, Hành pháp, Tư pháp, Củ soát và Khảo thí)

Chủ tịch và đám Chinh, Đồng, Giáp hoảng tam tinh, khi đang ngồi ngoài vườn, bàn cách đối phó với các đảng phái Quốc gia. Cậu đó bị kỷ luật nặng, hẳn cậu này mới về thay, nên còn lóng ngóng lắm.

- Nhưng dù sao, cuộc bầu cử Quốc dân lập hiến cũng đánh dấu một thắng lợi quan trọng của cách mạng, - Giáp kéo câu chuyện trở lại, nói như kiểu kết luận hội nghị, - đặc biệt là Hiến pháp, phải kể đến công sức của anh tham gia cùng các anh Tôn Quang Phiệt, Đặng Thai Mai, Nguyễn Đình Thi...

- Mặc dù anh phụ trách xây dựng dự thảo, chúng tôi dốc sức khuyển mã. Nhưng quả thực, bản Hiến pháp mang tính hình thức, vừa công bố chưa đầy tuần đã dừng, nghĩa là chết yểu, nói đúng ra là mồng chín tháng mười một công bố, thì mười tư đã dừng, - Khánh nói toạc móng heo.

- Tình hình nước sôi lửa bỏng thế này, chiến sự bùng lên ngày một ngày hai, còn hiến pháp, luật lệ cái nỗi gì? - Giáp cũng đốp lại

- Lời Hồ Chủ tịch khẳng định trong mọi tình huống "dĩ bất biến ứng vạn biến". Đúng là Công- dân- số- Một, - Khánh nói đai giọng, ngầm ý giễu cợt.

Giáp đang định nói điều chấn chỉnh, nhưng vừa lúc đó, Hà lễ mễ bưng ra ca nước sôi, lễ phép:

- Các anh cho phép chế thêm nước sôi nhé?

- Thôi, tôi phải về rồi, - Khánh xua tay. - Cám ơn cô dâu họ Võ. Anh Giáp cũng đang bận mà, tranh thủ mấy phút hàn huyên thế này là quí hóa lắm rồi.

Hai vợ chồng tiễn Khánh ra tận cổng. Lúc quay vào, Hà ngậm ngùi nói:

- Người tài thế, mà không nằm trong nội các, phí không anh?

- Đã nghéo tay rồi mà, em Hà? - Giáp nhắc khéo, - nhưng em Hà đã hỏi, thì anh phải nói rằng, anh ta tài thì tài thật, nhưng lại có tư tưởng tự do chủ nghĩa. Người Cộng sản không chấp nhận tự do vô tổ chức, cái gì cũng nằm trong khuôn khổ "tập trung dân chủ". Việt Minh giới thiệu anh ta ra ứng cử, nhưng anh ta từ chối, thích chơi trò tự do cơ. Hơn nữa, theo cách mạng mà đầu óc chưa gột rửa tàn dư cũ, vẫn còn nặng nề kiểu Tư pháp Thực dân, Đế quốc. Hồ Chủ tịch toàn quyền lãnh đạo, mà lại đòi Tam quyền phân lập là không thông hiểu thời cuộc...

Hà lè lưỡi sợ hãi. Cô nhớ, lúc nói chuyện về cuộc hôn nhân này, ba đã dặn, Giáp là người cứng rắn đấy. Nhưng trong thâm tâm Hà nghĩ Giáp là người hiền lành, thậm chí pha chút yếu đuối. Nhưng dần dần hiểu ra, ba đã nói đúng.

*

Hồ Chủ tịch đích thân gọi điện cho Bộ trưởng Quốc phòng, yêu cầu báo cáo tình hình quân sự. Giáp lệnh cho Văn phòng chuẩn bị một bản báo cáo vắn tắt:

1/ Tàu Tưởng chiếm đảo Phú Lâm, thuộc Quần đảo Tây Sa (Hoàng Sa) và đảo Ba Bình thuộc Quần đảo Nam Sa (Trường Sa).

2/ Tháng 6/1946, Tưởng đã rút hết hai mươi vạn quân.

3/ Lập ba Đại đoàn độc lập. Bắc kỳ có một Đại đoàn đóng ở Việt Trì, do Hoàng Văn Thái làm Đại đoàn trưởng. Còn hai Đại đoàn số 21 và 27 đóng ở Nam Trung Bộ. Lập bốn Trung đội pháo binh đóng ở Pháo đài Láng, Xuân Tảo, Hương Canh, Thổ Khối.

4/ Quân số ta có tám vạn, cộng tám nghìn đảng viên. Địch có chín vạn quân.

5/ Tướng Ác-thơ (Douglas MacArthur) chỉ huy quân đội Mỹ chiếm đóng nước Nhật, chỉ đạo làm Hiến pháp và mở rộng quyền dân chủ như chính quốc.

Giáp trình báo cáo, nhưng Hồ Chủ tịch chỉ ngó qua, như thể đã biết cả rồi.

- Bây giờ, chiến tranh không thể tránh khỏi, tôi mang tiếng là cái thằng bán nước, thế mà cũng không thể kéo dài hòa hoãn thêm được nữa, phải đánh. Nhưng để nó nổ súng trước, hay ta đánh trước?

- Báo cáo bác, ta phải đánh phủ đầu, giành thế chủ động, - Giáp đề nghị dứt khoát. - Em sẽ hạ lệnh Pháo đài Láng nổ súng mở màn; cùng lúc, Nhà máy đèn Yên Phụ tắt điện toàn thành phố.

- Được, cứ thế mà làm. Nhưng giữ Hà Nội bao lâu? - Hồ Chủ tịch vẫn phân vân, hỏi lại.

- Trung đoàn Thủ đô và tự vệ thành Hoàng Diệu quyết tâm chiến đấu trong lòng địch, chừng một tháng, - Giáp khẳng định.

- Vậy thì ngày mai, xuống Hà Đông, ta họp Thường vụ. Chú cứ trình bày thế nhá, - Hồ Chủ tịch dặn cẩn thận. - Việc lập mấy Đại đoàn là cần, nhưng nên xem đã đúng lúc chưa?

Làng Vạn Phúc có nghề dệt lụa.

Hồ Chủ tịch bí mật đến nhà địa chủ trong làng, ở trên tầng hai, kê lại giường theo ý mình, rồi ngồi viết *Lời kêu gọi toàn quốc kháng chiến*. Tất cả kế hoạch rút các lực lượng quân, dân, chính ra khỏi Thủ đô được thông qua Thường vụ. Xong việc, Hồ Chủ tịch cho kê lại giường theo vị trí cũ, trả nhà cho gia chủ, rồi vào Chùa Trầm, đọc lên Đài Phát thanh kêu gọi kháng chiến.

Giáp cũng soạn *Mệnh lệnh toàn quốc kháng chiến*, kiểm tra Pháo đài Láng, sau đó rút về làng Tây Mỗ chỉ đạo chung. Giáp hẹn với Tham mưu trưởng Hoàng Văn Thái đang đóng ở Hà Đông, báo cáo qua điện thoại về tình hình chiến sự, cứ hai giờ một lần.

Các cơ quan công sở khẩn trương sơ tán. Vũ Trọng Khánh tạt sang chỗ cụ Huỳnh Thúc Kháng xem binh tình ra sao. Cụ Huỳnh ghé tai hỏi nhỏ:

- Thế nào?

- Ông Hồ nắm lại Bộ Ngoại giao như hồi Tổng Khởi nghĩa. Sau khi ông Vũ Đình Hòe đã chuyển chức Bộ trưởng Giáo dục cho nhạc phụ của Võ Nguyên Giáp là ông Đặng Thai Mai, rồi sang nhận chức Bộ trưởng Tư pháp của tôi rồi. Bây giờ, tôi làm chân loong toong (plantont).

- Thì tôi mang tiếng là Bộ trưởng Nội vụ, mà chỉ ngồi chơi xơi nước, thỉnh thoảng ký một vài văn bản, do người ta soạn và duyệt trước cả rồi, - Cụ Huỳnh bộc bạch tâm sự.

- Cái người ta cần là danh tiếng của cụ. - Sợ tai vách mạch rừng, Khánh lái câu chuyện, - Hôm nọ, tôi ghé qua nhà anh Giáp, vợ chồng tiếp đón niềm nở lắm.

- Tôi nghe đồn, - cụ Huỳnh khép lại cửa, hạ thấp giọng, - đâu như cái vụ phản động phố Ôn Như Hầu có sự ngụy trá. Tá đao sát nhân- mượn dao giết người. Ghê gớm thật.

- Thế cơ ạ? - Khánh cũng nghe chuyện như thế, nhưng bờ lớ hỏi lại.

- Kể ra, cũng chẳng cần phải mời cái anh Pháp Lan Tây (France) trở lại, rồi quay ra đánh nhau mà làm cái chi, chỉ khổ dân thôi, - cụ Huỳnh chép miệng.

- Đúng, Hiệp định Mồng sáu tháng ba đã rước nó trở lại, Tạm ước Mười tư tháng chín nhượng bộ quyền lợi cho nó. Đâm ra, tự dưng lại hợp pháp hóa cho nó xâm lược lần nữa, - Khánh thở dài. - Chính phủ Đế quốc Việt Nam tuy chỉ tồn tại một trăm hăm tám ngày, nhưng xem chừng đã đóng đinh vào lịch sử. Cái sự quan trọng nhất, có lẽ là chuyện Thủ tướng Trần Trọng Kim quyết đấu với Nhật, để đòi Nam Kỳ về cho Việt Nam. Chứ nói dại, chúng lại giao cho Cam Pốt, thì ôi thôi...

- Ngẫm lại mới thấy, người ta làm như thế, cốt là tiêu diệt đám đảng phái Quốc gia và bọn Tờ-rố-kít, rảnh tay đánh Tây. Cái sự này, có cả lỗi của ông Vũ Hồng Khanh, họ Vũ nhà ông đấy, - cụ Huỳnh nói kiểu đóng sống cho Khánh và cười giả lả.

- Ông Vũ Hồng Khanh bảo, ông Hồ và Đoàn thể quyết cả, chứ ông ta cũng làm bình phong mà thôi, - Khánh đáp, - bài học Nguyễn Tường Tam bất đồng với Giáp ở Hội nghị Đà Lạt, nên bị loại.

- Trời đất! Thực là một thứ lưu manh chính trị!- Cụ Huỳnh than thở, - thôi, ta cứ tản cư lên mạn ngược, theo Chính phủ cái đã.

Tiếng còi ô-tô toe toe giục giã dưới sân, nhân viên Bộ Nội vụ tất tả chạy vào phòng:

- Xin phép ông, - anh ta ngượng ngùng nhìn Khánh như cáo lỗi, - xin rước cụ ra xe, - anh ta lễ phép cúi đầu trước cụ Huỳnh.

- À, vâng... Tôi cũng phải đi rồi; - đoạn, quay sang cụ Huỳnh, Khánh lễ phép, - chúc cụ thượng lộ bình an!

- Bảo trọng, bảo trọng, - cụ Huỳnh chắp hai tay giơ lên chào, nói theo kiểu người Tàu, rồi lập cập ra xe, hỏi nhỏ, - Ta đi mô, hè?

- Trên hướng dẫn, ta qua Hà Đông, đi Sơn Tây, ngược Phú Thọ, lên Tuyên Quang, sang Thái Nguyên, tập kết Bắc Kạn, - nhân viên văn phòng lễ phép báo cáo lộ trình.

Cụ Huỳnh nhớ, cái đận Quý Dậu (1933), khi Ngô Đình Diệm từ chức Thượng thư Bộ lại, triều Vua Bảo Đại, với mức lương bốn trăm đồng. Cụ Phan Bội Châu đã cảm kích gửi đăng báo Tiếng dân, một bài thơ tặng Diệm; trong đó có câu:

"Ai biết trời Nam hãy có người

Thoạt nghe ngỡ tưởng sấm bên tai..."

Có lẽ, Diệm mới là người cần cho non sông đất nước này chăng? Tự dưng, hai hàng lệ ứa ra, cụ Huỳnh thổn thức hồi lâu. Nhân viên cơ quan lại ngỡ cụ Huỳnh thương nhớ Hà Thành mà nên nông nỗi...

*

Hàng binh Đức Ernst Frey, được đưa về Pháo đài Láng để huấn luyện kỹ thuật quân sự cho trung đội pháo binh. Người phiên dịch bảo, pháo đài này được người Pháp xây dựng đã qua bốn năm rồi. Cả thảy có hai khẩu 75 li và hai khẩu 12 li 7, trước đây do một tên quan hai Pháp chỉ huy, có một đại đội lính phòng thủ. Frey quan sát hầm chỉ huy và xem trận địa, kho đạn sơ tán sang làng Hòa Mục. Bộ đội ăn, nghỉ trong các lán dựng xung quanh đó. Frey thấy có mấy quả bom ba càng. Thứ vũ khí này đánh cảm tử, chiến sĩ cầm bom lao thẳng vào xe tăng địch và cùng tan xác. Các chiến sĩ pháo thủ còn trẻ, mười chín hai mươi tuổi, mặc áo trấn thủ cộc tay, đường chỉ trần hình thoi nối đuôi nhau như đàn cá, nom ngồ ngộ.

Từ khi biết Frey là đảng viên Cộng sản, lại đã được gặp Hồ Chủ tịch và Tổng Bí thư Trường Chinh, thì bộ đội đối xử thân tình như người nhà. Người phiên dịch giới thiệu, vùng đất này thuộc làng Láng Thượng có nghề trồng rau húng, một loại cây thân thảo, làm gia vị, rất nổi tiếng, đã đi vào thi ca. Anh ta lại dẫn Frey đến làng Láng Trung, thăm đền Linh Lang Đại Vương, từ thời nhà Lý, cách đây hàng nghìn năm. Frey thấy lạ, dân xứ này, cái gì cũng thờ cúng được, từ kẻ ăn mày chết bên đường, đến ông tướng tử trận, rồi truyền thuyết về người đàn bà đẻ ra một trăm quả trứng, thờ cả con ngựa sắt biết bay; thậm chí, còn thờ tướng giặc thất trận, để khỏi loạn âm binh... Sông Tô Lịch chảy qua, bé tẹo như cái lạch nước, hai bên bờ mọc dày rau muống. Mùa đông, Hồ Tây cạn nước, sông Tô Lịch chảy ngược vào. Xứ này, cái gì cũng nhỏ: sông nhỏ, núi nhỏ, người nhỏ, súng nhỏ, đền thờ cũng nhỏ... Nhưng họ học lỏm rất nhanh, chỉ cần hướng dẫn vài lần là bắn pháo được ngay.

Cái trận địa bé như lòng bàn tay này cũng gọi pháo đài, hẳn là rất quan trọng trong kế hoạch tác chiến, nên Bộ trưởng Quốc phòng tới thị sát. Gặp lại Frey, Giáp hồ hởi giới thiệu với bộ đội pháo đài:

- Đây là Đại tá Ernst Frey, đặt tên Việt là Nguyễn Dân, hoặc Hồ Chí Dân, do đồng chí Tổng Bí thư Trường Chinh giác ngộ, nên đã từ hàng ngũ địch trở về với Việt Minh, nay đã gia nhập Đảng Cộng sản Đông Dương.

Bộ đội và dân chúng trầm trồ thán phục. Anh Tây mà cứ ngỡ là hàng binh, nên bị tổ chức theo dõi bí mật, không ngờ lại chơi với cả cán bộ Trung ương và mang hàm Đại tá quân đội ta.

- Đồng chí đã giúp đỡ huấn luyện bộ đội ở Thái Nguyên, Hòa Bình, nay giúp các đồng chí về kỹ thuật súng pháo. Tôi đề nghị hai bên cùng hợp tác huấn luyện cho tinh thông, bắn bách phát bách trúng. Trận địa ta có vinh dự mở màn cho cuộc kháng chiến của cả nước.

Trung đội trưởng Gia xúc động, ôm hôn Frey. Giáp bắt tay

cả trung đội và Frey, ánh mắt trìu mến như gửi cả niềm tin chiến thắng. Nắm bàn tay ấm mềm của Giáp, Freey nghĩ, hẳn là một người ngoài mềm mỏng, nhưng bên trong kiên quyết, khiến đối thủ dễ chủ quan khinh địch mà thất bại. Bất chợt, Frey thốt lên:

- Ngài rất giống ông Phong[69] đã từng vận động thuyết phục tôi.

- Bạn tôi đấy. Nhiều người cũng nhận xét như bạn, - Giáp hồ hởi khoe. - Cho tôi có lời thăm hỏi tới các bạn chiến đấu quốc tế. Hoan nghênh các chiến sĩ quốc tế sát cánh cùng chúng tôi chống xâm lược.

A, thì ra Giáp biết cả nhóm hàng binh: Brorchers mang tên Chiến sĩ làm báo địch vận, Schroder lấy tên mới là Lê Đức Nhân công tác ở Đài tiếng nói Việt Nam... Thỉnh thoảng, nhằm lúc vắng người, mấy anh em lại rì rầm hát với nhau: "Bỗng một người đồng đội bị bắn bởi Mặt trận Đỏ và bọn phản động, linh hồn anh vẫn tiếp bước trong hàng ngũ của chúng ta".[70]

Nhật ký Frey:

Ngày 19/12/1946
20:00, được lệnh khai hỏa.
20:03, bắn loạt đạn đầu, sáu quả.
Đài quan sát báo về, bắn trúng mục tiêu Thành Hà Nội, cả khẩu đội và dân chúng nhảy múa, reo mừng.
21/12/1946, khẩu đội bắn rơi một máy bay Pháp. Xác nằm trên phố Soeur Antoine[71]. Võ Bộ trưởng gửi thư khen.

*

Tự vệ thành Hoàng Diệu, Công an Xung phong và dân chúng đục tường nhà thông sang nhau, làm thành hệ thống đường giao thông bí mật, xếp bàn ghế, giường tủ thành chiến lũy, đốt phá công sở, tiếng nổ liên hồi, lửa cháy khắp nơi. Cả thành phố chìm trong khói lửa, nom như Hỏa Diệm Sơn. Các đơn vị bộ đội và tự

---

(69) Một trong những bí danh của Đặng Xuân Khu, năm 1945.

(70) Quốc ca Đức Quốc Xã. Nhạc và lời: Horstudwg Wessel (?).

71) Sau đổi thành phố Hàng Bột, nay là phố Tôn Đức Thắng, thành phố Hà Nội.

vệ thực hiện chiến thuật "Cài then cửa" chặn đánh trên các tuyến phố, gây cho địch nhiều thiệt hại.

Giáp cùng phu nhân được hộ tống rút ra ngoại thành, qua thị trấn Quốc Oai nghỉ lại, thấy trên đê, xe tăng Pháp bò lổm ngổm như những con cua sắt khổng lồ. Đoàn sang Thạch Thất, vượt sông Đà, qua Lâm Thao, lên Tuyên Quang. Cứ đến chỗ nghỉ, Hà lại bảo cần vụ lấy trứng gà ngâm vào nước sôi, dùng kim băng chọc thủng ra cho Giáp hút. Lần đầu tiên, cậu cần vụ chỉ chọc lỗ một đầu, khiến Giáp hút tóp cả má mà không được tí lòng đỏ, lòng trắng nào. Hà vội chọc thêm lỗ nữa ở đầu kia. Cậu cần vụ thanh minh:

- Tôi chưa ăn kiểu này bao giờ?

- Phải có hai cửa thông nhau thì không khí tràn vào, mới chén được. - Giáp cười hồn nhiên và ngó cậu cần vụ, - chắc đằng ấy chưa có vợ?

- Báo cáo, chưa ạ!

- Có vợ, khắc biết ăn trứng sống! - Giáp chợt nhớ đến xoỏng trứng gà của ông Ké, treo trong hang Cốc Pó.

Nghe vậy, Hà đỏ mặt cười, ánh mắt long lanh. Cậu cần vụ cười ngượng nghịu, hiểu ra bài học vỡ lòng của cánh đàn ông.

Giáp chong đèn, mở xắc-cốt, xem bản tài liệu tập hợp về tình hình quan hệ ngoại giao với Liên Xô:

- 22/9/1945, Hồ Chủ tịch gửi thư cho Xta-lin: "Chúng tôi thông báo cho quý ngài biết rằng, Chính phủ lâm thời Việt Nam Dân chủ Cộng hòa đã được thành lập". (Không hồi âm).

- 14/1/1946, Điện văn gửi Xta-lin và Ngoại trưởng Mô-lô-tốp (Molotov). (Không hồi âm).

- Cùng khoảng thời gian trên, Đại sứ Liên Xô tại Pa-ri, gửi bản báo cáo tình hình Đông Dương về Liên Xô. (Chắc hẳn sẽ có nội dung về Việt Minh).

- Và, cũng khoảng thời gian đó, phái bộ Đồng Minh đến Hà Nội, có Đại tá Liên Xô Xtê-phen (Stephen), cùng đi.

- 21/7/1946, Hồ Chủ tịch gặp Nhà văn Liên Xô Ê-ren-bua (Ehrenburg), Chủ tịch Hội đồng Hòa bình Liên Xô.

- Từ tháng 10/1946, phái đoàn Liên Xô đến Sài Gòn, Nha Trang, Đà Lạt, Nông Pênh (Phnom Pênh)... nhưng chỉ để hồi hương những công dân Liên Xô đã tham gia quân đội viễn chinh Pháp mà thôi.

Giáp ngồi thử trên cái giường bằng thân tre đã lên nước nhẫn bóng, rồi vặn nhỏ ngọn đèn hoa kỳ như hạt đỗ, để khỏi ảnh hưởng đến giấc ngủ của Hà. Miềng có nghe Hồ Chủ tịch phổ biến về chuyện này, trong mấy buổi họp Thường vụ mở rộng. Tại sao Liên Xô vô tâm, vô tình đến mức khó hiểu đối với cách mạng Việt Nam thế nhỉ? Nhóm "Con Nai" hẳn có báo cáo về Việt Minh và Việt Nam, thậm chí cả Đông Dương với Chính phủ Mỹ. Họ hiểu Việt Minh là Cộng sản, nên rút quân ngay sau Lễ Độc lập và Hồ Chủ tịch cũng có gửi thư cho Tổng thống Mỹ cũng không được hồi âm. Nhưng chả lẽ, Liên Xô lại không hiểu Việt Minh là Cộng sản Việt Nam hay sao, mà không ở ê gì sất cả? Hay là tại Hồ Chủ tịch tuyên bố công khai giải tán Đảng Cộng sản, nên Liên Xô hiểu lầm? Nhưng chính Xta-lin cũng tuyên bố giải tán Quốc tế III, để tập hợp lực lượng đồng minh chống Phát-xít đấy thôi... Cả hai cùng làm chính trị, vận dụng sách lược, chơi trò hư hư thực thực, thế mà không hiểu nhau. À, cũng có thể Liên Xô chỉ biết lãnh tụ Nguyễn Ái Quốc, nhưng đã chết từ những năm ba mươi; còn Hồ Chí Minh mới xuất hiện những năm bốn mươi, nên tỏ ra thận trọng thái quá chăng?

Hà trở mình và khẽ thở dài. Giáp cười nụ và lặng lẽ thu xếp tài liệu, bỏ vào xắc-cốt, đặt bên gối và khum bàn tay chắn gió, thổi tắt ngọn đèn, rồi mới ngồi xoa chân tay. Có tin, ngôi nhà của ông Bình ở ga Vinh, Biệt thự Liễu Trang chỗ Ngã Tư Sở- Hà Nội cũng đã bị tiêu thổ kháng chiến và một trăm bốn mươi biệt thự trên núi Tam Đảo cũng bị chất củi vào đốt như thể nung vôi. Nếu có đủ thuốc nổ, thì cầu Long Biên cũng sập đổ tan tành. Giáp đã từng lo sợ, sẽ có ngày say máu cách mạng mà đập phá đảo lộn hết thảy, thì bây chừ đang trở thành hiện thực. Giáp cảm thấy se lòng, khẽ khàng ngả lưng, nhưng giát giường vẫn kêu kèn kẹt, âm thanh rõ mồn một trong đêm thanh vắng.

- Chưa ngả lưng mà giường đã kêu thế này, đố ai dám ăn vụng, - Giáp lẩm bẩm như thanh minh.

Hà bật cười rinh rích.

- Tưởng em Hà ngủ say? - Giáp khẽ hỏi.

- Cơm treo lại bắt mèo nhịn đói? - Hà dạn dĩ đáp.

Cả hai lại cười khúc khích.

Bỗng nghe tiếng hai vợ chồng chủ nhà hỏi nhau, vọng qua khe liếp: "Đôi vợ chồng này mới cưới hay sao ấy?".

Chương năm: Đồi phong tướng

20. "Hộ giá thiên đô"

Sau ngày Toàn quốc kháng chiến cho đến đầu năm 1947, các cơ quan Trung ương Đảng và Chính phủ vẫn đóng ở tây nam Hà Nội, Đài Tiếng nói Việt Nam chỉ cách trung tâm Thủ đô vài chục cây số.

Giáp bàn với Hoàng Văn Thái và Trần Đăng Ninh lo bảo vệ các tuyến đường tản cư, trọng tâm là hướng Hà Nội- Sơn Tây- Phú Thọ- Tuyên Quang- Thái Nguyên- Bắc Kạn. Bên cạnh đó, còn có những tuyến phụ. Bọn in tiền Tài chính vận chuyển máy móc từ Hà Nội qua nẻo Chi Nê, sang Nho Quan (Ninh Bình), ngược Tuyên Quang, rồi tập kết ở Bản Thi, thuộc huyện Chợ Đồn, tỉnh Bắc Kạn. Một tuyến khác, gồm các nhân sĩ, trí thức rời Hà Nội cũng lên Tuyên Quang, nhưng đến huyện Chiêm Hóa thì dựng lán trại ở khu vực ngã ba ngòi Quẳng và sông Gâm.

- Đoàn ông Ké có tiểu đội bảo vệ tiếp cận, nhưng phải chú ý hộ giá từ xa,- Giáp nhấn mạnh từ "hộ giá" đầy vẻ ý nhị.

- Anh cứ yên tâm, - Thái nói, vẻ tự tin, - anh Ninh cũng sốt sắng và chu đáo lắm. Vả lại, đảm bảo giữ bí mật thì đã an toàn đến chín mươi phần trăm rồi.

- Tôi e, hôm Lễ Độc lập, dân chúng cũng như các phần tử xách động đã nhìn thấy dung nhan, lại nghe được cả giọng nói của ông Ké rồi. Cho nên, công việc cải trang là quan trọng lắm. Anh bàn với Lê Giản bên Nha Công an cụ thể vào nhé.

- Rồi, chủ yếu là tôi trao đổi với anh Nguyễn Tạo, phụ trách Đoàn thể bên đó - Thái tỏ ra là người hiểu biết công việc và cái sự thật thật giả giả đầy tế nhị trong giềng mối.

- Thống nhất thế nhé! - Giáp bắt tay Thái, nói như kiểu "Kết luận hội nghị".

Xe chở Chủ tịch Hồ Chí Minh đến thị xã Sơn Tây thì chết máy, quần chúng đông, khiến cả bọn lo lắng.

- Mời bác đi ngựa.

- Bao nhiêu là quần chúng thế kia, tự dưng thấy một người cưỡi ngựa là chú ý ngay. Nếu phát hiện ra Hồ Chủ tịch là lập tức xúm đen xúm đỏ lại. Lúc đó, làm sao mà thoát ra được? Máy bay Pháp sẽ bổ nhào tức thì, - Giáp lo lắng, biến sắc mặt.

- Các chú không lo, tôi có cách.

Hồ Chủ tịch dùng khăn mặt bông trùm qua đầu, rồi đội mũ cát lên, ung dung cưỡi ngựa lên đường. Mấy đứa trẻ thấy ngựa thì chạy theo, nhưng đội bảo vệ đã khéo léo cản lại. Hồ Chủ tịch qua sông Đà, sang Trung Hà. Thái tình nguyện nhường xe ô-tô.

Hơn sáu chục ngày quần lộn với quân Pháp, Trung đoàn Thủ đô bí mật rút ra ngoại thành.

- Làm thế nào để rút cả Trung đoàn an toàn? - Giáp hỏi Trung đoàn trưởng Nguyễn Siêu Hải

- Năm giờ chiều, mười bảy tháng hai năm bốn bảy (1947), chúng tôi dùng kế nghi binh dương đông kích tây, để Trung đoàn rút qua gầm cầu Long Biên, vượt sông Hồng trong đêm, sang Đông Anh.

- Trên cầu có lính gác đó, - Giáp cảnh báo.

- Anh yên tâm, chúng tôi xuất quỉ nhập thần, - Hải nói cứng.

- Na-pô-lê-ông có một câu rất hợp với hoàn cảnh của cậu; đại ý thế này, nơi nào có một con dê lọt qua, thì một người cũng có thể lọt qua. Nơi nào có một người lọt qua thì cả tiểu đoàn cũng có thể lọt qua.

Nghe vậy, cả hai cùng cười sảng khoái.

Quả là kỳ tài, cả Trung đoàn Thủ đô vượt sông xong rồi, Pháp mới phát hiện, đuổi đánh, nhưng bộ đội và dân quân đã tổ chức chốt chặn thành công.

Giáp cùng Hoàng Văn Thái, Trần Quốc Hoàn, Vương Thừa Vũ... đến làng Thượng Hội[72], gặp gỡ, động viên cán bộ chiến sĩ Trung đoàn. Sáu mươi ngày khói lửa đã tôi luyện một ngàn hai trăm chiến sĩ Trung đoàn Thủ đô trở nên dày dạn trận mạc. Trong số đó, có bảy mươi lăm trẻ em và hai trăm phụ nữ, thật kỳ diệu. Giáp xúc động khi nhìn những bộ trang phục chiến lợi phẩm nhà binh, xen lẫn áo ba-đờ-xuy, vét-tông, blu-dông, áo thợ công nhân, rồi thì mũ ca-lô, khăn mỏ quạ... Nhưng tất thảy, ai cũng thắt bao đạn ngang hông, nom rất oai hùng.

- Hồ Chủ tịch có lời thăm hỏi, khen ngợi tinh thần chiến đấu anh dũng của Trung đoàn Thủ đô ta!

Giáp vừa dứt lời, cả Trung đoàn hoan hô rầm rập. Giáp cầm tờ giấy đọc:

- Trung đoàn Thủ đô đã tượng trưng cho bộ đội của một dân tộc nhược tiểu, quyết tâm không làm nô lệ và đã ngang nhiên chống lại quân đội một nước lớn hùng mạnh của Đế quốc chủ nghĩa. Trung đoàn Thủ đô đã nối chí truyền thống oanh liệt của các vị anh hùng thuở trước.

Giáp gấp tư tờ giấy bỏ túi, rồi nói vo:

- Đầu tháng một vừa rồi, Bộ Quốc phòng quyết định thành lập Trung đoàn Liên khu Một và chỉ một tuần sau đó, tại Hội nghị

---

(72) Ngày nay thuộc xã Tân Hội, huyện Đan Phượng, thành phố Hà Nội.

Quân sự toàn quốc đã nhất trí đặt tên cho đơn vị của các đồng chí là Trung đoàn Thủ đô. Đó là một vinh dự lớn, nhưng trách nhiệm cũng rất nặng nề.

Cả hàng quân lại hoan hô.

- Chỉ có hai ngàn chiến sĩ, vũ khí thô sơ, nhưng tinh thần cảm tử. Hồ Chủ tịch đã viết thư khích lệ: "Các em quyết tử cho Tổ quốc quyết sinh". Cuộc chiến đấu của chúng ta không đơn độc. Bên cạnh bộ đội là tự vệ và dân chúng. Thậm chí, tại Xiêm La, kiều bào đã quyên góp mua sắm hơn ba mươi tấn vũ khí và thành lập Trung đoàn Hải ngoại, gửi về Nam Bộ tham gia kháng chiến.

Bộ đội lại hoan hô.

- Trước Ngày Toàn quốc kháng chiến, Hồ Chủ tịch hỏi tôi: "Bộ đội giữ được Thủ đô bao lâu?". Tôi đáp: "Báo cáo Hồ Chủ tịch, bộ đội quyết tâm giữ Thủ đô một tháng". Thế mà thực tế, Trung đoàn đã giữ được Thủ đô hai tháng, gấp đôi thời gian trù tính kìm chân địch, để Trung ương, Chính phủ, các cơ quan, nhà máy, kho tàng và đồng bào sơ tán ra khỏi Thủ đô; đồng thời phá hoại trong lòng địch, tiêu hao sinh lực địch. Sáu mươi ngày khói lửa, Trung đoàn và tự vệ thành Hoàng Diệu cùng nhân dân Thủ đô đã giáng cho quân địch một đòn chí mạng về tinh thần. Các đồng chí rút lui trong tư thế của người chiến thắng. Cuộc rút lui thành công ngay trước mũi địch cũng là một kỳ tích.

Trung đoàn trưởng Hải không nén nổi xúc động, vung tay hô tay, hô to: "Quyết chiến, quyết thắng!". Bộ đội lại hoan hô đến rát cả tay. Bỗng Giáp chỉ vào một chiến sĩ trẻ, vẻ hào hoa, nhưng đã sớm nhuốm màu trận mạc:

- Đồng chí!

- Tôi? - chiến sĩ trẻ ấp úng hỏi lại.

- Đồng chí chiến đấu vì cái gì? - Giáp nghiêm giọng hỏi.

- Tôi chiến đấu theo mệnh lệnh của Trên, - và không ai yêu cầu, chiến trẻ đọc vanh vách

Mệnh lệnh chiến đấu:

"Tổ quốc lâm nguy!

Giờ chiến đấu đã đến!

Theo chỉ thị của Hồ Chủ tịch và Chính phủ, nhân danh Bộ trưởng Bộ Quốc phòng, Tổng Chỉ huy- tôi hạ lệnh cho toàn thể bộ đội Vệ quốc quân và dân quân tự vệ Trung-Nam-Bắc phải nhất tề đứng dậy.

Phải xông ra mặt trận giết giặc cứu nước.

Hy sinh chiến đấu đến giọt máu cuối cùng!

Tiêu diệt thực dân Pháp!

Việt Nam độc lập muôn năm!

Kháng chiến thắng lợi muôn năm!

Quyết chiến!

Rồi cậu ta lấy hơi đọc nốt câu cuối cùng: "Ngày mười chín, tháng mười hai, năm một nghìn chín trăm bốn mươi sáu; Võ Nguyên Giáp (đã ký)".

Lập tức, cả Trung đoàn xôn xao hẳn lên. Giáp nắm chặt đôi bàn tay thư sinh của chiến sĩ trẻ, mỉm cười trìu mến, hỏi:

- Đồng chí tên gì?

- Báo cáo, tôi tên Bội Giong, anh em đồng đội thường gọi là "Tú tài Trường Bưởi" - Giong báo cáo đầy vẻ tự tin.

*

Trên đường lên Chiến khu Việt Bắc, Hồ Chủ tịch dừng chân một tháng tại Phú Thọ, đổi ba địa điểm; nhưng vẫn tranh thủ đọc cuốn "Việt Nam sử lược" của Trần Trọng Kim. Sử xứ này, không đồ sộ và thiếu tính hệ thống, chứ không được như Tàu, nhưng cuốn của tay Cựu Thủ tướng bù nhìn đầu tiên này cũng mạch lạc, dễ đọc với tầng lớp bình dân và đủ sức gợi mở với đám trí thức. Năm xưa, ta đã viết *Việt Nam lịch sử diễn ca*, rằng:

"Dân ta phải biết sử ta

Cho tường gốc tích nước nhà Việt Nam"

Trong lời tựa, Kim cũng viết: "Làm thế nào cho những thiếu niên nước ta ngày nay, ai cũng biết đôi chút sự tích nước nhà...". A hà, tư tưởng lớn gặp nhau. Ta từng tiên đoán: "Bốn nhăm sự nghiệp hoàn thành". Đó là một thực tế, ai cũng phải thừa nhận. Nhân cơ hội Pháp thua, Nhật hàng, Chính phủ Đế quốc Việt Nam của Kim không có quân đội, thế là ta nhờ vũ khí và cố vấn Đồng Minh, thực ra là của Mỹ, "nhảy dù" vào Thủ đô Hà Nội, tuyên bố thành lập Chính phủ Việt Nam Dân chủ Cộng hòa, rồi rút lên rừng, bảo toàn lực lượng. Kể mà có Giáp ở đây, cùng bàn lịch sử thì thú vị biết mấy? Hắn dạy sử mà, nom lù đà lù đù nhưng láu cá ra phết, một tay hắn giải quyết xong vụ Ôn Như Hầu, coi như dẹp tan đảng phái Quốc gia. Hơn nữa, chỉ trong nháy mắt hắn nhổ cỏ bọn Tờ-rốt-kít. Thế là, ta rảnh tay đánh Pháp. Nhưng rút lên rừng cái đã, và lại chờ thời. "Gặp thời một tốt cũng thành công"...

- Trình cụ duyệt sắc lệnh "Cử Bộ trưởng Lao động đặc nhiệm tản cư và di dân" - Đổng lý Văn phòng lễ phép báo cáo.

- Ừ, cấp bách đấy, - Hồ Chủ tịch đặt cuốn sử sang bên cạnh và đọc bản sắc lệnh, - Thế mà không biên vào đây luôn, cả số sắc lệnh nữa, - Hồ Chủ tịch ra vẻ khoáng đạt.

- Dạ, số Ba mươi, gạch chéo, ét-xì e-lờ, ạ! (30/SL).

Hồ Chủ tịch đưa trả văn bản. Đổng lý ngập ngừng hỏi thêm:

- Cụ Vũ Đình Hòe- Bộ trưởng Tư pháp, có nhờ hỏi về cái Sắc lệnh "Sửa địa giới huyện Can Lộc thuộc tỉnh Hà Tĩnh và thị xã Vinh- Bến Thủy", xem đã được duyệt chưa ạ?

- À, địa giới quê ông ấy chứ gì? Rồi, kia kìa, - đoạn, Hồ Chủ tịch túc tắc mở trang sử thời Tây Sơn.

Quân Tây Sơn bị coi là đám giặc cỏ, toa rập với cướp biển mà làm nên đại sự, nhưng phải thí quân chí mạng mới lấy được Thăng Long, còn ta, tay không bắt giặc. Đố anh nào làm được như ta. Nhưng nghĩ đi cũng phải nghĩ lại, nếu bọn Nhật không nghiêm chỉnh chấp hành mệnh lệnh của phe Đồng Minh, mà liều lĩnh khởi binh nổ súng, thì có mà ăn cám. Lại nữa, nếu Bảo Đại không chịu thoái vị, thì ta đâu có chính danh. Và nếu Chính phủ Trần Trọng Kim cũng không tuyên bố trao quyền, vẫn khăng khăng giữ chế độ Quân chủ lập hiến như Xiêm La, thì ta cũng khó nhằn. Bởi thế, cái gì cũng có thời cơ, ai nhanh tay nhanh mắt thì chớp được.

- Này, mấy cái thư đã chuyển cả chưa? - Hồ Chủ tịch gọi với sang phòng bên.

- Thưa, rồi ạ! Tất thảy gồm ba cái: "Thư gửi đồng bào toàn quốc", "Thư gửi đồng bào hậu phương", "Thư gửi Quốc hội và nhân dân Pháp", cũng đã chuyển xong cả rồi.

- Nhớ kiểm tra lại nhá. Lãnh đạo là phải kiểm tra, không kiểm tra không phải tác phong lãnh đạo!

Nghe lời dạy chí lí, cả bọn dạ ran.

Bảo Đại khờ hơn anh em họ Ngô, ta bảo thoái vị cũng thoái vị, thế là chấm dứt triều đình nhà Nguyễn về mặt hình thức, nhưng chưa thể xóa bỏ chế độ phong kiến được đâu. Ta bảo, đi công cán Hồng Kông, hắn cũng ra đi và không có đường về. Có lúc, bí nước, ta tính đổi chức cho lành, nhưng may sao, bọn Giáp lanh trí, mang vàng đút cho Tiêu Văn, thì ta mới lập được Chính phủ, tuy thành phần tạp pí lù, nhưng vẫn do Việt Minh, tức là ta điều hành. Chính ra, Nam Phương Hoàng hậu lại có cá tính. Ta cấp cho hàng vạn đồng để chi tiêu, nhưng ả lại tỏ ra khí khái, mang tặng hết cho Cô nhi viện Huế. Ta phát động "Tuần lễ vàng", ả cũng mang đồ trang sức ủng hộ.

Còn anh em họ Ngô thì khôn ngoan. Giáp ký cho Nhu cái chức Giám đốc Nha Lưu trữ và Thư viện toàn quốc, chẳng qua là hợp thức hóa chức danh cũ và mới, để có cái mà quản lý hắn ta. Còn Diệm, bị bắt ngay sau ngày ta tuyên bố độc lập và đày đi xứ Tuyên. Khi tình thế cấp bách, ta có ý thí cho cái chức Thủ tướng, nhưng hắn thừa biết là hữu danh vô thực. Thế là hai anh em rủ nhau chuồn. Lại nhớ, có lần Giáp bảo:

- Một nước hai vua, lòng người phân tâm. Tuy Bảo Đại đã thoái vị, nhưng vẫn là Cựu Hoàng, uy danh không phải là nhỏ. Đấy, khi Tổng Tuyển cử, đã đưa lánh vào xứ Thanh, thế mà nó chỉ kém phiếu của Thượng cấp mà thôi.

- Cách nào, thủ tiêu là không ổn rồi, mà an trí lại càng dở, - Hồ Chủ tịch đắn đo, - hay là cử hắn đi công cán Hồng Kông, nhưng ngặt là không có tiền chu cấp.

- Thượng cấp cứ điều hắn đi cho khuất mắt cái đã, đề phòng hậu họa, - Giáp mím môi, nắm tay vẻ kiên quyết.

- Tôi không ngại Bảo Đại, Việt Quốc, Việt Cách, Tờ-rốt-kít... - Hồ Chủ tịch nhìn Giáp, tính toán, - chỉ ngại anh em Diệm, Nhu. Đó mới là hậu họa về sau, bởi chúng gắn với Công giáo. Công giáo có thế lực Va-ti-căng hậu thuẫn là đối thủ một mất một còn của Cộng sản.

- Tôi ký phong chức cho Nhu, cũng là có ý kiến chỉ đạo của Thường vụ, - Giáp có ý thanh minh, sợ liên lụy chuyện ân nghĩa hai gia đình.

Bấy lâu, nghe phong thanh, nhà Giáp với họ Ngô cùng huyện Lệ Thủy, lại có sự đi lại ân huệ gì đó. Nhưng Giáp vô tư, không có chuyện ban ơn, lập vây cánh. Mới rồi, ta còn gặp Giáp, hắn rút sau ta một tuần cơ mà. Chả nhẽ, bây giờ biên thư gọi lại, chỉ bàn về một cuốn sách của tay Thủ tướng bất phùng thời, thì e lố quá, Giáp nó cũng khinh. Thôi, để khi nào đàm đạo cũng chẳng thiu ra đâu mà sợ. Xem ra, Giáp cũng đa tình

Những ngày ở Hà Nội, ta làm được mấy việc đại đởn, bọn chúng cũng kiếm được mỗi đứa một cô vợ. Thái lấy Nết, Đồng cưới Cúc, Giáp thì Hà. Đám Giáp- Hà là danh giá nhất, chả gì, bố vợ cũng là Giáo sư, Bộ trưởng. Phải nói rằng, Kim tập hợp dưới trướng không ít anh tài, nhưng rồi bọn ấy cũng chạy theo ta vãn. A hà hà...

Hồ Chủ tịch đang miên man suy tính, thì bọn bảo vệ đã được đặt bí danh mới là Trường, Kỳ, Kháng, Chiến, Nhất, Định, Thắng, Lợi đem ở đâu về một xoỏng bưởi.

- Thưa Cụ, bưởi Đoan Hùng, chính gốc làng Chí Đán đây ạ. Mời Cụ, - Chiến lễ phép dâng nửa quả bưởi đã tách từng múi, nom như chiếc đàn phong cầm bé xíu.

Hồ Chủ tịch cảnh giác sau vụ "Ba ba Nà Lừa", nên chỉ ngó qua và hỏi:

- Từ đây lên Tuyên, bao xa?

- Hai chục cây số thôi ạ, - Chiến mau mắn đáp.

- Đêm nay, ta hành quân!

- Ngày tốt ạ, mùng mười tháng hai Đinh Hợi, - Kỳ nhẩm tính và reo lên, - ngày Thiên môn, xuất hành làm mọi việc như ý, cầu được ước thấy, thông đạt cả.

- Khắc đi khắc đến theo yêu cầu công tác, người cách mạng không duy tâm.

Nghe Hồ Chủ tịch phán vậy, cả bọn lè lưỡi nhìn nhau và lục tục thu dọn hành lí.

21. Chuyển bại thành thắng

Trên đường từ Cao Bằng trở về, Giáp ghé thăm Đài Tiếng nói Việt Nam, đặt cạnh hồ Ba Bể. Cũng từng ở lều, nằm lán, nhưng Giáp thật bất ngờ khi nhìn thấy nhà đài đơn sơ mái lá vách phên. Phòng bá âm được dán thêm mấy tờ báo. Đài mời Giáp phát biểu ý kiến, nhân dịp kỷ niệm lần thứ hai Quốc khánh nước Việt Nam Dân chủ Cộng hòa.

- Thay mặt Quân ủy Trung ương và Bộ Quốc phòng, tôi kêu gọi đồng bào và chiến sĩ ra sức thi đua diệt giặc cứu nước, thực hiện lời dạy của Hồ Chủ tịch, trong thư Người gửi hậu phương...

Bỗng có tiếng gà rừng gáy te te vọng vào mích (micro), bọn nhà đài hồ hởi kháo nhau:

- Đó là tiếng kèn báo hiệu chiến thắng!

Giáp nghe cũng hởi lòng.

Ngồi trên thuyền độc mộc qua hồ Ba Bể, nhìn cảnh núi non, trời mây, sóng nước khác nào cảnh thần tiên. Đây, gò Bà Góa, nơi dựng tấm bia từ thời Khải Định, ghi lại sự tích của hồ này. Ồ, thời đó, miềng vừa thi đỗ vào Trường Quốc học Huế. Kia, động Puông nơi tiên chơi cờ, có lẽ hợp với cụ cử Hồ Phi Thống. Cụ mà đến chốn này, chơi đàn nguyệt, đánh cờ, rồi ngâm vịnh thi ca và bốc thuốc chữa bệnh cho dân, thì khác gì tiên ông. Cụ là dòng dõi bảy đời bà chúa thơ Nôm Hồ Xuân Hương kia mà. Nhưng tiếc thay, cuối đời, cụ bị mắc bệnh "cuồng chữ", rồi thăng.

Non nước hữu tình, nhưng Giáp chẳng có lòng dạ nào thưởng ngoạn. Con thuyền là một khúc gỗ rỗng ruột, lúc nào chòng chà chòng chành, chỉ một cơn tố lốc là lật úp. Con thuyền cách mạng lúc này cũng gian nan, phải bỏ thành thị chạy lên rừng núi, nói theo cách dân dã bổ bã là bỏ của chạy lấy người. Miềng rút chạy, liệu địch có thể dò tìm được địa điểm đóng quân và cơ quan đầu não không? Chắc hẳn bọn mật thám Phòng Nhì (2e Bureau) và Tình báo Quân sự Đơ-bê Rốt[73] theo dõi và có mật báo. Công tác tình báo, quân báo nắm địch còn yếu quá. Hồi tháng năm đã bàn với Hoàng Văn Thái tách Phòng Tình báo, nâng lên thành cục, đưa Trần Hiệu (Vũ Văn Địch) bên Nha Công an sang phụ trách. Hiệu học cùng trường tình báo với bọn Lê Giản, Nguyễn Văn Ngọc, tại Can-cun-ta (Calculta) thuộc Ấn Độ, nên cũng yên tâm. Quân số thiếu, có khi phải chuyển cả lớp tình báo đang học ở Ỷ La[74] sang cho quân đội. Giáp lấy làm ngạc nhiên, khi thấy tình báo Mỹ mà không biết Việt Minh chính là Cộng sản, lại ngỡ phi cộng như nhóm Hồ Học Lãm. Đúng là đồ nhà quê! OSS chỉ là nhóm thợ vườn, Giáp nhếch mép cười, vẻ tự mãn. Mỹ còn thế, huống chi quân miềng. Phòng Tác chiến cũng phải nâng lên cấp cục. Miềng cũng phải tính đến chuyện lập Ban Nghiên cứu Không quân và Ban Nghiên cứu Hải quân. Máy bay thì sẵn có của Bảo Đại để lại, ta đã mang lên giấu ở Chùa Hang, gần bến Bình Ca[75]. Phi công đã có hàng binh Đức. Việc bố trí cán bộ chỉ huy năm

---

(73) 2B Zot: Tình báo quân sự khu vực Bắc Kỳ của quân đội Pháp.

(74) (75) Ngày nay thuộc thành phố Tuyên Quang.

chiến trường đã hợp lý chưa? Thái có vẻ thích Lê Trọng Tấn. Cái anh này, xuất thân từ đội Khố đỏ, thế thì cho lên chiến trường Tây Bắc để thử thách xem sao?

Hồ Chủ tịch cũng "thánh" thật, năm kia, trước khi kéo quân về Hà Nội đã gài lại cán bộ, tranh thủ củng cố khu căn cứ địa Tuyên Quang, Thái Nguyên, Bắc Kạn, chuyển hàng vạn tấn máy móc vận chuyển lên ATK. Sức người thực phi thường. Nhưng phi thường hơn, đó là kẻ huy động, tổ chức được sức người đó. Cái điều quan trọng là Việt Minh đã khơi dậy được lòng yêu nước; tuyệt chiêu nhất là đánh đồng giữa các khái niệm làm một: "Việt Minh"-"Cộng sản" - "Dân tộc"-"Tổ quốc"... Thế là, ai phục vụ Cộng sản tức là phụng sự Tổ quốc, kẻ nào chống lại đương nhiên bị khép tội phản bội Nhân dân. A hà hà...

*

Tại Hà Nội, tướng Va-luy (Valluy) - Chỉ huy tối cao quân đội viễn chinh Pháp, bàn với Xa-lăng (Chaland) - Tư lệnh quân đội Pháp đóng ở Bắc Đông Dương:

- Việt Minh bị đánh bật ra khỏi các đô thị, cùng quẫn đến nỗi phải tuyên bố giải tán Đảng Cộng sản, nên đánh bừa một trận, lấy sĩ diện để rút lên rừng. Theo báo cáo của Phòng Nhì và Đơ-bê Rốt, thì chúng cài lại năm trăm tên, còn lại rút lên Việt Bắc theo tuyến đường này. - Va-luy cầm gậy chỉ lên bản đồ treo tường, - từ Hà Nội chúng qua Sơn Tây, vượt sông Đà lên Phú Thọ, Tuyên Quang, trèo Đèo Khế sang Thái Nguyên, rồi tập kết tại Bắc Kạn, - Va-luy đập nhè nhẹ vào vị trí Bắc Kạn trên bản đồ, đầy ngụ ý. - Tháng tư, Bộ Tổng Tham mưu Việt Minh đã đến vùng Văn Lãng - Đại Từ, thuộc tỉnh Thái Nguyên. Đây, địa điểm này, - Va-luy lại chỉ lên bảo đồ. - Ngày xưa, ngài từng làm đồn trưởng Đình Lập, nói được cả tiếng người Thổ bản xứ, nên tất thảy địa hình thuộc như lòng bàn tay.

- Thưa ngài Tổng Tư lệnh, - Xa-lăng từ tốn nói, - sau khi Việt Minh liên hệ với Tổng lãnh sự quán Trung Hoa đứng lên làm trung gian, để hai bên ngừng bắn một ngày cho chúng rút. Theo tôi biết, chúng rút khỏi Hà Nội vào mười bốn tháng hai năm bốn bảy (1947), nhưng vẫn loanh quanh ở vùng tây nam này. - Xa-lăng chỉ lên bản đồ, - ví dụ như Tây Mỗ, Giáp ở đây; Chúc Sơn, đây; Cần Kiệm, đây; Lời kêu gọi kháng chiến được phát đi từ hang Chùa Trầm, cách Hà Nội hai mươi ki-lô-mét đường chim bay... Dự kiến ban đầu của Việt Minh lập khu căn cứ, gọi là A-tê-ca (ATK), tức An toàn khu, gồm vùng này, - Xa-lăng lại chỉ khu vực bao quát trên bản đồ, - Tuyên Quang có hai huyện Sơn Dương và Chiêm Hóa, Thái Nguyên có huyện Đại Từ, Bắc Kạn là huyện Chợ Đồn. Sau ba tháng hành binh, đến tháng năm, Việt Minh đã thiết lập Khu căn cứ hình lục giác, - Xa-lăng lại chỉ lên bản đồ, - gồm sáu huyện: Chiêm Hóa (Tuyên Quang) - Chợ Đồn và Chợ Mới (Bắc Kạn) - Đại Từ và Định Hóa (Thái Nguyên) - vòng xuống hai huyện Sơn Dương và Yên Sơn (Tuyên Quang). Như vậy, Trung tâm đầu não Khu An toàn là Tân Trào - Hồng Thái thuộc Sơn Dương (Tuyên Quang) và Điềm Mặc - Bảo Biên thuộc Định Hóa (Thái Nguyên). Trên địa hình là xung quanh chân núi Hồng, - Xa-lăng chỉ bao quát, - Đây, khu vực này.

- Dư luận Pháp quốc muốn kết thúc cuộc chiến Đông Dương lần này, càng sớm càng tốt. - Va-luy thân mật kéo Sa-lăng cùng ngồi, - nên chúng ta phải tìm cách đánh nhanh thắng nhanh, không gì bằng nhảy dù tóm gọn Bộ Chỉ huy của Hồ Chí Minh, Trường Chinh và Võ Nguyên Giáp.

- Thưa Tướng quân, chúng tôi dự định huy động một vạn rưỡi quân, chia làm hai đợt. Đợt đầu mang tên "Lê-a", tập trung tấn công Bắc Kạn. Đợt hai là "Clo clo", có thể đổi thành "Xanh-tuya", tạo thành vành đai bao vây căn cứ Việt Minh, không cho chúng liên hệ với Tàu Cộng ở phía bắc và đồng bằng Bắc Bộ phía nam A-tê-ka. Trung tuần tháng năm vừa qua, Giáo sư Pôn-muýt (Paul Mus), đại diện Cao ủy Bô-lác (Bollaert) mới gặp Hồ Chí Minh ở thị xã Thái Nguyên. Có thể, ông ta còn luẩn quất quanh vùng Bắc Kạn mà thôi.

- Nếu bắt được mấy người này, coi như kết thúc chiến tranh, - Va-luy gật gù, đầy vẻ tự tin.- Ông định bao giờ khai chiến?

- Đầu tháng mười này, trình tướng quân, - Xa-lăng dập gót giày đứng nghiêm, hai tay nâng cặp tài liệu đưa cho Va-luy, vẻ trịnh trọng.

- Thời tiết lúc đó sẽ rất lạnh giá, sông ngòi cạn nước, lưu ý hành quân đường thủy ngược sông Hồng, sông Lô, sông Gâm sẽ rất trở ngại... - Va-luy đỡ cặp tài liệu và giáo huấn, tỏ vẻ am hiểu sâu sắc địa hình thượng du Bắc Việt.

- Thưa ngài, chính đó là yếu tố bất ngờ trong quân sự, - Xa-lăng tự mãn đáp. - Chúng sẽ chủ quan như gấu ngủ đông trong hang.

- Việt Minh có hơn mười vạn quân, liệu một đánh mười có đúng lý thuyết quân sự không? - Va-luy tỏ ra ngờ vực.

- Chúng toàn quân ô hợp, chỉ có hai trung đoàn trải qua chiến trận mang tên "Thủ đô" và "Lạng Sơn". Vũ khí thô sơ, mỗi tiểu đoàn chỉ được trang bị bằng một đại đội quân ta mà thôi. Liên lạc thì cấp trung đoàn mới có vô tuyến điện. Hậu cần chủ yếu là tự cung tự cấp...

- Việt Minh chế được súng Bazooka rồi mà? - Va-luy nhẹ nhàng hỏi câu cảnh báo.

- Đúng thế, chất lượng Bazooka Bê-Sáu mươi (B60) của chúng không kém gì Bê-Hai mươi (B20) của Mỹ. Thậm chí, chúng còn thiết kế cò cơ khí thay cò điện, nhưng số lượng chẳng đáng kể, chỉ như muối bỏ biển thôi. Xin Tướng quân yên tâm, chúng tôi đã do thám, nghiên cứu tỉ mỉ, - Xa-lăng đáp, vẻ kiêu hãnh, - ngày bảy xin được xuất quân. Nhưng còn phân vân về sự chính danh?

- Ông yên tâm, - Va-luy trấn an. - Vừa rồi, nước Pháp của chúng ta đã trao trả độc lập cho Chính phủ Bảo Đại. Họ đã cho họa sĩ vẽ cờ Quẻ ly[76] làm Quốc kỳ, lấy bài hát "Tiếng gọi non sông"[77] làm Quốc ca. Đó là những biểu tượng quốc gia, rất quan trọng về mặt chính trị, - Va-luy nheo mắt ranh mãnh. - Bởi vậy,

---

(76) Họa sĩ Lê Văn Đệ

(77) Nhạc sĩ Lưu Hữu Phước.

cuộc hành quân của ông, với sứ mệnh tiêu diệt quân phiến loạn Việt Minh, đang trú ẩn trong rừng núi.

*

Từ khi trở lại Việt Bắc, Giáp làm việc trong một căn chòi nhỏ, dựng dưới gốc trám già của gia đình ông Hà Văn Ty, thuộc khu Thiêng Lay, làng Lạc. Cái chòi cũng không lớn hơn lán Nà Lừa của ông Ké ở Tân Trào, chỉ vừa đủ kê chiếc giường sắt cá nhân. Cái giường sắt sơn xanh, vừa là nơi làm việc cũng vừa là chỗ ngả lưng. Bội Giong thủ thỉ:

- Cánh thợ sắt làm giường bảo, tính thước tây, chiều dài một mét (metre) chín mươi tám, so thước Lỗ Ban, ứng vào Cập đệ, Tài vượng, nghĩa là, chủ nhân đỗ đạt, giàu sang. Chiều rộng, không phảy bảy mươi lăm mét, ứng với Lục hợp, nghĩa là bốn phương đông, tây, nam, bắc và trên trời, dưới đất, thì cả sáu cõi đều tốt.

Giáp nghe vậy, cả cười nói:

- Mai ngày nước nhà độc lập, cho cậu làm nghề kiến trúc, xây dựng nhé!

Cả bản Thiêng Lay chỉ có bốn gia đình người Thổ. Ban đêm, nghe hổ gầm vang rừng, lại nhớ Ngân Sơn thuở ấy... Về sau, bộ đội cũng nhờ đất của nhà ông Ty, dựng một căn nhà tranh tre nứa lá ba gian, dưới gốc cây thâng[78] cho gia đình Giáp, cách cái chòi gốc trám chỉ mấy bước chân.

Hằng đêm, Giáp thường dành thời gian nghe Bội Giong, hoặc Bích Hà đọc cho nghe tác phẩm "Bàn về chiến tranh" của Clau-zơ-vít, bằng tiếng Pháp. Quân sự là tiếp tục của chính trị, đúng thật. Lý luận gia quân sự người Pháp gốc Phổ đã rút ra triết lý ấy, ngay từ thế kỷ mười sáu, quả là bậc kỳ tài. Ngẫm vào cuộc kháng chiến trường kỳ, đúng là nối tiếp quá trình đàm phán, hòa hoãn bất thành giữa Pháp-Việt Minh-Tàu Tưởng. Vấn đề "Chiến tranh nhỏ" được đề cập trong tác phẩm rất đáng lưu ý. "Chiến tranh nhỏ biểu hiện những đặc tính, như: những quân đội nhỏ có

---

(78) Loại cây thân gỗ, lá hình bầu dục.

thể cơ động khắp nơi, có thể tự giải quyết vấn đề hậu cần và tiếp tế, giữ được bí mật hành động, tiến thoái đều nhanh ngay cả ở những địa hình phức tạp không có đường xá". Ồ, đó là chiến tranh du kích của chúng ta! Giáp reo lên mừng rỡ, như thể đang được trò chuyện với tiền nhân, mà nghe chỉ giáo vậy.

Mấy bữa xa Chiêm Hóa, không có điều kiện nghe đọc tiếp. Cuốn sách gối đầu giường này, phải nghiền đi ngẫm lại đến độ nhập tâm mới được. Người ta bảo, *Binh pháp Tôn Tử, Binh pháp Khổng Minh* trác việt lắm, miềng có biết, nhưng chưa dụng công nghiên cứu. Bây chừ, chiến tranh hiện đại, Clau-zơ-vít hợp với tạng miềng chăng? Đọc thiên kinh vạn quyển là cần, nhưng biết vận dụng vào thực tiễn lại cần hơn. Miềng làm người chỉ huy, Tổng Tư lệnh cần phải bao quát cả năm chiến trường Đông Dương, lại vừa lo cụ thể từng trận đánh lớn, sao cho ít tốn máu xương bộ đội, nhưng lại phải tiêu hao nhiều sinh lực địch. Khi chưa giành lại được đất nước, phải lo bảo vệ và mở rộng khu căn cứ, tiến tới một trận quyết chiến chiến lược, thì mới có thể giành toàn thắng.

Các nhà trí thức đi theo kháng chiến, tập trung cả về khu Ngã ba ngòi Quẵng-sông Gâm. Nơi đây, đóng các cơ quan kháng chiến: Hội Phụ nữ Cứu quốc, Ban Nông hội Trung ương, Ban Huấn học, Thường trực Quốc hội, Nhà xuất bản Sự thật, Bộ Tư pháp, Đại học cơ bản, Trường Công an, An dưỡng Đường, Bệnh viện Kháng chiến, Đại học Y... Giáp vào bản Pá Muồi (nghĩa là rừng mai), thuộc làng Pình (nghĩa là Bình)[79], thăm Bác sĩ Hồ Đắc Di, Tôn Thất Tùng, Đặng Văn Ngữ.... Vùng này toàn dân Thổ, dòng họ Hà Doãn rất có vai vế, con gái được gọi là "nàng", con trai là "chàng". Qua bản Nà Coóc, thuộc làng Lạc[80], Giáp trở lại ngôi nhà riêng của hai vợ chồng dựng bên ngòi Quẵng. Ngôi nhà mái lá đơn sơ dưới gốc thâng, thế mà có lúc cả gia đình anh Mai từ Thanh Hóa ra và cùng ở vẫn thoải mái. Về sau, Mai mới dựng nhà riêng bên kia ngòi Quẵng, thuộc làng Ải[81]. Trên định cử Mai đi học Trung Quốc, sau hoãn, nên chẳng bao lâu, gia đình lại chuyển vào Khu Tư, Mai dạy Dự bị Đại học, chỉ có Hạnh ở lại Tuyên Quang.

---

(79) (80) (81) Ngày nay thuộc xã Xuân Quang, huyện Chiêm Hóa, tỉnh Tuyên Quang.

Hà sinh con đầu lòng, đặt tên Hòa Bình cũng trên mảnh đất này.

Năm xưa, Chiêm Hóa có tên là châu Đại Man, lúc này lại đổi Khánh Thiện. Một vùng địa linh, tụ nghĩa. Pá muồi, bao quanh là dãy núi Phầy Mấy (rừng cháy), Hua Mom (đỉnh đầu). Trong thung lũng, cả một rừng mai đều tăm tắp như bức họa. Trên núi, những cây gỗ tứ thiết cổ thụ, gốc to mấy người ôm không xuể. Ở đây, có cả hươu, nai, hổ, báo và các loài chim quần tụ nào trĩ, nào yểng và giống chim lạ, cao lênh khênh như con hạc trong đình... Nhà văn Lan Khai ở ngoài Vĩnh Lộc, cách đây dăm cây số, nghe nói, lúc sinh thời đã từng vào chốn đây ngoạn cảnh.

Ngồi chưa nóng chỗ, thì đã có thư hỏa tốc: "Pháp tấn công Việt Bắc". Thế là, Giáp cùng đoàn tùy tùng phóng ngựa về Đại bản doanh đóng ở Yên Thông.[82]

- Sao tình báo nội thành không nắm được âm mưu địch nhỉ? - Giáp có vẻ bực, hỏi Tham mưu trưởng Thái.

- Quả là bất ngờ, - Thái phân trần, - nhưng chúng nhảy dù xuống Bắc Kạn, ắt hẳn để lùng bắt cơ quan đầu não chỉ huy kháng chiến.

- Chúng đánh lung tung khắp nơi, nào Tuyên Quang, Thái Nguyên, Lạng Sơn, Cao Bằng, Bắc Kạn... có vẻ như chúng đang tạo thế gọng kìm, để bao vây, tìm diệt, - Giáp phân tích, trên cơ sở tài liệu, báo cáo của Cục Tác chiến, - phải khẩn trương triển khai cách thức bố trí binh lực "Đại đội độc lập, tiểu đoàn tập trung". Cách này, tôi rút ra từ kinh nghiệm của cánh Bắc Ninh, Bắc Giang.

- Chúng tập trung chủ yếu vào ba điểm là huyện Chợ Đồn, huyện Chợ Mới và thị xã Bắc Kạn. Có thể, chúng tưởng thị xã Bắc Kạn là nơi ta đóng Đại bản doanh, - Thái suy tính, - sao chúng chưa động tới Chợ Chu, của để dành chăng? Ta phải điều quân mai phục mới được. Việt Minh lâm vào thế bị động. Giáp và Thái lúng túng điều quân chặn đánh các ngả, nhưng vũ khí thiếu và lạc hậu, hành quân chủ yếu là chạy bộ, liên lạc cũng cơ động bằng

---

(82) Ngày nay thuộc huyện Định Hóa, tỉnh Thái Nguyên.

đôi chân là chính, nên rất khó xoay chuyển tình thế. Pháp thì vũ khí mạnh, hiện đại, cơ động bằng máy bay, ô-tô, tàu thủy, liên lạc vô tuyến điện, nên chiếm thế thượng phong.

Nguyễn Văn Tố là một trong những người có công truyền bá Quốc ngữ, lại có chân trong Quốc hội. Nghe tin Pháp tấn công Việt Bắc, bèn hỏi nhân viên:

- Nó xuất khởi Hà Nội khi nào?

- Thưa cụ, bên Bộ Quốc phòng thông báo, chúng tấn công nhằm ngày mùng bảy tháng mười tây lịch.

Tố bấm đốt ngón tay tính toán:

- Thế là ứng vào âm lịch là ngày hăm ba tháng Tám Đinh Hợi, tức ngày Thiên hầu, ra đi ắt có sự cãi cọ, đổ máu.

- Đánh nhau, súng đạn bời bời như vậy, không đổ máu sao đặng?

- Chúng tất bại vong, ôm đầu máu chạy về, - cụ Tố khẳng định như đinh đóng cột.

Thầy trò chưa phân giải ngã ngũ, thì đùng đùng từ trên trời cao, máy bay Pháp thả dù xuống, xông vào tận cơ quan sơ tán, bắt ngay được cụ Nguyễn Văn Tố.

- A, tên Hồ Chí Minh đây rồi!

Bọn lính reo mừng, giở bản ảnh ra đối chiếu và túm cổ cụ Tố lôi lên máy bay và tức tốc báo cáo về Hà Nội.

- Bắt được Hồ Chí Minh rồi, - Sa-lăng cấp báo vào Sài Gòn.

Tức thì, Cao ủy Bô-lác và Quyền Tổng chỉ huy Battet đáp máy bay ra ngay Hà Nội. Lúc sau mới biết là "bé cái nhầm". Sa-lăng nói câu xin lỗi. Cả bọn bẽ bàng.

Ban đầu, quân Pháp ngỡ là Hồ Chí Minh, nên cụ Tố bị canh giữ nghiêm ngặt, về sau biết là nhầm, thì có sự chểnh mảng. Thấy vậy, cụ tính kế trốn, nhưng đột nhiên, cụ nhớ lại buổi ra mắt Chính phủ, bị Hồ Chủ tịch cầm ca-vát mà giật một cách thô bạo, lại còn ghé sát vào mặt mà rít lên qua kẽ răng, nói điều sỉ nhục. Nay, mấy thằng Tây cũng túm cổ áo lôi lên máy bay. Thì ra, cái thân già này, ai cũng có thể túm cổ mà hành hạ được. Thế thì trốn đi đâu, trốn làm gì? Nhưng nếu ở đây, chắc chết. Thôi cứ trốn cái đã, thoát rồi tính sau. Cụ nhìn trước ngó sau, không thấy động tĩnh gì, bèn lò dò cất bước, liền bị ngay một loạt đạn bất ngờ hạ gục. Thế là cụ Tố đi đời cụ Tố.

*

Đang lúc bộ chỉ huy lúng túng như gà mắc tóc, thì đột nhiên, chiến sĩ Nguyễn Danh Lộc, từ Cao Bằng chạy về báo cáo:

- Khẩu đội mười hai li bảy, đóng trên đồi Thiên Văn ở Cao Bằng, đã bắn rơi một chiếc máy bay chở sĩ quan Pháp đi thị sát chiến trường. Ta thu được bản kế hoạch và bản đồ tấn công Việt Bắc. Chỉ huy cử tôi về báo cáo, - Lộc nói không ra hơi; đoạn, luồn tay vào trong ngực áo trấn thủ, rút ra bọc tài liệu, hồi hộp đưa tận tay Giáp.

- Đồng chí đi bằng gì? - Thái nghi hoặc hỏi.

- Tôi chạy bộ, cắt rừng, bốn ngày rồi, - nói xong, Lộc ngã lăn ra, ngất xỉu.

Thái vội gọi Quân y cấp cứu, rồi cùng Giáp mở bản kế hoạch và tấm đồ ra xem. Cả hai mừng húm, y như thể chết đuối vớ được cọc, bèn bàn cách bố trí lại binh lực. Mặt trận sông Lô, Đường số 2, giao cho Trần Tử Bình, Tạ Xuân Thu chỉ huy. Mặt trận Bắc Kạn và Đường số 3, do Hoàng Văn Thái đảm nhận. Mặt trận Đường số 4, do Võ Nguyên Giáp trực tiếp chỉ huy. Ngay sau đó, Thường vụ họp, ra nghị quyết đánh tan cuộc tấn công Việt Bắc của Pháp. Tình thế thay đổi, từ bị động chuyển chủ động phòng ngự và tấn công. Sang tháng 10, Đại bản doanh của Giáp chuyển về Tràng Xá[83]. Quân Pháp thua cuộc rút dần.

Tàn cuộc, Pháp tổn thất ngót một ngàn tên lính, Việt Minh thiệt chừng một vạn quân, mất đứt một phần mười quân số.

---

(83) Ngày nay thuộc huyện Võ Nhai, tỉnh Thái Nguyên.

- Ngoài thiệt hại về người, Pháp còn bị phá hủy rất nhiều vũ khí và phương tiện kỹ thuật, - Giáp đắc ý.

- Quân ta không có tàu bay, tàu bò, ô-tô, tàu thủy... nên mấy thứ đó không thiệt hại gì sất cả, - Thái nói câu hài hước.

Sau chiến thắng của trận đánh lớn[84] vào dịp Thu-Đông, cuối năm 1947, Giáp qua bến Bình Ca, trở lại Tuyên Quang, dự lễ mừng công, tổ chức ngay tại bến sông thị xã. Gặp nhạc sĩ Văn Cao, khi đang được Doãn Tuế, chỉ huy pháo binh dẫn đi thực địa Đoan Hùng, Khe Lau... Giáp bảo, - Anh phải sáng tác một bài xứng tầm với Chiến thắng sông Lô; - đoạn, quay sang giới thiệu với bộ đội, về người sáng tác Quốc ca. Nghe vậy, tuy không ai bảo ai, nhưng tự nhiên tất cả "lập nghiêm" như chào cờ. Giáp nghĩ bụng, đám văn nghệ sĩ thế mà có uy ra phết, chiếm được tâm hồn con người.

- Tôi sẽ cố gắng, - Cao cười, mắt lấp lánh. - Cô Hà khỏe chứ?

- Cám ơn, khỏe cả, gia đình tôi vẫn ở chung với lán Bộ Tham mưu, - Giáp hồ hởi đáp, - cô Thúy Băng thế nào?

- Thỉnh thoảng, tôi vẫn nhận được thư từ trong thành gửi ra. - Bất chợt, Văn Cao chỉ sang Giáp, xướng to như thể đứng trước dàn đại hợp xướng, - chính anh Văn lúc còn giữ chân Bộ trưởng Nội vụ, đã ký sắc lệnh công nhận bài "Tiến quân ca" trở thành Quốc ca.

Tất cả cùng ồ lên đầy vẻ thán phục, nhìn hai người đã hóa thành những nhân vật lẫy lừng danh tiếng.

*

Giáp đến gặp Hồ Chủ tịch báo cáo tình hình chiến sự, thấy một cô nha sĩ đang loay hoay làm răng giả, nên ái ngại hỏi:

- Bác bị hỏng răng rồi à?

- Ừ, bốn cái hàm trên. - Hồ Chủ tịch chỉ vào cô nha sĩ, - cô

---

(84) Lúc đó, chưa sử dụng khái niệm "chiến dịch".

này làm khéo, răng sứ mà giả như thật. Mọi cái giả thì chỉ là giả, trừ răng giả lại là thật.

Cô nha sĩ cười ngượng nghịu, nói câu động viên:

- Nếu cụ thấy không êm, thì cháu sửa lại ạ?

- Tốt, con gái họ Hoàng đấy, - Hồ ngảnh sang giới thiệu với Giáp.

- Họ Hoàng lắm người tài, - Giáp nói câu xã giao

- Cô này chính là con gái rượu của ông Hoàng Ngọc Phách.

- A, tác giả tiểu thuyết *Tố Tâm* vang bóng một thời.

Cô nha sĩ thu dọn y cụ, ra về. Giáp bèn bảo cậu cần vụ treo bản đồ lên vách và báo cáo tổng hợp tình hình chiến sự toàn cõi Đông Dương trong chiến cuộc Thu-Đông, năm 1947.

- Chú đánh thắng, nhưng thiệt quân nhiều đấy! - Hồ Chủ tịch vừa động viên, lại vừa có ý nhắc nhở.

- Báo cáo Hồ Chủ tịch, em tiếc từng giọt máu chiến sĩ. Phía địch quân có súng pháo, tàu bay, tàu thủy, ô-tô; ngược lại, bộ binh ta trang bị quá thô sơ, từ súng kíp đến súng trường. Đấy là em đã bố trí theo mô hình "Đại đội độc lập, tiểu đoàn tập trung". Nếu dàn trận như kiểu Châu Âu, thì thiệt hại không biết bao nhiêu mà kể.

- Phải dựa vào dân, chiến tranh du kích, - Hồ Chủ tịch khuyên.

- Em dựa vào cuốn "Du kích chiến" của bác, làm cẩm nang đánh trận và thu hoạch để viết cuốn "Chiến tranh du kích", đề nghị bác nhuận sắc cho.

Giáp cung kính đưa tập bản thảo, Hồ Chủ tịch cười cười trêu đùa:

- Chú Võ mà lại có văn, - Hồ Chủ tịch chơi chữ "văn".

- Văn cũng là do bác đặt cho, thế rồi ai cũng gọi theo, - Giáp cười cười, vẻ cảm động.

*

Hà theo Giáp rời Hà Nội lên Việt Bắc. Cũng như bao chàng trai cô gái Thủ đô, tạm biệt chốn phồn hoa đi kháng chiến, tràn đầy chất kiêu hùng và lãng mạn; hầu như không ai tính đếm, đắn đo gì cho lắm. Hà thì đương nhiên kề vai sát cánh cùng Giáp, thuyền theo lái, gái theo chồng. Cũng như Loan vậy, Thái đi đâu, Loan theo đấy. Đồng và Cúc thì lại cách trở đôi đường, chồng nam vợ bắc...

Hai chị em cuốc bộ từ quận Sơn Dương[85] sang Quảng Nạp[86], nơi đóng quân của Bộ Tổng tham mưu. Bởi là hai phu nhân của Bộ trưởng Quốc phòng và Tổng Tham mưu trưởng, nên đi công tác được cận vệ Hiệp, khoác súng bảo vệ theo cùng. Nhìn hai chị em cùng mặc sơ-mi nâu, quần chéo đen, Hiệp cũng vận bộ đồ nâu và đội mũ ca-lô màu nâu. Loan phì cười, nhận xét:

- Ba chúng ta làm thành một đàn khiếu nâu.

Cả bọn cùng cười phá lên, xốc lại ba-lô, vượt Đèo Khế.

- Đèo Khế, tiếng Thổ gọi là gì nhỉ? - Hà tò mò hỏi.

- Đèo gọi là kéo, khế là phường, tên Đèo Khế là Kéo Phường, - Loan đáp mạch lạc và ghé tai Hà hỏi nhỏ, - thèm "của chua" rồi à?

Hà đỏ bừng mặt, bám vai Loan và cùng cười khúc khích.

- Hai chị thích ăn khế à? - Hiệp thật thà hỏi.

Hà và Loan cười phá lên. Hiệp vốn cao to như con vượn, nhảy lên với mấy quả ương ương trên cành cao. Vừa ăn khế, Hà vừa lẩm nhẩm đọc mấy câu thơ của Tố Hữu:

"Rét Thái Nguyên rét về Yên Thế
Gió qua rừng Đèo Khế gió sang...".

- Giữa Thái Nguyên và Yên Thế cũng có Đèo Khế à? - Hà quay lại hỏi Hiệp:

- Ừ, Đèo Khế ở Khe Mo, huyện Đồng Hỷ. Tôi hành quân qua đấy rồi mà, - Hiệp nhướng đôi mày rậm như sâu róm, tìm lại ký ức một thuở gian lao.

---

(85) Huyện Sơn Dương (Tuyên Quang), có thời kỳ gọi là quận, thuộc thủ đô kháng chiến.
(86) Ngày nay thuộc huyện Định Hóa, tỉnh Thái Nguyên.

Đến quán bánh giò, cả ba dừng lại ăn cho qua bữa. Trời tối, Hiệp xin bà chủ quán cho hai chị em ngủ nhờ, rồi đứng gác bên ngoài cửa. Hà thấy vậy, nói với Loan:

- Loan đọc *Tam quốc diễn nghĩa* chưa?

- Mình làm gì có sách mà đọc, - Loan thật thà đáp.

- Ngày xưa, bên Tàu có chuyện ông Quan Vân Trường, - Hà thủ thỉ kể.

- À, ông Quan Công mặt đỏ râu dài ấy à? Mình nhìn thấy tranh thờ rồi, - Loan cướp lời.

- Ừ, lúc hàn vi, Quan Công bảo vệ cho hai phu nhân của Lưu Bị, cũng đứng gác ngoài cửa, như anh Hiệp kia kìa, - Hà chỉ ra cửa và cười. Loan nhìn theo, khoái chí gọi với ra:

- Anh "Quan Công" ơi!

- Tôi nghe thấy rồi lố. Ngày xưa, Quan Công cầm bát xà mâu đứng gác. Bây giờ, tôi có súng tiểu liên rồi, - Hiệp hóm hỉnh đáp lại.

- Thính tai quá rồi đấy. - Hà nói vọng ra; đoạn, quay sang bà chủ quán đang nằm giường bên cạnh, - ngày mai, bà có bán hàng sớm không ạ, cháu muốn mua mấy cặp bánh làm quà? -

Vợ chồng Hà, Giáp có thói quen, đi công tác, hay dự liên hoan, hoặc giỗ chạp thường lấy phần quà cho nhau.

- Gà gáy canh ba, canh tư đã phải dậy làm bánh rồi, - bà cụ mệt mỏi đáp và ngáp rõ to, như thể muốn hắt cái mệt nhọc ra khỏi cơ thể.

Loan khe khẽ đọc câu thơ tếu, lan truyền trong bộ đội:

"Nửa đêm gà gáy trống canh ba
Ông gọi bà dậy cho gà ăn ngô..."

- Nhớ "chuyện ấy" rồi hả? - Hà thì thầm hỏi Loan, - mỗi đêm mấy bận?

- Có khi một, có khi hai, - Loan thật thà tâm sự, - còn Hà?

- Cũng đều đều bắn súng trường phát một, có khi liên thanh sáu phát liền, - Hà tự hào đáp.

Nghe vậy, Loan ngồi bật dậy, nhìn Hà đầy vẻ ngưỡng mộ. Ánh đèn chai soi bóng cô chập chờn trên phên liếp. Hiệp khoác súng đi tuần quanh quán, nói qua cửa sổ mắt cáo:

- Các chị nghỉ thôi. Mai, hành quân sớm đấy lố!

Bất chợt, Loan ngẩng cổ lên hỏi Hiệp:

- Vừa rồi, có nghe lỏm được chuyện gì không?

- Không nghe thấy "phát một" với "liên thanh" gì đâu mà, - Hiệp tếu táo nói vọng vào.

- Có mồm thì nắp có cắp thì đậy. Cấm phát ngôn bừa bãi, nghe chưa? - Hà lên giọng đe nẹt. - Chuyện này loang ra, thì cứ đầu anh Hiệp mà gõ.

- Báo cáo, rõ! - Hiệp kéo quy-lát súng rôm rốp, như thể dọa "bọn phát ngôn bừa bãi" đang lẩn khuất đâu đây. - Nhưng bà cụ chủ quán mách với bộ đội ghé qua đây thì sao nào?

- Tôi già cả điếc lác, không nghe thấy chuyện đêm hôm bắn súng của nhà các chị đâu, - bà lão chủ quán cũng vống giọng lên, thanh minh mà như thú nhận.

Nghe vậy, cả bọn cùng cười phá lên, tưởng như vỡ màn đêm.

22. Mười hai ông tướng

Trên đường lên Tỉn Keo, Giáp giật cương cho ngựa rẽ vào thăm lán của Tổng Bí thư Trường Chinh.

Trường Chinh đang săm soi cổ áo, mà tay cần vụ vừa phơi lên sào, và nghiêm giọng: "Vò lại, mau!". Nghe tiếng vó ngựa lộp cộp, bèn ngoảnh ra, thấy Giáp, vội "lập nghiêm", giơ tay chào kiểu quân sự:

- Chào Đại tướng!

Giáp vội quẳng roi ngựa, nhảy ào vào bắt tay Trường Chinh:

- Ông Ké mới giập giạp vậy thôi mà, - Giáp nói, vẻ khiêm nhường.

- Danh sách tôi có trong tay đây rồi. - Trường Chinh đọc vanh vách, không cần mở sổ tay, - Sắc lệnh ngày hai mươi tháng một năm bốn mươi tám (1948), phong hàm Đại tướng Võ Nguyên Giáp- Tổng Chỉ huy Quân đội quốc gia và Dân quân tự vệ; Thiếu tướng Hoàng Văn Thái- Tổng Tham mưu trưởng; Thiếu tướng Nguyễn Sơn- Trưởng Khu Bốn; Thiếu tướng Hoàng Sâm- Trưởng Khu Hai; Thiếu tướng Chu Văn Tấn- Trưởng Khu Một; Thiếu tướng Trần Tử Bình- Trưởng phòng Kiểm tra cán bộ; Thiếu tướng Văn Tiến Dũng- Cục trưởng Chính trị; Thiếu tướng Lê Văn Hiến- Chính ủy Khu Hai. Thông chưa? - Trường Chinh dừng lại hỏi. Giáp toan nói điều gì đó, thì Trường Chinh cười hóm và nói tiếp. - Năm ngày sau, Ông Ké lại phong tiếp: Trung tướng Nguyễn Bình- Trưởng Khu Bảy, kiêm Ủy viên Quân sự Nam Bộ; Thiếu tướng Trần Đại Nghĩa- Cục trưởng Quân giới; và...

- Còn khuyết một chân thiếu tướng? - Giáp xen ngang, hỏi độp một câu.

- Lê Thiết Hùng- Hiệu trưởng Trường Lục quân, - Trường Chinh cười xòa, - thì người ta đã nói hết đâu. Hăm tám tháng năm này sẽ làm lễ thụ phong tất cả. Ông Ké nâng lên hạ xuống mãi rồi đấy, - Trường Chinh kéo Giáp vào lán, thủ thỉ tâm sự, - ông Ké sợ nhất là mất đoàn kết. Đang đồng cam cộng khổ chiến đấu hy sinh, nay phong tướng người này, người kia lại chưa. Thậm chí, cùng được tấn phong nhưng người cao kẻ thấp, cũng có thể nảy sinh kèn cựa, tị nạnh.

- Câu chuyện vua chia táo không đều, khiến các tướng đánh nhau, có người bất mãn mà chạy theo địch, - Giáp tỏ ra hiểu biết lẽ đời, nói câu chia xẻ.

- Thế nên, công tác chính trị tư tưởng là quan trọng lắm, - Trường Chinh nghiêm sắc mặt.

- Tôi cũng được tham khảo, tất cả mười một người, xứng đáng cả, - bỗng Giáp trở nên ưu tư, - chỉ có tay Nguyễn Bình, Quốc dân Đảng chính hiệu, mà phong lên những Trung tướng, thì quả là phải cân nhắc.

- Ông Ké thu phục, cho đi dẹp phương Nam, lại bảo tôi kết nạp Đảng cho hắn rồi, - Trường Chinh giải đáp thắc mắc.

- Nguyễn Sơn cũng ngang ngạnh lắm, cãi tôi bai bải. Trong hội nghị cán bộ, tôi phổ biến tinh thần chỉ đạo Tổng phản công của anh, thế mà hắn dám bô bô rằng, thực lực quân ta đã có cái gì mà tổng phản công với lại phản kích... Nghe bực không chịu được. - Giáp bộc bạch lòng mình.

- Nhưng hắn được Mao Trạch Đông ưu ái, ông Ké rành chuyện đối ngoại, - Trường Chinh tỏ vẻ am hiểu thế cuộc.

- Quả là hai người đó có tài, - Giáp cũng đồng thuận, khi biết ông Ké đã xem xét đủ điều, - vị chi ta có mười hai tướng.

- Đợt này mười một, - Trường Chinh ngạc nhiên đáp.

- Năm bốn sáu (1946), cụ Huỳnh phong cho Lê Thiết Hùng làm thiếu tướng. Năm bốn bảy (1947), ông Ké truy phong cấp tướng cho Phùng Chí Kiên. Cuối năm ngoái, Trần Đại Nghĩa được phong thiếu tướng, - Giáp cũng tỏ ra rành rẽ.

- Đợt này, cả Lê Thiết Hùng và Trần Đại Nghĩa đều nằm trong diện thiếu tướng phong "đúp" (double), - Trường Chinh xem lại sổ tay và khẳng định, - vẫn mười một tướng là đúng, Thường vụ duyệt rồi!

Ngoài sân, bỗng con ngựa hồng hí lên và gõ móng bậm bạch, Giáp vội đứng dậy, từ biệt:

- Anh có lên chỗ ông Ké không? Mải chuyện đâm ra chậm. Nếu ông Ké phê bình, tôi bảo, tại anh, - Giáp bỗ bã trêu đùa, nhưng cũng nâng tầm quan trọng của Trường Chinh.

- Có, tôi cũng được ông Ké gọi mà. Tiện thể giơ đầu chịu báng.

Cả hai cười vui vẻ, sóng ngựa lên Tỉn Keo.

Núi Hồng sừng sững, mây trắng như bông phủ lưng chừng. Giáp gióng ngựa bên Trường Chinh, bọn cận vệ lục tục chạy theo. Bụi hồng quẩn lên, vó ngựa khua giòn, nom như một đoàn lữ khách nhàn tản ngoạn cảnh non xanh nước biếc, chứ không phải là những yếu nhân của cách mạng, đang đi họp bàn những chuyện đại sự quốc gia.

Nhìn cảnh những người dân miền sơn cước đang làm nương phát rẫy, Giáp nói:

- Nông dân, bao giờ cũng là vấn đề quan tâm hàng đầu của cách mạng.

- Chính thế, mười năm trước, chúng ta mới viết *Vấn đề dân cày*, - Trường Chinh ngoảnh sang đáp, - nhưng lúc đó, ta chưa có tài liệu về miền núi, mà chỉ đề cập đồng bằng Bắc Bộ là chính, - Trường Chinh thả lỏng dây cương cho ngựa đi bước một, - này, cậu đang nghiên cứu tác phẩm *Bàn về chiến tranh* à? Đọc binh pháp Tàu chưa?

- Phải, - Giáp cũng ghìm ngựa thủng thẳng bước, - bản tiếng Pháp, khá thú vị. Còn mấy ông Tàu cũng có biết, nhưng chưa có điều kiện đi sâu nghiên cứu. Tôi định tìm Binh pháp nhà Trần, chỗ anh có không?

- Tôi cũng có nghe nói là, Trần Hưng Đạo viết *Vạn Kiếp tông bí truyền thư*, nhưng thấy bảo là sưu tầm của cổ nhân mà thôi, nay đã thất truyền thì phải? Tôi nhớ lõm bõm, Trần Khánh Dư có lời tựa: "Người giỏi cầm quân thì không cần bày trận. Người giỏi bày trận thì không cần phải đánh. Người giỏi đánh thì không thua. Người khéo thua thì không chết".

- Anh nhớ từng câu, từng chữ kia à? - Giáp thốt lên, thán phục.

- Tự nhiên nhập tâm vài câu vậy thôi, chứ tầm chương trích cú mà làm gì, cốt là hiểu ý tứ, - Trường Chinh triết luận, - trận Thu-Đông năm ngoái, cậu chẳng cần bày trận mà vẫn thắng to.

- Ôi trời, lúc đầu cũng bị động, nên chẳng kịp bày trận gì sất cả. May sao, trên Cao Bằng bắn được cái máy bay chở bọn sĩ quan đi thị sát chiến trường, cậu Lộc băng rừng mang kế hoạch và bản đồ của bọn Pháp về, miềng mới khẩn trương bố trí lại thế trận, - Giáp kể tình thực.

Trận này, Giáp không muốn khuếch trương, sợ Trường Chinh chạnh lòng, mỗi khi nhớ tới cảnh phải rúc ống cống mà trốn trong thị xã Bắc Kạn, giữa trùng vây của quân Pháp. May mà vừa tới địa điểm hội nghị, Trường Chinh vội khỏa lấp, reo to:

- Tỉn Keo kia rồi!

Giáp ngước nhìn thấy mái lán của Hồ Chủ tịch thấp thoáng trong đồi cọ.

*

Tan họp, Giáp và đoàn tùy tùng phi ngựa về cơ quan Bộ Tổng tham mưu. Nghe tiếng vó ngựa, bộ đội bảo vệ ùa cả ra, sắp hàng hai bên đường, đứng nghiêm, hô vang: "Chúc Đại tướng khỏe". Giáp xuống ngựa, hồ hởi bắt tay từng chiến sĩ.

Bộ đội tập hợp nghe bản sắc lệnh có một không hai ấy. Bội Giong đọc to để mọi người cùng nghe:

- Ra sắc lệnh (hai chấm) ông Võ Nguyên Giáp (phảy) Tổng Chỉ huy Quân đội Quốc gia và Dân quân tự vệ (phảy) nay thụ phong cấp Đại tướng (phảy) kể từ ngày ký sắc lệnh (chấm xuống dòng) Chủ tịch Chính phủ (chấm xuống dòng) Hồ Chí Minh (chấm hết). Chữ ký của Hồ Chủ tịch, xem đây.

Giong phất cao tờ giấy, hùng hồn không khác nào "Kẻ mị dân", Giáp nhìn theo mỉm cười, vẻ hài lòng.

Bộ đội xúm xít dưới gốc cây ở góc sân, bàn tán sôi nổi:

- Tú tài trường Bưởi có khác, xem là thông tỏ ngay.

- Anh Văn thì băm bảy tuổi đã lên đại tướng, mình thì không biết đến bao giờ?

Cả bọn cười phá lên. Giáp đang bước lên thềm, nghe vậy, bèn ngoái lại cười bảo:

- Na-pô-lê-ông từng nói: "Trong túi mỗi chiến binh đều có cây gậy thống chế". Các cậu có khi còn lên nguyên soái ấy chứ!

Cả bọn lại được trận cười chảy cả nước mắt.

- Chiều qua, thấy máy bay quần đảo quanh núi Hồng, anh em Bộ Tổng lo lo là... - Giong vừa bưng chén tống mời Giáp, vừa kể chuyện.

- Lại mưa to nữa chứ, - Giáp tiếp chuyện, - thế mà ông Ké vẫn xắn quần lội suối sang Nà Lọn để chủ trì lễ thụ phong. - Ngoái nhìn cậu đầu bếp đang đứng tựa cột, Giáp gọi, - chè ngon, nào cùng uống, đồng chí hỏa đầu quân; - đoạn, rót cho một chén.

- Chú ấy tự vào núi hái chè, rồi sao suốt để khao Đại tướng đấy, - Giong khoe, có ý khen khéo.

- Cám ơn, - Giáp trìu mến nhìn cậu ta và nói câu khích lệ, - bằng tuổi chú, miềng vẫn còn đi học ở Huế, chứ chưa cầm súng ra trận như anh em thế này được đâu.

Cậu hỏa đầu quân được động viên, mặt đỏ ửng lên, đầy vẻ xúc động.

*

Nguyễn Sơn đã nghe tin có đợt phong tướng từ lâu, nhưng chưa hiểu ra môn ra khoai thế nào, nên có ý chờ đợi; nay thấy thông báo của Bộ Tổng tham mưu liệt kê danh sách cấp tướng, bèn giậm chân quát to:

- Tao mà chỉ ngang hàm thằng Thái điếu đóm, thằng Nghĩa khoan súng thôi sao?

Tay bí thư Văn phòng Liên khu Tư tái mặt, ấp úng nói:

- Báo cáo, tôi cũng chỉ biết trình thông báo của Bộ Tổng...

- Tổng tổng cái cục cứt, - Sơn vẫn đùng đùng bốc hỏa, - tao với thằng Bình cùng cầm tinh con khỉ, thế mà nó Trung tướng, hơn hẳn tao một cấp. Giáp chỉ là đàn em, khéo nịnh Hồ Chủ tịch mà giữ chân Đại tướng là nghĩa làm sao? Quân cách mạng phải công tâm, công bình, chứ không thể công cốc...

- Thôi mà, anh bớt giận, kẻo tai vách mạch rừng, - tay bí thư vẫn ngọt nhạt.

- Cái gì? - Sơn lại vằn mắt lên, - tao trả lại sắc lệnh. Coi thường nhau quá thể?

Hồ Chủ tịch nghe tin báo từ Thanh Hóa rằng, Sơn không chịu thụ phong cấp Thiếu tướng, chê nhỏ, thì trong lòng dấy lên nỗi lo ngại khôn cùng. Ngoài lán, đám bảo vệ đang sửa lại hầm hào bị sụt lở, sau trận mưa rào. Bếp dưới chân đồi đang xào nấu bữa chiều, nghe dậy mùi, đâu như mới săn được con hổ, nên ruột gan càng cồn cào.

Ta đã lường trước, nghĩ thằng này cứng đầu, thắc mắc ỉ eo tí chút, chứ không ngờ nó phản ứng dữ dội như hổ sập bẫy vậy. Nguyên bản thân nó thì không sao, dù có chỉ trời đạp đất, nhưng hiềm một nỗi là Mao Chủ tịch và Chu Đức tướng quân bên Tàu lại rất ưu ái. Nó mà mách lẻo việc không được trọng dụng, thì khác nào chuyện thằng em chọc tức ông anh? Làm cách nào dẹp yên vụ này, rồi tìm cách tống khứ sang Tàu cho rảnh mắt. Thảo nào, Giáp không ưa nó là phải.

- Đồ tứ bảo văn phòng? - Trong lòng bức bối, Hồ Chủ tịch gọi trống không một câu.

- Dạ! - Vũ Kỳ là bí thư Văn phòng Chủ tịch nước vội thưa và sắp xếp nào giấy, nào bút, nào nghiên mực đầy đủ trên bàn và lập tức ngồi vào ghế, tay cầm bút nhăm nhăm chờ chỉ thị.

- Gửi Sơn đệ, - Hồ Chủ tịch thủng thẳng đọc, - xuống dòng.

- Viết chữ Hán hay Quốc ngữ ạ? - Kỳ lễ phép hỏi.

- Thôi, ngồi ra chỗ khác, - Hồ Chủ tịch bực, vo viên tờ giấy vét vào sọt rác, rồi tự tay cầm bút gọi, - lấy tấm thiếp, mau!

*

Nguyễn Sơn, sau khi trả lại sắc lệnh phong hàm Thiếu tướng thì lấy làm lo sợ, sẵn sàng đón nhận đòn trừng phạt, nhưng khi thấy tấm thiếp thì cảm động lắm. "Gửi Sơn đệ", Hồ Chủ tịch coi mình như em, lại có ý khuyên:

"Đảm dục đại,
Tâm dục tế.
Trí dục viên,
Hạnh dục phương".

A, bài này hẳn là cắt cúp (Coupure) hai câu đầu, trong bài thơ cổ thời Tùy- Đường[87], quả là độc đáo. Mình phải xuống nước tí chút cũng chẳng sao, chứ già néo đứt dây, mất cả cái lon Thiếu tướng, mà có khi lại bị tống sang Tàu, với danh nghĩa "nhiệm vụ quốc tế", theo chiêu bài "bốn phương vô sản đều là anh em"...

Hay tin Sơn đã chấp nhận, Hồ Chủ tịch bèn cử bác sĩ Phạm Ngọc Thạch vào Thanh Hóa, trao sắc lệnh thụ phong hàm Thiếu tướng cho Nguyễn Sơn. Lễ thụ phong cử hành ở sân vận động Thọ Xuân. Thạch về kể, lễ long trọng lắm. Sơn còn cho dựng lại điệu múa hát *Xuân phả* mua vui, khiến bộ đội và dân chúng phấn khởi vô cùng. Sơn cứ một điều Hồ Chủ tịch, hai điều Hồ Chủ tịch...

Nghe Thạch báo cáo như thế, Hồ Chủ tịch vui lắm, thế là, lấy nhu trị cương, hóa giải được ông tướng ngang như cành bứa, uy tín lại càng cao. Nhưng gì thì gì, không sớm thì muộn, nhất định phải tống khứ hắn sang Tàu cho Mao Chủ tịch dạy bảo mới yên.

*

Ngồi trong lán Bộ Tổng tham mưu, Giáp hỏi Thái:

- Sắp được ba năm, ngày Cách mạng Tháng Tám và Tết Độc lập, mà quân đội không tổ chức kỷ niệm gì sao?

- Cái đấy, để tôi truyền đạt ý kiến của anh sang bọn Công tác chính trị? - Thái thật thà đáp.

- Miềng muốn nói là bên Tác chiến ấy chứ, - Giáp nhấn mạnh, - nên đánh một vài trận, lấy tiếng vang.

---

(87) Bài thơ của Khổng Tử Mạc, gửi bạn hữu:

*"Đảm dục đại nhi tâm dục tiểu
Trí dục viên nhi hạnh dục phương..."*

*(Gan cần lớn mà tâm cần nhỏ, chín chắn
Trí vẹn toàn mà lòng thẳng ngay).*

- À, vâng, - Thái hiểu ra vấn đề, lật đật nói, - có lẽ, đánh quanh Hà Nội là ý nghĩa hơn cả, để tôi điện cho tay Vũ Lăng.

Thế là Thái thảo điện chuyển cho Trung đoàn Thủ đô. Vũ Lăng bèn gọi các tiểu đoàn trưởng lại, quán triệt.

- Giời ơi, đã trinh sát được đồn nào đâu mà chọc vào Hà Nội bây giờ, khác nào chọc vào tổ ong bò lỗ?

- Quân lệnh như sơn, không đánh không xong, - Lăng bực nói, - làm thằng Bốt Pheo, trên đường đi Hòa Bình, chỗ Cầu Ngòi, hữu ngạn Đà Giang.

Lập tức, cả Trung đoàn kéo nhau vào trận. Ba tiểu đoàn hợp sức đánh công kiên. Lô cốt (Blockhaus) trên đồi cao bắn xuống. Quân Việt Minh từ chân đồi đánh lên, lâm vào thế bất lợi, nhưng phải đánh cốt lấy tiếng vang. Đêm ấy, cả Trung đoàn tan nát. Ba Tiểu đoàn trưởng đều bị thương vong (hai hy sinh, một bị thương). Tuy vậy, tin chiến thắng vẫn lan tỏa bốn phương, khích lệ lòng người.

*

Bích Hà cùng cô Thiều và bộ đội bế bé Hòa Bình, từ Tuyên Quang chuyển sang Thái Nguyên, ở cạnh cơ quan của Giáp cho tiện công tác và sinh hoạt. Nhà riêng của vợ chồng Giáp, được bộ đội dựng trên sườn đồi thôn Bảo Biên[88], cách cơ quan Bộ Tổng tham mưu một thung lũng. Rảnh rỗi, Hà sang Bộ Tổng tham mưu chơi với mấy cô văn thư, đánh máy chữ. Nhìn phu nhân đại tướng đội mũ bê-rê (beret), tóc tết bím, áo sơ-mi trắng (chemise), quần đen... khiến các cô choáng ngợp, reo ầm lên và cùng chạy ra sắm nắm như thể đón người thân đi xa trở về.

Chiều chiều, Giáp thường cùng giám mã cưỡi ngựa về nhà. Hôm nay, vừa thúc ngựa xuống đồi Khẩu Cuối, chợt thấy Hà từ lán Văn thư bảo mật chạy ra, Giáp bèn quẳng dây cương cho giám mã, rồi cùng vợ đi bộ. Giáp để đầu trần, chân đi ghệt, oai vệ bước trên đường mòn. Hà e lệ như một tiểu thư, sóng bước đi bên cạnh. Cả cơ quan Bộ Tổng đứng ra sân nhìn theo vợ chồng

---

(88) Ngày nay thuộc xã Bảo Linh, huyện Định Hóa, tỉnh Thái Nguyên.

Đại tướng, ai nấy đều hoan hỷ, tấm tắc: "Rõ là, trai anh hùng, gái thuyền quyên".

Trên trời, từng đàn chim đang ríu rít bay về núi Khảu Rụng xa xa. Thấp thoáng trong rừng cây nào cọ, nào trám, nào de là mái nhà Đại tướng như một tổ chim đại bàng. Mấy anh bộ đội "hỏa thực" đang nấu bếp, khói lam chiều bay lên từ mái lá, khiến cho phong cảnh thêm thanh bình...

Đêm đêm, Bội Giong thường đọc cuốn *Bàn về chiến tranh*, cho Giáp nghe, đến lúc gà rừng gáy canh ba, mới đốt đuốc trở về lán bộ đội bảo vệ, nhưng bữa nay biết ý kêu mệt, xin nghỉ sớm. Giáp khép cửa chính, Hà cũng gài cửa phụ. Giáp thấy vậy, vội rút chốt, bảo:

- Chớ đóng chốt, lỡ máy bay oanh tạc còn kịp chạy thoát ra rừng, - Giáp dạy một bài học cảnh giác với không quân Pháp.

- Lỡ có con thú dữ mò vào thì sao? - Hà ngập ngừng, vẻ sợ hãi.

- Bộ đội đi tuần suốt đêm đấy thôi, còn sợ gì nào, - Giáp giật mình, sực nhớ câu nói năm nào của cô gái Thổ trong đêm rừng Ngân Sơn, nhưng vẫn bình tĩnh, ôn tồn giảng giải bằng một giọng chắc nịch, như truyền sức mạnh sang Hà.

Hà rũ tấm chăn chiên và kê lại hai cái gối kẻ ca-rô (careau) cho phẳng phiu. Giáp ngồi bên thành giường, vừa xoa tay chân, vừa nheo mắt nhìn Hà, đầy vẻ tinh nghịch.

- Nhìn gì mà ghê thế? - Hà đỏ mặt, kéo lại cổ áo.

- Hôm nay thử xem "đại tướng" thế nào nhé!

Hà ghé tai Giáp, lỏn lẻn:

- Hết bao ca-pốt (capote) rồi ông Tướng ạ.

- Bữa rời Hà Nội, miềng thấy em Hà xếp đầy mấy hộp trong va-li cơ mà? - Giáp ngừng xoa chân, ngạc nhiên hỏi lại.

- Em còn gửi mua vùng tề mấy lần rồi đấy, - Hà vội thanh minh, thể hiện sự chu đáo chuyện giường chiếu của phận làm vợ.

- Thế cơ à? Miệng vô tâm quá. May có em Hà chu đáo, - Giáp khen vợ. - À mà thôi, từ nay không cần ca-pốt nữa.

- Đang chiến chinh giặc giã thế này, anh còn lo việc quân, nhỡ "đậu" thêm mấy đứa nữa thì sao? - Hà lo lắng nhìn Giáp.

- Chúng miềng cũng nên có thêm con được rồi. Thế cách mạng đã nâng cao, chuẩn bị Tổng phản công, - Giáp động viên cho vợ yên tâm.

- Thế là thoát chuyện vùng tề, mỗi khi nhờ vả việc này, ngượng ngượng là. Nhưng "vùng tề" là gì hả anh? - Hà thật thà hỏi.

- Đó là vùng chính quyền địch kiểm soát. - Giáp lại xoa chân tay, - tề còn có nghĩa là kìa, kia kìa...

- A, em nhớ câu ca dao:

"Trăng lên đỉnh núi rồi tề
Nói gì thì nói em về kẻo khuya".

- Chính em gợi ý khéo đấy nhé!

- Ấy chết, cái Thúy Băng dạy em đấy.

- Nhắc đến Thúy Băng lại nhớ, hôm miềng đến thị xã Tuyên Quang dự lễ mừng chiến thắng Thu-Đông, gặp anh Văn Cao, có lời hỏi thăm em.

- Anh chị ấy cũng phải xa nhau, người đi kháng chiến, kẻ ở nội thành, - Hà ngậm ngùi, nghe nói, chị Cúc vào tận Khu Năm tìm anh Đồng, thì anh ấy lại ra Việt Bắc mất rồi.

- Cả hai cùng ra đây rồi mà, - Giáp với tay vặn nhỏ ngọn đèn hoa kỳ đặt đầu giường.

- Ngày ấy, em mà không nằng nặc đòi theo, có khi vẫn còn kẹt lại nội thành, - Hà bộc bạch tình cảm thủy chung với Giáp.

- Sao lúc ấy, em Hà cũng biết câu hò Lệ Thủy, - Giáp khe khẽ ngân nga câu hò quê hương:

"Chàng đi cho thiếp theo cùng
Đói no thiếp chịu, lạnh lùng thiếp cam".

Hà ứa nước mắt, Giáp dùng cườm tay lau nhẹ và cả hai nhìn sâu vào mắt nhau. Những giọt sương đêm rơi lộp bột từ tán cây xuống mái cọ. Bộ đội đổi gác, tiếng súng va chạm lách cách. Trong buồng, tiếng giát giường kêu lạch cạch...

Thực ra, lúc rút khỏi Hà Nội, ông bà Đặng Thai Mai cũng phân vân, liệu có nên cho Hà lên Việt Bắc cùng Giáp hay không?

- Rừng thiêng nước độc, nó lại bấy bưa, không khéo "ngã nước" thì khổ một đời, - bà Toan lo sợ hỏi, - mà cái sự "ngã nước" là làm sao hả ông?

- Tức là bị sốt rét rừng, - Mai trả lời vắn tắt, rồi trở lại chuyện Giáp, - tôi nghe, tay Giáp này cũng đào hoa lắm, từng bị con gái Thổ rút súng dọa bắn, đâu như trên Bắc Kạn thì phải, - ông Mai chép miệng.

- Thì chuyện trai chưa vợ gái chưa chồng, lại xa nhà, sống trong rừng núi, cũng thể tất, -bà Toan tỏ vẻ rộng lượng.

- Cô Thái chẳng bế con tiễn chân hắn đi thoát ly đấy thôi, - ông Mai nói toạc một câu.

- Chu cha, - bà Toan kinh ngạc kêu lên. - Thế thì phải để con Hà đi theo mà kèm như kèm kem mới đặng!

23. Phá toang biên giới

Thường vụ họp, bàn cách triển khai công việc, chuẩn bị cho Hồ Chủ tịch đi Trung Quốc và Liên Xô xin viện trợ. Giáp được giao chuẩn bị số liệu về quân sự.

- Cứ xin rõ nhiều vào anh ạ, - Thái hùn theo.

- Cậu nên nhớ, vũ khí là một chuyện, cái quan trọng hơn là chuyện bộ đội sử dụng vũ khí đó như thế nào, để đạt hiệu suất chiến đấu cao, - Giáp kẻ cả. - Cậu phải trù tính số quân cần phải huấn luyện pháo binh và lái xe cam-nhông (camion) đi là vừa.

- Xin hẳn pháo ca-nông (canon) nòng dài anh ạ, - Thái hào hứng bốc lên.

- Ca-nông to như ông voi, đường xá chiến khu vận chuyển cơ động thế nào? Lựu pháo nòng ngắn, sơn pháo đánh núi mới thích hợp mang vác, lại phù hợp cách thức bố trí binh lực "Đại đội độc lập, tiểu đoàn tập trung", - Giáp quyết đoán. - Này, cậu Việt trước lúc đánh Đông Khê có thỉnh thị báo cáo gì không?

- Đâu như cũng có, nhưng chưa kịp trả lời thì hắn đã nện rồi. May mà thắng. - Thực ra, Việt có xin ý kiến mình, với danh nghĩa báo cáo Tổng tham mưu trưởng, nhưng tình huống diễn ra thế này làm khó cho mình.

- Lần đầu tiên quân ta đánh cỡ trung đoàn, hạ pháo đài. Thế là giỏi, - Giáp thừa nhận, - nhưng qua mặt Thượng cấp là không phải phép, cần chấn chỉnh cho nghiêm quân kỉ, nhưng vẫn giữ được cán bộ giỏi.

- Năm ngoái, quân ta đánh Phủ Thông, cỡ tiểu đoàn, thế mà trầy trật mấy lần nó mới rút, - Thái thở dài, - không ngờ, hắn chiến cấp trung đoàn, mà lại thắng to, kể cũng bợm.

Nghe Thái nhắc đến trận Phủ Thông, khiến Giáp ngậm ngùi thương nhớ Nguyễn Huy Tú, em trai của Quang Thái cũng hy sinh trong trận này, không tìm được xác. Miềng đã biết ý, kéo hắn về Bộ Tổng Tham mưu, chả gì cũng đã học qua Trường Võ bị Trần Quốc Tuấn. Nhưng hắn cương cường quá, đến nỗi, miềng đến thăm trường đóng ở Sơn Tây, mà hắn còn lánh mặt, sợ mang tiếng thân quen với Tổng Tư lệnh, Bộ trưởng Quốc phòng...

- Con dòng cháu giống đấy, - dứt mạch suy nghĩ về đứa em vợ, hồi lâu Giáp mới nói, tỏ vẻ am hiểu về tay Trung đoàn trưởng Cao-Bắc-Lạng, - bố hắn là Đặng Văn Hướng, Đốc lý Nghệ An, thời Chính phủ Trần Trọng Kim. Hồi ấy, anh Mai... cùng gia đình ở Sầm Sơn, - Giáp tránh được câu nói về bố vợ thời chế độ cũ.

- Ai cũng khen chị Bích Hà giản dị, có tác phong công tác quần chúng, hòa đồng với anh chị em trong cơ quan và đồng bào nơi trú quân. - Thái hiểu ý, nhếch mép cười, cũng lảng chuyện khác cho lành.

*

Chí Minh sang Trung Quốc, kiểm điểm trước chi bộ Quốc tế Cộng sản mà thực chất là trước Mao Trạch Đông, Lưu Thiếu Kỳ, Chu Ân Lai và Chu Đức, về công việc đã tiến hành trong kháng chiến chống Pháp của Việt Nam. Lưu phê phán việc tiêu thổ kháng chiến là quá "tả", gây thiệt hại lớn đến cơ sở vật chất, không dễ gì xây dựng lại được; vả lại, làm xáo trộn tư tưởng dân chúng.

Sau đó, Mao sang Liên Xô gặp Xta-lin, rồi Hồ cũng từ Trung Quốc sang Liên Xô, gặp cả Mao Trạch Đông (Máo Zédòng) lẫn Xta-lin, tại Điện Krem-li (Kremlin), đặt vấn đề xin viện trợ:

- Trong thời gian qua, được sự hậu thuẫn giúp đỡ to lớn của Đảng Cộng sản, Chính phủ và nhân dân Liên Xô, Trung Quốc; do vậy, Việt Nam đã cướp được chính quyền, nhưng rồi phải rút lên căn cứ địa, nay đang chuẩn bị bước vào thời kỳ Tổng phản công, rất cần được sự giúp đỡ viện trợ của nước đàn anh trong phe Dân chủ, cả về chuyên gia và vũ khí, phương tiện.

- Cái gì mà dài dòng quá thế, - Xta-lin cau mày nói, tỏ ý sốt ruột.

- Thưa đồng chí Sử Đại Lâm (Stalin), đồng chí Hồ Chí Minh là một chiến sĩ Cộng sản quốc tế, xin viện trợ đánh Đế quốc, Thực dân, - Mao cười, đỡ lời.

- Viện trợ cái gì? - Xta-lin hỏi Mao.

Hồ quay sang nhìn Mao, vẻ cầu cứu.

- Súng pháo, đạn dược để đánh nhau với quân Pháp, như tôi đã đặt vấn đề với đồng chí, - Mao đáp.

Xta-lin ngậm píp (pipe) hút thuốc lá, hàng ria mép đen nhánh hiện trên khuôn mặt vuông chữ điền, thể hiện uy lực của người đứng đầu cường quốc. Bộ quân phục nguyên soái khoác trên cơ thể cường tráng, luôn nhắc nhở về chiến tranh. Mùi thuốc súng của cuộc Đại chiến thế giới lần thứ Hai, hầu như còn vương trên áo. Xta-lin đứng dậy, đi đi lại lại nom như thể một con gấu, tỏ vẻ đang suy tính rất lung. Liếc vào bản thống kê xin viện trợ có chữ ký dài ngoẵng của Đại tướng Võ Nguyên Giáp, Xta-lin nheo mắt nhìn Mao, nhưng lại nói với Hồ.

- Bây giờ, Trung Quốc đảm nhận giúp đỡ Việt Nam, - Xta-lin ngậm lại píp thuốc, như đóng đinh chốt vào một quyết định quan trọng, - Liên Xô thì cho lựu pháo và xe ô-tô vận tải Mô-lô-tô-va (Molotova), được chưa? Còn sơn pháo và súng máy thì lại là Trung Quốc lo nhé.

Mao lặng thinh, lát sau mới gật gù, vẻ miễn cưỡng, trong bụng nghĩ thầm, Quốc tế Cộng sản giải tán rồi. Ta cũng là nước lớn trên thế giới, ông là cái thá gì mà dám lên mặt phân công này nọ, làm cứ như là bố thiên hạ không bằng.

- Thế còn đạn dược, - Hồ lo lắng, hết nhìn Xta-lin, lại nhìn Mao, vẻ cầu khẩn.

Xta-lin hất cằm sang phía Mao. Mao lại gật gật như thể máy đếm.

- Cái gì cũng đòi, thế mà bảo cải cách điền địa thì lại chần chừ. Liên kết với bọn địa chủ, ku-lắc (phú nông) thì còn gì là Đảng Cộng sản nữa? Nếu cho hai cái ghế, một ku-lắc, một nông dân, thì ông chọn cái nào? Theo Chủ thuyết Cộng sản của Mác - Lê-nin, mà đầu óc còn tơ tưởng vấn đề quốc gia, dân tộc thì còn ra thể thống gì? - Xta-lin lên giọng trách móc.

- Chúng tôi chưa có kinh nghiệm, nhưng sẽ cố gắng tiến hành sớm việc cải cách ruộng đất, thẳng tay trừng trị bọn tư sản, địa chủ, toàn tâm toàn ý theo Chủ nghĩa Cộng sản.

- Trung Quốc có kinh nghiệm về chuyện cải cách điền địa, - Xta-lin lại nhìn xoáy vào Mao, như thể giao nhiệm vụ.

Mao lại gật gật và dọn giọng, như chuẩn bị phát ngôn điều gì hệ trọng lắm, nhưng giữ im lặng hồi lâu mới nói:

- Xác định đi theo chủ nghĩa của các lãnh tụ vĩ đại Mã Khắc Tư (Các Mác), An Tư Cách (Ăng-ghen) và Liệt Ninh (Lê-nin), thì Việt Nam phải làm cách mạng thổ cải, nhưng trước hết cần lập lại Đảng Cộng sản. Các đồng chí giải tán Đảng, tưởng làm thế mà lừa quân Pháp sao? Nhưng chính chúng tôi bị lừa, bởi tưởng đó là sự thật.

- Vẫn còn giải tán à? - Xta-lin vội rút píp ra khỏi miệng, giật giọng hỏi.

- Danh nghĩa rút vào bí mật, nhưng Đảng Cộng sản vẫn nắm vai trò lãnh đạo, - Hồ toát mồ hôi hột, vội thanh minh. - hiềm một nỗi, Chính phủ Việt Nam Dân chủ Cộng hòa đã thành lập được năm năm rồi, nhưng mới có vài nước công nhận.

- Ông sang đây bí mật phải không? - Xta-lin nheo mắt hỏi.

- Thì cứ cho tôi lên máy bay, đảo vài vòng, rồi bước xuống sân bay Mát-xcơ-va như một chính khách.

- Chính khách là cách gọi của bọn Tư bản. Ông đường đường là Chủ tịch nước, hiện diện tại điện Cẩm Linh (Kremli) như ai, phải gọi là Nguyên thủ quốc gia, - Mao cười, sửa lại từ ngữ cho đúng phong cách, thứ bậc ngoại giao.

- Láu cá gớm, - Xta-lin cười lớn, - được, chúng ta, - Xta-lin nhìn Mao, - thời gian tới, nhiều nước sẽ tiếp tục công nhận Chính phủ của ông Hồ.

Mao lại gật gật.

*

Thực lực quân đội Việt Minh đã lên cao, lập thêm hai Đại đoàn 304 và 312. Tính đến năm 1950, Việt Minh đã có hai mươi vạn quân, gồm mười sáu vạn chủ lực và bốn vạn rưỡi bộ đội địa phương; ngoài ra, còn có hai triệu du kích. Danh xưng đổi từ Quân đội quốc gia, chuyển sang Quân đội nhân dân. Khí thế càng mạnh, khi Việt Minh phối hợp với Pháp đánh tiêu diệt hai nghìn quân Quốc dân Đảng do Vũ Hồng Khanh chỉ huy, còn lại sáu ngàn quân tan rã tại Na Cham, Hoàng Pháp thuộc khu vực biên giới Cao Bằng, Lạng Sơn.

Chuẩn bị Chiến dịch Biên giới, Đại đoàn 308 cử hai trung đoàn qua đường Hà Giang sang Mông Tự (Vân Nam) và Đại đoàn 312 cử một trung đoàn vượt biên Cao Bằng sang Hoa Bằng (Quảng Tây), nhận vũ khí và học cách đánh bộc phá.

Võ Nguyên Giáp, tay chống gậy trúc, quần xắn móng lợn, đôi bàn chân trần lấm lem bùn đất đi thị sát thị xã Cao Bằng, vừa về đến chỉ huy sở, nhìn đồng hồ đã hơn một giờ đêm, bỗng thấy Hoàng Minh Phương chạy ra, ghé tai nói nhỏ:

- Nghe nói, Cố vấn Trần Canh đã thỉnh thị ông Ké, xin đánh Đông Khê trước đấy.

- Chính ông Ké và Quân ủy đã nhất trí đánh thị xã Cao Bằng kia mà? - Giáp ngớ người, hỏi lại.

Chợt thấy Hoàng Văn Thái bước ra, Phương vội lỉnh về lán phiên dịch.

- Chắc thắng chứ anh? - Thái vồn vã hỏi.

- Có khi phải tính lại cậu ạ, - Giáp đắn đo, - có lẽ, Đông Khê mới là đột phá khẩu.

- Toàn quân đã hạ quyết tâm đánh Cao Bằng, theo ý kiến đề xuất của anh? Vả lại, anh cũng đã trực tiếp phổ biến trên sa bàn, về phương án đánh thị xã Cao Bằng đó thôi. - Thái ngạc nhiên nhắc lại quyết tâm chiến dịch, - cái thằng Đông Khê, chỉ cần một Trung đoàn của Đặng Văn Việt đã nhổ cỏ, cách đây chưa đầy nửa năm. Chả nhẽ, ta mang dao mổ trâu đi cắt tiết gà? Nào Chủ tịch nước, nào Tổng Tư lệnh, ba tướng với hai trung đoàn và một đại đoàn chủ lực của Bộ, hai tiểu đoàn địa phương của Cao Bằng, Lạng Sơn, lại huy động mười hai vạn dân công. Tổng cộng, hơn chục vạn quân-dân trên một mặt trận, mà chỉ đi đánh mỗi một cái đồn địch bé bằng bàn tay, thế thì còn ra làm sao? Đến như đám văn nghệ sĩ còn làm thơ ca ngợi:

"Thử phiên phục vụ Cao Bằng dịch
Sáng tác thời lai ý khí hùng"[89]

---

(89) Thơ, Nguyễn Huy Tưởng; dịch nghĩa, Thúy Loan:
    Lần này tham gia phục vụ chiến dịch Cao Bằng
    Sáng tác chắc sẽ có thêm ý khí hào hùng.

- Trước kia, ta định tiêu diệt thị xã Cao Bằng, kiềm chế Đông Khê, Thất Khê. Sau đó, bao vây Đông Khê, tiêu diệt Thất Khê, kiềm chế Lạng Sơn. Nhưng nay tình hình phát triển, phải thay đổi cách đánh. Thế mới gọi là "Binh tất yếm trá", kế "Hư hư thực thực", "Dương đông kích tây" mà lại, - Giáp nói vòng vo một hồi và sắt đá quyết định, - chuyển hướng tấn công sang Đông Khê. Còn phía Cao Bằng, chỉ coi là nghi binh thôi.

- Em chịu anh, - Thái nói dỗi, có vẻ không mặn mà với mục tiêu Đông Khê, - thế là công tác chuyển bị chiến trường bấy nay thành công cốc, lại phải điều chỉnh kế hoạch tác chiến, cung cấp hậu cần, - Thái xếch lại khẩu súng lục đeo trễ bên hông và thở dài não nuột.

Giáp nghĩ bụng, cậu này có lẽ thuộc típ cán bộ "3E" (Bút máy Pác-ke, Đồng hồ Vile, Súng lục Mô-de), nên vẫn còn chuộng hình thức, bèn vỗ "bộp" một cái vào vai Thái, như thể đóng dấu ấn vào mệnh lệnh quân sự. Thế là, cả hai lại sánh vai đi thẳng vào núi Báo Động, để kíp báo cáo Hồ Chủ tịch.

Trong thung lũng núi, bộ đội đông như kiến cỏ, hai trung đoàn chủ lực 174 của Đặng Văn Việt và 209 của Lê Trọng Tấn, một tiểu đoàn pháo binh và hơn chục vạn dân công đang nóng lòng chờ lệnh khai hỏa tấn công thị xã Cao Bằng. Đại đoàn 308 sẽ chặn viện trên Đường số 4. Mặc dù cả bọn quán triệt mệnh lệnh giữ bí mật, im hơi lặng tiếng, nhưng khí núi vẫn bốc lên ngùn ngụt, kẻ tinh thông binh pháp của đối phương có thể nghi vấn nơi trú ngụ đại quân.

*

Trong hang núi, Giáp và Thái vừa mới kịp chào Hồ Chủ tịch, thì đã thấy Trần Đăng Ninh dẫn Đoàn cố vấn quân sự Trung Quốc vào tới nơi. Hồ Chủ tịch chỉ vào người đàn ông đeo kính trắng, dáng cao to, béo tốt, bụng tròn căng như quả mít và giới thiệu:

- Đây là Đại tướng Trần Canh (Cheng Geng), cùng quê Hồ Nam với Mao Chủ tịch. Ta cứ gọi Trần Tướng quân cho thân mật.

- Hồ Chủ tịch còn "cắt tai" tôi kia mà, - Trần nhìn Hồ vẻ thân mật và cười lớn, - chính vì thế, tôi còn có tên là Đông.

- A ha ha, - Hồ Chủ tịch vỗ cả hai tay lên đôi vai Trần và cũng cười sảng khoái, kỷ niệm xưa tại Trường Võ bị Hoàng Phố[90], hai mươi năm có lẻ rồi, Tướng quân vẫn nhớ sao?

- Chẳng là, khi viết họ "Trần" của tôi, Hồ Chủ tịch đã bỏ bộ "nhĩ", nên chỉ còn chữ "đông" thôi, chẳng là "cắt tai" à?

Nghe Phương dịch lại, khiến cả Giáp và Thái cùng cười theo, buổi gặp đầu tiên giữa những người bạn chiến đấu trở nên vui vẻ và thân mật.

- Đây là Võ Nguyên Giáp- Đại tướng, Tổng Tư lệnh, Bộ trưởng Quốc phòng của tôi, - Hồ Chủ tịch chỉ Giáp, giới thiệu với Trần Canh, còn đây là Thiếu tướng Hoàng Văn Thái- Tổng Tham mưu trưởng.

Cả ba tướng bắt tay nhau hồ hởi, dường như niềm vui về chuyện "cắt tai" vẫn còn lưu trên khóe môi, ánh mắt mỗi người.

- Địch quân cách bao xa? - Đột nhiên, Trần Canh hỏi độp một câu.

- Chừng hăm lăm cây số, - Hồ Chủ tịch sốt sắng trả lời luôn.

- Như tôi đã thỉnh thị Hồ Chủ tịch, câu chuyện các đồng chí ý định đánh thị xã Cao Bằng, tôi thấy không ổn. Mục tiêu phải là Đông Khê. Quân ta theo phương châm "Đánh điểm diệt viện". Nghĩa là, đánh Đông Khê và tiêu diệt quân tiếp viện trên Đường số Bốn.

- Đúng, tôi vừa đi thị sát thị xã Cao Bằng về, bò vào tận hàng rào thứ ba của địch, - Giáp nói như thanh minh. - Tôi đã trao đổi với đồng chí Thái, dự định bỏ mục tiêu thị xã Cao Bằng, chuyển sang đánh Đông Khê. Chúng tôi lên báo cáo xin chỉ thị Hồ Chủ tịch, thì lại được hội ngộ với đồng chí cố vấn ở đây. Thực tế, thị xã Cao Bằng rất hiểm trở, ba mặt giáp sông, khó vận động chiến. Lô cốt địch rất kiên cố, khó công phá...

---

(90) Học viện Sĩ quan Lục quân Trung Hoa Dân Quốc.

- Đúng thế, thưa Hồ Chủ tịch, - Thái nhìn Hồ xác nhận, nghĩ bụng, Giáp quả là tài ba, mưu lược hơn người.

- Cả hai không hẹn mà gặp, lại thống nhất trong tư tưởng, làm gì chẳng hợp tác trong hành động? Trận này tất thắng, - Hồ Chủ tịch vui mừng thốt lên, nhưng trong bụng lại nghĩ, Giáp chuyển hướng mau lẹ, nhưng có lẽ để Thái trực tiếp chỉ huy trận này thì thuận hơn. Còn Giáp vẫn chỉ huy chung toàn chiến dịch.

- Sao không thấy nữ quân nhân? - Trần Canh nhướng mắt nhìn Giáp, đột ngột hỏi, - bố trí nữ quân nhân làm công tác quân y, thông tin báo vụ, văn công... sẽ rất phù hợp trong quân đội cách mạng.

- Chúng tôi chỉ mới có nữ hỏa thực và cứu thương mà thôi, - Giáp thật thà đáp.

- Trần Tướng quân dạy phải đấy, - Hồ Chủ tịch quay sang Thái, - chú lên kế hoạch, tuyển quân nhân nữ, gấp nhé.

Giải lao, cả bọn nói cười hể hả. Trần Canh chén bánh ngọt và uống liền hai cốc cà-phê.

Quần xắn tới gối, Hồ Chủ tịch cùng đám chỉ huy trèo lên núi Nà Lạn quan sát trận địa.

- Từ đây cách mặt trận bao xa? - Trần Canh khẽ hỏi Thái.

- Chừng mười cây số thôi ạ! - Thái lễ phép đáp.

Cả một vùng Đông Khê, Phìa Khóa, Cạm Phẩy hiện ra trong ống nhòm bội số cao. Vũ Năng An bèn giơ máy ảnh, chụp luôn được một kiểu, đóng đinh vào lịch sử.

Lần đầu tiên, kể từ khi được vinh thăng quân hàm đại tướng, Võ Nguyên Giáp mới được tham gia một chiến dịch lớn, có ý nghĩa về quân sự và chính trị. Mục tiêu chiến dịch nhằm phá toang biên giới, từ xưa đã được hoạch định theo Hiệp ước Pháp- Thanh, để thông đường sang với Cộng hòa nhân dân Trung Hoa, vừa mới thành lập năm ngoái. Chỉ có điều, Giáp không trực tiếp chỉ huy trận này. Có lẽ là do thay đổi mục tiêu ban đầu, chuyển từ chủ trương tấn công thị xã Cao Bằng của Giáp, sang đánh đồn Đông Khê trên Đường số 4 theo đề xuất của Trần Canh chăng?

- Các đồng chí báo cáo, địch quân có hai tiểu đoàn, ta có hai trung đoàn, như vậy, công ba thủ một là đúng binh pháp dạy, - Trần Canh cao giọng, - nhưng có một điều nên nhớ, quân số tiểu đoàn của địch là một nghìn nhân mạng, còn ta chỉ có sáu trăm. Nhưng trận này, ta hơn chúng về đại pháo.

- Chúng cũng có năm khẩu pháo năm mươi bảy li và một trăm linh năm đấy, nhưng cần đề phòng máy bay địch, - Thái cảnh giác.

- Đồng chí Tổng Tham mưu trưởng, Chỉ huy trưởng mặt trận Hoàng Văn Thái, có thể hạ lệnh tấn công được rồi, - đột nhiên Trần Canh đứng phắt dậy, vẻ mặt sắt đá, nhưng ra lệnh một cách từ tốn, theo phong cách ngoại giao.

Thái nhấc điện thoại, gọi tiểu đoàn pháo binh nổ súng mở màn chiến dịch. Tức thì, tám khẩu sơn pháo đồng loạt gầm lên. Cụm lô cốt Đông Khê chìm trong biển lửa. Bộ đội xung kích ào ạt xông lên. Súng máy của địch từ các lỗ châu mai bắn chéo cánh sẻ, đạn bay chiu chíu như lia dao phát, bộ đội bị đốn gục như thân chuối bị phạt ngang. Máy bay ào tới, trút bom xuống trận địa.

Ngày đầu, thiệt mất bảy trăm quân, khiến cả Hồ Chí Minh lẫn Võ Nguyên Giáp bàng hoàng. Nhưng Trần Canh vẫn thản nhiên, bởi Trung Quốc dùng chiến thuật "biển người" quen rồi. Việt Minh chỉ đánh du kích, bắn đánh "đòm" một phát rồi chạy, khác nào gãi ghẻ.

Giáp ký lệnh, phong Lê Trọng Tấn làm Chỉ huy phó chiến dịch.

Thái hô quân đánh thốc một đợt nữa, nhưng tình thế không xoay chuyển.

Theo kế hoạch Trung đoàn 174 chủ công, từ phía bắc đánh xuống, Trung đoàn 209 từ nam tấn công lên. Dự kiến trong 24 giờ kết thúc trận đánh, nhưng cù cưa mãi không xong, Đặng Văn Việt bảo:

- Đánh Pháo đài, phải chuyển hướng đông bắc mới ăn. Lần trước, tôi đã chơi nó một vố hướng bắc. Quân ta chiếm Cạm Phầy làm bàn đạp, tấn công Pháp đài. Bây giờ chúng cảnh giác, dọn sạch vật cản, bố trí thành hướng trung tâm phòng ngự mất rồi.

- Chính anh đánh vô tổ chức, nên khác nào cảnh tỉnh cho nó, - Thái bực, quát ầm lên. - Cái thằng Hai linh chín làm sao mà lại lạc đường?

Thằng cha này nói láo, mình báo cáo xin ý kiến hẳn hoi. Việt như con hổ chồm dậy, toan nổi xung, nhưng Giáp kịp thời vỗ vai ấn xuống. Trận này cũng vậy, mình đã trực tiếp với Cố vấn Trần Canh, trình bày kế hoạch tấn công hướng đông bắc, nhưng lão cố vấn chỉ mỉm cười, không nói. Thế là mình phải tuân theo chỉ đạo hướng tấn công như cũ. Thực tai hại cho bộ đội, bởi cách đánh thí quân của đám này.

Giáp nhìn Việt ái ngại, khẽ bảo Thái:

- Bình tĩnh, Hai linh chín diệt được các cứ điểm ngoại vi: Pò Hầu, Pò Đỉnh, Phù Thiện rồi đấy thôi. Có lẽ Việt nói đúng đó, thử xem.

- Võ Tổng, đánh trận là thí xương máu Quân giải phóng. Đánh là đánh, chứ thử cái nỗi gì? - Trần Canh lên mặt, chõ vào Giáp chấn chỉnh.

Giáp thấy căng thẳng thần kinh quá. Loại tướng gì mà lâm trận, thắng thì hồ hởi, thua là phát khùng? Không khéo vì cay cú mà nướng hết quân. Tướng cầm quân phải có bản lĩnh chứ. Mà trận quan trọng thế này, đích thân Hồ Chủ tịch sang mời tướng Trần Canh làm cố vấn, lại giao cho Thái chỉ huy. Thế, miềng làm thân Đại tướng, Bộ trưởng Quốc phòng, Tổng Tư lệnh, Tổng Quân ủy chẳng là cái thá gì? Thay đổi mục tiêu chiến dịch ư? Miềng cũng đã kịp thời đề xuất và nhất trí chuyển hướng kia mà?

Trần Canh điện hỏa tốc về Quân ủy Trung ương Trung Quốc. Quân ủy báo cáo Mao Chủ tịch. Mao lập tức điện cho Hồ Chủ tịch. Hồ Chủ tịch gọi Giáp lại, nói sự tình. Giáp cố nén tiếng thở dài, thưa gửi cho phải phép:

- Thưa Hồ Chủ tịch, trận này, cứ theo cách đánh của Trần Canh thì bộ đội chết văn, mà lô cốt địch vẫn trơ trơ. Nghe theo cách của Đặng Văn Việt sẽ lật ngược được thế cờ. Chả gì, hắn cũng từng chỉ huy đánh chỗ này rồi, thắng đậm.

- Được, để tôi bảo Trần Tướng quân xem sao?

Hồ Chủ tịch thân chinh gặp Trần Canh. Trần Canh nể lời, đánh theo cách của Việt, quả nhiên xoay chuyển tình thế. Trung đoàn 174 từ đông bắc tấn xuống, Trung đoàn 209 từ nam xông lên. Chiến sĩ La Văn Cầu đánh bộc phá vào Pháo đài, khiến quân Pháp thất thủ, buông súng ra hàng. Bộ đội bắt được tên Đồn trưởng, Đại úy An-li-úc. Sau năm mươi giờ, quân Việt Minh san phẳng Đông Khê. Qua khai thác tù binh, Chỉ huy sở mới ngã ngửa người ra, bởi quân Pháp chỉ có hai đại đội, tổng quân số hai trăm sáu mươi hai tên. Một đại đội thuộc Tiểu đoàn Lê dương số 2/3e REI và một đại đội ngụy binh, với năm khẩu pháo 57 và 105 li. Thế mà trinh sát vống lên thành hai tiểu đoàn.

- Binh pháp dạy một đằng, các đồng chí đánh một nẻo, thành ra công mười thủ một, - Trần Canh cười xã giao, nhưng trong bụng nghĩ, phải như bên đại quốc, ông thì đập cho chúng mày một gậy. Trần Canh đã từng đi học nghề tình báo ở Liên Xô, rồi hoạt động dưới trướng Chu Ân Lai, nhưng qua trận này, thấy công tác trinh sát và tình báo của Việt Minh quả là còn non yếu.

- Trận này, ba tướng đánh một úy, - Việt mỉa mai, khiến cả bọn phật ý.

- Thế là, các chú mở toang được biên giới rồi, - Hồ Chủ tịch phấn khích reo lên, nhưng chợt nhận thấy sự bất an, vội nói câu động viên, - người chiến sĩ cách mạng phải xác định tinh thần, thắng không kiêu, bại không nản.

Nghe vậy, cả bọn chuyển buồn làm vui, hè nhau chặn viện hai binh đoàn, gồm tám tiểu đoàn Lê dương do Trung tá Lơ-pa-giơ (Le Page) và Xác-tông (Charton) chỉ huy. Kết cục, mười hai ngàn quân Pháp và lính quốc gia đã thất bại thảm hại trong Chiến dịch Biên giới này. Hồ Chủ tịch hứng khởi, viết luôn bài thơ "Đăng sơn" bằng chữ Hán, tặng Trần Canh.

"Huề thượng đăng sơn quan trận địa,
Vạn trùng sơn ủng vạn trùng vân.
Nghĩa binh tráng khí thôn ngưu đẩu,
Thệ diệt sài lang xâm lược quân."[91].

- Thế là, Hồ Chủ tịch tặng tôi cả thảy ba bài thơ rồi! - Trần Canh nhận bản chữ Hán, lòng cảm kích vô cùng, vội tạ từ và trở về bản quốc, kíp theo Bành Đức Hoài, cùng với ngót trăm vạn chí nguyện quân lên đường "Kháng Mỹ viện Triều".

Vừa tham gia chỉ huy chiến dịch Biên giới, Giáp vừa tranh thủ hoàn chỉnh tác phẩm "Ba giai đoạn chiến lược". Có thể chia ra, giai đoạn phòng ngự tính từ ngày Nam Bộ kháng chiến 23 tháng 9 năm 1945. Có ý kiến nêu, nên lấy khởi đầu từ ngày 19 tháng 12 năm 1946 Toàn quốc kháng chiến. Nhưng như thế chưa chuẩn, chỉ đơn thuần về mặt quân sự, mà không thấy yếu tố chính trị và âm mưu địch. Giai đoạn cầm cự, từ sau trận Thu-Đông 1947. Giai đoạn Tổng phản công từ 1948, ta đã bắt đầu đánh cấp tiểu đoàn và sẽ kết thúc khi kháng chiến thành công. Đó, như trận Bạch Mai, ta phá hủy hai mươi lăm máy bay, sáu chục vạn lít xăng dầu và ba mươi hai tấn vũ khí, trang bị của địch. Phùng Hữu Tài chỉ huy mặt trận Hà Nội cũng không phải xoàng.

Luẩn quẩn thế nào lại nghĩ về trận Bốt Pheo. Thua đậm quá, đau quá, âu cũng vì phục vụ nhiệm vụ chính trị, nhưng lỗi cũng có phần thuộc về miềng. Anh em chỉ huy thì lâm vào tình trạng tiền duyên nhập nhằng, tung thâm rối loạn, dẫn đến mất ba tiểu đoàn trưởng và bao nhiêu chiến sĩ hy sinh vô nghĩa.

Tình báo Pháp thừa biết quân miềng bố trí mười lăm tiểu đoàn phục kích Đường số 4, thế mà chúng vẫn đâm đầu vào, mà không rút theo Đường số 3, qua Bắc Kạn, xuống Thái Nguyên, về Hà Nội thì thương vong sẽ không đáng kể? Tại sao mà có tới sáu

---

(91) Bản dịch bài thơ "Lên núi" của Nhà thơ Xuân Diệu:
    Chống gậy lên non thăm trận địa,
    Vạn trùng núi đỡ vạn trùng mây,
    Quân ta thế mạnh nuốt Ngưu Đẩu,
    Thề diệt xâm lăng lũ sói cầy.

trăm quân Lê dương của Le Page bảo nhau, thà chết nhảy xuống vực sâu, chứ không chịu đầu hàng Việt Minh, hoặc mở đường máu phá trùng vây? Chẳng lẽ do chỉ huy tồi? Khi miềng đi úy lạo đám tù binh, thì chúng biến báo rằng, thua là do rừng núi. Hừm!

*

Sau chiến thắng Biên giới, Hồ Chủ tịch viết thư sang Trung ương Đảng Cộng sản Trung Quốc, đề cao vai trò tư tưởng Mao Trạch Đông trong quá trình cách mạng Việt Nam.

Thấy vậy, Nguyễn Sơn bỗ bã:

- Thế là Đảng ta đã tự tròng vào cổ cái thòng lọng Tàu rồi.

Giáp nghe chướng tai, nhắc nhở:

- Sao anh lại nói thế, đừng cậy có tài mà chẳng coi ai ra gì?

- Không phải thế à? Tôi còn chưa nói cái chuyện phiêu lưu định Tổng phản công của các anh đấy. Tổng phản công là dốc toàn lực, nhằm giành thắng lợi chiến lược, có tính quyết định trong kháng chiến. Vậy thực lực đâu? Lấy cứt mà Tổng phản công à?

Giáp điếng người, bẩm với Hồ Chủ tịch.

- Nó nói thế có đúng không? - Hồ Chủ tịch nhíu mày hỏi lại.

- Đúng mới chết chứ lại! - Giáp thành thực trả lời.

Thế là cả hai cùng cười cay đắng. Và tức thì, Sơn bị bật sang Trung Quốc.

Phần thứ ba: Danh vọng
Chương sáu: Điện Biên Phủ

24. Qua miền Tây Bắc

Giải phóng biên giới, cách chức Trung đoàn trưởng Đặng Văn Việt và đẩy được Tướng Nguyễn Sơn sang Trung Quốc, khiến Võ Nguyên Giáp yên tâm mà Hồ Chủ tịch cũng khỏi phiền lòng.

Chuyện xử lý Việt, Hoàng Văn Thái có vẻ không tán đồng, còn Lê Trọng Tấn thì "mũ ni che tai", chẳng gì cũng có vết trong lý lịch "xỏ nhầm giày Tây", nhưng thực ra, trong thâm tâm thì xót xa cho bạn. Việt, Trung đoàn trưởng tài năng, chỉ một trung đoàn độc lập tác chiến, mà nhổ phăng được đồn Đông Khê. Ngót nửa năm sau, ba tướng chỉ huy quân số hàng đại đoàn, với chục vạn dân công, thế mà trầy trật mấy ngày, chết hàng nghìn người mới xong. Mà nếu Việt không hiến kế chuyển hướng tấn công, thì quân số thương vong còn cao hơn nữa.

- Thằng Việt, Chỉ huy trưởng Mặt trận đường số Bốn, đơn vị bắn cháy gần một trăm xe cơ giới của địch, nhưng bởi cái sự ếch chết tại miệng, - Tấn than thở với Nguyễn An.

- Thượng cấp cố chấp, - An phù họa theo, - tay Trần Canh bảo, bộ đội Việt Nam đến cấp tiểu đoàn còn yếu. Hắn lại chỉ huy cỡ trung đoàn vững, thế mà loại khỏi vòng chiến đấu.

Cũng tại cái thằng tiểu đoàn trưởng của nó nổi máu yêng hùng. Ai đời, bộ đội Việt Minh lại đáp máy bay địch lên lấy thương binh ở Thất Khê, về giữa Thủ đô vận đồ quân phục Việt Minh, nghênh ngang dạo quanh Hồ Hoàn Kiếm, khác nào tài tử xi-nê (cine), - Tấn hăng lên, phê phán nghiêm khắc, - nhưng cái án ấy, tước quân tịch là vừa tội, chứ tử hình thì "nặng đô" quá. Biết ông Ké chơi mạnh tay để dằn mặt, nên không ai dám ho he...

- Đấy là cái cớ để thằng Việt đi đời nhà ma, sống mà như chết rồi, - An chép miệng. - Nghe đâu, chuyên gia Tàu đang xui ông Ké làm chuyện "chỉnh huấn chỉnh quân" đấy.

- Đó chỉ là chuyện nhỏ, cái chính là thằng Việt phê Bộ Tổng và Quân ủy, - Tấn vẫn chưa dứt mạch suy nghĩ, nhưng cũng phải dáo dác ngó quanh, thấy vắng bóng người mới khe khẽ nói tiếp. - Nó bảo, ta đã giải phóng biên giới, cộng với cái tin Bộ trưởng Quốc phòng Trung Quốc Bành Đức Hoài, thân dẫn Quân giải phóng áp sát biên giới Trung-Việt, ngỡ như sắp tràn sang Việt Nam, khiến quân Pháp ở Lạng Sơn hoảng sợ bỏ chạy. Nếu ta thừa thắng lấy Lạng Sơn, uy hiếp Tiên Yên, Móng Cái, thì Hải Phòng cũng trong tầm tay. Nếu đánh dấn xuống Vĩnh Yên, Thái Nguyên, thì tụi Pháp ở Hà Nội sẽ chạy tuốt vào Nam.

- Thế kia à?, - An tròn mắt kinh ngạc, - quả là đầu óc thằng ấy có tầm chiến lược. Nhưng trải qua chiến dịch, quân ta cũng hết hơi rồi. - Này, nghe nói, hắn thuộc dòng dõi của Hưng đạo vương Trần Quốc Tuấn, lại có anh em dây mơ rễ má chi đó với ông Đặng Thai Mai.

- Lạ kỳ, một đằng họ Trần, một đằng họ Đặng, có bắn ca-nông cũng chả tới, - Tấn nheo mắt cười hóm.

- Đâu như là đến thời nhà Lê, cụ Trần Tuấn nhà hắn chống lại triều đình, bị tru di tam tộc, nên đổi sang họ Đặng, lánh nạn vào Xứ Nghệ, - An tỏ ra am hiểu gốc tích nhà Việt.

- Đầu năm nay chứ đâu xa, Trung đoàn Một bảy tư của hắn làm chủ công mà đánh bại Quân đoàn Mười bảy, do tướng Mã Hắc

Mâu chỉ huy, bắt sống hơn một vạn tù binh, trong đó có cả Quân đoàn trưởng và chín Sư đoàn trưởng và Sư đoàn phó và thu một đống vũ khí chất cao như núi. Tất cả tù binh và vũ khí, ta trao trả hết cho Quân Giải phóng Trung quốc. - Tấn lè lưỡi kinh sợ. - Nghe nói, bàn tay hắn có ngón út nổi trội, giữa lòng bàn tay có cái hình tam giác là tướng cầm quân có tài. Nhưng bị phá cách bởi lông mày thưa và cằm tròn. Chứ nếu hàm én, mày ngài thì tợn lắm.

Tấn cao, gầy và gân guốc như vận động viên bóng rổ. Thái có dáng vẻ thư sinh như anh nhân viên bàn giấy. Cả hai nhàn tản sóng bước trên đường phố Cao Bằng, bỗng gặp Giáp cũng đang đi thị sát; hai bên vồn vã han chào.

- Sắp Tết rồi đấy. Năm nay, phải chuẩn bị cho bộ đội ăn tết tươm tất, lại có cả các đồng chí cố vấn, - Giáp lo xa.

- Chỉ có mấy trăm cố vấn mà họ cũng lập hẳn Bộ Tư lệnh. - Thái than phiền, - bây giờ, mình làm cái gì cũng phải thỉnh thị cố vấn. Cố vấn báo cáo Quân ủy Trung ương ở tận Bắc Kinh. Quân ủy bên họ lại xin chỉ thị của Mao Chủ tịch. Nhiêu khê như thế, tự dưng khoác thêm cái gông vào cổ, mất hết thời cơ, lâm thế bị động. Chế độ Chính ủy do họ lập ra đã trùm lên cả Tư lệnh, thể hiện sự lãnh đạo toàn diện và trực tiếp của Đảng đối với quân đội.

Tấn nhìn Giáp xem thái độ ra sao, nhưng không thấy động tĩnh gì, nên cũng "thủ khẩu như bình".

Cả bọn hè nhau trèo lên lô cốt, ngắm nhìn thị xã rẻo cao, mà trên bản đồ tác chiến chỉ ghi bí số: "Chiến dịch N5". Đó đây, còn ngổn ngang những mảng bê-tông (beton) đổ vỡ cùng gạch đá. Những dãy phố nghèo hiện lên trong sương chiều lảng bảng. Phía sau là cánh đồng, khói đốt cỏ nghi ngút. Dòng sông Bằng Giang hiền hòa chảy quanh, dưới chân dãy núi đá cao chất ngất. Phong cảnh thực thanh bình, không ai có thể ngờ, chiến tranh vừa mới qua đây. Nếu theo phương án cũ đánh Cao Bằng, với mọi giá phải thắng, nhưng cả thị xã sẽ tan hoang. Chuyển hướng tấn công Đông Khê, may cho bộ đội cùng dân chúng, tuy uy tín của miềng bị ảnh hưởng ít nhiều.

Vũ Năng An đeo máy ảnh lủng lẳng trước ngực, chỉ tay ra phía dãy núi trước mặt, nói to:

- Kia là vị trí đặt đài quan sát phía đông thị xã, anh Văn đi thị sát trước trận đánh, hôm nao đấy.

Cả bọn đứng lại, nhìn theo hướng An chỉ trỏ. An lại nhanh tay bấm máy được thêm một kiểu (pose).

Nhớ lại chiều hôm ấy, cả toán trinh sát đứng dưới giao thông hào (tranchee) do bọn Nhật bỏ lại năm xưa và chĩa ống nhòm (binoculaire) vào các mục tiêu. Sông Hiến chảy từ nam lên, sông Trà Lĩnh hướng đông đổ về, Bằng Giang tây bắc tới. Ba con sông giao nhau tại thị xã Cao Bằng. Giáp quan sát sân bay Nà Cạn, thấy có một cái máy bay. Kia là pháo đài, xung quanh có tới mười đồn tiền tiêu. Nhà thờ, trại lính ẩn khuất trong sương mù. Màn đêm buông xuống. Trên phố lấp loáng ánh đèn xe đạp và ô-tô. Bỗng Giáp thốt ra một câu chửi tục: "Đ. mẹ, trại lính không có đèn".

- Ồ, bây chừ bọn miềng đang đứng chân trên pháo đài đây thôi. - Đoạn, Giáp thở dài, chầm chậm bước xuống phố.

Pháo đài này được Pháp xây dựng từ năm 1938, trên diện tích mười héc-ta, tường đá bao quanh dài hàng ngàn mét. Phía sông Hiến, sông Bằng là bờ dốc đứng, dưới sông nước chảy xiết. Ôi, nếu đánh thẳng vào đây, hẳn là nướng quân...

Đêm ấy, quân Việt Minh tổ chức liên hoan mừng chiến thắng, tại thị xã Cao Bằng. Pháp điều máy bay ném bom tơi bời...

*

Ròng rã năm tháng trời, đoàn quân đi đón bà cụ Kiên với bé Hồng Anh, từ Thanh Chương (Nghệ An), mới ra tới Định Hóa (Thái Nguyên).

Lúc này, Hồng Anh mười ba tuổi, mất mẹ từ thuở lên năm, lúc thì ở với bà ngoại tại thành Vinh, khi thì sống cùng bà nội trong Lệ Thủy, rồi sơ tán lên Thanh Chương. Ông bà ngoại đã mất, mẹ cũng đi đường trời theo bác Vịnh, bố chinh chiến trên miền sơn cước, nên bé Hồng Anh thiếu thốn tình cảm vô cùng. Vừa đến Bảo Biên, thấy cô Hà đang bế đứa bé con còn đỏ hỏn tên là Hòa Bình, nên nó thích lắm, ôm chầm lấy mà bế bồng, khen nựng. Điều đó, khiến Hà và cụ Kiên vui lây.

- Con sinh cháu ở Chiêm Hóa, tận bên Tuyên Quang kia, xa lắm thím ạ. Cũng rừng núi hoang vu, nhưng có bệnh viện và trường y thực hành của Bác sĩ Tôn Thất Tùng, - Hà khoe với mẹ chồng, rồi quay sang cô Thiều, giới thiệu, - sinh cháu được ba ngày, thì cô Thiều đến chăm nom giúp. Anh Giáp lại nhường cho cái giường sắt, vững chãi lắm, thím ạ. Giữa núi rừng mà cô Thiều cho sưởi lửa suốt ngày đêm cũng ấm cúng.

- Quí hóa quá, - Cụ Kiên nói câu cám ơn với cô giúp việc. Gặp con dâu trẻ, trong lòng cũng cảm thấy mừng cho Giáp lấy được con quan, đâu như ông cụ làm bên Bộ Học thì phải. Nhưng Giáp đang đi đánh trận, mạn Nho Quan, Phát Diệm. Ai dè, nó đã thành ông tướng. Giá bố nó còn sống, thì vui mừng khôn tả.

Hồi lâu, cụ Kiên lựa lời nói với cháu nội:

- Đây là mẹ kế của mi, gọi là mẹ hay dì nào?- cụ chỉ vào Hà.

Hà hơn hớn chờ đón thái độ mừng vui của đứa con riêng bên chồng, nhưng bất ngờ, Hồng Anh lạnh lùng bảo:

- Cô Hà, - Anh trao bé Bình cho cụ Kiên, rồi lặng lẽ đi ra đứng bên bờ giao thông hào.

- Nó khái tính lắm, - cụ Kiên lắc đầu thở dài.

- Nó còn bé mà, - Hà nói câu an ủi mẹ chồng, nhưng lòng nghẹn ngào ứa nước mắt.

- Cứ ngỡ là ở rừng, thì nơi ăn chốn ở tạm bợ khác nào chuồng voi, ai ngờ cơ ngơi cũng rộng rãi, vững chãi - cụ Kiên đảo quanh sân, ngó ngôi nhà ba gian hai chái, cột gỗ, vách thưng phên nứa, mái lợp lá cọ và hỏi, - đất Chính phủ, hay mua vậy?

- Cơ quan Bộ Tổng nhờ đất của ông Triệu Đình Đưa, người Thổ, ở bản Bảo Biên này. Anh Giáp bảo, làm nhà hướng nam thì đông ấm, hè mát, thím ạ. Lúc ở làng Lạc, ông Hà Văn Tỵ cũng là người Thổ cho nhờ đất làm căn nhà ba gian quay hướng nam như thế vầy. - Hà lễ phép nói đầu đuôi câu chuyện nhà cửa đất cát với mẹ chồng.

- Quí hóa, ơn ông Đưa, ông Tỵ khác nào ơn ông Khả, - cụ Kiên lẩm bẩm, - nom cũng vui mắt đáo để.

Nghe nói đến ông Khả nào đó, khiến Hà phân vân, nhưng không dám hỏi, bèn khoe chuyện lạ cho vui câu chuyện, - Năm ngoái, à năm kia, có ông Lê-ô Phi-ghê (Leo Figueres), Nghị sĩ Cộng hòa Pháp đến tận đây thăm nhà đấy, mẹ ạ,

- Chu cha, đang đánh nhau với Tây mà lại rước Tây về nhà mà làm gì? - cụ Kiên lo sợ.

- Ông ta cũng là Ủy viên dự khuyết Trung ương Đảng Cộng sản Pháp, người thiện chí. Có xe Cam-nhông (Camion) của ta tự lắp ráp, gọi là "Ô-tô Quốc tế", chở đi kia mà. Từ sau chuyến thăm đấy, Đảng Cộng sản Pháp mới chính thức ủng hộ Việt Minh, mẹ ạ, - Hà giảng giải để yên lòng mẹ chồng.

- Cửa chính hẹp quá. Nhưng thôi, bưng mâm cỗ cúng gia tiên vừa lọt cũng được rồi, - cụ Kiên tỏ vẻ dễ dãi.

- Cửa rộng suýt soát một mét tây đấy chứ ạ! - Hà thì thầm khoe, - ông thầy tính thước Lỗ Ban, bảo là "Đại tài"...

Hai mẹ con bế bé Hòa Bình ra đứng dưới gốc lát ở góc sân, sưởi nắng, Hà thủ thỉ:

- Con kể với anh Giáp, năm xưa, con đã gặp mẹ rồi.

- Thế hả? - cụ Kiên vắt óc nhưng không nhớ nổi.

- Lúc ấy, con mới lên ba, bốn tuổi thôi, - Hà kể, - nghe nói là, sau cuộc nông dân nổi loạn năm ba mươi (1930), Pháp "khủng bố trắng", vùng Thanh Chương cũng bị tàn phá. Thế là mấy mẹ con bồng bế nhau đi. Mẹ con kể lại là đi theo đường tàu hỏa, xuống ga Mỹ Trạch, rồi đi đò theo sông Kiến Giang về nhà anh Giáp ở thôn Trung Hòa, làng An Xá. Mẹ ra bến đón con lên nhà.

- A, mẹ nhớ ra rồi, - cụ Kiên mừng rỡ reo lên, - phải rồi, hàng xóm đi theo như thể đám rước. Chu cha, hăm mấy năm rồi. Trời Phật cũng run rủi... - cụ cảm động, ứa hai hàng nước mắt. Cụ đang định kể chuyện gì đó, chợt cảm thấy âm ấm lòng tay, vội gọi con dâu, - lấy tã, cái hĩm tè dầm.

- Mẹ để con thay, - Hà đón bé Bình thay tã, rồi thoa phấn rôm cẩn thận mới bọc tã mới.

Cụ Kiên để ý, thấy con dâu trẻ sinh con gái đầu lòng mà đã biết chăm sóc cẩn thận, thì lấy làm hài lòng lắm, nên khen nựng cháu, - thế này, không sợ hăm nữa rồi, cục vàng cục bạc chứ tưởng. Nó mà bị hăm, rửa bằng nước chè đặc là khỏi ngay.

Bé Hồng Anh nằm giường bên, thở dài đánh "sượt" một cái, khiến cụ Kiên và Hà đưa mắt ý nhị nhìn nhau, thì thầm:

- Con bé tủi thân đấy!

- Con hiểu ạ!

*

Suốt từ năm 1951 đến 1953, Võ Nguyên Giáp và Hoàng Văn Thái, lại thêm Lê Trọng Tấn giúp sức, thầy trò rong ruổi khắp các chiến dịch, hết đánh Vĩnh Yên (1/1951), Mạo Khê (3/1951), Ninh Bình (4/1951), Hòa Bình (11/1951), Nghĩa Lộ, Sơn La (1952)... Theo mỗi chiến dịch có bốn, năm vạn bộ đội và hàng chục vạn dân công, nhưng chả thắng trận nào cho ra hồn, khiến Quân ủy, Bộ Tổng tham mưu cho tới Chính phủ, Đoàn thể đều lấy làm buồn phiền.

Vào năm 1950, Hồ Chủ tịch ban hành Sắc lệnh Tổng động viên nhân tài, vật lực của toàn thể nhân dân chống Pháp, sắp đến kỳ Tổng phản công. Các chiến dịch diễn ra liên miên, tiêu tốn không biết bao nhiêu là của cải nhân dân và máu xương bộ đội, thế mà chưa có trận nào thắng lợi xứng tầm. Thậm chí, có trận thua đau, dồn hơn bốn vạn bộ đội, năm vạn dân công, vị chi là chín vạn, để đánh trận Mạo Khê, chỉ với bốn trăm lính Pháp. Thế mà miềng chỉ tiêu diệt được chừng hai trăm tên địch. Nó như trâu điên húc lại, khiến ngàn rưởi bộ đội hy sinh. Trận Nà

Sản (Sơn La), là lần đầu đánh cứ điểm, chúng có hệ thống lô cốt, hầm ngầm, chiến đấu mãi không suy chuyển. Về sau, chúng rút ba ngày rồi, miềng mới biết, kiểm lại quân số ba Đại đoàn 312, 316 và 351 pháo binh, thì có năm ngàn bộ đội hy sinh, trong vòng hơn một tháng trời, đau thật. Trận Vĩnh Yên, miềng bỏ lỡ thời cơ tấn công đêm trước, để hôm sau, tên chỉ huy Đờ Tát-xi-nhi (De Tassigny) liều lĩnh ném bom na-pan (napal) giữa hai trận tuyến, khiến quân miềng thất tán. Tình thế thực là bi đát, đến nỗi Vương Thừa Vũ cũng phải miễn cưỡng nhận tội thay...

- Nhất định chúng sẽ lập Tập đoàn cứ điểm ở đâu đó, anh Văn ạ, - Tấn phán đoán.

- Lào chăng, Xê-nô (Seno), hoặc Cánh đồng Chum chẳng hạn? - Thái cũng cân nhắc.

- Phải tăng cường công tác trinh sát và tình báo, thì mới có dữ liệu, - Giáp ưu tư, - nhưng trước mắt, cậu Thái cho tập hợp anh em có trình độ, chừng vài chục người, nghiên cứu cách đánh cứ điểm.

Thế là, hai mươi ba cán bộ, chiến sĩ được lựa chọn, đưa về Rừng Lim ở Định Hóa, mầy mò nghiên cứu cách đánh cứ điểm.

- Đã có Tập đoàn cứ điểm nào đâu mà nghiên cứu, khác gì thầy bói xem ma? - một giọng xứ Thanh.

- Sau khi rút khỏi Thủ đô không lâu, Đại tướng đã cho thành lập Ban Nghiên cứu Không quân, Hải quân kia mà. Bây chừ, bày cách đánh tập đoàn cứ điểm nào đó, hẳn Thượng cấp đã tính toán nhìn xa trông rộng để giành thế chủ động. Nó xuất hiện, ta nện liền, hè, - một giọng Hà Tĩnh.

- Hay là, cánh ta xin lên Nà Sản, nghiên cứu thực địa. Tôi đã tham gia đánh điểm cao Pú Hồng, nhìn xuống sân bay Nà Sản như thể trong lòng bàn tay, nhưng chưa rõ địch bố trí hệ thống lô cốt, hầm ngầm, giao thông hào, hàng rào dây thép gai thế nào?, - một giọng Hà Nội.

*

Bé Hồng Anh đang dỗ em dưới bóng cây de, chợt nghe tiếng vó ngựa lộp cộp leo dốc, vội chạy ra đầu ngõ, reo váng cả lên:

- Ba về!

Cụ Kiên và Hà cùng ló ra hiên, chẳng thấy bóng người, bèn hỏi:

- Đâu?

- Ba về đó! - Anh khăng khăng cãi và chỉ xuống dốc.

Vừa lúc đó, con ngựa hồng hí lên như thể báo tin vui. Giáp đột ngột hiện ra trên lưng ngựa. Nhác thấy hai đứa bé, Giáp vội quẳng dây cương nhảy xuống, ôm chầm cả hai chị em.

- Ba! - Hồng Anh nghẹn ngào, nước mắt tuôn rơi lã chã.

- Các con ơi! - Giáp cũng rớm nước mắt.

Cụ Kiên và Hà lật đật chạy ra, bộ đội xúm xít quây tròn ba cha con giữa sân, ai nấy đều xúc động. Đây là lần thứ ba, Giáp gặp lại con gái đầu lòng: lần đầu, chia tay hai mẹ con ở Hồ Tây. Lần thứ hai, sau ngày cướp chính quyền giành độc lập ở Quảng Bình, lúc đó bé mới năm, sáu tuổi. Và cho đến bây chừ... Cha con mừng mừng tủi tủi. Anh quấn quít không chịu rời bố.

- Thím, - Giáp bồng cả hai con ra chào mẹ, - bên Bộ Tổng tham mưu có điện báo tin thím và bé Hồng Anh đã ra Việt Bắc an toàn. Con mừng quá, nhưng nay mới về vấn an được. Năm tháng đường trường, thím cũng dẻo dai kém gì bộ đội hành quân.

Đêm, sương lạnh theo gió mùa đông bắc luồn qua khe liếp và đầu hồi, càng thêm buốt giá. Cô Thiều chất thêm khúc củi vào bếp đặt giữa nhà, rồi xin phép đi ngủ cho gia đình hàn huyên. Hà cũng chìa tay đón bé Bình, nhưng thấy cháu mắt đã gà gà ngủ, cụ Kiên bảo:

- Mắt nó "bay bay" rồi, cựa tay là lại khóc nhè, cứ kệ cho mẹ bồng cũng được, - cụ Kiên lấy tấm khăn che cổ cho cháu, - rét mướt thế này, không giữ ấm cổ là ho hắng liền.

- Cái đận bốn mươi bảy (1947), con nghe tin Tây thảm sát Mỹ Trạch dã man lắm, chết mấy trăm người. Thầy con cũng bị Tây bắt ở làng Thá, rồi hai năm sau thì ốm mất trong Huế, mà không thể về chịu tang được, áy náy vô cùng, - Giáp cời than cho hơi ấm lan tỏa cả gian nhà.

- Tây nó càn, đốt cả nhà, bắt thầy anh, tra tấn để ép bức gọi anh về đầu hàng. Thầy anh bảo: "Tôi chẳng biết nó ở đâu. Các quan có biết thì bắt về giúp tôi". Thế có gớm không chứ lại.

Nghe vậy, cả nhà đều cười rộ lên.

- Thầy anh mất năm bốn mươi chín (1949), trong lao Thừa Phủ, chỗ anh với... - suýt nữa cụ buột miệng nói là với Thái, nhưng sợ Hà chạnh lòng, may kịp lảng ra, - thằng Nho bị giam hồi xưa.

- Cả bố con và chị Quang Thái cũng bị giam ở đấy, mẹ ạ, - Hà mau miệng.

- À phải, - cụ Kiên đưa mắt nhìn Giáp cười cười, - nghe nói, lúc thầy anh ốm, cậu út con ông Khả chăm nom, rồi lúc mất còn lo liệu mai táng cho nữa đấy. Mai ngày đất nước yên hàn, các con hỏi người ta mà tìm mộ thầy đưa về quê. Nhớ là, chỉ thầy anh mới có áo quan bằng gỗ, còn người khác thì bó chiếu hết. Nghĩa trang Trường Thủy, thành Huế, chếch núi Kim Phụng. Thầy anh răng đen, chân tay dài như đòn gánh, to như chày vồ.

- Ông Khả nào hả mẹ? - Hà thắc mắc bấy lâu, nay mới mạnh dạn hỏi.

- Ông ấy, người ở như Kẻ Đợi, làng Đại Phong, - cụ Kiên đổi tay bế cháu, khẽ khàng nói.

- Ông Ngô Đình Khả, có người con trai út là Ngô Đình Cẩn, - Giáp giải thích.

- A, em biết rồi. Thế thì ông Cẩn này là em trai ông Diệm, ông Nhu, - Hà reo lên, - anh ký sắc lệnh phong cho ông Nhu làm Giám đốc Nha Lưu trữ và Thư viện đấy thôi.

- Thế hả? - cụ Kiên mừng rỡ, - thế cũng là trả chút ơn sâu.

- Con theo lệnh cụ Hồ, mà từ năm bốn mươi nhăm (1945) kia mà, - Giáp thanh minh, - nào Bảo Đại, nào cụ Hồ còn mời ông Diệm làm Thủ tướng, như thể chức Tể tướng thời xưa, nhưng không thuận đấy.

- Chu cha, người đâu mà ghê gớm, như thế là dám trái lệnh vua còn gì? - cụ Kiên thốt lên.

Nghe chữ "lệnh vua", Hà đưa mắt nhìn Giáp, cười cười. Giáp se lòng thương mẹ thật thà, không biết cái mẹo làm đẹp mặt hàng "Chính phủ Liên hiệp" của Hồ Chủ tịch.

- Em nghe nói, bác Hồ với ông Diệm cùng học một thầy? - Hà nhìn Giáp, dè dặt hỏi.

- Đúng, Hiệp tá đại học sĩ Nguyễn Hữu Mẫn có ba môn sinh cự phách là Nguyễn Tất Thành, Ngô Đình Diệm và Lê Văn Phổ, - Giáp đăm chiêu nhìn vào màn đêm, thoáng nghĩ về chuỗi tên Nguyễn Tất Thành, Nguyễn Ái Quốc và Hồ Chí Minh, rồi khẽ buông tiếng thở dài...

- A, - Hà sực nhớ mấy lá thư của Hồ Chủ tịch, liền khoe, - hôm con sinh cháu, Cụ Hồ gửi thư thăm, mẹ ạ.

- Quý hóa quá, - cụ Kiên trợn mắt kinh ngạc.

Hà chạy vào buồng, mở cái túi thông khâu bằng vải chàm, lấy thư.

- Nom như cái bị cói, nhưng quai dài hơn, - cụ Kiên ngắm nghía cái túi thông, khẽ nói.

Giáp chất thêm vào bếp mấy mảnh giang khô nỏ cho cháy sáng hơn. Hà nghiêng đầu đọc:

"Hà, biết mẹ con cháu đều mạnh khỏe, bác rất vui lòng. Cháu bé được mấy ki-lô? Bao giờ trời tốt, đường dễ đi cháu thật khỏe thì sang thăm bác. Nhà mới của bác oai lắm. Bác khỏe luôn. Anh em đều gửi lời thăm cháu và cháu bé. Hôn cháu lớn và cháu bé. Bác. Hăm bốn tháng bảy".

*

Tấn tên thật là Tố. Thời nấp bóng cờ Tam tài, Quẻ ly, Tố làm cai đội lính Khố Đỏ, tức quân chủ lực, đóng ở Tông (Sơn Tây). Đội du kích Hoàng Ngân đã giác ngộ, lôi kéo đội Tố về với Việt Minh, vừa hay lúc Cách mạng Tháng Tám cướp chính quyền. Ban đầu, Tố chỉ mê mấy cô thôn nữ kháu gái, ai dè lại là du kích. Bọn này dụng Mỹ nhân kế đưa Tố vào tròng, thế rồi theo cách mạng lúc nào không hay. Từ đó, đổi tên Tấn, chiến đấu dưới cờ đỏ sao vàng, do Võ Nguyên Giáp cầm quân.

Tấn có nghe mấy trận Giáp đánh Phai Khắt, Nà Ngần, thắng là nhờ yếu tố bất ngờ, địch quân chủ quan không kịp trở tay. Chứ đánh công đồn, dàn trận như Đồng Mu thì thua to. Chiến sự năm bốn mươi sáu (1946), tại Hà Nội thì bảo thua cũng được, mà bảo thắng cũng phải. Cả Trung đoàn phối hợp tự vệ đánh kiểu du kích, cầm chân địch mà tiêu hao, quấy rối là chính. Nhưng rút lui thành công ngay trước mũi quân Pháp, quả là nghệ thuật đại tài. Hàng ngàn người vượt sông Hồng trót lọt, an toàn thực là kỳ diệu. Chuyện này thì Tấn phục lăn. Nhưng nghe nói, dân chúng quanh vùng Tứ Liên[92] chở thuyền cho bộ đội vượt sông, thì bị Pháp tàn sát dã man lắm. Trận Biên giới năm năm mươi (1950), Tấn phục Việt hơn, chứ cái anh cố vấn Tàu cũng thường thôi. Chẳng qua là Hồ Chủ tịch ưu ái rước về. Mà kể cũng lạ, trong tay có hàng chục tướng vừa mới phong hàm, nhưng lại đích thân đón một anh cố vấn ngoại để làm gì? Thế nhưng Giáp không tự ái, vẫn bình thản, phải là người có bản lĩnh lắm mới giữ được thái độ như thế. Chiến trận từ Việt Bắc xuống trung du, đồng bằng, rồi lại ngược thượng du, như là thử thách bản lĩnh chỉ huy và rèn luyện bộ đội, huy động dân công là chính, chứ chưa làm nên cơm cháo gì.

Nay đánh Tây Bắc, Giáp tin tưởng bảo Tấn:

- Hồi đầu cách mạng, cậu đã xông pha rừng núi Tây Bắc. Bây giờ trở lại, khác gì về nhà?

- Tây Bắc hiểm yếu, lại giáp giới Tàu và Ai Lao, địa bàn chiến lược. Đận này rét, nhưng bộ đội đã có áo trấn thủ dài tay,

---

(92) Ngày nay là phường Tứ Liên, quận Tây Hồ, thành phố Hà Nội.

nên cũng đỡ. Xem chừng, dân còn mông muội lắm, - Tấn thổ lộ tâm can.

- Thế nên mới phải vận động quần chúng đồng bào, - Giáp khuyên.

- Tôi được nghe bài phát biểu của anh, tại Hội nghị Giao nhiệm vụ và Tác chiến khu vực tập kết chiến dịch Tây Bắc, đêm mùng bảy tháng mười, năm một ngàn chín trăm năm mươi hai và bài nói chuyện với Hội nghị Cán bộ khu Tây Bắc, ngày mười ba và mười bốn, tháng mười hai, thực là thấm thía chính sách Trung ương Đảng, đi sát dân, đào tạo cán bộ địa phương, củng cố căn cứ, - Tấn nói một thôi một hồi, như bắn liên thanh.

- Cậu nhớ được cả ngày, tháng ghi trong văn bản kia à? - Giáp ngạc nhiên nhìn Tấn, nghĩ bụng, chắc hắn phải tâm huyết lắm với ý kiến của miềng, nên mới thuộc vanh vách như thế, - cậu vốn kín tiếng lắm cơ mà?

- Tôi bị cái phốt (faute) "xỏ nhầm giày Tây", nên sợ bóng sợ gió, - Tấn thật thà đáp.

- Bây giờ, chúng miềng là anh em dưới mái nhà cách mạng, do ông Ké làm chủ, - Giáp vỗ vai Tấn, vẻ thân mật.

- Hồ Chủ tịch nhắc chuyện: "Chú Tấn đã biết rửa mặt chưa?", sau trận Đông Bắc, khiến tôi thấm thía vô cùng, - Tấn nghẹn ngào, - không ngờ một người "có vết" như tôi, lại được lãnh tụ tối cao quan tâm và chăm sóc chu đáo như cha với con vậy, - thực ra lúc ấy, Tấn nhận lỗi thất trận thay Giáp cho nó lành mà thôi.

- Thế mà, ai cũng nghĩ, cậu sẽ giận ngấm giận ngầm, vì bị phê vỗ mặt trước ba quân tướng sĩ? - Giáp nhướng mắt đáp lại, vẻ nghi hoặc tự hỏi, hay hắn không biết miềng đổ lỗi thất trận Mạo Khê?

- Ấy chết, - Tấn vội thanh minh, - tôi chỉ biết thể hiện lòng mình trên sa tràng, trường đấu tranh giai cấp sẽ là nơi tôi xông pha không tiếc máu đào. - Quả thực, Tấn lâm vào thế "bối thủy trận", chỉ còn biết liều mạng xông lên mà thôi, lùi lại, ắt sẽ bị lăn xuống dòng sông thế cuộc, cầm chắc cái chết trong tay.

Về sau, Hồ Chủ tịch có hỏi Giáp về Tấn, Giáp cũng kể lại như thế.

- Dụng người phải cẩn trọng, nhất là việc quân binh, - Hồ Chủ tịch căn dặn.

*

Gà vừa lên chuồng, Bội Giong đã lật đật chạy từ Bộ Tổng tham mưu sang nhà riêng của Giáp. Thấy vẻ mặt tái dại của cậu tú tài Trường Bưởi năm xưa, Giáp vội hỏi:

- Chuyện gì thế, Giong?

Lúng túng mãi, Giong mới rút được tờ báo gấp tư gấp tám trong túi ra, run run đưa cho Giáp.

- Đăng gì thế? - Giáp vừa liếc tên tờ báo Tiếng Dội, vừa hỏi dồn.

- Đây là bài *Việt Minh vận động Việt Nam làm chư hầu cho Trung Quốc*, - Giong chỉ vào cột báo và ngó cổ, đọc: "Ta hãy quét sạch lũ "trí thức" đã xuất thân ở các trường Âu, Mỹ, đế quốc và thực dân..."

Giáp đảo mắt xuống cuối, thấy in dòng chữ tác giả: "Trường Chinh- Tổng Thư ký Đảng Lao động Việt Nam".

- Không sao đâu, cậu tú Trường Bưởi ạ, bởi chữ "trí thức" đã đóng trong ngoặc kép, nghĩa là, chỉ bọn trí thức phản động thôi, - Giáp trấn an Giong, nhưng trong lòng nghi hoặc vô cùng.

- Cái tờ truyền đơn Việt Minh đăng báo này, phản động lắm. Tôi nghi địch làm giả, rồi tung ra, chia rẽ nội bộ ta. Chứ ai đời, Đảng lại kêu gọi bỏ chữ Quốc ngữ của A-lếch-xan Đờ Rốt đã soạn ra, tân tiến là thế, để học lại chữ Nho rối rắm của Tàu; bỏ cách chữa bệnh tây y, bỏ nhà hộ sinh, bỏ bệnh viện để dùng thuốc Tàu... - Giong bức xúc, nói hàng tràng.

Trong khi đó, Giáp đang chăm chú đọc từ đầu, nội dung truyền đơn được đăng báo, từ Sài Gòn chuyển ra:

"Ủy ban hành chính kháng chiến.

Năm thứ VII, số 248/LĐ.

Hỡi đồng bào thân mến! Nước Việt Nam yêu mến của chúng ta, là một nước bao lâu làm chư hầu cho Trung Quốc...".

Bất chợt, Giáp đưa lại tờ báo cho Giong và bảo:

- Lấy ở đâu, mang về bỏ đấy ngay. Tuyệt đối không được nói là đã gặp tôi, nghe chưa? - Giáp dằn giọng.

Giong sợ hãi, đút vội tờ báo vào túi quần, cun cút chạy về, nhét vội vào cặp có ghi dòng chữ: "Tài liệu từ vùng địch hậu chuyển ra".

Giáp chắp hai tay sau lưng, đi bách bộ trên sân. Năm 1943, Trường Chinh soạn thảo *Đề cương văn hóa Việt Nam* theo sách Tàu; trong đó, gọi nhóm cụ Huỳnh là "bọn Huỳnh Thúc Kháng", rồi chủ trương đánh tan quan niệm triết học Âu, Á: Khổng-Mạnh, Đề-các (Descartes), Béc-son (Bergson), Căng (Kant), Nit-xơ (Nietzsche)... Đấu tranh các tông phái văn nghệ chủ nghĩa cổ điển, lãng mạn, tượng trưng, để cho phương pháp Hiện thực xã hội chủ nghĩa thắng... Chủ trương "Trường kỳ kháng chiến", thì Trường Chinh chế theo sách "Luận trì cửu chiến" của Mao Trạch Đông. Và nay, qua tờ truyền đơn vừa rồi, Trường Chinh lại trượt dài vào vòng tay Tàu Cộng. Khi xưa, cùng viết *Vấn đề dân cày*, sao mà ý hợp tâm đầu làm vậy? Lòng sông, lòng biển, tuy khó nhưng khả dĩ còn dò được, chứ lòng người khó dò lắm thay.

Giáp sực nhớ câu chuyện Hồ Chủ tịch trả lời một nhà báo nước ngoài, về ý nghĩa lá cờ đỏ sao vàng. Đại thể, màu đỏ thì như cờ của nhiều nước đã có. Còn sao vàng ư? Trung Quốc là nước lớn, lấy mặt trời làm trung tâm, nên sao to. Việt Nam là nước nhỏ, lại có quan hệ mật thiết từ ngàn đời, nên dùng sao nhỏ... Thế, chẳng hóa ra là Việt Nam thuộc hàng tỉnh của Tầu thôi sao? Và cái truyền đơn đăng báo kia của Trường Chinh, lại củng cố thêm luận điểm nô dịch đó sao? Lá cờ là linh hồn Tổ quốc kia mà? Giáp ứa lệ, cay đắng nhớ lại chuyện đã chót thò bút ký sắc lệnh Quốc kỳ...

25. Hò dô ta, nào!

Mao Trạch Đông vốn cao và gày, tuy vừa trải qua cuộc Chiến tranh Quốc-Cộng và Viện Triều kháng Mỹ gian khổ, ác liệt, nhưng bây giờ lại có vẻ như đang đẫy ra. Cái nốt ruồi dưới cằm như cũng mẩy hơn trước, dường như, cái nốt ruồi cũng già dặn và béo tốt theo cơ thể, Vi Quốc Thanh (Wi Guoqing) trộm nghĩ, trong khi chờ đợi Mao cho chỉ thị hành phương nam.

- Lẽ ra, đồng chí sang Anh Quốc theo ngạch ngoại giao, nhưng Đảng cần đồng chí sang Việt Nam. Đây là một nhiệm vụ tối quan trong của cách mạng, nhân tiện chuyển cái Kế hoạch Na-va (Navarre) cho đồng chí Hồ Chí Minh, - Mao với cặp tài liệu trên bàn, ngưng giây lát như cân nhắc thêm, rồi mới đưa.

- Mao Chủ tịch có cả thứ này sao? - Vi mạn phép hỏi nguồn gốc.

- Ka-giê-bê (KGB)[93] lấy được mà, - Mao trả lời, vẻ dửng dưng, coi như thể chuyện thường thôi, - nhưng sang đấy, chớ nói gì đấy nhé.

- Dạ, tôi hiểu ạ.

- Các đồng chí sang bên đó giúp Việt Nam, coi như giúp bạn cũng là giúp mình. Xa xưa, các triều đại phong kiến áp bức, bóc lột họ ghê gớm lắm, gây nên thù hận. Nay, Đảng Cộng sản phải làm sao chuộc lại lỗi xưa, tạo lòng tin giữa hai đảng, hai nhà nước, - Mao ân cần dặn dò và chỉ vào cái ca có nắp, ra hiệu cho Vi cùng uống trà. Mao cũng tự mở ca nước của mình, chiêu một ngụm, - đồng chí La Quý Ba phụ trách Đoàn cố vấn. Có tập thể Bộ Tư lệnh Đoàn Cố vấn, chỉ huy cả về quân sự, chính trị, xây dựng tổ chức, cải cách ruộng đất... Các đồng chí ắt gặp nhiều khó khăn, gian khổ, thậm chí hy sinh. Nhưng có Đảng Cộng sản lãnh đạo, tất vượt qua mọi trở lực. Cũng may là tôi bảo đồng chí Hồ Chí Minh phải khôi phục lại Đảng. Khó khăn đến mấy cũng phải duy trì Đảng Cộng sản, ai đời, giải tán Đảng mà cứ như thay áo, nhưng lại bảo

---

(93) Komitet Gosudarstvennoy Bezopasnotsti (Ủy ban An ninh Quốc gia Liên Xô).

là giải pháp khôn khéo, có tính sách lược tạm thời, - Mao ngửa cổ cười khà khà... - đến như đồng chí Sử Đại Lâm còn kinh ngạc, khi nghe đồng chí Hồ nói chuyện này.

Vi Quốc Thanh lãnh ấn tiên phong đánh Điện Biên Phủ, trong lòng cảm thấy trăm sự khó. May mà có điện đài liên lạc vô tuyến điện luôn kè kè bên cạnh, nên hằng ngày nhận được chỉ thị của Mao Chủ tịch và Quân ủy Trung ương Trung Quốc. Đất Việt Nam hẹp như cái dải áo, dân cư thưa thớt, nên quân số cũng hẻo, chừng ba chục vạn, rải khắp cả nước. Khi dồn lực cho chiến dịch quan trọng này, cũng chỉ được năm đại đoàn. Thực là muối bỏ bể, khó mà dùng chiến thuật biển người như đại quốc. Bọn Pháp ngốn ba ngày, không khéo trắng tay. Xứ này, được Hồ Chủ tịch như anh em, chứ Giáp thì... Từ khi cố vấn sang, Mao đã có ý muốn loại Giáp, nhưng nể tình Hồ Chủ tịch xin cho, nên dùng tạm. Cái ngữ Tiểu tư sản thế này thì đánh đấm sao nổi với bọn cáo già Thực dân.

- Thưa Tổng Cố vấn, có điện của Quân ủy, - nhân viên Cơ yếu chuyển đến bức vô tuyến điện đã được mã dịch.

- Ừ, để đó, - Vi lơ đãng ngó ra ngoài cửa lán.

- Thưa, hỏa tốc ạ, - nhân viên Cơ yếu vẫn cầm bức điện, không dám đặt xuống bàn.

Nghe vậy, Vi vội mở ra xem. Bức điện đề ngày 21 tháng 1 năm 1954, Quân ủy Trung ương Trung Quốc chỉ đạo phải đánh từng điểm, không nhất thiết tấn công đồng loạt. Như vậy, Quân ủy đã chỉ đạo thay đổi cách đánh, không cần tốc chiến tốc thắng hai ngày ba đêm như kế hoạch ban đầu, do bọn Mai Gia Sinh đã vạch ra ở hang Thẩm Púa, dưới chân núi Pú Hồng Cáy.

"Oa tâm tạng chiến thuật", phải thọc thẳng vào sào huyệt Đờ-cát mà moi tim hắn ra, Mai từng tâm đắc lắm, nay thay đổi lại, liệu có phản ứng gì không? Đố dám cãi lại Quân ủy Trung ương đấy. Bởi ý kiến Quân ủy cũng là chỉ đạo của Mao Chủ tịch rồi. Bây giờ, phải đánh lấn, bóc gỡ từng cứ điểm cho chắc thắng. Ta sẽ gọi hai cố vấn Mai Gia Sinh và Mã Tây Phu đến bàn bạc thống nhất việc bố trí lại cả về binh lực, hỏa khí và hậu cần, rồi triển khai tới Võ Đại tướng, hẳn là phải thỉnh thị Hồ Chủ tịch và Bộ Chính trị Trung ương Đảng Lao động Việt Nam nữa chứ.

*

Giáp không chỉ làm Tổng Chỉ huy Chiến dịch Trần Đình, mà còn phải quán xuyến, chỉ đạo cả chiến trường ba nước Đông Dương (IndoChina); gồm: Bắc kỳ (Tonkin), Trung kỳ (An Nam)[94], Nam Kỳ (CochinChine), Campuchia (Kampuchea) và Lào (Laos). Trên tường, lúc nào cũng treo "Bản đồ Đông Dương, Đông-Xuân, 1953-1954" và "Bảng Thống kê theo dõi tình hình cung cấp đảm bảo hậu cần chiến dịch". Trên bản đồ Đông Dương có đánh dấu bốn chấm đỏ: Nà Sản (gạch chéo hoa thị, tức là đã xử lý xong), Điện Biên Phủ (hình năm mũi tên chụm vào, biểu thị đang chuẩn bị tấn công), bên Lào còn có Sê-nô và Cánh đồng Chum. Đó chính là bốn mô hình và ý đồ xây dựng Tập đoàn cứ điểm của Pháp ở Đông Dương.

Chiều nay, khi Giáp đang chắp tay sau lưng đứng nhìn bản đồ, nghe cán bộ tác chiến báo cáo tình hình chiến trường Đông Dương, thì Phạm Kiệt, Cục phó Cục Bảo vệ, phái viên Bộ Tư lệnh mặt trận, xin vào gặp. Thấy nét mặt lộ vẻ ưu tư của Kiệt, Giáp thong thả trò chuyện, kéo dãn thời gian:

- Nhớ hồi năm bốn sáu (1946), Hồ Chủ tịch cử miềng đi thị sát chiến trường. Chúng miềng cùng đến Nha Trang- Khánh Hòa, nơi hội quân mười chín tỉnh trong cả nước. Miềng đã chỉ đạo anh em dỡ bỏ phòng tuyến kiểu Ma-gi-nốt (Maginot)[95], phân tán lực lượng đánh du kích, quấy rối. Bây chừ, có việc chi liên quan thế trận lập phòng tuyến, bao vây Điện Biên Phủ không hè? Hay công tác bảo vệ có vấn đề chi?

- Cái này, chính ra không phải việc của tôi, - Kiệt ngập ngừng, - nhưng mà...

---

(94) Trùng với tên nước, ít dùng. (Theo tài liệu của Trần Thu Dung, Dấu ấn Việt Nam qua tên những con đường ở Pháp, Nxb Văn hóa Thông tin, Hà Nội, 2014).

(95) Tuyến phòng thủ biên giới Pháp, trong chiến tranh Thế giới lần thứ 2.

- Anh cứ nói, Ba Tơ anh còn làm ngon, thì có chi mà không giải quyết đặng? - Giáp khích lệ, - khởi nghĩa Ba Tơ của các anh, chỗ này đây, - Giáp chỉ lên bản đồ vị trí huyện Ba Tơ, tỉnh Quảng Ngãi, nơi diễn ra cuộc khởi nghĩa, chỉ sau hai ngày Nhật đảo chính Pháp. Kiệt là một trong ba người chỉ huy chủ chốt, linh hồn cuộc khởi nghĩa giữa núi rừng Miền Trung. Những động tác của Giáp, nhằm kéo dãn thời gian cho Kiệt lấy lại phong độ.

- Cuộc khởi nghĩa chín muồi, anh em trên dưới đồng lòng thì đi một nhẽ; đằng này, cán bộ chỉ huy có vấn đề tư tưởng, trước khi lâm trận, - Kiệt nói toạc móng heo.

- Vậy sao? - Giáp chột dạ, - anh nói cụ thể xem nào?

- Khi họp quán triệt phương châm "đánh nhanh thắng nhanh", ai cũng nhất trí cao, nhưng thực ra, trong tâm tư có vẻ chờn chợn, tuy không sợ hy sinh gian khổ, nhưng lại e khó thắng. Nghe đồng chí Tấn tâm sự, chỉ lo chưa đến nơi đã hết hơi. Đánh chiếm mục tiêu, bộ đội phải vận động ba tiếng đồng hồ dưới mưa bom bão đạn của địch, quả là vấn đề nan giải.

- Lạ nhỉ? - Giáp nhăn trán suy nghĩ và chậm rãi đi đi lại lại trong căn lán hẹp. Có khi phải mời Lê Liêm, Hoàng Văn Thái và Lê Trọng Tấn lại, cùng bàn bạc.

Vừa hay lúc đó, trợ lý Hoàng Minh Phương rảo bước từ chỗ đoàn cố vấn trở về, ngoắc phiên dịch Đoàn Sự ra ngoài lán, rì rầm câu chuyện bằng tiếng Trung, về bức điện hỏa tốc nào đó của cố vấn. Giáp vô tình nghe câu được câu chăng mà chột dạ, nghĩ bụng mấy ông Tàu bợm thật.

Thấy Giáp chống cằm bóp trán, bỏ cả cơm chiều, Chúng Sính lo lắng hỏi:

- Thủ trưởng đau đầu lắm à?

- Miềng mệt, - Giáp miễn cưỡng trả lời câu của cậu cận vệ người Thổ.

- Ở nhà, bầm em cũng bị bệnh đau đầu. Em hái nắm ngải cứu ngoài vườn, hơ nóng lên, buộc quanh đầu, một lúc là khỏi.

Chúng Sính kể chuyện chữa bệnh cho mẹ như vậy, rồi chạy ra bìa rừng Nà Tấu hái nắm ngải cứu, vội vã bắc cái mũ sắt chiến lợi phẩm lên bếp lửa, sao nóng và buộc quanh đầu cho Giáp.

- Thủ trưởng có dễ chịu không? - Chúng Sính ngây thơ hỏi.

- Có mà thuốc tiên, buộc vừa ngơi tay đã khỏi được sao? - Giáp pha trò cho không khí đỡ nặng nề. Chợt nghe Chúng Sính cười khúc khích, Giáp giật giọng hỏi, - gì vậy?

- Nom thủ trưởng giống ông cố vấn họ Vi và cũng giống bầm em, - Chúng Sính càng cố nén cười, càng làm cho khuôn mặt lộ vẻ chất phác.

Bỗng nhiên, Giáp bật cười ha hả, tự dưng cảm thấy nhẹ nhõm lạ thường.

*

Giáp sang lán Cố vấn. Vừa thấy mặt, Vi đã thốt lên:

- Võ Tổng, ngọc thể bất an?

- Tôi ốm xoàng thôi, - Giáp tỏ vẻ ngượng nghịu, khi buộc phải diễn tả sức làm việc của bản thân, - cơ bản là lo cách đánh. Báo cáo đồng chí Tổng Cố vấn, có lẽ, phải thay đổi phương châm "đánh nhanh thắng nhanh", sang "đánh chắc tiến chắc".

- Thay đổi cách đánh là phải bố trí lại binh lực, sắp xếp lại công tác hậu cần. Ban đầu, dự kiến chiến dịch bốn mươi lăm ngày đêm, quân số bốn vạn hai, dân công mấy chục vạn. Sau lại thống nhất thời gian ấn định từ hai ngày ba đêm. Bây giờ, thay đổi cách đánh như vậy, có khi phải kéo dài hàng tháng, thậm chí hơn, nhưng mùa mưa thì sắp đến rồi. Mưa là phải hưu chiến, nhưng Hội nghị Giơ-ne-vơ về Đông Dương lại sắp họp. Ta phải giành thế chủ động trên chiến trường để tác động lên bàn hội nghị, - Vi phân tích dài dòng, chơi đòn cân não, cố tình lờ đi sự sốt ruột hiện lên khuôn mặt Giáp.

- Đánh nhanh, tức là phải tập trung binh lực mạnh, tấn công với cường độ lớn, thời gian chớp nhoáng. Như vậy, mắc vào cái bẫy giương sẵn của Pháp. Địch đang bày cái "cối xay thịt", đồng chí Vi ạ, - Giáp miễn cưỡng nêu quan điểm.

- Nói vậy thôi, chứ năm ngày trước, tức là hăm mốt tháng một, Quân ủy Trung ương Trung Quốc đã điện cho tôi, chuyển sang cách đánh bóc dần từng cứ điểm. Tôi vừa bàn bạc với Cố vấn tham mưu Mai Gia Sinh và Cố vấn hậu cần Mã Tây Phu, đang định thống nhất với Võ Tổng, thì vừa may đồng chí tới nơi.

- Hai trung đoàn lựu pháo và sơn pháo đều lộ thiên, chẳng hạn như hăm bốn khẩu đại bác một trăm lẻ năm li đều đặt giữa cánh đồng Nà Tấu, Nà Nghịu và Nà Hy. Như thế là không ổn, ai lại phơi lưng cho địch nện bao giờ. Phải bố trí lại, đưa lên các điểm cao trên núi vây quanh thung lũng Mường Thanh, để có thể bắn trực xạ vào hàng chục trung tâm đề kháng và bốn mươi chín cứ điểm địch, - Giáp nhác thấy vẻ không hài lòng của Mai Cố vấn.

- Chúng tôi đã đúc rút kinh nghiệm cả trận Thượng Cam Lĩnh ba năm về trước, để quán triệt cụ thể xây dựng trận địa tại Điện Biên Phủ hôm nay, đồng chí an tâm. - Vi nheo mắt tinh quái nhìn hai cố vấn Mai, Mã, đầy vẻ ngụ ý.

- Bây chừ, cũng cận Tết Giáp Ngọ rồi, ta chuyển Chỉ huy sở vào Mường Phăng cho tiện, - Giáp biết, trận Thượng Cam Lĩnh giữa quân Trung Quốc và Bắc Triều Tiên với quân Mỹ và Nam Triều Tiên được sánh với chiến dịch Xtalingrát của Liên Xô, nhưng vờ như không nhìn thấy cử chỉ trịch thượng kia, bèn lảng sang chuyện khác.

- Đồng chí Mai Cố vấn và Hoàng Tham mưu trưởng đã tiền trạm rồi mà. Nên ổn định trước Tết Nguyên đán ba ngày, - Vi tán đồng, - đêm ba mươi, rạng ba mươi mốt, tháng một dương lịch, phải di chuyển xong Chỉ huy sở chiến dịch vào đó.

Thượng tướng Vi Quốc Thanh là người dân tộc Choang, tỉnh Quảng Tây, làm Chính ủy Binh đoàn số 10. Vi được điều sang Việt Nam làm Trưởng đoàn cố vấn quân sự, kiêm Bí thư Đảng ủy đoàn.

Chiến dịch Điện Biên Phủ, Vi cùng bảy mươi chín cán bộ cố vấn quân sự, chuyển vào Chỉ huy sở Mường Phăng. Mai đang ngồi trong lán của mình, chợt thấy Vi từ hầm cố vấn lom khom chui ra, bèn chạy theo hỏi:

- Tổng Cố vấn đi kiểm tra hầm sao?

- Trên lỗ thông hơi tuy đã có mái che tránh được mưa nắng, nhưng không có lưới đậy thì khó có thể phòng tránh rắn, rết, - Vi chậm rãi nói và chỉ lên cái chòi che lỗ thông hơi, nom như tổ chim chon von trên sườn núi.

- Tổng Cố vấn thực sâu sát, tôi sẽ truyền đạt ý kiến tới Võ Đại tướng, - Mai sốt sắng.

- Không cần, chỉ nói với Mã Cố vấn là được, - Vi dứt khoát cản lại, - Võ Tổng cũng bận việc quân.

- Xin tuân lệnh, - đoạn, Mai nói hài hước kiểu cách quí phái, - mời Tổng Cố vấn ghé qua tệ xá dùng trà.

Vi bật cười, trật mũ vải mềm Quân giải phóng ra cầm tay, cảnh giác hỏi:

- Hẳn có việc hệ trọng?

Ngó trước nhìn sau, thấy bộ đội canh gác ở xa, Mai mới hạ giọng:

- Theo tôi biết, Mao Chủ tịch chỉ đạo bộ đội Việt Nam tấn công Tây Bắc, Thượng Lào, nhưng Võ Đại tướng lại lui quân xuống bình nguyên Bắc Bộ. Vậy, Tổng Cố vấn tính sao? Cổ nhân dạy: "Nhất Liêu[96] nhị Việt", là bọn thuộc quốc luôn có âm mưu tạo phản.

Vi im lặng nhấp chén trà, thưởng thức hương vị đăng đắng, ngòn ngọt và thơm thơm của thứ chè hoang mọc trên núi cao. Hồi lâu mới thong thả trả lời:

- Mao Chủ tịch và Quân ủy Trung ương chỉ đạo, không những giải phóng địa bàn Tây Bắc Việt Nam, Bắc Lào, mà còn triển khai

---

(96) Tên nước Triều Tiên thời cổ.

xuống tận Trung Lào, Hạ Lào. Mở đường Trường Sơn, tiến xuống Đông Nam Á. Nhưng trước mắt, phải trừ khử "con nhím" Điện Biên Phủ này đã.

Bỗng có tiếng máy bay ì ầm trên đỉnh Pú Huốt, cả hai vội chui vào hầm, ngồi tọt trong ngách hàm ếch.

- Đồng chí La Quý Ba và Kiều Hiểu Quang đang chỉ đạo cuộc Cách mạng thổ cải, - Vi nói với sang Mai, bên ngách hang đối diện.

- Tôi có biết đồng chí Kiều, thời làm Phó bí thư Tỉnh ủy Quảng Tây. Nhưng nghe nói, vụ xử bắn mụ Đại điền chủ Nguyễn Thị Năm, tại Thái Nguyên, làm kinh động dân chúng, - Mai đứng dậy, lễ phép, - mời Tổng Cố vấn, - và chỉ tay ra phía quầng sáng nơi cửa hầm, - báo yên rồi ạ.

- Có thể coi đó là phép thử, - Vi cũng phủi quần đi ra, - xem tinh thần cách mạng của người lãnh đạo có triệt để hay không? Hồ Chủ tịch, bên ngoài thì bênh phụ nữ rằng: "Không đánh phụ nữ, dù chỉ bằng một cành hoa", làm lãnh đạo chính trị phải thế, tranh thủ quần chúng; nhưng bên trong lại rất kiên quyết, nên đã viết bài báo *Địa chủ ác ghê*, kể tội thị Nguyễn. Hồ Chủ tịch còn cải trang đi xem xử bắn thí điểm. Thế là tốt, chẳng gì bằng hành động cách mạng cụ thể, khỏi phải báo cáo dài dòng về lập trường tư tưởng. Kính trọng không bằng tuân chỉ. Bởi thế, Mao Chủ tịch và Sử Đại Lâm mới cấp cho võ khí mà mở đại chiến dịch này.

Vi lặng lẽ trở về hầm cố vấn, xem các loại bản đồ tác chiến và đăm chiêu suy tính về công tác bảo mật. Tại sao, từ năm 1953, Na-va đã biết ta đánh Điện Biên Phủ? Chuyện này, phải hỏi Cố vấn tình báo Tạ Ất và Vương Ngôn Đường, đề phòng nội gián. Lại nữa, các tuyến giao thông huyết mạch từ Việt Bắc lên đây, như: Bến Bình Ca[(97)], Âu Lâu[(98)], Tạ Khoa[(99)], Cò Nòi[(100)]... đều bị máy

---

(97) Ngày nay thuộc xã Vĩnh Lợi, huyện Sơn Dương và xã An Khang, thành phố Tuyên Quang, tỉnh Tuyên Quang.

(98) Ngày nay thuộc xã Âu Lâu và phường Nguyên Phúc, thành phố Yên Bái, tỉnh Yên Bái.

(99) Ngày nay thuộc huyện Mai Sơn, tỉnh Sơn La.

(100) Ngày nay thuộc huyện Bắc Yên, tỉnh Sơn La.

bay Pháp ném bom, bắn phá ác liệt? Liệu có tay trong, chỉ điểm không? Cố vấn công an Kim Chiếu Điện phải chú ý đám dân công ô hợp, cần mạnh tay hơn nữa, thà bắt nhầm còn hơn bỏ sót, phải lấy đại cuộc làm trọng. Bao vấn đề hóc búa phải giải quyết trước giờ nổ súng. Nếu không cẩn trọng từng đường đi nước bước, thì có thể sa bẫy bọn Thực dân cáo già và sự nghiệp tan thành mây khói trong chốc lát...

*

- Ba mươi hai của cậu vẫn đảm nhận hướng đông, - Giáp khẳng định lại với Đại đoàn trưởng 312 Lê Trọng Tấn, sau khi chuyển sang phương châm "đánh chắc tiến chắc".

- Nghĩa là, từ cứ điểm Đô-mi-ních (Dominique), qua cầu Mường Thanh, xộc vào hầm Đờ-cát, - Tấn phác họa mũi tấn công chọc thẳng vào tung thâm.

- Cậu định dùng chiến thuật "nở hoa trong lòng địch", như kiểu Phùng Thế Tài đánh Hà Đông năm xưa hay sao? - Giáp nghi hoặc hỏi lại Tấn, - nhớ phương châm có chữ "chắc" đấy.

- Nếu tình huống phát triển thuận lợi thì sao? - Tấn cật vấn, - tôi xông thẳng nhé.

- Đó là cậu giả định, - Giáp nhíu mày, - còn có liên lạc, nào chạy bộ, nào điện thoại, nào Vê-tê-đê[101].

- Ý anh bảo là phải thỉnh thị báo cáo chứ gì? - Tấn hăng lên, hăm hở nói, - tôi sẽ chấp hành nghiêm, nhưng thời cơ chỉ như bóng câu qua cửa, chậm chễ một phút là vuột mất.

- Biết thế, - Giáp nghĩ, - thằng cha này định ăn mảnh hay sao? Miệng đã bảo đánh chắc tiến chắc, mà hắn cứ hoắng lên, tưởng bốc cứt bỏ bị được à? Khác nào đám cố vấn Tàu, cứ muốn tông tốc đánh thắng nhanh, ăn gỏi trong hai ngày ba đêm. Đánh vậy, khác nào thí quân. Nướng hết quân của ông là liệu hồn! Nghĩ vậy, nhưng Giáp vẫn ôn tồn, - Hồ Chủ tịch, Bộ Chính trị và Quân ủy Trung ương đã quyết như thế rồi, cứ thế mà làm. Vả lại, ngay

---

(101) Gọi theo từ bảo mật VTĐ của máy liên lạc vô tuyến điện.

khi vừa bước chân đến Điện Biên Phủ, miềng đã bảo Thái đôn đốc Đại đoàn của cậu bao vây, khống chế địch, không cho chúng rút chạy. Nếu không, sẽ đánh vào chỗ không người như Nà Sản thì thành công cốc. Bây chừ, hổ nhốt trong chuồng rồi, cứ thế mà khai đao.

- Dạ, vâng...

Nhắc Giáp đến Đảng và Hồ Chủ tịch, tự dưng Tấn cảm thấy như đầu gối bị nhũn ra, đứng không vững, tai ù cả đi, đành "dạ dịp" cho xong. Đặng Văn Việt loi choi đánh Đông Khê lần thứ nhất, khi chưa có lệnh của Quân ủy chỉ đạo, mặc dù thắng to, nhưng khốn khổ đến độ. Vả lại, cái chuyện "xỏ nhầm giày Tây" vẫn như "thanh gươm Đa-mô-clet" (Damocles)[102] treo lơ lửng trên đầu. Thực lòng, Tấn chỉ muốn tạo cơ hội, chớp thời cơ, a-lê hấp (allez hop) cắm cờ trên nóc hầm Đờ-cát, đỡ tốn máu xương bộ đội mà thôi. Lúc triển khai phương án đánh nhanh thắng nhanh, trên sa bàn hang Thẩm Púa. Trong tình hình địch mới trú quân, chưa kịp củng cố hầm hào, đồn bốt, phải gấp rút đánh là hợp binh pháp. Đầu tiên, cho pháo kích vào bốn mươi chín cứ điểm và sân bay Mường Thanh. Bộ đội chia nhiều hướng tấn công, nhanh chóng tạo thế cài răng lược, hạn chế địch ném bom và bắn pháo... Tấn nghe mà cảm thấy chờn chợn, khi được giao nhiệm vụ đốc quân chạy xuyên qua thung lũng Mường Thanh, đánh chiếm chỉ huy ở của Tập đoàn cứ điểm Điện Biên Phủ. Quân Pháp để yên cho Việt Minh đi dạo dưới mũi súng ư? Vận động bốn, năm cây số như vậy, ít nhất phải mất ba tiếng đồng hồ, dưới làn đạn đại liên bắn sát mặt đất của mấy chục lô cốt phòng thủ, hàng chục khẩu pháo mặt đất và hàng đàn máy bay ném bom trên đầu... Vậy thì, có huy động hàng vạn quân tấn công, may lắm chỉ còn dăm chục qua được cầu Mường Thanh là cùng, đại đoàn sẽ bị xóa xổ, khi chỉ còn trung đội tượng trưng mà thôi. Nghĩ vậy, Tấn rùng mình ớn lạnh. Nhưng trên mặt trận, tình huống thay đổi như bão lốc, lúc thì hướng này, chốc đổi hướng khác, người chỉ huy phải biết chớp thời cơ, lệnh cho bộ đội xốc tới. Nếu chậm, có khi qua vài ba ngày như chuyện

---

(102) Theo truyện ngụ ngôn Hy Lạp.

bỏ mất Lạng Sơn, sau Chiến dịch Biên Giới, là mất cơ hội đánh Hải Phòng, uy hiếp Hà Nội rồi. Có khi chỉ qua một đêm, như trận Vĩnh Yên là mất thời cơ trời cho giải phóng Trung du.

- Nghe nói, bên Đại đoàn cậu, có tay Nhạc sĩ Hoàng Vân, sáng tác bài *Hò kéo pháo* khí thế lắm, - Giáp lái câu chuyện để khích lệ Tấn, trước khi vào trận.

- Tôi rất tâm huyết câu: "Tin chắc thắng, ta tin tưởng ở Trên...", - Tấn cất tiếng hát và toét miệng cười.

*

Rời Chỉ huy sở chiến dịch, Tấn lặng lẽ theo chân chiến sĩ cận vệ, ra khỏi cánh rừng Phiêng Tà Lét, trở về Chỉ huy sở Đại đoàn 312, đóng dưới chân cao điểm 674, bên dòng suối nhỏ chảy về sông Nậm Rốm.

Hoàng Vân theo bước chân bộ đội tham gia Chiến dịch Trần Đình. Lần đầu tiên nhìn thấy đoàn xe ô-tô kéo đại pháo nghễu nghện trên đường, nom như một đàn voi sắt, khiến Vân choáng ngợp. Nhưng tinh thần của bộ đội trẻ kéo pháo vào, rồi lại kéo pháo ra làm cho Vân càng thán phục hơn. Một hôm, nửa đêm nghe tiếng gà rừng gáy xa xa, chợt có tin pháo thủ Nguyễn Văn Chức chèn pháo, anh dũng hy sinh. Vân vục dậy, câu hát bật ra: "Gà rừng gáy trên nương rồi, dấn bước ta đi lên nào". Và cứ thế, bài hát *Hò kéo pháo* hình thành, như một hồi kèn xung trận, làm náo nức bộ đội và dân công. Chẳng mấy chốc, hàng mấy chục vạn người cùng hát. Cả cánh rừng như bừng lên sức sống mới.

Trong hầm Xuyên Sơn, Thái đưa ống nghe cho Giáp:

- Anh Văn, cánh văn công đang hát dưới chiến hào, phục vụ lính xung kích Him Lam.

Giáp áp tổ hợp vào tai, tươi nét mặt, hồ hởi nói:

- *Hò kéo pháo* đó! Tiếng mấy cô ca sĩ đi dự Liên hoan Thanh niên quốc tế Bu-ca-rét (Bucharest) về hè! - đoạn, đưa trả lại ống nghe cho sĩ quan trực ban tác chiến.

- Anh biết rõ thế cơ à? - Thái ngạc nhiên.

- Thì hôm Tết vừa rồi, miềng đến mừng đám cưới cô ta với cậu phóng viên báo mặt trận mà, - Giáp hồn nhiên đáp.

- Anh có nhớ, hôm thành lập quân đội trong rừng Trần Hưng Đạo? Trời cũng nhá nhem tối. Từ đó, trận nào quân ta như cánh vạc ăn đêm thế này, - Thái cười rổn rảng, xóa tan không khí căng thẳng trước giờ nổ súng.

- Mười bảy giờ ba mươi, - Giáp giơ tay xem đồng hồ và cầm điện thoại, gọi to, - pháo binh đã sẵn sàng chưa?

Nghe tiếng trả lời vang vọng trong các hầm pháo xung quanh cứ điểm Him Lam. Hồi lâu, Giáp nhìn lại đồng hồ, thấy chỉ 6 giờ 5 phút chiều và dõng dạc hạ lệnh:

- Tôi, Đại tướng Võ Nguyên Giáp hạ lệnh nổ súng, mở màn chiến dịch Trần Đình. Bắn!

Giáp dập cánh tay dứt khoát như đóng cầu dao điện.

Cả căn hầm lặng đi như thể chìm vào rốn vũ trụ. Và ngay lập tức, các máy điện thoại réo vang, tin tức từ các trận địa và đài quan sát trên đỉnh Pú Huốt, dồn dập báo về:

- Tất cả các trận địa pháo và cối đã đồng loạt nã đạn!

- Trúng rồi! Trúng lô cốt Tây rồi!

- Hoan hô pháo binh!

Dưới chiến hào Him Lam, nổi lên bản nhạc *Tiến quân ca*, tiếng đàn ác-coóc-đê-ông (accordeon), vi-ô-lông (violon) và sáo trúc hòa vào tiếng pháo, tạo thành bản nhạc trầm hùng, thúc giục bộ đội quyết tử xông lên chiếm lĩnh trận địa.

Ngay đêm mở màn chiến dịch, Giáp đã ra lệnh bắn hai ngàn quả đạn pháo, giội xuống tập đoàn cứ điểm, tập trung vào Him Lam. Pháo binh Pháp cũng đối lại một vạn quả đạn. Máy bay Pháp cất cánh ném bom xuống trận địa của Đại đoàn 312. Nhưng chỉ chờ pháo chuyển làn, lập tức bộ đội ôm bộc phá lao lên cửa mở, phá toang đoạn đường rào dây thép gai xếp cũi lợn và lò xo từ dưới chân đồi, dài hàng trăm mét lên đến các lô cốt. Ánh lửa nháng lên như chớp giật. Tiếng nổ liên hồi như sấm sét. Cả một vùng đồi núi, thung lũng chìm trong bom rơi, đạn nổ ầm ầm, khiến quân lính hai bên đều điếc đặc. Trên sườn đồi, xác bộ đội chồng đống lên nhau, mỗi khi bom, đạn giội xuống lại phá bung ra từng mảng thịt người. Trong hầm, tụi lính bị thương kêu la, bọn chỉ huy quát tháo ra lệnh. Tiếng người và tiếng bom đạn hòa vào nhau một cách bất đắc dĩ, tạo thành mớ âm thanh náo loạn của chiến trường.

Trần Can cầm lá cờ "Quyết chiến, quyết thắng" trao cho Tiểu đội trưởng thọc sâu Nguyễn Hữu Oanh, đội hình lao lên đột phá khẩu.

Cửa mở. Xung kích. Lô cốt. Nổ. Kêu la. Bóng người. Đường đạn... Tất thảy loạn xà ngầu.

18 giờ 15 phút, xung kích xông lên. Đạn từ các lỗ châu mai nã xuống. Xác lại chồng lên xác. Kẻ sống lấy xác đồng đội làm lá chắn, chờ cho ngớt tiếng súng lại xông lên và lại gục xuống. Phan Đình Giót ôm khẩu Tuyn (Tulle) bổ nhào vào lỗ châu mai. Tiếng súng im bặt giây lát. Chớp thời cơ vàng, bộ đội ào ạt xông lên, tống thủ pháo vào lô cốt. "Ục" một cái, tiếng đại liên ngừng hẳn. Bộ đội nhảy xuống các ngách hào đánh giáp lá cà. Ba cứ điểm: số 1, số 2 và số 3 đóng trên ba quả đồi trong cứ điểm Beatrice, do một tiểu đoàn Lê dương, gồm bốn đại đội đóng giữ, yểm trợ lẫn nhau. Thấy cù cưa mấy tiếng đồng hồ mà không thắng, Giáp bèn gọi điện cho Tấn:

- Giải quyết mau!

Tấn liền hạ lệnh cả ba tiểu đoàn cùng đánh thốc lên, đến mười rưỡi đêm thì làm chủ trận địa. Tấn báo cáo Giáp trận đầu chiến thắng và đề xuất:

- Báo cáo anh, ngày mai, nên cho phép bọn Pháp thu dọn thương binh, tử sĩ của chúng.

- Thế sao? - Giáp lưỡng lự.

- Được như thế, quân ta vừa đỡ công thu dọn xác chết, khỏi phải chăm sóc những tên bị thương, lại vừa gây không khí hoang mang trong hàng ngũ địch, còn hơn cả binh vận. Vả lại, càng làm cho tướng sĩ địch thấy chính nghĩa và tinh thần nhân đạo sáng ngời của Tướng Giáp và bộ đội cụ Hồ, - Tấn ra sức thuyết phục.

- Được, thông báo cụ thể cho chúng về thời gian, địa điểm và dấu hiệu nhận biết bằng cờ trắng chữ thập đỏ, không cho mang vũ khí. Hay, đòn tâm lí, khá. Cậu tài thật, cứ như làm thuyết khách, - Giáp khôi hài.

- Ấy chết, chỉ là thực tế chiến đấu thôi anh ạ, - Tấn cảnh giác với từ "thuyết khách", không khéo sẽ bị hiểu tư thông đối phương, thì nguy khốn vô chừng.

Từ đài quan sát, Tấn thấy mấy sĩ quan và viên tuyên úy Pháp kéo cờ Hồng thập tự cùng đám lính ra lấy xác và chuyển thương binh. Trận địa im tiếng súng, giữa ban ngày, Tấn mới thấy cả ba cứ điểm Him Lam, nom như ba đụn mối khổng lồ, chi chít lỗ châu mai. Đường hào chằng chịt với những bệ bắn được tính toán một cách khoa học chi li. Hàng rào bao quanh chân đồi như một bãi thải toàn những cọc sắt và dây thép gai. Nếu không có bộc phá, cứ đánh thủ công như xưa, bắc phên nứa lên chốc hàng rào mà xông lên, thì bộ đội hy sinh sẽ không biết bao nhiêu mà kể. Nghe đâu, do cố vấn Mỹ chỉ đạo xây dựng trận địa. Thế mà chỉ sau ba giờ chiến đấu, cánh cửa phía bắc của Tập đoàn cứ điểm Điện Biên Phủ đã bị mở tung. Từ đây, cách hầm Đờ-cát chỉ mấy cây số, Tấn nôn nao, đi bộ một giờ, chạy vũ trang ba mươi phút. A-lê, hấp! Nghĩ vậy, Tấn nuốt nước bọt, nhớ lại cuộc trao đổi với Giáp khi nhận nhiệm vụ, gượm hẵng, chưa vội. Có lẽ, thắng nhanh còn do công pháo binh. Ngay loạt pháo đầu, tên Tiểu đoàn trưởng Lê dương Pegot và đài chỉ huy đã tan xác, khiến quân Pháp như rắn mất đầu. Quân ta ba chọi một, nếu kể cả dự bị là năm chọi một và thắng trận đầu, nghĩa là đầu xuôi đuôi lọt.

Tấn mở bản đồ, nhìn bao quát chiến trường. Các đơn vị phối

hợp tấn công: Đại đoàn 312 của mình đánh hướng đông Him Lam, Đại đoàn 308 của Vương Thừa Vũ từ bắc Hồng Lếch, bọn 316 của Lê Quảng Ba từ hướng nam đánh qua Khe Chít. Đối diện với mình là còn thằng 304 của Hoàng Sâm tấn công Bo Hồng 1 hướng tây. Bốn đại đoàn bộ binh cùng Đại đoàn pháo binh 351 tấn công từ bốn hướng, chụm vào hầm Đờ-cát. Áy chà, hoành tráng thay!

Tấn từng là viên đội Khố Đỏ, tuy theo Việt Minh hàng chục năm rồi, nhưng không thể gạt bỏ được hình ảnh người lính tập với chiếc mũ ca-lô màu đỏ đội trên đầu, dân chúng gọi là "lính Chào mào". Đôi xà cạp màu đỏ, hằng ngày, quấn quanh bắp chân một cách gọn và chắc, nom rất đỗi oai hùng và những kỷ niệm đẹp một thời với sĩ quan và binh lính Pháp. Nay nhìn tận mắt mấy trăm sĩ quan và lính Lê dương bỏ mạng, lòng Tấn không khỏi chạnh lòng. Đột nhiên, Tấn búng tay và nhoẻn cười, chợt nhớ bài hát tếu táo của đám lính trận:

> *"Với lính Lê dương*
> *Đồng lương mua cái chết*
> *Cái thú của Lê dương*
> *Là chém giết*
> *Cái vui là phá phách và gái điếm".*

*

Giáp gọi Lê Liêm, Chủ nhiệm Chính trị mặt trận tới bàn bạc:

- Chuyện ra báo mặt trận, nhạc sĩ sáng tác trên chiến hào, văn công cổ súy tại trận địa. Thế là tốt, bộ đội lên tinh thần lắm. Bên địch vận cũng cho gọi loa, pháo bắn truyền đơn vào Mường Thanh, rồi việc cho địch lấy xác và lính bị thương từ Him Lam... Thế là góp phần tạo thế và lực cho quân ta. Cậu hỏi thêm mấy ông cố vấn, xem có cần gì thêm về công tác chính trị nữa không? Bên Tàu coi trọng công tác chính trị tư tưởng lắm đó. Mao Chủ tịch khẳng định: "Chính trị là thống soái".

- Vâng, khen thưởng trực tiếp và kết nạp Đảng tại mặt trận, có tác dụng khích lệ lắm, - Liêm hồ hởi báo cáo.

- Còn một việc nữa, phát động hậu phương gửi thư cho bộ đội ngoài mặt trận, - Giáp nhắc.

- Có, chúng tôi đang triển khai, - Liêm mím môi suy nghĩ, - nhưng cũng phải kiểm duyệt chặt chẽ, thư nào nói về oan sai trong cuộc Cải cách ruộng đất, chúng tôi cho hủy ngay, không để ảnh hưởng tinh thần bộ đội.

- Tốt! - Giáp gật gù tâm đắc.

- Tôi đã cho đăng thư Hồ Chủ tịch gửi bộ đội Điện Biên Phủ và phổ biến lệnh động viên, điện khen của anh đối với cán bộ, chiến sĩ, - Liêm mở sổ tay, - mùng tám tháng ba năm Một nghìn chín trăm năm mươi ba, điện khen các đơn vị phá hủy máy bay địch ở sân bay Cát Bi và Gia Lâm; mùng sáu tháng mười hai năm năm mươi ba (1953) là Lệnh động viên toàn thể chiến sĩ Điện Biên Phủ; mười ba tháng ba năm năm tư (1954) thư khen các đơn vị chiến thắng Him Lam, Độc Lập...

Giáp vừa nghe Liêm kể con cà con kê, vừa dõi bản đồ Đông Dương và bản đồ Hình thái chiến sự Điện Biên Phủ. Bộ phận tham mưu và tác chiến cập nhật bổ sung từng giờ. Đó là cái hàn thử biểu, đo độ nóng lạnh của mặt trận.

*

Đặng Kim Giang (Đặng Rao), Chủ nhiệm Hậu cần kết hợp với Mã Cố vấn cùng lo về công tác hậu cần chiến dịch. Giáp cũng rất quan tâm đến công tác này, từ bát cơm chiến sĩ đến viên đạn lựu pháo, nếu bê chễ là ảnh hưởng tới toàn mặt trận tức thì. Trên vách lán chỉ huy, Giáp treo bảng thống kê hậu cần, lúc nào cũng để mắt tới.

Giang được cấp một cái xe Zép và cậu tài xế vững tay nghề. Hai thầy trò rong ruổi khắp mọi nơi, vào Khu Ba, Khu Tư đốc gạo, vượt biên giới sang Trung Quốc xin đạn dược, về vùng Tây Bắc thúc giục mua trâu, bò, dê, ngựa, lợn, gà... Giang thầm phục mấy cụ Trung ương, cử ngay Bí thư, Chủ tịch các tỉnh xung quanh mặt trận cùng tham gia thành phần Hội đồng Cung cấp. Nắm được mấy tay "có tóc", cứ thế mà giật ra lương thực, thực phẩm. Nguồn gạo thì phải xin thêm từ Lào, Trung Quốc chở sang qua ngả Lai Châu. Rút kinh nghiệm chiến dịch Nà Sản, dân công gánh năm nghìn tấn gạo ra mặt trận, dọc đường ăn hết bốn nghìn sáu trăm tấn, đến Cò Nòi chỉ còn dư bốn trăm tấn là được chuyển tới bộ đội. Lần này, cho chở theo từng chặng. Cánh xe đạp thồ là quân chủ lực, mỗi cái thồ được vài ba tạ, bằng cả tiểu đội gánh vã, mà lại dễ cơ động tránh máy bay, cũng không kén đường to như ô-tô...

Anh đi đánh trận Điện Biên; (ai đi hò lờ)
Bữa nào nghỉ phép; (ai đi hò lờ)
Em nghiền ra tương; (Hò lơ hó lơ, ai đi hò lờ...)

Đoàn dân công hơn hai chục vạn người, từ Trung Kì, Bắc Bộ, Việt Bắc, Tây Bắc... nhộn nhịp gồng gánh, kéo xe bò, xe trâu cùng năm trăm ô-tô vận tải viện trợ, ầm ầm như thác lũ đổ ra mặt trận Trần Đình. Giang mệt mỏi và buồn ngủ, có lúc ngã lăn xuống sàn xe.

- Này, - Giang rút sợi dây dù trong xà cột ra, đưa cho tài xế, - cậu giàng tớ vào thành ghế. Có ngủ gật cũng không ngã được nào. Mà cậu rảnh tay quất ngựa truy phong.

Cậu tài xế thấy có lí, nhưng ngại ngùng bảo:

- Thủ trưởng, ai lại làm thế?

- Tất cả cho mặt trận, tất cả để đánh thắng! - Giang đọc khẩu hiệu thay cho mệnh lệnh, khiến cậu tài xế vò đầu bứt tai hồi lâu mới dám thực thi.

- Thế, khác gì khúc giò nào? - Giang khôi hài pha trò.

26. Đợt hai đại bại

Mùa hè năm 1954 vọng vang tiếng súng.

Hồ Chí Minh và Phạm Văn Đồng ngồi máy bay từ Liên Xô về qua Trung Quốc. Máy bay vừa đáp xuống, Chu Ân Lai (Chou En-lai) đã chạy ra, báo tin dữ:

- Điện Biên Phủ nguy rồi!

- Bọn Pháp đang ngắc ngoải. Chúng thực đáng chết! - Hồ Chủ tịch cười ngạo nghễ.

- Không, chính là quân ta! - Chu nghẹn ngào.

- Thế sao? - Đồng hoảng hốt hỏi lại, - ta đang đánh đợt hai chiến dịch, đầy khả quan kia mà?

- Đấy là lúc mới bước vào đợt hai - Chu rành rẽ, - nhưng bây giờ thì khác, thương vong gần hết rồi.

Cả hai nghe vậy, rụng rời chân tay. Chu kéo hai người lên xe, bảo:

- Việc đâu có đó, về nghỉ cái đã, tính sau...

- Hay là, các đồng chí sang giúp chúng tôi như thể cuộc Kháng Mỹ viện Triều năm ngoái? - Hồ Chủ tịch chợt nảy ra sáng kiến.

- Chúng tôi cũng đã tính, - Chu thở dài, - nhưng bọn Tưởng Giới Thạch đã ngốn của chúng tôi hàng triệu quân; rồi Mỹ-Hàn cũng làm cho chúng tôi phải huy động ba triệu người tham gia, hao binh tổn tướng không phải là ít, - thôi, về nghỉ đã, - Chu tỏ ra sốt ruột.

- Cùng bất đắc dĩ, - Hồ Chủ tịch đắn đo, - thì các đồng chí cho chúng tôi mượn một vùng đất giáp biên, làm căn cứ, - Hồ Chủ tịch vẫn tiếp mạch suy nghĩ, mặc Chu thúc giục.

- Chẳng lẽ, phải làm lại từ đầu? - Đồng nói bâng quơ mà giọng chất đầy vẻ chua xót, dáng cao gầy còng hẳn xuống, nom như một dấu hỏi khổng lồ.

*

Thung lũng Mường Thanh hầu như im tiếng súng. Đàn quạ liều lĩnh bay lượn tìm kiếm xác chết. Trên các quả đồi và hai bên bờ sông Nậm Rốm, thỉnh thoảng vang lên tiếng súng bắn tỉa, hay vài ba quả đạn pháo vu vơ, khiến đàn quạ lại dáo dác bay lên. Tiếng kêu hoảng loạn của chúng, làm cho quân sĩ hai bên trận tuyến buồn nẫu ruột.

Các đại đoàn quán triệt bộ đội về kinh nghiệm của đơn vị Phùng Thế Tài đào "công sự hoa mai" và "hào chữ chi" trên mặt đê, từ Tứ Tổng[103] lên Sơn Tây để cản xe cơ giới Pháp và kinh nghiệm xây dựng làng chiến đấu Cự Nẫm[104]. Đồng thời, phối hợp với các đơn vị quân đội Trung Quốc đã bí mật kéo sang Điện Biên Phủ, hướng dẫn bộ đội Việt Nam đào hào đánh lấn, hình thành thế trận phòng thủ và có thể chuyển sang bao vây, tấn công. Đại tá Lê Trọng Tấn bày "Thế trận sáu chữ: vây, lấn, tấn, phá, triệt, diệt". Giáp suy ngẫm và lấy làm tâm đắc.

Hoàng Đạo Thúy chỉ huy thông tin liên lạc chiến dịch, bàn với Mai Gia Sinh đặt số máy liên lạc hữu tuyến điện cho các cố vấn. Mai bảo:

- Đặt máy điện thoại của đồng chí Tổng cố vấn Vi Quốc Thanh là Bốn linh một.

Thúy về báo cáo lại với Giáp. Giáp bật dậy, thốt lên vẻ đau đớn:

- Chu cha, cụm từ "Bốn linh một" trong tiếng Tàu, phiên âm ra thì nghe như "Tư lệnh số một". Thế, hóa ra miềng đứng đằng sau hắn à? Chẳng lẽ, chiến dịch này là của Vi Quốc Thanh sao?

Thúy nghe vậy tái cả mặt, lập cập nói:

- Tôi sẽ gặp cố vấn, xin điều chỉnh lại.

Giáp xua tay, ý nói: "Nỏ làm thế được mô" và lặng lẽ nén tiếng thở dài, nét mặt lộ vẻ cam chịu.

Quân Pháp đã lấy lại phong độ, đánh bật quân Việt Minh ra khỏi hầm hào và tiêu diệt phần lớn sinh lực. Quan, quân Pháp ở Pa-ri và Hà Nội tới tấp nhận được sự chúc tụng và tổ chức ăn mừng chiến thắng.

Trong căn hầm chỉ huy bọc sắt, Đại tá Đờ-cát-tơ-ri vô cùng hoan hỉ, khi biết tin sẽ được phong quân hàm chuẩn tướng. Các sĩ

---

(103) Ngày nay thuộc phường Tứ Liên, quận Tây Hồ, thành phố Hà Nội.

(104) Ngày nay thuộc huyện Bố Trạch, tỉnh Quảng Bình.

quan và binh lính cũng được thăng thưởng, động viên lấy lại tinh thần chiến đấu.

- Trình Chuẩn tướng, chiếc dù mang lon (galon) chuẩn tướng và hai trăm chai rượu Cô-nhắc (Cognac) hảo hạng của tướng Na-va chúc mừng, cùng lá thư của phu nhân tướng quân, đã được máy bay thả xuống, nhưng không may đã bay lạc sang trận địa đối phương mất rồi, - viên sĩ quan trực ban tác chiến dập gót giày, đứng nghiêm, giơ tay lên vành mũ ca-lô báo cáo.

- Ố là là... - Đờ-cát vẫn đeo lon đại tá, tay chống can và nhún mình, đầy kiểu cách.

- Xin Chuẩn tướng cho điều lính thợ khéo tay, gò vỏ lon đồ hộp, có tính chất tượng trưng cho kịp buổi lễ vinh thăng đầy ý nghĩa, ngay tại chiến trường, - viên sĩ quan ngập ngừng đề xuất.

- Tốt, thế mới là chiến tranh! - Đờ-cát vui vẻ đồng ý.

Tướng một sao Đờ-cát cùng các sĩ quan và nữ hộ lý Đờ Ga-la (De Galard) cũng có mặt, mở sâm banh chúc mừng nhau, ngay trong hầm chỉ huy, đầy vẻ phấn khích.

- Chúng ta sẽ nghiền nát Việt Minh, ngay tại cái lòng chảo khổng lồ này! Đây là một trận Oa-téc-lô, hay là Véc-đoong (Verdun) với Tướng Giáp?

- Bra-vô (bravo)!

Tiếng hoan hô reo mừng chiến thắng hân hoan, nổi lên từ căn hầm chỉ huy vang vọng chiến hào.

*

Tin thất trận từ Điện Biên Phủ bay về căn cứ địa Việt Bắc, khiến Trường Chinh vô cùng lo lắng, vội cho điều một đơn vị công binh tinh nhuệ, bí mật làm ba cái hầm, đào sâu vào trong lòng núi Kim Quan[105], dành cho Hồ Chủ tịch, Trung ương Đảng và Chính phủ. Để đảm bảo bí mật, đội quân công binh đã được sàng lọc kỹ

---

(105) Xã Kim Quan, thuộc huyện Yên Sơn, tỉnh Tuyên Quang là nơi Trung ương và Hồ Chủ tịch chỉ đạo chiến dịch Điện Biên Phủ, từ đầu năm 1954.

càng qua ba đợt, lựa chọn những chiến sĩ tuyệt đối trung thành và tin cẩn. Gỗ chống hầm được chặt từ những cánh rừng xa mang về. Đất đào ra đến đâu được phủ cỏ và trồng chuối tới đấy, khiến máy bay do thám của Pháp ở trên trời không phát hiện được, mà dân quanh vùng qua lại cũng không hay biết gì.

Quân số một trăm hai mươi người chia thành ba trung đội, mỗi trung đội thi công một hầm. Trung đội 36 đào hầm số 1, dành cho Chính phủ, sâu ba mươi bảy mét. Trung đội 35 đào hầm số 2, dành cho Trung ương Đảng, sâu năm mươi sáu mét. Cả hai hầm này, thuộc thôn Khuôn Điển. Trung đội 34 đào hầm số 3, dành cho Hồ Chủ tịch. Các hầm đào xiên vào lòng núi, vách và trần được ken bằng thân gỗ to, dù bom rơi trúng cũng không sập. Trần hầm mở lỗ thông thiên, dưới đáy đào giếng lấy nước phục vụ sinh hoạt tại chỗ. Hầm số 3 đào bên vực Nhèo, cạnh sông Phó Đáy[106] và có làm thêm một cái lán bên cạnh nữa.

Trong lúc nước sôi lửa bỏng, Giáp bảo Thái:

- Tại Việt Bắc, đang đào hầm trú ẩn kiên cố cho Trung ương, Chính phủ và Hồ Chủ tịch.

- Vâng, tôi có nghe Tiểu đoàn Ba trăm ba ba của Trung đoàn Một trăm năm mốt, thuộc Đại đoàn Ba trăm năm mốt đảm nhận việc này.

- Cả tiểu đoàn cơ à? - Giáp thở dài, - sao không san bớt lên đây? Mặt trận đang thiếu quân như dân đói gạo.

- Chỉ có Đại đội Hai trăm sáu mươi thôi, anh ạ. Mỗi trung đội làm một hầm. Cậu Tý- Tiểu đoàn trưởng trực tiếp chỉ huy.

- Có anh Thận căn cơ rồi, khỏi lo. Mong sao, hầm ấy không phải dùng tới, - Giáp động viên Thái, nhưng tự dưng lại thở hắt ra.

Thái thấy vậy, ngước nhìn Giáp, lòng đầy thương cảm.

*

Núi Pú Huốt cao một ngàn bảy trăm mét, nom lừng lững như

---

(106) Sông Phó Đáy còn gọi Tiểu Đáy, hoặc Đề Giang, chảy ra tả ngạn sông Lô.

cái sừng trời, được Hoàng Văn Thái chọn đặt đài quan sát chiến trường Điện Biên Phủ. Từ trên đỉnh, Giáp chĩa ống nhòm bội số cao, phóng qua mười lăm ki-lô-mét đường chim bay, nhìn xuống thung lũng Mường Thanh. Quan sát thấy một vài đụn khói bốc lên, những tuyến giao thông hào ngoằn ngoèo, lô cốt lô xô trên đỉnh đồi, nom như trận đồ bát quái, mà lòng buồn rười rượi. Mới tháng trước thôi, ba quân bừng bừng khí thế, pháo binh nã đạn vào lô cốt địch, cao xạ bắn máy bay, bộ binh xung phong vượt qua cửa mở, khí thế ngút trời. Ngay đợt đầu, quân ta đã phá tan lớp áo giáp bảo vệ phía bắc tập đoàn cứ điểm Điện Biên Phủ. Các cứ điểm Him Lam, Bản Kéo bị đập tan. Đầu tháng tư mở màn đợt hai, đã mở toang hết hành lang phía đông, hai cái bản lề D1 và E1 đã bị đập tan. Nếu dấn lên, thừa thắng đánh thọc sâu, tiến thẳng vào chỉ huy sở của địch theo cách của Tấn, không chừng bắt được Đờ-cát, kết thúc chiến dịch rồi cũng nên. Tất cả chỉ trong một tuần lễ là cùng. Thế mà miềng chỉ do dự có một đêm, hôm sau đã bị lật ngược thế cờ.

Cứ điểm Đồi A1 như cái gai, luôn chọc vào mắt miềng, hàng trung đoàn đã hy sinh mà chưa nhổ được. Có thể bỏ qua hắn mà đánh thẳng vào tung thâm, nở hoa trong lòng hầm bọc sắt của thằng nhãi ranh Đờ-cát được không? Lại nhớ thời Cách mạng Tháng Tám, miềng rút ra bài học, có thể mạnh dạn bỏ qua cứ điểm nhỏ như Thái Nguyên, kéo quân về thẳng Thủ đô. Nhưng tại Điện Biên Phủ quả là khó, bởi hắn trấn giữ tuyến đường tấn công của miềng. Bọn hắn lập ra cái cứ điểm này không phải để làm cảnh đâu? Chúng cũng hao binh tổn tướng không phải ít, lại bị cô lập như hòn đảo giữa biển lửa rồi. Miềng đã mất hàng trung đoàn, thì hắn cũng phải tiêu cỡ tiểu đoàn chứ không phải ít? Sao miềng đánh mãi mà thằng A1 vẫn lù lù cố thủ như thách đó? Trong khi quân tiếp viện của hắn bị đánh tơi bời, hay là nó có đường hầm bí mật nối với sở chỉ huy tập đoàn? Nhưng nếu có, thì đường hầm ấy phải dài lắm, nhưng lẩn khuất ở đâu? Trung đoàn 174 cũng tham gia đánh A1, hy sinh vẫn. Giá mà Đặng Văn Việt không đi học bên Trung Quốc, thì sẽ tham gia chiến dịch này và chắc hẳn sẽ hiến kế hay. Hắn được bộ đội ngầm phong là "Tướng của các tướng" kia mà. Giáp cười cay đắng và lặng lẽ thở dài.

Lúc này, đạn pháo gần như cạn kiệt, bắn ba quả phải có lệnh của miệng. Bộ đội mất sức chiến đấu, phần hy sinh, phần bị thương, phần hoang mang dao động, phần mệt mỏi ốm đau do dầm mưa dãi nắng bấy lâu, giữa bốn bề bom đạn. Cụm từ mỉa mai "Chuột Nậm Rốm", trước kia để chỉ quân Pháp đào hầm bên bờ sông Nậm Rốm, để trốn tránh chiến trận, nhưng đến nay, lại có cả quân của miệng cũng thành "Chuột Nậm Rốm" rồi. Phải chỉ đạo Lê Liêm và cánh Tổng cục Chính trị xốc lại tinh thần cán bộ chiến sĩ mới được. Giáp đang miên man suy tính, chợt sĩ quan liên lạc báo, có Hoàng Tùng (Trần Khánh Thọ)- Đặc phái viên Trung ương, lên kiểm tra chiến trường. Giáp biết Tùng mới từ Chánh Văn phòng Trung ương Đảng, chuyển sang làm Tổng biên tập báo Nhân Dân, cơ quan ngôn luận của Đảng, nên vội vã xuống núi.

Vừa thấy mặt Giáp, Tùng đã bổ bã chửi phủ đầu:

- Đánh đấm như cứt!

- Anh chớ nói thế, - Giáp điếng người, nhưng vẫn ôn tồn, giữ thái độ bình tĩnh.

- Chả không à? - Tùng vẫn sồn sồn, - giao vào tay ông cả bộ đội lẫn dân công hơn ba chục vạn nhân mạng, chỉ để đánh nhau với chưa đầy hai vạn tên địch, kể cả viện binh, tỉ lệ mười lăm chọi một. Thế mà nay... đấy! - Tùng buông sõng một câu.

- Báo cáo đồng chí Đặc phái viên, - Thái xông ra chịu đòn cho Giáp, - địch có máy bay, xe tăng, hơn hẳn quân ta về hỏa lực. Pháo binh ta bắn rất hiệu quả, nhưng ngặt vì thiếu đạn.

- Mấy ngày đầu, các ông bắn vung tứ linh, tốn hàng ngàn quả đạn. Chứ nếu biết ăn dè hà tiện, thì đâu đến nỗi?

Nghe Tùng nặng lời đay nghiến, Giáp và Thái đưa mắt nhìn nhau, ngầm tính kế "Rút củi đáy nồi".

- Thưa đồng chí Đặc phái viên Trung ương, ý kiến đồng chí

phê bình, chúng tôi xin rút kinh nghiệm sâu sắc, chấn chỉnh lại thế trận. Cụ thể sẽ báo cáo đồng chí trong nay mai, - Giáp tỏ vẻ hối hận vô cùng.

- Bây giờ, mời đồng chí đi thăm và úy lạo một vài đơn vị đóng quanh đây, - Thái thấy Tùng có vẻ dịu, bèn đỡ lời Giáp.

Thái đưa Tùng đi thị sát chiến trường. Giáp sang hầm cố vấn bàn bạc.

Nghe Giáp trao đổi về chuyện Đặc phái viên Hoàng Tùng, Vi nói huych toẹt:

- Hồ Chủ tịch ghé qua Bắc Kinh, Chu Tổng lý (Thủ tướng Chu Ân Lai) đã báo cáo tình hình bi đát của Điện Biên Phủ. Hồ Chủ tịch có ý xin tị nạn cho Trung ương Đảng và Chính phủ Việt Nam.

Giáp đờ người, chén nước toan đưa lên miệng uống mà suýt đánh rơi. Hớp một ngụm lấy lệ xã giao, Giáp trấn tĩnh lại, khẽ hỏi:

- Vậy, ta tính sao, thưa đồng chí Vi?

- Mao Chủ tịch đã giao nhiệm vụ cho tôi, phải thắng Điện Biên Phủ, tạo điều kiện giành lợi thế đàm phán Hội nghị Giơ-ne-vơ (Geneve). Nay dù đến nước này, nhưng vẫn phải thắng, không thắng không xong...

Giáp nghĩ, bên kia thì Mao Chủ tịch đã chỉ đạo thế, còn bên này, ai lại để Hồ Chủ tịch phải chạy tị nạn ra ngoài biên ải, thì còn mặt mũi nào nhìn thiên hạ nữa? Miệng đã hứa quyết thắng trước khi lên đường chiến dịch. Trận này, không thắng không về, lâm vào thế cưỡi lên lưng hổ rồi.

- Tôi sẽ xin Trung ương bổ sung thêm hai vạn rưỡi quân nữa, - Giáp tính tăng cường quân số chiến đấu.

- Bằng cách nào? - Vi trợn mắt kinh ngạc.

- Động viên dân Thanh Hóa và các vùng lân cận. Thanh Hóa là kho người, kho của. Rồi điều các đơn vị bảo vệ căn cứ địa lên cả trên này, quyết đánh một trận sống mái với quân thù. Nguyên lực lượng bảo vệ Chỉ huy sở đã có sáu trăm quân của Trung đoàn 144, với bảy mươi chín đồng chí cố vấn nữa, thế là thành một tiểu đoàn mạnh rồi, - Giáp hùng hồn tuyên bố, rồi hạ giọng khẩn khoản như nói riêng với Vi, - đề nghị đồng chí Tổng Cố vấn, xin với Mao Chủ tịch và Quân ủy Trung ương Trung Quốc, viện trợ gấp cho mặt trận mấy trung đoàn pháo binh. Pháo binh Quân giải phóng nhân dân Trung Quốc rất oai hùng, khiến bọn Đế quốc Mỹ cũng phải kinh hoàng, - Giáp đưa đẩy mờm thêm.

- Được, - Vi lên mặt kẻ cả, - ngay lập tức, tôi sẽ báo cáo Mao Chủ tịch, Chu Tổng lý và Quân ủy Trung ương, xin gấp một trung đoàn pháo binh hỗn hợp và bảy vạn viên đạn pháo kèm theo.

- Thế thì tốt quá, tôi cũng sẽ báo cáo ngay đồng chí Đặc phái viên Trung ương, - Giáp hào hứng, coi như bớt được gánh nặng, - thống nhất thế nhé, - Giáp lèo thêm, rồi cáo biệt.

- Áy dà, - Vi gọi với, - Võ Tổng, Quân ủy Quân đội nhân dân Trung Quốc thông báo, sẽ viện trợ trực tiếp và ngay lập tức cho mặt trận Điện Biên Phủ một tiểu đoàn hỏa tiễn Ca-chiu-sa, loại Hát sáu (H6) và một đại đội Đê-ka-dét (ĐKZ).

- Thế ạ, có Hát sáu và Đê-ka-dét thì còn gì bằng, lại cộng với trung đoàn pháo binh hỗn hợp nữa, thì bọn Pháp có chạy đằng trời.

- Chúng tôi liên lạc vô tuyến điện về Bắc Kinh, còn các đồng chí chạy xe Zép về Kim Quan, nên chậm thông tin là phải, - Vi nói kháy.

- Chúng tôi sẽ khắc phục từng bước, thưa đồng chí Vi.

Giáp nói câu chống chế, nghĩ bụng, việc cách mạng, vấn đề bảo mật là quan trọng hàng đầu, huống chi là việc quân. Kệ nó đâm bị thóc chọc bị gạo, miệng vừa liên lạc đi bộ, chạy xe, hữu tuyến điện nối xuống đơn vị và vô tuyến điện thông tin với các đại đoàn và báo cáo thường xuyên với Hồ Chủ tịch, Trung ương Đảng và Chính phủ. Chỉ những vấn đề tuyệt mật mới dùng ô-tô chạy hỏa tốc.

Từ những năm 1945, Việt Minh đã thông qua Đồng Minh liên lạc với Côn Minh bằng vô tuyến điện. Nhưng từ năm 1950, Trung Quốc đưa cố vấn sang giúp đỡ Việt Nam cả về công tác tổ chức, kỹ thuật, quân y, liên lạc đến cấp tiểu đoàn, thì mật mã trong tay cố vấn cả. Nên việc liên lạc bằng máy móc như thế, tuy nhanh, nhưng lại phơi cả gan ruột ra ngoài, còn đâu là bí mật nữa. Dù cố vấn có tổ chức các phòng "Mật thất"[107], hay "Cơ yếu"[108] cũng khác nào gửi trứng cho ác? Chẳng qua, miềng đang yếu thế, phải phụ thuộc, để mau đủ lông đủ cánh, sớm trưởng thành mà thôi. Không có thực lực, chưa đủ khả năng thì khó mà nói chuyện độc lập, tự chủ. Cuộc khởi nghĩa nào mà chẳng phải nếm mật nằm gai. Mặt khác, nếu Trung Quốc không giúp ta giải quyết Điện Biên Phủ, sau này trở thành căn cứ không quân chiến lược của Mỹ, uy hiếp trực tiếp phía nam Trung Quốc thì tính sao? Bởi vậy, họ giúp ta đánh trận này là nhất cử lưỡng tiện.

Giáp về lán của mình, gọi Thái sang, nói lại câu chuyện với Vi Quốc Thanh.

- Cuối tháng này, quân lên, pháo sang, ta quyết đánh một trận huyết chiến. Nơi này, sẽ là Oa-téc-lô, hoặc Véc-đoong đối với Đờ-cát và quân Pháp, - Giáp nói như định đóng cột.

- Xin tuân lệnh! - Thái đứng nghiêm, dõng dạc hô vang.

Có tiếng máy bay đến gần, Chỉ huy sở báo động phòng không. Tất cả tướng tá Trung Quốc và Việt Nam đều chạy vào hầm. Trong thung lũng, khẩu 12 li 7, được gọi mật danh là "Nữ sinh", ngụy trang như một cành cây sum suê chĩa lên trời, sẵn sàng nhả đạn.

27. Hỏa tiễn chốt hạ

Hai Đại đội hỏa tiễn H6 của Tiểu đoàn 224, thuộc Đại đoàn 351 vào chiếm lĩnh trận địa, nhưng không quan sát được mục tiêu,

---

(107) Phòng bảo mật, lưu trữ tài liệu, bản đồ quân sự...

(108) Bộ phận mã dịch tài liệu vô tuyến điện (điện đi, điện đến).

pháo binh phải bắn đạn khói khu vực cầu Mường Thanh và hầm Đờ-cát, làm chuẩn.

- Lẽ ra, Hát sáu với Đê-ka-dét phải bắn sớm hơn, thì đỡ tốn bao xương máu bộ đội của tôi, - Tấn phàn nàn.

- Quân mới bổ sung, pháo phản lực mới sang. Tiểu đoàn Hai hai bốn vừa thành lập hôm hăm hai tháng tư, ở Tuần Giáo thôi, "Ông Tướng ạ", - Thái thanh minh kiểu hài hước.

- Là nói ngay đầu đợt ba, chứ ai nói cả chiến dịch, - Tấn phản kích.

- Anh Văn bảo, để chốt hạ cho đậm; mười hai dàn, vị chi bảy mươi hai nòng, - Thái phân trần, - vả, Tổng Cố vẫn cũng cân nhắc, làm mạnh quá, sợ Mỹ chơi bom nguyên tử.

Tấn mím môi, nhìn bộ đội buộc giày ngang lưng, lóp ngóp lội trong hào giao thông, nom cứ như đi hôi cá. Có anh tán tếu, cất tiếng rao: "Ai mua cá nào!".

- Xì, - Tấn vẫn không chịu, - lẽ ra, ngay từ đầu đợt hai, chiếm được cao điểm phía đông, thì cho đặt pháo lên đồi Đô-mi-ních, nã trực xạ vào trung tâm, Đờ-cát chẳng kéo cờ trắng sớm?

- Là anh nói E-Một (E1) chứ gì? E-Một đã vậy, nhưng lại còn vướng thằng A-Một (A1), - Thái cố thủ giữ vững ý đồ chiến dịch.

- Bỏ qua, vòng tránh, đánh thẳng Chỉ huy sở Tập đoàn cứ điểm, thì chẳng cần hỏa tiễn, mà chỉ khoảng một tuần lễ là Chiến dịch Trần Đình toàn thắng, - Tấn vẫn khăng khăng triển khai ý đồ tác chiến ngay từ khi Đại đoàn 312 được giao nhiệm vụ đánh từ hướng đông..

- Ông thì lúc nào cũng "lẽ ra", mới "có lẽ". Năm xưa, anh Văn bị Trần Canh xạc cho một trận ở núi Báo Động, cũng vì nói câu đó. Cán bộ chỉ huy là phải dứt khoát, một là một, hai là hai. Mà sao không nói thẳng với anh Văn? - Thái có vẻ bực.

- Rồi, tôi nói ngay từ khi được giao nhiệm vụ, - Tấn vung tay đấm "bộp" vào cái mũ sắt đặt trên bờ hào, khiến nó lăn lông lốc xuống bùn. Bỗng một viên đạn cối "mồ côi" nổ tung trước trận địa, Tấn vội kéo Thái ngồi thụp xuống hào, bùn nước ngập tận cổ. Cả hai bàng hoàng, rồi cùng phá lên cười.

- Hạ hỏa nhá! - Thái cười, vẩy vẩy cái mũ sắt, chụp vội lên đầu và vẫy chiến sĩ cận vệ, cùng bì bõm lội ngược về Chỉ huy sở.

Trong khi đó, đại đoàn của Nguyễn Hữu An đang đánh vật với quân Pháp trên Đồi A1, hàng tháng trời cũng chỉ mon men dưới chân đồi. Quân Pháp cố thủ lợi thế điểm cao, lại có hệ thống lô cốt, hầm hào dày đặc như tổ mối. Nhà Dây thép xưa, bị chúng sửa thành lô cốt, cái hầm chứa rượu vang của viên Công sứ Pháp được cải tạo thành hầm ngầm. Ngoài ra, còn có hào chìm đậy nắp kín, nối vào tận Chỉ huy sở Tập đoàn cứ điểm.

Lưng chừng đồi, hướng tây là miếu thờ Trần Hưng Đạo, dưới gốc cây đa, bị chúng dỡ bỏ, xây lô cốt. Bộ đội gọi đó là "Ụ thằng người", nơi diễn ra bao trận đánh quyết tử, nhưng Giáp không thể nào hạ lệnh bắn pháo chi viện, sợ "đấm lưng" quân mình. Quân lính hai bên giằng co từng thước đất, "cài nanh sấu" vào nhau. Hướng đông, Trung đoàn trưởng Hùng Sinh đã nướng hết quân, chỉ còn một thân một mình nhảy vào hầm tiền tiêu của đơn vị bạn cùng tham gia chiến đấu. Sinh nhớ lại cuộc chi viện cho Hồng quân trên đất Trung Quốc, do cả tin nên đã bị lính Quốc dân Đảng của Tưởng lừa vào bẫy, suýt mất mạng trên đường Nam Hạ. Từ đó, Sinh rất cảnh giác, nhưng ai học hết được chữ "ngờ"... Mình vẫn "cao số", Sinh chép miệng nghĩ bụng, may hơn khôn. Thôi thì cạo trọc đầu, vĩnh biệt mái tóc xanh dính đầy bùn và máu, không có nước gội. Cánh lính trẻ cũng làm theo. Cả bọn đầu trọc lông lốc, nom như đoàn nhà sư bất đắc dĩ.

Xác bộ đội nằm la liệt như cá phơi. Mưa đổ xuống, bùn đất và máu thịt quyện vào nhau, lội bộ ngập lưng ống chân. Các đơn vị từ Đồi Cháy chi viện sang, bị đại liên từ lô cốt quạt xuống, chết như ngả rạ. Quân Pháp còn bí mật đào sẵn những cái hố chứa xăng khô, bố trí rải rác xung quanh hàng rào thép gai dưới chân đồi. Mỗi khi quan sát thấy Việt Minh tiềm nhập bèn kích nổ, khiến cho những cái xác chết cháy như bị dính bom na-pan. Những bó đuốc sống chạy thục mạng, la hét hoảng loạn, nom thật kinh hoàng. Hai bên giằng co, quân Giáp không còn cách nào chiếm lĩnh A1, quân Đờ-cát cũng không thể đẩy bật đối phương ra khỏi hàng rào dưới chân đồi.

Bí quá hóa khôn, một tay nghĩ ra cách đào hầm ngầm, chôn bộc phá, quyết đánh cho lô cốt trên Đồi A1 thăng thiên. Giáp chuẩn y kế hoạch. Thế là cả đơn vị húm vào đào, đầu kẻ nọ nối chân người kia và đào đất chuyển ra, quạt gió thốc vào, nom như một đàn bướm kỳ dị đang vẫy cánh. Đất đóng vào túi dù, to bằng cái gối, bí mật chuyển sang tận Đồi Cháy. Sau nửa tháng, đào được gần năm chục mét hầm ngầm và nhồi năm trăm gói bọc phá, mỗi gói hai mươi ki-lô-gam, vị chi ngót một tấn thuốc nổ. Từng gói bộc phá được đấu kíp cẩn thận. Việc điểm hỏa là hệ trọng nhất, để cho chắc ăn, ngoài chiến sĩ cảm tử Nguyễn Văn Bạch, chỉ huy còn bố trí thêm ba chiến sĩ nữa, được truy điệu sống, mang theo lựu đạn, đề phòng kíp tịt thì giật lựu đạn kích nổ luôn. Giáp hạ lệnh:

- Khi bộc phá trên Đồi A-Một nổ, thì lấy làm hiệu lệnh Tổng công kích Tập đoàn cứ điểm Điện Biên Phủ.

Tấn lo sợ nói:

- Những một tấn bộc phá, khéo mà địch chưa bốc lên giời, thì bộ đội đã bị sức ép chảy máu tai, lòi con mắt, mất sức chiến đấu.

Thái hiến kế:

- Hướng dẫn cho bộ đội Đại đoàn Ba mươi sáu, nằm nghiêng như úp thìa, quay mặt ra ngoài cánh đồng, há mồm, bịt tai và nhắm mắt lại, rõ chưa?

- Rõ!

Mệnh lệnh râm ran truyền đi, khiến ai nấy hồi hộp như trẻ con chờ giao thừa để chuẩn bị đốt pháo Tết.

Từ quân tới tướng, chờ giờ "G" cho kích nổ bộc phá nghìn cân. Cả mặt trận im phăng phắc. Thỉnh thoảng, có vài tiếng pháo và mìn nổ ùng oàng đâu đó, nghe rõ mồn một, càng làm cho không khí căng thẳng tột độ. Trên trời xuất hiện ánh hỏa châu và mảnh trăng non đầu tháng của tiết Lập hạ, mà vẫn soi tỏ trận địa như thể ban ngày.

Đúng 18 giờ 30 phút, ngày mùng 6 tháng 5 năm 1954, giờ "G" đã điểm. Cánh bộ binh bịt tai, há mồm, nhắm mắt chờ đợi, nhưng chỉ nghe có tiếng nổ "ục" một cái như thể cái pháo xịt, chứ không phải phát pháo đại như dự tính. Thế là cả bọn liều mạng quay mặt lại, ghé mắt nhìn. Bỗng thấy từ hầm bộc phá, một bóng người hớt hải chạy ra. Hùng Sinh chộp lại, quật ngã sóng soài xuống chân đồi, quát ầm lên:

- Thằng hèn, sao rồi hả?

- Máy điểm hỏa đã kích nổ rồi mà, - Bạch sợ hãi, líu cả lưỡi.

Bên Đồi Cháy, Tổ trưởng đảng Lưu Viết Thoảng và Đại đội trưởng Nguyễn Phú Xuyên Khung cũng băng sang, gắt nhặng lên:

- Mấy thằng ăn hại, sao không dám giật lựu đạn? Còn gói bộc phá ba cân nữa, đây! Quay vào kích nổ, mau!

- Khổ quá, nổ thật rồi mà!

Cả bọn nghi hoặc nhìn lên đỉnh đồi, trong ánh chiều chạng vạng đỏ bầm màu máu, thấy lưng đồi có đám khói vật vờ bay lên. Bọn lính Pháp ôm đầu máu loạng choạng chui ra khỏi lô cốt, mặc pháo binh Đại đoàn 351 vẫn dồn dập giội xuống. Hiểu cơ sự, Hùng Sinh khoát tay vung súng lục lên trời, hô to:

- Xung phong!

Tức thì khắp các trận địa, bộ đội ào ạt xông lên. Chạy đến cách lô cốt chừng một trăm mét, thấy một cái hố hình phễu, to như ao làng, mới được bộc phá đào lên, khiến ai nấy giật mình kinh ngạc. Sau khi chiếm được A1, bộ đội mới có dịp quay lại xem cái hố bộc phá kỳ dị có một không hai đó.

- Thằng nào đo đạc như cái con củ c. - Hùng Sinh quát, - lô cốt nó ở trên tận đỉnh đồi kia mà?

- Ước lượng thế là giỏi lắm rồi, đo thế đ. nào được. Đạn nó bắn như mưa. Ba trăm bộ đội nướng vào đoạn hầm ngầm chưa đầy dăm chục mét ấy đấy, - từ khi thấy bộ đội chết cháy vì những hố xăng khô, Khung thường dùng từ "nướng" thay cho hy sinh.

- Cả thảy, ba ngàn đồng chí đã nằm lại quả đồi này, - Thoảng ngậm ngùi.

Hùng Sinh ôm đầu lảo đảo ngồi bệt xuống bên miệng hố bộc phá, vẫn còn hắc mùi thuốc cháy, tự dưng ứa hai hàng nước mắt, đỏ như máu, khiến ai nhìn thấy cũng đều thương cảm.

Đã quá giờ "G", mà vẫn chưa thấy Đồi A1 phát hỏa khối bộc phá lớn nhất Việt Nam, Giáp sốt ruột bảo tổng đài nối máy với Nguyễn Hữu An, Đại đoàn trưởng 316:

- Thế nào rồi, An?

- Vừa giải quyết dứt điểm A-Một rồi, anh ạ! - Giọng An hồ hởi.

- Sao? - Giáp ngạc nhiên, - đã cho nổ bộc phá chưa?

- Rồi, đúng giờ hiệp đồng, lúc pháo bắn cấp tập. Nhưng vì hầm thuốc nổ đào sâu quá, chỉ phá được như cái ao, nhưng quân Pháp bị sức ép, chui ra khỏi lô cốt và hầm ngầm đầu hàng. Quân ta xung phong, tóm gọn. Báo cáo hết!

- Thế là tốt! - Giáp thở phào nhẹ nhõm, - ba mươi chín ngày bom rơi đạn nổ, A-Một đã kết thúc.

*

Đờ-cát và bọn tham mưu cùng ngồi trong hầm trú ẩn. Nóc hầm có bọc sắt và xếp bao cát tránh đạn pháo của Việt Minh. Đờ-cát biết Việt Minh đã kéo pháo chĩa vào xung quanh lòng chảo Mường Thanh, nhưng không ngờ chúng bắn nhiều và chính xác đến vậy. Tin Phòng Nhì và Tình báo quân đội cung cấp, chúng đã được Nga Xô, Trung Cộng cung cấp lựu pháo, sơn pháo, súng cối và cao xạ pháo. Nếu các cứ điểm quân ta được đặt tên phụ nữ, thì pháo cao xạ 37 li của Việt Minh cũng gọi là "Nữ sinh". Quả là trong chiến tranh, bất kể bên nào cũng cần phái đẹp an ủi. Lính pháo binh Việt Minh được huấn luyện bên Quảng Tây (Trung Quốc). Khi về nước, hằng đêm, chúng kéo pháo diễu võ dương oai chạy cả tuần lễ, đi đi về về giữa Bắc Mục và thị xã Tuyên Quang, Phú Thọ, Thái Nguyên[109]...

Bất ngờ nhất là lúc mười chín giờ ba mươi phút, ngày mùng 6 tháng 5 năm 1954, Giáp cho bắn loạt pháo phản lực H6 đầu tiên vào Phân khu Trung tâm và xung quanh cầu Mường Thanh, khiến quân ta hoảng loạn thực sự. Cả Bộ Tham mưu phải xuống hầm, tưởng như những bộ bàn ghế sắt kê trong hầm cũng bị nóng lên.

Đờ-cát nhìn cái giá sách ở góc hầm, giơ bàn tay với những ngón thon dài của đẳng cấp quí tộc, rút ra cuốn *Bàn về chiến tranh* của Clau-zơ-vít. Giáp cũng nghiên cứu cuốn này, hắn áp dụng điều gì vào trận này? Hắn giảng cho học trò về trận Oa-téc-lô. Và, cuối cùng Oa-téc-lô dành cho hắn hay cho ta?

Hai xe tăng M24 của Đại đội 3, Trung đoàn kỵ binh số 1, do Đại úy I-vờ Véc-vu-ê (Yves Hervoyet) chỉ huy tấn công chi viện Elian 2 đã bị cháy một, quay đầu một. Tình thế thực bi đát.

Nghĩ mà tiếc cho công lao vận chuyển những chiếc xe tăng Ba-zây-lơ (Bazeille). Từng cái, phải tháo rời tám mươi mốt bộ phận, cho máy bay chở lên, rồi lắp ráp ngay tại sân bay Mường Thanh. Thế mà... Nhưng không sao, xung quanh hầm chỉ huy vẫn còn chiến xa và trọng pháo bảo vệ.

Có một tiếng nổ bất thường từ phía cứ điểm Elian 2, tức thì, hàng loạt H6 lại bắn đợt hai. Nhìn đồng hồ, mười tám giờ ba mươi phút, Đờ-cát lẩm bẩm: "Dàn nhạc Xta-lin lại tấu nữa rồi". Chống can đứng xem bản đồ chiến sự treo tường và các bảng thống kê hậu cần, quân số, đạn dược, Đờ-cát nhíu mày suy tính. Kết thúc đợt hai, nghiền nát Việt Minh (broyer les Viet) trong lòng chảo này chừng hai vạn tên, ta chỉ mất một ngàn thôi. Chúng tăng viện hai vạn rưỡi, vị chi ba vạn. Vậy là hai đánh một. Nhưng Giáp đã phải

---

(109) Thực ra, đó là những khẩu lựu pháo giả, làm bằng tre, sơn đen của Trung đoàn 45, thuộc Đại đoàn 351. Đến cuối năm 1954, đơn vị từ Nhân Mục (Hàm Yên, Tuyên Quang) hành quân lên Điện Biên.

vét cả Trung đoàn 345 của Đại đoàn 304 bảo vệ căn cứ Việt Bắc, lên đây ăn thua với ta một trận cuối cùng.

Các sĩ quan ngồi trong bốn gian hầm, bỗng nhiên đứng cả dậy, xếp hàng hai bên lối đi giữa hầm và ngước nhìn viên Chuẩn tướng tân phong, như chuẩn bị cho một cuộc biệt li. Đờ-cát đưa ánh mắt màu rong biển, lạnh lùng nhìn căn hầm và chống can tập tễnh bước, nom như một con gấu Bắc Cực, dáng oai phong, nhưng không giấu vẻ mệt mỏi, thậm chí pha chút bi quan nữa, thể hiện qua khóe mép trễ xuống, cái mũi khoằm như càng khoằm thêm. Thỉnh thoảng, có quả pháo rơi trúng nóc hầm, tiếng nổ chát chúa và bụi rơi lả tả, khiến đám sĩ quan giật mình, nhưng vị tướng vẫn giữ bình tĩnh và phong độ quí tộc.

- Có thể, Việt Minh sẽ tấn công tổng lực toàn mặt trận, - Đờ-cát dừng lại giữa hầm, nói to phán đoán của mình, rồi ngồi xuống ghế sắt.

Tất cả lặng đi, không ai dám nghĩ tiếp.

- E-li-an Hai (Elian 2) đã mất liên lạc! - viên sĩ quan trực tác chiến báo cáo.

Đột nhiên, Đờ-cát đứng bật dậy như bị điện giật. Đám sĩ quan đứng nghiêm như những khúc gỗ. Nữ hộ lý Giơ-nơ-vi-e Đờ Ga-la mặt trắng bệch như nặn bằng sáp, cuốn sổ ghi chép rơi tuột khỏi tay.

Các tấm lá chắn phía bắc, đông và nam đã sập đổ. Sân bay được ví như cái "cuống nhau" nuôi dưỡng cho Tập đoàn cứ điểm cũng đã bị cắt đứt. Phân khu Trung tâm teo tóp dần như "Miếng da lừa" mà nhà văn Ban-dắc (Balzac) đã mô tả trong cuốn sách cùng tên. Cứ điểm tử thủ "Elian 2" tan tành và đường hào có nắp ngụy trang cũng bị bật tung... Hầm chỉ huy nguy trong sớm tối, nhưng các ổ đại liên bốn nòng vẫn còn trấn giữ cầu Mường Thanh, các trận địa ca-nông và lựu pháo vẫn vươn nòng quanh hầm, bọn xe tăng vẫn túc trực như đàn hổ rình mồi bên ngoài chỉ huy sở và hơn nữa, còn mấy chục cứ điểm vẫn chiến đấu ngoan cường, đánh bật những đợt tấn công như vũ bão của Việt Minh. Nhưng làm thế nào lật ngược được thế cờ, hỡi ngài Clau-zơ-vít? Không thể! Đờ-cát như muốn cất tiếng kêu tuyệt vọng, nhưng bị tắc lại trong yết hầu. Đờ-cát nuốt khan một cái và nhăn mặt thở dốc, như thể huyết áp tăng cao đột ngột. Bọn Việt Minh chó chết, đã vô hiệu hóa hai quả đấm chủ lực là không quân và pháo binh của ta, nếu không thì, lòng chảo này sẽ là "cối xay thịt" đối với chúng. Hơn ba chục vạn quân lính và dân binh ư? Một mẻ thịt khá lớn đấy...

Từ năm 1950, Pháp và Mỹ đã phải gánh thêm trọng trách be bờ ngăn chặn "làn sóng đỏ" của Cộng sản (Containment Strategy), đang có nguy cơ lan tràn xuống Đông Nam Á. Các cố vấn Mỹ đã tham gia xây dựng Tập đoàn cứ điểm và chính phủ Mỹ rút ngân sách ra chi phí cho cuộc chiến. Bởi thế, khi Điện Biên Phủ nguy ngập, Mỹ đã tính tới khả năng sử dụng bom nguyên tử. Bom nguyên tử, chỉ cần hai quả thôi đã buộc Nhật phải đầu hàng Đồng Minh. Nhưng nếu Mỹ dùng bom nguyên tử trong chiến trường Việt Nam, hoặc nói rộng ra cả Đông Dương, thì ném xuống đâu? Hà Nội ư? Không thể! Sài Gòn, cũng không thể! Điện Biên Phủ nếu được lựa chọn thì cả Việt Minh và quân ta đều chịu thảm họa, phỏng có ích gì? Nếu mục tiêu là Kim Quan và cả vùng Việt Bắc chẳng hạn? Việt Minh đang đào hầm xuyên núi Kim Quan, liệu có chống được bom nguyên tử không? Nhưng núi rừng bao la sẽ hạn chế phóng xạ rất nhiều. Bởi thế, không thể dùng bom nguyên tử đánh đòn quyết định như với các thành phố lớn đông dân của Nhật Bản được. Giả sử, các sư đoàn chủ lực của Việt Minh bị xay thịt tại lòng chảo này, thì Mao sẽ điều quân Trung Cộng sang thế chỗ, như với Bắc Triều Tiên chăng? Liệu giới diều hâu Pháp và Mỹ đã tính tới tình huống đó chưa? Hơn nữa, nếu thất trận Điện Biên Phủ có thể dẫn tới mất cả Đông Dương, thuộc địa của Pháp tại Phi Châu và trên thế giới cũng có thể trỗi dậy đòi độc lập. Và, không biết chừng, Chủ nghĩa Thực dân phải đánh hồi chuông cáo chung?

Trong trận này, thực lòng mà nói, bọn Việt Minh tuyên truyền tác động tâm lý tốt hơn ta. Mở màn chiến dịch, Trung tá, Tham mưu trưởng Ken-lơ đã quá hoảng sợ, buộc lòng ta phải cách chức.

Trung tá pháo binh Pi-rốt (Piroth), vì quá xấu hổ sau trận đấu pháo thất bại, đã rút chốt lựu đạn tự sát. Tiểu đoàn 5 không chịu tấn công Nà Phài, buộc phải đưa đi làm cu-ly (coolie) mới miễn cưỡng trở lại chiến đấu. Tất cả gộp lại thành quả bom nổ chậm, cùng với đại quân Việt Minh đã giáng xuống đầu vạn rưởi sĩ quan và binh lính của tập đoàn một đòn chí mạng. Dù các cứ điểm có đặt tên các cô gái Pháp, nhưng lâm trận, lính tráng đâu còn nghĩ đến người đẹp, mà chỉ lo cho mạng sống của chính mình thôi.

Ban đầu, kế hoạch phòng thủ Điện Biên Phủ của Na-va cũng rất chi là hoành tráng: *một là*, cản trở việc chuyển quân của Việt Minh; *hai là*, dùng pháo và máy bay đánh bật Việt Minh ra khỏi các vị trí tiềm nhập; *ba là*, nếu Việt Minh tấn công hai đến ba ngày thì phản kích, buộc chúng phải rút lui; *bốn là*, nếu Việt Minh rút thì dùng không quân đánh phá... Nhưng bây giờ, thật bi đát. Kế hoạch viển vông, tất cả viển vông hết.

Những ngày đầu, mình chỉ ký vào bức điện có ba chữ cái: "R.A.S" (Rien a` signales), nghĩa là, tình hình không có gì báo cáo. Thế mà nay, không giấy bút nào báo cáo cho xiết...

28. Diễu binh Mường Phăng

- A-lô, Trần Độ hả? - Giáp bảo tổng đài chuyển máy, gọi cho Chính ủy Đại đoàn 312, - xác định đúng Đờ-cát không?

- Báo cáo anh, - Trần Độ (Tạ Ngọc Phách) nói, - anh Tấn đang gọi điện kiểm tra lại.

Tấn nghe thủng câu chuyện, biết là Giáp đang quan tâm chuyện hệ trọng trong vấn đề tù binh, bèn bảo Độ, - xong rồi, đưa máy cho tôi nói chuyện với anh Văn, - nhận tổ hợp còn nóng hơi bàn tay Trần Độ, Tấn báo cáo nhanh, - đúng là tướng Đờ-cát anh ạ, thằng Luật tóm sống, tại hầm chỉ huy Tập đoàn cứ điểm.

- Rồi, cho tớ nói chuyện thẳng với tay Luật đi.

Theo lệnh của Tấn, tổng đài Đại đoàn 312 nối dây nói với Trung đoàn 209. Trung đoàn lại nối máy với Tiểu đoàn 130:

- Đại đoàn trưởng nói chuyện với đồng chí Tạ Quốc Luật, Xê- Ba sáu mươi (C360). Khẩn trương!

Luật ba chân bốn cẳng chạy về Tiểu đoàn bộ, hổn hển nói qua điện thoại:

- Báo cáo thủ trưởng Tấn, tôi là Luật, Xê- Ba sáu mươi.

- Văn đây, - Giáp chợt thấy lắng lại, chắc là Luật đang ngớ ra, vội nói, - Giáp đây, Đại tướng Võ Nguyên Giáp.

- Dạ, - Luật càng hồi hộp, tưởng như đang đứng trước Tổng Tư lệnh.

Giáp nghe rõ tiếng thở gấp của chàng lính trẻ lần đầu tiên cầm điện thoại, lại nói chuyện với "Người anh cả của quân đội". Xung quanh hỗn độn tiếng súng, tiếng pháo, tiếng xe tăng gầm gào lúc xa lúc gần, Giáp bèn ân cần hỏi chuyện dãn ra cho Luật bình tĩnh lại, - anh em thế nào?

- Báo cáo Đại tướng, - Luật nghẹn lời, - đúng mười bốn giờ, cả đại đội vượt cầu Mường Thanh, bây giờ chỉ còn năm thằng thôi ạ. À quên, năm đồng chí. Nhưng chúng tôi đã xộc thẳng vào hầm Đờ-cát, bắt sống tướng giặc và Bộ Tham mưu.

- Tốt, - Giáp thở phào, - đồng chí xác định Đờ-cát thế nào?

- Chúng tôi nhìn quân hàm thấy có một sao to, liền hỏi cấp bậc, nó bảo là... - cái gì ấy nhỉ, Đàm Sính? - Luật quay sang hỏi phiên dịch.

- Cậu Đàm Ngọc Sính, người Cao Bằng cũng ở đó à? Chuyển tổ hợp cho Sính, mau! - Giáp ra lệnh.

Có tiếng lạo xao đầu dây, rồi tiếng Sính cất lên:

- Anh Văn, à quên, Đại tướng! Tôi, Đàm Sính, tức Đàm Nhí đây ạ, - Sính mau mắn trả lời.

- Có đúng hắn là Đờ-cát không? - Giáp hỏi thẳng vào vấn đề.

- Thưa, đúng ạ, - Sính rành rọt, - anh Đào Văn Hiếu, Tiểu đoàn trưởng hỏi chức vụ, nó trả lời tiếng Pháp là "Gieneral de brigade". Hỏi đến tên, nó nói một tràng, rồi viết ra giấy, đếm được bốn mươi chữ cái: "Chistan Mari Fecdinand Delacroix De Castries".

- Cho nói chuyện với đồng chí Tiểu đoàn trưởng, - Giáp lại ra lệnh. - Các đồng chí đã kiểm tra qua Bộ Tham mưu của nó chưa?

- Rồi ạ, chúng nó bảo đúng, - Hiếu vội trả lời, - tôi thấy nó chống gậy.

- Đó, gọi là "Can đại tá", - Giáp ra vẻ hiểu biết tường tận, chấn chỉnh.

- Phải rồi, cái can. Tôi thét: "Buông ra ngay". Nó ngượng ngập bảo là từng bị thương, gãy hai chân. Cái can của nó có thể gấp lại tạo thành ghế ngồi. Đánh nhau thế mà nó vẫn áo quần chải chuốt lắm ạ.

- Đúng rồi, tướng quí tộc mà. Quản chặt vào nhé. Nhớ chế độ đãi ngộ tù, hàng binh. Cố gắng nhé, không được chủ quan khinh địch! Chúng ngoan cố lắm không?

- Khi chúng tôi nhảy vào hầm, ra lệnh đầu hàng, nhưng cả Bộ Tham mưu gồm mười sáu tên đổ dồn mắt vào nhìn chỉ huy. Đờ-cát đang ngồi bất động, không chịu giơ tay. Tôi phải ra lệnh: "Đứng dậy, xếp hàng, đi ra ngoài. Khẩn trương!", đồng chí Sính dịch lại, thì Đờ-cát mới chấp hành và cả bọn cùng tuân theo, nhưng nhất định không chịu giơ tay đầu hàng.

Giáp lặng lẽ đưa ống nghe cho sĩ quan trợ lý và nhìn lại bản đồ hình thế chiến dịch. Chợt nghe có tiếng reo hò từ hầm Xuyên Sơn. Giáp ra ngoài cửa lán, vươn vai hít thở, cảm thấy sảng khoái vô cùng. Tiếng reo vẫn lan truyền từ dãy hầm Đại tướng, lán Liên lạc, hầm Cố vấn, cho tới hầm Tổng cục Chính trị, rồi tỏa ra khắp rừng Phiêng Tà Lét. Cả Tiểu đoàn bảo vệ và Chỉ huy sở như sôi lên, tưởng như âm thanh reo mừng chiến thắng, có thể làm bung tán lá đại ngàn. Giáp xuống suối Hầm rửa tay và khoan khoái vốc nước rửa mặt. Chúng Sính cũng đi theo, suốt ngày đêm không rời Giáp nửa bước.

- Vui nhỉ? - Giáp cười hiền lành, hỏi Chúng Sính.

- Chiến thắng rồi, em xin về bản phát nương thôi lố! - Chúng Sính thật thà tâm sự.

- Thắng lợi, nhưng cũng còn gian nan đấy, - Giáp đón cái khăn mặt từ tay Chúng Sính và nói chuyện bâng quơ, nghĩ bụng, cái cậu này, rõ là thật như đếm.

Thái từ lán Tham mưu trưởng, vội chui qua hầm Xuyên Sơn, chạy vào lán Đại tướng, nhưng không thấy Giáp đâu, bèn gọi toáng lên:

- Anh Văn, anh Văn!

- Đây, đây, đây... - Giáp cũng hồ hởi reo lên như bắn liên thanh, rồi trở về lán.

- Thắng rồi! - Thái vừa reo, vừa nhảy qua ba, bốn bậc thềm chạy lại, ôm chầm lấy Giáp.

- Cậu Sính, từng có thời gian ở Chiêm Hóa (Tuyên Quang), trước làm liên lạc cho Thái cũng tham gia bắt Đờ-cát đấy, - Giáp hồ hởi bảo tin.

- Đúng ra, cậu ta là người gốc Hà Quảng (Cao Bằng), hồi bốn sáu (1946) tham gia phá vụ án phố Ôn Như Hầu, - Thái tỏ ra am hiểu tường tận chuyện này.

Nghe Thái nhắc lại vụ Ôn Như Hầu, khiến Giáp nhíu mày, lặng lẽ thở dài và dõi cái nhìn u buồn vào cánh rừng đại ngàn.

Bộ đội cũng kéo đến vòng trong vòng ngoài, rồi công kênh Giáp chạy quanh gốc bưởi trước cửa hầm. Giáp cười cười và giơ tay vẫy vẫy. Tất thảy vui mừng và xúc động khôn cùng.

Nhưng ấn tượng nhất với Giáp, có lẽ là cú điện thoại vào lúc hai giờ sáng ngày mùng 8 tháng 5, gọi về từ cánh đồng Mường Thanh, báo tin chiến trường ngưng tiếng súng. Lúc này, mới là thời điểm chính thức kết thúc Chiến dịch Trần Đình, giải phóng hoàn toàn Điện Biên Phủ.

*

Một tuần, sau ngày bắt sống tướng giặc, các đại đoàn kéo về cánh đồng Mường Phăng làm lễ mừng chiến thắng. Bộ đội vừa trải qua trận chiến ác liệt, những gương mặt non tơ mười chín đôi mươi đã sớm nhuốm vẻ phong trần, nom chững chạc và oai phong trong tư thế của người chiến thắng. Súng pháo bày la liệt, nào là lựu pháo 105 li đặt trên bánh lốp cao su, nào là sơn pháo 75 li có bánh bằng sắt, nào pháo cao xạ 37 li nòng loe như cái loa, dãy súng cối đặt bên dàn hỏa tiễn H6.

- Súng pháo gì mà như cặp ống bẳng gánh nước đấy lố? - dân bản trầm trồ ngắm nghía dàn vũ khí và xe pháo.

Hai cái xe tăng Bazeille chiến lợi phẩm thu được của Pháp cũng được bày giữa cánh đồng. Lá cờ Quyết chiến, quyết thắng tung bay trước kỳ đài. Giáp bồi hồi nhớ lại, trước lúc lên đường đi chiến dịch, Hồ Chủ tịch đã trao cho 304, 308, 312, 316, 351, mỗi đại đoàn một lá cờ như thế. Nhưng duy nhất chỉ có trận Him Lam là cắm được lá cờ trên cứ điểm.

- Sao cậu không cho cắm cờ Quyết chiến quyết thắng trên nóc hầm Đờ-cát? - Giáp ngảnh sang hỏi Tấn.

- Thú thực, lúc bấy giờ không kịp anh ạ! - Tấn thanh minh, vẻ hối lỗi.

- Các cậu phải khẩn trương dựng lại cảnh cắm cờ trên nóc hầm Đờ-cát nhé. Quan trọng lắm đấy, - Giáp nhắc nhở.

- Thì cũng như bữa xuất quân Tân Trào ấy mà, nhân tiện dựng lại cảnh buổi lễ ra mắt Đội Tuyên truyền Giải phóng quân.

Mọi người đổ dồn vào nhìn Giáp, xem sự thể có đúng vậy không, nhưng chỉ thấy Đại tướng cười cười không nói. Bất chợt, khẩu lệnh vang lên dõng dạc:

- Lễ duyệt binh mừng chiến thắng Chiến dịch Trần Đình, bắt đầu!

Tiếng loa vang vọng rừng nói, nghe thiêng liêng và háo hức lạ thường. Hàng quân vẫn đứng im như những pho tượng.

- Trân trọng giới thiệu Đại tướng Võ Nguyên Giáp, Bộ trưởng Quốc phòng, Tổng Tư lệnh Quân đội nhân dân Việt Nam, Bí thư Quân ủy Trung ương, kiêm Chỉ huy trưởng, Bí thư Đảng ủy Chiến dịch Trần Đình giải phóng Điện Biên Phủ, lên đọc Nhật lệnh mừng chiến thắng.

Giáp đĩnh đạc bước ra, nhìn bao quát toàn quân và dân chúng, trịnh trọng đọc, giọng Quảng Bình ấm áp lan xa:

- Hỡi toàn thể cán bộ và chiến sĩ các đơn vị bộ binh, pháo binh, pháo cao xạ, công binh chiến thắng trên mặt trận Điện Biên Phủ! Hỡi toàn thể cán bộ chiến sĩ bộ đội chủ lực, bộ đội địa phương, dân quân du kích khắp các chiến trường toàn quốc!

Giáp điểm lại toàn bộ chiến dịch, với những khó khăn gian khổ và hy sinh anh dũng, làm nên chiến thắng lẫy lừng, rồi kêu gọi:

- Dưới ngọn cờ quyết chiến, quyết thắng của Hồ Chủ tịch, vì độc lập tự do của Tổ quốc, vì ruộng đất của dân cày, vì hòa bình của Á Đông và thế giới, toàn thể cán bộ, chiến sĩ anh dũng tiến lên!

Quân, dân lại hoan hô như sấm dậy.

Giáp nhìn lên đỉnh Pú Huốt, tưởng như hôm nào cũng đang lắng nghe tiếng quân reo hò xông lên cứ điểm cuối cùng và cắm lá cờ nhuốm máu dưới ánh hoàng hôn.

Bộ đội lại xúm vào công kênh Giáp. Giáp cười, ánh mắt lấp lánh niềm vui.

Đoàn xe kéo pháo và xe tăng cùng chuyển động diễu hành. Bộ đội và dân quân, du kích trèo cả lên, ai nấy vui cười rạng rỡ. Sắc xanh quân phục của bộ đội, chen với áo cóm trắng của các cô gái Thái, cùng múa xòe. Tiếng động cơ, tiếng reo hò, cười đùa vang vọng cả thung lũng, tưởng như trẩy hội mùa xuân.

Hùng Sinh đang nhảy với cô gái bản Phăng, bất ngờ bị giật mất mũ, lộ ra cái đầu trọc. Tay bộ đội mặc áo trấn thủ gào lên bài hát nhái *Giải phóng Điện Biên*:

Ôi biết bao sướng vui đường lên Tây Bắc

Đồng bào thắc mắc có cái anh trọc đầu
Đồng chí ấy tên là ai?
Cả đám bộ đội cùng gào lên như dàn đồng ca:
Sình sính sính sinh Hùng Sinh, à hà!

- Thằng nào, thằng nào? - Hùng Sinh nghển cái đầu trọc lên quát to, giọng đầy vẻ giận dữ.

Giáp đi qua, thấy vậy, nhoẻn miệng cười. Bộ đội và đám con gái Thái càng cười to. Hùng Sinh ôm đầu trọc lủi vào đám đông, càu nhàu:

- Ông mà tìm ra thằng nào, thì khốn nạn với ông?

- Chắc không phải bộ đội của mày đâu? - Trần Độ cười trêu, nhưng vội nín bặt, lủng bủng, - xin lỗi, xin lỗi các đồng chí liệt sĩ...

Nghe Độ nói, Hùng sinh cũng giật mình, chết lặng. Bởi ai cũng biết, trung đoàn của Hùng Sinh bị xóa xổ ngay từ lúc bắt đầu đợt hai chiến dịch, dưới chân cứ điểm Đồi A1, tức E-li-an 2.

Ngay sau khi quân Pháp kéo cờ trắng đầu hàng, Giáp đi thăm chiến trường, ghé qua Đồi A1. Đây, "Ụ thằng người", kia xác xe tăng Bazeille, hố bộc phá khổng lồ, căn hầm tiền tiêu của Đại đoàn 316... Một quả đồi chỉ cao bốn trăm mười mét so với mực nước biển Hải Phòng, thế mà hai bên giằng co ngót bốn chục ngày, với gần bốn ngàn sinh mạng của cả ta và địch đã đi vào lòng đất. Mỗi tấc đất, mỗi tấc máu xương. Nếu tay Đặng Văn Việt được tham gia chỉ huy chiến dịch này, thời gian chắc rút xuống một tháng và thương vong chỉ một phần mười. Giáp thở dài chua xót, một chút ân hận như cơn gió thoảng qua. Chiến trường ngổn ngang xác xe tăng, máy bay, hố bom, hầm hào nham nhở. Cái giá quá đắt của chiến thắng phải đổi bằng núi xương sông máu của bộ đội và dân công.

Bất chợt, dưới thung lũng vẳng lên tiếng hát trong trẻo của cô gái Thái:

"Pú Hồng Mèo quê hương của ánh sáng
Pú Tá Cọ giường chiếu của trời".

Giáp cảm thấy lòng bâng khuâng, nhìn lên hai dãy núi Pú Hồng Mèo và Pú Tá Cọ bao quanh cánh đồng Mường Thanh, rồi nói với đoàn cán bộ cùng đi:

- Chiến trường vừa im tiếng súng, thì họa mi đã cất tiếng hót...

Một hôm, Giáp bàn với Vi Quốc Thanh:

- Đồng chí Vi, hay là, nhân cơ hội này, ta thừa thắng xông lên, giải phóng nốt vùng đồng bằng và thành thị?

- Võ Tổng ước chừng bao lâu thì giành chiến thắng? - Vi nhíu mày hỏi lại.

- Không chóng thì chầy, - Giáp trả lời nước đôi, - nhanh thì ba năm, chậm thì năm năm.

- Địch nhân còn năm mươi vạn quân đó. Chỉ thị của Mao Chủ tịch là kết thúc cuộc chiến tại đây! - Vi đáp chắc nịch và bồi thêm, - Mao Chủ tịch hẳn sẽ bàn bạc cụ thể với Hồ Chủ tịch.

Chương bảy: Kẻ thế mạng

29. Bàn bạc Liễu Châu

Đoàn tù binh mấy ngàn tên, xếp hàng kéo dài dằng dặc, đầu đã khuất sau dãy núi Him Lam, mà đuôi còn đứng trên cầu sắt Mường Thanh. Tất cả, giày khoác lên cổ, thất thểu lê bước với nỗi lòng buồn, vui lẫn lộn. Buồn, bởi thất trận, mà lại là trận đánh lịch sử, kết thúc chiến tranh Đông Dương, nên nỗi buồn nhân lên chất ngất, cao hơn cả dãy núi Pú Hồng Mèo và Pú Tá Cọ lừng lững bên đường. Vui là do được sống, gần hai tháng vật vã trong địa ngục trần gian đầy máu lửa, thế mà nay còn được uống nước Nậm Rốm, bước trên đường mòn nở trắng hoa ban, thì mới cảm nhận được sự kỳ diệu của Chúa, đặng hồi sinh cho những kiếp người.

- Tại sao các ông kéo nhau lên Điện Biên Phủ, heo hút giữa núi rừng hiểm trở thế này? - viên sĩ quan Việt Minh hỏi

- Không phải tôi, mà do chỉ huy của tôi, - Đờ-cát điềm nhiên đổ lỗi.

- Nhưng tại sao?

- Điện Biên, phiên âm tiếng Pháp giống như là "Deviensfou", nghĩa là "Thằng điên", - viên tướng bại trận nở nụ cười cay đắng.

- Ông thực hiện kế hoạch Chim biển An-ba-tơ-rốt (Albatros), hòng tháo chạy sang Lào như thế nào?

- Tất cả đã bị Tướng Giáp chặn đứng, - Đờ-cát buồn bã trả lời. - Hầu như Tướng Giáp đã tính trước tôi.

- Xin lỗi, sao ông không tự sát, hoặc tử thủ theo lời khuyên của Cô-nhi ư?

- Tôi đầu hàng cùng các chiến binh của tôi. Tôi yêu họ!

Viên sĩ quan hỏi cung vẫy tay vào phía sau rèm. Chiến sĩ trợ lý bê ra một cái hòm.

- Đây là đồ của ông. Chúng tôi thu được dù hàng, bên bờ sông Nậm Rốm.

Hòm đồ được mở ra, Đờ-cát nhìn thấy thuốc lá Phi-líp (Philip), rượu Uýt-ky (Whisky), xúc xích, bít-tết bò (bifsteck), áo may-ô (maillot), khăn mui-xoa (mouchoir), hộp cạo râu Ghi-lét (Gillette) và lá thư còn thơm mùi nước hoa của phu nhân; đoạn, ngập ngừng hỏi:

- Nghe nói, tôi còn có đôi lon cấp tướng nữa cơ mà?

- Dù hàng này, chúng tôi nhận được ngày hăm bảy tháng tư. Còn cái dù có lon cấp tướng của ông, thả trước ngày mười sáu, rơi xuống đồi E-li-an- Một (Elian 1), mà chúng tôi gọi là Xê-Một (C1), - viên sĩ quan Việt Minh trả lời rành rẽ.

- A, các chiến binh Lê dương Đại đội Bốn, - Đờ-cát thốt lên, vẻ tự hào.

- Đúng, chính Đại đội Bốn đã nhặt được thùng hàng có ghi dòng chữ: "Gửi tận tay Tướng Đờ-cát". Nhưng họ đã hè nhau uống hết rượu Mác-tin (Martin), hút hết thuốc lá Lắc-ky (Lucky) và chén hết kẹo bánh hảo hạng. Còn đôi lon tướng của ông thì họ chôn xuống sườn đồi.

- Vậy sao? - Đờ-cát tỏ thái độ ngạc nhiên xen lẫn sự nghi ngờ lẫn lộn.

- Đúng thế, chúng tôi đã kịp khai thác những chiến binh của ông, - viên sĩ quan diễu cợt, - nay là tù binh của chúng tôi. Cuộc khai thác ấy diễn ra, ngay sau khi chúng tôi chiếm lĩnh Xê-Một, tức

E-li-an- Một và cũng đã đào được đôi lon gắn một sao của ông, đây.

Đờ-cát rũ ra, nói như hụt hơi và run tay cầm đôi lon lấm lem đất cát. Đôi lon cuối cùng trong cuộc đời binh nghiệp, chủ tướng lại nhận được trong hoàn cảnh trớ trêu thế này...

- Cám ơn Việt Minh! Cám ơn Tướng Giáp, - Đờ-cát khó nhọc nói.

*

Khi công việc đã thư thư, Thái bèn hỏi Giáp:

- Anh có đi thăm tù, hàng binh không, để chúng tôi bố trí?

- Thôi, thôi, thôi... - Giáp từ chối thẳng thừng và quyết liệt, - đối với chúng, ta có chính sách rồi, không những đối với hai ngàn tên bị bắt ở đây, mà còn đối với tất cả tù, hàng binh trên chiến trường Đông Dương. Miềng phải dành thời gian thăm các đồng chí, anh em thương binh và gửi thư cám ơn đồng bào Tây Bắc. - Đắn đo giây lát, Giáp bảo, - mà này, cậu nhớ đôn đốc các chiến trường, phục vụ đàm phán Hội nghị Giơ-ne-vơ đấy nhé.

- Báo cáo Đại tướng, rõ! - Thái đáp dõng dạc, thỉnh thoảng cũng phải thực hiện điều lệnh quân đội, như thể cho khỏi quên, còn lại thì toàn xưng hô theo kiểu gia đình.

Thái thấy Giáp từ chối mới sực nhớ ra câu chuyện năm 1950, kết thúc Chiến dịch Biên giới Cao-Lạng, Ban chỉ huy mặt trận cũng bố trí cho Giáp úy lạo tù binh. "Chúng tôi đã thắng", Giáp nói chuyện một hồi và khẳng định như vậy. "Không, chúng tôi chỉ thua rừng núi của các ông mà thôi", viên sĩ quan tù binh Pháp đáp lại, làm cho đám tù binh cười ồ cả lên, đầy vẻ ngạo mạn. Một vị tướng thắng trận lâm vào tình thế bẽ bàng, khiến Giáp rất bực. Bữa nay, nghe Thái đề xuất thăm tù, hàng binh là Giáp chối đây đẩy. Nhưng chợt hiểu, Thái có ý tốt, nên Giáp lái câu chuyện:

- Hôm nọ, đi thăm chiến trường, lúc đứng trên Đồi A-Một, miềng nghĩ, bộ đội phải gỡ mìn, san hào, dỡ dây thép gai, trả lại đất đai an lành cho đồng bào sản xuất. Đây là một trong bốn cánh đồng lớn của miền Tây Bắc.

- Nhất Thanh, nhì Lò, tam Than, tứ Tấc, - Thái họa theo.

- Có lẽ, miềng báo cáo Trung ương, xin rút các đơn vị về đồng xuôi. Đại đoàn Ba linh tám sang Thái Nguyên, Bắc Giang; Ba mươi hai xuống Vĩnh Yên, Phúc Yên; Ba linh tư cho Trung đoàn Sáu sáu sang Lào, Trung đoàn Năm bảy về Sơn Tây, Hà Đông, Trung đoàn Chín đóng tại Ninh Bình, Nam Định; Ba mươi sáu thì thu dọn chiến trường, rồi vào Thanh Hóa, chỉ để lại một trung đoàn đóng quân tại đây mà thôi. Chúng miềng cũng về Thái Nguyên, chờ anh Đồng giải quyết xong cái Giơ-ne-vơ, rồi tính cụ thể sau.

- Chiến thắng Điện Biên của anh em mình, khác nào quả tạ ném xuống bàn cân hội nghị đó, - Thái cười đắc thắng.

- Phái đoàn Pháp phải đeo băng tang kia mà, - Giáp cũng đắc ý cười theo.

*

Bản tin Việt Nam Thông tấn xã, tháng 6 năm 1954, gửi tới Giáp có hai vấn đề đáng chú ý: *một là*, Liên Xô đã xây dựng Nhà máy điện Nguyên tử đầu tiên trên thế giới; *hai là*, Ngô Đình Diệm đã được Bảo Đại cử làm Thủ tướng Quốc gia Việt Nam.

Nhắc đến họ Ngô, lại sực nhớ lời mẹ dặn, về việc Cẩn có công chăm sóc và mai táng ông thân, khiến Giáp vân vi suy nghĩ đầu đuôi mọi nhẽ. Hồi năm 1946, Hồ Chủ tịch mời Diệm làm Thủ tướng và miềng ký sắc lệnh bổ nhiệm Nhu làm Giám đốc. Từ chỗ đồng hương hàng huyện, lại cùng đồng tâm cứu nước thương nòi, tình nghĩa hai nhà Võ-Ngô được nhiều người biết đến. Thế rồi, mỗi người mỗi ngả, miềng theo phe Dân chủ của những người Cộng sản, anh em họ Ngô theo tiếng gọi của Thế giới tự do. Có khi, lại gặp nhau ở nơi nào đó cũng nên, trái đất xoay tròn. Bây chừ là hai phe, hai con đường. Năm 1940, khi Liên Xô, Trung Quốc công nhận Chính phủ Việt Nam Dân chủ Cộng hòa của Hồ Chí Minh, thì Mỹ, Anh, Pháp cũng công nhận Chính phủ Quốc gia Việt Nam của Bảo Đại. Thời gian đó, khi cố vấn Trung Quốc sang Việt Nam, hướng dẫn công tác đảng, quân sự, cải cách ruộng đất... thì Ngô

Đình Nhu phán một câu xanh rờn: "Việt Nam lại lệ thuộc Tàu". Hội nghị Xan Phran-xit-cô (San Francisco), Chính phủ Bảo Đại thu hồi hai quần đảo Hoàng Sa và Trường Sa từ tay Nhật. Liên Xô đề nghị trao cả hai cho Trung Quốc, nhưng phái đoàn Quốc gia Việt Nam kiên quyết chống lại. Cuối cùng phải bỏ phiếu kín, kết quả hai quần đảo vẫn thuộc Việt Nam. Nếu là phái đoàn Việt Nam Dân chủ Cộng hòa tham dự hội nghị ấy, thì hai quần đảo mất đứt về Tàu rồi. À, thì ra không phải họ không yêu nước, mà họ yêu nước theo cách của họ. Họ đề cao quốc gia, dân tộc. Miệng tôn thờ chủ thuyết Mác-Lê, giai cấp tranh đấu, lấy Chủ nghĩa quốc tế vô sản làm trọng, xây dựng Thế giới Đại đồng, xóa bỏ quốc gia, loại trừ dân tộc. Vậy thì, ai thắng ai đây?

Giáp đang suy tính trăm bề, thì có công văn của Hồ Chủ tịch, triệu tập gấp Hội nghị Bộ Chính trị. Giáp vội lên ngựa nhảo qua nhà báo tin. Hồng Anh nghe tiếng vó ngựa quen thuộc, vội chạy ra sân đón bố. Giáp chỉ cúi xuống âu yếm xoa đầu con gái cả, vẫy chào mẹ và cô Thiều đang chơi với các cháu Hòa Bình, Hạnh Phúc trên sân và Bích Hà đang ẵm Điện Biên bên hiên nhà, rồi quất ngựa phi thẳng. Cả nhà nhìn theo hụt hẫng, Hồng Anh tấm tức khóc.

- Vội gì mà không vào nhà một chốc, - cụ Kiên trách bóng.

- Con quen cảnh này rồi, thím ạ, - Hà động viên mẹ chồng, - có trách thì anh ấy cứ bảo, việc quân mà lị, - phải không cô Thiều, - Hà nhìn cô giúp việc tìm sự đồng cảm.

*

- Mao Chủ tịch điện sang, - Hồ Chủ tịch cầm bức điện giơ lên, như thể làm bằng chứng, nhưng không đọc nội dung, - rằng, tình hình Hội nghị Giơ-ne-vơ có vấn đề phức tạp.

- Ta đang ở thế thượng phong kia mà? - Trường Chinh ngạc nhiên hỏi.

- Thực ra, ta thắng trận Điện Biên Phủ, nhưng Pháp chỉ mất có bốn phần trăm quân số trên toàn Đông Dương mà thôi, - Giáp đỡ lời.

- Thắng lợi của ta tuy lớn, nhưng mới chỉ là bắt đầu. Rồi đây, phải đấu tranh với bọn can thiệp Mỹ mới gay go, quyết liệt. Nhưng chuyện đó để sau. - Hồ Chủ tịch rít một hơi thuốc lá Salem của Mỹ, rồi lặng lẽ phả khói, thong thả nói tiếp, - Mao Chủ tịch mời tôi sang Liễu Châu để nghị bàn, - đâu như có chuyện phân chia lãnh thổ giữa hai phe, kiểu như Đức năm bốn mươi nhăm và Triều Tiên năm ngoái.

Chinh đưa mắt nhìn Giáp. Giáp nhìn Hồ Chủ tịch. Hồ Chủ tịch lơ đãng nhìn ra cánh rừng đại ngàn đang gầm gào trong gió lốc, như đang nghĩ điều gì lung lắm. Giáp sực nhớ, trong buổi lễ Tuyên ngôn độc lập, tại quảng trường Ba Đình, tiếp lời Hồ Chủ tịch, miệng ca tụng quân Đồng Minh rằng, các bạn Mỹ đã giúp đỡ Việt Minh vô tư và không tham vọng lãnh thổ. Bây chừ, Hồ Chủ tịch lại nói, đấu tranh với Mỹ còn quyết liệt hơn với Pháp, thì liệu miệng có bị "chiếu bí" về chuyện lập trường tư tưởng không, hè?

- Bây giờ, chú Duẩn trong Nam Bộ, chú Tô thì ở bên Thụy Sĩ, chú Thận lo việc Cải cách ruộng đất, - Hồ Chủ tịch quay sang Giáp, - chỉ còn mỗi chú Văn đang nằm khườn, nhấm nháp chiến thắng Điện Biên Phủ. Nhàn cư vi bất thiện, vậy thì theo tôi.

Giáp nghe vậy, giật nảy mình, tưởng Hồ Chủ tịch đi guốc trong bụng mình.

- Xem chừng Mao Chủ tịch không mặn mà với đồng chí Văn cho lắm, - Chinh ngập ngừng hồi lâu mới nói, - hình như từ cái trận Biên Giới và Điện Biên khác ý người ta. Vậy tháp tùng Hồ Chủ tịch xuất ngoại thế này, có tiện không?

- Chú ấy vừa thắng trận lẫy lừng, ngại gì, - Hồ Chủ tịch nói át đi.

Phái đoàn Chủ tịch Hồ Chí Minh và Đại tướng Võ Nguyên Giáp tháp tùng, đi ô-tô qua biên giới Việt-Trung, rồi đáp tàu hỏa đi Liễu Châu.

- Em thì mới lần đầu đặt chân đến Liễu Châu. Xem ra, cũng núi non tựa tựa như cảnh Việt Bắc, Tây Bắc, - Giáp gợi chuyện.

- Đến Liễu Châu, chẳng có thi sĩ nào dám qua mặt thi nhân Liễu Tông Nguyên, - Hồ Chủ tịch thủ thỉ đọc bài thơ *Giang tuyết*:

"Thiên sơn điểu phi tuyệt,
Vạn kính nhân tung diệt,
Cô chu thôi lạp ông,
Độc điếu hàn giang tuyết".

- Em có nghe "Ông già Bến Ngự" nói đến Liễu Tông Nguyên, nhà thơ đời Đường, không ngờ lại là tác giả bài này. Để em mạo muội đọc bài thơ dịch:

Trên non chim khép cánh rồi
Dấu chân người ở muôn nơi đã mờ
Nón tơi phủ tấm thân già
Trên thuyền câu tuyết sương sa lạnh tràn.[110]

- Phía bắc Liễu Châu là Hồ Nam, - Hồ Chủ tịch giới thiệu.

- Nghe nói là quê hương của Mao Chủ tịch, - Giáp đáp một cách thành kính, - khi nào có điều kiện, xin bác cho đi Bắc Kinh một chuyến.

- Còn xa, ba ngàn rưỡi cây số nữa, - Hồ Chủ tịch nói như một hướng dẫn viên bất đắc dĩ.

- Đất nước Trung Hoa của Mao Chủ tịch thực bao la và tươi đẹp, - Giáp phỉnh thêm một câu bằng tiếng Trung.

Mấy nhân viên Trung Quốc phục vụ trên tàu, nghe Giáp ca ngợi lãnh tụ như vậy thì hởi dạ, tươi nét mặt.

*

Đang trao đổi với Chu Ân Lai, bỗng Hồ Chủ tịch quay sang Giáp, hỏi nhỏ:

- Vĩ tuyến mười ba là Tuy Hòa, vậy mười lăm nằm ở đâu?

- Thưa, Quảng Ngãi, chỗ hạ thủ tên Tờ-rốt-kít Tạ Thu Thâu, hồi bốn lăm (1945) đấy ạ. -

---

(110) Vũ Xuân Tửu chuyển sang thể thơ Lục bát.

- Áy dà, - Hồ Chủ tịch bất giác kêu lên, rồi kín đáo đánh mắt thăm dò thái độ của Chu.

Chợt nghe Hồ thốt lên từ cảm thán kiểu Tàu, "áy dà", khiến Chu nhíu mày; đoạn, ngoái sang Hoàng Văn Hoan để tìm đồng minh, - Pháp đòi vĩ tuyến mười tám, nhưng tôi ấn định mười bảy, đồng chí Đại sứ thấy thế nào?

- Vĩ tuyến mười tám chạy ngang qua đảo Hòn La, tỉnh Hà Tĩnh, còn mười bảy thì qua sông Bến Hải, giáp ranh giữa tỉnh Quảng Bình quê anh Giáp với tỉnh Quảng Trị là nơi chôn rau cắt rốn của anh Duẩn,- Hoàng Văn Hoan trả lời rành rẽ về địa lí.

- Vậy thì Đà Nẵng đi, - Hồ Chủ tịch nói, - về mặt phong thủy, thì Đà Nẵng là trung tâm của Việt Nam. Nếu đặt cái com-pa quay một vòng tròn, phía bắc chạm Hà Giang, phía nam va Cà Mau, ngoài bể thì đụng đảo Hải Nam, phía tây thì quyệt biển Hồ bên Cam Pốt. Xét về mặt địa lý thông thường, cũng chia đều hai miền Nam, Bắc.

- Tức là vĩ tuyến mười sáu? - Chu gật gù nói, - tôi lĩnh ý Hồ Chủ tịch, sẽ về Bắc Kinh thỉnh thị Mao Chủ tịch và sang Thụy Sĩ trao đổi lại với đồng chí Phạm Ngoại trưởng. Sau đó, trình ra Hội nghị Nhật Nội Ngõa (Geneve). - Chu mím môi suy nghĩ giây lát, rồi nhướng đôi mày rậm lên, nói rành rọt, - tinh thần Hiệp định, tất sẽ có chuyện tập kết cán bộ và bộ đội, nhưng đừng rút trắng, mà cần để lại lực lượng chân rết, làm nòng cốt sau này, tính kế thống nhất đất nước bằng bạo lực cách mạng. Theo Võ Đại tướng, cần để lại Miền Nam bao nhiêu là vừa? - Chu ngoái sang, hỏi thẳng Giáp.

- Chừng một vạn, - Giáp trả lời Chu, nhưng lại ngước nhìn Hồ Chủ tịch, vẻ dò hỏi, - thế có ổn không ạ? - Thấy Hồ Chủ tịch gật gù, Giáp mới lèo thêm, - chủ yếu là các đồng chí cán bộ chưa lộ diện mà thôi. - Giáp nghĩ bụng, năm bốn sáu (1946), khi hạ lệnh rút khỏi Hà Nội, miệng cũng cho bí mật cài lại dăm trăm người đó thôi. Lạ gì kế này...

*

Đoàn lặng lẽ trở về, Hồ Chủ tịch chẳng ra vui cũng chẳng ra buồn. Tại sao năm bốn mươi chín (1949), khi ta viết bài *Đảng ta*, đăng trên tạp chí *Sinh hoạt nội bộ*, có đoạn nói về thành phần tham gia hội nghị thành lập Đảng Cộng sản Việt Nam, tại Hương Cảng, năm ba mươi (1930) là, "đồng chí Nguyễn Ái Quốc và tôi...", thì Giáp xúi Trường Chinh cho thu hồi, viện lý do giấy xấu, chữ mờ nhòe không ai đọc nổi. Chinh đọc lại, giật mình, hiểu ý Giáp, cho thu hồi gấp. Thế thì, hắn cũng không phải tầm thường. Nhưng nghĩ đi rồi cũng phải nghĩ lại, nếu có kẻ nào ẻ họe. Chẳng lẽ, Nguyễn Ái Quốc và Hồ Chí Minh là hai người khác nhau à? Cứ cho là thế thì cũng chẳng đụng được đến cái lông chân của ta. Bởi ta dùng bút danh "Trần Thắng Lợi" ký bài đó kia mà. Từ lâu, Mao Chủ tịch và Chu Tổng lý đã có ý ngờ, muốn loại bỏ hắn, nhưng làm vậy là thất sách, dùng người để giữ mình mới là thượng sách. Chỉ có thằng Sơn ngang ngạnh quá đỗi, muốn lấn át hắn, lại cả gan chống lại ta, nên buộc phải phao vu chuyện trai gái đồi trụy, mà đẩy sang Tàu. Thực ra, việc ấy cũng chỉ là trung sách, tình thế bất đắc dĩ.

Giáp lơ mơ ngủ, ý nghĩ trôi theo dòng hồi tưởng. Liệu Hồ Chí Minh có biết chuyện Nguyễn Tất Thành lần đầu xuất dương theo đoàn thuyền buôn nước mắm, qua Hải Phòng, Móng Cái sang Trung Quốc, đến Liễu Châu bắt mối liên lạc với cụ Phan Bội Châu, nhưng không thành; lại trở về Việt Nam, vào Sài Gòn, rồi xuống tàu sang Pháp xin học trường thuộc địa cũng chẳng xong... Miểng đi tháp tùng chuyến này, nhưng coi như đứng ngoài cuộc, bởi Chu Ân Lai và Hồ Chí Minh bàn bạc và quyết định tất cả. Chia cắt đất nước là chuyện tày trời, hẳn bộ đội không đồng tình, miểng phải chủ động quán triệt toàn quân và dùng mệnh lệnh quân sự trấn an mới được.

Tiếng bánh sắt lịch kịch, toa tàu lắc lư như đưa võng, ru cả hai yếu nhân vào giấc ngủ êm đềm. Chuyến tàu xuôi phương nam mang theo một phán quyết đẫm máu và nước mắt, con sông Bến Hải sẽ như một lưỡi gươm chém đứt đôi đất nước. Thế mà chín năm trước, trên lễ đài Ba Đình, Hồ Chủ tịch đã vung thanh bảo kiếm lên, dọa sẽ chặt đầu những kẻ phản quốc. Vậy, ai chặt đầu ai bây chừ? Nhưng các chiến sĩ quân đội gác hai đầu toa, với gương mặt dãi dầu sương gió và sạm đen màu khói súng, thì vẫn vô tư, thậm chí còn tự hào là đằng khác...

Chân ướt chân ráo, đoàn vừa về đến Kim Quan, thì Trần Quang Huy (Việt Phương) đã tổng tộc báo cáo:

- Bà Bạch Liên - Nguyễn Thị Thanh đã mất ở trong Nghệ An rồi ạ!

- Thế, các chú có thay mặt tôi, gửi điện chia buồn tới địa phương và cáo lỗi với gia đình, biện lý do tôi bận đi công tác xa không? - Hồ Chủ tịch lặng đi hồi lâu, rồi khẽ hỏi.

- Tôi có báo cáo anh Thận, nhưng không thấy chỉ đạo gì, - Huy đùn đẩy trách nhiệm.

- Các chú ngốc quá! - Hồ Chủ tịch gằn giọng; đoạn, thở dài và lắc đầu quầy quậy, tỏ vẻ ngán ngẩm ra mặt.

30. Bên thềm nhà hát

Lê Duẩn đang đi công tác Miền Nam, nghe tin Hiệp định Giơ-ne-vơ đã ký, nhưng chia đất nước làm hai miền, lấy vĩ tuyến mười bảy làm giới tuyến tạm thời.

- Tạm thời ư? Tạm thời cái con "củ khiu", - Duẩn đấm mạnh bàn tay hộ pháp một cái, tức thì cái bàn ghép bằng thân tre, vỡ tan tành.

Nghe tiếng đổ vỡ đánh "rầm" một cái, Bảy Vân giật mình nhìn ra, chợt thấy bàn tay chồng máu me đầm đìa. Miếng thịt ở gan bàn tay lể ra, Duẩn giật đứt phăng, ném xuống kênh, đàn cá nhao lên tranh nhau miếng mồi. Máu tuôn đỏ lòm bàn tay hộ pháp, Bảy Vân hoa cả mắt, nhưng phải gắng sức tháo khăn rằn, băng lại.

- Một lũ hèn! - Duẩn vẫn chưa nguôi nỗi niềm cay đắng.

- Thôi mà mình, - Bảy ngọt nhạt, - cái xảy nảy cái ung, đó, - Duẩn giật mình, mặt tái dại.

Thế mà Duẩn đi đến đâu, đồng bào và cán bộ, chiến sĩ đều hân hoan reo mừng chào đón, tung hô thắng lợi của Hiệp định Giơ-ne-vơ và lớn tiếng phản đối Mỹ-Diệm chia cắt đất nước, khiến Duẩn dở khóc dở cười.

*

Nghe Trần Văn Đỗ báo cáo từ Thụy Sĩ, việc Việt Minh và các nước lớn Anh, Pháp, Nga Xô, Tàu Cộng hùa với nhau chia đôi đất nước. Diệm kiềm chế cơn giận, nói:

- Chia cắt thì dễ, thống nhất lại mới khó. Các đời vua nhà Nguyễn đã dày công dựng nên bờ cõi, suốt một dải từ ải Nam Quan đến bãi Cà Mau, ngoài bể khơi thì có hai quần đảo Hoàng Sa, Trường Sa; đồng thời, đặt ra quốc ca, Quốc kỳ, rồi thống nhất toàn cõi về văn tự chữ nghĩa, cách nói năng, lối ăn mặc, lập đền chùa, thờ phụng tiên tổ và các anh hùng, hào kiệt, danh nhân... thực là một quốc gia Việt Nam toàn bích. Nay Cộng sản chia cắt để lấy chỗ trú ngụ, nhưng sớm muộn cũng phải thống nhất lại, thì chuyện đầu rơi máu chảy ắt sẽ xảy ra. Lúc đó, thử hỏi, ai là người chịu trách nhiệm trước muôn dân?

- Ngay từ năm năm mươi (1950), thấy Tàu Cộng tướn vào biên giới Việt-Trung, tôi đã biết ngay cái hiểm họa mất nước, - Nhu nói lại sự suy đoán của mình từ năm năm về trước, để chia sẻ nỗi lòng với anh trai.

- Ta bảo Đỗ không kí, chú nhé, - Diệm khẳng định. - Lãnh thổ quốc gia Việt Nam là bất khả phân! Đoàn ta phải đề nghị ngưng bắn tại chỗ, không phân chia hai miền Nam-Bắc chi mô.

- Ta không ký, tất Mỹ cũng không ký. Thế thì chỉ còn Việt Minh và Pháp ký với nhau mà thôi. Bọn kia sẽ đứng ngoài, hưởng lợi.

Sự thực diễn ra đúng như thế, chỉ có Tạ Quang Bửu thay mặt Chính phủ Việt Nam Dân chủ Cộng hòa và Xi-mít (Smits) thay mặt Cộng hòa Pháp, hai bên ký với nhau mà thôi.

Khắp Miền Nam treo cờ rũ ba sọc, phản đối chia cắt đất nước. Những tấm áp-phích (affiche) treo cao: "Hãy vào Nam để tránh Cộng-sản", "Đồng bào Nam-Việt dang tay chờ đón đồng bào Bắc-Việt". Ngược lại, toàn miền Bắc trưng cờ đỏ sao vàng chào mừng thắng lợi Hiệp định Giơ-ne-vơ và treo khẩu hiệu "Đả đảo Mỹ-Diệm âm mưu chia cắt lâu dài đất nước Việt Nam".

Theo điều khoản hiệp định, binh lính hai bên phải chuyển vùng: quân Pháp, Đồng Minh, Chính phủ Quốc gia thì chuyển vào Nam; bộ đội, cán bộ Việt Minh và Campuchia tập kết ra Bắc Việt. Trong vòng ba trăm ngày, dân chúng thích phe nào thì chuyển sang bên ấy. Tức thì, một triệu dân Bắc, chủ yếu là Công giáo di cư vào Nam. Pháp cho máy bay túc trực ở phi trường Gia Lâm và tàu há mồm của hải quân chờ tại cảng Hải Phòng, để vận chuyển miễn phí.

Tàu của phe Xã hội chủ nghĩa cũng vào Nam chở quân tập kết. Lê Duẩn theo Bảy Vân cùng con cái cũng giả vờ tập kết, lên tàu Ki-lin-xki (Kilinxki) của Ba Lan, tại cửa sông Ông Đốc (Cà Mau); nhưng nửa đêm, Duẩn xuống thuyền trốn lại Miền Nam. Hàng vạn cán bộ lén lút nằm vùng, bí mật chôn giấu vũ khí, chờ thời cơ nổi dậy quấy rối và lật đổ chế độ Quốc gia. Trước khi xuống tàu vào đất liền, Duẩn bảo với cộng sự: "Phải vài chục năm nữa, chúng ta mới có thể gặp lại nhau". Không ngờ, đó lại là lời tiên tri, về ngày thống nhất đất nước.

*

Sau ngày tiếp quản Thủ đô, gia đình Giáp tá túc tại Biệt thự số 30, phố Hoàng Diệu. Đó là ngôi biệt thự cũ của Tướng Xa-lăng, do một kiến trúc sư nổi tiếng của Pháp thiết kế, tọa lạc trên phố Pierre Paspuier, sau đó đổi tên Hoàng Diệu. Cạnh đó, bên trái là Biệt thự số 26 của tướng Văn Tiến Dũng, bên phải là Biệt thự số 34 của tướng Hoàng Văn Thái. Tuy nhà của ba ông tướng liền kề, nhưng phố này không còn số nhà 28 và 32...

Thái cho đón Bình và con từ quê lên Hà Nội, nhưng Loan kiên quyết không cho ở cùng, buộc phải chuyển đến Khu tập thể quân đội Hoàng Văn Thụ, cách đó không xa. Loan cũng cấm tiệt, không cho Thái léo hánh đến đấy. Loan vẫn căm giận Thái, làm cho đời cô lỡ làng, không những cam phận làm lẽ, mà còn bỏ tuột mất chàng Phạm Văn Đồng; đúng như các cụ dạy, con cá mất là con cá to...

Một hôm, Thái sang nhà Giáp uống trà và nói chuyện văn thời cuộc. Lát sau, thấy Giáo sư Đặng Thai Mai đến chơi. Giáp lễ phép thưa:

- Mời anh ngồi ạ!

Mai lặng lẽ gật đầu chào Thái, rồi khẽ khàng ngồi xuống, gương mặt đượm buồn. Thái lựa lời gợi chuyện:

- Cả cái nước này, khéo chỉ có Giáo sư là kén được ba chàng rể danh giá đều là bộ đội, - Thái bấm đốt ngón tay, như điểm danh, - cô Hà thì đẹp duyên cùng anh Văn đây nhá, cô Hạnh thì anh Cư, còn cô Đào với anh Sơn.

- Cứ mỗi khi nhìn thấy chú Cư là tôi nhớ Hữu Loan, - chợt thấy Mai nhướng mắt, vẻ ngạc nhiên, - Giáp vội giải thích, - anh Cư chính là "anh trai khói lửa" của cô Ninh. Hữu Loan chính là "người chồng bộ đội" của cô Ninh.

- Anh Hữu Loan viết bài thơ *Màu tím hoa sim* cũng là người viết bài thơ dài về Hà Nội, năm bốn mươi sáu (1946), - Mai tỏ ra am hiểu thơ ca.

- Anh xơi nước, - Giáp chuyên chén trà, lễ phép mời bố vợ và nói, - đúng thế anh ạ.

- Hữu Loan cũng có thời dưới trướng tướng Vũ Nguyên Bác, tức Nguyễn Sơn trong Xứ Thanh, - Thái cũng góp chuyện cho rôm rả.

Chợt nghe đến cái tên của người này, khiến Giáp nhíu mày. Thái biết ý, toan đứng dậy ra về, nhưng Mai níu lại, nói vẻ thân tình:

- Tôi nghe anh Giáp có chuyện không vui.

- Không, tôi với anh Sơn vẫn chí tình đồng đội, - Giáp vội thanh minh.

- Tôi không nói chuyện ấy, - Mai chiêu ngụm trà, vẻ khó nhọc, - có anh Thái đây cũng như là người nhà, - Mai quay sang Thái tìm đồng minh, - là tôi nghe nói, Hồ Chủ tịch cử anh đứng ra xin lỗi về vụ Cải cách ruộng đất, phải không? - Mai nhìn xoáy vào Giáp, vẻ trách móc.

Cả ba cùng lặng đi. Hà thập thò ngoài cửa, Mai phẩy tay ra hiệu cho con gái lui. Từ thuở thiếu thời, Mai đã dạy, con gái không được tham dự chuyện chính trị. Hà biết ý, vội nhờ chiến sĩ cần vụ bưng đĩa hoa quả và bánh kẹo lên phòng khách. Giáp mời bố vợ và bạn hàng phố ăn bánh, trái để tìm cớ hoãn binh, nhưng thấy bố vợ có vẻ sốt ruột, nên đành thưa chuyện:

- Có thật như thế, anh ạ, - quay sang Thái, Giáp nói, - cậu Thái đây cũng đã biết, bởi sự việc liên quan đến toàn quân.

- Chung qui cũng là cái chuyện Cải cách ruộng đất. Sai lầm cải cách thì phải kỷ luật cán bộ thực hiện sai chủ trương của cấp trên... Hồ Chủ tịch thay mặt Bộ Chính trị đã phân tích rành rẽ như thế. - Thấy Giáp nhếch mép cười, nhưng Thái vẫn thao thao bất tuyệt, - anh Trường Chinh là Tổng Bí thư bị cất chức chuyển sang làm Chủ tịch Quốc hội. Anh Lê Văn Lương huyền chức Ủy viên Bộ Chính trị, làm Bí thư Thành ủy Hà Nội. Anh Hoàng Quốc Việt cũng phải thôi chân Ủy viên Bộ Chính trị, làm Viện trưởng Viện kiểm sát nhân dân tối cao. Anh Hồ Việt Thắng cũng không tham gia Ủy viên Trung ương nữa, chuyển về Ủy ban Kế hoạch nhà nước... Hiện giờ, bác Hồ vừa làm Chủ tịch Đảng, Tổng Bí thư, kiêm Chủ tịch nước. Suy đi tính lại, chỉ có anh Giáp Đứng mũi chịu sào, đương chức Bộ trưởng Quốc phòng, Tổng Tư lệnh các lực lượng vũ trang, Bí thư Quân ủy Trung ương, về công tác Đảng thì khác gì Phó Tổng bí thư. Như vậy, chỉ chờ sau Đại hội Ba, sẽ là...

Không để cho Thái nói hết câu, Mai vội xua tay, quay sang nói với Giáp:

- Anh có liên can đến Cải cách ruộng đất chi mô, mà phải giơ đầu chịu báng? - Mai tỏ thái độ nghiêm khắc, rồi nhấn mạnh,- anh thấy đấy, mượn danh Cải cách ruộng đất đặt nhiệm vụ chính trị đặt lên hàng đầu, còn ruộng đất và dân cày lại trở thành vấn đề thứ yếu. Vậy, thực chất nó là cái gì?

- Hội nghị Trung ương Mười vừa qua, tuy không ra được nghị quyết, về việc khắc phục hậu quả sai lầm của cuộc Cải cách ruộng đất; nhưng là do tổ chức phân công, Hồ Chủ tịch chỉ đạo, nên tôi phải chấp hành. - Giáp phải cụp mắt xuống, mặt đỏ lựng lên như kẻ có lỗi, nói lý nhí như cậu học trò phạm lỗi trước thầy giáo. Trong cuộc Cải cách khốc liệt nầy, hơn mười bảy vạn người bị quy kết, thì có tới ngót tám mươi phần trăm oan sai... Nhưng mấy ai hiểu nguyên nhân cội rễ bên trong là do Trung Quốc muốn nhào nặn làm mới tổ chức Đảng Cộng sản Việt Nam theo mô hình, cách thức của họ. Về bên ngoài, ai cũng nhìn thấy, xã hội Việt Nam đã thay thế triệt để đội ngũ cán bộ, từ thôn bản, làng xã cho tới trung ương. Nền văn hóa cũ, bảo thủ, lạc hậu được thay thế bởi nền văn hóa mới, con người mới Xã hội chủ nghĩa.

Trên trần, ánh đèn điện đỏ quạch, lộ ra cả sợi dây tóc, khiến căn phòng như tối sầm lại, không khí trở nên ngột ngạt như trước cơn giông.

- Ai chẳng biết thế, nhưng anh đứng ra... chịu trận, - Mai lựa lời, tránh từ "xin lỗi", - nếu làm việc ấy, thì coi như vị thế chính trị sụp đổ, con đường thăng tiến chấm dứt.

- Anh Giáp vẫn là Ủy viên Bộ Chính trị với bốn, năm chức vụ nhất nhì đất nước cơ mà. Tất nhiên, sớm muộn rồi sẽ cáng đáng chức Tổng Bí thư, đỡ cho bác Hồ, - Thái coi Giáp như một yếu nhân, không ai có thể thay thế nổi.

- Sự đời không đơn giản như thế đâu các anh ạ! - Mai thở dài, nặng nề đứng dậy, có ý về. Giáp và Thái cũng đứng lên theo, - tôi nghe dân Nghệ An nói về cuộc Cải cách ruộng đất tại huyện Nam Đàn. Mặc dù cụ Phan Bội Châu đã qui tiên từ lâu, nhưng vẫn tổ chức đấu tố. Đội phát động dân làng Đan Nhiễm, xã Nam Hòa căm thù đến mức liệng ảnh chân dung cụ, từ bàn thờ rớt xuống chuồng trâu.

Thái và Giáp nhìn nhau sững sờ.

Mai xua tay, ra hiệu không phải tiễn.

Lúc này, Hà mới dám chạy ra tiễn chân bố. Mai khẽ hỏi con gái:

- Biết cả rồi chứ?

- Dạ, con biết hết cả, nhưng không dám ý kiến gì.

- Im lặng là vàng đấy nhá...

- Con nghe mấy đứa bạn bên Ban Đối ngoại Trung ương bảo, có nhà ngoại giao Anh Jhon Colvin, nhận xét anh Giáp là "Volcano under snow", nghĩa là Ngọn núi lửa dưới tuyết.

*

Xưa kia, quan Toàn quyền Đuy-me (Paul Doumer) đã cho xây dựng khu Đấu xảo lớn nhất Đông Dương, nhưng cuối Thế chiến lần thứ Hai đã bị Mỹ ném bom phá hủy. Một công trình đồ sộ không kém gì Nhà hát Lớn đã thành tro bụi. Hồi Toàn quốc kháng chiến, miềng đã đi thăm tự vệ thành Hoàng Diệu đóng trong đó, rồi mới xuống Pháo đài Láng úy lạo binh sĩ. Bây chừ, trên nền Đấu xảo dựng lên Nhà hát Nhân dân ngụ tại số nhà 71, phố Trần Hưng Đạo. Thấm thoắt thế mà đã chục năm trời. Trong đời cầm quân, chưa bao giờ miềng thấy tuyến giao thông hào nào dài như ở chiến trường Điện Biên Phủ, cậu Thái báo cáo là bốn trăm cây số. Ồ, nó dài bằng tuyến đường Hà Nội vào Quảng Bình, nhưng miềng vẫn cảm thấy ngắn hơn đoạn đường từ Tổng hành dinh đến Nhà hát Nhân dân. Trong bước đường cách mạng, miềng cũng chưa thấy lúc nào ngột thở như ngày hôm nay, 29 tháng 10 năm 1956...

Cận vệ cẩn thận kéo rèm che kính xung quanh và cả bên ghế phụ của chiếc xe Von-ga (volga) đen, theo quy định đối với cán bộ Ủy viên Bộ chính trị. Chiếc xe sang trọng từ từ lăn bánh rời Tổng hành dinh, đưa Giáp đến Nhà hát nhân dân. Danh nghĩa là dự mít-tinh, nhưng thực ra là để xin lỗi việc sai lầm trong quá trình Cải cách ruộng đất. Anh Mai thì đã có lời khuyên của người từng trải. Thái vô tư tuân lệnh kiểu quân nhân. Hà giữ ý "nếp nhà" không nói. Miềng phải tuân theo chỉ thị của Hồ Chủ tịch và nghị quyết của Bộ Chính trị. Bởi vậy, không thể mang bộ mặt của kẻ tội đồ, cũng không phải bộ dạng của chiến tướng, mà hãy trải lòng thanh thản cho khuôn dung tươi tắn, thái độ đúng mực. Lúc này hơn lúc nào hết, chữ "nhẫn" quí hơn vàng mười.

Xe dừng bánh trước thềm nhà hát. Trên sân đã thấy đông đảo các sĩ quan quân đội, cán bộ Trung ương và Thủ đô, cùng các vị nhân sĩ trí thức và quần chúng lao động. Giáp tươi cười bắt tay rất nhiều người gặp trên sân và trong tiền sảnh. Ai nấy đều hồ hởi và cảm thấy vinh dự khi được tiếp xúc với vị tướng lừng danh. Bàn tay Giáp ấm và nụ cười thân ái, cởi mở đã ngay lập tức thu hút lòng người một cách tự nhiên.

Giáp lên diễn đàn, nói về thắng lợi của cách mạng, dưới sự lãnh đạo sáng suốt của Trung ương Đảng Lao động Việt Nam, đứng đầu là Hồ Chủ tịch; sự hy sinh vô bờ bến của đồng bào và chiến sĩ cả nước. Giáp nói về âm mưu của Mỹ-Diệm cố tình chia cắt đất nước và chủ trương đấu tranh hòa bình của Đảng và Chính phủ. Sau đó, Giáp mới nói về thắng lợi của cuộc Cải cách ruộng đất:

- Từ năm Một nghìn chín trăm ba mươi bảy, tôi và đồng chí Trường Chinh đã quán triệt chủ trương của Đảng, viết cuốn sách nhỏ *Vấn đề dân cày*. Chắc đã có đồng chí, đồng bào chiếu cố xem qua.

Nghe Giáp nói từ "chiếu cố" đầy vẻ khiêm tốn, khiến nhiều người cười ồ cả lên, làm cho không khí đang trang nghiêm trở nên vui vẻ, dễ chịu và hòa đồng giữa diễn giả với cử tọa. A hà, miềng cũng có thể trở thành "Người mị dân" đấy chứ?

- Do đó, - Giáp khẽ điều chỉnh micro, lấy lại phong độ, - cuộc Cải cách ruộng đất vừa qua, được Hồ Chủ tịch đánh giá là long trời lở đất, đánh tan giai cấp địa chủ phong kiến. Từ ngàn đời, chúng đã bóc lột tận xương tủy nhân dân ta. Ước nguyện thiêng liêng "người cày có ruộng" đã thành hiện thực. Điều đó, góp phần quan trọng củng cố hậu phương, giúp cho mặt trận Điện Biên Phủ toàn thắng.

Tiếng hoan hô vang dậy, khi Giáp nhắc tới Điện Biên Phủ, bao người đang say chiến thắng cảm thấy thỏa lòng.

- Chủ trương, đường lối Cải cách ruộng đất là đúng, nhưng khi thực hiện, cũng có nơi, có lúc sơ sót, gây bức bối trong dân chúng. Bọn đế quốc, thực dân, phong kiến, phản động lại lợi dụng triệt để, thậm chí còn bịa tạc thêm, làm cho tình hình càng phức tạp. Tôi thay mặt Trung ương Đảng, Chính phủ xin lỗi đồng bào. Nỗi đau của đồng bào cũng là nỗi đau của tôi...

Đoạn, Giáp cúi đầu, vẻ thành tâm, khiến cả hội trường lặng đi. Vừa thấy Đại tướng trên đài chiến thắng vinh quang Điện Biên Phủ, nay lại thành tâm xin lỗi quốc dân đồng bào về Cải cách ruộng đất như thế, khiến ai cũng cảm động và tỏ thái độ khoan dung.

- Lỗi này là bởi ông Thận, - Trần Độ quay sang nói chuyện với Lê Liêm.

- Hồ Chủ tịch phải chịu trách nhiệm mới đúng, - Hoàng Minh Chính (Trần Ngọc Nghiêm) cũng xen vào.

Buổi mít-tinh vừa tan, mọi người ồn ào đứng dậy, nên không mấy người nghe rõ những lời bàn tán ấy. Có ai đó đọc câu thơ tếu táo của Bút Tre:

"Hoan hô Đại tướng Võ Nguyên
Giáp ta thắng trận Điện Biên lẫy lừng".

Giáp từng nghe bộ đội truyền khẩu câu thơ này, cảm thấy hài hài vui vui. Nay nghe tại đây, liền nói to:

- Thơ Bút Tre hay quá!

Tất cả, bỗng đứng chết lặng, ai nấy vô cùng sợ hãi, tưởng xúc phạm uy danh Đại tướng thì rồi đời, nhưng Giáp lại xướng lên:

- Thế là tôi vinh dự được đi vào thi ca dân gian rồi!

Tức thì, cả đám đông lại ồ lên, hoan hô tán thưởng, không khí vỡ òa trong niềm hân hoan.

Đoàn quân về tiếp quản Thủ đô Hà Nội khí thế ngút trời.

Người ta bảo ứng với câu sấm Trạng Trình: "Hồ binh bát vạn nhập Tràng An". Tất nhiên, quân đồn trú của Pháp đã rút vô Nam rồi. Thực ra, sau chiến thắng Điện Biên Phủ, tinh thần quân ta có lên cao, nhưng không đủ binh lực, võ khí tấn công các thành thị, chứ chưa nói gì đến Thủ đô Hà Nội. May mà có Hiệp định Giơ-ne-vơ chia cho quân miềng non nửa đất nước, có chỗ cho Trung ương Đảng và Chính phủ trú chân. Nếu cứ đánh nhau mãi, thì quanh năm vẫn ở trên rừng xanh núi đỏ mà thôi. Nói xa hơn nữa, nếu không có Liên Xô, Trung Quốc hậu thuẫn, thì làm sao quân miềng có thể đập tan các đạo quân hùng mạnh của Pháp, Mỹ, Nhật. Chung qui cũng ở như là thời cuộc, mà người đời gọi là vận nước, nhưng phải biết chớp thời cơ. Nội lực là chủ yếu, nhưng ngoại viện có tầm quan trọng đặc biệt. Ngoại viện như con dao hai lưỡi; một mặt, giúp Đảng miềng đánh tan quân thù, nhưng nó cũng dễ can thiệp vào nội bộ, làm cho Đảng bị lệ thuộc, có thể dẫn tới mất độc lập, tự chủ, khác nào đuổi hổ cửa trước, rước hùm cửa sau...

Từ mùa thu Cách mạng Tháng Tám đến giờ, đã trọn mười năm. Mười năm gian nan khói lửa, đạn nổ bom rơi, thế mà miềng bình an vô sự. Ấy vậy mà vừa hòa bình lập lại trên Miền Bắc mới được một năm, miềng phải gánh chịu tai họa, đất bằng nổi sóng. Bỗng dưng lãnh trách nhiệm, thay mặt Trung ương Đảng và Chính phủ xin lỗi đồng bào, về sai lầm trong cuộc Cải cách ruộng đất. Thật ra, cái lỗi này là do Hồ Chủ tịch và Lưu Thiếu Kỳ soạn thảo chương trình, kế hoạch, phương pháp cải cách, rồi trình lên cho Xta-lin phê duyệt. Thi hành là đám Trường Chinh, Hồ Việt Thắng, Lê Văn Lương, Hoàng Quốc Việt...

Đang lúc tê tái cõi lòng, thì Hoàng Minh Phương từ đâu chạy bổ về, hét lên:

- Chết hết cả rồi!

Giáp thấy sự lạ, bởi tay này vốn trầm tĩnh, thế mà thần hồn nát thần tính thế này, hẳn là có tai họa gì ghê gớm lắm.

- Cái gì mà cứ như cháy nhà chết người vậy? - Thích, tài xế giật giọng hỏi.

- Đoàn văn công Trung Quốc đắm thuyền Hồ Tây, - Phương hổn hển kể.

Giáp nghe thủng câu chuyện, bèn gọi Phương vào, tự tay rót cho cốc nước, trấn an:

- Bình tĩnh, có gì kể lại xem nào?

- Cô Sen chúa Khương Nãi Tuệ, tay thổi sáo Phùng Tử Tồn, với hai người nữa, chưa rõ danh tính, bỗng nhiên bị một cột nước từ đáy Hồ Tây phụt lên, cái thuyền chở văn công bay lên trời, rồi rơi ụp xuống, vỡ tan tành.

- Chu cha, - Giáp thảng thốt.

- Nghe dân nói, hình như có kẻ nào trong đoàn của họ, lặn xuống đáy hồ mò mẫm yểm bùa trấn huyệt gì đó, nhưng động vào "Huyệt đạo Quốc gia", nên bị trừng phạt, - Phương vẫn chưa hoàn hồn, không phải chấn động vì chuyện tai nạn chết đuối, mà bởi điều linh thiêng huyền bí nào đó của như trời đất, tựa như thiên cơ dẫn nhập...

- Trời quang mây tạnh, chứ có thấy giông bão tố lốc gì đâu nhỉ? - Thích khoanh tay tựa cửa, nói theo mạch suy nghĩ của mình.

- Năm, sáu năm nay, cậu ở với miềng, chưa bao giờ thấy hoảng loạn như thế này. Bình tĩnh là đảm bảo một nửa thành công rồi, - Giáp vỗ vai Phương an ủi.

- Anh là tướng quốc, em là thông ngôn, so bì với nhau thế nào được, - Phương phì cười và bình tĩnh trở lại.

Cách đó không lâu, Giáp nghe chuyện, chín cô văn công Trung Quốc chưa chồng, biểu diễn trên Hồ Tây, cũng bị chết đuối trước đền Kim Ngưu. Mấy ngày sau, xác nổi lên chầu cả về đền An Thọ. Đền An Thọ thờ mẫu Liễu Hạnh và Chính phi Hoàng Thái hậu, thời Vua Trần Thánh Tông. Chân Đèo Ngang cũng có đền thờ Liễu Hạnh Công chúa. Giáp nhớ láng máng đã đọc ở đâu đó một cái tài liệu của các nhà truyền giáo phương Tây, có viết rằng, bà Liễu Hạnh (tức Phạm Tiên Nga và Lê Giáng Tiên), vốn xuất thân từ gái giang hồ, nhưng trong lòng bán tín bán nghi.

Hồ Tây thực là chốn huyền bí và linh thiêng. Miềng nhớ, cái đận đi khảo sát chiến dịch đánh thị xã Cao Bằng, hồi năm năm mươi (1950), có Nhà văn Nguyễn Huy Tưởng cùng đi theo đoàn, cả nhà Nhiếp ảnh Vũ Năng An nữa. Trên đường về, miềng có hỏi Tưởng về vở kịch "Vũ Như Tô". Tưởng bảo, ông Tô là nhân vật có thực, tài cao, nhưng gặp phải vua hèn, nên chết oan khốc. Công trình Cửu trùng đài, tuy đang xây dựng dở dang mà đã rợp bóng nửa Hồ Tây, cũng bị thiêu thành tro bụi.

Nhắc đến Hồ Tây lại nhớ kỷ niệm nơi chia tay em Thái vào lần cuối, năm bốn mươi (1940). Cách đó không xa là chùa Trấn Quốc, sử sách còn ghi, thời Đinh và Tiền Lê, Khuông Việt thiền sư Ngô Chân Lưu là cháu nội Ngô Quyền đã tu ở chùa này mà mưu nghiệp lớn. Thái sư Lê Văn Thịnh cũng chết tức tưởi bởi đám sương mù Hồ Tây, lúc đó gọi là hồ Dâm Đàm...

Thời kỳ này, Đảng đang tích cực chỉ đạo toàn dân chống mê tín, dị đoan. Các địa phương phải phá đền chùa, hủy tượng thờ, bắt thầy cúng... Đồng thời, Ban Tuyên huấn ra sức tuyên truyền nâng cao hình tượng Hồ Chủ tịch và Trung ương Đảng, để ai ai cũng nhận thức được công lao trời biển của bác Hồ và Đảng ta. Bởi thế, các hiện tượng tâm linh đều bị dập đi, cho là phản khoa học, thậm chí là phản động. Giáp nghĩ, đó là một cuộc cách mạng kinh thiên động địa, phá hủy văn hóa làng quê, ngõ hầu kiến tạo nền Văn hóa mới, xây dựng Con người mới Xã hội chủ nghĩa. Thế rồi công việc cuốn đi, chẳng để ý đến nữa. Giáp phải dẫn đầu Đoàn đại biểu quân sự sang Liên Xô và Trung Quốc xin viện trợ, lập sư đoàn không quân đầu tiên của quân đội, nhưng do ràng buộc điều khoản Hiệp định Giơ-ne-vơ, nên phải núp dưới danh nghĩa Hãng Hàng không Dân dụng.

Tài liệu của Bộ Tổng tham mưu báo cáo:

1/ Quốc tế: Hiệp ước Vác-sa-va (Warszawa), Liên minh phòng thủ phe Xã hội chủ nghĩa, đối thủ của khối OTAN (NATO), Liên minh Quân sự Bắc Đại Tây Dương.

2/ Liên Xô: Mua của Miến Điện 150.000 tấn gạo, chuyển cho

Việt Nam cứu đói. Thanh Hóa đói, vì 1954, dân xứ Thanh đã phải vận chuyển thóc giống cho bộ đội Điện Biên Phủ làm lương ăn, lấy sức đánh đợt 3.

3/ Trung Quốc: Nhất trí về việc Việt Nam nhờ quản lý giúp đảo Bạch Long Vỹ, cách xa Hải Phòng 200 km.

4/ Pháp: Thành lập Ủy ban điều tra thất bại Điện Biên Phủ và kết luận: Đờ-cát thiếu chủ động, cho xuất ngũ. Cô-nhi bị phê bình nghiêm khắc. Na-va bị rút khỏi Đông Dương, thay cho hình phạt.

Đọc đến đây, Giáp phá lên cười, thú vị thật, bọn tướng tá tư bản bị kỷ luật bằng cây phất trần phủi bụi. Bất chợt liên hệ thân phận, nhớ ý anh Mai khuyên đừng xin lỗi vụ Cải cách ruộng đất cũng có lí. Chả lẽ, sự nghiệp chính trị của miềng kết thúc tại đây sao?

Báo cáo viết tiếp:

5/ Miền Nam: Quân đội Quốc gia đã đổi tên thành Quân lực Việt Nam Cộng hòa. Binh lực củng cố, gồm chín sư đoàn bộ binh và một sư đoàn nhảy dù.

Phải lưu ý đám nhảy dù, đề phòng chúng "Bắc tiến", Giáp nghĩ.

6/ Một số địa danh Miền Nam đã bị Ngô Đình Diệm cho đổi tên, thực hiện cái gọi là "Chính sách dân tộc chủ nghĩa": Bù Đốp=Bố Đức, Blao=Bảo lộc, Tole Tchombe=Tống Lê Chân...

Cái này thì không cười Diệm được, về mặt quân sự phải lưu ý Cục Tác chiến chua thêm địa danh trên bản đồ và tài liệu quân sự, kẻo ông nói gà, bà nói vịt, thì thật nguy hiểm.

7/ Chính quyền Ngô Đình Diệm cho tìm hài cốt của Ngô Đình Thục (anh trai Diệm), Ngô Đình Huân (cháu của Thục cũng là con trai Ngô Đình Khôi) và Phạm Quỳnh. Cả ba, chết đứng dưới kênh nước (đoạn kênh đã bị lấp). Nhận dạng: hài cốt Quỳnh có mắt kính bên cạnh, Huân có thắt lưng Nhật, còn lại là Thục. Tang lễ cử hành trọng thể, phát động dân chúng căm thù Việt Cộng.

Vụ thủ tiêu mấy người này có liên quan đến mật lệnh của Đờ

Gôn, giao cho tên Castella chỉ huy, móc nối với Khôi, Quỳnh thành lập chính quyền thân Pháp ở Miền Trung, chống lại Việt Minh.[111] Giáp thở dài, gấp tài liệu, lặng lẽ đứng bên bậu cửa.

Đảng Cộng sản Liên Xô chủ trương "Chung sống hòa bình", đề nghị nước Việt Nam Dân chủ Cộng hòa và Việt Nam Cộng hòa cùng tham gia tổ chức Liên Hiệp Quốc, nhưng Hồ Chủ tịch kịch liệt phản đối. Nếu thuận theo, thì rút được ngòi nổ chiến tranh giữa hai miền Nam-Bắc. Miếng tiếc những cơ hội hòa bình liên tục bị bỏ lỡ, nhưng cũng phải nhất nhất tuân theo chỉ thị của Hồ Chủ tịch và Bộ Chính trị. Cứ hô hào Tổng tuyển cử để lấy le vậy thôi, chứ văn bản Hiệp định Giơ-ne-vơ đã được ký kết, không có điều khoản này, mà chỉ có vài dòng trong bản Tuyên bố cuối cùng, nhưng lại không qui định thể thức và cũng chẳng có ai ký tá gì sất. Vả lại, cả Liên Xô và Trung Quốc đều không đồng ý cho Việt Nam làm chuyện này để có thể thống nhất đất nước, mà muốn biển giới tuyến tạm thời thành biên giới vĩnh viễn, như kiểu Đông Đức và Bắc Triều Tiên mà thôi.

Thời gian trôi nhanh, hòa bình mong manh, những cuộc chiến tranh rình rập phía trước...

*

Trung Quốc tưng bừng kỷ niệm sáu năm quốc khánh, đèn lồng và cờ hồng treo khắp phố phường. Trong bữa đại tiệc, Mao Trạch Đông cầm li rượu Mao Đài, chủ động đến chúc Nguyễn Sơn:

- Chào đồng chí Hồng Thủy[112]! Đồng chí đã được xếp cấp gì rồi?

- Thưa Mao Chủ tịch, tôi đã được thăng cấp Sư đoàn trưởng,
- Sơn lễ phép đáp.

---

(111) Mật lệnh của Đờ Gôn (De Gaulle):

"Quan Tư Castella có nhiệm vụ bắt liên lạc với Ngô Đình Khôi và Phạm Quỳnh... với các lực lượng Pháp hải ngoại (FFE) và các lực lượng Pháp nội địa (FFI), để tổ chức chiếm lĩnh các công sở và thành lập chính quyền thuộc địa ở Miền Trung Việt Nam.

Tất cả cá FFE và FFI đặt dưới quyền của Quan Tư Castella".

(112) Nguyễn Sơn, Hồng Thủy là những bí danh của Vũ Nguyên Bác.

- Đồng chí Hồng Thủy đã vào sinh ra tử, nếm mật nằm gai, vượt qua Vạn lý trường chinh, cùng chúng ta thu phục giang san... Công lao đồng chí lớn lắm, phải thăng cấp Quân đoàn trưởng mới xứng đáng.

Mao vừa dứt lời, cả phòng tiệc reo vui chúc tụng, khiến Sơn cảm kích vô cùng.

Nguyễn Sơn chính là Vũ Nguyên Bác, người làng Kiêu Kỵ, huyện Gia Lâm. Hà Nội. Vốn bản tính phóng khoáng, ngỗ nghịch từ nhỏ, nên bố cưới cho cô vợ già để giữ chân. Nhưng Sơn giả vờ say rượu, cãi nhau với bố vợ, kiếm cớ sang Tàu hoạt động cách mạng, theo tiếng gọi của lãnh tụ Nguyễn Ái Quốc. Sơn tham gia khởi nghĩa Quảng Châu, tung hoành khắp chốn.

Là người Việt Nam mà lại được làm Chính ủy Trung đoàn Hồng quân Trung Quốc thì kể cũng hiếm. Sau năm 1945, Hồ Chủ tịch gọi Sơn về nước làm Chủ tịch Ủy ban hành chính kháng chiến Miền Nam, rồi phong Thiếu tướng; nhưng không quản nổi, lại đẩy sang cho Mao dùng. Mao cũng thăng tướng cho, thế là Sơn trở thành "Lưỡng quốc Tướng quân", lại được tặng thưởng liền ba huân chương cao quý: Bát nhất, Độc lập và Giải phóng.

Nhưng chẳng may, Sơn bị khối u trong phổi, Mao bảo sang Liên Xô chữa trị, nhưng Sơn nhất quyết đòi về Việt Nam. Mao đích thân bố trí cho chuyến xe lửa đặc biệt, có toa dành riêng. Chu Ân Lai cấp cho ba mươi lăm vạn tệ chữa bệnh, nhưng Sơn nộp hết cho Chính phủ Việt Nam.

- Tiền tỉ chứ không ít! - Đồng gật gù, vẻ thán phục.

- Tiền nhiều, nhưng thuốc chỉ có bấy nhiêu, - Giáp phân vân. - Y học Liên Xô tân tiến thì lại chẳng chịu sang mà hưởng.

- Chú này ngang như cành bứa, - Hồ Chủ tịch trách một câu, nhưng lại nở nụ cười cảm phục.

Giáp lặng lẽ cắn môi suy nghĩ, lẽ ra, Sơn có thể giữ chân Thứ trưởng Bộ Quốc phòng, nhưng tính khí như vậy dễ hỏng việc quân. Bây chừ, hắn đường đường là "Lưỡng quốc Tướng quân", quả là có một không hai.

Điều trị tại Bệnh viện Trung ương Quân đội chưa đầy tháng, Sơn đã qua đời. Đám văn nghệ sĩ cảm kích trước cái chết của vị tướng yêu văn nghệ, kéo nhau đến viếng. Đích thân Đại tướng Võ Nguyên Giáp chủ trì lễ tang và truy tặng Huân chương Quân công hạng Nhất. Đại sứ Trung Quốc La Quý Ba và Hồ Chủ tịch đến viếng. Nhà thơ Hữu Loan từng đầu quân dưới trướng Nguyễn Sơn ở Liên khu Tư, nức nở đọc câu thơ tiễn biệt:

"Nguyễn Sơn như núi lửa mọc ở đâu
là gây những đám cháy
vòng quanh (...)
Những thằng đại nịnh ngày xưa
trở mặt
Nhưng lịch sử và thời gian
không
bao
giờ
phản trắc (...)

Văn nghệ sĩ bao người đã khóc khi đọc báo Nhân Dân thấy "Cáo phó Nguyễn Sơn".

31. Điệu nhảy Van-xơ

Định kì, mỗi tuần Bộ Chính trị họp một lần, nhưng bữa nay, họp đột xuất, bàn về nhân sự cấp cao. Hồ Chủ tịch phát biểu:

- Tôi, tuy tuổi chưa cao, "So với ông Bành vẫn thiếu niên", - nghe lại câu thơ của Hồ Chủ tịch đã từng đọc trong buổi mừng thọ sáu mươi tuổi, thuở trên núi rừng Việt Bắc, ai nấy đều cười rạng rỡ. Chờ cho mọi người nghiêm túc trở lại, Hồ Chủ tịch mới nói tiếp, - sức vóc yếu kém, mà lại gánh ba chức to là Chủ tịch nước, Chủ tịch Đảng và Tổng Bí thư nữa. Vậy, tôi muốn đề nghị đồng chí Võ Nguyên Giáp gồng cho một bên Tổng Bí thư. Các đồng chí nhất trí thì ta giới thiệu ra Đại hội Ba sắp tới, cùng nhau bầu.

Tất cả lặng đi, chẳng ai dám nhìn nhau. Người nào người nấy chỉ nhìn vào quyển sổ tay cá nhân trước mặt, rồi vặn nắp bút vào, mở nắp bút ra, đặt lên bàn. Tiếng quạt trần chạy vù vù như càng to dần lên.

- Đồng chí Văn có quá trình tham gia cách mạng từ lúc còn trứng nước. Đảng phân công làm công tác quân sự, đồng chí đã hoàn thành xuất sắc nhiệm vụ. Đồng chí có uy tín trong quân đội, nhân dân và giới trí thức. Hiện nay, đang giữ nhiều trọng trách trong Đảng, Chính phủ và Quân đội, - Hồ Chủ tịch tô đậm thêm cho Giáp.

Tiếng quạt trần tưởng như đã thành động cơ máy bay trực thăng. Ai nấy khó nhọc vặn nắp bút vào, mở nắp bút ra và nhìn như muốn xuyên thủng cuốn sổ tay cá nhân của mình.

- Nếu các chú chưa có ý kiến, thì về suy nghĩ kỹ, rồi tính sau, - Hồ Chủ tịch trở lại cách xưng hô và trao đổi thường ngày, không khí căng thẳng được giải tỏa.

Chờ cho Hồ Chủ tịch đi ra khỏi phòng họp, cả đám mới lục tục đi theo, không ai dám nhìn nhau, không ai nói với ai câu nào. Nhưng ngay tối hôm đó, Nguyễn Chí Thanh đã đến ngôi nhà sàn bé nhỏ ven ao cá, gặp Hồ Chủ tịch, nêu chính kiến:

- Tôi không ganh tị với anh Giáp, nhưng chiến công lừng lẫy ở Điện Biên Phủ là của toàn Đảng, toàn quân dồn cho mà có.

- Chú bình tĩnh, nóng giận hỏng việc, - Hồ Chủ tịch ôn tồn khuyên nhủ.

- Nếu anh Giáp làm Tổng Bí thư, tôi sẽ xin ra khỏi Bộ Chính trị, - Thanh tỏ vẻ cương quyết.

Thanh cố giấu sự ganh ghét với Giáp, nhưng vẫn bột phát thốt ra như vậy. Hồ Chủ tịch hiểu bụng dạ con người Thanh, một kẻ mẫn cán, có chí tiến thủ, sẵn sàng phá bỏ rào cản để được thăng tiến. Việc Thanh phá mộ của hai nhà Diệm, Giáp, rồi lại công nhiên xông ra chặn đường hoạn lộ của Giáp, khiến Hồ Chủ tịch cũng phải ngó lại cái ghế của mình và dè chừng Thanh. Nhưng một kẻ nhiệt tình cách mạng, lại có tài, luôn đi tiên phong trong mọi công tác như vậy, không dùng thì thật uổng...

Hôm sau, Hồ Chủ tịch lại thấy Lê Đức Thọ xin gặp.

- Khi tiếp quản Thủ đô, cán bộ ta đã tìm thấy lá đơn xin sang Pa-ri du học của đồng chí Giáp, lời lẽ vô cùng tệ mạt, xưng "con" với Toàn quyền Đông Dương, cam kết trung thành với chính phủ Pháp (Certificat de loyalisme), mất phẩm cách trước bọn Thực dân-Đế quốc như thế, thì làm sao đứng đầu một Đảng Cộng sản cho đặng? - trước lãnh tụ tối cao, Thọ cố nén sự bực tức trong lòng, nhưng vẫn nói lẫn cả câu tiếng Pháp.

- Nghe nói, mấy chú ở nhà tù Sơn La cũng xưng "con" với bọn cai ngục, để xin tổ chức đêm liên hoan văn nghệ cơ mà. Ý tôi muốn nói là trong tình thế cấp bách, buộc phải nhún mình, vì đại nghiệp, chứ không phải chuyện phẩm chất cách mạng chi mô? Vậy theo chú, ai có thể đảm đương chức vụ này? - Hồ Chủ tịch hỏi lại, vẻ nghiêm khắc.

- Đồng chí Lê Duẩn! - Thọ đáp chắc nịch.

Cả hai im lặng hồi lâu, chỉ còn nghe tiếng lá Đường Xoài và đàn cá đớp động mặt ao.

- Vả lại, Giáp đã đứng ra xin lỗi bàn dân thiên hạ, uy thế chẳng còn. Mất uy thế thì lãnh đạo ai? Chính bố vợ anh ta đã lường trước được vấn đề này.

- Sao chú biết? - Hồ Chủ tịch ngạc nhiên hỏi.

- Dạ, - Thọ ấp úng hồi lâu, rồi lựa cách trả lời, - dư luận quần chúng ạ.

Thọ sợ Giáp làm Bí thư thứ Nhất, sẽ hướng theo luận thuyết "Chung sống hòa bình" của Liên Xô, rồi bỏ bê Miền Nam cho anh em nhà Diệm, nên mới đề xuất Hồ Chủ tịch cho Duẩn ra thế chân, "điền vào chỗ trống". Bởi Thọ biết, Duẩn ham món "bạo lực cách mạng", sẽ "uýnh" Miền Nam tới cùng.

Hồ Chủ tịch nghe qua đã hiểu ý Thọ. Nếu dùng bạo lực cách mạng tại Miền Nam, thì sẽ trúng ý Trung Quốc. Nhưng bọn này đâu có biết, Trung Quốc chỉ muốn hai miền Nam-Bắc đánh lẫn nhau, nhùng nhẳng kéo dài, chứ không muốn một Việt Nam thống nhất. Họ sẽ "tọa sơn quan hổ đấu" và sẵn sàng can thiệp, nếu Mỹ-Diệm tấn công ra Bắc. Bởi Miền Bắc là vùng đệm, một cái lá chắn bảo vệ đại lục. Họ đề phòng, một khi thống nhất, Việt Nam sẽ ngả theo Liên Xô, thì sự chi viện của Trung Quốc bấy lâu, khác gì "công dã tràng"...

*

Hồ Chủ tịch cho mời bà Thư ra Thủ đô, tri ân công đức người mẹ có bốn con liệt sĩ cách mạng: Nguyễn Thị Vịnh, tức Minh Khai bị Pháp tử hình trong Sài Gòn, Nguyễn Thị Quang Thái chết trong nhà tù Thực dân ngoài Hà Nội, Nguyễn Huy Tú hy sinh tại trận công đồn Phủ Thông (Bắc Kạn) và con rể Lê Hồng Phong chết trong nhà tù Côn Đảo. Hai vợ chồng Giáp- Hà tha thiết mời bà ở lại Biệt thự 30, Hoàng Diệu, nhưng bà từ chối, trở lại ga Vinh. Hay là, tại miềng đã đi bước nữa, nên cả cậu Tú lẫn đẻ Thư đều e ngại chăng? Giáp cắn môi suy nghĩ và nén tiếng thở dài.

Hà đi học Liên Xô, thì đã có bà Vũ Thị Thiều là người độc thân, gọn ghẽ và kín tiếng, đã từng phụ giúp trông nom con trẻ, từ hồi trên núi rừng Việt Bắc và cũng có bạn già để cụ Kiên trò chuyện làm khuây, chứ quanh năm suốt tháng gò bó trong bờ rào duối, ngoài cổng thì bộ đội canh gác, mất cả cái thú nhà quê của người già.

Hai bà cụ ra trước sân sưởi nắng, ngó lơ ra đường Hoàng Diệu, vắng ngơ vắng ngắt vì phải cấm cả hai đầu đường, để tiện bề bảo vệ các gia đình cán bộ cao cấp, thỉnh thoảng mới nghe còi ô-tô toe toe, kể cũng vui tai, lạ mắt, rồi trò chuyện:

- Này, nghe đồn, cụ Bảo Đại bị truất ngôi vua rồi đấy, - bà Thiều thẽ thọt với sang cụ Kiên, - bà xơi miếng trầu cho ấm bụng.

- Làm vua cũng khổ, thế mà cứ bảo sướng như vua, - cụ Kiên đỡ khẩu trầu, nói câu đưa đẩy và hồ hởi khoe, - ông Diệm lên ngôi. Ông Diệm thì cùng đồng hương hàng huyện với nhà tôi đấy, bà ạ.

- Quí hóa quá, - thế thì lại có vua chứ bà nhỉ? - bà Thiều vừa bỏm bẻm nhai trầu, vừa khép lại tà áo bông vỏ hoa đào Trung Quốc.

Hoàng Tùng và Trần Quang Huy đang ngồi chờ Giáp cho ý kiến vào bản "Đề cương kế hoạch giải phóng Miền Nam", chợt nghe hóng hai bà cụ nói chuyện thời cuộc, lặng lẽ ngó nhau cười.

- Cứ vô tư như các cụ, lại hóa hay, - Tùng châm điếu thuốc lá Thủ Đô, vêu mỏ lên phả khói, đầy vẻ khoan khoái.

- Mình thì cứ hết "tranh đấu giai cấp", rồi lại "chuyên chính vô sản", kết lại "ai thắng ai?" - Huy cũng đế theo.

- Hồi bốn mươi sáu (1946), cụ Hồ gạ Diệm làm Thủ tướng, nếu hắn thuận theo thì ta không gặp phải cái họa Đệ Nhất Cộng hòa, vừa lập ra ở Miền Nam, như mấy bà cụ đang bàn luận kia, - Tùng thở dài não nề, y như mình đang là nguyên thủ quốc gia, phải đối mặt với Diệm vậy.

Giáp từ trên lầu xuống, tiện thể khép cửa và đưa cặp tài liệu cho Tùng, bảo:

- Về tổng quát, tôi nhất trí, - Giáp đắn đo, - nhưng về phương pháp cách mạng thì cần bàn thêm. Phải cân nhắc hai vấn đề: *một là*, anh cả Liên Xô đang chủ trương "Chung sống hòa bình", mà mình đề ra "bạo lực cách mạng" thì có trúng không? *Hai là*, tuy chuyện nội bộ nước nhà, nhưng phải tính vấn đề quốc tế. Nếu chiến tranh xảy ra ở Miền Nam, thì Liên Xô, Trung Quốc và Anh, Mỹ sẽ thế nào? Tất nhiên là đụng đầu hai phe. Ta trở thành tiền đồn phe Xã hội chủ nghĩa, Diệm cũng sẽ xây dựng Miền Nam thành bức tường chống lại "Làn sóng đỏ" của Cộng sản tràn xuống Đông Nam Á. Nhưng nếu giải quyết bằng biện pháp hòa bình, thi đua phát triển kinh tế, tuy không tốn xương máu, nhưng cũng phải trường kỳ. Bài học của cụ Phan Châu Trinh "Khai dân trí", tuy cũng lâu dài, nhưng bền vững. Vấn đề "ai thắng ai" giữa hai phe, chính là bên nào có năng suất lao động cao hơn sẽ thắng. Thật ra, nói chuyện tăng năng suất lao động cũng đã khó, nhưng hiệu suất kinh tế, xã hội là bài toán còn khó giải hơn...

Tùng ngồi im, nhớ lại chuyện mấy năm trước, khi làm Đặc phái viên Trung ương, lên Điện Biên Phủ thị sát đã "xạc" (sacrer) cho Giáp một trận. Thế mà bây giờ, Giáp vẫn tin tưởng mời tham gia tổ công tác đặc biệt và tuyệt mật này, quả là con người có tầm vóc lớn, không thù vặt. Tùng nhớ lại, có thể, Giáp thấy mình nêu ý kiến đầu tiên, nhưng trái ý nhiều đại biểu, tại hội nghị bàn về vấn đề báo chí, tại Bắc Bộ Phủ, ngay sau khi chính quyền non trẻ vừa mới ra đời chăng? Vận mệnh Việt Minh ngàn cân treo sợi tóc, nhưng mình vẫn cho rằng, phải tự do báo chí và xuất bản, thì mới thể hiện được tính ưu việt của chính quyền mang danh Dân chủ, Cộng hòa[113]. Và lúc đó, với tư cách Bộ trưởng Nội vụ, Giáp cũng dám khẳng khái chịu trách nhiệm về chuyện này. Nếu Giáp không bị đám Thanh, Thọ gây khó dễ, hẳn bây giờ đã nắm chắc chân Tổng Bí thư rồi.

- Anh Tùng thấy thế nào? - Giáp kéo Tùng ra khỏi ký ức buồn.

- Tôi và anh Huy đã trao đổi, tuy không am hiểu tình hình quốc tế sâu sắc, toàn diện như Trung ương và Bộ Chính trị, nhưng anh Huy làm thư ký cho anh Đồng và tôi làm bên báo Nhân Dân, - Tùng không muốn nói đến chức danh Tổng biên tập, mà chỉ nêu chung chung thể hiện sự khiêm tốn, - nên cũng có hiểu, tính tới các nguyên lý cách mạng và thực tiễn đã và đang xảy ra giữa hai miền, hai phe.

- Thôi được, các anh cứ nghiên cứu kỹ lưỡng. Hôm nào chúng ta bố trí xuống Đồ Sơn, sẽ bàn tính cụ thể tới từng chi tiết, rồi trình Bộ Chính trị. Thật tình, hiện thời chúng ta chưa tìm ra được biện pháp đấu tranh thích hợp ở Miền Nam; - đoạn, Giáp trịnh trọng nói, - bây chừ, Hồ Chủ tịch phân công tôi làm Đề cương sơ bộ bản "Báo cáo chính trị Đại hội Đảng toàn quốc lần thứ Ba". Hai anh em lại giúp cho một tay nhé.

*

Ngô Đình Diệm phế truất Bảo Đại bằng cuộc Trưng cầu dân ý, ngày 23 tháng 10 năm 1955. Diệm đắc cử với số phiếu gần như

---

(113) Lúc bấy giờ, Hoàng Tùng giữ chức Bí thư Đảng bộ Khu An toàn xung quanh Hà Nội.

tuyệt đối, Bảo Đại chỉ được một phần trăm số phiếu, khiến dư luận ồn ã về sự gian lận.[114]

Dù trời mưa, nhưng Ngô Đình Nhu vẫn tổ chức đi săn hổ, mãi tận ngoài Bình Thuận. Cả đoàn tùy tùng xâm nhập vào rừng Tánh Linh[115], nhưng bỏ rớt lại dần từng lớp để làm công tác bảo vệ, tạo điều kiện cho ông Cố vấn vào gặp Phái viên Phạm Hùng (Phạm Văn Thiện). Cuộc gặp gỡ bí mật, sơ khởi bàn chuyện thống nhất hai miền Nam-Bắc. Nhu thay mặt Tổng thống Việt Nam Cộng hòa Ngô Đình Diệm, Hùng đại diện Chủ tịch Việt Nam Dân chủ Cộng hòa Hồ Chí Minh.

- Vụ giáp hạt, chúng tôi chở ra ủng hộ Miền Bắc hai trăm tấn gạo, - Nhu nói. - Chị Cả Lễ còn bán ra năm nghìn tấn nữa. Theo số liệu của Ngân hàng Thế giới và Quỹ tiền tệ Quốc tế, thì thu nhập bình quân đầu người của Miền Nam là hai trăm hai mươi ba đô-la (dollar), còn Miền Bắc chỉ là bảy mươi ba, - Nhu nói kháy, mặt vẫn khó đăm đăm, chẳng biết buồn hay vui, lúc nào cũng như "dũng sĩ đâm lê".

- Thì, chúng tôi cũng tặng lại hai chục tấn than đá, - Hùng có vẻ sượng mặt, nhưng vẫn bình tĩnh đáp. - Vả lại, bà chị Ngô Đình Thị Hoàng của các ông bán cho chúng tôi giá cao gấp đôi gấp ba so với trỏng (trong ấy) kia mà? Giá Nam là sáu trăm năm mươi sáu đồng, "bả" (bà ấy) bán ra một ngàn bảy trăm đồng...

Thế là cả hai bên đều biết rõ nhau. Trời vẫn mưa nặng hạt, rừng sâu gió động ầm ào, dù CIA có đặt máy nghe lén cũng khó chơi. Thực ra, Nhu tính chuyện này, nếu lộ ra cũng để dằn mặt Mỹ luôn thể. Bởi chúng đang mưu toan can thiệp vào triều đình họ Ngô, chứ trong thâm tâm, Nhu thừa biết, Diệm không bao giờ thỏa hiệp với Hồ.

- Ngô Tổng thống gửi lời cám ơn Hồ Chủ tịch đã gửi tặng cành đào, - Nhu thân tình nói.

---

(114) Sài Gòn, chỉ có 450.000 cử tri, nhưng số lượng phiếu khống là 155.025 .

(115) Ngày nay thuộc tỉnh Bình Thuận.

- Nghe nói, cây đào được chở từ sân bay Tân Sơn Nhứt về dinh, có sĩ quan tháp tùng trang trọng, lại bày cho nhiều người thưởng ngoạn, làm cho Hồ Chủ tịch cũng vui lắm thay, - Hùng cũng nói câu hoa mĩ đáp lễ, - chỉ tiếc rằng, tấm thiệp chúc Tết của Hồ Chủ tịch chỉ được treo trên cành đào có mỗi một ngày, - Hùng nói "thả cầu đo gió", thăm dò nguyên do.

- Tấm thiệp chỉ có ghi: "Hồ Chí Minh - Chủ tịch nước Việt Nam Dân chủ Cộng hòa tặng Tổng thống Ngô Đình Diệm", như thế, về mặt ngoại giao chưa cân xứng, phần người nhận quà, còn thiếu một vế câu cuối: "nước Việt Nam Cộng hòa", - Nhu nhìn Hùng, vẻ trách móc.

- Ông Cố vấn kỹ tính quá, - Hùng nói lời xuê xoa, nhưng trong lòng lấy làm khoái chí lắm, nhe hàm răng vẩu ra cười cười; nghĩ bụng, Hồ Chủ tịch đã lừa Ngô Đình Diệm được một cú ngoạn mục. Nhưng chợt nhớ, Nhu từng viết cuốn *Chính đề Việt Nam*, được giới học giả đánh giá cao, thì không thể xem thường.

- Chúng ta đã là hai chính thể, hai quốc gia, - Nhu nén giận, khẳng định vị thế. - Nhưng dù sao, Ngô Tổng thống cũng mong muốn hai miền chung sống hòa hợp.

- Đó cũng là ước vọng của Hồ Chủ tịch. Có lẽ, trước hết, hai miền nối lại đường sắt Bắc-Nam và thông thương, - Hùng đưa ra phương án đầu tiên.

- Dù thế nào thì hai miền đã là hai quốc gia, hai chính phủ. Ngoải (ngoài ấy) có Đảng Lao động lãnh đạo, thì trong Nam cũng do Đảng Công Nông Cách mạng[116], - Nhu khẳng định lại, ý muốn nói, đây là thỏa thuận ban đầu giữa hai quốc gia, còn thủ tục phải tuân theo thông lệ quốc tế. - Ngoài chuyện đường sắt và thông thương, còn phải tính đến bưu điện trao đổi thư tín giữa hai miền.

- Đúng thế, thư tín sẽ được trao đổi, đáp ứng tình cảm của người dân Bắc, Nam, - Hùng đáp, vẻ dễ dãi.

- Nếu thông đường sắt, tôi sẽ cho con gái Ngô Đình Lệ Thủy đi chuyến đầu tiên, - Nhu hào hứng nở nụ cười thân thiện.

---

(116) Ban đầu là Đảng Công Nông cách mạng, về sau gọi là Đảng Cần lao.

Thấy Nhu cứ nuốt nước bọt khan, Hùng bèn hỏi câu xã giao, tạo không khí cởi mở:

- Có lẽ, ông Cố vấn muốn hút thuốc lá? Cứ tự nhiên.

- Cám ơn, về sự tâm lí, - Nhu thò tay vào túi áo, đụng phải khẩu súng.

Thấy vậy, Hùng cũng vội đút tay vào túi quần, cảm thấy báng súng âm ấm.

- Ông Thiện cũng hút thuốc ư? - Nhu rút bao thuốc lá và cười ranh mãnh.

- Ồ, tôi không hút! Bà Xuân chỉ cho ông hút mỗi lần nửa điếu nhỉ? - Hùng rút bao diêm và quẹt lửa đưa cho Nhu.

Cả hai "bắt bài" của nhau và cùng cười ha hả, phá tan bầu không khí nặng nề vừa bao trùm lên khu rừng.

- Cô gái rượu Lệ Thủy cũng tầm tuổi Hồng Minh đấy nhỉ?, - Hùng hỏi khó Nhu.

- Phải, cháu Lê Nguyễn Hồng Minh con gái của ông Lê Hồng Phong và bà Nguyễn Thị Minh Khai mà. Bà Minh Khai còn là chị bà Quang Thái. Mà bà Quang Thái là phu nhân Võ Đại tướng, đồng hương Lệ Thủy với tôi đó, - Nhu tỏ vẻ am hiểu phía Cộng sản, - thực ra, cháu Minh sinh đầu Đệ Nhị thế chiến, còn cháu Thủy nhà tôi sinh cuối thế chiến. Nếu có thể cho hai cháu gặp nhau thì vui quá? - Nhu cũng đẩy lại câu hỏi khó cho Hùng.

- Các ông nên giải tán các "ấp chiến lược", khác chi trại tập trung? - Hùng đột ngột đề cập vấn đề cốt lõi.

- Nếu ngoài nớ dừng hẳn các vụ đột kích phá hoại làng xã trong nầy, thì không những cán bộ các ông có thể vô sống chung với dân trong ấp chiến lược, mà chúng tôi còn ngưng hẳn việc thực thi *Luật Mười-Năm chín* (10-59)[117], - Nhu cũng dõng dạc đáp lại, bày tỏ chính kiến và tầm mưu lược.

---

(117) Luật 10-59, ngày 6/5/1959, qui định chức năng Tòa án Quân sự đặc biệt, xét xử tội ác chiến tranh chống chế độ Việt Nam Cộng hòa.

Hùng chợt nghĩ, cán bộ nằm vùng là một đội quân ngầm lợi hại, nếu hủy bỏ được hai vấn đề cơ bản là Luật 10-59 và Ấp chiến lược, thì cán bộ sẽ sống trong lòng dân khác chi cá về với nước. Phục Chu Ân Lai, Võ Nguyên Giáp trong cuộc bàn bạc Liễu Châu năm xưa, quả là có con mắt nhìn xa trông rộng.

Thế rồi, Hùng và Nhu xởi lởi chia tay, hẹn ngày gặp lại. Hùng rút vào rừng sâu, về khu căn cứ. Nhu lặng lẽ ra chiếc xe Dodge của Trung tá Bường, tỉnh trưởng Bình Tuy đang chờ sẵn.

*

Giáp đang chắp tay sau lưng, đứng xem bản đồ treo tường, chợt nghe tiếng Thái hỏi vọng bên tường rào:

- Bà ơi, anh Giáp có nhà không ạ?

- Có, - tiếng cụ Kiên, - mời bác sang xơi nước.

Lâu lắm mới được nghe kiểu nhà quê mời chào giữa Hà Nội thế này, Giáp tò mò bước ra cửa, thấy bộ đội vệ binh đang mở cổng cho Thái vào.

- Có việc gì? Sao không gọi điện? - Giáp dồn dập hỏi, đầy vẻ ngạc nhiên.

- Việc này, không nói qua điện thoại được đâu, - Thái thở dốc, như thể vừa vác hòm đạn lựu pháo ra trận địa, - vào nhà, tôi mới nói.

Giáp hiểu vấn đề nghiêm trọng, bèn kéo Thái ra vườn sau. Cậu cần vụ bưng trà nước ra, Giáp phẩy tay cho lui. Khi đã thấy bốn bề vắng vẻ, Giáp mới nhẹ nhàng hỏi:

- Việc gì, Thái?

- Cô Xuân chết rồi! - thấy Giáp nhíu mày, vẻ chưa nhớ ra là ai, Thái liền nói rõ hơn, - Nguyễn Thị Xuân, do anh Trần Đăng Ninh đưa từ Cao Bằng về cho ông Ké...

- Tức là cô Nông Thị Xuân, sinh năm băm ba (1933) hộ lí? - lúc này, Giáp mới nhớ ra, - Trung ương đón về chăm sóc sức khỏe cho Thượng cấp. Nhưng sao? - Giáp tránh nói từ "chết" như Thái thông báo, nên bỏ lửng câu hỏi. Giáp biết, cô Xuân chỉ bằng một phần ba tuổi lão Ké. Sách Tàu dạy cách: "Thiếu âm dưỡng lão dương". (Chơi gái non để bổ sức già).

- Thằng Hoàn cưỡng hiếp, rồi giết đi để phi tang!

Giáp nghe vậy, lập tức bật dậy như lò xò (ressort). Lâu nay, Giáp nghe nói, cô Xuân đã sinh cho bác một đứa con gái năm Ất Mùi (1955), đặt tên Nghĩa và một đứa con trai năm Bính Thân (1956) đặt tên Trung. Cô đòi chính danh làm vợ. Bác xin ý kiến Bộ Chính trị, nhưng Duẩn và Thọ gạt đi. Bởi, Người đã là "Cha già dân tộc", thì hình tượng phải trong sáng như sao Bắc Đẩu soi đường chỉ lối cho con thuyền cách mạng vô sản hướng tới tương lai, cập bờ hạnh phúc; hoặc, phải rực rỡ chiếu sáng như mặt trời không bao giờ lặn, không thể có vết hoen ố. Tay Trần Quốc Hoàn, Bộ trưởng Công an được đặc trách nhiệm vụ, hằng tuần đón cô Xuân vào phục vụ bác Hồ kính yêu, rồi lại đưa ra trú ngụ tại Biệt thự số 66, phố Bông Nhuộm, do công an quản lý. Hẳn là cô ta ráo riết quá việc chính danh, nên bác sợ không bịt kín thì vỡ lở ra chăng? Nhưng sao thằng "kẻ cắp chợ làng" lại quá thể như vậy? Cái bận đi úy lạo Trung đoàn Thủ đô ở Thượng Hội, hắn cũng đàng hoàng như ai kia mà?

- Nó dựng hiện trường giả ở Cổ Ngư, xác cô Xuân còn bị ô-tô chèn qua như thể tai nạn giao thông... - Thái nghẹn ngào như chính người thân của mình chịu nhục.

- Thế chẳng hóa ra, cô Xuân chết hai lần, tội nghiệp, - Giáp cũng ứa lệ, - việc này đã có người lo, chúng ta bên quân đội không động chạm vào làm gì. Lập tức quán triệt anh em không ai được xì xèo, lộ việc là phải ra tòa án binh.

- Dạ, tôi sẽ báo cáo anh Dũng- Tổng Tham mưu trưởng quán triệt...

- Cậu cứ bảo là ý kiến chỉ đạo của Đại tướng Võ Nguyên Giáp, - Giáp nghiêm giọng hạ lệnh.

Thái đứng nghiêm tưởng chừng nghẹt thở. Có lẽ, đây là lần thứ hai mới thấy Giáp nói đến cấp bậc Đại tướng, đủ thấy vụ việc nghiêm trọng, liên quan đến vận mệnh quốc gia.

*

Trong buổi lễ mừng công ở Mường Phăng, Khắc Tuế đã được nghe Giáp đọc nhật lệnh, nhưng chưa bao giờ được tới gần. Niềm khao khát đó của Tuế càng lớn dần theo năm tháng. Sau ngày hòa bình lập lại trên Miền Bắc, Tuế được cử đi học âm nhạc tại nước Cộng hòa Dân chủ Nhân dân Triều Tiên. Ngày đó, cứ gọi là Triều Tiên thì ai cũng hiểu là Bắc Triều Tiên cùng phe Xã hội chủ nghĩa. Tuế còn giữ được cái ca sắt tráng men trắng, có in hình hai lá cờ Bắc Việt Nam và Bắc Triều Tiên, bên dưới ghi dòng chữ: "Việt-Triều hữu nghị". Khi về nước, Tuế được cử làm Trưởng đoàn Văn công Tổng cục Chính trị. Đoàn dựng màn hợp xướng "Khúc ca biên phòng" của Nhạc sĩ Tô Hải, cũng được các chuyên gia Triều Tiên chỉ bảo tận tình. Giáp đến xem và khen, khiến cả đoàn phấn khích.

Hôm sau, Giáp gọi Tuế đến, bảo:

- Miềng muốn học nhạc lý và nhảy van-xơ (valse), để tiếp khách quốc tế cho nó sang. Thể diện quốc gia đó nghe.

- Dạ, dạ... - Tuế sướng run lên, nhưng chưa hiểu ý Giáp muốn học như thế nào, bèn xoa tay, trịnh trọng hỏi lại, - kính thưa Đại tướng Võ Nguyên Giáp! Đại tướng muốn học cách thức như thế nào, chúng tôi sẽ nghiêm túc thực hiện triệt để, với quyết tâm cao nhất ạ.

- Có gì mà khách sáo, nghi lễ quá thế, - Giáp vỗ vai thân mật, - cứ gọi miềng là Văn, tên do bác Hồ đặt cho.

- Vinh dự quá, - Tuế vẫn vồ vập.

- Miềng bận, chỉ tranh thủ học lúc rỗi rãi thôi. Vả, miềng cũng đang được Giáo sư bổ túc thêm Triết học và lý luận cao cấp về Chủ nghĩa Mác - Lê-nin. Vậy nhờ cậu, cử một diễn viên đến kèm cặp tại nhà, kiểu gia sư.

- Đại tướng, à quên, anh Văn vẫn còn phải học thêm nhiều đến thế kia ạ? Chúng em kính phục, - chợt thấy Giáp nhíu mày, Tuế vội thưa, - trong đoàn em có cô Mơ là diễn viên, nắm vững nhạc lí, sử dụng đàn pi-a-nô khá, khiêu vũ cũng giỏi. Vâng, em sẽ cử cô ta đến, được chứ ạ?

- Thế thì tốt, nhưng cậu nhớ hỏi ý kiến cô ta và gia đình xem có đồng ý không đã nhé, - Giáp cẩn thận nhắc nhở, - chị Bích Hà nhà miềng cũng muốn học khiêu vũ, tiện thể cùng học luôn cho vui. Chứ chả nhẽ tiếp khách quốc tế, miềng "giậm chân tại chỗ" một mình à?

Thực ra, Hà không muốn nhảy van. Nhìn cái cảnh đàn ông lạ cứ ôm chẳng lằng lấy hông mà xoay xoay lắc lắc đã phát ớn. Bà Thiều nghe tin cô sắp học nhảy van cũng lên tiếng can ngăn:

- Tôi cũng thấy nó thế nào ấy, chướng mắt lắm. Chả gì, chị cũng là mệnh phụ phu nhân của ông Đại tướng nhà mình, phải giữ thể diện, kẻo miệng thế chênh lệch.

- Lành mạnh thôi, bà ạ, - trong thâm tâm tuy không thích, nhưng phải phân bua, sợ Giáp biết chuyện lại phật lòng. - Bây giờ, khắp thành phố, nhảy đầm rầm rầm.

- Thật đấy, miệng thế gian như làn sóng bể, rồi chuyện đến tai anh Giáp lại phiền lòng. Tôi xem Tây nhảy đầm rồi. Ai đời, đàn bà con gái lại xách váy lên, nhún chào nom rõ lố, rồi choàng tay lên vai đàn ông, lại còn nhe răng ra, đánh mắt cười tình.

- Bà chả hiểu gì cả, - Hà cảm thấy buồn cười về cái kiểu nhảy đầm trong con mắt của bà Thiều. - Chính anh Giáp bảo là, để tiếp khách quốc tế cho nó lịch sự, nâng cao thể diện con người Việt Nam, chứ cháu có báu gì đâu.

- Thật thế hử? Chết nỗi... - bà Thiều hoảng lên vì rất nể sợ Giáp. - Thôi, ý ông Tướng là ý Giời!

Giáp cho rinh về một cây đàn pi-a-nô, Mơ theo lịch đến dạy. Cô ngạc nhiên thấy vị Đại tướng lừng danh chỉ quen xông pha trận mạc, nhưng rất giản dị và tiếp thu âm nhạc rất chuẩn xác và nhanh nhạy.

- Điệu van-xơ nhịp ba. Bài *Làng tôi* cũng viết theo điệu van, - Giáp thổ lộ.

- Thế, anh Văn đã học nhạc lý rồi ạ? - Em chỉ bổ túc thêm thôi ạ? - Mơ ngạc nhiên và lễ phép hỏi.

- Ấy chết, không phải thế đâu. Đó là vốn liếng anh Văn Cao bày cho chỉ có ngần ấy thôi, chứ tôi đã có kiến thức chi mô? - Giáp thành thực đáp.

- A, đó là cha đẻ của *Suối mơ, Thiên thai, Tiến quân ca...* - Mơ vô tư xướng tên mấy tác phẩm âm nhạc nổi tiếng của Văn Cao, với vẻ cảm phục nhạc sĩ tài danh.

Cô vẽ những nốt (note) nhạc ra tờ giấy phê-đúp (paper double), giảng nhạc lí, rồi ngồi bên đàn, vừa đánh thị phạm, vừa hát say sưa. Tiếng đàn và tiếng hát của cô làm cho căn biệt thự vốn tôn nghiêm của vị tướng đứng đầu quân đội, như bừng lên sức sống mới. Cả hai vợ chồng Giáp cùng học. Nhưng mỗi chuyến Hà đi Liên Xô tu nghiệp thì chỉ còn lại mình Giáp. Cô rất nể phục, cứ đúng giờ đến cổng, bộ đội canh gác đón vào, thì đã thấy Giáp ngồi chờ sẵn, như một cậu học trò chăm chỉ, lại thông minh và bặt thiệp. Cô từng nghe nói, tướng lĩnh Pháp rất hào hoa, phong nhã, còn Cộng sản thì thô kệch, vụng về. Nhưng không ngờ khi gặp Tướng Giáp thì mọi thứ đảo lộn hết cả, khiến cô bất ngờ và kính phục tận đáy lòng.

Giáp đánh đơn, rồi cả cô và trò đánh đôi, bàn tay chạm vào bàn tay, khiến cô bâng khuâng, liếc nhẹ một cái, vẫn thấy Giáp thư thái và điềm tĩnh, khiến cô phải nén lòng. Cô giáo phải mô phạm chứ? Mơ tự trách mình.

Có hôm đến biệt thự, mới biết là Giáp đi công tác đột xuất. Nhưng cô vẫn xin vào căn chỉnh đàn cho chuẩn xác, kẻo học trò thẩm âm sai lệch. Vừa bước vào phòng, cô sững người, khi thấy sáu bông hồng nhung được cài nơ đặt trên phím đàn. Không biết có phải trò tặng cô, hay ai đó tặng Đại tướng, nhưng vẫn nâng lên và hôn nhẹ. Sáu bông, sao lại là sáu bông? Bất chợt, Mơ nhớ, lúc đó chưa dạy nhạc cho ai sất cả, có lần Phùng Thế Tài đến nhà chơi, tán chuyện với chồng mình, bổ bã bảo: "Anh Văn khỏe lắm, nghe đồn, "khoản kia" là sáu bận mỗi đêm". Cô nghe lỏm, cảm thấy buồn cười mà không dám cười, nhưng tự nhiên lại ghi nhớ trong lòng; bây giờ, đột nhiên có sự liên tưởng. Nghĩ thế phải tội, cô tự mắng mình và cười thầm. Cảm xúc dâng trào, cô ngồi đàn, ngón tay như cánh hoa lan lướt trên phím đàn và cất tiếng hát du dương:

> *Hôm nay tôi đến nhà anh*
> *Cây đàn nằm đó, nhưng anh đâu rồi?*
> *Tình tang tính tính tình tang.*

> *Bó hoa trên phím tươi cười*
> *Tướng quân tặng đóa hoa đời xinh xinh*
> *Tình tang tính tính tình tang.*[118]

*

Trần Văn Trà từ Miền Nam tập kết ra Bắc, làm Phó Tổng Tham mưu trưởng quân đội, cùng ở chung Biệt thự 34 với Hoàng Văn Thái. Buổi tối, Trà thường đi bộ ra Hồ Tây vãng cảnh, mỗi khi ngang qua Biệt thự 30, Hoàng Diệu, lại nghe tiếng đàn pi-a-nô thánh thót vọng ra. Trà biết là Giáp đang học đàn và nhảy đầm, nghĩ bụng, Đại tướng cầm quân mà ăn chơi thế, đúng là thời buổi "Chung sống hòa bình" thật rồi.

Trà lững thững bước trên đường Cổ Ngư, từng nghe Giáp kể chuyện chia tay vợ con để sang Tàu gặp lãnh tụ. Từ một anh giáo tư thục, thế mà vụt một cái thành Đại tướng, Bộ trưởng Quốc phòng, Tổng tư lệnh quân đội, khác nào Phù Đổng Thiên Vương, cách mạng thật kỳ diệu. Thánh Gióng thắng giặc, cởi bỏ áo giáp về trời. Giáp cũng bỏ súng ống, đổi tên các đại đoàn ra sư đoàn, rồi giải thể văn, hạ sao cho bộ đội giải ngũ, cho đi phát triển kinh tế. Chủ trương đấu tranh hòa bình để thống nhất đất nước, liệu có ổn không? Đối với Chủ nghĩa Đế quốc, Tư bản mà không sử dụng bạo lực cách mạng, đấu tranh giai cấp, thì nó đổ trước, hay

---

(118) Phỏng theo lời bài hát *Cây đàn bỏ quên*, nhạc và lời: Phạm Duy.

mình đổ trước, ai thắng ai? Thi đua kinh tế thì làm sao bằng nó, chứ chưa thể nói chuyện hơn nó được đâu. Không phải ai cũng đánh trận được, phải có tướng tài và cũng không phải ai cũng làm kinh tế được, phải có nhà tư bản giỏi. Nhưng ông anh cả Liên Xô, đứng đầu là Bí thư thứ Nhất Khơ-rúp-xốp (Khruschyov) đã khởi xướng "Chung sống hòa bình", thế là hết thảy các lãnh tụ Cộng sản trên toàn thế giới phải theo. Đó là nguyên tắc, nếu ai vi phạm cũng đồng nghĩa với tội chống Đảng, cái chết cầm chắc trong tay.

Bây giờ, Giáp là một ông tướng yêu chuộng hòa bình và nghệ thuật.

- Trong số anh em cán bộ và bộ đội tập kết, nhiều đồng chí có máu yêng hùng hảo hán, hay uống rượu đánh lộn, khó trị lắm. Xuống tay thì mếch lòng đồng đội, nương nhẹ lại lấn lướt, công thần, chẳng sợ cha con thằng nào, - Trà tâm sự.

- Ngẫm cũng đúng, nhưng ai cũng mong hết hai năm đình chiến, chờ Tổng tuyển cử thống nhất hai miền, lại về Nam. Bởi vậy, nhàn cư vi bất thiện. Miền Bắc, khí hậu khắc nghiệt, đất đai khô cằn, chứ không không được mát mẻ, trù phú như trong Nam, nên anh em khó thích nghi lắm, - Thái đáp thật lòng. - Kể ra, còn Tướng Nguyễn Bình, trị loạn dễ như ăn kẹo, nay vụ nào khó giải quyết, lại phải mời đích thân Hồ Chủ tịch đến hiểu dụ mới yên. Vậy thì, giải tán đi cho khỏi mang tiếng quân đội cách mạng, - Thái nói thẳng ruột ngựa.

Trà vừa đi vừa nhớ lại cuộc trò chuyện với Tướng Thái, cùng làm Phó Tổng tham mưu, dưới quyền Văn Tiến Dũng. Thái thân với Giáp, nay lại hàng phố liền kề nhau, nên phát ngôn của Thái có thể coi như ý của Giáp cũng được. Hồ Tây dào dạt sóng gió, khiến Trà càng nhớ sông nước Nam Bộ, nhưng lại luẩn quẩn nghĩ về thời cuộc, y như thể sa vào vũng xoáy. Chân Bí thư thứ Nhất, ngoài Giáp ra, thì Miền Bắc chẳng còn ai đáng mặt. Nhưng Giáp cũng bị loại rồi. Có lẽ, phải triệu Lê Duẩn từ Nam ra. "Ông hai trăm nến" sẽ tỏa sáng trên chính trường. Nhưng kẹt nỗi, Hồ Chủ tịch kiêng mặt Duẩn. Trong lúc toàn Đảng, toàn quân, toàn dân ai cũng kính trọng, thậm chí sợ hãi Hồ Chủ tịch, coi như vị thánh sống; thì Duẩn lại tuyên bố thẳng thắng: "Sai lầm Cải cách ruộng đất là do bác Hồ, nhưng Trường Chinh gánh tội thay mà thôi. Chia đôi đất nước là tội của bác, chứ đâu phải Diệm". Nghe vậy, ai nấy thất kinh, nhưng không "bắt bỏ" được Duẩn. Mười mươi, Duẩn sẽ làm Bí thư thứ Nhất, đấy là gọi theo kiểu Liên Xô, tức là Tổng Bí thư. Còn hai chức Chủ tịch Đảng và Chủ tịch nước vẫn phải do bác Hồ nắm trọn mới yên. Bây giờ mà bác nhả ra cái chức Chủ tịch nước là nội bộ lục đục tức thì, "quần ngư tranh thực", nghĩa là, đàn cá tranh ăn. Tiếng cá đớp động màn đêm, tựa như minh họa vậy.

Duẩn cầm quyền tất sẽ đánh Miền Nam bằng bạo lực cách mạng. Như vậy, nhất định mình phải đi chiến trường, cũng có nghĩa trở lại vạch xuất phát.

- Báo cáo thủ trưởng, khuya lắm rồi, - cậu cần vụ rụt rè nhắc.

- Ừ, về...- Trà thở dài, quay bước theo kiểu nhà binh, khiến cậu cần vụ bật cười.

32. "Chung sống hòa bình"

Thực dân Pháp chở sang Việt Nam hai cái máy chém. Một cái đặt ở Miền Bắc, từng chém đầu Đảng trưởng Nguyễn Thái Học và mười hai đảng viên Quốc dân Đảng, sau đó là đầu của Nguyễn Đức Cảnh, đảng viên Cộng sản. Một cái đưa vào Miền Nam, Ngô Đình Diệm đã cho chém đầu hai người, gồm: một, Cộng sản Hoàng Lệ Kha và một là tên phỉ Ba Vinh... Như vậy, hai cái máy chém của Pháp tại Việt Nam, mỗi cái chém đầu một người Cộng sản. Máy chém mang thông điệp khủng bố tàn bạo kiểu Trung cổ, nghe nói đến máy chém là đã rợn tóc gáy. Thời kỳ Tố Cộng, Diệm cho bày máy chém ra chợ, hòng thị uy là chính. Mặt khác, học kinh nghiệm diệt Cộng kiểu Mã Lai, lập hàng ngàn ấp chiến lược, "tát" Cộng sản ra khỏi dân chúng. Cả Miền Nam sôi sục phong trào tố Cộng, diệt Cộng. Phương châm của Diệm là: "Đả Thực, bài Phong, diệt Cộng". Khắp Miền Nam đầu rơi máu chảy, oán hận ngút trời. Cộng sản coi Diệm như một tên đồ tể. Những vụ tàn sát Việt Cộng nằm vùng và dân chúng ở Chợ Được[119], Vĩnh Trinh[120] và đầu độc tù chính trị tại Phú Lợi[121], gây chấn động dư luận. Miền Bắc tố cáo tội ác đó ra công luận quốc tế và phát động phong trào căm thù trong dân chúng.

Với Cộng sản, Diệm thề không đội trời chung, quyết đấu, thà một mất một còn, nhưng với dân chúng, lại rất chu toàn. Diệm chào đón và bố trí nơi ăn chốn ở chu đáo cho một triệu người Miền Bắc di cư vào Nam và cấp gạo chở ra Bắc cứu đói cho dân trong vụ giáp hạt. Thực hiện chính sách điền địa, Diệm cho thu mua ruộng đất của địa chủ, cấp cho dân nghèo. Dân chúng hát câu thái bình thịnh trị. Thế là, vừa được lòng dân, thỏa ước nguyện người cày có ruộng, nhưng không phải chém giết địa chủ, phú nông để cướp ruộng đất như từng xảy ra trên Miền Bắc.

Hiến pháp đầu tiên của nền Đệ Nhất Cộng hòa, ban hành năm 1956, đã thừa nhận các quyền cơ bản của con người. Đó là, tự do tư tưởng, tự do kinh doanh, sở hữu tư nhân và loại trừ Cộng sản. Ba năm sau, *Luật 10-59* ra đời, đặt Cộng sản ra ngoài vòng pháp luật.

Những điều đó khẳng định, anh em Diệm và Nhu đưa Miền Nam theo con đường của Chủ nghĩa Tư bản, đối nghịch với Cộng sản. Những chuyện cứu tế, hay gặp gỡ bí mật bàn việc giao thương hai miền, chỉ là màn kịch che mắt thiên hạ, kéo dài thời gian ngưng chiến mà thôi.

Dự tính một cuộc Tổng tuyển cử thống nhất hai miền Nam-Bắc bị thất bại. Phía Miền Bắc đề xuất lập Hội đồng giám sát địa phương, nhưng Miền Nam lại đòi phải có sự giám sát quốc tế, bởi

---

(119) Vụ Chợ Được (Quảng Nam), xảy ra 1954, tàn sát dân chúng 34 người chết, 23 người bị thương.

(120) Vụ Vĩnh Trinh (Quảng Nam), xảy ra 1955 thủ tiêu 37 cán bộ Việt Minh; trong đó, 1 phụ nữ mang thai.

(121) Vụ Phú Lợi (Bình Dương), xảy ra 1958, có tài liệu viết rằng, Việt Cộng tung tin giả, về chuyện Mỹ-Diệm đầu độc năm ngàn tù chính trị, khiến hàng trăm tù nhân bị chết, nhằm bôi nhọ đối phương.

không tin Cộng sản. Lý do cụ thể, qua cuộc Tổng tuyển cử năm 1946, Việt Minh đã gian lận hàng vạn phiếu bầu.[122]

Tin tức Miền Nam dồn dập báo về Tổng hành dinh Ba Đình. Giáp suy tính tổ chức những quả đấm thép của quân đội bảo vệ trời và biển. Cục phòng vệ Bờ bể được thành lập, với hai Thủy đội Sông Lô và Bạch Đằng, lo giữ Biển Đông. Giữ trời thì lập Cục Hàng không Dân dụng thuộc Chính phủ, thực chất đấy là lực lượng Không quân chiến đấu. Củng cố sư đoàn pháo phòng không và chọn lựa chiến sĩ gửi sang Liên Xô học điều khiển tên lửa đất đối không. Giáp bấn lên, lúc thì thị sát đại pháo bắn đạn thật trên Thái Nguyên, khi thì chỉ đạo đào hầm vào lòng núi chuẩn bị phòng thủ trên Tam Đảo. Thảng hoặc, Giáp cũng cảm thấy tiếng đàn pi-a-nô văng vẳng đâu đây:

Hôm qua tôi đến nhà em
Ra về mới nhớ bỏ quên cây đàn.
Tình tang tính tính tình tang.

Cậu Phạm Duy Cẩn học trò Trường tư thục Thăng Long ngày nào, nay đã trở thành nhạc sĩ Phạm Duy. Chỉ tiếc, hắn bỏ kháng chiến, "Dinh tê" về thành, lại tiếp tục di cư vào Nam. Giáp hồi tưởng lại bài giảng về trận Oa-téc-lô năm xưa...

*

Tin Duẩn ra Bắc, gây dư luận xôn xao Trung ương và Bộ Quốc phòng. Tuy Giáp biết rõ lý do Duẩn ra Bắc và hành trình chuyến đi, nhưng lại tỏ ra rất điểm tĩnh. Duẩn lấy quyền hành của Bí thư Xứ ủy, triệu tập cuộc họp Xứ ủy tận Nam Vang (Phnom Penh), Thủ đô Campuchia, bàn soạn công việc đâu ra đấy mới lên đường. Từ đó, ngược Bắc Lào, đến Luông Pra băng (Luangprabang), toan rẽ sang nẻo Tây Bắc Việt Nam, nhưng lo sợ phỉ Lào và du kích xứ Thái, ngứa tay "đòm" cho một phát thì ai biết đấy là đâu. Tướng Nguyễn Bình được gọi ra Bắc, cũng qua ngả Campuchia và chết

---

(122) Năm 1946, dân số Hà Nội có 119 000 người, nhưng Chủ tịch Hồ Chí Minh đắc cử với 169 222 phiếu, trội hơn dân số 50 222 phiếu; nếu tính cử tri, tức là số người từ 18 tuổi trở lên, thì số phiếu còn trội nhiều hơn nữa.

bất đắc kỳ tử, bởi một nhóm phiến quân nào đó. Bởi vậy, Lê Duẩn quay trở lại, được tình báo Hoa Nam đưa xuống tàu biển, khi sang tới Hồng Kông thì đã có trợ lý của lãnh đạo Trung ương Đảng Cộng sản Trung Quốc chờ đón, đưa về Bắc Kinh. Sau khi hội kiến với Mao Trạch Đông, báo cáo tình hình cách mạng Miền Nam, rồi mới đáp máy bay về nước. Nhưng trên đường về qua Quế Lâm thì đỗ xuống, lấy lý do tiếp nhiên liệu để tạo điều kiện cho Duẩn gặp con gái đang du học tại đó, rồi mới bay về Hà Nội.

- Tôi phong cho chú hàm Đại tướng, - Hồ Chủ tịch thăm dò ý Duẩn.

- Cám ơn bác, tôi chỉ làm công tác Đảng, - Duẩn đắn đo rồi đáp. Nếu nhận quân hàm thì phải hoạt động trong lĩnh vực quân sự, vừa không hợp sở trường, lại dưới trướng của Giáp. Giáp đang giữ chân Bộ trưởng Quốc phòng, Tổng Tư lệnh, Bí thư Quân ủy Trung ương. Từ hôm ra Bắc, Duẩn được phân công làm việc tại Phòng Dân quân, nếm mùi rồi...

Đến khi Duẩn hỏi về gia đình, nghe nói, năm 1954 đã theo đoàn tập kết từ Quảng Trị ra Bắc, không rõ nay ở đâu? Lúc này, cả Trung ương, lực lượng quân đội và công an tá hỏa đi tìm, hồi lâu mới thấy cả nhà đang tá túc ở Nông trường Sông Hiếu[123], heo hút giữa vùng núi phía tây tỉnh Nghệ An. Lập tức, ô-tô đón rước về Biệt thự số 6, Hoàng Diệu, Hà Nội, bầu đoàn thê tử hàn huyên, mừng mừng tủi tủi. Bố Duẩn bảo:

- Cái đận tôi bị ốm nặng, thập tử nhất sinh, mười phần chết chỉ một phần sống, mà không có tiền thuốc thang, nên chị ấy, - ông trỏ vào Sương là vợ cả của Duẩn, - phải xuống chợ Vinh cắt mái tóc bán cho người ta, mới có tiền chi dùng. Ơn nghĩa này, sống để dạ, chết mang theo.

Duẩn nghẹn ngào không nói nên lời, đưa mắt nhìn vợ, ý hỏi có phải không? Sương gật đầu xác nhận và ứa hai hàng lệ đắng cay. Duẩn thu bàn tay hộ pháp, toan đấm xuống bàn cho hả giận, nhưng sực nhớ lời Bảy Vân can ngăn hôm nào, nên thở

---

(123) Ngày nay thuộc huyện Nghĩa Đàn, tỉnh Nghệ An.

dài não nuột, rồi xòe bàn tay to như cái quạt ra, nén giận mà nói câu phân trần:

- Đất nước đang hàn gắn vết thương chiến tranh, khôi phục kinh tế nên còn rất nhiều khó khăn. Bọn Mỹ-Diệm lại âm mưu chia cắt lâu dài đất nước, lại càng gian khổ. Bởi vậy, cả nhà ta cũng phải ráng chịu. Mai ngày thống nhất đất nước, sẽ ăn sung mặc sướng, nhà nước chữa bệnh miễn phí cho dân, trẻ con học hành không phải lo đóng học phí.

Sương ghét cay ghét đắng cô vợ hai của Duẩn, cứ mỗi khi Bảy Vân ló mặt đến cổng biệt thự là lót lá đuổi ra. Có hôm, Nga liều lĩnh lọt vào nhà, Duẩn bảo ăn cơm cùng, nhưng bị cô con gái của Sương hắt cả bát canh vào mặt. Bây giờ, không "tề gia" được thì khó lòng "trị quốc", nói chi đến chuyện "bình thiên hạ", nghĩ vậy, để tháo ngòi nổ, Duẩn đưa Nga xuống Hải Phòng. Nhưng Sương ma lanh, mỗi khi Duẩn kiếm cớ đi công tác xuống Phòng, liền sai cảnh vệ bám riết, khiến Duẩn và vợ hai không làm ăn gì được. Bảy Vân thất vọng ê chề, thiếu nước cắn lưỡi tự vẫn mà thôi. Duẩn cũng biết là thấp mưu thua trí đàn bà, nhưng không dám ho he với Sương. Bọn Phạm Hùng, Lê Đức Thọ đã chót xe duyên tác thành vụng trộm cho Duẩn và Nguyễn Thụy Nga, tức Bảy Vân ở trong căn cứ Nam Bộ, nay cũng không dám chiềng mặt.

Một hôm, Duẩn hỏi Giáp:

- Ba sư đoàn tập kết, nay đâu?

- Giải trừ quân bị, chủ trương của Liên Xô và Bộ Chính trị cũng đã quyết, - Giáp thấy tình hình có vẻ căng thẳng, nhưng vẫn đấu dịu.

- Phải lập lại, - Duẩn đập bàn quát lên, - đó là những quả đấm chủ lực. - Duẩn giơ nắm đấm to như quả tạ lên, - giải phóng Miền Nam phải bằng bạo lực. *Luận cương chính trị* của Đảng, do đồng chí Trần Phú soạn thảo, từ năm ba mươi (1930) đã chỉ rõ: "Phương pháp cách mạng là võ trang bạo động theo khuôn phép nhà binh".

- Chủ trương "chung sống hòa bình", giải trừ quân bị, thi đua phát triển kinh tế của đồng chí Bí thư thứ Nhất Liên xô Khơ-rúp-xốp đã được Hồ Chủ tịch quán triệt thực hiện, - Giáp bình tĩnh lấy lại phong độ, - bác cũng đã gửi thư cho đồng bào, nói về khả năng thông thương, tự do đi lại giữa hai miền Nam-Bắc, rồi từng bước tiến hành thống nhất đất nước.

- Ảo tưởng, - Duẩn vẫn không nén nổi sự giận dữ, kịch liệt tấn công, - hai mươi vạn quân, chứ đâu phải vài chục trứng gà? Muốn đánh thắng Mỹ, trước hết không sợ Mỹ, không sợ Liên Xô và cũng không sợ Trung Quốc.

- Nếu đồng chí không thuận, thì nên trình bày thẳng ý kiến của mình với Hồ Chủ tịch, - Giáp lấy Hồ Chủ tịch làm lá chắn, giữ vững trận địa.

Duẩn tức giận bốc hỏa như vậy, nhưng thân cô thế cô, không làm gì được Giáp, nên đành lặng thinh, hưu chiến để chiêu binh mãi mã chờ thời. Duẩn tìm gặp và nối lại mối quan hệ thân tình với Tôn Quang Phiệt, người đã kết nạp Đảng cho mình khi xưa. Hơn nữa, Phiệt bị Giáp nẫng tay trên con gái nhà Đặng Thai Mai, con dâu tương lai sáng giá. Bởi vậy, giữa Phiệt và Giáp, hẳn có sự bằng mặt mà không bằng lòng. Nghe nói, cái dạo tản cư về Yên Lộ[124], hai gia đình Phiệt và Mai ở gần kề. Và rồi, Phiệt cũng kế chân Chủ tịch tỉnh Thanh Hóa, thay Mai. Sau này, Mai từ hôn con trai Phiệt, thế nghĩa là giữa Phiệt với Mai có sự rạn nứt trong quan hệ rồi. Hay nói cách khác, đó là mũi vu hồi đánh vào Giáp. Duẩn lại cặp kè kết thân với đám Lê Đức Thọ và Nguyễn Chí Thanh là hai kẻ đã đạp đổ cái ghế Bí thư thứ Nhất của Giáp, để tăng thêm vây cánh.

- Tôi và đồng chí La Quý Ba đã vào vùng giới tuyến, thống nhất kế hoạch phòng thủ. - Tuy nắm lẽ phải trong tay, nhưng Giáp vẫn đấu dịu, tránh voi chẳng hổ mặt nào.

*

---

(124) Làng Yên Lộ còn có tên An Lộ, nay thuộc xã Thiệu Vũ, huyện Thiệu Hóa, tỉnh Thanh Hóa.

Tiếng là hai phe "chung sống hòa bình", nhưng bên trong ngấm ngầm chuẩn bị vũ khí, hầm hào, sẵn sàng chiến đấu. Miền Bắc, hòa bình lập lại, nhưng đấu tố còn quyết liệt hơn chiến tranh, kẻ được người mất. Hết Cải cách ruộng đất oan khốc đánh vào nông dân nông thôn, lại đến cuộc Cải tạo tư bản tư doanh đánh vào tiểu thương, tư sản thành thị. Văn nghệ sĩ đòi tự do sáng tác như vốn dĩ phải có, thế là Trường Chinh, vừa bị thất thế trong Cải cách ruộng đất, nay vục dậy chĩa mũi dùi vào văn nghệ sĩ, trí thức, lại có Tố Hữu lĩnh ấn tiên phong, tả xung hữu đột trong đám văn nghệ như chốn không người, khiến văn nghệ sĩ, trí thức bị đốn hạ không biết bao nhiêu mà kể. Anh em trách miềng, bao văn nghệ sĩ từng là đồng chí đồng đội, nay bị bọn Trường Chinh, Tố Hữu triệt hạ vô cớ, mà không thấy lên tiếng là sao? Thực ra, miềng có cái khó của miềng. Làm cách mạng là phải tuân thủ nguyên tắc Đảng Cộng sản lãnh đạo tuyệt đối, toàn diện. Mà nay, bác Hồ nắm cả ba chức lớn hàng đầu. Mọi chuyện lớn chuyện nhỏ đều thông qua bác cả. Vậy tính sao? Đến như trường hợp Nguyễn Hữu Đang, từng là Thứ trưởng Bộ Tuyên truyền, có công lớn trong việc xây dựng kỳ đài mừng Lễ Độc lập, thế mà khi bị bắt, anh trai của Đang quì lạy dưới chân Hồ Chủ tịch khóc than, nhưng có được tha đâu. Nếu miềng lên tiếng xin cho anh em thì phỏng ý nghĩa chi mô? Nhà thơ Nguyễn Bính lúc ở trong bưng biền, Sài Gòn cho máy bay phát loa chiêu hồi đích danh, rồi đặt giá hàng vạn đồng cho ai rủ được Bính quay về với Chính nghĩa quốc gia. Lê Duẩn còn đứng ra tác thành cho Bính với Nguyễn Lục Hà, bí danh Hồng Châu, nhưng hai người không chung sống được bao lăm. Năm 1952 li hôn, sau khy sinh con gái Nguyễn Bính Hồng Cầu. Thế mà nay Bính lâm nạn, Duẩn biết rõ mười mươi nhưng lờ tịt. Miềng lấy làm bùi ngùi, khi nghe tin vụ Nhân văn giai phẩm bị biến thành vụ án gián điệp phản động, để đưa ra xét xử. Thế mới biết, tay Trần Quốc Hoàn đáo để thật. Yến (Thụy An), cô học trò yêu ngày nào, thế mà nay đã phải tự chọc mù một con mắt để phản kháng. Hữu Loan, Nguyên Hồng... bỏ môi trường sáng tác ở Thủ đô Hà Nội, về thôn quê hẻo lánh sinh sống, số còn lại án binh bất động. Đến như Nhà thơ, Nhạc sĩ Văn Cao lừng danh cũng chán nản buông bút, đóng hộp đàn, không sáng tác nữa...

Văn nghệ sĩ, trí thức nhạy cảm với thời cuộc lắm, là cái hàn thử biểu đo độ nóng lạnh của thời tiết chính trị xã hội. Từ nay, họ chỉ được viết theo chỉ đạo của Đảng, tức là chỉ ca ngợi Hồ Chủ tịch và Đảng Cộng sản. Nhưng nghĩ đi cũng phải nghĩ lại, nếu nhìn rộng ra hoàn cầu, thì thấy phe Cộng sản đều thẳng tay trị văn nghệ sĩ, trí thức. Đấy, như ở bên Tiệp, Hung, Nga, Tàu... những kẻ có máu mặt đều chạy sang phương Tây, tìm chân trời tự do để sáng tác. Mao Trạch Đông từng phán rằng, việc định ra luật pháp là phủ nhận quyền lãnh đạo của Đảng. Chỉ có bọn ngu xuẩn, hoặc thành phần phản động mới đòi chấp hành luật pháp, hòng thoát khỏi sự lãnh đạo của Đảng. Tất cả phải lấy chỉ thị của Đảng làm chuẩn. Ngay như ở xứ ta, hồi Nguyễn Sơn làm Tư lệnh Khu IV, văn nghệ sĩ khắp nơi đổ về, Hữu Loan cũng đầu quân dưới trướng. Bởi vậy, khi Sơn qua đời, Loan viết bài thơ than khóc thảm thiết. Lúc nào, phải bảo thư ký tìm bài thơ đó, cho miềng đọc lại mới được. Trong khi đó, tại phương Nam, Hiến pháp của Diệm đặt ra quyền tự do tư tưởng, tự do sáng tác, tự do kinh doanh... Không khéo, văn nghệ sĩ, trí thức và đám tư sản, tiểu thương trốn vào "trỏng" ráo trọi. Có lẽ, phải bàn với Bộ Chính trị, Ban Bí thư ra chỉ thị khóa chặt giới tuyến và biên giới. Mà kể cũng lạ, không thấy văn nghệ sĩ, trí thức nào từ phe bên kia chạy sang bên này, hoặc từ trong Nam chạy ra Bắc? Mà chỉ có chiều ngược lại, chạy đi như giải pháp thoát thân, tìm chân trời tự do sáng tác, kinh doanh? Sau Hiệp định Giơ-ne-vơ cũng thế, hàng triệu người dân Bắc di cư, còn từ Miền Nam tập kết ra Bắc chỉ có vài chục vạn cán bộ và bộ đội.

Có lúc miềng nghĩ, Trường Chinh đang đoái công chuộc tội, khiến đám văn nghệ sĩ, trí thức càng ngấm ngầm phản kháng. Có một câu đối chửi độc, miềng là người ngoài cuộc cũng phải chạnh lòng thay, phải người tự trọng, hẳn phát uất mà chết.

"Đấu tố phụ mẫu, tôn thờ Mác-Lê, nhục ấy đời chê thằng họ Đặng;

Hãm hại sĩ nông, đảo điên văn hóa, tội kia sách chép đứa tên Khu".[125]

Cái đám Việt Kiều mới đáng thương, nghe tin nước nhà độc lập, lại xem ảnh chân dung Cụ Hồ thấy mỗi mắt có hai con ngươi đã lên làm Chủ tịch nước, nên từ Pháp, Thái Lan, Tân Đảo (Vanuatu), Tân Thế giới (Nouvelle Caledonie)... lũ lượt xin hồi hương, nhưng phải về Miền Bắc với cụ Hồ mới toại nguyện. Hồ Chủ tịch đích thân xuống tận cảng Hải Phòng đón tiếp. Xong rồi, tay Hoàn mới hạ lệnh: "A-lê hấp", tống ngay đi miền núi cao rừng thẳm, đề phòng Việt kiều hoạt động gián điệp, phản loạn. Họ là người yêu nước, bình chọn có công với cách mạng mới được về đợt đầu. Miềng trong chăn mới biết chăn có rận, dân tình thực đáng thương, văn nghệ sĩ, trí thức cũng tội nghiệp. Hồi mới lập nước, miềng cũng xuống tay với các đảng phái Quốc gia và đám Tờ-rốt-kít. Hồ Chủ tịch dạy, làm cách mạng phải triệt để, không được hữu khuynh. Đảng Cộng sản không chia sẻ quyền lãnh đạo với bất kỳ ai, không chấp nhận đa nguyên, đa đảng. Đó là nguyên tắc. Xem chừng, Duẩn cũng làm cách mạng triệt để đây? Cứ nhìn Liên Xô, Trung Quốc và Đông Âu, thì chế độ Cộng sản đều trọng dụng lực lượng Công an, coi như "thanh bảo kiếm" làm công cụ bạo lực để quản lý xã hội và trấn áp các phần tử phản cách mạng, với phương châm "bóp chết từ trong trứng". Do đó, phương Tây gọi là kiểu Xã-hội-Công-an-trị...

*

Đại hội Đảng toàn quốc lần thứ III, vẫn duy trì tên Đảng Lao động Việt Nam cho thân thiện, rồi lại bỏ ngày thành lập mùng 6 tháng 1 năm 1930, lấy ngày mùng 3 tháng 2. Có đại biểu thắc mắc, Hồ Chủ tịch giải thích là ý kiến chỉ đạo của Liên Xô, người ta có tài liệu... Duẩn trúng Bí thư thứ Nhất, Giáp bảo:

- Anh nhận luôn chức Bí thư Quân ủy Trung ương đi, Đảng

---

(125) Khuyết danh.

lãnh đạo toàn diện, tực tiếp và tuyệt đối mà.

- Anh làm quen, cứ làm, - Duẩn tỏ ra hào phóng và dễ dãi.

- Tôi vẫn nhớ chuyến anh ra Bắc năm xưa, mang thư của anh Lê Hồng Phong và chị Minh Khai cho vợ chồng tôi, - Giáp nhắc lại kỷ niệm xưa, vẻ thân thiện.

- Chỗ ấy, nay là phố Phùng Hưng, gần đường tàu hỏa, phải không? - Duẩn nhớ lại hai mươi năm về trước.

- Phải, anh có trí nhớ tuyệt vời, - Giáp cười cười, nhưng trong dạ nao nao nhớ về Quang Thái, nhớ những chuyến tàu đêm vào ga. Mấy chục năm rồi, vật đổi sao rời, lòng người rồi cũng khác xưa. Nếu nhìn bề ngoài, ai cũng nghĩ Duẩn công tâm, nhiệt huyết lắm, nhưng năm ngoái đã ép lấy bằng được cái bản dự thảo Nghị quyết 15 của bọn miềng cùng Hoàng Tùng và Nguyễn Quang Huy (Việt Phương) soạn thảo, rồi đưa cho Phạm Hùng thêm giấm thêm ớt vào, biến thành của Lê Duẩn, khác nào hớt tay trên.

- Tôi đã ký vào từng trang dự thảo rồi, - Tùng nói.

- Sao anh không giữ, đã báo cáo bác Hồ rồi cơ mà, - Huy ngây thơ hỏi.

- Sắp tới, anh Duẩn sẽ làm công tác Đảng, - Tùng am hiểu thời cuộc, chen ngang một câu.

- Đảng phân công, ai làm gì cũng phải gắng sức hoàn thành, - Giáp nói câu khuôn sáo, nhằm tránh né câu hỏi của Huy.

Tùng và Huy đưa mắt nhìn nhau, ngầm ý: "Thế thì nói làm gì?"

*

Một chiều chủ nhật, vợ chồng Giáp đến chơi nhà Đặng Thai Mai. Hà sốt sắng đi pha cà-phê, để chàng rể trò chuyện với bố vợ. Mai nhắc lại chuyện cũ, vẻ trách móc:

- Cái đận năm mươi nhăm (1955), tôi đã bảo anh đừng có thay mặt ai đó mà xin lỗi xin liếc, giơ đầu chịu báng, nay thấy nhãn tiền.

- Bác Hồ cử, sao dám tránh, - Giáp phân trần.

Chợt nghe con rể nói đến Hồ, Mai thấp giọng nói:

- Này, nhân nói về ông Minh, tôi có nghiên cứu bản thảo gốc tập thơ *Ngục trung nhật kí*, dịch ra là *Nhật ký trong tù*, ngoài bìa đề thời gian sáng tác từ băm hai (1932) đến băm ba (1933). Nhưng theo tài liệu tuyên truyền lịch sử, thì Hồ Chí Minh bị Tưởng Giới Thạch giam cầm từ bốn mươi hai (1942) đến bốn mươi ba (1943). Chênh lệch những mười năm là sao?

Giáp đang lúng túng, không biết trả lời bố vợ thế nào; bất chợt Hồ Mộ La từ đâu xồng xộc xông vào, cử chỉ đầy vẻ bất bình:

- May quá, chú Mai, anh Giáp đây rồi. Giờ, giải quyết sao đây?

- A, chào cô La! Cô mới từ Liên Xô về đó ạ? - Hà hớn hở chạy ra đón khách, nhưng chợt nhận ra sự nóng giận của La nên sững lại.

- Tôi đến nhà tìm anh Giáp, nghe nói ở đây cả, tôi lồng sang luôn, - đoạn quay sang Hà, khẽ nói, - cái này, xin lỗi Bích Hà, việc đại sự quốc gia, phiền cô để tôi nói chuyện với hai ông con nhà này!

Hà chưng hửng bước ra khỏi phòng khách, nhưng vẫn lặng lẽ bưng thêm một li cà-phê. Giáp và Mai xem chừng là chuyện hệ trọng, nên cũng tự nhiên sửa lại tư thế ngồi ngay ngắn, khuôn mặt nghiêm trang như thể họp nội các.

- Cụ bà Ngô Khôn Duy mạnh khỏe không, cô? - Mai trịnh trọng hỏi.

- Mẹ cháu khỏe, - La miễn cưỡng trả lời, sợ lạc hướng câu chuyện.

- Đây, cốc nước lọc, cháu uống cho mát, rồi dùng cà-phê, - Mai cười nói, vẻ thân thiện.

- Câu chuyện là thế này, - La bình tĩnh trở lại, - thầy cháu cho ông ta mượn giấy tờ tùy thân và giao cả bản thảo tập thơ nữa. Khi ra tù, ông ta trả lại tập bản thảo ấy. Đến khi hai vợ chồng anh Lê Thiết Hùng và chị Hồ Diệc Lan về nước, có mang theo, để ở nhà thờ họ Hồ, tại Quỳnh Đôi[126]. Sau đó, anh Hùng chuyển tập bản thảo cho Bảo tàng Cách mạng. - La nhấp li cà-phê nhưng không cảm giác được mùi vị.

Mai đưa mắt nhìn Giáp, ngụ ý: "Tôi nói có sai đâu?".

- Thầy cháu tham gia cứu ông ta ra khỏi nhà tù, thế mà vừa rồi, lại dám mang ra triển lãm cuốn thơ đó nữa chứ. Mẹ con chúng cháu bèn kiện lên Trung ương. Mấy ông lập đoàn điều tra do Trần Huy Liệu cầm đầu, kết quả báo cáo Phạm Văn Đồng. Nhưng ông Đồng bảo, đã trót công bố như thế rồi thì thôi. Ối trời đất ơi! - La nhìn hai bố con Mai, Giáp vẻ cầu khẩn, nhắc lại câu hỏi ban đầu, - bây giờ, giải quyết sao đây?

Cả Mai lẫn Giáp đều chết lặng, chẳng biết nói sao. Mai hoang mang, bởi Tố Hữu đang giục sớm đưa *Ngục trung nhật ký* của Hồ Chủ tịch vào giảng dạy trong trường học, nhưng nay nghe cô La nói vậy, lại càng phân vân.

- Tôi lại nghe một câu chuyện khác, về lai lịch tập thơ này, - Mai nói nước đôi, chủ ý lảng ra, ngại đụng chạm, rách chuyện.

- Khác là khác thế nào? Sự thực chỉ có một và chỉ một mà thôi! - La sồn sồn lao vào áp đảo, không còn biết nể sợ gì nữa. - Thầy cháu đường đường là một sĩ quan Quốc dân Đảng, văn-võ kiêm toàn, bạn của ngài Tưởng Tổng tài, chứ đâu phải thường.

Ngồi mãi, chẳng thấy Mai và Giáp ý kiến gì cụ thể, toàn chuyện vòng quanh như ne vịt, nào là, ông cụ Hồ Học Lãm mà còn, nay cũng tám mươi, tiếc rằng chỉ được một hoa giáp đã vội qui tiên; nào là, học trường âm nhạc Trai-cốp-xki (Tchaikovsky) có vất vả lắm không? Thế là Đảng đã ưu đãi gia đình có công; nào là, Hùng có hay đến thăm cụ Duy hay không? Tiếc là anh ta đánh mất bản thảo tiểu thuyết mười vạn chữ của người vợ quá cố. Chị Hồ Diệc Lan mất sớm, từ cái đận 1947 kia mà; rồi lại hỏi về phu quân Đặng Đức Sinh vẽ vời ra sao? Đến nỗi, La nghe chán cả tai, buồn bã bỏ về.

- Tôi nghe Hoàng Minh Phương, phiên dịch tiếng Trung nói

____

(126) Nay thuộc huyện Quỳnh Lưu, tỉnh Nghệ An.

là, cụ Hồ không thạo tiếng Bắc Kinh, nói chuyện với đoàn Trung ương Trung Quốc là phải nhờ phiên dịch, - Giáp mách nhỏ cho Mai đủ nghe, - trong Chiến dịch Biên giới, Tướng Trần Canh phàn nàn kiểu nói vui về chuyện ở trường Hoàng Phố, bị Hồ "cắt tai"; chả là, viết chữ "canh" lại thiếu bộ nhĩ, thành ra chữ "đông".

Mai nghe vậy, cả cười, rồi nói:

- Người làm thơ ngôn ngữ nào phải điêu luyện về ngôn ngữ đó. Nhưng nghe đâu, bà Đặng Dĩnh Siêu, vợ Chu Ân Lai phàn nàn về chuyện Nguyễn Ái Quốc thuở học tiếng Bắc Kinh, lại yếu cả về nói lẫn viết, thì làm thơ chữ Hán sao đặng? Nhưng công bằng mà nói, tập *Nhật ký trong tù* cũng có nhiều bài hay. Chẳng lẽ, Nguyễn Ái Quốc và Hồ Chí Minh là hai người khác nhau ư? Nhưng qua chuyến thăm Hà Nội vừa rồi của gia đình luật sư Lô-zơ-bai (Lozsseby), thì lại cho thiên hạ thấy, hai người đó là một. Vấn đề thực bí hiểm? - Mai dốc bầu tâm sự.

Giáp nghe bố vợ hỏi vậy, thì giật mình, vội lảng chuyện:

- Có lần, cô La kể, đi phiên dịch cho Nguyễn Chí Thanh sang Trung Quốc chữa bệnh, cách có trăm cây số mà La xin đi thăm mộ bố, hắn cũng không cho, lại lên mặt thuyết giảng về tính đảng nọ kia... - Giáp thở dài nghĩ bụng, nghe đâu khi xưa, Quốc tế Cộng sản bố trí cho ông Luật sư kia bào chữa cho anh Quốc, thoát khỏi nhà tù Hồng Công. Nhìn rộng ra, "Tuyên ngôn Cộng sản" lấy Chủ nghĩa quốc tế làm trọng, bỏ qua chuyện dân tộc cực đoan. Anh Hoan từng làm Bí thư Tỉnh Ủy U-đon (Thái Lan). Lai-Teak (tức Phạm Văn Đắc) làm Tổng Bí thư Đảng Cộng sản Mã Lai (Malaysia). Từ đó suy ra, một người ngoại quốc nào đó mà cầm đầu Đảng Cộng sản Việt Nam cũng là nhiệm vụ Quốc tế Cộng sản phân công mà thôi. Nhiệm vụ quốc tế của mỗi đảng viên đã được ghi trong Điều lệ Đảng rồi kia mà. Khi xem xét vấn đề trong nước cũng cần liên hệ bối cảnh quốc tế thì mới toàn diện.

- Tôi còn nghe, sau hòa bình lập lại, Hồ Chủ tịch đưa cuốn *Nhật ký trong tù* cho Nguyễn Việt là Trưởng ban tổ chức Triển lãm Cải cách ruộng đất và bảo: "Tôi có cuốn sổ tay này, chú xem có triển lãm được thì dùng". Thế là Việt mang ra trưng bày trang trọng ở gian *Ngọn đuốc soi đường của Đảng Cộng sản Đông Dương...*

*

Nguyễn Chí Thanh được cử làm Trưởng ban Nông nghiệp Trung ương. Thanh bèn dẫn quân đi Quảng Bình, đóng bản doanh ở làng Đại Phong, ngày ngày ra cấy cày, hò khoan Lệ Thủy với dân làng. Ban đầu, dân làng ngỡ ngàng, khi thấy một ông Đại tướng lại đi làm nông nghiệp. Sau thấy Thanh làm công tác vận động quần chúng tài tình, khiến ai cũng vui thay, cảm thấy nở mày nở mặt với thiên hạ. Cái làng này, từ thời ông Diệm lên ngôi ở phương Nam thì bị kỳ thị lắm, đến nỗi, người nào mang họ Ngô Đình, đều phải đổi ra Ngô Đức, Ngô Thiện và gia phả bị đốt bỏ. Chẳng bù cho làng ông Giáp bên An Xá, danh tiếng nổi như cồn.

Thanh đưa quân lên An Mã, đào hầm hào, bảo là xây nhà máy sửa chữa vũ khí, dựng trận địa phòng thủ, đề phòng âm mưu Mỹ-Diệm "Bắc tiến". Nhưng thấy đào xoáy cả vào phần mồ mả của gia đình họ Ngô, rồi đặt máy móc công suất lớn, chạy xình xịch suốt ngày, rung chuyển cả đồi núi.

Phần mộ của bà nội Giáp, bên sông Kiến Giang, chỗ Hàm Rồng cũng bị đào bới, nhưng bị dân làng ngăn lại. Nghe chuyện mà lòng Giáp như lửa đốt, cấp báo cho Võ Thuần Nho. Nho tá hỏa chạy về tìm ngôi mộ năm xưa của bà nội và trồng một cây chim chim làm dấu. Về sau, phần mộ ông Nguyên cũng bị hào nước từ trận địa 12 li 7 xối ngầm bên dưới, khoét thành hầm rỗng, phải đổ hai xe cát mới đầy...

Bút Tre thấy Thanh về cuốc ruộng Đại Phong, bèn viết mấy câu thơ, chẳng hiểu là khen tụng, hay xỏ xiên, nhưng không ai hạch tội được:

"Hoan hô anh Nguyễn Chí Thanh
Anh về phân bắc, phân xanh đầy đồng".

Thanh nghe, bực, quát ầm lên:

- Nó biểu tau ỉa ra ruộng người ta, hè? Thơ với chẳng thẩn!

Hỏi Lành, hắn là thằng mô? Lành là tên húy của Tố Hữu, với Vịnh tức Nguyễn Chí Thanh vốn là bạn thân từ thuở thiếu thời, nhưng khi Vịnh đã là người trong Bộ Chính trị rồi, khiến bạn cũ cũng phải nể trọng hơn. Tố Hữu nghe chuyện, lật đật chạy đến, vội thưa:

- Anh Vịnh chớ nóng. Hắn là Đăng, có thời làm cán bộ Cơ yếu cho bác Hồ trong chuyến đi thăm Ấn Độ.

Nghe nói đến Hồ Chủ tịch, Thanh đã chờn, bèn đổi giận làm vui, nói câu bỗ bã:

- Đúng là, gần chùa gọi bụt bằng anh...

Tố Hữu thấy Thanh đã vui vẻ trở lại, bèn kể thêm chuyện tếu về Bút Tre, - lại nói chuyện đi Ấn Độ. Lúc dưới mặt đất điện lên bảo: "Chú ý cái máy bay đang bay sau". Không hiểu nhìn gà hóa cuốc thế nào, hắn lại dịch: "Chú ý người có râu". Tay phục vụ trên máy bay là gã đàn ông Ấn, râu ria vểnh ngược, nom rất chi là cao bồi (cowboy), khiến bác Hồ khát mà không dám uống nước. Khi đến Đại sứ quán nước ta tại Niu Đê-li (New Delhi), mới điện về hỏi lại bên nhà xem sự thể ra sao, thì vỡ nhẽ như thế. - Cả hai bá vai nhau cười ha hả, quên hết mọi bực tức.

- Câu nói nổi tiếng của bác Hồ với cán bộ chiến sĩ Đại đoàn ba linh tám, tại Đền Hùng, trước khi về tiếp quản Thủ đô, cũng do hắn chấp bút: "Các Vua Hùng đã có công dựng nước, bác cháu ta phải cùng nhau giữ nước". - Tố Hữu chót nói rồi mím môi, không ra buồn cũng không ra vui.

- Diệm được bọn bồi bút trỏng (trong ấy) nịnh thối: "Tiếng đầu lòng con gọi: cụ Ngô"[127], - Thanh nhếch mép cười, vẻ miệt thị.

Nghe vậy, Tố Hữu giật nảy mình, chợt nhớ câu thơ của mình ca ngợi Xta-lin: "Tiếng đầu lòng con gọi Stalin". Làm thơ phục vụ chính trị khổ thế đấy. Câu thơ hay như đại bàng tung cánh giữa trời; một khi câu thơ dở viết ra là tứ mã nan truy, thế mà cũng có kẻ đạo câu thơ ấy, nghĩ cũng thực trớ trêu.

____

(127) Thơ, Đỗ Tấn.

Chuyện cắt long mạch, phá huyệt đạo, làm động mồ mả không rõ thực hư thế nào, nhưng chỉ ba tháng sau, mấy anh em Ngô Tổng thống đều bị quân đảo chính giết hại dã man. Nửa năm sau, Giáp bị khép tội phản động, âm mưu chống Đảng. Nhưng cũng chỉ bốn năm sau, Thanh bị chết bất đắc kỳ tử, khi chuẩn bị bình phương Nam. Người thì bảo, Thanh chịu nạn quả báo, nhưng cũng có kẻ phao tin là Thanh bị ám hại...

Phần thứ tư: Số phận

Chương tám: Chống xét lại

33. Đeo gông "Chống Đảng"

Lê Duẩn phản đối Hồ Chí Minh, Chu Ân Lai, về chuyện mật đàm Liễu Châu, thỏa thuận chia cắt đất nước Việt Nam thành hai miền, tức hai nhà nước đối lập; trong đó, Hoàng Văn Hoan, Võ Nguyên Giáp là chứng nhân. Nhưng từ khi được Hoa Nam Tình báo Cục bố trí đưa ra Bắc, bằng con đường Nông Pênh-Hồng Kông-Bắc Kinh-Hà Nội tuyệt đối an toàn và đầy tình nghĩa, thì Duẩn cảm thấy Trung Quốc là chỗ dựa để củng cố thế lực. Bởi, Mao Trạch Đông chống lại Khơ-rúp-xốp, phản đối chủ trương "chung sống hòa bình", nên cũng hợp quan điểm của Duẩn, giải phóng Miền Nam bằng bạo lực cách mạng.

Thỉnh thoảng, Duẩn sang Trung Quốc, được bố trí nghỉ Khách sạn Diệu Ngũ Đài, có hôm đưa cả Bảy Vân đang học tại Bắc Kinh, cùng con gái vào Trung Nam Hải yết kiến Mao:

- Lý phu nhân học tập tốt, - Mao thích gọi vợ hai của Duẩn là Lý và khen tặng một câu, hàm ý quan tâm. Mao cũng thừa biết, Bảy Vân mang trong mình một phần dòng máu Trung Hoa.

- Thưa Mao Chủ tịch, Người là Lê-nin của thời đại. Hệ thống các nước Xã hội chủ nghĩa, Phong trào giải phóng dân tộc và các nước độc lập dân tộc, Phong trào đấu tranh của giai cấp công nhân và nhân dân lao động các nước Tư bản; đó là ba dòng thác cách mạng, dưới ngọn cờ tư tưởng của Mao Chủ tịch đã và đang tấn công từ nhiều phía vào bọn Đế quốc, Tư bản và Xét lại, khiến chúng thất điên bát đảo. - Duẩn dừng lời chờ phiên dịch, nhác thấy Mao nở nụ cười rạng rỡ. - Hồi tháng năm năm sáu mươi (1960), tôi tham dự Hội nghị các Đảng Cộng sản và Công nhân quốc tế, tại Mạc Tư Khoa... - Duẩn đang định nói công trạng ủng hộ Trung Quốc của mình, trong hội nghị ấy.

- Tôi biết ý kiến của ông, - Mao cắt ngang một cách thô bạo, - tôi hài lòng về quan điểm đó, mặc dù ông trong thế đơn thương độc mã, nhưng như thế mới đáng mặt anh hào. Hà Nội bây giờ có hai quan điểm, hoặc là "Miền Bắc trước đã", hoặc là "Miền Nam trước đã"... - Mao bỏ lửng câu nói, khoát tay ra hiệu mời dùng trà.

- Giải phóng Miền Nam Việt Nam, chúng tôi sẽ dùng bạo lực cách mạng, nhất quyết không tán thành chủ trương "Chung sống hòa bình", - Duẩn giật mình nghĩ bụng, công nhận bọn Hoa Nam thính nhạy, nhưng miệng lại nói ý khác.

- Đúng, đó là xét lại, hữu khuynh, - Mao kẻ cả nói, - người Cộng sản kiên trung là phải trung thành với Chủ nghĩa Mã Khắc Tư-Liệt Ninh (Mác - Lê-nin), - đoạn, Mao vẫy bé Lê Vũ Anh lại, bế ẵm, rồi bóc kẹo cho ăn và chụp ảnh lưu niệm, nom như thể hai ông cháu vậy, khiến Duẩn cảm động vô cùng. Về sau, Lê Vũ Anh cũng là chỗ bạn bè của con gái Đặng Tiểu Bình[128]. - trước hết, cần tiến hành chiến tranh du kích, nhưng chỉ hạn chế ở cấp trung đội thôi, - Mao gợi ý mà như chỉ đạo.

Thế thì khác nào thời kỳ trứng nước, Giáp cũng dụng quân cấp trung đội đánh Phai Khắt, Nà Ngần. Lịch sử lặp lại ư? - Duẩn đắng lòng nghĩ, nhưng Mao nói vậy, tức là ta đã có hậu thuẫn vững chắc, mặc cho phái "Miền Bắc trước đã" của Hồ và Giáp có Liên Xô chống lưng.

––––––––––––––––

(128) Đặng Dung, thứ nữ của Đặng Tiểu Bình, tác giả cuốn sách *Cha tôi Đặng Tiểu Bình*, bút danh Mao Mao.

- Dù có quan điểm thế nào, nhưng chúng tôi đều nhất trí cao với nhiệm vụ của Đảng, lãnh đạo trực tiếp cách mạng cả hai miền là xây dựng Chủ nghĩa xã hội Miền Bắc và đấu tranh giải phóng Miền Nam, thống nhất đất nước, rồi cả nước cùng đi lên Chủ nghĩa xã hội. Tự lực cánh sinh là chính, nhưng dựa vào Trung Quốc và các nước Xã hội chủ nghĩa anh em cũng rất quan trọng, - Duẩn thao thao nói cho hết ý và kín kẽ, sợ kẻ nào đó mách với Hồ Chủ tịch, hiểu nhầm thành chuyện "đi đêm" thì nguy hiểm vô cùng.

Mao tuy đang ẵm trẻ thơ, nhưng vẫn lắng tai nghe, không thấy Duẩn nhắc đến vai trò Liên Xô trước mặt mình, thì cười ruồi, nghĩ bụng, gã này cũng cáo già, ranh ma chứ không phải thường. Cái mớ lý luận "Ba dòng thác cách mạng" của hắn, chẳng qua là do đám thư ký vẽ ra, nhằm tấn công Đế quốc, Tư bản, nhưng trước mặt ta, lại lèo thêm món chống Xét lại để lấy lòng. À hà, ta phải cẩn trọng mới được, kẻo gã tranh thủ Trung Hoa chỉ là để đánh chiếm Miền Nam, xong rồi quay ra đả lại ta, ngả theo Liên Xô để moi kho vật chất kỹ thuật của bọn "Nga ngố". Nhưng lúc ở Miền Nam, gã đã dùng bảo vệ tiếp cận là người Hoa, rồi lại sử dụng tay tư sản Huê Kiều lái xe ô-tô đưa từ Sài Gòn sang Nông Pênh. Chặng đường từ Nông Pênh đến Hồng Kông lại do Hoa Nam tổ chức, đưa đón an toàn. Tức là, hiện thời, gã đang tìm cách dựa hẳn vào ta. Khi vừa đặt chân tới Bắc Kinh, gã đã báo cáo cụ thể tình hình và chủ trương cách mạng Miền Nam. Thôi được, cứ biết thế hẵng...

*

Một hôm, Hồ Chủ tịch cho gọi Phùng Thế Tài đến hỏi:

- Hôm vừa rồi, máy bay trong kia mò ra, lượn mấy vòng trên nóc nhà Hà Nội, thế mà các chú chỉ bắn vuốt đuôi thôi à?

- Dạ, hệ thống ra-đa (radar) vừa mới đưa vào hoạt động hôm trước, thì hôm sau, thằng Rờ-ép Một linh một (RF101) đã mò ra, nên không bắt được mục tiêu, - Tài thật thà báo cáo, - lúc nó vòng lại lần thứ hai, Đại đội Xê Một trăm linh chín (C109) và Xê Một trăm ba mươi (C130) đồng loạt nổ súng, nhưng chưa xóa được mục tiêu.

- Tốn bao nhiêu viên? - Hồ Chủ tịch nhẹ nhàng hỏi, nhưng thể hiện tác phong sâu sát, tỉ mỉ.

- Báo cáo bác, chỉ tốn bốn mươi lăm viên, loại một trăm li thôi ạ, - Tài nêu số liệu cụ thể.

- Mỗi viên đạn đại cao, giá trị bằng gia đình trung nông sống sung túc một năm trời đấy nhá! - Hồ Chủ tịch cảnh báo.

- Dạ, - Tài cảm thấy cay mắt như thể bị bố chửi, không kịp vuốt mặt.

- Bây giờ, nó bay thấp mà đã ra cơ sự như thế, rồi sau này, Bê-Năm hai (B52) bay cao hàng chục cây số thì tính sao? Ngay từ bây giờ, chú phải lo chuyện đánh Bê Năm hai đi là vừa, - Hồ Chủ tịch khoát tay chỉ bãi đá chông, nom như hình những quả bom kỳ dị cắm xuống sườn đồi. Một bãi bom B52 thu nhỏ trên sa bàn.

- Năm nay là năm Dần, nhất định hổ sẽ vồ "bê", - Tài nói câu chơi chữ và cười tếu táo.

- Chú hay đánh lính lắm phải không? - Hồ Chủ tịch chau mày, nghiêm khắc hỏi.

- Dạ, cũng chỉ do nóng tính mà nên nông nỗi, - Tài vừa chối khéo, vừa thanh minh, nhưng trong bụng run lắm.

- Bộ đội gọi chú là "Phùng Thế Ục" cơ mà? - Hồ Chủ tịch cảnh cáo thế, rồi nheo mắt cười bảo, - từ nay, chú làm Tư lệnh Phòng không.

- Chưa thấy anh Văn nói gì ạ? - Tài ngạc nhiên.

- Bác giao không được à? Rồi chú Văn sẽ bảo! - Hồ Chủ tịch kẻ cả nói..

- Dạ, vinh dự quá ạ, - niềm vui đến đột ngột, Tài cảm thấy như huyết áp tăng cao.

- Từ hôm chú Văn đi Thái Nguyên, xem các chú bắn đạn thật ở La Bằng[129], khen chú lắm mà, - Hồ Chủ tịch nói thế là có ý dàn xếp hiềm khích giữa hai ông tướng.

---

(129) Xã thuộc huyện Đại Từ, tỉnh Thái Nguyên.

- Thế ạ? - Tài cảm động, hỏi lại một câu thể hiện tính phổi bò, ruột để ngoài da.

Từ ngày Hồ Chủ tịch cùng Giáp đi thị sát Sư đoàn 308 diễn tập tại Sơn Tây, phát hiện khu rừng Đá Chông[130] ven sông Đà "sơn thủy hữu tình", bèn nảy ra ý định chuyển hành dinh lên đó. Xây dựng nhà cửa, đào hầm hào do đích thân Hồ Chủ tịch chỉ vẽ. Cây cối giữ lại để ngụy trang máy bay và cũng làm phong cảnh. Lối đi rải sỏi cho sạch, đẹp và cũng dễ phát hiện tiếng động của kẻ đột nhập ban đêm. Căn cứ có mật danh K9. Thế mà hôm nay, Tài mới được nhìn tận mắt, sờ tận tay. Nghe nói, các hầm bí mật của bác và Bộ chính trị đều do bộ đội Miền Nam tập kết đào đắp, rồi đưa đi chiến trường. Quân lính Miền Bắc chỉ thi công phần lộ thiên mà thôi.

Bộ tư lệnh Phòng không, từ chỗ chỉ có năm trung đoàn, Tài bèn xin Giáp lôi bốn trung đoàn dã chiến của Bộ Tư lệnh Pháo binh về, rồi nhập thêm ba trung đoàn ra-đa nữa, dần dà thành Bộ Tư lệnh Phòng không-Không quân có tới mười ba trung đoàn. Tài rất phục, khi thấy Hồ Chủ tịch trực tiếp sửa chữa văn bản, thêm dấu gạch nối vào giữa hai cụm từ "Phòng không" và "Không quân". Hai mươi năm trước, Tài chỉ làm cận vệ cho một người, đó là Hồ Chí Minh. Nay Tài cai quản cả bầu trời Miền Bắc Việt Nam. À hà, Hữu Tài hay Thế Tài đây? Ta vẫn là ta, chứ có làm sao đâu nào?

*

Trong Dinh Độc lập, Trần Lệ Xuân bàn với Ngô Đình Nhu:

- Mình à, em muốn báo cáo bác Cả, về chuyện Phụ nữ Liên đới và xin thành lập Nữ binh.

- Thì mình cứ sang, mấy bước chân mà cũng dắt díu nhau, bác Cả ngứa mắt, rầy la đó nghe, - Nhu đang ngồi đọc tài liệu, từ chối khéo.

- Bác Cả chắc sắp đi tu, nên khó tánh. Biểu tụi em, có công chuyện cần gặp, nếu là phụ nữ phải đi hai người trở lên, - Xuân cười ré, đầy vẻ tinh quái.

---

(130) Ngày nay thuộc huyện Ba Vì, Hà Nội.

Nhu nhíu mày nhìn vợ, thấy cái áo dài khoét cổ sâu, nom đến là chướng mắt. Thế mà bọn đàn bà, con gái Sài Thành lại tỏ ra thích thú với cái sự cải cách đó và tung hô là kiểu "Áo dài Trần Lệ Xuân". Xuân hiểu cái nhìn khắt khe của chồng, nhưng lờ đi, dạn dĩ kéo tay sang phòng Tổng thống.

Nhu thấy Diệm đội khăn đóng áo dài, thì chột dạ hỏi:

- Tổng thống bận đồ Quốc phục, chuẩn bị đi công chuyện?

- Bà Cố vấn phu nhân đăng ký gặp, thì ta phải đàng hoàng, phương diện quốc gia chứ bộ? - Diệm trịnh trọng khoát tay mời vợ chồng Nhu cùng ngồi xa-lông.

Xuân lè lưỡi nhìn chồng, sửa tư thế ngồi nghiêm ngắn và ý tứ choàng tấm khăn che kín cổ. Đoạn, mở ví lấy ra tập giấy, trịnh trọng đưa cho Diệm và thưa:

- Trình anh, đây là giấy biên nhận mua các món đồ.

- Kỳ vậy? - Nhu nhìn vợ, gắt lên.

- Tui biểu thím như rứa đó! - Diệm đưa giấy cho người giúp việc là Nguyễn Hữu Thùy, rồi nói, - tuy tiền bạc không đáng là bao, nhưng cái chi cũng phải giấy tờ đường hoàng, minh bạch, - Diệm kẻ cả.

- Anh chi sáu ngàn đồng, cho cổ (cô ấy) sắm đồ trang sức, để tiếp khách quốc tế, chứ ít ỏi gì, - Nhu nói, vẻ hàm ơn.

- Tui lo phái đoàn xứ ta đi dự Hội nghị Băng-đung[131], không biết ăn nói thế nào, để xứng với thể diện quốc gia? - Diệm tỏ ra không quan tâm vấn đề tiền nong nữa, mà bàn chuyện quốc gia đại sự.

- Với đám cóc nhái đó, nói chi chẳng được, - Nhu phán một câu xanh rờn.

- Hội nghị chừng ba mươi nước tham dự, Trung Cộng có Thủ tướng Chu Ân Lai, Việt Cộng thì Phó thủ tướng Phạm Văn Đồng,

---

(131) Hội nghị Á-Phi lần đầu tiên, họp tại In-đô-nê-xi-a, từ ngày 18-24/4/1955.

xứ ta cử Bộ trưởng đi dự, thế là ngọ ngằn. Đó là hội nghị quan trọng chứ chẳng phải chuyện chơi, - Diệm có vẻ phật ý, nhưng cố giữ thái độ ôn hòa, chợt quay sang Xuân để lái câu chuyện.

- Bà cố vấn phu nhân cũng có tiếng rồi đó? - Diệm nghiêm giọng.

Xuân giật nảy mình. Nhu nhíu mày có ý trách vợ, đã cảnh báo mà còn không biết vâng ý.

- Đó, rừng cây ven đường đi Cát Tiên của thím cho trồng, đã được dân chúng gọi là "Rừng Trần Lệ Xuân", - Diệm cười rổn rảng, tựa lưng vào xa-lông vẻ phấn khởi càng làm cho khuôn mặt phương phi thêm rạng rỡ.

Cả hai vợ chồng Nhu thở phào nhẹ nhõm, đưa mắt nhìn nhau mỉm cười.

- Em, à tui xin trình Tổng thống về tình hình hội Phụ nữ Liên đới, - Xuân giở tập tài liệu ra, toan báo cáo.

- Tui coi rồi, - Diệm xua tay, - thím bày ra cái trò Bình đẳng giới, được! Thế giới người ta cũng đã nêu trong bản "Tuyên ngôn Nhân quyền", Việt Nam Cộng hòa phải hòa nhập là đúng. Nhưng thím cổ súy cho ba cái chuyện thi Hoa hậu và Phụ nữ đấm bốc, thì nên coi lại, xem có hợp với thuần phong Mỹ tục của ông bà tự ngàn xưa để lại hay không?

- Cô ấy còn đòi lập Đội Nữ binh, - Nhu bồi thêm.

- Cái đó tui ủng hộ, - Diệm tỏ ra hào hứng, - bởi, Việt Nam là phải ráng sức đả Thực, bài Phong, diệt Cộng. Phàm ba thứ đó, không có sức mạnh phụ nữ là không xong.

- Thế mới phải đấm bốc mà rèn luyện sức khỏe và chí khí tấn công, - Xuân mạo muội lèo thêm ý kiến, thể hiện quan điểm và cá tính, nghe Diệm ủng hộ cái này, phản đối cái kia một cách mạch lạc, rõ ràng, càng khiến Xuân thêm phục ông anh nhà chồng. Nhưng nghe cách giáo huấn chuyện quốc gia mà cứ như chuyện gia đình, khiến Xuân bật cười vô tư, - gọi là Đội Nữ binh, nhưng thực chất là bán quân sự, được học cách sử dụng vũ khí và y tế. Em cho cháu Lệ Thủy cùng tham gia, khuấy động phong trào.

- Tui đã nhắc thím, không biết chú Nhu đã nói với thím chưa? - Diệm nghiêm mặt.

- Chuyện chi rứa? - Xuân tái mặt.

- Thím nói chi trong nhà cũng không sao, cổ súy đàn bà đấm bốc cũng cứ việc nêu chính kiến, nhưng mỗi khi phát ngôn ra bên ngoài, phải chú ý địa vị, phương diện quốc gia, - Diệm cao giọng, - cái vụ Thích Quảng Đức tự thiêu, hay bị thiêu còn chưa rõ ràng, thím lại biểu rằng: "Nếu cần thì cấp thêm xăng", khiến dân chúng la ó.

- Chả đó (thằng cha đó), - Xuân buột miệng, vội chữa lai, - nhà sư đó bị Việt Cộng bày đặt ra trò tự thiêu để phản đối chế độ nhà ta. Thực chất là chúng chở xe ra, tưới xăng lên, mà lại là xăng máy bay, rồi châm lửa đốt, thì chết là cái chắc! Đó, bị thiêu mà. Ai mà chẳng biết, đứng đàng sau, chính là bọn Thích Trí Quang, tức Nguyễn Văn Bồng, một tay Cộng sản Bắc Việt chỉ đạo.

- Đó là chuyện chống đối chính trị. Thế nhưng mật vụ của Trần Kim Tuyến phát hiện chậm quá, không ngăn chặn kịp thời, làm bung bét, rối cả lên, - Diệm nhìn Nhu trách móc.

Nhu ngồi ngay cán tàn, hồi lâu mới nói:

- Cộng sản chơi trò lưu manh, lừa bịp được cả phật tử. Ta chậm nước cờ, - Nhu thở dài, - à, nghe nói, bà Kiên mất tại Hà Nội, nhưng đưa về huyện Lệ Thủy mai táng.

- Bà vợ ông Nghiêm đó hả? - Diệm dịu giọng, hỏi lại.

- Ai vậy, bà con họ hàng sao em chưa nghe nói? - Xuân tò mò nhìn chồng.

- Đó là thân mẫu của ông Võ Nguyên Giáp, đồng hương Lệ Thủy, chứ không phải bà con anh em chi mô, - Nhu giảng giải.

- Em có nghe chú Cẩn nói chuyện mai táng ông Nghiêm, khi xưa, - Xuân tỏ ra am tường.

- Dở nhất là vụ quân ta vừa cho máy bay trinh sát bầu trời Hà Nội, khiến ông Hồ hoảng tam tinh, - Nhu tỏ ra bức xúc, - Giáp tức tốc sang Tàu nhờ đào tạo phi công, lập Trung đoàn Không quân tiêm kích Sao Đỏ, mang bí số Chín trăm hai mốt, đóng quân nhờ trên đất Vân Nam (Trung Quốc). Thế là ngang với đánh động cho hắn đối phó. Hắn còn lập Bộ Tư lệnh Phòng không-Không quân có tới mười ba trung đoàn, giao cho Phùng Thế Tài làm Tư lệnh.

- Nhưng từ độ tháng bảy, hắn đã bị phái thân Tàu đeo cho cái gông "Chống Đảng", bí mật quản thúc tại gia rồi mà, - Diệm hồ hởi khi biết tin nội bộ đối phương lục đục, - nhưng phía ta cũng phải coi chừng, bọn đảo chánh đã ném bom Dinh Độc lập, thật chẳng ra thể thống gì nữa, - Diệm phẫn nộ.

- Em thị sát chỗ bom nổ rồi, hư hại chẳng đáng là bao, sửa chừng một tháng là ngon lành thôi à, - Xuân nói khơi khơi, y hệt dân quê sửa lại mái nhà sau cơn giông vậy. Xuân cũng có nghe ông Thùy giúp việc kể lén, khi máy bay ném bom, Diệm vội chui xuống gầm giường, ướt cả đũng quần...

- Quả bom chính trị mới công phá xã hội, - Nhu lên giọng thuyết giảng chính trị cho cô vợ đã vô chính trường mà hãy còn ngây thơ chính trị.

Thấy hai vợ chồng em trai cãi vã, Diệm phẩy tay cho lui.

Diệm chắp hai tay sau lưng, đi đi lại lại trong phòng, vẻ bức bối. Chú Nhu ban nãy nói đúng, "Quả bom chính trị công phá xã hội" mới ghê gớm. Quả bom bằng gang bằng sắt ném xuống Dinh Độc lập, không ngán bằng quả bom chính trị giáng vào nền Đệ Nhất Cộng hòa. Ta trưng cầu dân ý, lập ra lưỡng viện, Hiến pháp 1956, đảm bảo quyền tự do cơ bản của con người, chẳng khác nào các chế độ tân tiến trên thế giới, tất cả nhằm chấn hưng đất nước. Ta không như Cộng sản Bắc Việt, lập ra một thể chế kỳ quặc, phản dân chủ, phi nhân văn, chủ đích duy trì chế độ Cộng sản độc tài, dân bị lừa chui vào rọ mà không hay. May cho ta, nếu tham vọng mù quáng, nhận cái chức Thủ tướng bù nhìn mà Hồ thí cho, thì làm sao thực hiện được giấc mơ, đưa dân tộc lên đài cao vọng.

Lòng phấn khích, Diệm lại nhớ những buổi đi lễ nhà thờ Phú Cam cùng với Trang Đài, nơi cố đô Huế năm xưa, tuy đã đầu mày cuối mắt, nhưng chưa hẹn ước điều chi. Nhưng thật trớ trêu, nàng vô Sài Gòn, lấy một gã mật thám người Pháp. Diệm chặc lưỡi, bước qua hồi ức về đàn bà, trở lại với công việc đại sự quốc gia.

Bây chừ, bọn Cộng sản rêu rao hợp tác, "Chung sống hòa bình", nhưng thực ra chúng đang ráo riết chuẩn bị chiến tranh. Lê Duẩn chà đạp Hiệp định Giơ-ne-vơ, lập lại các sư đoàn chủ lực, đưa năm nghìn quân bí mật vô Nam rồi. Mỹ lo sợ "làn sóng đỏ" tràn xuống Đông Nam Á, nên thúc ép ta cho quân Mỹ và đồng minh nhào vô xứ nầy, lập phòng tuyến ngăn chặn Cộng sản. Ta không thể chấp nhận, bởi Mỹ đưa quân vào là ta mất hết chính danh. Mất chính danh là mất lòng dân. Cộng sản tồn tại và phát triển được là nhờ lừa bịp và trú ngụ được trong lòng dân. Nhưng bọn Mỹ không hiểu, cứ ngỡ ta thỏa hiệp với Cộng sản. Không, người Quốc gia không bao giờ thỏa hiệp với Cộng sản. Một khi đã thỏa hiệp với chúng là tự khai tử cho mình.

Nếu Giáp được chức Tổng Bí thư, hẳn sẽ ngả theo Nga Xô "Chung sống hòa bình", chứ không như Duẩn sẽ dựa vào Tàu chơi trò bạo lực cách mạng. Cộng sản Bắc Việt mà dựa vào Trung Cộng thì cái họa mất nước chỉ trong sớm tối. Nếu bọn Mỹ đảo chính họ Ngô ta, để nhảy vô Nam, không chóng thì trầy, xứ nầy cũng sẽ rơi vào tay Cộng sản và khi đó, cả nước Việt Nam sẽ thuộc về Trung Cộng, cứ nhìn sang Triều Tiên thì rõ... Bởi thế, cách mấy cũng phải giữ lấy Việt Nam Cộng hòa. Hồi đầu năm, xảy ra trận tấn công của Việt Cộng vào Ấp Bắc, như một điềm gở. Nhưng tại sao Giáp lại bị khép tội "Xét lại, Chống Đảng", phải quản thúc bí mật, mà đám Duẩn vẫn nhất trí thành lập Chính phủ liên hợp, gợi ý ta đứng đầu, để trung lập hóa Miền Nam? Bọn này trăm mưu nghìn kế, khó lường. Nguyễn Chí Thanh đã vô Nam làm Bí thư Trung ương Cục, như vậy, phe ôn hòa của Giáp đã bị loại khỏi vòng chiến đấu, tức là Hồ đã ngả sang Duẩn. Cuộc chiến sẽ khó khăn gấp bội, nhưng ta đã có một nghìn cái ấp chiến lược, gom tám mươi phần trăm dân chúng vô, cách li Cộng sản rồi. Nghe nói, nông dân Miền Bắc cũng có tám mươi sáu phần trăm bị ép buộc vào hợp tác xã. Hồ cũng là tay ghê gớm! Ổng (ông ấy) dùng hệ thống chuyên chính vô sản ép buộc dân vào hợp tác xã, nhưng lại núp dưới chiêu bài vận động:

"Cầm vàng còn sợ vàng rơi
Vào hợp tác xã, đời đời ấm no".

*

Duẩn gọi Trưởng ban Tổ chức Trung ương Lê Đức Thọ đến Biệt thự số 6, Hoàng Diệu. Từ xa, qua kính chắn gió, Thọ đã nhìn thấy mấy cây xà cừ cổ thụ, kề bên cổng biệt thự, to cao như cột chống trời, trong lòng thầm nghĩ, Duẩn quả là một ông hộ pháp của chế độ này, nhưng không biết là ông Thiện hay ông Ác đây?

Thuở sơ giao, Duẩn và Thọ chưa hiểu nhau, nên có lúc Thọ lên mặt với Duẩn, nhưng Duẩn không để bụng. Về sau, trên bước đường công tác, cả hai lại gắn bó như hình với bóng, nhất là từ khi Duẩn biết chuyện Thọ trực tiếp đề nghị Hồ Chủ tịch phải loại Giáp, đưa Duẩn ra Bắc làm Bí thư thứ Nhất. Cả hai đồng lòng nêu cao khẩu hiệu chống Mỹ, đánh Ngụy, thống nhất đất nước, nhưng bên trong lại lặng lẽ tính kế Diệt Hồ, đả Giáp.

Xe vừa vào đến sân, Thọ đã thấy Duẩn đon đả đón chào. Cả hai cười nói như thể bạn cố tri lâu ngày mới gặp lại. Duẩn cao lớn lững thững dạo trong vườn, Thọ sải bước theo. Có lẽ là chuyện cơ mật, nên anh Ba mới bố trí ngoài vườn, Thọ nghĩ bụng.

- Chuyện xử lý "Thằng hèn", ổn không? - Duẩn khẽ hỏi.

- Nhưng phải báo cáo ông Ké? - Thọ ngập ngừng, - bởi uy tín của hắn còn lớn lắm, nhất là trong quân đội, nông dân và trí thức.

- Vậy mới phải kín, - Duẩn nghiêm nét mặt. - Ông có hiểu tại sao phải bàn công việc đại sự quốc gia ngoài vườn không?

- Tôi hiểu, - Thọ đáp và kín đáo quan sát xung quanh, trong đầu nghĩ tới Đại sứ quán Trung Quốc tọa lạc tại nhà số 46, trên phố này. Nghe nói, đó vốn là dinh thự của Tổng đốc Hoàng Trọng Phu.

- Nhưng ta có cái lý của ta, - Duẩn diễn giải cho Thọ an tâm, - ngay từ năm sáu mươi (1960), Hội nghị các Đảng Cộng sản đã nhóm họp, lên án Nam Tư xét lại. Nghị quyết Trung ương Hai của Đảng cũng thống nhất việc chống xét lại. Hắn thuộc phái "Miền Bắc trước đã", Mao cũng đã nói với tôi về chuyện này, - Duẩn nhấn mạnh vai trò, khi nói đến ý kiến của lãnh tụ tối cao Trung Quốc.

- Ngay từ những năm năm mươi (1950), Mao đã không ưa hắn, nếu không có Hồ Chủ tịch, thì hắn bị loại khỏi vòng chiến đấu từ hồi ấy rồi. Nhưng hắn nắm quân đội, lực lượng vũ trang trọng yếu của Đảng, thế mới phiền, - Duẩn ta thán.

- Ngày xưa, anh nhận luôn cái hàm Đại tướng, bây giờ thống lĩnh quân đội ngon lành, - Thọ tỏ ý tiếc rẻ.

- Nhận quân hàm, thì làm sao hoạt động ngoài Bộ Quốc phòng của hắn cho đặng? Thôi, bỏ qua chuyện đó đi, cậu hay vào Bộ Công an như thể người nhà, phải bảo tay Hoàn để mắt tới hắn mới được. Ông Ké cũng đã hiểu cơ sự và thuận tình như thế. Còn bên quân đội, bảo với các cậu Thanh và Dũng, từ từ rồi tính. Nguyễn Chí Thanh đã nắm Trung ương Cục, coi như quán xuyến cả Miền Nam. Còn ngoài Bắc, bồi dưỡng và tạo điều kiện cho Văn Tiến Dũng, nay cũng nắm chức Tổng Tham mưu trưởng rồi.

- Cậu này không sắc xảo lắm đâu, - Thọ thẳng thắn nêu chính kiến.

- Thế mới dễ bảo, còn mọi sự là ở như cánh ta, - Duẩn khoái chí cười hơ hớ.

- Nếu lộ ra, "Thằng hèn" binh biến thì sao? - Thọ lo lắng ra mặt.

- Bố bảo cũng chẳng dám. Vả lại, hắn là một thằng hèn không hơn không kém, - Duẩn trấn an, - nhưng dù sao, bí mật vẫn tốt hơn. Nếu câu chuyện rò rỉ ra khiến Trung ương dị nghị, thì nhân cớ đó, ta ra nghị quyết trói buộc hắn. Nếu hắn chống lại nghị quyết, tức chống Đảng, chết không kịp ngáp. Chẳng lẽ, Sáu Búa cũng run sao?

- Anh lại khích tướng rồi, - Thọ bóc mẽ.

- Thôi, ta vào nhà, nói chuyện thời tiết và ca ngợi "Đại nhảy vọt" mấy câu... - Duẩn nhìn Thọ, cười cười đầy vẻ tinh quái.

- Anh đúng là Lê-nin của Việt Nam! - Thọ trịnh trọng nói câu ca ngợi từ đáy lòng, nhưng Duẩn vờ như không nghe thấy.

34. Bố trí binh lực

- Tôi, Trung tướng Trần Văn Đôn- Quyền Tổng tham mưu trưởng Quân lực Việt Nam Cộng hòa, có mặt theo lệnh triệu tập của Tổng thống, - Đôn đưa tay lên vành mũ và dập gót dày, ưỡn ngực, dõng dạc báo cáo theo điều lệnh.

- Chào Trung tướng, - Diệm hồ hởi bắt tay Đôn, vẻ thân tình và toan gọi Nhu cùng nghe, nhưng sực nhớ chuyện Đôn lăng nhăng với Trần Lệ Xuân. Xuân bị vợ Đôn bắn bể vai trên Đà Lạt, làm ầm ĩ cả lên, nên yêu cầu vào thẳng vấn đề, - ông trình bày về việc bố trí binh lực của Tướng Giáp hiện nay ra sao? Trên cơ sở đó, ta bố trí thế nào?

Đôn hiểu, Diệm muốn nắm tổng quát về hình thái quân sự Bắc-Nam. Bố trí binh lực phải trên cơ sở thực tiễn và thể hiện ý đồ chiến lược của hai bên. Ra hiệu cho sĩ quan phụ tá trương bản đồ quân sự và hầu như không cần nhìn tập tài liệu đã mở ngỏ trên bàn, Đôn từ tốn báo cáo:

- Trình Tổng thống, sau ngày phân chia đất nước, phía Bắc Việt theo chủ trương "chung sống hòa bình" của Nga Xô, Tướng Giáp đã cho giải trừ quân bị, làm lễ hạ sao cho bộ đội làm kinh tế, phục viên theo kiểu "ngụ binh ư nông". Các nông trường quân đội mở ra ở vùng núi Tây Bắc: Sơn La, Mộc châu, - Đôn chỉ vào các địa danh trên bản đồ, - vùng duyên hải, như là Nam Định, Ninh Bình... Đến khi Lê Duẩn ra Bắc, thể hiện đường lối thân Trung Cộng, đã lập lại các sư đoàn chủ lực của binh lính miền Nam ra Bắc tập kết. Hiện nay, chúng đã bí mật đưa vô Nam năm ngàn lính chiến, theo tuyến đường phía Đông và Tây Trường Sơn. Tại miền

Bắc, hiện có hai vạn rưỡi lính và tám ngàn dân quân du kích. Tổng quân số ô hợp là mười vạn tên. Theo tin tình báo, ngày mười lăm tháng tư năm sáu tư (1964), Hồ Chí Minh đã đến thăm trường Sĩ quan Lục quân, đóng ở xã Sơn Đông, thuộc tỉnh Sơn Tây, đã yêu cầu nhà trường cử một trăm tên bí mật vô Nam.

- Đường biển và đường không thế nào? - Diệm cắt ngang, hỏi khó.

- Dạ, cũng theo tin tình báo, Tướng Giáp đã xuống Đồ Sơn- Hải Phòng. Khu vực Bến Nghiêng đã được quân đội phong tỏa, đóng tàu, - Đôn lại chỉ bản đồ. - Rất có thể, đây sẽ là nơi bí mật chở quân lính và võ khí bằng đường biển vô Nam. Tôi đã lịnh cho hải quân tuần thám, cảnh giới, nhưng chưa phát hiện hành vi bất hảo. So với ta, hải quân Bắc Việt còn yếu. Khi chia cắt hai miền, chúng phải nhờ Trung Cộng giữ giùm đảo Bạch Long Vỹ, chỉ cách Hải Phòng gần hai trăm ki-lô-mét. Đến năm năm mươi bảy (1957), Trung Cộng giao giả và còn cho thêm vài cái tàu nhỏ để chở đồ tiếp tế.

- Gần Dinh Bảo Đại, - Diệm nhìn bản đồ, xác định vị trí Bến Nghiêng.

- Dạ, còn đường không, tính đến cuối năm năm mươi tám (1958), Bắc Việt có mười máy bay vận tải. Năm sau, lập Cục Hàng không và Trung đoàn Không quân vận tải, mang số hiệu Chín trăm mười chín. Ba năm sau, Nga Xô viện trợ cho bốn mươi hai máy bay vận tải. Số này, từng vận chuyển hàng viện trợ của Nga Xô cho Ai Lao, qua nẻo sân bay Nà Sản, thuộc tỉnh Sơn La. Đây, vị trí này, - Đôn lại chỉ bản đồ khu vực Tây Bắc, - Nga Xô viện trợ tiếp cho Bắc Việt ba mươi sáu máy bay tiêm kích Mích-Mười bảy (Mikoyan gurevic 17) và thành lập trung đoàn không quân chiến đấu. Nhược điểm của Mích- Mười bảy, tốc độ chậm, mỗi khi phát hiện hai phi cơ đối phương bay gần nhau thì ra-đa bị treo, nên phi công phải quan sát bằng mắt thường là chính, hạn chế khả năng tác xạ. Tháng bảy vừa rồi, Tướng Giáp thành lập một đơn vị tên lửa tại Bắc Giang và chọn lính đi đào tạo điều khiển tên lửa đất đối không bên Nga Xô, chúng sẽ có hai trung đoàn tên lửa. Tướng Phùng Thế Tài được cử làm Tư lệnh cả Phòng không và Không quân.

- Chuyện này, ông cố vấn đã trình tôi, - Diệm nhắc một cách nhỏ nhẹ.

- Trình Tổng thống, về hải quân và không quân của Bắc Việt chỉ mới loanh quanh hải phận, không phận Miền Bắc, chưa thể vươn xa. Trong khi đó, không quân của ta đã dọc ngang vùng trời Hà Nội, Ninh Bình.

- Cái vụ máy bay Xê-Bốn bảy (C47) trục trặc kỹ thuật, rơi ở Cồn Thoi[132], thế mà họ dựng thành chuyện tự vệ Nông trường Bình Minh bắn rơi bằng súng phòng không, lại còn rùm beng thưởng mề đay nữa chớ. Giả dối và lừa bịp đến thế là cùng, - Diệm cười khảy.

- Cộng sản là bạo lực và lừa bịp mà, - Đôn ra vẻ sành sỏi, - còn binh lực phía Việt Nam Cộng hòa thì bố trí như sau.

- Thôi, khỏi... - Đôn toan quay lại bản đồ báo cáo, nhưng Diệm xua tay, - tui nắm rõ mà.

Đôn về rồi, Diệm lại nhớ Tướng Ty-Tổng Tham mưu trưởng vừa đi Hoa kỳ chữa bệnh ung thư. Bất đắc dĩ phải thế Đôn vô, nhưng hắn cũng không đến nỗi vô dụng, nên ta gác tư thù, đặt lợi ích quốc gia lên trên hết. Dù sao, nếu có Ty ở nhà vẫn hơn. Ta có ý dành riêng cái ghế Tổng Tham mưu trưởng Quân lực Việt Nam Cộng hòa cho Đại tướng Lê Văn Ty. Ty phải được phong cấp Thống tướng mới xứng đáng. Ty theo đạo Phật, nhưng lúc chia tay, ta vẫn tặng chuỗi hạt bổn mạng, cầu Chúa Giê-su lòng lành vô cùng, che chở cho Ty của ta.

*

Năm 1946, khi thành lập lực lượng Tham mưu quân đội, Hoàng Văn Thái được Hồ Chủ tịch cử làm Tham mưu trưởng. Khi rời Hà Nội lên Việt Bắc, củng cố quân đội, Thái trở thành

---

[132] Ngày nay thuộc huyện Kim Sơn, tỉnh Ninh Bình.

Tổng Tham mưu trưởng Quân đội quốc gia. Năm 1948, Thái được phong Thiếu tướng đợt đầu, đến năm 1950, Quân đội quốc gia đổi tên thành Quân đội nhân dân, thì Thái đương nhiên là Thiếu tướng, Tổng tham mưu trưởng Quân đội nhân dân Việt Nam.

Từ khi phát hiện ra Thái đã có vợ tên Bình ở quê Thái Bình, nhưng giấu Tổ chức, cưới cô Nết, thì Duẩn có cái cớ đưa Thiếu tướng Văn Tiến Dũng lên làm Tổng Tham mưu trưởng và Thái làm phó cho Dũng. Thế là người của Duẩn, lẹ làng thay người của Giáp, lên nắm quân đội. Khi Trần Văn Trà ra Bắc tập kết, cũng giữ chân Phó Tổng tham mưu trưởng như Thái. Nhưng Trà biết, cái chỗ của mình là trên chiến trường miền Nam, nên không ẻ họe gì sất cả. Thực ra, nếu Đặng Văn Việt không bị hê ra khỏi quân đội, thì giữ chân Tổng tham mưu trưởng là hay hơn cả. Khốn nỗi, bố hắn bị đấu tố đến chết trong Cải cách ruộng đất, gia đình li tán khắp nơi, nên Tổ chức không dám dùng hắn nữa. Chỉ trong thời gian ngắn, từ 1945 đến 1950, hắn chỉ huy đánh một trăm hai mươi trận, mà thắng một trăm mười sáu, trận nào cũng thương vong thấp nhất. Quả là tướng tài có một không hai, nhưng quân hàm của hắn chỉ được phiên ngang từ Trung đoàn trưởng tương đương Trung tá và mãi mãi chỉ có vậy, bộ đội gọi đùa là "Trung tá i-nốc (inox)".

Cuộc kháng chiến chống Pháp, người phương Tây gọi là cuộc Chiến tranh Đông Dương lần thứ Nhất, Trà cùng đoàn đại biểu Nam Bộ ra Việt Bắc báo cáo Hồ Chủ tịch và Trung ương Đảng, có nhắc đến chuyện Trung tướng Nguyễn Bình. Bình lĩnh mệnh vô Nam dẹp đảng phái Quốc gia, nhưng lại dùng người vô tổ chức, theo kiểu giang hồ, trọng nghĩa khinh tài, trái nguyên tắc Đảng. Bởi vậy, Hồ Chủ tịch bảo Giáp gọi ra Bắc. Giáp bèn viết thư cho Bình và dặn dò y như thế...

"Gọi ra Bắc", Bình hiểu ngay là án tử, nhưng không ra không xong. Giáp còn ấn định quân số đội bảo vệ hai mươi hai người, nhưng cụ thể lại do Duẩn chọn lựa. Bình cùng đoàn tùy tùng xuất phát từ căn cứ Tân Uyên, thuộc tỉnh Bình Dương, qua đường Campuchia theo đúng chỉ dẫn lộ trình của Giáp vạch sẵn. Xe vừa xuất phát đã gãy trục, khiến Bình sợ tái mặt. Dọc đường, đoàn tùy tùng bị sốt rét quá nửa. Bình cũng bị bệnh, sức khỏe suy sụp, bèn ghé vào một ngôi chùa nghỉ tạm. Nhà sư vừa nhìn thấy Bình đã thất sắc, quỳ thụp xuống. Bình hoảng sợ, vội hỏi:

- Có chuyện gì, dám xin Hòa thượng chỉ giáo?

- Bần tăng đâu dám vô lễ với Tướng quân, - nhà sư từ tốn đáp. - Nhưng xin hỏi, Tướng quân đi đường có gặp phiền toái gì không?

- Trục xe gãy, quân lính ốm đau, tôi cũng lâm bệnh.

- Tướng quân xuất phát ngày nào?

- Hăm sáu tháng bảy tây, - Bình nhăn trán nhớ lại.

- Tức ngày hăm sáu tháng sáu, - nhà sư tư lự, - từ lúc khởi hành đến nay, tuy gian truân vất vả, nhưng chưa có vấn đề gì nguy hại. Hôm nay là ngày Thiên tặc, hăm chín tháng Tám Tân Mão, xin Tướng quân nghỉ lại tệ xá, bần tăng cung phụng chu tất.

- Việc quân, - Bình nhìn nhà sư, vẻ nghi hoặc, - nói vô phép, không chậm chạp như việc nhà chùa được, - đoạn, đốc thúc binh lính lên đường.

Nhà sư nhìn theo, vẻ ái ngại vô chừng,

Ngay trong ngày hôm ấy, tin dữ bay về chùa, cả đoàn quân của ông "Tướng độc nhãn" bị sa vào ổ phục kích, chết không sót mống nào. Hỏi mãi, nhưng không ai biết quân phục kích thuộc phe phái nào. Việt Minh thì bảo Cam Pốt. Cam Pốt lại đổ tại quân Pháp. Diệm hay tin thì lấy làm tiếc nuối vô chừng, nếu Bình không ra Bắc, sẽ quyết tâm lôi kéo bằng được. Nguyễn Bình cầm quân, Lê Văn Tỵ quân sư thì còn lo gì Cộng sản nữa, cứ kê gối cao mà ngủ. Nhưng Bình chết mờ ám, Tỵ lâm trọng bệnh, cơ đồ nền Đệ nhất Cộng hòa thiếu rường cột chống đỡ.

*

Cục Tình báo Quân đội tuy sinh sau đẻ muộn, nhưng đã đánh nhiều tình báo viên vào giới chóp bu Sài Gòn. Hôm chia tay

Vũ Ngọc Nhạ (Vũ Xuân Nhã), tại Việt Bắc, có mặt Giáp, Hồ Chủ tịch dặn Nhạ: "Nhiệm vụ của chú là bằng mọi cách để biết Mỹ đã làm gì, đang làm gì và sẽ làm gì?". Thiếu tá Nhật, gọi bí danh kiểu Nam Bộ là Nhựt- Mười Ty được Cục Tình báo Quân đội cũng phái Nhựt về căn cứ Củ Chi, móc nối với anh trai là là Dương Văn Minh. Cuối năm 1963, Minh đảo chính Diệm, thủ tiêu cả ba anh em Diệm, Nhu, Cẩn. Nhưng đến năm sau, Tướng Nguyễn Khánh lại nổi dậy, làm Chủ tịch Hội đồng quân nhân cách mạng, gạt Minh ra rìa.

Không chữa khỏi bệnh, Lê Văn Ty lại trở về Sài Gòn, quân đảo chính lôi kéo, nhưng Ty không thuận, nói:

- Có ai yêu nước như cụ Diệm? Còn ai có tinh thần dân tộc như cụ? Nào ai có tầm vóc lãnh tụ như Ngô Tổng thống? - Ty vẫn thường kính trọng gọi Diệm là cụ, mặc dù, chỉ hơn kém nhau ba tuổi mà thôi.

Trước khi chết, Ty xin phép được mang theo chuỗi hạt của Diệm trao tặng. Đến lúc bấy giờ, nhiều người mới giật mình, ai ngờ Ngô Tổng thống trao cả chuỗi hạt bổn mệnh của mình cho kẻ trung thần và nhận lấy cái chết trước Thiên Chúa. Để yên lòng quân, Khánh bèn truy phong chức Thống tướng Lê Văn Ty, ngay tại tư gia, khiến ai nấy đều cảm động. Thế là trên toàn cõi Việt Nam, lần đầu tiên có một Thống tướng, hay còn gọi Nguyên soái.

*

Một hôm, Duẩn thân đến Bộ Tổng tham mưu, làm việc với Dũng:

- Bây giờ, Ngụy quân Sài Gòn có ba vạn tên, cộng với vạn mốt cố vấn Mỹ, - Duẩn tính, - nay Diệm đổ, cũng có nghĩa là rào cản quân Mỹ vào Miền Nam đã mở toang. Bọn Mỹ sẽ tha hồ tự tung tự tác. Hình thế cuộc chiến tất yếu sẽ chuyển từ Chiến tranh Đặc biệt, sang Chiến tranh Cục bộ.

- Đầu năm, quân Mỹ-Ngụy đã thua ta ở trận Ấp Bắc. Cuối năm, anh em Diệm đổ, chấm dứt cái gọi là nền Đệ Nhất Cộng hòa,

- Dũng hăng hái phân tích và hiến kế, - chỉ tiếc là Minh không trụ được, chứ không thì... - Dũng bỏ lửng câu nói, thăm dò ý Duẩn.

- Tay này, gọi là Bít (big) Minh, Minh Lớn, hoặc Minh Cồ, nhưng chỉ làm được mỗi việc đảo chính. Thế cũng là tốt lắm rồi, cứ giữ lấy, dùng về sau. Thằng Khánh cũng khó đứng vững, chắc bọn Ngụy quyền Sài Gòn còn phải làm đảo chính nữa mới có thể lập được Đệ Nhị Cộng hòa, - Duẩn xòe bàn tay ra, rồi nắm lại như thể nắm cơm chim cho từng vấn đề, khiến Dũng bị thôi miên, - ý thằng Giáp thế nào? - Duẩn nhìn thẳng vào Dũng như chiếu đèn pha.

- Anh Văn chưa thấy có ý kiến gì? - Dũng đáp từ tốn. - Chỉ bảo là, phải nâng cao cảnh giác, đề phòng trong Nam hỗn quân hỗn quan lại hô hào "Bắc tiến", thì phức tạp tình hình.

- Đúng, thằng Khánh vừa chân ướt chân ráo ngoi lên, đã hô hào "Bắc tiến". - Duẩn đang hăng, lỡ miệng khen địch thủ, bèn quay ngoắt lại, nói câu khôi hài khỏa lấp, - "Thằng hèn", có lúc cũng biết tính toán như ai đấy chứ! Nhưng để ý, thời chống Pháp, có lúc hắn gọi lính Pháp là "Bộ đội Pháp", thế mới lạ đời? Bây chừ, có lúc thấy hắn gọi bọn "Ngụy quyền" là "Chính quyền Việt Nam Cộng hòa", còn "Ngụy quân" là "Quân lực Việt Nam Cộng hòa". Tướng tá cách mạng gì mà thất chính trị thế nhỉ? Vậy chẳng hóa ra, khi quân ta giải phóng Miền Nam lại thành xâm lược một quốc gia láng giềng, y như luận điệu của Mỹ-Ngụy à? Ngu thế không biết. Mác đã viết: "Lời nói là cái vỏ của tư tưởng". Đúng, hắn có vấn đề về lập trường, tư tưởng!

Dũng im như thóc, không dám phụ họa, sợ đám sĩ quan trong Bộ Tổng tham mưu lại đi tâu với Giáp thì phiền. Tuy là Tổng Tham mưu trưởng, lại được Bí thư thứ Nhất của Đảng che chở, nâng đỡ, nhưng Dũng vẫn dưới quyền điều hành trực tiếp của Giáp-Bộ trưởng Quốc phòng, Tổng Tư lệnh quân đội, Bí thư Quân ủy Trung ương. Quan ở xa bản nha ở gần, lỡ sơ xuất điều gì thì biết kêu ai? Bây giờ, hai bên Duẩn-Giáp đều đã ngấm ngầm bố trí binh lực, phe "Miền Nam trước đã" của Duẩn thắng thế đối với phe "Miền Bắc trước đã" của Giáp. Phe Giáp có Hồ Chủ tịch và Liên

Xô, nhưng phe Duẩn có Mao, tức Trung Quốc hậu thuẫn, chưa biết mèo nào cắn mỉu nào. Tình huống bất đắc dĩ, Hồ phải ngả theo Duẩn. Thế nào Duẩn cũng đánh úp, rồi Giáp sẽ bị vô hiệu hóa, cho ra rìa. Hồi này, Trưởng ban Tổ chức Trung ương Lê Đức Thọ hay qua lại với Bộ trưởng Công an Trần Quốc Hoàn và lại gắn Duẩn như hình với bóng. Vậy, Giáp chắc sẽ chết bởi một vố nào đó, bằng ngón đòn về công tác Đảng cho mà xem. Dũng tính thế cờ, đường đi nước bước, và thắc thỏm chờ đợi.

Vòng vây quanh tướng Giáp đang xiết dần, thì bỗng Tố Hữu cấp báo với Duẩn qua điện thoại:

- Anh Ba, Nhà xuất bản Nữu Ước (New York), vừa cho in ý kiến của Nhà sử học Bơ-nớt-phon (Banard Fall).

- Nó bảo sao? - Duẩn sốt ruột hỏi lại.

- Tôi xin đọc nguyên văn bản dịch, từ tiếng Anh sang tiếng Việt, chứ không có ý bốc thơm cho hắn đâu ạ, - Tố Hữu thanh minh trước.

- Rồi, rồi... - Duẩn có vẻ bực với cái sự con cà con kê, rào trước đón sau của Tố Hữu.

- "Võ Nguyên Giáp là con người của huyền thoại, trong tương lai có thể thấy trước. Phương Tây chưa thể đào tạo được một vị tướng nào sánh với Võ Nguyên Giáp". Báo cáo hết, - Hữu nhấn mạnh, theo kiểu quân sự.

- Chà chà, đúng là Đế quốc Mỹ thâm độc thật. Như thế, khác nào chúng chia rẽ nội bộ ta, - Duẩn phán, - dẹp ngay, rõ chưa? Hội nghị Trung ương Chín, sẽ làm gọn...

- Dạ, - Tố Hữu dạ dịp đáp lời, nhưng không biết "sẽ làm gọn" cái gì.

Hội nghị Trung ương lần thứ 9, nhiệm kỳ Đại hội III của Đảng Lao động Việt Nam, họp tháng 12 năm 1963, tại Hà Nội, xác định chuyện Võ Nguyên Giáp là "phần tử chống Đảng".

- Hãy tạm để nguyên các chức vụ cho hắn cả trong Đảng,

Chính phủ lẫn Quân đội, để yên lòng quân sĩ, dân chúng và trí thức, nhưng phải bố trí người làm thay, - Duẩn tuyên bố, - hắn chỉ là một con bù nhìn, một con rối không hơn không kém.

Đám chính khách và sĩ quan quân đội kháo nhau, năm Quý Mão (1963) như một tấm biển chặn đường "Stop", đối với vua quan Quảng Bình. Cánh Lệ Thủy coi như "hết phim". Đó, trong Nam, anh em Ngô Tổng thống vừa bị thủ tiêu, ngoài Bắc, Võ Nguyên Giáp từng dự kiến chân Bí thư thứ Nhất, nay bị giam lỏng. Chuyện phá long mạch An Mã lại được xôn xao bàn tán.

*

Mùng 2 tháng 8 năm 1964, Thiếu tướng Trần Quý Hai (tức Bùi Chấn), trực Quân ủy Trung ương, nghe cánh Hải quân báo về:

- Tàu Ma-đốc (Maddox) của Hạm đội Bảy đang lượn lờ ngoài khơi vịnh Bắc Bộ.

- Xâm phạm vào lãnh hải của ta chưa? - Hai hỏi lại.

- Cũng mấp mé rồi.

- Sao biết?

- Qua màn hình ra-đa mà, thủ trưởng. Giờ, xử lý sao?

- Gượm hẵng, để tôi xin ý kiến chỉ đạo của Trung ương, chờ máy nhá!

Hai vội cho nối máy điện thoại, gọi thẳng Duẩn:

- Anh Ba, tàu Ma-đốc thuộc Hạm đội Bảy có dấu hiệu xâm phạm lãnh hải, vùng biển Thanh Hóa.

- Đánh bỏ mẹ nó đi! - Duẩn ra lệnh.

- Nhưng chưa xác định cụ thể, mới nhìn qua ra-đa, - Hai đâm hoảng.

- Trên mặt biển sóng nước bao la mờ mịt, chứ có như trên bộ đâu mà nhìn thấy mốc giới. Có cái gì giã được không? - Duẩn liều.

- Ngư lôi anh ạ, - Hai thận trọng báo cáo.

- Táng cho nó mấy quả, - Duẩn hạ lệnh và cúp máy.

Hai lĩnh ý, ra lệnh cho hải quân phóng ngư lôi. Tàu Ma-đốc chỉ bị xước sơn, nhưng Mỹ lu loa dựng lên "Sự kiện vịnh Bắc Bộ" để lấy cớ phản công. Ba ngày sau, Mỹ lập tức trả đũa, huy động sáu mươi tư lần chiếc máy bay ào ạt đánh phá các căn cứ hải quân Bắc Việt, suốt vùng duyên hải từ Quảng Ninh, Thanh Hóa, Nghệ An, cho tới Quảng Bình; nhưng cũng bị bắn rơi hai máy bay.

Mấy hôm sau, Hồ Chủ tịch và Giáp đi công tác nước ngoài trở về, lập tức đốc Bộ Tổng tham mưu báo cáo sự tình:

- Ai ra lệnh? - Giáp bực, quát hỏi.

- Báo cáo, tôi xin chỉ thị Trung ương... - Hai sợ hãi chối quanh.

- Anh xin phép ai? - Giáp truy hỏi.

- Tôi có báo cáo Trung ương... - Hai thấy vụ này sai lầm quá lớn, nhưng không dám đụng đến Duẩn. Bởi Duẩn đã có thế lực, dám qua mặt cả Hồ Chủ tịch lẫn Đại tướng Giáp rồi.

- Trung ương là ai? - tuy hỏi vậy, nhưng trong bụng Giáp biết là ai rồi. - Tôi sẽ thỉnh thị Hồ Chủ tịch, - Giáp hạ giọng hỏi, - thiệt hại ra sao?

- Các căn cứ hải quân đóng tại Hòn Gai, Lạch Trường, Bến Thủy, Cảng Gianh bị thiệt hại nặng. Tổng số hai mươi lăm tàu hải quân bị hư hại, bốn đồng chí hy sinh, sáu bị thương - Hai báo cáo như một cái máy.

- Một nửa lực lượng tàu hải quân đấy, hiểu không? Bao nhiêu năm chất bóp gây dựng, - Giáp thở dài, nỗi lòng tê tái. - Nhưng hậu quả của nó sẽ còn lớn hơn nhiều. Rất có thể, Mỹ mượn cớ ném bom miền Bắc, hủy hoại hậu phương lớn và chặn đường tiếp tế Miền Nam. Một phút bồng bột, di họa khôn lường, chiến tranh lan ra cả nước, - Giáp nói ở đây mà chết cây trong rừng.

Hai ngậm tăm hồi lâu, thấy Giáp nguôi giận mới dám báo cáo tiếp:

- Lực lượng Phòng không và Hải quân ta cũng bắn rơi hai máy bay của Hải quân Mỹ, bắt sống một phi công. Hắn khai, đây là chiến dịch "Mũi tên xuyên" (Operation Pierce Arrow) đã được chuẩn bị và luyện tập từ lâu.

- Đang tìm cách loại Mỹ để đánh nhau với Quân lực Việt Nam Cộng hòa, nay phải đối đầu với cả hai đối thủ đáng gờm. Cả nước thành chiến trường, một cuộc chiến không cân sức lại đổ lên đầu dân tộc, - Giáp đau xót thốt lên ai oán. - Nhân dân sẽ phải gánh chịu hậu quả nặng nề, bởi những quyết định nóng vội của các anh.

Nghe Giáp nhấn mạnh câu: "Quyết định nóng vội của các anh", thì trong bụng Hai hiểu là, Giáp đã biết ai ra lệnh chỉ đạo rồi, bèn thở phào nhẹ nhõm, lấy lại tinh thần và tỏ ra cương cường:

- Tôi xin chịu trách nhiệm!

Giáp cười bao dung và bình tĩnh trở lại:

- Chúng ta không sợ bất cứ kẻ thù nào, nhưng càng kéo dài thời gian hòa bình được bao nhiêu và càng tránh được chiến tranh bao nhiêu, thì càng tốt cho dân, cho nước bấy nhiêu.

Giáp báo cáo "Sự kiện Vịnh Bắc Bộ" lên Hồ Chủ tịch. Hồ Chủ tịch bảo, phải xử lý nghiêm, nhưng đến khi biết thủ phạm là Duẩn, thì không dám xuống tay. Duẩn cứ vờ như không hay biết gì, nghiễm nhiên đứng ngoài cuộc. Trần Qúy Hai đóng vai "Lê Lai cứu chúa", rồi sau đó cũng được thăng quân hàm Trung tướng.

35. Về làm gì nữa

Trần Quý Hai báo cáo Lê Duẩn, về chuyện bị Giáp truy hỏi vụ bắn tàu Ma-đốc, Duẩn bảo:

- Đúng là "Thằng hèn", mang danh Đại tướng, Bộ trưởng Quốc phòng, mà thấy địch cứ như gà thấy cáo, - Duẩn làm động tác run rẩy, giễu cợt Giáp trước mặt Hai. - Thực ra, mấy năm nay, Ngụy quyền đảo chính liên miên, tự làm suy kiệt binh lực, khiến lòng dân bất an. Nếu bọn Mỹ đổ quân vào Miền Nam, ném bom miền Bắc thì càng lộ rõ bộ mặt phi nghĩa trước nhân dân Việt Nam và thế giới; ngược lại, ta càng có chính nghĩa, chính danh. Có chính nghĩa, chính danh là đảm bảo thắng lợi năm mươi phần trăm rồi. - Duẩn hùng biện và tuyên bố, - sang năm, ta đánh thẳng vào sào huyệt của Mỹ- Ngụy tại Sài Gòn. Tôi đã cho in mười bốn ngàn hòm tiền cách mạng và chuyển vô Nam rồi.

Hai nghe vậy, trợn mắt kinh ngạc.

- Tổng công kích và Tổng khởi nghĩa, - Duẩn bồi thêm cho nặng kí.

Duẩn là chính khách, nhưng vẫn thường ăn mặc giản dị, áo đại cán kiểu Tôn Trung Sơn, mùa đông thì đội mũ dạ và choàng khăn phu-la to sù sụ quanh cổ. Ước mơ cháy bỏng của Duẩn là giải phóng Miền Nam, nhưng đó cũng là chuyện cực chẳng đã.

- Sở dĩ, có cái chuyện này là chúng ta hót rác cho Hồ Chủ tịch mà thôi, - Duẩn tâm sự với thư ký Trần Phương, - đang tự yên tự lành, nghe lão Chu Ân Lai xúi bẩy, thế là cắt nghiến ngay đất nước làm đôi.

- Tôi nghe nói, lúc đó quân Pháp còn mạnh lắm, - Phương dè dặt, - mất Điện Biên Phủ, nhưng vẫn còn tới chín mươi sáu phần trăm binh lực, trên toàn Đông Dương.

- Chính lúc đó, tay Đồng Văn Cống của tôi, mỗi ngày đánh được hai mươi đồn bốt Nam Bộ. Nếu Liên Xô và Trung Quốc không ngăn cản, lấy cớ thi hành Hiệp định Giơ-ne-vơ cái tử tiệt gì đó, thì nội trong vòng một tháng, sẽ quơ được cả Miền Nam, khỏi phải lằng nhằng. - Duẩn phơ lên, giọng oang oang, nói chuyện mà như quát kẻ thù vô hình trước mặt.

- Thế kia ạ? - Tuy kinh ngạc thốt lên như vậy, nhưng Phương biết, Cống chỉ xua quân đánh được các đồn lẻ, còn nơi có lô-cốt (blockhaus), boong-ke (bunker) thì cũng khoanh tay, vì thiếu vũ khí hạng nặng và hữu hiệu, ngoài mấy khẩu ĐKZ Và SKZ. Quân Pháp lại co cụm xung quanh thành thị, các trục đường giao thông chiến lược và vùng duyên hải Bắc Bộ...

- Bây giờ, "Thằng hèn", lại còn nhảy van nhảy đầm, - Duẩn lại chĩa mũi dùi vào Giáp, - cậu sang bảo cánh Tuyên huấn và Công an, cho dừng ngay cái trò ấy đi.

- Hồi này, anh Văn nghiên cứu thêm về Mác, - Phương kiếm cớ xoa dịu.

- Cậu dạy chứ gì? - Duẩn bóc mẽ, - rồi đến anh Tô cũng học theo, phải không? Anh Tô coi cậu như "Tự vị sống về Chủ nghĩa Mác - Lê-nin" phải không?

- Dạ, đúng là có chuyện đó, - Phương thú nhận. - Nhưng thật ra, tuy được học dài hạn ở Trung Quốc, nhưng kiến thức của tôi cũng có phần hạn chế.

- Học Mác - Lê-nin càng nhiều càng tốt, nhưng cái điều quan trọng là vận dụng thực tiễn, cứ máy móc rập khuôn là hỏng cả. - Suy nghĩ giây lát, Duẩn lại đưa ra dẫn chứng, - Nghị quyết Mười lăm đấy, chẳng phải là vận dụng sáng tạo lý luận Chủ nghĩa Mác - Lê-nin, về sử dụng bạo lực đối với cách mạng Miền Nam đó sao?

Phương gập gù, tỏ vẻ phục sái cổ, nhưng trong bụng nghĩ, đó chẳng qua là công của Giáp khởi thảo, cùng cánh Tùng, Huy chấp bút, rồi Duẩn đoạt lấy, nhuộm thêm phẩm màu mà thôi.

Mỹ ném bom oanh tạc Miền Bắc đã hai năm. Chiến tranh ngày càng lan rộng ra cả ba nước Đông Dương, nên Giáp vô cùng bận rộn. Mặc dù vậy, nhưng Giáp vẫn dành thời gian lên Bắc Kạn, trực tiếp đón Nông Đức Mạnh về Hà Nội, để chuẩn bị gửi sang Học viện Lâm nghiệp tại Thành phố mang tên Lê-nin (Lêningrad) của Liên Xô. Cậu bé được sinh ra giữa núi rừng Na Rì năm nao, nay đã hăm sáu hăm bảy tuổi, tốt nghiệp Trường Trung cấp Nông lâm Trung ương, làm Đội phó Khai thác gỗ Lâm trường Bạch Thông. Một hạt giống đỏ được cả Bộ Chính trị nâng niu. Cô Trưng ở Pắc Bó năm xưa, nay giữ chân Chánh án Tòa án nhân dân tỉnh Cao Bằng rồi.

*

Tại nhà riêng, Giáp đang giao nhiệm vụ cho Lê Trọng Tấn,

chuẩn bị vào Nam, mang bí danh Ba Long, nhậm chức Ủy viên Quân ủy, Phó tư lệnh Quân giải phóng Miền Nam.

- Anh Trần Văn Trà đã vào năm ngoái, cậu làm phó cho anh ấy. Sắp tới, Trần Độ, Nguyễn Hòa cũng lên đường, - Giáp ân cần.

- Tôi không ngại gian khổ hy sinh, nhưng e trọng trách quá lớn... - Tấn tỏ ra khiêm tốn.

- Trung ương chọn mặt gửi vàng, miềng chỉ giao nhiệm vụ theo chuyên môn mà thôi. - Giáp cũng nói nhún và khích tướng, - cậu đã chỉ huy Đại đoàn tấn công thẳng vào Tập đoàn cứ điểm Điện Biên phủ, chẳng lẽ, không xốc tới Sài Gòn được sao? - Nom Tấn mặc quần phăng sẫm màu và sơ-mi trắng cộc tay, Giáp khen, - cậu ngày càng phong độ.

Tấn đỏ mặt xúc động. Hai thầy trò bước tới bản đồ treo tường.

- Từ năm bốn mươi sáu (1946), năm mươi nhăm (1955), năm mươi tám (1958) và năm mươi chín (1959), quân địch liên tục được củng cố, nhiều đợt tái thiết quân lực, nên không kém phần chính quy, hiện đại. Do vậy, càng khó cho ta, - Giáp nói tổng quát về địch.

- Sư đoàn Hai mươi ba bộ binh của chúng đã chuyển Bộ Tư lệnh lên Ban Mê Thuột, - Tấn tỏ ra quan tâm đến địa bàn Tây Nguyên, - với ba trung đoàn, chừng hơn một vạn quân, chiếm đóng bảy tỉnh cao nguyên Trung phần, - Tấn nói pha chút ngôn ngữ Nam Bộ. - Chúng rêu rao: "Nam bình, Bắc phạt, Tây Nguyên trấn", y như thể giang hồ hảo hán. Qua đó, thấy nổi lên vai trò quan trọng của Vùng Một chiến thuật và Quân đoàn Một. Nghe nói, bọn lính trong đó tếu táo gọi là vùng Lắc-Kon-Cu, tức là địa bàn ba tỉnh Đak Lak, Kon Tum và Playcu.

- Anh em trong đó, phải cố gắng thành lập gấp năm, sáu sư đoàn chủ lực. Tuy nhiên, vẫn phải coi trọng chiến tranh du kích, - Giáp giao nhiệm vụ cụ thể, - mặc dù cũng còn ý kiến khác...

Tấn hiểu ý Giáp muốn nói về Nguyễn Chí Thanh, vừa viết bài đăng báo, lấy bút danh "Chiến sĩ Trường Sơn" là tên con trai cả, muốn đánh tổng lực, để bật lại chủ trương chiến tranh du kích của Giáp, nên khẽ đáp:

- Miềng hiểu. Nhưng thế mạnh của quân miềng là lối đánh du kích, nằm trong tổng thể cuộc chiến tranh nhân dân. Từ xưa tới nay, đất nước miềng thắng giặc ngoại xâm chủ yếu là nhờ đó. Nếu mần kiểu Trận địa chiến, dàn quân như trận Oa-téc-lô, thì chưa đủ lực đấu với chúng.

Giáp nắm chặt tay Tấn, biểu lộ sự đồng cảm. Tuy ở nhà, nhưng Giáp vẫn mặc quân phục mùa hè đã sờn và đeo quân hiệu bốn sao một cách bình dị, như đã từng mang mười chín, hai mươi năm rồi.

- Rất may cho ta, Dương Văn Minh đã phá tan hệ thống ấp chiến lược, trả lại "nước" cho "cá", nên cán bộ, bộ đội hoạt động trong vùng địch kiểm soát, thuận lợi hơn trước, - Giáp tỏ ra đắc ý, khi tiếp nhận những bản báo cáo của tình báo viên Phạm Xuân Ẩn, về vấn đề ấp chiến lược, nên đã có đối sách kịp thời. - Nhưng cũng có cái bất lợi, khi quân địch học cách chiêu dụ Cộng sản theo kiểu Phi Luật Tân (Philippines) và kinh nghiệm bình định của quân đội Anh đối với Mã Lai (Malaisia), khiến cho hàng vạn cán bộ và bộ đội ta chiêu hồi, từ bỏ hàng ngũ cách mạng. Bởi thế, phải chú ý tăng cường công tác chính trị tư tưởng, - Giáp ân cần nhắc nhở.

- Tên Mác Na-ma-ra (Mc Namara) sang Sài Gòn, là dấu hiệu chiến tranh ác liệt. - Tấn khẳng định một câu.

- Bộ trưởng Quốc phòng Mỹ xuất hiện như thế, chứng tỏ hình thái Chiến tranh Đặc biệt, tức là từ chỗ chỉ có cố vấn Mỹ, khi chuyển sang Chiến tranh Cục bộ thì quân Mỹ trực tiếp cầm súng cùng với quân Việt Nam Cộng hòa và chư hầu đã bắt đầu. Nhưng thực ra, phải gọi là cuộc "Chiến tranh hạn chế" mới đúng.

- Cậu lính biệt động Nguyễn Văn Trỗi mà diệt được nó, thì cũng đỡ cho quân ta, - Tấn tỏ ra tiếc rẻ.

- Cách đánh biệt động trong thành phố là của Cố Trung tướng Nguyễn Bình đó. Một cách đưa chiến tranh vào lòng địch trong thành phố, - Giáp tỏ vẻ bùi ngùi, tiếc nuối. - Cậu Trỗi cũng bị tử hình năm sáu mươi bốn (1964), tại khám Chí Hòa, chỉ sau cậu út Ngô Đình Cẩn mấy tháng...

- Tôi đi, anh hỗ trợ nhé! - Tấn lảng chuyện nhạy cảm, nói như giao hẹn.

- Miềng sẽ cho các đơn vị chủ lực vào Nam, trước mắt là ba Trung đoàn Mười tám, Chín lăm và Một linh một của Sư đoàn Ba hai lăm, sẽ lên đường trong nay mai.

Tấn ôm chầm lấy Giáp, vẻ xúc động.

- Anh Văn lúc nào cũng hiểu và đáp ứng kịp thời nhu cầu của chiến trường.

- Địch có lực, nhưng ta có thế. Khi thế ta thượng phong cộng với lực ta đủ mạnh, thì sẽ chiến thắng, - Giáp nói, vẻ triết lý.

- Anh cũng thế... - Tấn hiểu hoàn cảnh của Giáp và nói câu ngụ ý sự trung thành, - dù bất kỳ hoàn cảnh nào, anh Văn vẫn là "Người anh cả của quân đội"!

Giáp lặng lẽ hít một hơi thở sâu, giấu đi sự xúc động.

- Quân đoàn Một và Vùng Một chiến thuật của địch, do tướng Nguyễn Khánh làm Tư lệnh, vừa rồi kéo vào Sài Gòn đảo chính Dương Văn Minh, gọi là cái gì nhỉ? - Giáp vỗ tay lên trán, nhưng không nhớ ra.

- "Chỉnh lí", - Tấn đỡ lời. - Tướng Nguyễn Chánh Thi thế chân Khánh, nhưng không ổn, vì chỉ trích Thiệu, Kỳ. Bọn chúng ham chơi trò đảo chính. - Anh à... - Tấn toan hỏi điều gì đó, nhưng ngập ngừng không dám nói ra.

- Chi zdậy? - Giáp hỏi kiểu Nam Bộ cho thân mật với vị tướng chiến trường, đang chuẩn bị "vô trỏng" (vào trong ấy).

- Tôi nghe Tướng Nguyễn Ngọc Lễ, có anh em bà con gì đó với anh?

- Phải, miềng đã báo cáo Bộ Chính trị, Lễ là chú rể của

miếng, nhưng nay ở hai trận tuyến đối địch. Năm một nghìn chín trăm năm mươi hai, Lễ mang hàm Trung tá, có làm Tư lệnh chỗ này, - Giáp chỉ lên bản đồ, một vùng từ Thanh Hóa tới Bình Thuận, - tiền thân của Quân đoàn Một và Vùng Một. Cậu tìm hiểu kỹ nhỉ? - Giáp nheo mắt hỏi, - thời miềng và anh Tô đi sang Trung Quốc hoạt động dưới sự chỉ đạo của bác Hồ, thì Lễ làm Đồn trưởng Lệ Thủy. Độ này, Lễ đang "mần" Tình báo thuộc lực lượng Cảnh sát Quốc gia Việt Nam Cộng hòa.

- Thì anh vẫn thường bảo, biết địch biết ta... - Tấn cười.

- Phó Tư lệnh cả chiến trường Miền Nam đấy nhé. - Giáp nhắc, - nhưng phải lưu ý cả Campuchia và Lào và...

- Tôi hiểu là cả Thái Lan và Biển Đông, - Tấn đáp vẻ tự tin. - Bởi, các căn cứ không quân chiến lược của Mỹ đặt ở Thái Lan, Phi-lip-pin.

- Mấy cái sân bay đó đã có Giê-rờ-uy (GRU)[133] theo dõi và cung cấp tin tức tình báo cho ta. - Giáp thông báo cho Tấn biết một bí mật quân sự, nhưng chợt hắng giọng, vẻ buồn nản, - bây giờ, anh Thọ cho lập tổ năm người, gồm: anh Lê Duẩn, miềng, - Giáp chỉ tay vào ngực rồi nói tiếp, - anh Nguyễn Chí Thanh, anh Phạm Hùng và chính bản thân anh Lê Đức Thọ, để giúp Trung ương chỉ đạo chiến trường Miền Nam.

- Như vậy là, ý kiến của anh coi như chỉ còn là một trong năm phiếu thôi sao? - Tấn thảng thốt hỏi, - Thế cũng có nghĩa là anh Duẩn chỉ đạo trực tiếp chiến trường rồi còn gì? - Tấn nghe nói, Bộ Chính trị thành lập hai ban chỉ đạo: "Ban A", về việc xây dựng Xã hội chủ nghĩa trên Miền Bắc và chuyện đối nội, đối ngoại, do Trường Chinh làm Trưởng ban; tham gia có Phạm Văn Đồng, Nguyễn Duy Trinh, Trần Quốc Hoàn. "Ban B", do Lê Duẩn làm Trưởng ban, gồm Nguyễn Chí Thanh và Lê Đức Thọ, chỉ đạo cách mạng Miền Nam. Nếu đúng vậy, thì Giáp bị "loại khỏi vòng chiến đấu ư"?

---

(133) Cơ quan Tình báo Quân sự Liên Xô (Tổng cục Tình báo trực thuộc Bộ Tổng tham mưu các lực lượng vũ trang Liên Xô).

- Vườn có cây bơ đẹp quá, - Tấn nhướng mắt ra vườn, reo lên, phá tan không khí nặng nề.

- Đang nói về chiến tranh lại chuyển sang cây bơ ngay được, y như chuyện bắt chấy cho mẹ chồng, nhưng trông bồ nông dưới bể, - Giáp cười cười, vẻ độ lượng. - Bơ là món khoái khẩu của miềng.

- Tôi tưởng, việc thế là hết rồi, - Tấn cười gượng và liếc nhìn đồng hồ Titoni đeo tay.

Thấy Tấn có vẻ bận việc gì đó, Giáp cười độ lượng và bắt tay tạm biệt.

*

Vũ Lăng, "Con chim mồi" của Giáp, đang được Duẩn tin dùng.

- Kế hoạch tuyệt mật này, chỉ có ba người biết, đó là tôi, - Văn Tiến Dũng chỉ vào ngực mình, - anh Ba, - Dũng chỉ lên trời, vẻ trịnh trọng như thể có Lê Duẩn trước mặt, - và cậu, - Dũng gí hẳn ngón tay vào trán Lăng. - Nên nhớ, không ai được phép hỏi, không ai được phép nói ra, ngoài nhóm ba người chúng ta. Nếu có người thứ tư biết, anh sẽ phải ra tòa án binh.

- Từ khi Bộ Chính trị ra chủ trương Tổng tấn công Sài Gòn, thì anh Văn đã giao cho Lê Trọng Nghĩa đang soạn thảo kế hoạch rồi mà? - Lăng ngạc nhiên hỏi lại.

- Anh Ba đã nhắc nhở, phải dẹp cái "Mũ phớt" đó đi, để đánh thẳng vào Sài Gòn!

Nghe Tổng Tham mưu trưởng nói vậy, Lăng hiểu là Tổng Bí thư Lê Duẩn đã ngầm loại bỏ Bộ trưởng Quốc phòng Võ Nguyên Giáp để phỗng Sài Gòn. Thực ra, khi Mỹ ném bom Miền Bắc, thì Duẩn đã có ý đàm phán. Phía bên kia cũng đã bật đèn xanh, từ Quảng Ngãi ra tới Quảng Trị sẽ thuộc Bắc Việt, nếu ngưng chiến, nhưng Trung ương Đảng và Hồ Chủ tịch không thuận, nên Duẩn đành phải tính kế tấn công vào sào huyệt kẻ thù mà thôi. Ngặt nỗi, năm 1965 binh lực còn yếu, thời cơ cũng chưa chín muồi.

Từ ngày được giao soạn thảo "Kế hoạch Sao năm cánh" đánh Sài Gòn, Lăng chăm nghe ngóng, sưu tầm tài liệu thượng vàng hạ cám. Các phương tiện thông tin đại chúng, chủ yếu là đài phát thanh và báo chí ra rả suốt ngày nào là "Hai chân, ba mũi" của Duẩn, "Nắm thắt lưng địch mà đánh" của Thanh, với các chủ trương, biện pháp chiến thuật quân sự, chính trị kêu như chuông.

Lê Duẩn, Lê Đức Thọ, Phạm Hùng lập thành bộ ba, dần dần nắm quyền khuynh đảo lấn át cả Hồ Chí Minh và Võ Nguyên Giáp. Giáp có "tay trong", nên hiểu cả, nhưng không thể bỏ nhiệm vụ mà đấu đá nội bộ, chả gì, miềng cũng là Bộ trưởng Quốc phòng, Tổng Tư lệnh và Bí thư Quân ủy, quyền hành trong tay không phải là nhỏ, phải có trách nhiệm trước Bộ Chính trị và Trung ương Đảng, chuẩn bị Tổng tấn công, Tổng khởi nghĩa toàn Miền Nam; trong đó, vai trò quân sự phải như một cú đấm quyết định. Nhưng về phía địch, không phải nó đứng yên cho mà đấm, binh lính hơn một triệu, trang bị vũ khí, khí tài vượt trội. Vậy, phải tính kế tạo thế và gài bẫy ra sao? Hàng rào điện tử Mác Na-ma-ra chạy suốt từ Cửa Việt qua Khe Sanh, sang tận Mường Phìn bên Lào, dài hàng trăm cây số, rộng từ mười đến hai mươi cây, hòng ngăn chặn sự chi viện qua đường bộ của Miền Bắc vào Nam. Tình báo đã chuyển tin tức qua giới tuyến, nhiệm vụ đặt ra là phải vô hiệu hóa nó, nhưng đâu phải dễ. Bởi chúng chi hàng tỉ đô-la (dollar) để xây dựng, thì cũng đã tính đến cách thức phòng bị rồi.

Chiến tranh phá hoại bằng không quân của Mỹ ngày càng leo thang ác liệt. Năm ngoái, B52 đã ném bom rải thảm đến đèo Mụ Giạ (Bà Giạ)[134] rồi, thế mà nội bộ Trung ương lại thêm lục đục. Giáp thở dài, lặng lẽ đến bên bản đồ, đặt đầu gậy vào vị trí căn cứ Khe Sanh của lính Thủy quân lục chiến Mỹ. Chúng xây dựng căn cứ cửa ngõ nầy, hòng chặn nguồn chi viện từ Bắc Việt Nam và Lào vào chiến trường Nam Việt Nam. Bây chừ, chúng đang củng cố với ý đồ tạo ra một "Điện Biên Phủ đảo ngược". Vậy thì, miềng phải tương kế tựu kế, thu hút binh lực địch ra đây, để nghi

---

(134) Nay thuộc huyện Tuyên Hóa, tỉnh Quảng Bình. 12/4/1966 bị B52 ném bom đầu tiên trên Miền Bắc.

binh việc đánh chiếm các đô thị. Giáp suy tính, địa hình này cũng không khác Điện Biên Phủ là mấy và cũng gần hậu phương Miền Bắc, thuận tiện trong việc chi viện bộ đội và vũ khí...

Tại sao Mỹ lại bật tín hiệu xin đàm phán nhỉ? Có thể, do chúng thua trận Ấp Bắc và trận Ia-đrăng, nên cảm thấy khó "mầm" Việt Nam? Hoặc chỉ là một kế sách, tạo lợi thế chính trị trên trường quốc tế? Cũng có thể là một cú lừa, khiến miềng và bộ đội chủ quan khinh địch, lơ là cảnh giác, thế là chúng thừa cơ "pập" một nhát cuốc vào gáy... Được, miềng sẽ cho chúng bập vào Khe Sanh, cài thế nghi binh để Tổng tấn công. Nhưng bọn CIA cũng đáng gờm, chứ không phải thường, nên phải cao tay và cảnh giác mới lừa chúng được. Khi xưa, có lúc miềng mắc bệnh chủ quan khinh địch, cứ ngỡ bọn OSS không hay biết về bản chất Việt Minh. Người biết, làm như không biết mới thật đáng sợ... Rồi không biết, miềng lừa được hắn hay hắn lừa lại miềng. Ai cao thủ hơn ai?

Đánh Sài Gòn hao binh tổn tướng, nhưng đã thành nghị quyết của Bộ Chính trị rồi, không thể thoái lui. Tuy nhiên, ai cũng biết đánh Sài Gòn đã khó, nhưng giữ được còn khó hơn. Miềng đã phái Hoàng Minh Thảo vào làm Tư lệnh Mặt trận Tây Nguyên và dặn, lấy Tây Nguyên làm bàn đạp khi có thời cơ Tổng tấn công. Lê Trọng Tấn cũng hiểu ý đồ chiến lược của miềng, nên tỏ ra quan tâm đến cao nguyên Trung phần. Thế là, bước đầu thuận lợi trong việc triển khai chủ trương chiến lược. Miềng giao cho Cục Tác chiến lập kế hoạch tấn công Tây Nguyên, nhưng Văn Tiến Dũng đi đêm với Duẩn, ý đồ bỏ Tây Nguyên đánh thẳng vô Sài Gòn, gọi là Tổng công kích, Tổng khởi nghĩa. Hồ Chủ tịch thấy không ổn, bèn hỏi Tố Hữu về tình hình phong trào quần chúng đô thị, mà Duẩn gọi là các "sư đoàn anh hai", nhưng không hiểu vì lý do gì mà Tố Hữu làm thinh không nói. Bộ Chính trị và Trung ương ai cũng biết, Duẩn thường khoe về công tác vận động dân chúng rằng, nếu Tổng công kích, Tổng khởi nghĩa thì sẽ có ngay năm "sư đoàn anh hai" làm hậu thuẫn. Quả thật, nếu không có lực lượng cách mạng tại chỗ, thì khó có thể tấn công, chứ chưa nói gì đến chuyện làm chủ. Nhưng thực lực ra sao, cần phải đánh giá xác đáng, kẻo hữu danh vô thực.

Với ý đồ chiến lược tấn công các đô thị Miền Nam vào dịp Tết Mậu Thân (1968), hòng đập tan ý chí của quân Mỹ và Việt Nam Cộng hòa, Bắc Việt đã lập kế nghi binh bằng mẹo cổ điển là vô tình "đánh rơi" bản kế hoạch tuyệt mật về tác chiến Tây Nguyên, Khe Sanh là trọng điểm, để lừa đối phương. Tướng Oét-mo-len và Cao Văn Viên đã mắc bẫy. Miền Nam và có thể nói, thắng lợi trong tầm tay. Cũng thời gian này, Miền Bắc thanh trừng nội bộ khốc liệt, với cái cớ cuộc Tổng khởi nghĩa toàn Miền Nam và Tổng công kích Sài Gòn không thể bị thế lực nào cản trở. Hồ Chí Minh cũng ngả về phe "Miền Nam trước đã" và cùng Lê Duẩn, Lê Đức Thọ, Trần Quốc Hoàn chỉ đạo ba đợt vây bắt các đối tượng trong vụ án Chống Đảng, những mấy trăm người; trong số đó, có gần năm chục cán bộ cao cấp Trung ương và sĩ quan cấp cao quân đội. Hoàng Minh Chính là Chủ nhiệm Trường đảng Nguyễn Ái Quốc, Viện trưởng Triết học Mác - Lê-nin, bị bắt với tài liệu "Về chủ nghĩa giáo điều ở Việt Nam", dày hai trăm trang, nội dung phê phán chủ trương, kế hoạch chống Mỹ là thiển cận. Lê Trọng Nghĩa, một "Favori"[135] của Giáp ở Cục Tác chiến cũng chung số phận. Nguyễn Kiến Giang cùng quê Quảng Bình với Giáp, từ một hạt giống đỏ Mác-xít đã trở thành nhà lý luận dân chủ tiên phong... Tất cả đều nhằm mục đích chặt vây cánh của Giáp. Thanh mất, khiến cán cân giữa "phái tả" và "phái hữu" chao đảo. Giáp tuy thân cô thế cô, nhưng vẫn còn nguyên các chức vụ, danh chính ngôn thuận vẫn là chỉ huy quân đội, nên Duẩn cũng gờm.

Lòng nặng trĩu ưu tư, Giáp sang nhà sàn quen thuộc, ẩn sau Phủ Chủ tịch, tìm gặp Hồ Chí Minh. Vừa đến bờ ao, thấy Vũ Kỳ đang bố trí cho bọn "phó nháy" chụp ảnh, cảnh bác Hồ đang ngồi viết tài liệu, bên miệng hố cá nhân, cái mũ sắt đội đầu nom ngồ ngộ.

- Các anh Trên bảo bác chụp một cái ảnh, đăng báo Nhân Dân để khích lệ đồng bào và cán bộ, chiến sĩ quyết tâm chiến đấu hy sinh đánh thắng giặc Mỹ xâm lược, - Kỳ thanh minh.

---

(135) Người được ưu ái, quí mến (tiếng Pháp).

Giáp liếc mắt nhìn về phía nhà hầm, khu vực gần chân cầu thang nhà sàn, nơi có một gò đất đơn sơ, nhưng dưới đó là căn hầm có thể chống được bom tấn và bom nguyên tử. Tổng hành dinh của miềng cũng có một cái hầm như thế này, dành cho Bộ Chính trị và Bộ Tổng tham mưu. Trên vùng Đá Chông, được công binh xây dựng hệ thống hầm hào kiên cố, với mật danh K9, cũng dành cho Hồ Chủ tịch và Bộ Chính trị. Nhà riêng của Lê Đức Thọ cũng có căn hầm sâu mười mét; trong khi đó, các ủy viên Bộ Chính trị hầm sâu tám mét mà thôi.

Hồ Chủ tịch có vẻ yếu, dạo quanh nhà phải chống gậy, đi trong thành phố dùng xe ô-tô Pơ-giô 404 gầm thấp, do Việt Kiều Pháp gửi tặng, từ năm 1964. Thỉnh thoảng đi miền Trung, hay đón khách quốc tế mới dùng đến xe Zis chống đạn của Liên Xô tặng. Nhìn Kỳ đỡ Hồ Chủ tịch đứng dậy một cách khó nhọc, Giáp thấy tội nghiệp thay. Giáp biết, Hồ Chủ tịch lên thăm Móng Cái[136], nói tiếng Hẹ (Khách Gia), rồi có lúc đã tự nhận là Hoa Kiều, mang quốc tịch Việt Nam và đang viết bản Di chúc đã được hai năm rồi. Duẩn cũng đã đặt vấn đề trực tiếp với Hồ Chủ tịch, nếu từ trần thì sẽ ướp xác bảo quản lâu dài cho các thế hệ chiêm bái. Kíp bác sĩ giải phẫu đã được cử sang Liên Xô học tập nửa năm, rồi về "chăm sóc" sức khỏe hằng ngày cho Hồ Chủ tịch, thực ra là để làm quen với cơ thể sống. Bọn Phùng Thế Tài được phân công, một mặt cho bộ đội thuộc Lữ đoàn 144, đêm đêm tập khiêng quan tài đựng hai trăm ki-lô-gam cát, trên ván thiên đặt bát nước, sao cho lúc khênh lên, hạ xuống bậc thềm mà nước không láng ra ngoài. Mặt khác, Tài đích thân sang Bun-ga-ri (Bulgaria) học cách ướp xác Đi-mi-tơ-rốp (Dimitrov), rồi qua Mông Cổ mua ngựa về kéo xe tang, nhưng ngựa khó thuần, nên thôi. Cuối cùng, phải học cách của Liên Xô chở linh cữu bằng xe kéo pháo cho trang trọng và oai hùng. Tất cả âm thầm lặng lẽ và tuyệt đối bí mật. Cả người chờ chết lẫn người phục vụ ai cũng biết cái kết cục ắt sẽ phải đến, nhưng đều không dám nói ra, tất cả lầm lũi, âm thầm như thế giới của những âm binh.

---

(136) Ngày nay là thành phố thuộc tỉnh Quảng Ninh, giáp với Đông Hưng, tỉnh Quảng Tây, Trung Quốc.

- Chuẩn bị Tết Mậu Thân đến đâu rồi? - Hồ Chủ tịch gập cuốn báo ảnh Trung Quốc, đặt xuống gầm bàn mây, ngảnh sang hỏi Giáp.

- Thưa bác, trong Nam, anh Phạm Hùng đã thay anh Nguyễn Chí Thanh làm Bí thư Trung ương Cục, anh Lê Đức Thọ phụ tá. Công việc cũng hoàn tất cả rồi. Tiền cách mạng in xong, một vạn hòm đã chuyển vào vùng giải phóng. Nha Khí tượng in lại lịch, đôn sớm lên một ngày, lấy hăm chín làm ba mươi Tết.

- Ý bác hỏi chú về việc quân? - Hồ Chủ tịch cắt ngang lời Giáp.

- Các phương án, phương tiện và bộ đội đã sẵn sàng cả rồi. Anh Ba chỉ đạo anh Văn Tiến Dũng tiến hành, - Giáp nén xúc động, báo cáo rành mạch, nhưng lại rất chung chung, không nêu cụ thể vấn đề nào cả.

- Thế là tốt, - Hồ Chủ tịch biết Giáp đã bị gạt ra rìa, nên không thể báo cáo gì hơn.

Từ năm 1967, Hồ Chủ tịch đã giao cho Duẩn và Thọ theo dõi chỉ đạo "Vụ án Tổ chức chống Đảng, chống Nhà nước, đi theo Chủ nghĩa xét lại hiện đại và làm tình báo cho nước ngoài", mật danh X77. Ban nãy, khi thấy Giáp sang với tâm trạng buồn phiền, khiến Hồ Chủ tịch chột dạ. Bởi Hồ Chủ tịch cũng thống nhất với Duẩn phải đôn Nguyễn Chí Thanh và Văn Tiến Dũng lên thay thế Giáp, nhưng Thanh chết bất đắc kỳ tử trước giờ ra trận, thật là một điểm gở trong phép dụng binh. Có thể, Giáp biết cả, bởi tai mắt ở khắp nơi, nhưng lại tỏ ra như không hay biết gì, vẫn nhiệt tình công tác như thường, thật đáng gờm.

- Nom chú có vẻ mệt mỏi? - Hồ Chủ tịch hỏi câu thăm dò.

- Hôm họp thông qua "Nghị quyết Tổng công kích, Tổng khởi nghĩa toàn Miền Nam", Bộ Chính trị có mười một ủy viên chính thức, thì chỉ có một phiếu không nhất trí chính là của em, - Giáp bộc bạch tâm sự, lại có ý trách móc, đến như bác mà cũng nhắm mắt bỏ phiếu ư? - Nhưng theo nguyên tắc thiểu số phục tùng đa số, em không có biểu hiện chống đối gì đâu, bác ạ, - Giáp gài một câu cảnh báo Ban Chuyên án X77.

- Là chú à? - Hồ Chủ tịch vờ như không biết chuyện động trời đó, - tuy vậy, chú vẫn có thể nêu ý kiến cá nhân và bảo lưu. Bác cũng khuyên Bộ Chính trị như thế rồi mà, nhưng dù là ai cũng phải tuân theo tổ chức.

- Theo em, chỉ cần tập kích tiêu hao sinh lực địch, khuyếch trương thanh thế, rồi rút ra để bảo toàn lực lượng cách mạng, - Giáp nhắc lại ý kiến đã nêu trong cuộc họp Bộ Chính trị.

- Chú Duẩn, chú Thọ, chú Hùng đều là những người có thời gian dài công tác ở Miền Nam, am hiểu tình hình và có quyết tâm chính trị cao, - Hồ Chủ tịch trấn an Giáp.

Chợt nhìn cuốn họa báo tuyên truyền về Cách mạng Văn hóa vô sản, Giáp kiếm cớ kéo câu chuyện sang hướng khác:

- Báo ảnh Trung Quốc thiên về màu hồng!

- Mao Chủ tịch cũng nhắc tôi làm Cách mạng Văn hóa. Nhưng tôi nói thác đi là, đang bận đánh Mỹ, - Hồ Chủ tịch thở dài, như trút được gánh nặng.

Ngoài ao, đàn cá đớp động quanh đám rễ cây bụt mọc và bậc cầu ao, làm xao động cả mặt nước. Bên Tàu, Mao làm "cách mạng văn hóa", gây đại loạn để hòng đại trị. Xứ ta, tuy không "đại loạn", nhưng Chuyên án X77 cũng đã làm náo loạn cung đình đấy thôi, Giáp nghĩ bụng vậy, nhưng lại từ tốn nói:

- Em sang báo cáo với bác, trong thời gian tới, Trung ương phân công đi chữa bệnh ở Hung-ga-ri (Hungari).

- Nom da dẻ chú cũng không được sáng, - Hồ Chủ tịch đế theo và lập cập đứng dậy.

Cả hai thong thả bước trên Đường Xoài. Những tán cây cổ thụ xào xạc trong gió mùa đông. Hồ Chủ tịch thả cả hai tai mũ xuống và khép lại tà áo bông. Giáp cũng lặng lẽ cài lại cúc cổ áo đại cán.

- Tự dưng lại nhớ cảnh núi rừng Việt Bắc năm nào, - Hồ Chủ tịch gợi câu chuyện về một thời hào hùng.

- Dạ, bác làm bài thơ nói về phong cảnh, - Giáp cũng trở nên hồ hởi và ngân nga đọc:

"Non xanh nước biếc tha hồ dạo
Săn về thường chén thịt rừng quay..."

- Tôi cũng được chú Duẩn bảo sang Trung Quốc chữa bệnh, - Hồ Chủ tịch dừng bước, nói nhỏ nhưng vẫn phả ra một làn hơi mỏng như khói thuốc. Thế là ta với Giáp bị loại khỏi vòng chiến đấu. Phe chủ chiến Mậu Thân áp đảo, gồm: Lê Duẩn, Lê Đức thọ, Phạm Hùng, Văn Tiến Dũng, Chu Huy Mân và Nguyễn Chí Thanh...

- Thế ạ! - Giáp cũng tỏ ra ngạc nhiên, nhưng thực ra đã biết cả rồi.

- Tôi thương chú Thanh! - Hồ Chủ tịch thong thả rút khăn mui-xoa (mouchoir) thấm nước mắt, rồi giơ tay chào từ biệt.

Kỳ đỡ Hồ Chủ tịch quay lại nhà sàn. Giáp cũng lên xe trở về biệt thự trên đường Hoàng Diệu. Mục đích lần này sang gặp Hồ Chủ tịch, không chỉ chào tạm biệt, mà chính là Giáp muốn thông báo âm mưu "Diệt Hồ, đả Giáp" đang lảng vảng như những bóng ma. Sự trớ trêu của lịch sử kết thúc ở đây chăng? Nhưng bọn họ xử lý như vậy có phải là thất sách. Sao không biết lời khuyên của Trạng Trình: "Giữ chùa, thờ bụt, ăn oản"? Nếu muốn xây dựng Chủ nghĩa xã hội trên Miền Bắc và đấu tranh giải phóng Miền Nam, mà không có thần tượng bác Hồ làm ngôi sao Bắc Đẩu soi đường chỉ lối, thì làm sao hiệu triệu dân chúng và tranh thủ sự ủng hộ quốc tế?

Hình ảnh Nguyễn Chí Thanh vẫn còn hiển hiện, như một cuốn phim quay chậm. Trước khi chia tay vào Nam, chuẩn bị Tổng công kích, Tổng khởi nghĩa, Hồ Chủ tịch đã mời cơm Thanh, rồi cả hai vợ chồng Thanh và hai vợ chồng Giáp cùng đi chơi Hồ Tây. Chiều về, Bộ Quốc phòng chiêu đãi, đích thân Phạm Ngà, bác sĩ riêng của Giáp được giao nhiệm vụ kiểm tra đồ ăn thức uống cho các tướng lĩnh. Thanh uống rất nhiều rượu. Tối, Thanh về nhà riêng, tắm xong kêu mệt, bảo với vợ: "Như thể có dòng nước lạnh xối trong cơ thể". Xe cứu thương tức tốc chở vào Bệnh viện Trung ương quân đội 108, nhưng Thanh không qua khỏi.

Nghe đồn, Thọ định đôn Thanh lên kế vị ông Ké, nhưng không thành. Lại có chuyện, hồi kháng chiến chống Pháp, Thanh từ Nam Bộ ra Việt Bắc, ông Ké nhã ý đổi tên là Nguyễn Chí Thành, nhưng Thanh nói, trong cơ quan có đồng chí đã mang tên như vậy rồi, nên xin phép vẫn giữ tên cũ cho khỏi trùng. Ông Ké bảo, chú muốn vậy thì chỉ được vậy thôi... Ồ, chẳng lẽ ông Ké biết trước cuộc đời Thanh ư? Thế giới tâm linh lúc thì vô hình ẩn bóng, khi thì hiện hữu khôn lường. Thanh mất đột ngột. Hồ Chủ tịch khóc ròng. Tố Hữu làm thơ viếng bạn:

"Anh Thanh ơi, anh mất thật rồi sao
Mới hôm qua câu chuyện ra vào
Anh hăm hở như cờ ra mặt trận".

Dư luận ì xèo, cho đây là vụ án mạng, nhưng Trung ương dập đi, bèn phao tin Thanh hy sinh trên chiến trường Miền Nam, do không may bị trúng bom B52 rải thảm, để yên lòng bộ đội. Hồ Chủ tịch an ủi vợ con Thanh, thường cho bọn thằng Vịnh là con trai thứ của Thanh, vào ăn cơm trong nhà sàn.

Thanh mất, miềng cũng cảm thấy đột ngột và hụt hẫng. Chả gì, miềng và Thanh cũng bao năm chia sẻ ngọt bùi. Nhưng Thanh hãnh tiến, thậm chí còn hùa với đám Duẩn và Thọ chơi lại miềng. Chơi dao đứt tay, Thanh ơi... Nhưng thôi, nghĩa tử là nghĩa tận, miềng bỏ qua hết mọi vướng bận. Trong đám tang vẫn có người xì xào nhắc lại chuyện Thanh phá huyệt mộ An Mã, bốn năm về trước. Miềng không duy tâm, nhưng các cụ truyền dạy, oan có đầu nợ có chủ. Trước giờ xuất trận, mà tướng cầm quân chết tức tưởi, báo hiệu sự thất bại khó tránh khỏi.

Giáp nhớ chuyện năm xưa cùng Quang Thái, đi xem bói chợ Mơ. Người Cộng sản là vô thần, nhưng lại xem bói sao? Bởi Quang Thái muốn có con, nên sốt ruột, bỏ lại sau lưng cả mớ lý luận đã giác ngộ về Thế giới Đại đồng. Đàn bà có thế giới riêng, nặng về cảm tính. Còn miềng, sau cái họa phải giơ đầu chịu báng cho Hồ Chủ tịch và Trường Chinh, tức thì cái ba-ri-e chắn đường công danh đã hạ xuống trước mặt. Bọn Thanh đào mồ mả An Mã, khiến anh em họ Ngô bị sập đổ và miềng cũng lụn bại. Chú Nho đã về An Mã, bí mật đánh dấu phần mộ bà nội rồi. Thảo nào, năm xưa, tiết Thanh minh, Nho cứ luẩn quẩn bên mộ bà hoài. Vừa rồi, lại thêm buồn chuyện mẹ về an giấc ngàn thu, sẽ kéo theo cái họa cõi âm, thuộc về tâm linh. Miềng tuy không tin chuyện duy tâm, nhưng đôi lúc cũng thấy lởn vởn trong lòng.

*

Phủ Đặc ủy Trung ương Tình báo Việt Nam Cộng hòa, thả chim mồi Võ Văn Ba, với bí số X92, đóng giả là một người có cảm tình với Mặt trận Dân tộc giải phóng Miền Nam. Hằng ngày, đi làm rẫy, giáp ranh vùng căn cứ Trung ương Cục đóng ở Tây Ninh. Chẳng bao lâu, cán bộ Việt Cộng đớp mồi, xây dựng Ba thành cơ sở cách mạng, nắm tin tức hoạt động của quân đội và chính quyền quanh vùng. Cái món "thực đơn" tin tức, thì Phủ Đặc ủy Tình báo lựa chọn sẵn và cung cấp nhỏ giọt, để nhử Việt Cộng thêm ham mồi và tránh nghi ngờ. Thậm chí, Sài Gòn còn chỉ đạo giảm hoạt động quân sự trong địa bàn. Tin tức báo cáo của Ba rất chính xác, giúp Việt Cộng làm chủ cả vùng ven khu vực căn cứ. Nhưng Trung tâm chỉ huy giật dây cho Ba tỏ ra có dấu hiệu bại lộ, để buộc Việt Cộng phải cho thoát ly lên "R" và phấn đấu trở thành Huyện ủy viên. Vợ, con Ba giúp sức liên lạc với Trung tâm tình báo. Thấy Ba đã chui sâu leo cao, Cục Tình báo Trung ương Mỹ (CIA) bèn yêu cầu Sài Gòn bàn giao để điều khiển. Ba được Mỹ đánh giá là điệp viên số Một - Năm-bờ Oăn (Number One).

Tại phòng Tình huống, trong tòa Bạch ốc, Tổng thống Giôn-xơn (Johnson) cho lập "Phòng tình hình đặc biệt" và đắp sa bàn Khe Sanh[137] (Việt Nam). Bộ trưởng Quốc phòng Mc Na-ma-ra thường xuyên báo cáo tình hình chiến sự Đông Dương và đặc biệt lưu ý Khe Sanh. Tướng Oét-mo-len (Westmoreland) phải viết cam

---

(137) Ngày nay là huyện lị của huyện Hướng Hóa, tỉnh Quảng Trị.

kết bảo vệ Khe Sanh bằng mọi giá. Đó là "cái mỏ neo" chặn Bắc Việt chi viện Miền Nam theo tuyến đường Hồ Chí Minh và cũng là điểm chốt ngăn cản lực lượng từ trên núi rừng Trường Sơn kéo xuống đồng bằng ven bờ Biển Đông. Ngoài ra, đó còn là danh dự của Hợp chủng quốc Hoa Kì. Nhưng rồi, cụm cứ điểm Làng Vây, Tà Cơn bị quân Bắc Việt xóa sổ, Khe Sanh cũng bị pháo kích dữ dội. Đường băng sân bay bị chặt đứt giống như sân bay Mường Thanh mười bốn năm trước. Bắc Việt đổ quân vây ráp, pháo binh bắn như đổ đạn. Nhưng Mỹ có máy bay B52 ném bom rải thảm suốt ngày đêm, nhằm vào bất cứ chỗ nào có Bắc Việt ẩn nấp, kể cả những hố bom đã rải lần trước. Tướng Oét-mo-len chủ trương nhử quân Bắc Việt vào Khe Sanh để tiêu diệt sinh lực, biến thành một trận Véc-đoong đối với Tướng Giáp. Ngược lại, Giáp cũng muốn nhử quân địch vào tử huyệt đó để giam chân và giáng đòn chí mạng tiêu hao sinh lực. Quả là một cuộc đụng đầu lịch sử, kẻ nào mưu cao, lực mạnh sẽ thắng.

Tin tức tình báo cho hay, Bắc Việt nghi binh Khe Sanh để Tổng công kích Sài Gòn, Tổng khởi nghĩa toàn Miền Nam.

- Tin của "Năm-bờ Oăn" thế nào? - Trong chuyến thăm Ố-xtrây-lia (Australia), hồi trung tuần tháng mười hai vừa rồi, ta đã thông báo với ngài Thủ tướng Holt: "Cộng sản Việt Nam sẽ tấn công quyết tử trong vài tuần tới". Nghĩ vậy, nhưng Giôn-xơn vẫn hỏi Giám đốc CIA, thể hiện sự cẩn trọng.

- Trình Tổng thống, có bản Kế hoạch Tổng công kích, Tổng khởi nghĩa Tết Mậu Thân năm Một nghìn chín trăm sáu mươi tám, làm minh chứng. Ngoài ra, còn phát hiện tại huyện Nghĩa Đàn thuộc tỉnh Nghệ An, Bắc Việt tập trung nhiều phương tiện vận chuyển xe, pháo và luyện tập hiệp đồng chiến đấu với mật độ và cường độ lớn. Nơi này, sau ngày đình chiến, Tướng Giáp đã đày gia đình Lê Duẩn, khi theo đoàn tập kết ra Bắc.

- Chẳng lẽ, Hồ Chí Minh đi dưỡng bệnh ở Trung Quốc, Võ Nguyên Giáp điều trị bên Hung-ga-ri, mà Việt Cộng vẫn Tổng khởi nghĩa toàn Miền Nam và Tổng công kích các đô thị và Thành đô Sài Gòn được sao? Khe Sanh là danh dự! - Giôn-xơn lơ đễnh cầm bản kế hoạch Tổng công kích, Tổng khởi nghĩa Tết Mậu Thân do tình báo viên Võ Văn Ba cung cấp đã được dịch sang tiếng Anh, - có thể, Việt Cộng đánh lạc hướng để quân ta thoái lui về bảo vệ Đô thành Sài Gòn, hòng cứu Khe Sanh? Khe Sanh sẽ là Chiến-Công-Thứ-Tư của quân đội Hợp chủng quốc Hoa Kỳ[138].

Được sự hậu thuẫn tối đa từ Nhà Trắng, quân Mỹ lên tinh thần, quyết chiến. Có khẩu cối bắn hàng ngàn quả đạn, nòng đỏ lên trong sương mai. Binh lính gọi nhau đến ngắm cảnh ngoạn mục có một không hai đó và hè nhau đái vào nòng cho nguội, rồi lại bắn tiếp. Nhưng khi xe tăng và súng phun lửa Quân giải phóng bất ngờ xuất hiện thì tình thế đảo ngược...

*

Mùa hè 1967, ba ngày trôi qua rồi, mà không nhận được tin tức, báo cáo từ Sở chỉ huy Chiến dịch Khe Sanh, khiến Tổng hành dinh bồn chồn lo lắng. Gián đoạn liên lạc bất thường, kéo dài như vậy chưa hề xảy ra trong cuộc chiến tranh chống Mỹ, phương tiện và kỹ thuật thông tin liên lạc đã tiến bộ vượt bậc, đáp ứng yêu cầu khắc nghiệt của mọi chiến trường. Tổng Tham mưu trưởng Văn Tiến Dũng bảo Vũ Lăng:

- Ông chạy vô trỏng, xem binh tình ra sao? Lặng ngắt như tờ thế này, chẳng lẽ...

Lăng lĩnh mệnh ra đi. Xe ô-tô cắm cờ hỏa tốc, phóng như bay về phương nam, liên tục đổi hết xe nọ sang xe kia, đảm bảo thông suốt trên đường. Lăng vào đến nơi, thấy cảnh vật tan hoang và không khí thê lương thì chột dạ. Chỉ huy sở do đích thân Phó Tổng tham mưu trưởng Lê Ngọc Hiền lựa chọn, nhưng bị lộ, làm mồi cho B52 rải thảm, đến nỗi đất đá biến thành bột, cây cối thành than. Bộ đội gục bên súng. Các tướng Lê Quang Đạo, Trần Quý Hai chạy đi lánh nạn nơi khác, chỉ còn tướng Cao Văn Khánh ngồi co ro trong hang đá lạnh lẽo. Lăng hỏi:

---

(138) Sau trận đầu Concord (1775-1783), trận thứ hai Getty Sbary (1863), đều diễn ra tại Mỹ, trận thứ ba Normandie trên đất Pháp (1944) và trận thứ tư Khe Sanh tại Việt Nam (1968).

- Làm sao mà đến nỗi này?

- Chết hết cả rồi, - Khánh não nề, nói không ra hơi.

- Mất bao nhiêu?

- Khoảng hai vạn!

Lăng không dám về, dùng điện đài mang theo báo cáo ra Tổng hành dinh và xin ở lại chiến trường chia lửa với anh em đồng chí. Thực ra, Lăng biết rằng, về sẽ chết dọc đường. Cám cảnh Khe Sanh, khiến Lăng nhớ lại trận Bốt Pheo năm 1948, nhưng không đến nỗi bi thảm như thế này.

Bị tổn thất nặng nề, nên các Sư đoàn 304, 308, 320, 324B, 325 quân Bắc Việt lặng lẽ rút quân khỏi Khe Sanh. Quân Mỹ vẫn trụ vững, tranh thủ củng cố trận địa.

Cho rằng, tại Khe Sanh, quân Mỹ đã bị mắc bẫy, khiến hơn năm chục ngàn tấn bom, cùng với hàng chục vạn quả đạn pháo và hàng ngàn tên lính thủy quân lục chiến đã thiệt mạng, nên Bộ Chỉ huy tối cao càng quyết tâm Tổng công kích và Tổng khởi nghĩa vào dịp Tết Mậu Thân, theo kế hoạch đã định. Từ Hung-ga-ri, Giáp sốt ruột điện về nước, báo cáo đã khỏi bệnh, sức khỏe tốt, xin về tham chiến. Thọ xem bức điện mà Duẩn đưa cho, cười khẩy, bảo:

- Về làm gì nữa?

Cuối năm 1967, không khí chuẩn bị chiến tranh khẩn trương, làm cho thời tiết mùa đông cũng như nóng lên, cả guồng máy vận hành hết tốc lực, công tác đối nội, đối ngoại hối hả. Sau khi bài binh bố trận, Duẩn vội vã điện sang Trung Quốc, mời Hồ Chủ tịch về họp Bộ Chính trị. Đoàn bay 99 được phái đi đón bác về. Mới chập tối mà từ trên cao nhìn xuống Hà Nội, thấy đèn điện như sao sa, khiến ai cũng lâng lâng trong dạ. Bỗng Trưởng cơ Nhị hốt hoảng báo cáo với Vũ Kỳ:

- Báo cáo, đèn đường sân bay bị lệch mười lăm độ. Tôi nhớ là đường băng sân bay Gia Lâm, chạy song song với cầu Long Biên. Nhưng đêm nay, đèn đường băng lệch chuẩn với đèn chiếu sáng trên cầu.

- Vòng lại, hỏi chỉ huy sân bay xem sao? - Hồ Chủ tịch lặng lẽ hút thuốc, bình tĩnh nhắc nhở tổ lái.

- Báo cáo, mất liên lạc với mặt đất. Máy bay gần cạn xăng. Thời gian an toàn trên không phận cũng sắp qua. Quá chút nữa là tên lửa và pháo cao xạ sẽ bắn lên, - phi công Đường sợ hãi kéo cần lái.

- Chú cất, hạ cánh đã nhiều, thuộc đường băng như lòng bàn tay còn ngại gì? - Hồ Chủ tịch khích lệ.

- Cháu sẽ hạ cánh an toàn, không theo chỉ dẫn đèn đường nữa, - Đường liều một keo, chứ lửng lơ con cá vàng giữa trời như thế này, ăn đạn như chơi.

Máy bay tiếp đất và dừng lại cuối đường băng. Trưởng cơ, phi công và thư ký lo sợ đến nghẹt thở, toát mồ hôi hột; ngoảnh lại, vẫn thấy Hồ Chủ tịch điềm nhiện hút thuốc, tưởng như không có chuyện gì xảy ra, khiến cả bọn kinh ngạc vô cùng.

Vũ Kỳ tranh thủ ghi nhật kí: "Tối thứ bảy, 19 giờ, ngày 23 tháng 12 năm 1967 (tháng mười một Đinh Mùi), Hồ Chủ tịch đáp máy bay từ Trung Quốc về Hà Nội. Đèn đường băng chệch 15 độ, nhưng hạ cánh an toàn".

Hồi lâu, thấy xe ô-tô của Lê Duẩn, Lê Đức Thọ và lát sau là Phạm Văn Đồng nhồ ra đón. Hai bên tay bắt mặt mừng, cứ như là không có chuyện cháy nhà chết người, suýt gây rúng động quốc gia và thế giới.

Hồ Chủ tịch nghĩ bụng, các ngươi biết một mà không biết mười, chưa hiểu mệnh ta, vài năm nữa mới tới hạn về chầu tiên tổ. Bộ Chính trị cũng đã chủ động chuẩn bị tang lễ cho ta rồi, thế mà các ngươi còn tính chuyện động trời, nhưng lại non tay vầy sao? Hết Xta-lin, rồi đến Mao, bây giờ là Duẩn, vừa áp chế vô hiệu hóa, lại vừa muốn lợi dụng ta. Thân ta khác nào cái bung xung? Bọn đeo gông "Xét lại- Chống Đảng", hóa ra lại có tâm ư? Chẳng lẽ, chúng không biết cái sự chống Đảng chính là chống ta? Hoặc giả, chúng định tâng công chạy tội, đánh lạc hướng điều tra?

Hừm, thời bốn sáu (1946), bọn Tưởng âm mưu "Diệt Cộng, cầm Hồ" không thành, hai mươi năm sau, các đồng chí của ta lại bày trò "Diệt Hồ, đả Giáp", hòng trừ hậu họa, hay Duẩn muốn thoán đoạt để giành vị trí độc tôn? Nhưng biết đâu, lúc ta lên đường theo Thế giới người hiền Mã Khắc Tư- Liệt Ninh, các ngươi lại khóc lóc bù lu bù loa, hòng che mắt thế gian cũng nên? Bàn cờ thế sự trớ trêu thay!

36. Mậu Thân hậu họa

Cận Tết Nguyên đán Mậu Thân, Tổng Tham mưu trưởng Quân lực Việt Nam Cộng hòa Đại tướng Cao Văn Viên, đăng ký xin gặp Tổng thống Nguyễn Văn Thiệu, tại Dinh Độc lập.

- Có chi mà Tướng quân khó nhọc? - Thiệu rời bàn làm việc, đon đả chào. Bốn bông mai trên quân hàm Viên hòa với sắc mai trên lọ độc bình trong Phòng Tổng thống, khiến cho không khí Tết càng phấn chấn.

- Trình Tổng thống, theo khuyến cáo của Xi-ai-ây (CIA), thì Việt Cộng sẽ đánh lớn vào các đô thị, trong dịp Tết này, - Viên thong thả mở cặp lấy bản báo cáo.

- Theo tôi biết, ông Hồ đang dưỡng bịnh bên Tàu, Tướng Giáp cũng đi Hung Gia Lợi, - Thiệu giơ hai ngón tay hất ra sau vai, như muốn minh họa về hai nhân vật chóp bu Cộng sản đang ở ngoại quốc, - rắn không đầu thì Bắc Việt chỉ đạo tấn công cái nỗi gì?

- Có thể là kế nghi binh? - Viên đắn đo, - mạn phép Tổng thống, Binh pháp Tôn Tử gọi là kế "Dối trời qua biển".

- A hà hà... - Thiệu ngả lưng tựa thành ghế, cười lớn. - "Man thiên quá hải", đó là kế thứ nhứt trong Tam thập lục kế của Tôn Tử. Nhưng Tướng Giáp lại xài "Bàn về chiến tranh" của lý thuyết gia Clau-zơ-vít, - đoạn, lấy lại tư thế nghiêm trang, Thiệu nói, - Cộng sản rất hào phóng cho thời gian hưu chiến, cũng có thể là cái bẫy dụ khị ta. Nhưng cách gì cũng tối kị phép dùng binh trong dịp tết nhứt. Bởi, đánh Tết là đánh vào lòng dân. Tuy nhiên, ta vẫn cảnh giác đó chớ. Vả lại, chúng ta "dĩ dật đãi lao", lấy thế nhàn chọi lại sự mệt nhọc, hóa chẳng hay lắm ru?

- Quân Tây Sơn đánh Thăng Long cũng trong dịp Tết Kỷ Dậu, thưa Tổng thống. Phía Mỹ cũng khuyến cáo, chỉ nên ngưng bắn ba ngày là cùng. - Viên cố vớt vát.

- Được, để từ từ rồi tính, - Thiệu tỏ ra ngán ngẩm.

Nghe vậy, Viên biết là từ vua quan đến dân chúng đều bị mắc lừa Bắc Việt và Việt Cộng rồi. Chúng chơi trò tổ chức tuy hai mà một, tuy một mà hai để lừa bịp, kiếm sự chính danh đó. Vả lại, theo chức trách thì Viên trình báo như thế, còn quyền quyết định về hành pháp, thì ổng (ông ấy) là Tổng thống, còn về quân đội lại là Tổng Tư lệnh kia mà. Viên cứ bám bàn giấy, rảnh thì luyện khí công chơi, có khi còn tính theo đuổi mộng văn chương cho đời vui. Viên thừa khả năng đấu với Văn Tiến Dũng-Tổng Tham mưu trưởng quân Bắc Việt. Đó, Viên kiêm thêm chức Tổng trưởng Quốc phòng vẫn ngon lành. "Ví bằng người biết đến ta...", Viên lại về Trại Trần Hưng Đạo, và đút hai chân vào gầm bàn, ngắm nhìn khẩu hiệu treo tường: "Nghiêm minh, Quân nhuệ, Trí tinh", như một lời răn hằng ngày. Phương châm tác chiến của Viên là phục vụ thể chế Việt Nam Cộng hòa, không tham dự phe phái chính trị, kiềng chuyện đảo chính. Thế nhé! Cao Văn Viên chứ không phải Văn Tiến Dũng. Tổng Tham mưu trưởng gì mà chuyên đi phò chánh trị, mần (làm) chánh trị. Như vậy, quân đội đâu có thể đứng trung lập phụng sự nhân dân, đất nước. Viên ta, cứ Tổ quốc trên hết mà "mần". Quân đội không thể là công cụ của đảng phái. Đảng phái thống trị quân đội là một thứ Ma-phia (Mafia)...

*

Từ Hung-ga-ri, Giáp đáp máy bay của hãng Hàng không Trung Quốc về đến Hà Nội, thì đã là ngày 29 tháng chạp năm Đinh Mùi. Theo lịch sửa đổi của Miền Bắc tính tháng âm lịch thiếu, lấy hăm chín làm ba mươi Tết Mậu Thân. Tuy thời chiến, nhưng không khí sắm Tết vẫn nhộn nhịp, khắp các ngõ trong phố ngoài, nhà nhà gói bánh chưng, người người nô nức ra chợ hoa mua cành đào, chậu quất. Chắc hẳn, dân chúng trong các đô thị Miền Nam cũng đang tranh thủ mấy ngày ngưng chiến, hối hả luộc nồi bánh tét, cắm cành hoa mai. Nhưng có ai hay, đêm nay, bão lửa sẽ giội xuống khắp phố phường Miền Nam. Mường tượng ra những đêm chiến tranh, Giáp rùng mình.

Năm xưa, Vua Quang Trung-Nguyễn Huệ kéo quân ra Bắc lần thứ hai, đánh quân Thanh, vào dịp Tết Kỷ Dậu. Ông tuyên bố trước ba quân tướng sĩ trên đèo Tam Điệp[139], sẽ vào Kinh thành Thăng Long vào ngày mùng 5 Tết, và lịch sử diễn ra đúng như vậy, thực là một bậc kỳ tài. Mậu Thân này, quân ta lừa địch nghỉ Tết, bất ngờ đánh lúc giao thừa, "binh tất yếm trá" là cái sự vậy, nhưng liệu dân có đồng lòng, các "sư đoàn anh hai" tự đập nồi bánh tét của gia đình ư? Hàng triệu người dân tự bẻ cành mai cắm trên bàn thờ gia tiên sao? Miềng đã "ba cùng" với dân Việt Bắc rồi, chớ có lạc quan tếu. Giáp nghiệm ra, các bản báo cáo thành tích, ngoài lời văn hay, còn phải có nhiều số liệu đẹp nữa, làm hởi lòng cấp trên. Ngày tư ngày tết, ngẫm lại lịch sử thời Tây Sơn, thương thay một triều đại sớm nở tối tàn; bởi nội bộ bất hòa anh em tranh giành địa vị, lính cướp của giết dân tàn bạo, quan bắt lính và phu phen tạp dịch triền miên, gây oán giận khắp chốn cùng nơi, cuối cùng mất vào tay nhà Nguyễn. Tuy thắng địch, nhưng lại mất lòng dân thì ắt sinh họa.

Vừa về đến nhà, chân ướt chân ráo Giáp đã xộc sang thẳng Tổng hành dinh, khiến nhiều sĩ quan ngỡ ngàng và có phần ái ngại.

- Ổn cả chứ? - Giáp chủ động bắt tay Văn Tiến Dũng và hồ hởi hỏi.

- Vâng, anh Ba báo tin, anh Văn sẽ về trước giờ "G", - Dũng thèn lẹn lái câu chuyện sang hướng khác. - Tôi đã giao cho đồng chí Cục trưởng tác chiến Vũ Lăng, chuẩn bị đầy đủ tài liệu, kế hoạch tác chiến báo cáo anh. - Dũng cố tình đặt Giáp vào "cái sự đã rồi".

---

[139] Ngày nay thuộc thị xã Tam Điệp, tỉnh Ninh Bình.

- Miếng từ Hung sang Bắc Kinh thăm bác. Bác giục về ngay, ở nhà sắp có đánh nhau to rồi, nên tức tốc tuân lệnh, - Giáp hồ hởi trò chuyện, nhưng nghe câu: "Ở nhà sắp có đánh nhau to" khiến ai cũng sởn gai ốc, ngỡ là gài ngụ ý chuyện thâm cung bí sử, về nội tình đất nước. - Quân ta nổ súng đúng lúc giao thừa, tạo thế bất ngờ. Anh Ba chỉ đạo rất nghệ thuật, - Giáp cười, nói dừa theo cho thêm không khí tết nhất.

- Ta cũng lừa địch mãi, - Dũng tâng công, - đầu tiên, Ngụy quyền Sài Gòn nêu yêu cầu hai bên hưu chiến hai ngày No-en (Noel) và hai ngày cho dân đón Tết Nguyên đán. Ta thông qua Mặt trận Dân tộc Giải phóng Miền Nam, cho hẳn ba ngày nghỉ No-en và một tuần nghỉ Tết Nguyên đán Mậu Thân[140]. Thế là quân quyền chủ quan, dân tình phấn chấn, "Tổng thống Thẹo" đã về quê ngoại ở Mỹ Tho đón Tết rồi, anh ạ, - Dũng cố tình nói chệch tên của Thiệu, một cách giễu cợt.

Nghe vậy, mọi người cùng cười khoái trá.

- Triển khai mệnh lệnh đến đâu rồi? - Giáp hỏi một câu tưởng như thừa.

- Báo cáo anh, đã thống nhất là, vào lúc giao thừa, các đơn vị đều mở Đài Tiếng nói Việt Nam, nghe bác Hồ đọc thơ chúc Tết. Đó chính là mệnh lệnh Tổng công kích, Tổng khởi nghĩa, - Dũng đứng nghiêm báo cáo.

- Này, - Giáp chau mày, - Nha Khí tượng đôn lịch Miền Bắc sớm lên một ngày. Còn trong Nam vẫn theo lịch chuẩn. Tức là, chênh lệch hai miền, hai chiến trường là một ngày; cũng có nghĩa là, mệnh lệnh triển khai lệch nhau mấy chục giờ đó[141].

____

(140) Ngày 19/10/1968, Hà Nội tuyên bố ngừng bắn 7 ngày Tết Mậu Thân, từ 1 giờ sáng ngày 27/1/1968 đến 1 giờ sáng ngày 3/2/1968.

Ngày 17/11/1968, Mặt trận Dân tộc Giải phóng Miền Nam Việt Nam cũng tuyên bố trên Đài Phát thanh Giải phóng, ngừng bắn 7 ngày Tết Nguyên đán Mậu Thân, từ 0 giờ ngày 27/1/1968 (giờ Đông Dương), hoặc 28 tháng 12 âm lịch, tức 1 giờ ngày 27/1/1968 (giờ Sài Gòn) đến 0 giờ 3/2/1968 (giờ Đông Dương), hoặc mùng 5 Tết âm lịch, tức 1 giờ 3/2/1968 (giờ Sài Gòn).

(141) Trước đó, Hà Nội và Sài Gòn cùng tính giờ theo công thức GMT+8, nhưng năm 1967, miền Bắc sửa lại thành GMT+7, nên giao thừa Tết Mậu Thân lúc 00h00, thứ hai,

- Trời ơi, - Dũng hoảng sợ kêu thất thanh, vội vã lệnh gấp vào chiến trường, thống nhất giờ "G" tính theo giao thừa Miền Bắc.

Guồng máy chiến tranh xuất phát từ Tổng hành dinh Hà Nội sôi sục hẳn lên. Nhưng mật mã, điện đài bí mật làm sao phủ thấu tới tất cả các đơn vị chiến đấu đang chiếm lĩnh trận địa? Giáp tưởng tượng ra cảnh hợp đồng tác chiến mà giờ giấc không khớp nhau những một ngày trời, lại bất giác thở dài. Trước khi nổ súng đánh Điện Biên Phủ, miệng phải yêu cầu chỉ huy các cấp cùng căn chỉnh lại đồng hồ, sao cho khớp với chỉ huy sở, thì mới có thể hợp đồng tác chiến nhịp nhàng.

Nhưng trong cái rủi lại có cái may, chẳng khác câu chuyện "Con ngựa tái ông". Do phối hợp lệch ngày, Khu Năm, Tây Nguyên nổ súng trước, tuy lộ ý đồ chiến dịch, nhưng lại củng cố niềm tin cho đám tướng lĩnh Sài Gòn rằng, Việt Cộng chỉ tấn công Tây Nguyên, mà vẫn chủ quan bỏ ngỏ các đô thị. Bởi vậy, quân Việt Cộng dễ dàng đánh chiếm hàng loạt thành phố, thị xã, kể cả Đô thành Sài Gòn, nhưng khi đối phương phản công thì không giữ được.

*

Sau trận đại bại Mậu Thân, Hồ Chủ tịch về nước, triệu ngay Thiếu tướng, Phó Tư lệnh Quân giải phóng Miền Nam Lê Trọng Tấn ra Hà Nội, hỏi ngọn ngành.

- Bác cho phép chú nói thật, cứ giữa ruột mà nói, chuyện Mậu Thân thắng thua ra làm sao? - Hồ Chủ tịch ân cần chìa tay mời tách cà-phê đang bốc khói.

Tấn lễ phép nâng li cà-phê, "đánh mũi" vẻ thưởng thức, nhưng trong bụng tính kế hoãn binh. Tấn và Thái phải chịu trách nhiệm về chiến dịch này, một Phó Tư lệnh ngoài chiến trường, một Phó Tổng tham mưu trưởng trong Tổng hành dinh. Nhưng biết ăn nói làm sao bây giờ? Nói thật ư? Tấn nhớ, sau trận Mạo Khê, năm 1952 bị thiệt hại nặng nề, Hồ Chủ tịch mắng mình: "Chú Tấn đã biết rửa mặt chưa?". Mình cắn răng chịu đựng, ngẫm thân

---

ngày 29/01/1968 (dương lịch). Miền Nam vẫn giữ nguyên giao thừa vào thứ ba, ngày 30/1/1968.

phận "xỏ nhầm giày Tây", nên bụng bảo dạ phải cố sống cố chết mà đánh trận. Chiến trận có lúc bại, lúc thắng cũng là nhẽ thường trong cuộc đời binh nghiệp, trận Mậu Thân này lại thua to mới tệ chứ. Nhưng Hồ Chủ tịch truyền, chỉ được nói thật, nghĩa là, cũng đã biết đến tám, chín phần rồi. Có thể đám "Miền Nam trước đã" cố ý giảm bớt thương vong trong báo cáo với Trung ương Đảng và Bộ Chính trị chăng? Mình báo cáo ở đây, tại ngôi nhà sàn này, thể nào họ cũng biết, nhưng nói dối không xong, phạm tội "khi quân" nghĩa là dối vua, mất đầu như bỡn. Thôi, phó mặc số phận, anh Văn còn phải chịu trăm cay nghìn đắng nữa là... Ngoài vườn, gió rung cây xào xạc, sang xuân mà trời vẫn còn giá lạnh.

- Thưa bác, về mặt quân sự, trận này đại bại, - Tấn đặt tách cà-phê xuống bàn, hít một hơi thở sâu, mạnh bạo báo cáo.

- Được, chú cứ nói! - Hồ Chủ tịch động viên.

- Trước hết là sai lầm về mặt chiến lược, điều kiện chưa chín muồi, thực lực chưa đủ mạnh mà đã vội phát động Tổng khởi nghĩa, Tổng công kích, - Tấn nhác thấy Hồ Chủ tịch giật mình, nên chột dạ, dừng lại thăm dò.

- Vậy hả? - Hồ Chủ tịch khoát tay, ra hiệu cho Tấn nói tiếp.

- Chính ý kiến anh Văn lại đúng, ta chỉ nên tập kích tiêu hao sinh lực địch, tạo thêm điều kiện và thực lực, rồi tính sau, - Tấn nhớ Giáp đã lưu ý mình và Hoàng Minh Thảo, tạo bàn đạp Tây Nguyên, chứ không phải "uýnh" thẳng vào Sài Gòn. Sài Gòn phải là mục tiêu cuối cùng. Tây Nguyên là "mái nhà Đông Dương", đứng chân là thế trên đầu thù. Nhưng có nên nói điều này không, sợ mang tiếng bênh Giáp? Thực ra, Giáp cũng đang lâm thế hiểm, không biết sống chết lúc nào. Thực là khó xử lắm thay...

- Chú sao thế? - thấy Tấn ngồi lặng như hóa đá, Hồ Chủ tịch vội hỏi.

- Thưa bác, - Tấn sực tỉnh, vội đáp, - bộ đội trước khi hành quân từ căn cứ trên rừng xuống thành phố, được lệnh phá hầm hào, dỡ lán trại, một đi không trở lại. Bởi được quán triệt là Tổng khởi nghĩa giành chính quyền, Tổng công kích trận cuối cùng. Ai ngờ, lực lượng mỏng, phối hợp chuệch choạc, nên hy sinh vô kể. Đường phố Sài Gòn, máu đổ lênh láng chảy xuống cống rãnh như sau trận mưa rào...

Hồ Chủ tịch chết lặng, nước mắt đầm đìa. Tấn sợ hãi, vội thanh minh:

- Tại bác ra lệnh, phải nói thật, tôi mới dám...

- Thôi được, không sao. Chú cứ nói, bác hiểu mà... - Hồ Chủ tịch rút khăn mui-xoa lau nước mắt.

Vũ Kỳ thấy vậy, vội rót cốc nước lọc dâng lên và ngoái nhìn Tấn, đầy vẻ trách móc. Tấn lảng ra bờ ao, chờ cho Hồ Chủ tịch khuây khỏa, bác sĩ vào chăm sóc. Kỳ rảo bước theo, gọi to:

- Anh Tấn, bác bảo vào làm việc tiếp, - đoạn, ghé tai nói nhỏ, - ở đây, mà lúc nào cũng nói thật, thì có ngày chết đầu nước. Chẳng qua là anh thân với anh Văn, tôi mới mạo muội...

- Thế, cái vụ đèn đường sân bay chệch mười lăm độ, mà mấy tờ báo Trung ương và địa phương cùng đưa tin, thì thực hư thế nào? - thấy Kỳ có vẻ ưu ái, Tấn bèn tranh thủ hỏi nhỏ chuyện cơ mật.

- Làm gì có hư mà chả thực? - Kỳ trả lời kiểu bờ lớ cho qua chuyện.

- Thần kinh bác còn vững lắm, - Hồ Chủ tịch cười nói, bình thản trở lại. - Nhưng không thể sắt đá với những hy sinh mất mát của đồng chí, đồng bào. Chú nói tiếp đi. Bác thấy chú còn giữ ý lắm.

Được Hồ Chủ tịch khuyến khích, Tấn lại nhỏ nhẹ báo cáo:

- Tuy quân Ngụy cho lính nghỉ Tết một nửa quân số, nhưng quân ta vẫn bị đánh bật ra. Khi quay về thì căn cứ đã tự phá hủy hết rồi, nên rất khó khăn, vất vả. Các cơ sở nội thành bung ra chiến đấu và phục vụ chiến đấu, nên lộ vãn. Dự tính chừng năm "sư đoàn anh hai", tức là hàng vạn quần chúng nổi dậy, nhưng có mấy ai đâu? Dân oán giận Mặt trận giải phóng không giữ lời hứa thỏa thuận ngưng chiến, mà lại lừa dân, gây ra chiến tranh thảm khốc trong những ngày Tết cổ truyền của dân tộc.

- Chú nói cho bác nghe, về số liệu tổng quát thiệt hại. - Hồ Chủ tịch ngoảnh sang Kỳ bảo, - chú ghi chép chi tiết vào nhé.

- Thưa bác, trận Khe Sanh tính riêng, trong bảy mươi bảy ngày chiến dịch, bắt đầu từ tháng một cho đến tháng bảy[142], có khoảng hai vạn bộ đội hy sinh. - Chờ cho Kỳ ghi xong, Tấn mới nói tiếp, - trận Mậu Thân là mười một vạn.

- Tức là một trăm mười nghìn đồng chí hy sinh? - Kỳ dừng bút, hỏi lại cho chắc chắn, - số một này, số một nữa và bốn số không tiếp theo.

- Đúng, chừng một phần ba quân số, - Tấn khẳng định.

- Còn đối phương? - Kỳ xen vào, hỏi thay Hồ Chủ tịch, - ta hay phóng đại số địch chết, nhưng lại rút bớt số liệu ta hy sinh. Quân Ngụy chết ba mươi sáu vạn, đúng hay sai?

- Chúng thiệt hại ba mươi mốt vạn, - Tấn nói rành rẽ.

- Thế thì, so sánh tỉ lệ, chúng thiệt hại gấp ba lần ta, - Kỳ reo lên.

- Nhưng tỉ lệ thiệt hại của chúng chỉ bằng một phần năm quân số mà thôi. Bởi quân số của chúng có một triệu hai cơ mà.

- Thôi, hôm nay thế là đủ, - Hồ Chủ tịch khoát tay cho Tấn lui.

Kỳ và Tấn xốc Hồ Chủ tịch đứng dậy, cả ba đi ra Đường Xoài.

- Lâm trận thì có lúc thắng, lúc thua, quan trọng là trận cuối cùng. Chú vững tâm mà đi. Nhắn chú Phạm Hùng, bao giờ cho bác vào Nam?

Tấn dừng bước, ứa lệ đáp:

- Tôi sẽ báo cáo với anh Hùng, về chỉ thị của bác.

Cả ba bịn rịn chia tay. Hồ Chủ tịch nói với Kỳ:

- Tấn là tướng giỏi của cách mạng!

- Anh Văn bảo, Tấn là tướng tài nhất, - Kỳ đế theo.

____

[142] Chiến dịch Khe Sanh, theo Mỹ thì bắt đầu từ 21/1/1968, kết thúc 8/4/1968; nhưng theo Bắc Việt thì cùng bắt đầu 21/1/1968, kết thúc 15/7/1968.

- Tài nhất mà còn bị một vố đau Mậu Thân, nhớ đời, - Hồ Chủ tịch thở dài, - ý kiến chú Văn về cách đánh Mậu Thân, thế mà đúng, - Hồ Chủ tịch nhón mấy hạt thức ăn ném xuống ao. Đàn cá nhao lên đớp mồi, quẫy sóng tung mặt nước, rào rào như tiếng mưa rơi, nom thật vui mắt. Hồ Chủ tịch tươi nét mặt, khẽ hỏi, - thằng Trung thế nào rồi?

- Dạ, như đã báo cáo bác, sau khi cô Xuân và mấy bà dì vắn số, tôi giao cho Hội Phụ nữ Hà Nội, rồi gia đình anh Nguyễn Lương Bằng, Chu Văn Tấn trông nom. Nhưng thấy đám "Miền Nam trước đã" hay dò hỏi, nên tôi phải đón về làm con nuôi, đổi sang họ Vũ, cùng đi học với mấy đứa con trai, như anh em trong nhà, - Kỳ vừa nói vừa đảo mắt nhìn quanh, - còn Nghĩa thì...

- Chuyện đấy thì bác biết rồi. Tất cả là nhờ ở như tay chú. Chúng nó cũng còn thiếu niên, độ rày ra sao? - Hồ Chủ tịch bồi hồi nhớ những đứa con rơi.

- Mười ba, mười bốn tuổi cả rồi đấy ạ, - Kỳ lễ phép thưa, trong bụng nghĩ thầm, chỉ tại cánh Lê Duẩn, Lê Đức Thọ cứ khư khư giữ hình ảnh "Cha già dân tộc", ngăn cản bác, nên xảy mất mấy đám. Nay bác hỏi về Nguyễn Tất Trung (Vũ Thành Trung) mà ái ngại vô cùng, lẽ ra, chúng nó phải mang họ Hồ mới đúng. Kỳ cũng không thể ngờ thân phận những "công chúa" và "hoàng tử" lại trớ trêu đến như vậy.

- Từ vài ba năm nay, bọn Mỹ mấy lần thông qua Đại sứ quán Ba Lan, xin ta đàm phán, - Hồ Chủ tịch đột ngột trở lại công việc quốc gia, - nhưng ta có thế của ta. Bây giờ, đến nước này cũng đành phải muối mặt mà chấp nhận thôi. Nhưng cái chuyện đánh Mậu Thân mà qua mặt Mao Chủ tịch là cũng phiền lắm đấy. Họ chỉ thích ta cù cưa đánh du kích thôi.

Buổi tối, Kỳ lại ghi nhật ký công tác, nhưng chỉ viết tóm tắt ba nội dung:

1/ Bác nghe Thiếu tướng Lê Trọng Tấn, báo cáo về kết quả thực tế chiến dịch Tết Mậu Thân. Người rất xúc động trước sự hy sinh anh dũng của quân và dân Miền Nam.

2/ Bác dự kiến về đàm phán với Chính phủ Hoa Kì, sớm chấm dứt chiến tranh.

3/ Trận Mậu Thân đánh lớn, có thể dẫn đến dấu hiệu sự rạn nứt trong quan hệ với Trung Quốc. (Họ chỉ yêu cầu đánh nhỏ).

Kỳ nhớ lại, chuyến bay hút chết cuối năm ngoái, rồi chuyện Hồ Chủ tịch đọc thơ chúc Tết làm mệnh lệnh Tổng công kích. Khi ra-đi-ô (radio) vang lên tiếng Hồ Chủ tịch: "Tiến lên, toàn thắng ắt về ta!", tự dưng cả hai bác cháu cùng đứng bật dậy. Hồ Chủ tịch đăm đắm nhìn về phương nam và khẽ nói:

- Giờ này, toàn Miền Nam đã bắt đầu Tổng công kích rồi!

Câu thơ làm mệnh lệnh tấn công, ý nghĩa tuyệt vời làm sao? Nhưng hỡi ôi, sự thất trận đã có điềm báo trước mà không hay biết.

So với mục tiêu Chiến dịch Tết Mậu Thân, thì kết quả chỉ thực hiện được một phần về quân sự là tấn công các đô thị toàn Miền Nam, còn phần tổng khởi nghĩa thì thất bại, dân chúng có theo Quân giải phóng đâu? Thấy vậy, Lê Duẩn nhanh chí đổi tên chiến dịch thành "Tổng tấn công và đồng loạt nổi dậy", bỏ cụm từ "công kích" và "Tổng khởi nghĩa". Kỳ theo dõi báo, đài trong và ngoài nước đưa tin về vấn đề Mậu Thân. Các hãng thông tấn có tên tuổi đánh giá: Hà Nội thắng lợi về mặt chính trị, nhưng Mỹ và Việt Nam Cộng hòa chiếm lĩnh ưu thế quân sự. Tố Hữu và Ban Tuyên huấn chỉ đạo tuyên truyền về chiến thắng vang dội của ta và thất bại nặng nề của địch ngay tại sào huyệt. Tổng thống Giôn-xơn không dám ứng cử nhiệm kỳ hai, Bộ trưởng Quốc phòng Mác Na-ma-ra phải từ chức. Chiến thắng Tết Mậu Thân đã buộc Mỹ- Ngụy phải ngồi vào bàn đàm phán với ta, tại Hội nghị Pa-ri...

Tuy ăn phải quả đắng, nhưng Lê Duẩn vẫn hùng hồn tuyên bố, cú đòn nầy giáng xuống, sẽ làm tung tóe những khả năng chính trị. Chiến tranh, có thể hy sinh một vài triệu người, nhưng sẽ đạt mục tiêu cao cả. Hy sinh càng lớn lao, thì thắng lợi càng vẻ vang... Giáp nghĩ, Duẩn là một người quyết đoán và quyền biến, quả là anh hùng thời nay!

Chương chín: Tên lửa & bom

37. Nói chuyện ngoài vườn

Bởi quán triệt nguyên tắc Đảng Cộng sản lãnh đạo toàn diện, tuyệt đối và trực tiếp, nên Lê Duẩn quyết hết cả công tác quân sự. Ngay từ sau Đại hội III, Duẩn trở thành Bí thư thứ Nhất, Giáp đã muốn giao lại chức Bí thư Quân ủy Trung ương, nhưng Duẩn không nhận, làm khó cho Giáp.

Lần này, Duẩn lại chỉ đạo đánh Quảng Trị, bèn gọi Giáp đến bàn bạc:

- Đồng chí Đại tướng này, tôi định nêu ý kiến với Bộ Chính trị và Quân ủy Trung ương, ta đánh Quảng Trị một trận, lấy chỗ ra mắt Chính phủ lâm thời Cộng hòa Miền Nam Việt Nam. Chả gì, đồng chí cũng là Tổng Tư lệnh quân đội.

Giáp nghe Duẩn gọi "đồng chí" đã thấy vấn đề nghiêm trọng, lại nghe câu "chả gì' có vẻ xem thường quá, nhưng đành lặng im, vẻ chăm chú lắng nghe, trong bụng nghĩ, hẳn Duẩn không phải vô tâm, sau lưng miềng, vẫn xếch mé gọi "Thằng Giáp", "Thằng hèn", "Tên X" và đám thư ký cũng hùa theo, gọi miềng là "G", hoặc "Mũ phớt" đấy thôi.

- Thành Cổ trống trải, lại cạnh sông Thạch Hãn, khó lập thế trận phòng ngự, - Giáp nén giận, chân thành đáp.

- Người cách mạng chỉ có tấn công, không cần phòng thủ, phòng ngự gì sất cả, - Duẩn nói dứt khoát.

- Thế thì, theo tôi, nên mở đường lớn cho xe cơ giới vận chuyển bộ đội, vũ khí, khí tài. Đánh vòng sườn tây, từ phía Huế ra, - Giáp hiến kế.

- Đánh thẳng qua Khu phi quân sự, sẽ tạo thế bất ngờ, địch không kịp trở tay, - Duẩn quyết đoán.

Nhân ngày Quốc tế Lao động mùng 1 tháng 5 năm 1972, một vạn quả đạn pháo giội bão lửa vào Quảng Trị. Tức thì, các sư đoàn bộ binh Quân đội nhân dân ào ạt tấn công qua giới tuyến, chỉ trong vòng ba ngày đã làm chủ thị xã. Duẩn đắc ý bảo Dũng, thừa thắng đánh thẳng vô Huế.

- Đấy, cứ nghe "Thằng hèn", thì có đến mùa quít cũng không cắm nổi lá cờ đỏ sao vàng lên Thành Cổ. Năm xưa, hắn dùng năm đại đoàn đánh Điện Biên Phủ, nay ta dùng sáu sư đoàn đánh thốc vào Trị-Thiên-Huế cho nó sáng mắt ra.

- Chính bác Hồ đã nhìn thấy khả năng quân sự của anh, nên mới định phong hàm Đại tướng, nhưng anh đâu có cần, - Dũng phỉnh thêm. - Nhưng nay mới thấy, đó là một nước cờ cao. Chiến thắng này, là món quà mừng sinh nhật lần thứ sáu mươi lăm của anh Ba.

Duẩn nheo mắt nhìn Dũng cười cười, vẻ hài lòng.

*

Quân Việt Nam Cộng hòa chỉ lui đến sông Mỹ Chánh, lập tuyến phòng thủ. Hôm sau, quân Mỹ và quân Cộng hòa hồi phục phản công: Hạm đội 7 từ Biển Đông nã pháo vào, máy bay B52 từ trên trời giội bom xuống, Tướng Ngô Quang Trưởng chỉ huy bọn Thủy quân lục chiến từ phía đông đánh tới, Biệt động quân theo hướng tây đánh ra. Thành Cổ mịt mù đạn bom khói lửa.

Từ tầng hầm Dinh Độc lập, Tổng thống Nguyễn Văn Thiệu điện đàm với Trung tướng Ngô Quang Trưởng-Tư lệnh Quân đoàn I, Quân Khu I:

- Bắc Việt tấn công Quảng Trị, hòng ra mắt cái gọi là Chánh phủ lâm thời Cộng hòa Miền Nam Việt Nam, Trung tướng đốc quân tái chiếm, đánh bật chúng về Bắc Kì.

- Trình Tổng thống, dân chúng tháo chạy về phương nam, trọng pháo Bắc Việt bắn đuổi, xác người ngổn ngang, máu me lênh lang dọc Quốc lộ Một, từ Thạch Hãn tới Mỹ Chánh, thực là "Đại lộ kinh hoàng", - Trưởng nghẹn ngào.

- Trời đất, - Thiệu thốt lên, - chúng điều phối sáu sư đoàn đó nha!

- Ăn nhằm gì? Trình Tổng thống, tôi "uýnh" tới luôn, đặng rước Tổng thống ra làm lễ Nhà thờ La Vang, - Trưởng phơ lên.

Trưởng vốn xuất thân từ lính dù thiện chiến, vừa được lệnh của Dinh Độc lập, bàn giao Quân đoàn IV, ra trấn giữ Vùng I và tái chiếm Thành Cổ Quảng Trị. Đó là danh dự quân nhân, Trưởng nghĩ, nên khích lệ tướng sĩ cùng quyết liệt xông lên. Quân Bắc bị vây khốn, lại gặp lũ lụt triền miên, nước sông Thạch Hãn lên to, tràn ngập khắp vùng, xác lính trôi đầy mặt sông như rều rác. Dưới làn mưa bom bão đạn của cả hai chiến tuyến, khiến Thành Cổ không còn một viên gạch nguyên vẹn, huống chi thân thể người. Hai bên giành nhau từng thước đất. Bọn Thủy quân lục chiến buộc mìn Cờ-lây-mo (Claymore) vào sào, rồi treo tới từng cửa hầm của quân Bắc Việt mà bấm nút điện, khiến xác chết chồng chất lên nhau, không biết bao nhiêu mà kể.

*

Giáp phàn nàn với Thái:

- Kể ra, chỉ tập kích tiêu hao sinh lực địch, rồi rút, chứ lần khân mãi, sao giữ nổi. Địch cũng phải có thể diện của nó chứ, ai đời để thị xã tiền tiêu bị đối phương chiếm đóng thì còn mặt mũi nào.

Thái biết Giáp khoái bài "tiêu hao sinh lực địch", nên đế theo:

- Vừa thoát Mậu Thân được vài ba năm, khác nào người ốm gượng dậy, nay bồi thêm cú này, nướng chục vạn quân như chơi. Nó có tàu chiến, tàu bay...

Nghe từ "tàu bay" Giáp bật ra ý đồ tác chiến:

- Này, cậu bảo bọn Sao Vàng, cho máy bay Mích (Mig) lượn một vòng quanh bầu trời Thành Cổ. Hù quân địch một phen, mà lại tăng sĩ khí quân ta.

Thái liền gọi điện cho Phó Tổng tham mưu trưởng phụ trách Phòng không-Không quân Phùng Thế Tài, truyền đạt lại ý kiến Giáp. Tài phá lên cười, tưởng vỡ ống nghe:

- Mấy bố dưới đất mà cứ tơ tưởng trên trời. Máy bay lượn vào tới đó, thì làm sao đủ xăng trở về?

- Từ sân bay Sao Vàng ở Thanh Hóa cơ mà? - Thái cũng xẳng giọng.

- Ai chẳng biết phải xuất phát từ sân bay Sao Vàng cho gần, chứ chả nhẽ bay từ Yên Bái, Đa Phúc, hay Kép à? - Tài thở dài, vẻ miễn cưỡng, - thôi được, quân lệnh như sơn, tôi bảo thằng phi công, lúc trở về thì nhảy dù, bỏ của giữ lấy người. Thế, không ném bom, hay nã tên lửa à?

- Ông định "đấm lưng" quân ta sao? Thế "da báo" rồi, hiểu không? - Thái lên giọng.

Ngay lập tức, Tài hạ lệnh cho máy bay xuất kích. Quân Bắc thấy máy bay Mig 21 lượn trên đầu thì khoái lắm, nhảy cẫng cả lên mà reo hò. Quân Nam thì hoảng hốt, nhảy đại xuống hầm hào, sợ bị ném bom, bắn tên lửa.

Nghe điện từ Tổng hành dinh thông báo phi cơ trợ chiến, quân cán trong sở chỉ huy mặt trận ngớ cả ra, chưa hiểu làm sao, nhưng thấy lên tinh thần. Quân lính hai bên, kẻ hân hoan, người nháo nhác, Dũng nghĩ thầm, Giáp quả là tài thật.

Trưởng nghe tiền duyên báo cáo có máy bay Mig 21 xuất hiện trên không phận, cũng vội vàng báo về Bộ Tổng tham mưu Quân lực Việt Nam Cộng hòa, xin tăng phái pháo phòng không.

- Mần răng (làm sao) mà hắn mò vô tới Thành Cổ, hè? - Viên nghi ngờ, hỏi lại.

- Thiệt mà, có thể là máy bay trinh sát, không thấy ném bom, hay bắn tên lửa không đối đất chi mô, - Trưởng đáp lại, vẻ tự tin.

*

Mỗi ngày, Dũng cho một đại đội tiếp viện, nhưng phần chết vì bom pháo, phần chết đuối trên sông Thạch Hãn, phần lạc ngũ do không biết đường, phần đào ngũ vì hoảng sợ... nên bộ phận quân lực phải gạch tên hàng trăm người mỗi ngày. Sau hơn hai tháng chiến đấu, quân Bắc núng thế, Bộ Tư lệnh chiến dịch vội cử Cục phó Tác chiến Hoàng Nghĩa Khánh, chạy gấp về báo cáo Giáp. Giáp tức tốc cho gọi Đại tá Chánh Văn phòng Bộ Quốc phòng Đỗ Trình đến nhà riêng. Cả ba ra vườn sau bàn bạc.

- Anh Ba chủ trương đánh Quảng Trị, rồi chiếm Huế, nhưng gặp địch chống trả quyết liệt, đẩy ngược quân ta trở lại, thương vong lớn quá. Đến nước này, phải cấp tốc lập tuyến phòng ngự bờ bắc sông Thạch Hãn, - khi Duẩn mới ở Miền Nam ra, công tác ở Phòng Dân quân, trình độ quân sự đến mức nào thì Giáp hiểu rõ mười mươi, thế mà bác Hồ định phong hàm Đại tướng cho hắn thì kể cũng lạ kì. Chính trị biến hóa khôn lường, không biết thật giả thế nào mà tính đếm cho đặng...

- Nhưng anh Ba chỉ đạo là không được phòng ngự, chỉ có tấn công, - Trình sợ hãi nói.

- Phòng ngự và tấn công là hai vấn đề rất quan trọng trong chiến tranh, không được xem nhẹ mặt nào. Lý luận quân sự thế giới đã tổng kết như thế, đồng chí ạ, - Giáp vẫn ôn tồn phân tích, nhưng không muốn nêu tên Clau-zơ-vít, sợ mang tiếng tầm chương trích cú. - Nếu anh Ba không muốn dùng từ "phòng ngự", thì ta gọi chệch đi là "tấn công" và "chốt điểm", vẫn giữ được tư tưởng cách mạng tấn công của anh Ba, mà lại vận dụng được bài bản quân sự, đỡ tổn hao xương máu bộ đội.

Khánh mở xắc-cốt, lấy sổ ra ghi chép. Giáp nhìn thấy, vội ấn lại, nghiêm giọng bảo:

- Không được ghi chép, phải nhập tâm!

Khánh sợ hãi, tuân theo như một cái máy.

Thời còn ẩn náu trên rừng xanh núi đỏ, thì đêm ngủ chẳng cần gài cửa. Nay về thành phố lại phải cảnh giác, ngó chừng lẫn nhau thế này. Sức lực, trí tuệ không phải chỉ lo mỗi chuyện đánh địch và kiến quốc, mà còn phải đề phòng các đòn hiểm đánh lẫn nhau nữa. Giáp mím môi, cố nén tiếng thở dài đang dâng lên từ trong lòng.

Trình mở bản đồ đặt lên thảm cỏ. Giáp chỉ ngón tay vào bên tả ngạn sông Thạc Hãn nói:

- Nên lập tuyến phòng ngự, - sợ chạm vào điều cấm kị của Duẩn, nên Giáp nói chữa, - nghĩa là, chốt điểm ở đây. Huy động bộ đội và dân công hỏa tuyến khẩn trương đào hào, đắp ụ. - Chợt Giáp ngoái sang hỏi Khánh, - các bến vượt sông thế nào?

Giáp hỏi Khánh, nhưng Trình trả lời thay:

- Bộ Quốc phòng chỉ có bốn cái phà dã chiến, nhưng đã cấp cho Mặt trận Quảng Trị tới ba cái để vượt sông Thạch Hãn, nhưng tất cả đã bị địch bắn phá hỏng hết rồi.

Theo thói quen, Khánh lại định mở sổ ra vẽ tuyến phòng ngự. Giáp hắng giọng một cái, tức thì Khánh rụt lại như phải bỏng.

- Sở chỉ huy tiền phương đóng giữa Thành Cổ và bờ phải sông Thạch Hãn, hè? - Giáp quay sang hỏi Khánh.

- Báo cáo, đấy chính là Dinh Tỉnh trưởng, - Khánh vội đáp, - Trạm phẫu thuật cũng ở đấy, tiếp nhận vũ khí, lương thực và quân bổ sung mỗi ngày một đại đội cũng qua đấy.

- Lập tuyến phòng ngự rồi, lấy quân đâu mà tấn công? - Trình hỏi Khánh.

Giáp cắt ngang:

- Phòng ngự như thế này là để yểm trợ rút quân. Mỗi ngày, một trăm chiến sĩ ngã xuống, thì núi cũng phải lở. Bộ Chỉ huy mặt trận báo cáo anh Ba, xin lệnh cho các đơn vị từ từ rút ra Bắc.

Khánh vâng lệnh, lại vội vã chạy ra xe U-oát (UAZ), hộc tốc phóng vào Nam. Hồi lâu, Giáp bảo với Trình:

- Cậu bàn với Thái, phải tuyển gấp từ các trường quân sự, lập ngay một lữ đoàn tăng cường bảo vệ Thủ đô Hà Nội, đề phòng địch thừa thắng nống ra. Chiến dịch dài lê thê, có kẻ giễu: "Một lứa người, hai lứa chó, bốn lứa gà". Lại còn hao binh tổn tướng vô kể.

- Tôi nghe nói, hôm tiễn bộ đội vào chiến trường, tại Ga Hàng Cỏ, cả kẻ đi lẫn người tiễn đều khóc váng trời. Có chàng sinh viên còn nhoài ra cửa sổ toa tàu, hét to: "Tao đi chết đây!". Qua kiểm tra thư từ mặt trận gửi về, thấy có chàng biết trước sẽ chết trên sông Thạch Hãn, xác tấp vào làng hạ lưu và dặn gia đình, mai này thống nhất đất nước, cứ đến đấy mà tìm hài cốt... - Trình ứa nước mắt, báo cáo cấp trên mà cứ như tâm sự chuyện trong làng ngoài xã vậy.

Gương mặt Giáp u ẩn nỗi buồn, lặng lẽ đưa ngón trỏ chấm khóe mắt, khẽ nói:

- Đài phương Tây, gọi Quảng Trị là "Thành phố Tuẫn đạo" (Ville de Martyre).

Nghe nhắc đến Ga Hàng Cỏ, khiến Giáp lại nhớ tới Biệt thự 107, phố Gămmbetta[143], trụ sở Hội Tam điểm năm xưa, nằm đối diện bên phải. Gần đó, trụ sở Ủy ban Khởi nghĩa Cách mạng Tháng Tám, đóng ở nhà 101. Một thời huy hoàng đã qua, như bóng đại bàng khuất dần sau đỉnh núi.

Sau tám mươi mốt ngày đêm chiếm giữ thị xã Quảng Trị, bộ đội lặng lẽ rút ra Bắc, thiệt hại tám vạn người. Quân Nam cũng chết khoảng hai vạn. Thái nói vậy mà đúng, trận này chết chục vạn quân, tính cả hai bên chiến tuyến, bởi cũng toàn là thanh niên Việt Nam máu đỏ da vàng, đánh lẫn nhau mà thôi.

- Trung tướng Ngô Quang Trưởng, thắng Đại tướng Võ Nguyên Giáp rồi!

---

(143) Tên cũ gọi là phố Hàng Cỏ, nay là phố Trần Hưng Đạo, thành phố Hà Nội.

Thiệu reo to trong máy điện đàm và lập tức cùng Viên đáp máy bay ra Quảng Trị úy lạo quân sĩ Tiểu đoàn 2 Trâu điên Thủy quân lục chiến, rồi đến cầu nguyện giữa đống đổ nát của Nhà thờ La Vang. Mặc cho pháo tầm xa 130 li từ bờ bắc vẫn tiếp tục bắn sang, nhưng tinh thần của binh sĩ và dân chúng Quảng Trị đã lên rất cao, ai cũng quyết tâm bảo vệ núi sông bờ cõi Việt Nam Cộng hòa.

*

Cuộc tấn công Tết Mậu Thân của Việt Cộng chia làm ba đợt, kéo dài đến tháng chín mới kết thúc. Chắc hẳn Duẩn muốn dùng tuyệt chiêu "hồi mã thương", nhưng không còn yếu tố bí mật bất ngờ nữa, nên càng thua đau, thiệt quân, mất địa bàn chiến lược, khiến nhiều đơn vị bộ đội phải bỏ chạy sang Campuchia, hoặc rút ra Bắc củng cố, bổ sung quân số.

Sau trận Mậu Thân, Thiệu ra lệnh Tổng động viên, quân số tăng lên thành năm mươi nhăm vạn, nhưng quân Mỹ rút dần, từ mười ba vạn nay chỉ còn năm vạn; lại còn quân các nước Thái Lan, Úc, Phi-lip-pin, Nam Triều Tiên... Tổng quân số của địch, ước chừng một triệu tên. Quân miềng thiệt hại nặng trong dịp Tết Mậu Thân và Mùa hè đỏ lửa 1972, nên hai miền chỉ còn một triệu, cộng thêm ba mươi vạn bộ đội Trung Quốc vác pháo phòng không, súng AK và cuốc xẻng sang làm đường giao thông, hơn một vạn chuyên gia quân sự Liên Xô bảo dưỡng vũ khí, khí tài, hướng dẫn sử dụng tên lửa và một Trung đoàn không quân Bắc Triều Tiên đóng ở Kép[144]. Mười bốn phi công Triều Tiên đã hy sinh, khi tham chiến trên bầu trời Miền Bắc Việt Nam. Ngoài ra, còn có một trung đội bộ đội Bắc Triều Tiên vào mặt trận Quảng Ngãi, nơi có ba sư đoàn lính Nam Triều Tiên đóng quân.

Đất nước nhỏ bé của miềng, chứa hơn hai triệu lính đa quốc gia; hằng ngày, rình rập bắn giết lẫn nhau và dân chúng cũng trở thành nạn nhân, trâu bò đánh nhau ruồi muỗi chết. Một bãi chiến trường giữa hai phe với các loại vũ khí từ thô sơ từ mũi tên tre bắn cung nỏ, cho tới tên lửa đất đối không bắn máy bay và tên

---

(144) Sân bay Kép, thuộc huyện Lạng Giang, tỉnh Bắc Giang.

lửa không đối đất để phá trận địa tên lửa. Biết bao số phận vinh quang và cay đắng, nào người chết, bị thương, nào mất nhà cửa, cơ nghiệp...

Giáp đi dạo quanh vườn và ngẫm ngợi. Vừa rồi, Đồng Sỹ Nguyên và Lê Đức Anh đều được phong vượt cấp từ Đại tá lên Trung tướng. Nguyên là Tư lệnh Đoàn 559, lăn lộn với Trường Sơn. Anh là Phó Tổng tham mưu trưởng, chiến đấu trong Nam Bộ. Từ khi phá được hàng rào điện tử Mác Na-ma-ra, việc vận tải vào Nam trở nên nhộn nhịp. Miềng ráo riết đôn đốc hai vấn đề quan trọng là làm đường cho xe vận tải cơ giới và lắp đặt đường ống dẫn xăng dầu vào chiến trường. Tuy vẫn coi trọng chiến tranh du kích, tiêu hao, quấy rối địch, nhưng miềng phải quan tâm xây dựng lực lượng chính quy, củng cố binh lực, tiến tới những trận đánh lớn, giáng đòn quyết định, bằng sức mạnh áp đảo về mặt quân sự. Hồi còn mồ ma Nguyễn Chí Thanh, hắn cố tình không hiểu, viết bài trên báo Đảng, đả miềng là tầm thường, đánh đấm kiểu cò con. Đấy, không tập trung binh lực thì làm sao giải quyết được Điện Biên Phủ. Nhưng để đi tới Điện Biên Phủ thì phải bắt đầu từ các đội du kích, Cứu quốc quân, rồi mới đánh cấp trung đội trận Phai Khắt và Nà Ngần, cấp đại đội trận Đồng Mu, cấp tiểu đoàn ở Phủ Thông, cấp trung đoàn trên biên giới Cao-Lạng, và tiến tới Sài Gòn phải tính cấp quân đoàn... Thế và lực quân miềng yếu, nên mới phải trường kỳ kháng chiến, nếu đánh liều mạng là thí quân, đời làm tướng, miềng tiếc từng giọt máu chiến sĩ. Trước khi tấn công phải tính đường thoái lui, đường cùng bất đắc dĩ mới phải dùng kiểu "bối thủy trận". Đánh trận này phải tính đến trận sau, sao cho càng đánh càng lớn mạnh. Chắc thắng mới đánh, không chắc thắng không đánh. Tất nhiên, miềng tính là vậy, nhưng địch cũng cao thủ, nên đối trận ác liệt. Nghệ thuật quân sự, xử trí tình huống chiến tranh, đòi hỏi phải sáng tạo, nhiều điều tưởng như chưa có trong sách vở, binh pháp.

Bao đồng chí, đồng đội vào sinh ra tử với miềng đã bị bắt trong vụ án "Xét lại- Chống Đảng". Họ là những sĩ quan có tri thức và trung kiên, biết phân biệt phải trái, chứ không là hạng ngu trung như thể Thiên Lôi chỉ đâu đánh đấy. Miếng đường đường là "Người anh cả của quân đội", Ủy viên Bộ Chính trị, Bộ trưởng Quốc phòng, Tổng Tư lệnh quân đội, Bí thư Quân ủy Trung ương, Đại tướng đầu tiên của quân đội, thế mà phải khoanh tay đứng nhìn, không cứu được họ, dù biết là họ đúng, thật là đau xót và tủi hổ xiết bao. Bởi miếng biết, chỉ đạo vụ này là Hồ Chí Minh-Chủ tịch Đảng, kiêm Chủ tịch nước, Lê Duẩn- Bí thư thứ Nhất Ban chấp hành Trung ương Đảng, cùng với đám thuộc hạ gồm Lê Đức Thọ-Trưởng ban Tổ chức Trung ương, Trần Quốc Hoàn-Bộ trưởng Công an... Đảng không nghe ai ngoài nghị quyết và chỉ thị, như vậy, miếng khó có thể kiến nghị với ai? Miếng chưa bị bắt là bởi họ gờm lòng quân và tình dân đối với miếng mà thôi. Người đảng viên chỉ quán triệt mục tiêu, lý tưởng Cộng sản mà thôi... Nội dung Nghị quyết 9 (1963) của Trung ương Đảng là phát súng của Duẩn nã vào sau lưng miếng và đó cũng là một tín hiệu cho thấy hắn ngả theo Trung Quốc, chống Liên Xô. Mục đích đưa bạo lực cách mạng vào giải quyết vấn đề Miền Nam.

Vụ Hát Xăng-vanh-đơ (H122) , từ chuyện một anh giám mã chạy ra sân rút cái khăn mặt trắng, đúng lúc máy bay Pháp lượn qua, liền bị kết tội nội gián trong Liên khu Việt Bắc. Từ đó, suy diễn, truy ép bắt mấy trăm cán bộ, sĩ quan trung kiên, thể hiện sự ấu trĩ, ngớ ngẩn. Và bây chừ, đến miếng cũng bị nghi nội gián, thì không biết còn trời đất nào nữa? Điều miếng không thể ngờ, cái đận 1971, vào Trường Sơn chuẩn bị cho chiến dịch Đường Chín-Nam Lào, thì ở Hà Nội, Duẩn ra nghị quyết Trung ương, đặt bí danh miếng là "X", với tội danh "chống Đảng", cùng bốn Ủy viên Trung ương gồm Nguyễn Văn Vịnh, Lê Liêm, Bùi Công Trừng và Ung Văn Khiêm. Rõ là, một nhát dao đâm sau lưng. Họ đâu có phải là người quân tử, mà là đám tiểu nhân, tình nghĩa đồng chí, đồng đội coi như hết. Miếng thương Nguyễn Văn Vịnh quá, từ một Trung tướng, Thứ trưởng Quốc phòng, Phó Tổng tham mưu trưởng, chỉ vì "bênh vực bọn xét lại", mà bị giáng cấp. Thế mà Vịnh còn khuyên anh em đừng bàn tán, hãy tập trung cho nhiệm vụ chống Mỹ. Đó chính là cán bộ trung kiên, người quân tử đích thực.

Nhớ Điện Biên Phủ, lại nghĩ đến Đặng Kim Giang, một tay lo liệu khối hậu cần khổng lồ cho chiến dịch lịch sử. Hằng ngày, miềng xem bảng thống kê theo dõi treo trên vách lán. Cuối chiến dịch, tổng kết lại mà phát ngốt: ba triệu viên đạn từ tiểu lên đến pháo 105 li, chín vạn rưởi quả lựu đạn, ba mươi tấn thuốc nổ, hai vạn rưởi tấn gạo, chín trăm tấn thịt, chín nghìn chiếc xẻng năm nghìn cái cuốc... Bởi vậy, sau chiến tranh, Giang chuyển sang làm Thứ trưởng Bộ Nông trường, với bản tính năng động đã nghĩ ngay đến cách cải tiến quản lý và bị chụp mũ "xét lại". Chao ôi, cái "vòng kim cô" giáo điều, bảo thủ mới tàn nhẫn làm sao, nó không những làm thui chột khả năng sáng tạo của con người, mà còn khép họ vòng vòng lao lí.

Có người trách miềng vô tâm đối với đồng đội lâm nạn. Duẩn còn xấc xược gọi miềng là "Thằng hèn". Hừ, miềng vô tâm ư, hèn ư? Miềng ví như con cá sa lưới, càng quẫy đạp càng trầy vi tróc vẩy và kiệt sức, tức thì sẽ bị ngư phủ họ Lê và đám thuộc hạ tóm gọn. Nếu miềng ra tay, anh em đồng đội sẽ tụ về, dân chúng ngả theo, nội chiến ắt xảy ra, rồi lại huynh đệ tương tàn ngay trên đất Bắc. Thôi đành học chữ "nhẫn" mưu sự nghiệp thống nhất đất nước cái đã. Ai đó đã nói rằng, người họ Vũ-Võ có tinh thần làm việc tận tụy, nhưng cũng có tính nhường nhịn, nhẫn nại....

Vuốt vầng trán rộng đẫm mồ hôi, vài sợi tóc bạc giắt kẽ ngón tay, Giáp giật mình thốt lên: "Miềng đã qua tuổi sáu mươi rồi, đời người thực ngắn ngủi".

38. Một lần chết hụt

Chiếc xe U-oát cắm đầy cành lá ngụy trang, bon bon chạy trên bờ đê, nhằm hướng trận địa tên lửa Chèm, thẳng tiến. Gương mặt tài xế Thích phong trần, mắt đăm đăm dõi mặt đê, tay vê vô-lăng (volant) tránh ổ gà. Chiến sĩ bảo vệ ló đầu ra quan sát bầu trời. Chiến sĩ thông tin ốp tổ hợp vào tai, tay bấm nút công tắc. Giáp ngồi ghế giữa, nhớ lại năm xưa cùng Đồng đến Chèm, nhận nhiệm vụ sang Trung Quốc gặp Thượng cấp Vương, xin chủ trương hoạt động trong tình hình mới. Thấm thoắt thế mà ba chục năm có lẻ đã trôi qua. Bây chừ, đàng hoàng phóng xe trên đường giữa ban ngày, nhưng lòng như lửa đốt. Cuộc chiến không cân sức này, với nhiệm vụ nặng nề đặt lên vai, phải thắng. Muốn thắng thì phải dồi dào tên lửa, nhưng tên lửa đã vô vùng "cán xoong" vãn cả rồi, mần răng trở ra cho kịp? Mỗi khi nhìn "đàn rồng lửa" bay lên bầu trời, ai nấy đều thắc thỏm hi vọng. Tên lửa SAM (Surface to air missile) cải tiến lao vào mục tiêu, khiến hàng chục "pháo đài bay" B52 tan xác, cả Thủ đô vỡ òa niềm vui. Miềng đến thẳng trận địa kiểm tra và động viên khích lệ tinh thần bộ đội, nhưng nỗi lo thiếu đạn tên lửa canh cánh trong lòng. Các trận địa ngoại vi có kịp chở đạn về chi viện cho Thủ đô không? Ba ngày nữa mà hết đạn, thì B52 sẽ mặc sức tung hoành và mặt đất sẽ trở về "thời kỳ đồ đá" đúng như ý đồ của Ních-xơn (Nixon).

Bỗng có tiếng nổ rít lên phía đầu xe. Một quầng sáng bùng phát. Đất vụn bay lả tả. Xe phanh khựng lại. Cậu bảo vệ bật cửa xe, kéo Giáp lao xuống triền đê. Lái xe và thông tin hè nhau vác máy chạy theo.

Pháo từ các trận địa ven sông bắn lên, đạn nổ lưng trời như pháo bông. Nhưng các trận địa tên lửa vẫn án binh bất động. Có lẽ, lại gặp nhiễu mới, nên chưa bắt được mục tiêu, hay vãn đạn rồi? Miềng ra lệnh, tên lửa chỉ "ưu tiên" cho B52. Lại nhớ, đợt hai Chiến dịch Điện Biên Phủ, cũng thiếu đạn pháo, miềng ra lệnh, bắn từ ba viên trở lên phải xin ý kiến Tư lệnh mặt trận. Bây chừ, Chiến dịch Điện Biên Phủ trên bầu trời Hà Nội lại cũng thiếu đạn, mà lại là đạn tên lửa mới oái oăm làm sao? Nhưng chắc hẳn, trận chiến lại kết cục có hậu như năm xưa cho mà xem.

- An toàn cả chứ? - Giáp nằm giữa triền đê, ngoái đầu quan sát và hỏi.

- Báo cáo thủ trưởng an toàn. Báo yên rồi ạ!

Cả bọn lục tục đỡ Giáp đứng dậy và cùng nhau lên xe.

- Thủ trưởng cừ thật đấy, lăn thế mà mũ cối, giày da vẫn không bị văng tuột, - cậu cận vệ nói câu khâm phục.

- Miếng lúc nào cũng như ra trận, mũ cài quai, giày buộc dây, rồi "chạy tại chỗ" để kiểm tra theo đúng tác phong bộ đội hành quân, - Giáp hồ hởi tâm sự.

Ngay tối hôm đó, các đài phương Tây đồng loạt đưa tin: "Đại tướng Võ Nguyên Giáp đã bị trúng đạn tên lửa không đối đất của không lực Huê Kì". Các đài kỹ thuật ngoài mặt trận cũng thu được tin của địch, khiến cán bộ, chiến sĩ sững sờ. Có đơn vị đã lập bàn thờ đặt di ảnh Giáp và thắp hương tưởng niệm.

Căn hầm Tổng hành dinh cũng như sôi lên, khắp các mặt trận dồn dập điện về hỏi xem hư thực ra sao? Từ hang núi Sơn La, Duẩn cũng hay tin như thế, nghĩ bụng, thì ra "Thằng hèn" cũng còn uy tín lắm, may mà ta chưa chộp, nếu không thì rầy rà to. Thôi được, té nước theo mưa, ra tay ân huệ với hắn để yên lòng quân lúc này cũng là thượng sách. Các cụ có câu: "Chó cùng rứt giậu". Bởi vậy, cũng không nên o ép hắn quá, kẻo già néo đứt dây. Duẩn bèn điện về Hà Nội, chỉ đạo:

- Hôm nay kỷ niệm Ngày thành lập Quân đội, đề nghị đồng chí Đại tướng lên đài, đọc một bài diễn văn. Ngày mai, tức khắc sẽ dẹp yên dư luận thôi mà.

Quả đúng như vậy, sau khi nghe giọng Võ Nguyên Giáp đọc trên làn sóng điện của Đài Tiếng nói Việt Nam, tức thì các đài phương Tây im bặt, dân chúng và bộ đội không những thở phào nhẹ nhõm mà còn phục Giáp sái cổ:

"- Thì ra, không phải Đại tướng ngồi hầm chỉ huy, mà ra tận trận địa kiểm tra đấy nhá!"   "- Anh cả của quân đội kia mà!"...

Tuy hoàn cảnh bất đắc dĩ, nhưng quả thực, lâu lắm rồi, miếng mới được nằm trên cỏ ngắm bầu trời. Lần gần nhất, cũng cách đây ba chục năm, khi miếng và em Thanh nằm trong ổ lá khô giữa rừng Việt Bắc. Nhắc đến Việt Bắc lại nhớ Chu Văn Tấn. Hắn đã cho bộ độ cao xạ "100 li", dùng chiến thuật "dựng màn đạn" bắn rơi hai máy bay B52, trên bầu trời Thái Nguyên, quả là tài, không hổ danh "Con hùm xám Bắc Sơn". Theo Đồng Sĩ Nguyên báo cáo, thì Tiểu đoàn 14, của tay Phạm Ngọc Viện, thuộc Sư đoàn 312, tại Trường Sơn, cũng đã dùng đại cao "dựng màn đạn" bắn rơi B52 rồi. Thế là ba cái B52 của Mỹ đã bị bắn rơi bởi cao xạ pháo, mà lại là những trận địa lập trong rừng xanh núi đỏ mới thực là kỳ tích.

- Tên lửa bắn Bê-Năm hai rụng như sung, cao xạ cũng bắn rơi Bê-Năm hai rồi đấy, chỉ còn Không quân là im hơi lặng tiếng, - Giáp gọi điện cho Tài, khích tướng.

- Báo cáo Đại tướng, Không quân đã tập đánh đêm từ năm sáu tám (1968) rồi, đang phục kích, chưa xuất đầu lộ diện. Chúng tôi hứa, "Én bạc" sẽ lập công.

Trước đây, Tài ngọng ngạnh lắm. Nhưng từ hôm bị kiểm điểm, về việc bỏ trực ban tác chiến, đến Đại sứ quán Liên Xô uống rượu, mừng Ngày Hải quân của họ. Đến nỗi, B52 đánh thẳng vào Hà Nội, mới tá hỏa chạy về sở chỉ huy. Từ đó, hắn mới tỏ ra biết điều.

Bây chừ ngẫm lại, mới biết Ních-xơn lừa quân miềng. Hắn lớn tiếng tuyên bố, sẽ đập nát "vùng cán xoong", nhằm chặn đứng sự chi viện từ Bắc vào Nam. Vốn liếng phòng không miềng có bảy trung đoàn tên lửa với một trăm bảy mươi bệ phóng và ba sư đoàn pháo phòng không, chừng ba trăm khẩu. Phóng viên nhà báo phương Tây đã mô tả: "Có thể bước trên nòng pháo dạo quanh Hà Nội". Thấy hắn hung hăng như rứa, Bộ Tổng tham mưu bèn điều năm trung đoàn tên lửa và hai sư đoàn pháo phòng không vào Bắc Miền Trung, chỉ để lại hai trung đoàn tên lửa và một sư đoàn pháo phòng không bảo vệ bầu trời Miền Bắc. Thậm chí, còn cho một trung đoàn tên lửa nghỉ phép để chuẩn bị tăng cường cho "vùng cán xoong". Đùng một cái, hắn huy động B52 ồ ạt đánh Hải Phòng, Hà Nội và Thái Nguyên. Hắn lên giây cót tinh thần cho bọn phi công rằng, vô Hà Nội khác gì diễn tập, "dạo chơi đi mua sữa". Trong cuộc chiến Trung Đông, Ít-xa-en (Israel) đã thu được hàng loạt bệ phóng, xe điều khiển, tên lửa, ra-đa còn nguyên vẹn, do Liên Xô viện trợ cho Ai Cập. Người Mỹ đã mổ xẻ từng mi-li-mét (milimetre) khí tài, tìm ra điểm yếu, khắc phục máy gây nhiễu trên máy bay. Vả lại, hầu hết tên lửa và pháo cao xạ Bắc Việt đã di chuyển vào "vùng cán xoong" rồi. Nhưng hắn biết một mà không biết hai, trước đó, khi thấy tên lửa bắn lên mà không hạ được mục tiêu, phải tự hủy, miềng đã đề nghị Đại sứ Liên Xô Xéc-ba-cốp (Serbakov), xin cải tiến tên lửa. Gùn gắng mãi, phía Liên Xô mới đồng ý. Theo nguyên tắc, không được sửa chữa tên lửa SAM ngoài lãnh thổ Liên Xô, để giữ bí mật vũ khí. Đến như thân tên lửa vốn màu sáng bạc, mà quân miềng đề nghị mãi mới được sơn lại màu xanh ngụy trang. Miềng đã có *Cẩm nang bắn B52*, luyện quân tinh thông với chiến thuật "bắn nửa góc vào sườn sơ hở" và "vạch nhiễu tìm thù, nơi nào nhiễu dày như đàn ong, thì ong chúa B52 náu trong đó"...

Ồ, thế là "cuộc dạo chơi" của các chàng phi công Hoa Kỳ không phải trên bầu trời Hà Nội, mà là trong Hỏa Lò-"Hin-tơn (Hilton) Hà Nội". Nhắc đến Hỏa Lò, lại nhớ xà lim (cellule) nơi Quang Thái đã bị Pháp giam, nếu em không bị thương hàn, vợ chồng miềng đã sum họp trong những ngày Cách mạng Tháng Tám rồi...

*

Tuy đối thủ số một là Trường Chinh, nhưng Duẩn không ưa Võ Nguyên Giáp và Hoàng Văn Hoan, đến độ căm ghét, nên trước mặt Duẩn không ai dại gì mà nhắc đến hai người này. Có lần, Duẩn bốc hỏa, gạt đổ bàn trà, gầm lên: "Hai thằng ấy, đáng lẽ phải đuổi ra khỏi Bộ Chính trị. Nhưng buộc lòng phải giữ chúng lại, chẳng qua là dùng câu nhử hàng viện trợ của Liên Xô, Trung Quốc, để đánh Mỹ mà thôi".

Duẩn giao cho Dũng, Dũng lại giao cho Lăng xây dựng kế hoạch tấn công Sài Gòn. Lăng chưa từng đặt chân đến chốn này, xem bản đồ thấy lắm địa danh bắt đầu bằng chữ "Bà", mà không hiểu ra làm sao, bèn chạy đi hỏi Trà. Trà đang bấn lên chuẩn bị đi Nam, thấy Lăng hỏi như thằng dở hơi, cáu tiết quát:

- Bà là bà chứ biểu răng hè (bảo sao hả)?

- Như kiểu "Bà lang trọc" ở Hà Nội ấy à? - Lăng hỏi quanh co, vì không dám nói thật, sợ phải ra tòa án binh.

- Mầy mà thảo kế hoạch tác chiến, thì lính "lãnh" đủ! - Trà ngửa cổ cười lớn.

Lăng chột dạ, tái mặt, tưởng Trà đi guốc trong bụng, vội chuồn về hỏi Dũng:

- Thằng Trà quái lắm!

- Hắn là dân tập kết, làm phó cho tớ, được anh Ba quý lắm, - Dũng tỏ vẻ thạo đời.

- À, tôi nghe tụi Mỹ cải tiến máy gây nhiễu trên máy bay, khiến tên lửa của ta bắn lên đều tự rụng cả, chẳng khều được cái "Thần sấm"[145] hay "Con ma"[146] nào, nói gì đến Bê-Năm hai, -

Lăng hạ giọng, vẻ bí mật.

- Anh Văn đang đề nghị Liên Xô cho cải tiến tên lửa, mà chưa xong.

Dũng trầm ngâm, chợt nhớ lại, hôm vừa rồi đã báo cáo anh Ba chuyện này. Duẩn nghe nửa câu đã hiểu, vội bảo: "Gọi anh Sáu Thọ, mau!".

Vừa thấy Thọ đến, Duẩn đã dắt ngay ra vườn, bảo:

- Anh có biết tin "Thằng hèn" đang nhờ Liên Xô cải tiến tên lửa không?

- Nối thêm tầng à? - Thọ ngây thơ hỏi.

- Tên lửa vốn đã bay cao hơn Bê-Năm hai rồi, nối làm gì, - Duẩn tỏ ra am hiểu kỹ thuật quân sự, - hắn cải tiến máy chống nhiễu chi đó?

- Liên Xô không chấp thuận cho bất kỳ nước nào sửa chữa vũ khí, khí tài ngoài lãnh thổ của họ kia mà, - Thọ cũng tỏ ra hiểu biết nguyên tắc bảo mật của Liên Xô.

- Ôi trời, giấu đằng chôn, đằng trước để quạ mổ... - Duẩn nói lái câu thành ngữ tục tĩu và cười cười vẻ tếu táo, - bọn Ít-xa-en thu

---

(145) Máy bay Thunderchief, F105.

(146) Máy bay Phantom, F4.

được hàng đống tên lửa, do Ai Cập bỏ chạy. Thế thì còn bí mật bí mỡ cái nỗi gì?

- Nhưng ý anh là sao? - Thọ thắc mắc.

- Nếu thằng Đại sứ Liên Xô cho sửa chữa tên lửa tại Việt Nam, mà khả năng này rất cao, thì cũng có nghĩa tạo điều kiện cho hắn tăng vị thế... - Duẩn dự đoán.

- Thế thì chuyên án Ích-xì bảy bảy (X77) sẽ tiến triển, chứ câu dầm, bế tắc mãi cũng oải, - Thọ sốt sắng.

- Thế này nhé, bảo tay Hoàn bên Bộ Công an lưu ý, đặc biệt là tìm hiểu âm mưu đảo chính của hắn, về thời gian, lực lượng, phương tiện, vũ khí ra sao, mục tiêu, đối tượng cụ thể nhằm vào đâu? - Duẩn dặn dò cẩn thận, - ngoài Ích-xì bảy bảy đối với Liên Xô, còn Ích-xì bảy mốt (X71) đối với bọn Tàu khựa cũng có dấu hiệu lộ lọt. Đây không phải chỉ là chuyện quốc gia đại sự, mà còn là quốc tế đại sự. Thận trọng, bí mật phải đặt lên hàng đầu, kẻo hai thằng anh chân giò doãi ra là hỏng chuyện đánh Mỹ, diệt Ngụy đấy nhá. Bí mật là sống còn.

- Có vẻ như Liên Xô muốn ta vừa đánh và thăm dò, sợ quá tay, Mỹ chơi bom nguyên tử. Còn Trung quốc chỉ thích đánh du kích, câu giầm, dùng nước mình làm lá chắn cho họ như kiểu Triều Tiên. Nếu ta đánh lớn, ắt sẽ làm rạn nứt mối quan hệ, - Thọ nhân cơ hội trình bày về suy tính của mình đối với vấn đề quốc tế của Đảng.

- Ông Hồ cũng nghĩ như thế? - Duẩn nói.

Nghe vậy, Thọ cười tươi nét mặt, chứng tỏ trình độ của mình cũng không phải xoàng.

- Năm rồi, hai ông anh choảng nhau một trận trên sông U-su-ri (Ussuri), khu vực biên giới Xi-bê-ri (Siberia), suýt nữa thì chơi vũ khí hạt nhân, - Duẩn thông báo tiếp.

- Trâu bò đánh nhau ruồi muỗi chết, - Thọ nói câu thành ngữ, tỏ ý lo xa.

- Càng có lợi, nếu ta biết "đu dây". Có khi, cả hai lại tranh nhau tăng viện trợ ấy chứ, - Duẩn cười ranh mãnh.

*

Từ Toà Đại sứ Hợp chủng quốc Hoa kỳ tại Việt Nam Cộng hòa, trên đại lộ Thống Nhất[147], Đại sứ đặc mệnh toàn quyền Bân-cơ (Bunker) đến thẳng Trại Trần Hưng Đạo, gặp Tổng Tham mưu trưởng Cao Văn Viên, trao đổi kế hoạch oanh tạc Hà Nội:

- Không lực Hoa kỳ sẽ tiến hành Chiến dịch Lai-nơ Béc-cơ Hai (Liner Becker 2).

- Nghĩa là Tiền vệ số Hai? - bằng giọng Bắc, Viên dịch lại tên chiến dịch. - Lực lượng Phòng không Bắc Việt, tuy phần lớn đã hành quân vào miền Trung, nhưng vũ khí của họ không thể xem thường. Tổng thống Nguyễn Văn Thiệu cũng đã yêu cầu Hoa kỳ ném bom, đánh tan nát miền Bắc. - Viên nói rồi lặng đi, nghĩ bụng, chưa thấy ai kêu gọi ngoại bang đánh vào đồng bào mình như thế cả. Người có tính tàn bạo mới tạo cơ hội chiếm ngôi vị cao chăng?

- Đêm nay, không lực Hoa kỳ sẽ xuất phát từ Gu-am (Guam), Hạm đội Bảy và U-ta-pao (U Ta-pao), - Bân-cơ nhìn khuôn mặt chữ điền của Viên, vẻ tin cậy.

- Đánh đêm? - Viên hỏi lại.

- Theo tính toán của các sĩ quan tham mưu, đánh đêm sẽ hạn chế được máy bay tiêm kích của đối phương. Hiện nay, Không quân Bắc Việt chỉ có một phần tư số phi công biết bay ban đêm mà thôi.

- Theo chỗ chúng tôi biết, phi công Bắc Việt đã tập đánh đêm được bốn năm rồi đó, - đoạn, Viên vẫy tay gọi Ba Minh, - Thượng sĩ, lấy cho qua (ta) cặp tài liệu về "Không quân Bắc Việt".

Ba Minh cao nhòng như con cò, chỉ loáng chốc đã tìm thấy cặp tài liệu, giữa một núi sách vở, hồ sơ.

- Đây, - Viên nói, - Bắc Việt có ba trung đoàn không quân, với một trăm bảy mươi phi công tiêm kích đánh trên không; trong

---

(147) Ngày nay là đường Lê Duẩn, thành phố Hồ Chí Minh.

đó, có một trung đoàn là của Bắc Hàn, đóng tại Kép, có hai phi đội Mích-Mười bảy (Mig 17) và Mích-Hăm mốt (Mig 21), - Viên chỉ địa danh trên bản đồ. -

Ngoài ra, họ còn có một tiểu đoàn cường kích I-elờ Hăm tám (IL28) đánh mục tiêu mặt đất và một trung đoàn không quân vận tải mang số hiệu Chín trăm mười chín.

- Bê-Năm hai sẽ tham chiến, - Bân-cơ nói.

Nghe vậy, Ba Minh tái mặt, lập cập lui ra. Nhưng cử chỉ đó không qua nổi mắt Đại sứ Mỹ. CIA đã cho Bân-cơ biết về viên thượng sĩ này. Đó là một tay ham mê cờ bạc, hẳn tình báo Cộng sản chẳng tuyển làm gì, để khỏi bị moi tiền. Vả lại, Viên từng là Trưởng phòng Nhì thuộc Bộ Tổng tham mưu, thì không thể cẩu thả trong việc dùng người.

- Bê-Năm hai thì được bảo vệ tốt rồi, - Viên ra vẻ hiểu biết, - Mích sử dụng tên lửa tầm nhiệt, tức khắc Bê-Năm hai sẽ bung ra mục tiêu giả, để vô hiệu hóa. Nhưng tôi lo, phi công Bắc Việt sẽ liều chết, lao cả Mích vào Bê-Năm hai thì sao? - Viên nhìn mái tóc trắng như cước của Bân-cơ đầy vẻ tò mò.

- Bộ Chỉ huy cũng đã tính, nhưng Bắc Việt bảo vệ phi công gắt gao lắm, không liều mình như kiểu Võ sĩ đạo của Nhật đâu mà lo, - Bân-cơ chợt nhớ trận Trân Châu Cảng, lòng đau như cắt, - vừa rồi, trận Thành Cổ Quảng Trị, quân Bắc Việt có cho một máy bay Mích-Hăm mốt vào, nhằm lên giây cót tinh thần cho binh lính đang thất trận, rồi chịu rơi vì hết xăng dọc đường trở về. Phi công buộc phải nhảy dù, thí phi cơ, - Bân-cơ tỏ ra hiểu biết tường tận không quân Bắc Việt, không kém gì Viên.

- Thế thì, trận không kích đêm nay, đám người hùng trên không trung lại "đi mua sữa", tại Hà Nội ư? Chúc thắng lợi, - Viên nói câu hóm hỉnh.

- Đúng, Tổng thống Ních-xơn cũng úy lạo phi công như thế, - Bân-cơ cười khoái trá.

- Nhưng nên chú ý việc bảo vệ các căn cứ xuất phát. Theo

tôi được biết, Việt Cộng đã sáu lần tập kích sân bay U Ta-pao và U-đon Thái Lan, phá hủy mười bốn máy bay; trong đó, có bốn máy bay Bê-Năm hai, - Viên dặn với theo.

- Cám ơn ngài Tổng Tham mưu trưởng, có tầm nhìn bao quát chiến trường, nhưng cũng rất cụ thể, tỉ mỉ, - Bân-cơ nói câu xã giao.

*

Năm 1967, Miền Bắc cạn đạn tên lửa, bởi Trung Quốc cố tình gây ắc tắc tuyến đường sắt liên vận từ Liên Xô sang. Hồ Chủ tịch bèn cử phái đoàn sang gặp Mao nói khó. Mao thương tình y cho, nhưng mời đoàn ra Quảng trường Thiên An Môn dự mít tinh ủng hộ Việt Nam chống Mỹ xâm lược. Thật bất ngờ, khi bọn Hồng vệ binh trưng hàng loạt khẩu hiệu chữ Việt: "Đả đảo Võ Nguyên Giáp phần tử xét lại thối tha, tay sai Liên Xô phản động". Nhưng đoàn phải lặng câm, mong sao sớm có tên lửa đặt lên bệ phóng để bảo vệ vùng trời Miền Bắc. Giáp hay chuyện, cười khẩy, nghĩ bụng, chắc hẳn họ muốn hạ "phái hữu" của miềng xuống, đưa "phái tả" của Nguyễn Chí Thanh lên. Duẩn và Mao tính vậy, nhưng còn trời tính nữa chứ...

Nhưng không phải chuyện cứ có đạn mà dễ dàng hạ được mục tiêu đâu. Cuối năm 1967, có bốn mươi tư phi vụ máy bay Mỹ oanh tạc Cầu Đuống. Các trận địa tên lửa bảo vệ cầu bắn lên tám quả tên lửa SAM2, nhưng không làm rụng một cái lông chân của bất cứ tên phi công nào. Sư đoàn Phòng không 361 vỡ trận. Chẳng lẽ, Mỹ đã khám phá ra "Gót chân A-sin" của tên lửa SAM? Đang bắn loạn cả lên, thì may sao, Tiểu đoàn tên lửa 63 lại bắn rơi một cái máy bay F105, còn nguyên vẹn máy gây nhiễu "ALQ-71". Viện Kỹ thuật Quân sự và chuyên gia Liên Xô cùng mầy mò nghiên cứu. Ồ, thì ra nó cải tiến thật rồi. Máy gây nhiễu loại này, có "tần số rãnh tiêu" và "tần số rãnh đạn" trùm lên tầng cuối đạn tên lửa, công suất lớn hơn, thảo nào? Thế thì ta cũng cải tiến "trên sơn", vỏ quít dày đã có móng tay nhọn. Tưởng nhanh, nhưng lại không phải dễ, Giáp bảo Thái gặp Tùy viên Quân sự Liên Xô xem sao. Tay Tùy viên báo cáo Đại sứ Xéc-ba-cốp. Xéc-ba-cốp điện về Liên Xô báo cáo Bộ Ngoại giao. Bộ Ngoại giao trao đổi Bộ Quốc phòng. Bộ Quốc phòng thỉnh thị Tổng Bí thư Brê-giơ-nhép (Brezhnev).

- Việc này, về mặt kỹ thuật quân sự tuy phức tạp, nhưng chắc cũng không khó lắm, - Brê-giơ-nhép dựng đôi lông mày chổi xể lên, phán. - Bởi lẽ, Mỹ đã khám phá ra bí mật quân sự chứa đựng trong tên lửa Sam (SAM), tại chiến trường Trung Đông rồi mà. Nhưng cái khó là Tướng Giáp bị kiềm tỏa, với tội danh "Phái xét lại theo Liên Xô", bên đó gọi là phe "Miền Bắc trước đã". Nếu ta cho phép sửa chữa, cải tiến tên lửa ngay tại Việt Nam, thì liệu Giáp có bị suy diễn quy kết bất lợi thêm không? Đồng chí Giáp là linh hồn của Quân đội nhân dân Việt Nam, vai trò rất quan trọng trong cuộc chiến, được ví như Giu-cốp của Việt Nam. Không cẩn thận, xảy ra nội chiến ngay tại miền Bắc Việt Nam, thì tai họa khôn lường, các nước sẽ can thiệp, nguy cơ dẫn đến Chiến tranh thế giới lần thứ Ba...

Không khí cuộc họp như ngưng lại, nhiều người không thể ngờ, chỉ mỗi việc cải tiến kỹ thuật tên lửa thôi, mà lại liên quan đến vấn đề chính trị hệ trọng đến vậy. Hồi lâu, Bộ trưởng Quốc phòng mới phát biểu ý kiến:

- Thưa đồng chí Tổng Bí thư, nhưng nếu đưa cả ngàn quả tên lửa về Liên Xô sửa chữa, thì không biết bao giờ mới có thể chở lại chiến trường Việt Nam. Bởi, Trung Quốc đã cấm vận đường sắt giữa ta và Việt Nam rồi. Tàu biển cũng không cho vào cảng Phòng Thành, thuộc tỉnh Quảng Tây nữa.

- Quảng Đông chứ? - Brê-giơ-nhép hỏi lại.

- Báo cáo, từ năm một nghìn chín trăm sáu mươi lăm, Chính phủ Trung Quốc điều chỉnh lại địa giới hành chính, nay Phòng Thành thuộc Quảng Tây. Còn nói về lịch sử xa xưa, thì Phòng Thành là của Việt Nam. - Bộ trưởng Quốc phòng vội đính chính, - Tôi xin báo cáo tiếp, Vả lại, bộ đội tên lửa Việt Nam, tuy non trẻ, nhưng cũng đã biết cải tiến kỹ thuật. Ban đầu, để theo dõi thông số kỹ thuật hiển thị trên đồng hồ, họ lắp thêm một đèn tín hiệu hai mươi sáu vôn (volt), khi tên lửa bắt được mục tiêu thì đèn tự động bật sáng. Chuyên gia ta không chấp thuận, sợ sụt giảm nguồn điện. Nhưng rồi thực tế chiến đấu đã khẳng định là hiệu quả. Do vậy, các xe điều khiển thế hệ mới của ta sản xuất đều được lắp thêm đèn này. Rồi các đồng chí Việt Nam xin đổi màu sơn tên lửa từ sáng bạc như tuyết sang màu xanh lá cây, cho phù hợp ngụy trang ở xứ nhiệt đới và cũng hữu hiệu. Đặc biệt là các đồng chí rút ra kinh nghiệm chống tên lửa Sơ-rai (Shrike) không đối đất của Mỹ, bằng cách ngắt cao áp, xoay ăng-ten (anten) kịp thời đánh lạc hướng tấn công của địch. Đồng thời, các đồng chí Việt Nam còn cải tiến những quả tên lửa hết hạn sử dụng, bằng cách thực hiện "quy trình ngược", nên đã kéo dài tuổi thọ hàng ngàn quả tên lửa, thêm bốn năm nữa... Quả là kì diệu.

- Các đồng chí chuyên gia quân sự sang Việt Nam ổn cả chứ? - Brê-giơ-nhép quay sang hỏi Bộ trưởng Quốc phòng, đột ngột hỏi.

- Báo cáo đồng chí Tổng Bí thư, - Bộ trưởng Quốc phòng hồ hởi nói, - các đồng chí đi công tác khu vực chiến sự ở nước ngoài, thâm niên tính gấp đôi, ưu tiên thăng quân hàm, tiền lương tăng gấp ba, khi trở về có thể sắm được xe Mốt-xco-vích (Moskvic), trị giá bốn nghìn năm trăm rúp (rub)...

- Tôi nhớ ra rồi, - đột nhiên, Brê-giơ-nhép khoát tay ngăn Bộ trưởng Quốc phòng dừng lời và đọc mấy câu thơ tếu của đám chuyên gia:

"Ai đến Cu Ba, ai sang Ai Cập, khi về mua xe Mốt-co-vích từ lâu

Cánh sang Việt Nam, về chỉ mang theo mũ cối và máy bay Thần sấm".

Nghe vậy, cả bọn cười ầm lên, khiến cho không khí cuộc họp thêm phần cởi mở.

- Các đồng chí chuyên gia là những người Cộng sản ưu tú,

phải nêu cao tinh thần Quốc tế vô sản. - lập tức, Brê-giơ-nhép nghiêm nét mặt chấn chỉnh. - Bàn tiếp nhé, nếu Giáp bị loại, thì cuộc chiến với Mỹ ở vùng Đông Nam Á khó xong. Nên vừa phải tổ chức cải tiến tên lửa tại chỗ, vừa phải khôn khéo bảo vệ Giáp. Tuyệt đối, không được làm điều gì khinh xuất, - Brê-giơ-nhép kết luận.

Cái kết luận tuyệt mật ấy, được chuyển ngay lập tức đến Đại sứ Xéc-ba-cốp. Và thế là, hàng ngàn quả tên lửa được âm thầm cải tiến, mà tình báo Mỹ không hay biết gì, dẫn đến quyết định "dạo chơi đi mua sữa" trên bầu trời Hà Nội, đầy tính chủ quan khinh địch của Tổng thống Mỹ Ních-xơn. Giáp bị Ních-xơn lửa vào "vùng cán xoong", nhưng bật lại được vụ cải tiến tên lửa. Do vậy, tuy với lực lượng phòng không mỏng, nhưng Giáp đã lật ngược thế cờ, bảo vệ được Thủ đô Hà Nội và các thành phố Thái Nguyên, Hải Phòng, Yên Bái....

*

Cả cuộc chiến mười hai ngày đêm là sự đấu trí giữa hai địch thủ, mà vũ khí chủ công là tên lửa SAM của quân miềng và máy bay B52 của quân Mỹ. Quân miềng đã dùng tên lửa và pháo đại cao bắn rơi ba mươi tư máy bay B52. Nhưng phía chuyên gia Liên Xô chỉ xác nhận ba mươi mốt cái. Miềng cho cán bộ kiểm tra cẩn thận từng vị trí B52 rơi kia mà. Cái rơi đầu tiên trên cánh đồng Chuôm, tại Phủ Lỗ, đêm 18 tháng 12 năm 1972, cậu Trung đoàn trưởng báo cáo rằng, bộ đội còn dùng dao găm cạy được cái nhãn hiệu "B52G", to bằng bao diêm, gắn trên bảng đồng hồ khống chế độ cao kia mà. Có điều kỳ diệu, như lịch sử lặp lại chăng? Bởi chính đơn vị này đã từng nã loạt sơn pháo đầu tiên vào cứ điểm Him Lam, chiều 13 tháng 3 năm 1954, mở màn Chiến dịch Điện Biên Phủ, thì nay lại lập công "mở hàng" chiến dịch Điện Biên trên bầu trời Hà Nội... Nhưng thôi, Liên Xô nói thì phải phục tùng, đến như ngày thành lập Đảng cũng phải đổi theo nữa là. Tụi Mỹ chỉ thừa nhận mất mười sáu cái B52 mà thôi. Kệ hắn, rơi bao nhiêu thì xác còn đó, số liệu cãi nhau thì cứ việc. Nhưng chỉ tiếc là Không quân chẳng bắn rơi cái nào, chỉ có trường hợp phi công Vũ Xuân Thiều lao cả máy bay Mig 21 vào B52 trên vùng trời Sơn

La, thì còn tranh cãi. Miếng đã phái trợ lý Nguyễn Văn Ninh đi kiểm tra, nhưng chưa có kết luận cụ thể, tất cả chỉ là phỏng đoán.

- Trên màn hình ra-đa, lúc mười giờ đêm ngày hăm tám tháng mười hai, thì tín hiệu Mích-Hăm mốt của Thiều và Bê-Năm hai cùng mất một lúc. - Ninh gặp phi công Phạm Ngọc Lan hỏi, - vậy có phải, cả hai cùng rơi?

- Đêm ấy, lúc mười hai giờ, tôi nhận lệnh lên Sơn La, kiểm tra hiện trường. Bộ đội và dân quân quanh vùng đều nói, lúc đó, thấy hai máy bay rơi, nom như hai bó đuốc khổng lồ. Tôi đến tận nơi, thấy đúng là cái Mích-hăm mốt của Thiều thật rồi và bên kia đồi là xác Bê-Năm hai cháy xém. Tôi còn nhặt được hai mảnh máy bay Mích-Hăm mốt và Bê-Năm hai xuyên cài vào nhau, - Lan báo cáo vụ việc.

- Vậy là Thiều lao cả máy bay vào Bê-Năm hai à? Vi phạm kỷ luật. Quân đội ta không chủ trương đánh thí mạng kiểu Thần phong (Kamikaze), như bọn Nhật, - Ninh bắt bẻ, kiểu quy kết.

- Ồ không, tôi không nói thế, - Lan vội thanh minh, - có thể, Thiều đã bắn hai quả tên lửa Ka-Mười ba (K13), nhưng do quá gần, nên mảnh vỡ Bê-Năm hai văng vào và cùng bốc cháy.

- Ai cho phép bắn cả hai quả Ka-Mười ba? - Ninh thắc mắc, hỏi dồn.

- Năm ngoái, quân chủng chỉ cho bắn mỗi máy bay địch một quả thôi, tiếng lóng là một "chai", còn một để phòng thân trên đường về. Nhưng bây giờ, quân chủng cho phép dốc cả hai "chai" rồi.

- Bọn Mỹ không thừa nhận Bê-Năm hai rơi đêm hăm tám, trên vùng trời Sơn La, - Ninh phân vân nói.

- Tôi thực mục sở thị, nhìn tận mắt rồi mà, - Lan có vẻ bực, nhưng nể Ninh là trợ lý của Đại tướng, Tổng Tư lệnh nên không dám quát to.

- Trường hợp Phạm Tuân thì thế nào? Có đúng là bắn rơi Bê-Năm hai không? - Ninh gặng hỏi.

Lan lặng ngắt không nói, làm như đang suy nghĩ lung lắm về người đồng đội đã hy sinh trên vùng trời Sơn La, để tránh câu trả lời với Ninh. Thực tế chiến đấu của binh chủng không quân, chỉ có hai phi công là Vũ Xuân Thiều hạ được B52, trong trận "Điện Biên Phủ trên không" và trước đó một năm[148], phi công Vũ Đình Rạng bắn một trúng B52 trên bầu trời miền Trung, mà thôi. Nếu lúc đó, Rạng được phép dốc cả hai "chai" như bây giờ, thì chắc chắn chiếc B52 đó đã rơi tại chỗ, tại Quảng Bình rồi.

- Đại tướng đến trực hẳn ở sở chỉ huy quân chủng mấy đêm liền, chỉ chờ kết quả bắn rơi Bê-Năm-hai của không quân. Thế mà...

Ninh lớn tiếng trách móc, làm như quân chủng Không quân không bắn hạ được Bê-Năm hai là bởi tại Lan không bằng. Lan vằn mắt, toan vặc lại, nhưng nghĩ sao lại tiếp tục lặng ngắt như tờ.

39. Bức điện "Thần tốc "

Lê Đức Thọ gọi điện thoại, báo tin đến thăm tư dinh, Giáp thân ra tận cổng đón chào:

- Chu cha, rồng đến nhà tôm, - Giáp hồ hởi dẫn Thọ vào phòng khách.

Sau khi nói chuyện thời tiết và uống mấy tuần trà, Thọ mới thân mật hỏi:

- Cháu Võ Hồng Anh đã bảo vệ xong luận án cũng chừng bốn, năm năm rồi nhỉ?

- Từ năm sáu chín, đận bác Hồ mất, cháu còn về chịu tang kia mà, - Giáp nhíu mày, làm như cố nhớ lại, nhưng trong bụng cảm thấy bất an, không biết tay Trưởng ban Tổ chức Trung ương Đảng có ý đồ gì? - Năm ấy, sau khi bảo vệ Luận án Phó tiến sĩ Vật lý về Pờ-lát-ma (Platsma) và trở về nước, cháu rất cảm động, khi thấy hình ảnh cả Bộ Chính trị quây quần bên cạnh thi hài bác,

---

(148) Trận không chiến xảy ra vào đêm 20/11/1971.

cùng khoác tay nhau, hát vang bài "Kết đoàn"[149] trong nước mắt. Tôi còn nhớ, lúc chín giờ bác đã ngừng thở, nhưng kíp bác sĩ gắng sức còn nước còn tát, bốn mươi bảy phút sau, anh Tô mới ra lệnh dừng lại. - Giáp sực nhớ vụ đèn tín hiệu đường băng Gia Lâm chệch mười lăm độ, gây xôn xao dư luận khác nào một vụ án mạng bất thành, thế mà Duẩn lại sướt mướt đọc lời điếu của Ban Chấp hành Trung ương, khiến bao người dự lễ tang Hồ Chủ tịch cũng phải ngậm ngùi. Thật chẳng khác nào Khổng Minh hại chết Chu Du, rồi lại ôm quan tài khóc lóc. Mà sao vừa nghe Hồ Chủ tịch từ trần, chưa kịp báo tang, nhưng Chu Ân Lai đã tức tốc bay sang, bất chấp nghi lễ ngoại giao? Chu nói câu khôi hài rằng, Hồ Chủ tịch đã nhận được "Thiếp mời của Mã Khắc Tư, Liệt Ninh từ lâu rồi, nhưng giấu đồng chí, anh em...". Trước đó, Chu phái mấy kíp bác sĩ Trung Quốc sang túc trực, y như thể cứu chữa cho người thân xứ Tàu. Cách một ngày trước khí bác mất, Nữ y tá trưởng Bệnh viện Trung ương Bắc kinh Vương Tinh Minh đã hát bài *Muốn làm cách mạng thành công phải dựa và tư tưởng Mao Trạch Đông*[150]. (*Can cách mệnh kháo đích thị Mao Trạch Đông tư tưởng*). Thỏa mãn yêu cầu, bác cười rạng rỡ. Đại sứ Lý Gia Trung và tốp bác sĩ cũng hoan hỉ vỗ tay, reo lên: "Ồ, một bài hát của Hồng vệ binh".

- Anh Ba quan tâm, muốn cho cháu đi học tiếp, ý anh thế nào? - Thọ ra vẻ chăm chú lắng nghe, nhưng hầu như không để ý đến chuyện con cà con kê của Giáp, nghĩ bụng, tay này lẩm cẩm rồi, chỉ chờ chủ nhà ngừng lời để đặt vấn đề.

- Được anh Ba và các anh quan tâm thế, phúc to bằng núi Thái Sơn còn gì? - Giáp nói câu hàm ơn.

- Mấy năm nay, anh Ba bị bệnh tiền liệt tuyến, nên trong người cũng khó ở, - Thọ phàn nàn, tạo không khí thân tình.

- Đã thế, "bạn" lại gây chuyện "ngoại giao bóng bàn" với Mỹ,

---

(149) Bài hát Trung Quốc "Đoàn kết tựu thị lực lượng" (Kết đoàn chính là sức mạnh), nhạc: Lư Túc, lời: Mục Hồng.

(150) Nhạc Vương Ấn Song. Lời: Lý Uất Văn.

khiến anh Ba cũng phiền lòng, - Giáp đưa đẩy. - Tôi cũng nghe tin trong Nam, quân địch đang truy lùng chị Bảy Vân dữ lắm, treo bảng ghi đích danh là "Vợ của kẻ thù số Một" kia mà.

- Vừa rồi, Chu Ân Lai sang ta thanh minh chuyện bóng bàn bóng biếc, - Thọ trao đổi chuyện quốc gia quốc tế mà cứ như thể tâm sự chuyện hàng xóm láng giềng, - anh Ba giận quá bảo vầy chứ: "Việt Nam đang đánh Mỹ, mà Trung Quốc làm thế, khác nào thả phao cứu sinh, làm ăn trên lưng chúng tôi".

- Cái Hiệp ước Thượng Hải giữa Mỹ và Trung Quốc, được ta đón nhận bằng sự kiện "Mười hai ngày đêm Điện Biên Phủ trên không" đó thôi, - Giáp cười cười, nhắc lại chiến công bắn rơi hàng loạt B52, gây chấn động thế giới.

- Đận ấy, anh Ba dưỡng bệnh, phải lên Sơn La, thung thổ khí hậu cũng giúp bệnh thuyên giảm nhiều, mà vẫn chỉ đạo được toàn Đảng, toàn quân, toàn dân đánh thắng Đế quốc Mỹ tập kích chiến lược bằng đường không, - Thọ có ý thanh minh cho Duẩn, lại vừa đề cao vai trò chỉ huy tuyệt đối của Bí thư thứ Nhất.

- Nghe nói, Ban Bảo vệ sức khỏe Trung ương đã bố trí bác sĩ giỏi, chăm sóc cho anh Ba? - Giáp biết, bác sĩ Hồ Thị Nghĩa là con gái Hồ Việt Thắng được lựa chọn cho Duẩn.

Nghe vậy, Thọ giật mình, đồ rằng, hẳn Giáp đã biết cô này là nhân tình của Lê Quang Hòa-Chính ủy Quân khu IV, nhưng về phục vụ Duẩn, rồi lửa gần rơm lâu ngày cũng bén, nên đã có thai. Trung ương Đảng khuyên bỏ đi, nhưng cô ta cãi: "Con Vua, không ai có quyền phế bỏ".

Thọ lảng chuyện:

- Thế nhé, cháu và gia đình đồng ý thì thông báo sớm cho Bộ Giáo dục thu xếp.

- Anh ở chơi, tôi mạn phép mời anh bữa cơm rau muối, - Giáp tỏ ra khiêm nhường, nói câu dân dã.

- Thôi, để khi khác, - Thọ cũng tỏ ra thân tình, - tôi còn đi Pa-ri, hội nghị cũng chạy nước rút rồi. À mà này, - Thọ vỗ trán như chợt nhớ ra, - sao các cháu Hồng Anh, Hòa Bình, Hạnh Phúc đều theo học khoa tự nhiên, không biết còn Điện Biên, Hồng Nam liệu có học khoa xã hội không?

- Các cháu tự chọn theo năng khiếu thôi mà, - Giáp giật mình ứng phó. - Học cái gì cũng dưới mái trường Xã hội chủ nghĩa, tốt nghiệp rồi cũng phục vụ Đảng và cách mạng cả thôi.

Nghe Giáp nói vậy, Thọ cười cười bước ra ô-tô.

- Tôi thấy các anh buộc Mỹ-Thiệu chấp nhận điều khoản Mỹ rút quân, còn quân chủ lực của ta vẫn ở lại Miền Nam. Đó là cái thòng lọng tra vào cổ quân địch. Mỹ rút, ta càng chắc thắng, - Giáp tỏ vẻ phấn chấn, vừa tiễn chân Thọ đến tận cửa xe vừa nói như vậy, nhưng trong bụng nghĩ, nếu không có Liên xô ép Mỹ phải chấp nhận để quân Bắc Việt ở lại Miền Nam, thì làm gì có chuyện Mỹ- Thiệu chấp thuận.

- Năm sáu mươi tám (1968), tôi đi Pháp, anh Ba dặn đi dặn lại mỗi điều đó thôi mà, - Thọ đắc chí, cười rổn rảng, khiến cậu vệ binh gác cổng cũng vui lây.

- Nhưng điều Mười lăm của Hiệp định, lại nêu vấn đề thống nhất đất nước bằng phương pháp hòa bình, do hai miền Nam, Bắc cùng thảo luận bàn bạc, không bên nào cưỡng ép, hoặc thôn tính bên nào... Như thế thì làm khó cho quân ta bước tiếp chặng đường giải phóng Miền Nam? - Giáp phân vân hỏi.

- Câu chữ hiệp định phải viết kiểu "ngoại giao" như thế, chứ ta chuẩn bị lực lượng cả rồi, anh còn lạ gì. Mỹ cút là ta "uýnh" cho Ngụy nhào, theo đúng tinh thần chỉ đạo của bác lúc sinh thời. - Cặp mắt tinh ranh màu bạc thau của Thọ nhìn xoáy vào Giáp và đột ngột hỏi, - à mà này, anh Ba nhắn bảo, muốn xem cái Kế hoạch Ba linh năm chi đó, - đoạn, Thọ cười nói bỗ bã, đầy vẻ tự mãn và chui vào xe.

Nghe vậy, Giáp đứng chết sững giữa sân. À, thì ra là vậy, chứ không dưng ông ta đến nhà miềng làm chi mô? Thực ra, chuyện xây dựng "Kế hoạch chiến lược Giải phóng Miền Nam", mang mật danh "305. TG1", thì miểng đã báo cáo xin ý kiến Bộ Chính trị và giao cho Lê Trọng Tấn phụ trách.

*

Mỹ rút, chấm dứt cuộc chiến tranh tại Việt Nam (Second Indo China War). Đó là cuộc chiến giữa quân Mỹ và Đồng Minh với những người Cộng sản, bắt đầu từ năm 1955, lúc Mỹ thành lập nhóm cố vấn quân sự đầu tiên, tại Sài Gòn. Nhưng cũng có ý kiến, danh chính ngôn thuận phải tính từ năm 1965, lúc Mỹ đổ quân vào Đà Nẵng và kết thúc cuộc chiến năm 1973, sau khi ký kết Hiệp định Pa-ri. Chuyện này, đối với Mỹ, gọi là cuộc rút lui trong danh dự cũng đúng, mà bảo là thua cuộc cũng đúng. Kẻ thua cuộc mỉm cười cay đắng, người thắng cuộc rồi cũng phải ngậm bồ hòn làm ngọt, khi ngộ ra mình đã bị lừa? Nhưng nếu lấy sự nghiệp giành độc lập và thống nhất đất nước làm trọng, thì cũng an ủi được mấy nỗi niềm...

Mơ đã học xong chương trình âm nhạc tại Nhạc viện Trai-cốp-xki, về nước và lại tiếp tục luyện ngón đàn cho Giáp. Giáp rất thích đánh bốn tay, cả hai người cùng đánh, có sự giao lưu giữa người với đàn, người và người. Mơ nhớ, bó hoa sáu bông năm xưa đặt trên phím đàn. Giáp nhớ chuyến công tác sang Liên Xô, liên hệ xin viện trợ vũ khí, khí tài quân sự và gặp Mơ, lại thánh thót phím đàn. Những bước đường chinh chiến trận mạc và bão tố cuộc đời cùng đổ lên phím đàn. *Bản giao hưởng số Năm* của Bết-tô-ven, *Trường ca Sông Lô* của Văn Cao... Giáp tuy không điêu luyện, nhưng niềm đam mê và ngón đàn cất lên có hồn. Âm nhạc là tâm hồn của con người. Giáp cảm thấy áy náy, có điều gì không phải đối với Hà. Nhưng Hà cũng bập vào thằng Phạm Huy Thông đó thôi. Năm bốn mươi sáu (1946), miểng giới thiệu hắn giúp việc anh Tô và Hồ Chủ tịch, khi phái đoàn sang Pháp dự Hội nghị Phông-ten-nơ-blô, không ngờ lại hóa thành cái sự rước hổ vào nhà...

Trần Văn Trà lại từ Nam ra Bắc, chuyến này không phải đi báo cáo tình hình Miền Nam như ba mươi năm trước trên Việt

Bắc, cũng không phải việc tập kết tại Hà Nội, như hai mươi năm đã qua, mà là bàn chuyện đánh trận cuối cùng giải phóng Miền Nam. Ban đêm, Trà đi bách bộ, lại nghe tiếng đàn của Giáp. Tiếng đàn nghe đã khác xưa. Tiếng đàn xưa còn đọng trong ký ức Trà là sự hân hoan, reo vui của dư âm chiến thắng Điện Biên Phủ và tình đời tràn trề khát vọng của Đại tướng; tiếng đàn nay mang tâm trạng của vị khai quốc công thần đang gánh trọng trách chỉ huy cuộc chiến tranh khốc liệt, nhưng thân phận đầy oan trái, nếu phải người tầm thường thì khó có thể vượt qua, hoặc chỉ một phút giây phản ứng tự vệ thái quá là có thể dẫn đến nội chiến, huynh đệ tương tàn ngay giữa Thủ đô. Tiếng đàn thể hiện tâm thế của vị Đại tướng, Tổng Tư lệnh, nghĩa khí của người quân tử giữa thời loạn, vượt lên nỗi oán hờn và sự nhẫn nhục...

Bộ Chính trị đề ra kế hoạch giải phóng Miền Nam trong hai năm, 1975 và 1976. Lê Duẩn đã giao cho Văn Tiến Dũng và Vũ Lăng lập kế hoạch đánh Sài Gòn. Giáp tính, đưa Quân đoàn 4 vào bắc Đồng Nai, buộc địch phải tập trung lực lượng phòng thủ Sài Gòn. Lại điều Quân đoàn 2 vào gần Huế, khiến chúng co cụm bảo vệ Cố đô. Giáp lại đột ngột tăng viện Tây Nguyên hai sư đoàn bộ binh, tổng cộng thành năm sư đoàn đứng chân trên "mái nhà Đông Dương", thế áp đảo. Giáp cũng giao cho Lê Trọng Tấn và Hoàng Minh Thảo lấy Tây Nguyên làm bàn đạp. Trần Văn Trà nghiêng về phương án của Giáp, nhưng từ khi Lê Trọng Nghĩa bị Duẩn bắt, thì Cục Tác chiến lại chọn điểm đột phá là Kon Tum. Sao lại là Kon Tum? Kon Tum, địch phòng thủ mạnh lắm. Bộ Tổng tham mưu lại định đánh Đức Lập. Nhưng Đức Lập chỉ là chi khu, ai lại dùng dao mổ trâu đi giết gà, sao không phải là Buôn Ma Thuột? Như vậy, khác nào năm xưa toan đánh Cao Bằng, rồi sau mới chuyển sang Đông Khê. Trà thấy kế hoạch của Nghĩa sát thực hơn, chọn cú đánh đầu tiên, mang tính quyết định. Giáp gặp Trà ở điểm đó, cũng có vẻ đồng cảm như nghe tiếng đàn pi-a-nô vọng ra.

Duẩn thì vẫn khoái trò "Tổng tấn công", "Tổng khởi nghĩa", từ những năm 1965, 1968 và đến 1975 vẫn không thay đổi mục tiêu đầu tiên là Sài Gòn. Một khi quân sự bị buộc chơi theo trò chính trị, phục vụ chính trị thì tổn thất khôn lường. Tuy nhiên, ai cũng hiểu, quân sự là tiếp tục của chính trị, thể hiện bằng chiến tranh, nhưng đó là hai vấn đề hoàn toàn khác nhau. Một khi, tiền duyên xa hậu phương, thì việc cơ động bộ đội, vận chuyển vũ khí, khí tài, đạn dược, lương thực, thuốc men, thông tin liên lạc vào chiến trường, xa xôi ngàn dặm, không phải là chuyện đơn giản, một sớm một chiều mà được đâu. Tự nhiên đánh độp một phát vào Sài Gòn theo kiểu "cầu vồng" như vậy, thực phiêu lưu. Đó là mục tiêu cuối cùng chứ? Sai lầm trong cuộc tấn công đô thị và Thành đô năm 1968 là một bài học đắt giá. Nay lại phiêu lưu tấn công thẳng vào đó, thì khác nào hành động tự sát tập thể. Phải bắt đầu từ Buôn Ma Thuật, rồi đứng trên "mái nhà Đông Dương" mà tràn xuống đồng bằng, vào thành phố, cuối cùng mới tới Sài Gòn. Cái lý là như vậy, nhưng phải khéo léo ứng xử với cấp trên, nếu không lại bị loại như Giáp.

Duẩn cử Văn Tiến Dũng bí mật vào chiến trường, với bí danh Tuấn, làm Tư lệnh mặt trận. Ở Hà Nội, một sĩ quan hao hao giống, được phân công đóng thế; hằng ngày, vẫn đi xe từ nhà riêng số 26, phố Hoàng Diệu, tới Bộ Tổng tham mưu tại số 7, phố Nguyễn Tri Phương, Hà Nội và chiều chiều, vẫn chơi cầu lông trong sân cơ quan. Tất cả nhằm mục địch giữ bí mật chiến dịch, che mắt tình báo nước ngoài. Nhiều chuyện, Duẩn bí mật cả với Giáp. Một hôm, Giáp hỏi Bộ Tư lệnh chiến dịch:

- Các quân đoàn tiến vào Sài Gòn, hàng chục vạn người rầm rập như thác đổ, việc đảm bảo hậu cần ra sao? Na-pô-lê-ông từng phán rằng: "Vấn đề quan trọng thứ nhất của chiến tranh là tiền, quan trọng thứ hai cũng là tiền và quan trọng thứ ba cũng vẫn là tiền".

- Em xin phép đánh trống qua cửa nhà sấm. Tôn Tử cũng dạy: "Mỗi ngày phải tiêu tốn nghìn lạng vàng, mới dám nói có mười vạn quân". - Thiện cười cười, rồi chua thêm, - nhưng hiện nay Anh Ba bảo, lấy của địch đánh địch.

- Chu cha, đó chỉ là chuyện được chăng hay chớ. Vả lại, Mỹ

cắt viện trợ rồi, không chờ sung rụng được đâu? - Giáp bồn chồn lo lắng.

Đến lúc này, Đinh Đức Thiện (Phan Đình Dinh) mới thú thật:

- Anh Ba và anh Dũng đã cho chuẩn bị các kho bãi lương thực, đạn dược đầy đủ cả rồi. có khi còn thừa, đánh sang tận Thái Lan cũng không hết.

Giáp ngớ người, cảm giác bị ngấm ngầm loại khỏi cuộc chiến, nhưng trấn tĩnh được ngay, coi như không có chuyện gì xảy ra. Bọn Thiện bùi ngùi nhìn Giáp, ai nấy đều thương cảm.

*

"Đại thắng Mùa Xuân
Ra quân quyết thắng
Đánh bại quân thù
Giải phóng Tây Nguyên".

Bộ Tư lệnh Mặt trận B3 (Tây Nguyên)[151] đã cho in hàng loạt khẩu hiệu như vậy, chuyển xuống các đơn vị làm phương châm tác chiến, lấy sông Ba[152] chảy qua Phú Yên làm bàn đạp, nếu có thời cơ thì triển khai xuống đồng bằng, tiến tới giải phóng Miền Nam. Nhưng khi chiếm được Buôn Ma Thuột, Quân Giải phóng phất cờ thượng phong, ào ạt tấn tới, khiến quân Việt Nam Cộng hòa vỡ trận.

Năm xưa, miềng đã vào Trường Sơn, gặp Đồng Sỹ Nguyên, bàn chuyện chuẩn bị đường vận tải quân sự và hệ thống xăng dầu phục vụ chiến dịch này. Thế mà, đằng sau lưng miềng, vẫn có kẻ lén dụng mưu để hớt tay trên, thậm chí, còn sẵn sàng chờ thời cơ để nổ súng vào miềng nữa. Bên tê (kia) bom đạn Mỹ giội xuống, bên ni (này) thì tên lửa bắn lên, miềng ở lưng trời, hứng chịu cả hai làn bom đạn. Một khi con người thiếu nhân tâm, thì cũng chẳng khác gì cầm thú; đồng chí, đồng đội cũng không tha.

---

(151) Địa bàn quân sự của Quân giải phóng Miền Nam Việt Nam; gồm các tỉnh Đắk Lắk, Kon Tum, Gia Lai.

(152) Còn gọi sông Đà Rằng, theo tiếng Chăm cổ nghĩa là sông Lau Sậy.

Trong vụ án "Xét lại- chống Đảng", từ năm 1967[153], không chỉ Lê Duẩn, mà còn cả Hồ Chí Minh cũng liên kết chỉ đạo. Bởi thế, mấy lần Đồng Sỹ Nguyên đề nghị phong hàm Nguyên soái cho miềng, thì Hồ Chủ tịch lặng lẽ bỏ đi, không nói năng gì...

- Thôi, Nguyên soái mà làm gì? - miềng bảo Nguyên, - hàm Đại tướng là lớn lắm so với tầm vóc miềng rồi.

- Bây giờ, quân ta có hơn một triệu, đủ mức phong hàm Nguyên soái cho anh, thì tôi và nhiều đồng chí mới đề nghị với bác Hồ và Trung ương Đảng chứ? - Nguyên cố vớt vát, - vả lại, quân Ngụy còn có Thống tướng kia mà, mình kém cỏi chi mô?

- À, đó là chuyện truy phong cho Lê Văn Ty, để lấy lòng Quân lực Việt Nam Cộng hòa mà thôi, - Giáp tỏ ra am tường.

Thế là, nhiều đồng chí chưa hiểu hết nội tình, chưa hiểu về Hồ Chủ tịch. Duẩn là hiểu ngọn nguồn và bổ bã, nên áp chế được. Hồ Tùng Mậu (Hồ Bá Cự) cũng rất hiểu Hồ Chủ tịch và có công đầu trong việc mời Nguyễn Ái Quốc từ Xiêm sang Tàu để thành lập Đảng Cộng sản. Thế mà chỉ năm sau, cảnh sát bắt quả tang Quốc và cô vợ trẻ mới mười sáu tuổi của Mậu[154] cùng ngủ đêm trong khách sạn, tại Hồng Kông. Giáp thở dài ngao ngán, thương Mậu, chết bất đắc kỳ tử ở phố Còng. Chợt nhớ bài "Tỉnh ca Thanh Hóa" có câu tếu táo: "Cách mạng đến Còng thì quay trở lại... ". Dân gian chơi chữ "còng" mới "độc" làm sao. Thực tế, Còng thuộc huyện Tĩnh Gia là địa danh cuối cùng của Thanh Hóa, nên hồi Cách mạng Tháng Tám cướp chính quyền, đoàn tuần hành đến đây thì quay về. Nhưng "còng" còn có nghĩa là còng lưng, ngụ ý đến khi tuổi già mới giác ngộ và "đằng sau, quay"... À hà, ngẫm thế sự, miềng càng phải thận trọng trong từng đường đi nước bước.

---

(153) Vụ án "Tổ chức chống Đảng, chống Nhà nước ta, đi theo Chủ nghĩa Xét lại hiện đại và làm tình báo cho nước ngoài", (gọi tắt là Vụ án Xét lại- Chống Đảng), bí số X77, diễn ra từ năm 1963, chính thức 1967-1973. Trưởng ban Tổ chức Trung ương Đảng Lê Đức Thọ và Bộ trưởng Công an Trần Quốc Hoàn chỉ đạo điều tra. Mục tiêu và đối tượng chính là nhằm hạ bệ Võ Nguyên Giáp.

(154) Lý Sâm (Lý Phương Thuận), mất năm 1995, thọ 90 tuổi.

*

Nghe tin hòn đá Dao trấn trước núi Mặt Quỷ, nơi quê hương Ninh Thuận, bỗng dựng đổ sụm, khiến Tổng thống Thiệu lo lắng vô chừng. Lại còn chuyện, không biết từ đâu mà kiến bò về tràn ngập cả vùng quê, càng làm cho Thiệu như ngồi trên đống lửa. Nhưng Tây Nguyên thất thủ, buộc phải bỏ Vùng I, ngõ hầu có thể củng cố từ Nam Trung Bộ trở vô, thì ai ngờ, cả dân chúng cũng hoảng loạn bám theo binh lính và viên chức, thế là, từ chủ động biến thành bị động trong giây lát. Bi đát hơn là cái sự xuống tinh thần, gây nên nỗi lo sợ, hoang mang trong binh lính và dân chúng, khác nào hiệu ứng Đô-mi-nô (Domino). Cộng sản đã thò ra con mồi "Chính phủ ba thành phần" để nhử đám nhân sĩ, viên chức và dân chúng nhẹ dạ cả tin. Nhưng ta, Thiệu nghĩ, học theo cụ Ngô Tổng thống, với Cộng sản không thể liên kết, liên hợp gì hết. Ta phải thực hiện bốn không: không để lọt lãnh thổ vào tay đối phương, không liên hiệp, không thương lượng, không có Cộng sản và đối lập. "Uýnh", chỉ có "uýnh" mà thôi. Đang lúc rối loạn, cái gã Cao Văn Viên lại xin từ chức Tổng Tham mưu trưởng, mà bao kẻ lạy lục van xin ta chẳng cho. Gã mắc "bệnh từ chức" thì phải, đã đâm đơn mấy lần lận. Thôi được, ta không xắn tay vào cuộc là không xong.

Đi đi lại lại trong căn phòng Tứ phương vô sự lâu, Thiệu nghĩ bụng, Kiến trúc sư Ngô Viết Thụ đã thiết kế dành riêng cho Tổng thống lầu này, để dùng cho ta hôm nay chăng? Thiệu nghĩ bụng và chợt đỏ mặt, khi liếc nhìn thấy cái máy bay trực thăng UH1, dành riêng cho Tổng thống đang nằm đỗ trên sân thượng. Bất chợt, hình ảnh ca sĩ Kim Loan lại hiện về, đôi mắt biết nói, sáng long lanh, sống mũi thanh tú, má lúm đồng tiền và chất giọng an-tô (alto), với bài hát *Căn nhà ngoại ô*[155] như còn văng vẳng bên tai:

> *"Em ơi, trái đất xoay tròn,*
> *Chúng mình hai đứa sẽ còn gặp nhau..."*

Bây chừ, nàng ở phương trời tây xa ngái, liệu có còn nhớ

---

(155) Nhạc và lời: Anh Bằng (Trần Anh Bường).

tới gã Tổng thống khốn khổ của xứ sở triền miên chinh chiến điêu linh này chăng? Thiệu lững thững ghé qua Phòng Khánh tiết, ngắm nhìn bức tranh "Việt Nam Quốc Tổ" và ngẫm nghĩ, ta không thể để Việt Nam Cộng hòa mất vào tay Cộng sản. Mất xứ này, lại gây hiệu ứng Đô-mi-nô, để Cộng sản tràn sang Thái Lan, xuống Đông Nam Á, thì còn mặt mũi nào nhìn đồng bào và bạn bè thế giới. Bỗng nghe có tiếng giày bước nhẹ trên thảm, Thiệu ngoảnh lại, thấy Viên đang cầm tờ giấy tiến lại. Thiệu bực, chỉ bức tranh, dằn giọng:

- Anh Viên! Anh hãy nhìn Quốc Tổ, rồi suy nghĩ lại đi. Đang lúc nước sôi lửa bỏng, vận mạng quốc gia ngàn cân treo sợi tóc thế này, mà anh đang tâm đòi từ chức mãi sao?

Đã bao lần Viên và các tướng lĩnh ngắm nhìn bức tranh này. Quốc Tổ ngự trên ngai đầu rồng, tướng sĩ mặc áo giáp cầm cung đứng xung quanh. Trên bàn là những bó văn thư bằng mảnh trúc. Phía sau, mặt biển cuộn sóng và mây trời nổi ráng vàng... Bất giác, Viên vò nát lá đơn từ chức trong tay và tiến đến trước mặt Thiệu, trịnh trọng nói:

- Trình Tổng thống, người xưa có câu: "Đất nước lâm nguy thất phu hữu trách", huống chi tôi là một quân nhân, đeo lon Đại tướng. - Viên nghẹn ngào, dập gót giày, giơ tay lên vành mũ, dõng dạc, - tôi chờ lệnh Tổng thống!

- Có thế chứ, ông vẫn giữ phong cách của lính dù! - Thiệu hồ hởi ôm chầm lấy Viên.

Cả hai cùng vui vẻ xuống tầng hầm, tới Phòng Tham mưu tác chiến. Nhìn bản đồ treo tường, Thiệu cảm thấy nhức mắt khi nhìn Vùng I chiến thuật, bèn ngoảnh sang hỏi Viên:

- Ông Trưởng phàn nàn về chuyện tiếp viện cho Vùng Một?

- Hai sư đoàn dự bị chiến lược đã tung ra ra đó rồi mà, - Viên ngạc nhiên, - mỗi sư những bốn chiến đoàn (trung đoàn).

Thiệu cố nén tiếng thở dài, nói như tâm sự:

- Ngài Đại sứ Mác-tin (Martin) đang hết sức cố gắng đề nghị về bản quốc, cầu viện Quốc hội Mỹ tăng kinh phí cho chiến trường Nam Việt Nam, nhưng gặp khó khăn. Chẳng lẽ, họ bỏ rơi đồng minh?

- Tôi đồ rằng, người Mỹ nhằm cái đích lớn hơn. Đó là, cấp thời liên kết Trung Cộng để tấn Nga Xô, xoay chuyển bàn cờ thế giới, còn xứ ta chỉ là một quân cờ thôi, có thể bị thí như một con tốt, hòng chiếu bí phe Cộng sản, đứng đầu là Liên Xô. Trong khi đó, Tàu Cộng vốn hiềm khích Nga Xô, nên cũng muốn dụng kế "mượn dao giết người", - Viên suy đoán. - Chính người Mỹ đã từng đánh đổi đồng minh Đài Loan, để cho Trung Cộng thế chân vào Hội đồng Bảo an Liên Hợp Quốc và cũng chính người Mỹ đã cho Đệ Thất hạm đội lánh xa quần đảo Hoàng Sa mười hai hải lí, bật tín hiệu cho Tàu Cộng chiếm đóng từ tay các chiến hữu của chúng ta, - Viên bặm môi, nén vẻ bực tức.

- Họ viện trợ đến mức nào, ta đánh đến mức đó! - Cơn giận dữ đang bùng phát, khiến Thiệu không làm chủ được phát ngôn. - Bây chừ, quân ta lâm vào thế "tổ kiến hổng sụt toang đê vỡ"[156], ông có cách chi? - Thiệu lại sực nhớ đến chuyện đàn kiến đổ về quê nhà, vội nén tiếng thở dài; đoạn, dõng dạc hô to, như thể đang hiện giữa ba quân tướng sĩ, - Ngày xưa, Lê Lợi phá tan quân Minh, giải phóng đất nước. Bây chừ, quân ta phải quyết tâm tiêu diệt giặc Cộng xâm lăng!

- Chỉ có cách là liều một phen, được ăn cả ngã về không, - Viên dè dặt đáp. - Bây chừ, quân Bắc Việt huy động hết vào trong nầy rồi, chỉ còn một sư đoàn bảo vệ lãnh thổ. Chắc chúng cũng đang chơi canh bạc cuối cùng, - nói đến từ "canh bạc", Viên chợt nhớ tới Thượng sĩ Ba Minh. Thằng nầy, cứ dấm dấm dúi dúi ghi ghi chép chép chi đó. Chẳng lẽ, hắn là tay trong của Việt Cộng? Máu Phòng Nhì nổi lên, ta phải để mắt tới hắn mới được. Viên chắp hai tay vào nhau nói với Thiệu, - ta tương kế tựu kế, bay lên trời mà tung quân ra, đánh ào một trận. Chúng hoảng loạn tất thu quân về, hoặc ngưng chiến củng cố. Thế là, ta thừa cơ xốc lại đội hình, chiếm thế thượng phong.

---

(156) Nguyễn Trãi, *Cáo Bình Ngô*

- Theo nguồn tin tình báo, Bắc Việt đang điều binh phòng thủ, những chỗ trọng địa đều có bộ binh, xe tăng, pháo binh, ngày đêm hành quân rầm rầm, dựng trại la liệt. Ông mang dòng máu quân dù, lúc nào cũng nghĩ kế đổ bộ đường không, - Thiệu mỉm cười. - Thời cụ Diệm hô hào "Bắc tiến", đến thời ông Khánh cũng hô "Bắc tiến"... nhưng có thấy chi mô? Ngoài mấy toán biệt kích thả xuống rừng núi vùng biên giới Việt-Lào. Hồi bảy mươi hai (1972), ta định thừa thắng trận Thành Cổ Quảng Trị, đánh tuốt luốt ra Bắc, bởi lúc đó Giáp hết quân rồi, nhưng người Mỹ không thuận, sợ Nga Xô, Trung Cộng can thiệp vô thì nổ ra Đệ Tam thế chiến.

- Đầu óc của họ tưởng tượng giống như tôi à? - Viên huơ hai tay lên đầu, xoay người kiểu khiêu vũ, khiến cả Thiệu và đám sĩ quan tham mưu cùng cười vang cả căn hầm. - Nhưng mà, thời Tam Quốc, trong trận Trường Bản[157], Trương Phi cho quân sĩ buộc cành cây vào đuôi ngựa, khua bụi mù mịt, hư trương thanh thế để giấu chuyện thiếu quân đó. Bắc Việt cũng bắt chước, chơi bài cũ mèm.

- Trước giờ ký Hiệp định Ba Lê, tôi đã chỉ đạo tràn ngập lãnh thổ, chiếm được tám mươi lăm phần trăm đất đai lãnh thổ và chín mươi lăm phần trăm dân chúng. Dự định sang năm bảy sáu (1976) sẽ quét sạch giặc Cộng ra khỏi bờ cõi. Thế mà nay bị đảo thế cờ, - Thiệu bỏ ngoài tai chuyện Bắc Việt học lỏm bài Trương Phi nghi binh, cao giọng phân bua, rồi lại luẩn quẩn nhớ chuyện hòn đá Dao bị vỡ và đàn kiến bò về báo điềm gở, làm bải hoải cả tinh thần lẫn thể xác.

*

Xe ô-tô của Tư lệnh chiến dịch Văn Tiến Dũng gắn biển "TS 50", có quyền ưu tiên số một, lặng lẽ lên đường vô Nam vào ngày giáp Tết Ất Mão. Sở dĩ phải giữ bí mật, vì đề phòng tai mắt của tình báo Mỹ, Phủ Đặc ủy Trung ương Tình báo Việt Nam Cộng

---

(157) Trận chiến xảy ra năm 208, nay thuộc huyện Đương Dương, tỉnh Hồ Nam (Trung Quốc).

hòa là đương nhiên, nhưng cũng còn phải cảnh giác với các cơ quan Tình báo Hoa Nam, Cục Tình báo Trung ương Mỹ (CIA), Tình báo Anh (MI6), Tình báo Pháp (CDECE), vả kể cả Tình báo Liên Xô (KGB)... Trước khi đi, Duẩn dặn dò:

- Trận này rất quan trọng. Họp Bộ Chính trị, anh Trường Chinh nói câu tiếng Pháp là một "Đòn quyết định" (Coup de'cisif). Do vậy, chỉ thị cho chiến trường, phải trực tiếp phát đi từ Bộ Chính trị, - Duẩn không muốn nói thẳng ra là phải từ chính tao.

- Em hiểu, dù Bí thư Quân ủy Trung ương cũng dưới quyền lãnh đạo toàn diện, tuyệt đối và trực tiếp của Tổng Bí thư, - Dũng đón ý, giãi bày tấc lòng, chỉ phò Duẩn chứ không phục Giáp.

- Đúng, đó là nguyên tắc Tập trung dân chủ trong Đảng, nhưng danh chính ngôn thuận, tớ vẫn là Bí thư thứ Nhất. - Duẩn vỗ vai và thân mật hỏi, - cậu còn vân vi điều gì không?

- Bây giờ, các tướng lĩnh đã ra trận cả rồi, anh ở nhà phải bảo trọng, - Dũng ngập ngừng, vừa nói vừa dò ý.

- Đương nhiên, - Duẩn cười phớ lớ.

- Em xin mạo muội kể câu chuyện thời Tam quốc, khi ba anh em Tào Sảng cùng rủ nhau ra ngoài thành, thì bên trong Tư Mã Ý bèn nổi loạn cướp quyền. Hắn nhẫn nhục lắm, mài kiếm chục năm, vung kiếm một lần, thu phục giang sơn.

- A ha ha, thật xứng danh là Tổng Tham mưu trưởng, biết nhìn xa trong rộng, lo cả thù trong giặc ngoài, - Duẩn vui sướng ra mặt. - Ta phòng bị cả rồi, lo gì "Thằng hèn" ấy cơ chứ?

- Phải, phải, - Dũng cũng mừng như mở cờ trong bụng, khi thấy Duẩn hiểu lòng mình. - Anh đúng là "Ông hai trăm nến", soi đâu cũng thấu tỏ.

- Này, nhân trước khi lên đường, cậu đến đến chào hắn và báo cáo xin chỉ thị, rồi thăm dò xem sao, biết diễn kịch chứ? - Duẩn ghé tai nói nhỏ, nhưng cảm thấy Dũng ngần ngừ, Duẩn nhíu mày hỏi, - răng hè (sao hả)?

- Trước khi anh Thanh lên đường vào đánh Mậu Thân, cũng đến gặp hắn để chào và báo cáo xin chỉ thị, rồi thì xảy ra chuyện đau lòng như thế...

Duẩn giật mình, nghiêng bàn tay như con dao bầu kề vào tận cổ, khiến Dũng sợ tái xanh cả mặt.

- Lúc đầu, nghe anh gọi "Thằng hèn", em cũng chưa hiểu ý tứ ra sao, nhưng ngẫm lại thấy chí lý. Ví dụ, trận đầu đánh đồn Phai Khắt có mấy chục thằng lính dõng, mà đóng chỉ huy sở ở cách đồn đến nửa cây số, trong khi đó liên lạc là thằng bé con chạy bộ. Trận Đồng Mu, chỉ huy đóng cách đồn ba cây số, chỉ đạo không sát, nên thua đau. Hồi năm mươi mốt (1951), đưa ba Đại đoàn Ba linh tư, Ba linh tám và Ba hai mươi đi đánh Ninh Bình, Phát Diệm, nhưng đại bản doanh trên đất Châu Sơn, cách xa Ninh Bình ba mươi lăm cây số, cách Phát Diệm tới sáu mươi lăm cây số. Trận Nà Sản cũng thua, vì chỉ huy ở Tà Hộc, cách Tập đoàn cứ điểm địch hăm lăm cây số. Trận Quảng Trị thì đóng tận Hà Nội... - Dũng cố tình thống kê những khoảng cách xa xôi từ chỉ huy sở đến mặt trận như vậy, cốt để minh họa cái hỗn danh mà Duẩn đặt cho Giáp.

- Nhân bảo như thần bảo, - Duẩn nháy mắt cười tinh quái, - Thanh thì khác, phương châm của cậu ấy là "nắm thắt lưng địch mà đánh". Lý luận quân sự đã vậy, nhưng căn bản là khâu ứng dụng thực tiễn.

- Anh am tường quân sự quá, - Dũng khen kiểu phò mã tốt áo.

- Đã nói câu, Đảng lãnh đạo mà không nghiên cứu mọi lĩnh vực, thì làm sao chỉ đạo sát thực tế cho đặng? - Duẩn nghiêng đầu kiểu cách.

- Em hiểu, ví như hồi bảy mươi mốt (1971), Mỹ dùng máy bay A-xê Một trăm mười (AC110) bắn cháy của quân ta hàng nghìn xe ô-tô. Ban đầu cũng choáng, không hiểu làm sao mà địch ghê gớm vậy? Mãi sau mới biết, chúng dùng tên lửa tầm nhiệt. Thế là cho bộ đội đốt lửa khắp nơi, bắn pháo sáng lung tung, lừa nó đến mục tiêu giả, - Dũng hào hứng kể.

- Có khi những kinh nghiệm, những bài học được rút ra từ thực tế xương máu, - Duẩn triết lý.

Duẩn nghĩ, Dũng cảnh giác như vậy cũng không thừa, nhưng hiện thời, Giáp không có thực quyền, làm sao có thể chủ động điều binh khiển tướng làm đảo chính được cơ chứ? Đấy, cứ xem gương bọn Ngụy quyền, sau khi Diệm bị lật đổ, mấy năm liền làm đảo chính lên đảo chính xuống, mà có lập nổi chính thể mới đâu? Mấy tay cấp úy, cầm quân cỡ trung đoàn cũng kéo về Sài Gòn chơi trò đảo chính, khác nào mó dái ngựa, bị đá vỡ mặt. Giáp tuy còn trụ được là nhờ uy tín quá khứ. Nếu hắn đảo chính, sẽ tự tạo ra cái cớ để bị nghiền nát trong chốc lát. Hắn không đến nỗi khờ dại thế đâu. Nghĩ cho cùng, tại hắn hèn mà thôi. Vả lại, ta tin bản chất Cộng sản trong con người hắn vẫn còn trung kiên lắm. Duẩn chợt nhớ Phạm Ngọc Thảo, từng làm con nuôi Ngô Đình Thục, tạo bình phong và trở thành chuyên gia đảo chính của mình ở Miền Nam, nhưng chẳng may đoản mệnh.

*

- A-lô, chào anh Ba, tôi là Giáp đây. Tôi xin gặp anh báo cáo tình hình chiến sự, - Giáp gọi điện thoại từ Tổng hành dinh đến nhà riêng của Duẩn, rồi soi gương chỉnh quân phục, cài lại nắp túi áo ngực kiểu K74, có hình "đuôi chuột" và mỉm cười thú vị.

- A, chào anh Văn, - tuy chỉ sử dụng Giáp như một chuyên viên quân sự, nhưng Duẩn vẫn hồ hởi, vẻ thân tình - tôi cũng đang có ý chờ, đến luôn nhé.

Chiếc xe ô-tô Pô-bê-đa (Pobeda) vừa trờ tới cổng, Duẩn đã thân ra đón.

- Thời điểm Tổng tấn công Sài Gòn đã tới gần, - Duẩn cất giọng khàn khàn nói viễn cảnh sán lạn và bắt tay lắc lắc, thay cho lời chào.

- Thì, cách đây hai chục năm, từ cửa sông Ông Đốc, anh đã dự đoán ngày này rồi mà? -

Giáp cũng nhắc lại chuyện xưa, theo lời kể của Thọ, để làm hài lòng Duẩn.

Duẩn khoác vai Giáp, thân mật kéo vào phòng khách; đoạn, phẩy tay cho đám thư ký và vệ binh lui ra, để nói chuyện cơ mật quốc gia:

- Như anh đã biết, sau khi rụng Buôn Ma Thuật, khiến địch hốt hoảng rút khỏi Tây Nguyên, tạo thời cơ chiến lược cho ta. Tôi đã chỉ đạo đánh Đà Nẵng trước, chứ không chờ giải phóng Sài Gòn, rồi mới quay ra đánh Đà Nẵng như kế hoạch đã định, thế mà vẫn êm. Có khi không cần chờ đến bảy mươi sáu (1976) nữa, mà quyết ngay trước mùa mưa năm nay, - Duẩn vuốt mái tóc hoa râm xõa xuống trán, giọng khàn khàn, đầy khí thế.

Giáp nghe vậy, cười nụ, nghĩ bụng, miềng đã giao cho Lê Trọng Tấn giải quyết dứt điểm Đà Nẵng trong vòng ba ngày rồi mà. Mặc dù ban đầu, Tấn xin bảy ngày, rồi rút xuống năm ngày. Miềng bực, quạt cho Tấn một trận: "Thế thì khác nào tạo điều kiện cho địch rút chạy, bảo toàn lực lượng. Đánh địch là phải tiêu hao sinh lực địch càng nhiều càng tốt, khi quân ta trên thế áp đảo thì tiến tới một trận quyết chiến chiến lược". Thế mà nay Duẩn lại bảo chỉ đạo đánh Đà Nẵng...

- Theo tin tình báo từ Bộ Tổng tham mưu có được, ngay sau khi ta giải phóng Buôn Mê Thuột, Thiệu đã họp Hội đồng An ninh quốc gia, tính chuyện triệt thoái Tây Nguyên, cắt bỏ từ Tuy Hòa, Đèo Cả, vĩ tuyến mười ba trở ra Quảng Trị. Thiệu định "tái phối trí" lực lượng từ Nam Trung Bộ trở vào. Nhưng không ngờ dân chúng chạy theo quá đông, thành ra vỡ trận, chứ nếu chúng tính sớm hơn, chắc sẽ gây khó khăn cho quân ta. - Giáp sực nhớ chuyện thời Tam quốc, ba ngàn binh lính với mười vạn dân chúng, cùng hàng ngàn xe cộ bỏ thành Tân Dã, lếch thếch chạy theo Lưu Bị đến Giang Hạ lánh nạn, dọc đường chiến chinh đã xảy ra bao cảnh bi thảm... ngẫm mà chột dạ, nhưng không dám nói ra.

- Chúng mang đầu óc chủ bại, thua là phải, - Duẩn khẳng định.

- Địch đang tính đến khả năng tham gia "chính phủ ba thành phần", như anh đã chủ trương, từ ba năm trước, - Giáp vẫn điềm nhiên báo cáo theo phận sự.

- Lúc đầu, bọn Thiệu có nghe đâu. Sau khi ký Hiệp định Pa-ri, hắn còn giở trò tràn ngập lãnh thổ, huyênh hoang tuyên bố không liên kết với Cộng sản. - Duẩn khoát tay mời Giáp uống trà, rồi nhấp một ngụm sâm và khẽ thanh minh, - tôi phải dùng thuốc suốt ngày, theo chỉ định, - Duẩn suýt nói câu tiếp theo "của cô bác sĩ" nhưng vội dừng lại, sợ Giáp liên hệ chuyện cô Nghĩa thì phiền, bèn lái câu chuyện, - khi đó, có người hỏi về chuyện nầy, Trần Bạch Đằng (Trương Gia Triều), tự trỏ vào háng, bỗ bã bảo, "chính phủ ba thành phần" là cái con củ kẹc... Nhưng nếu địch tính đến khả năng "chính phủ ba thành phần", thì ta phải ép thay thế tên Thiệu hiếu chiến. Bớt kẻ diều hâu là đỡ tốn xương máu bộ đội.

- Cục Tình báo quân đội có thể phải dùng đến con bài Dương Văn Minh. Ông ta đã lật đổ nền Đệ Nhất Cộng hòa, - Giáp tránh nói tới Diệm, sợ Duẩn nghi ngờ mối quan hệ giữa hai gia đình Võ-Ngô, - làm Tổng thống ba tháng, rồi lại phá tan mười sáu ngàn ấp chiến lược, tạo điều kiện cho cán bộ và quân ta hoạt động trở lại như cá về với nước. Bây chừ, ông ta ra lệnh cho quân đội Đệ Nhị Cộng hòa hạ vũ khí, thì quả là ba lần lập công to. - Giáp dè dặt đề xuất và lèo thêm, - ổng (ông ấy) có vẻ thích nắm cái "chính phủ ba thành phần".

- Đúng, chỉ có Minh Lớn làm Tổng thống, thì mới chỉ huy được quân đội, theo quy định của Hiến pháp Ngụy mà lại, - Duẩn cười, diễn đạt cụm từ "Hiến pháp Ngụy" đầy vẻ diễu cợt, và lờ đi miếng mồi giả "chính phủ ba thành phần". Người Cộng sản giành độc quyền lãnh đạo cách mạng, chứ làm chi cho mấy thành phần khác tham gia, thêm phức tạp. Chúng ngây thơ về chính trị quá chừng, cứ ngỡ là sẽ có chính phủ như vậy, với sự hòa giải, hòa hợp dân tộc giữa Chính phủ Cách mạng lâm thời Cộng hòa Miền Nam Việt Nam với Chính phủ Việt Nam Cộng hòa sao?- Duẩn ngửa cổ cười to, đầy vẻ đắc thắng.

- Tôi hiểu, lúc đó, chỉ "Tổng thống Dương Văn Minh" mới có thể hạ lệnh cho quân địch bỏ vũ khí đầu hàng. Nếu không, chúng "tử thủ" là gay go, phức tạp lắm, - Giáp tính toán.

- Anh nói đúng ý tôi, - Duẩn lại nắm tay Giáp, đầy vẻ phấn khích.

- Bây chừ, hơn lúc nào hết, cần một mệnh lệnh của Bộ Chính trị và Quân ủy Trung ương, nhằm kịp thời động viên cán bộ, chiến sĩ và đồng bào phải thần tốc, táo bạo xốc tới Sài Gòn, - Giáp nhấn mạnh hai từ "thần tốc" và "táo bạo". - Vậy, đề nghị anh ký điện, để bên Bộ Tổng chuyển luôn cho các cánh quân.

- Anh ký luôn đi, câu nệ gì? Thời gian là lực lượng đấy, - Duẩn tỏ ra hào hiệp. - Giải mã bức điện phát đi từ Sài Gòn, cho phép ta xác định là quân Mỹ không quay trở lại giúp quân Ngụy nữa. Hắn bỏ của chạy lấy người rồi! - Duẩn cười đắc thắng.

- Cục Hai cũng sao cho tôi một bản. Thế là quân ta vững tâm đánh Sài Gòn, - Giáp cũng cười rạng rỡ.

- Này, - Duẩn vẫy Giáp tới gần, ghé vào tai nói nhỏ, - nếu phát hiện Bê-Năm hai cất cánh từ Guam thì khẩn trương rút quân nhá!

Trở về Tổng hành dinh, Giáp trực tiếp viết bức "Điện mật đi":

"Gửi: Bộ Tư lệnh Đoàn 559 và Tiền phương; các sư đoàn và các đơn vị binh khí kỹ thuật đang trên đường hành quân (559 chuyển giúp); Quân đoàn 1 đến Quân đoàn 4; anh Tấn...

Mệnh lệnh:

1/ Thần tốc, thần tốc hơn nữa. Táo bạo, táo bạo hơn nữa. Tranh thủ từng giờ, từng phút xốc tới mặt trận, giải phóng Miền Nam. Quyết chiến quyết thắng.

2/ Truyền đạt tức thì đến các đảng viên và chiến sĩ".

Sau khi ký tên "Văn", Giáp còn cẩn thận ghi thêm thời gian viết điện: "Ngày 7 tháng 4 năm 75", mặc dù trên góc trái của mẫu "Điện mật đi", đã in sẵn mục thời gian gửi và nhận điện rồi. Bức điện làm nức lòng tướng sĩ và cũng là một cái dấu son đóng vào chiến công chung, mà góp phần khẳng định một cách khách quan rằng, không thể thiếu vai trò chỉ đạo của Giáp trong chiến dịch quân sự có một không hai này. Miếng đường đường là Đại tướng, Tổng Tư lệnh lực lượng vũ trang, mà hắn định biến thành chuyên viên quân sự ư? A hà hà, ai dám phỗng tay trên của miếng chớ? Kẻ khôn ngoan xảo quyệt đến mấy, thì cũng có lúc khờ khạo đấy thôi.

Cục Tình báo Quân đội, thuộc Bộ Tổng Tham mưu báo cáo một tin hỏa tốc: Sứ quán Trung Quốc đang ráo riết móc nối với Tân Tổng thống Dương Văn Minh, xúi giục giữ vững Vùng IV chiến thuật. Quân giải phóng nhân dân sẽ chớp nhoáng đánh tràn qua biên giới Việt-Trung, cứu nguy cho Chính phủ Việt Nam Cộng hòa. Minh cự tuyệt. Giáp thở phào nhẹ nhõm, nhưng vẫn bí mật chuẩn bị phương án và lực lượng, vũ khí, sẵn sàng chiến đấu bảo vệ biên giới. Nếu không kịp thời, sẽ lâm vào thế "lưỡng đầu thọ địch", cực kỳ nguy hiểm. Biết đâu, lúc đó, Mỹ sẽ quay lại. Và cũng có thể, Liên Xô phải can thiệp. Nếu tình huống như vậy, nguy cơ Chiến tranh Thế giới lần thứ III có thể xảy ra. Đúng là, quân sự tiếp nối của chính trị...

Rút kinh nghiệm như năm 1945, Hồng quân Liên Xô trên đường tiến vào Châu Âu và Béc-lin (Berlin), đã hãm hiếp hàng triệu phụ nữ, gây chấn động thế giới. Có lẽ, miếng phải nhắc Trà và Tấn chuyện này, để làm tốt công tác giáo dục chính trị, tôn vinh hình ảnh "Anh bộ đội cụ Hồ" trong lòng dân chúng vùng giải phóng.

*

Nghe Trung tướng Lê Trọng Tấn báo cáo đã chiếm được Dinh Độc Lập, Giáp thở phào nhẹ nhõm như trút được gánh nặng. Không khí chiến thắng trào dâng, Tổng hành dinh như sôi lên. Văn phòng Bộ Tổng tham mưu đề xuất đốt pháo mừng. Giáp bảo, chờ bên Bộ Ngoại giao nổ trước hẳng. Trong lòng, Giáp chợt nghĩ đến Bộ thống soái tối cao, đứng đầu là Duẩn, nếu miếng cho nổ pháo mừng chiến thắng trước, không biết chừng lại bị cho là hới mưng, tranh công. Thay vào đó, Giáp cho gọi cán bộ, chiến sĩ làm công tác thông tin, mã dịch lại Tổng hành dinh, bày thuốc lá Điện Biên, bia Trúc Bạch, kẹo Hải Hà ra cùng liên hoan nhẹ và biểu dương thành tích. Giáp khen nhân viên cơ yếu Nguyễn Đức Mãi là người dịch "Bức điện Thần tốc" của mình và bức điện báo cáo chiếm dinh Độc Lập của Tấn. Đoạn, Giáp kéo viên sĩ quan cận vệ Nguyễn Tiến Trỗ, cầm máy ảnh Ki-ép (Kiev), cùng ra Bờ Hồ.

Xung quanh Hồ Hoàn Kiếm người đông như nêm cối. Tàu điện, xe buýt như bơi trong biển người. Gương mặt người nào cũng hân hoan náo nức. Xe đạp gài tay lái (guidon) vào nhau ngã chổng kềnh, thì người nào người nấy vui vẻ dựng lại xe, chứ không lao vào đánh chửi nhau như những ngày khác. Trên mặt hồ, từng đôi nam nữ thanh niên bơi thuyền Pê-rít-xoa (Peritxoa), nom thật thanh bình. Trẻ con nhảy từ cầu Thê Húc xuống, nước bắn tung lên trong tiếng cười đùa háo hức, thơ ngây. Bên Tháp Bút, mấy tay thợ khắc bút đều ghi đậm dòng chữ: "Ngày Đại thắng 30.4.1975"... Giáp bỏ kính râm, nhìn bao quát quanh hồ, nhớ thời 1945 cùng Thái và Loan trò chuyện về rùa và giải ở chỗ này, mà lòng bồi hồi. Thấm thoắt thế mà đã ba mươi năm trôi qua, nhanh như cái chớp mắt của lịch sử.

Giáp đã từng nghe các học giả dùng Kinh Dịch luận về Hồ Gươm, xét về khí thì dương thuộc quân tử, âm là tiểu nhân. Âm, dương giao nhau. Ban đầu, dương mạnh đè bẹp âm, sinh quẻ Tốn, rồi dương lại bị kẹp mà thành quẻ Ly. Âm thoát lên biến ra quẻ Đoài. Đoài là chốn tiểu nhân đắc thế, nổi lên bề mặt, còn quân tử bị hãm dưới đáy sâu. Giáp thở dài ngẫm ngợi, Hồ Hoàn Kiếm ứng với quẻ Đoài, kỳ này, bọn tiểu nhân sẽ đắc ý lắm đây. Nhưng bảo, quân tử ứng với con giải- giống ba ba kinh khủng dưới đáy hồ kia thì không phải, quyết không phải. Có lẽ, người ta lầm lẫn giữa rùa và giải mà thôi. Bởi, đã là quân tử thì không thể tàn ác, quân tử phải có lòng nhân và biết mệnh trời... Ai quân tử, ai tiểu nhân? Thời gian và nhân dân sẽ phán quyết. Khổng Tử dạy: "Quân tử cầu chư tử, tiểu nhân cầu chư nhân", nghĩa là, người quân tử luôn tự xét mình, còn kẻ tiểu nhân thì chuyên "nhòm qua lỗ khóa" nhà người khác.

Từ Bờ Hồ trở về "Nhà con rồng", sĩ quan trực ban tác chiến báo cáo tình hình, địch đang cố thủ Tây Nam Bộ. Giáp ngó nhìn tấm bản đồ quân sự khổ lớn trải rộng trên mặt bàn, có đánh dấu chi chít các vòng khuyên và mũi tên, rồi điềm tĩnh hỏi:

- Tướng nào chỉ huy tử thủ?

- Báo cáo, Thiếu tướng Nguyễn Khoa Nam, Tư lệnh Quân khu Bốn, Vùng Bốn chiến thuật Ngụy.

- Tay này có học, con nhà dòng dõi, xuất thân lính dù, nhưng theo đạo Phật, - Giáp nêu tóm tắt lý lịch trích ngang của tướng địch. - Nhưng theo tin tình báo, tay Đại tá, Tham mưu trưởng của hắn, đã rinh cái kế hoạch tử thủ đó mà cao chạy xa bay rồi, - Giáp nói lấp lửng, như kiểu tình báo viên bảo vệ "nguồn tin".

- Hắn tự sát rồi ạ!

- Vậy hả? - Giáp giật mình, nhưng trấn tĩnh lại ngay. - Tướng tá, binh lính địch tự sát không phải là ít. Dân tranh nhau di tản cũng khá nhiều. Như vậy, chứng tỏ bộ máy tuyên truyền của địch nhồi sọ ghê gớm lắm, khiến ai cũng sợ Cộng sản "tắm máu". Hạ lệnh, tăng cường công tác tuyên truyền và thiết quân luật!

Nếu Thủ tướng Việt Nam Cộng hòa Vũ Văn Mẫu không lên Đài Sài Gòn yêu cầu Sứ quán Mỹ sớm rút về nước, và nếu Tổng thống Dương Văn Minh cũng không hạ lệnh cho binh sĩ buông vũ khí đầu hàng, thì cuộc chiến sẽ dìm cả Sài Gòn, Cần Thơ và vùng Thất Sơn, Phú Quốc trong biển máu. Có thể, địch sẽ dựa vào hàng trăm hang động, biển, đảo, vùng biên giới giáp Campuchia và hệ thống sông ngòi chằng chịt miền Tây Nam Bộ hòng tử thủ. Nhưng rất may, trước đó, chính tay Nam đã "gà" cho Thiệu tảo thanh giáo phái Hòa Hảo, gây bất bình trong dân chúng. Bởi thế, bây chừ chúng mất chỗ dựa. Chứ nếu không, quân miềng cũng khốn khó với tụi này. Ngẫm ra, có cái gì như thể trời giúp vậy. Nam quả là tướng có tài, chính hắn, hồi năm sáu mươi sáu (1966) đã từng chỉ huy đánh thiệt hại nặng Sư đoàn 2 Quân giải phóng, tại Quảng Ngãi. Rồi năm sau, hắn lại xóa sổ cả một trung đoàn quân miềng đóng ở Ngọc Văn, thuộc Kon Tum. Đã mấy lần hắn được Mỹ và Quân lực Việt Nam Cộng hòa thưởng Huân chương Bảo quốc. Mỗi tấm Huân chương đó, đều thấm máu đồng chí đồng đội của miềng. Miềng chỉ tự học kiến thức quân sự trong "trường học bụi rậm", nhưng hắn lại được theo học khóa huấn luyện "chiến tranh rừng rậm" của Mỹ. Chuyện cứ như đùa, nhưng hắn không phải đối thủ trực tiếp của miềng. Nếu ba sư đoàn bộ binh với nửa triệu địa phương quân tập trung tại vùng này, dưới sự chỉ huy quyết tâm tử thủ của hắn, thì không biết tình hình chiến sự sẽ đi đến đâu? Nguyễn Cao Kỳ cũng muốn cố thủ Vùng IV làm bàn đạp "uýnh" tiếp, hoặc có cái để thương lượng với Cộng sản. Có lẽ, cũng không phải vô tình mà Đại sứ Mác-tin (Martin) chờ đến phút chót mới cuốn gói. Nếu miền Tây Nam Bộ trở thành một nước Việt Nam Cộng hòa thu nhỏ, lấy thành phố Cần Thơ làm thủ đô, mà đó cũng từng được gọi là Tây Đô rồi, thì khác gì Sinh-ga-po, hay Hồng Kông?

Bất chợt, viên sĩ quan trực ban tác chiến thông báo tình hình mới cập nhật:

- Báo cáo, xe tăng Tê-Năm tư-A (T54A), mang số hiệu Tám bốn ba, của Đại đội Bốn, Tiểu đoàn Một, Lữ đoàn hai linh ba Tăng-Thiết giáp, thuộc Quân đoàn Hai, Binh đoàn Hương Giang đã bắn hai quả pháo một trăm li vào chính diện Dinh Độc Lập, nhưng đạn không nổ.

Nghe vậy, Giáp sững người nghĩ bụng, mẹ kiếp, suýt nữa thì nội các Dương Văn Minh đi đời nhà ma... Người Tàu có tiếng rằng thâm, cái anh Tàu Cộng lại càng hiểm. Thì ra, họ định lôi kéo Dương Văn Minh để xâm chiếm Miền Nam và chỉ muốn sử dụng Bắc Việt Nam như một thứ lá chắn cho Đại lục, như kiểu Bắc Triều Tiên.

- Đề phòng Hải quân Mỹ có thể quay lại hỗ trợ đám tàn quân Tây Nam Bộ, hạ lệnh các đơn vị tăng cường phòng thủ bờ biển, - Giáp bồi hồi chợt nhớ ngày đầu thành lập Cục Phòng thủ Bờ bể. Thấm thoắt thế mà hai chục năm trôi qua. Bây chừ, non sông, biển trời sắp thu về một mối rồi, nhưng liệu lòng người có quy tụ được không? Bao giờ mới lấy lại được Quần đảo Hoàng Sa và bằng cách nào?

40. Những viên thuốc độc

- Sao anh lại để tên "X." ký bức điện quan trọng như vậy? - Bảy Vân ngạc nhiên hỏi chồng.

- Chuyện vặt, - Duẩn phẩy tay.

- Trời đất, hắn có bằng cớ để nhận công lao, dây máu ăn phần đó nghe! - Bảy vân tỏ ra sành sỏi chuyện chính trường.

Duẩn không để tâm chuyện đó thật. Nhưng đến khi dư luận xôn xao về những câu từ "thần tốc", "táo bạo" như có lửa trong bức điện của Giáp gửi cán bộ, chiến sĩ tham gia Chiến dịch Giải phóng hoàn toàn Miền Nam, thì Duẩn mới giật mình, phục cô vợ hai đáo để.

Lê Duẩn xuất hiện trên cửa máy bay, hiên ngang giơ tay vẫy chào mọi người và tươi cười bước xuống cầu thang. Phạm Hùng, Lê Đức Thọ, Văn Tiến Dũng... đã đợi sẵn ở chân thang, lập tức, cùng xúm đến hoan hỉ, tay bắt mặt mừng, ôm hôn thắm thiết. Cả đoàn ríu rít kéo nhau vào ngôi nhà của viên sĩ quan không quân Sài Gòn đã di tản, để chờ xe đưa vào nội thành. Bất chợt, Lê Duẩn thấy tờ báo vứt lại trên bàn, có đăng bài thơ, bèn cầm lên đọc:

"Ta bắt được người gọi tên Cộng sản
Người bắt được ta gọi lính Ngụy quân
Khi xưa sống tổ tiên chung một họ
Máu chia ngành giờ hết anh em."[158]

- Sướt mướt, yếm thế, phản động. Thơ thẩn thế này, thua là phải! - Đột nhiên, Duẩn đập bàn quát to, - không ai được tranh công. Kẻ nào tranh công lúc này là có tội!

Cả bọn giật mình kinh hãi, ngơ ngác nhìn nhau, không hiểu ý tứ ra làm sao. Người thì bảo, Bí thư thứ Nhất chấn chỉnh thế là kịp thời, kẻo tranh công gây mất đoàn kết. Kẻ thì nói, cũng như tích xưa, khi vừa thắng trận, các tướng chia nhau mấy quả đào vua ban, chỉ vì thiếu một phần mà dẫn đến đánh nhau, chết mấy tướng tài. Người lãnh đạo thương cho roi cho vọt là cái sự vậy.

---

(158) *Lính thú*, theo ý thơ Ngô Khoa.

Lúc đó, chưa ai nghĩ đến Võ Nguyên Giáp, đang bị Duẩn cho ra rìa. Nhưng Giáp lại chơi tay trên, coi như không hay biết gì, luôn làm tròn bổn phận của vị Đại tướng, Tổng tư lệnh, Bí thư Quân ủy Trung ương...

Tháng năm, sau ngày toàn thắng, Giáp vào Sài Gòn, ôm hôn Đại tướng Văn Tiến Dũng, theo ngôi vị cấp trên đối với cấp dưới. Giáp nói:

- Thật tâm đầu ý hợp giữa Tổng hành dinh và Tư lệnh chiến dịch.

Lúc dự chiêu đãi ở Quân khu 9, Trung tướng Lê Đức Anh khúm núm bưng đĩa trứng vịt lộn, luôn miệng mời Giáp:

- Dạ, kính mời quí Đại tướng, Tổng tư lệnh...

- Thưa các đồng chí, - Giáp đứng dậy đỡ chén (bát) trứng từ tay Lê Đức Anh và trịnh nói với thực khách, toàn là quân nhân trung cấp và cao cấp, - trong kháng chiến chống Pháp, bác Hồ phong cho quân đội ta mười hai tướng, kháng chiến chống Mỹ có sáu mươi tướng; trong số đó, hai đồng chí Lê Đức Anh và Đồng Sỹ Nguyên được phong vượt cấp từ Đại tá lên Trung tướng.

Các sĩ quan buông đũa, hạ li vỗ tay nhiệt liệt. Anh vô cùng xúc động, hướng về Giáp, nói câu cảm tạ:

- Bản thân tôi cũng như cán bộ chiến sĩ Quân khu Chín rất biết ơn Đảng, Chính phủ, Bộ Quốc phòng và "Người anh cả của quân đội".

Tiếng hoan hô lại nổi lên tưng bừng.

Giáp đi thăm Hóc Môn, nơi chị Nguyễn Thị Minh Khai đã bị Pháp xử bắn sau cuộc khởi nghĩa Nam Kỳ, năm 1940. Giáp cũng đi thăm Vũng Tàu, Đà Lạt.

Võ Hồng Anh theo bố lên Đà Lạt, nghỉ lại Biệt thự Trần Lệ Xuân. Cô cảm thấy choáng ngợp giữa thành phố ngàn hoa này. Chiến tranh vừa đi qua, nhưng hầu như không tiếng súng, nên thành phố còn nguyên vẹn, cuộc sống thanh bình đã sớm trở lại.

Các cô gái mặc áo dài kiểu Trần Lệ Xuân, vào buổi sáng sớm và chiều tà, khi trời trở lạnh thì khoác thêm chiếc áo len mỏng nom thực đài các. Hồng Anh đã qua Trung Quốc, rồi sang Liên Xô, nhưng chỉ toàn có học là học. Bọn trẻ được quán triệt, học giỏi để về xây dựng đất nước. Các thành phố Bắc Kinh và Mát-xcơ-va nguy nga tráng lệ, nhưng không có thành phố nào ngào ngạt ngàn hoa giữa thiên nhiên như Đà Lạt. Nghe nói, khi xưa, Tổng đốc Hoàng Trọng Phu đã cho di dân từ Hà Đông vào lập ấp trồng hoa, nên mới có ngày nay.

Hồng Anh ngó nghiêng khu vườn Nhật Bản. Hồ nước có hình bản đồ Việt Nam, mỗi khi bơm nước đầy, lại hiện lên vĩ tuyến 17, ngăn cách Bắc-Nam. Dạo quanh các căn phòng trong biệt thự, Hồng Anh chợt reo lên, khi thấy bản sắc lệnh có chữ ký của Bộ trưởng Nội vụ Võ Nguyên Giáp, trang trọng lồng khung kính treo trên tường.

- Ba ơi, có cái sắc lệnh phong cho ông Ngô Đình Nhu làm Giám đốc Nha Lưu trữ công văn và Thư viện toàn quốc. Cái chữ "Thay mặt Chính phủ lâm thời Việt Nam", ba lại viết thành "Thay mặc".

- À hà, cách nay ba chục năm rồi, - Giáp cười cười, - bà Xuân cho treo lên tường kia à?

Nghe vậy, mấy chiến sĩ vệ binh cũng chạy vào xem, cảm thấy tự hào và ngưỡng mộ vị Đại tướng của mình. Một cậu mạnh dạn hỏi:

- Đại tướng lúc đó làm Bộ trưởng Bộ Nội vụ ạ? Tôi cứ tưởng là Bộ trưởng Bộ Quốc phòng chứ ạ?

- Bác Hồ phân công cho miềng lo bên Nội vụ, tức là quán xuyến việc trong nước. Còn Bộ trưởng Quốc phòng đầu tiên là đồng chí Chu Văn Tấn.

- A, tôi nhớ ra rồi, lúc bảo vệ Đại tướng lên Thái Nguyên, Thượng tướng Chu Văn Tấn là

Tư lệnh Quân khu Việt Bắc.

- Đó, giai thoại sĩ quan trực ban líu cả lưỡi: "Báo cáo đồng chí Thượng Tấn Chu Văn Tướng", - Giáp cười. Cả bọn cùng cười theo, hể hả.

Một chiến sĩ vệ binh đi tuần, chợt thấy hộp thuốc rơi ngoài cửa bếp, bèn nhặt lên và đặt vào bàn ăn. Hồng Anh xuống bếp, thấy hộp thuốc, tiện thể mang lên cho bố luôn:

- Thuốc của ba này, - Hồng Anh xăng xái rót nước và lấy thuốc, - ba uống luôn nhé.

- Không phải thuốc của ba, - Giáp cầm hộp thuốc, tò mò xem, - giống, nhưng không phải, - hay là thuốc của con?

- Y hệt hộp thuốc ba vẫn dùng mà? - Hồng Anh ngạc nhiên.

- Ba chỉ uống thuốc khi nào chú Ngà bác sĩ trực tiếp lấy cho mà thôi, con gái ạ! - Giáp ân cần bảo, - con gọi chú Ngà lên cho ba.

Bác sĩ Ngà lật đật chạy vào, vừa mở hộp thuốc đã tái mặt, nói không ra hơi:

- Không phải! Anh và cháu đã uống chưa?

- Chưa, - hai bố con Giáp nhìn nhau, vẻ lo lắng hiện lên khuôn mặt.

- Không uống được đâu! - Ngà mở hộp thuốc, sợ hãi kêu lên, - thuốc độc!

Ngay lập tức, hộp thuốc được niêm phong, gửi đi xét nghiệm. Công tác bảo vệ được xiết chặt. Cục An ninh Quân đội gặp trực tiếp Giáp để hỏi về tay bác sĩ riêng.

- Đồng chí Phạm Ngà phục vụ tôi đã mười năm, - Giáp nhớ lại, - thủ tục tuyển chọn đúng yêu cầu bên các đồng chí đề ra. Đồng chí Ngà hoàn thành tốt nhiệm vụ của người bác sĩ. Khi sang Hung-ga-ri chữa bệnh năm sáu mươi tám (1968), hay đi Liên Xô mổ sỏi mật năm bảy mươi ba (1973), tôi đều yêu cầu cho đồng chí Ngà nằm cùng phòng bệnh. Bạn phải chiều theo ý tôi, kê thêm giường kia mà.

- Có khi nào sơ xuất, nhầm thuốc chẳng hạn?

- Không, tuyệt đối không nhầm lẫn bao giờ! - Giáp khẳng định, - đồng chí này cẩn thận lắm. Tôi ăn thức gì, uống thức gì đều ghi chép đầy đủ và cho vào hòm khóa lại. Năm kia, tôi phải mổ mật, năm ngoái lại thêm đau dạ dày, nên phải dùng thuốc liên tục, nhưng an tâm lắm.

- Chúng tôi đã xem mấy cái hòm ấy rồi, thấy Bác sĩ Ngà làm việc rất cẩn trọng, với tinh thần trách nhiệm cao. Nhưng việc này phải xem xét trên nhiều góc độ, mong Đại tướng thông cảm. Nếu Đại tướng phát hiện vấn đề gì liên quan, thì thông báo cho chúng tôi. Bây giờ, đề nghị Đại tướng và đoàn công tác rời Đà Lạt ngay!

- Tôi xin chấp hành! - Giáp hạ lệnh lên đường về Sài Gòn.

Phạm Ngà vừa lo sợ lại vừa buồn bực, tai bay vạ gió từ đâu ập đến, chứ mình có kê nhầm đâu? Hộp thuốc độc ấy ở đâu mà ra? Tại sao nó lại xuất hiện bên thềm nhà bếp, lên bàn ăn, rồi đến phòng Giáp? Giáp kể, Hồng Anh kể, vệ binh kể, tưởng chừng như ai cũng đã hiểu rõ con đường đi của hộp thuốc đó, bắt đầu từ thềm nhà bếp. Nhưng tự đâu nó hiện diện ở đó, lại giống hệt hộp thuốc mà Giáp vẫn dùng thường ngày? Rõ là có một âm mưu đầu độc Giáp rồi. Nhưng do ai? Câu hỏi lặp đi lặp lại mãi mà vẫn không có lời giải đáp. Cả một thời gian dài, Ngà sống trong sự nghi kị và bị theo dõi mọi cử chỉ, hành động. Nhưng có một điều khiến Ngà và mọi người ngỡ ngàng là, Giáp vẫn yêu cầu bác sĩ riêng cho uống thuốc như thường lệ. Đó là một cái phao cứu sinh, mà Giáp thả xuống cho Ngà, đang lúc tuyệt vọng giữa dòng thác lũ nghiệt ngã của số phận.

Con đường nầy, ba mươi năm trước, miềng và Nguyễn Tường Tam-Bộ tưởng Ngoại giao, trong Chính phủ liên hiệp đã lên Đà Lạt, chuẩn bị cho Hội nghị Phông-ten-nơ-blo, nhưng bất thành. Thế mà bây chừ, đất nước độc lập và thống nhất rồi, miềng lại bị âm mưu đầu độc ở xứ nầy. Ai dụng mưu: Hoa Nam Tình báo Cục, hay Ban Chuyên án X77?

Đoàn xe đưa Giáp và tùy tùng lăn bánh trên đường trường, dần xa Đà Lạt, những kỷ niệm bao năm hiện về, tự hào xen lẫn cay đắng. Quang Thái mất rồi, nhưng để lại Hồng Anh đây, như một niềm an ủi. Cháu Hồng Minh, con gái của anh chị Lê Hồng Phong và Nguyễn Thị Minh Khai, hai đứa cũng sàn sàn tuổi nhau, trứng gà trứng vịt. Cả hai chị em hy sinh, để lại hai mụn con gái, phiêu bạt trong chiến tranh, may mà còn sống và lành lặn cả, thật là tốt phước. Hồng Anh may mắn hơn là còn bố và có mẹ dì. Hồng Minh thiệt thòi hơn, mất cả bố lẫn mẹ, phải ăn đậu ở nhờ các cơ sở cách mạng. Ngô Đình Lệ Thủy thì khác, thuở bé thơ sống trong nhung lụa, rồi bố mất, mấy mẹ con lưu lạc xứ người. Thím dặn miệng, phải biết điều với nhà họ Ngô, âu cũng là cái ân nghĩa ở đời. Chiến tranh kết thúc rồi, miệng phải tổ chức đi tìm mộ thầy mới được. Có lẽ, phải bảo chú Nho đại diện gia đình và nhờ các đồng chí, đồng đội ở Huế, Quảng Bình giúp cho một tay. Cần tìm được mấy người đã mai táng thầy, để hỏi ngọn ngành...

Lê Trọng Tấn "số đỏ", năm xưa, mặc dù cãi lại miệng khi buộc phải tuân lệnh kéo pháo ra, thay đổi chiến thuật từ đánh nhanh thắng nhanh sang đánh chắc tiến chắc, nhưng nay đã chỉ huy Đại đoàn 312 bắt được Tướng Đờ-cát và Bộ Tham mưu Tập đoàn cứ điểm Điện Biên Phủ, chiến dịch lần này, Tấn cũng xin xuất phát trước và tóm sống được Nội các Tổng thống Dương Văn Minh. Lịch sử lặp lại chăng? Còn nhớ, năm bảy mươi ba (1973), Phi-đen Cát-xtơ-rô (Fidel Castro) khi sang thăm Việt Nam, đã trỏ vào Tấn mà hỏi: "Có phải người này là tướng giỏi nhất?". Nhưng Tấn đã nhanh trí chỉ sang miệng mà nói: "Tướng giỏi nhất Việt Nam phải là Đại tướng Võ Nguyên Giáp". Miệng lại trổ tài "Người mị dân", ứng phó: "Tướng giỏi nhất Việt Nam là Nhân dân Việt Nam". Thế là tất cả cùng cười xòa, ngoại giao thôi mà, làm chính trị phải biết ứng biến.

- Thích này, - Giáp khẽ gọi, sợ cậu lái xe giật mình.

- Dạ, - Thích đánh mắt qua gương chiếu hậu, rồi lại tập trung dõi mặt đường và vê vô-lăng.

- Bao giờ ngoài Bắc được những con đường êm thuận như thế này, thì cánh tài xế các cậu đỡ vất vả, - Giáp nói, giọng xa xôi.

- Dạ, - Thích lại dạ dịp, - đoạn đường Cu Ba làm qua Sơn Tây, kể cũng mát chân ga, thủ trưởng ạ!

- Thắm thoắt thế mà miềng với cậu đã gắn bó hai chục năm rồi. - Đoạn, quay sang Ngà nói, - còn với bác sĩ cũng đà mười năm.

- Nguyễn Văn Thích lái xe rất thích, - Ngà nói câu chơi chữ "thích", khiến cả xe cười rôm rả, quên hết mọi sự muộn phiền.

- Miềng thích Thích lái xe. Thích cũng thích lái xe cho miềng, - Giáp cũng trổ tài chơi chữ, góp chuyện pha trò.

Cả xe lại cười váng lên. Thích xúc động, đôi tai to như tai voi cũng đỏ tía lên.

- Cần sớm khôi phục Nhà máy Thủy điện Đa Nhim, - Giáp nhìn tuyến đường ống tuy-nen (tunnel) vắt qua đường, lẩm nhẩm nói.

- Tôi nghe nói, bị vỡ mấy đoạn ống thủy lực thôi mà, nhưng oái oăm là chỉ Nhật Bản mới chế tạo được, - cậu lính thông tin cũng góp chuyện.

- Thời chiến tranh, buộc phải phá để gây khó khăn cho địch. Đó cũng là một cách dụng binh, - Giáp phán, tỏ thái độ bệnh vực đơn vị bộ đội gây ra chuyện phá hoại bất đắc dĩ này, nhưng trong bụng lại nghĩ, hành động thiển cận, cũng giống như dân phố Hàng Dầu năm xưa, chấp hành mệnh lệnh phá cầu Thê Húc, tiêu thổ kháng chiến vậy. Miềng cũng thi hành nhiệm vụ, đôn đốc dân Tuyên Quang tiêu thổ kháng chiến. Thoạt đầu cứ ngỡ thành tích, nhưng rồi mấy năm sau hay tin Lưu Thiếu Kỳ phê phán chuyện này. Nhớ lại, hồi đó, cũng có người can ngăn, ý kiến cũng chẳng khác cái ông họ Lưu kia, nhưng không ai nghe. Thì ra, không phải cứ ý kiến của cấp trên, hoặc đa số đã là đúng...

Sau buổi làm việc với An ninh quân đội, Phạm Ngà buồn rũ như tàu lá héo.

Rời Học viện Quân y 103, trải hàng chục năm kinh qua công tác, mới được chọn làm bác sĩ phục vụ Đại tướng, Tổng Tư lệnh. Điều đó thực vinh dự, nhưng trọng trách khiến mình phải nỗ lực trong công việc, hoàn thành nhiệm vụ chăm sóc sức khỏe cho "Người anh cả của quân đội". Ngoài ghi chép thực đơn, mình còn yêu cầu phải lưu nghiệm thức ăn của Đại tướng, sau hai mươi bốn giờ, không xảy ra vấn đề gì, thì mới được hủy. Đại tướng tin tưởng lắm, chỉ uống thuốc do mình trực tiếp đưa. Đại tướng nằm điều trị tại bệnh viện trong nước hay nước ngoài đều có mình nằm cùng phòng. Mình gắn bó với Đại tướng như hình với bóng, nghỉ phép Đại tướng còn tếu: "Đừng làm cú đúp (double) nhé", thế là biết thân biết phận trả phép sớm. Xảy ra sự cố Đà Lạt, tuy chưa biết nguyên do từ đâu, nhưng anh em đồng đội đã nhìn mình với con mắt ngờ vực.

"Đúng là nuôi ong tay áo". Ai đó rỉa rói bóng gió, khiến mình như bị xát muối vào lòng. Thực ra, trước khi Đại tướng đến nghỉ, Biệt thự Trần Lệ Xuân đã được Công binh rà mìn, Cục An ninh quân đội xem xét cụ thể từng người phục vụ. Đoàn công tác toàn là cán bộ sĩ quan Cục Tác chiến, Bộ Tổng tham mưu. Địch lọt vào đường mô, hè? Thế mới sinh ra nghi kị lẫn nhau, một mất mười ngờ.

- Chú Ngà, ba cháu muốn gặp, - Hồng Anh khẽ gọi.

Ngà giật nảy mình, thôi chết rồi, hẳn là Giáp yêu cầu chuyển công tác rồi.

- Thực lòng nói với cháu là chú bị hàm oan. Nếu lòng là tấm bánh thì chú bóc ngay ra cho mọi người xem. Giống người chứ có phải súc vật đâu mà muối mặt với Đại tướng như vậy? - Ngà run bần bật vì lo sợ, - cháu làm chứng đấy nhé, có phải chú trực tiếp mang hộp thuốc ấy cho Đại tướng đâu nào?

- Cháu cũng báo cáo rõ sự tình với bên An ninh quân đội rồi mà, - Hồng Anh mủi lòng, ứa nước mắt vì thương cảm.

Ngà ngập ngừng gõ cửa, có tiếng Giáp gọi vọng ra:

- Bác sĩ Ngà hả? Mời vô!

Ngà rũ rượi, tưởng như sụp ngã trước cửa phòng, nom thảm hại vô cùng, khiến Giáp vội chạy ra đỡ.

- Làm sao đến nông nỗi này? Cây ngay không sợ chết đứng, - bàn tay Giáp ấm áp, đỡ Ngà ngồi xuống xa-lông và tự tay rót cho li nước lọc.

- Tôi chính thức thông báo với chú...

- Thưa Đại tướng, tôi xác định tinh thần rồi ạ, - không để Giáp nói hết câu, Ngà nước mắt ròng ròng, cắt ngang lời, - Đại tướng đừng đuổi tôi khỏi quân ngũ, tôi xin tình nguyện đi phục vụ đơn vị chiến đấu, để tỏ lòng mình.

- Ơ hay, cái chú này, - Giáp trấn an. - Tôi đã trao đổi với An ninh quân đội và Công an về quá trình công tác của chú và vụ Đà Lạt rồi, chú không liên can. Cứ yên tâm công tác như thường nhé.

- Nhưng họ cứ đổ riệt cho tôi là thủ phạm thì làm sao? - Ngà bàng hoàng, không tin vào tai mình.

- Chuyện đâu có đó. - Giọng Giáp ôn tồn, nhưng dứt khoát, - chú vẫn làm nhiệm vụ như bấy lâu nay và tôi cũng chỉ uống thuốc do chú trực tiếp đưa, như trước kia mà thôi!

Nghe vậy, Ngà không nén nổi xúc động dâng trào, khóc ẩm lên, khiến Hồng Anh và vệ binh vội bật cửa xô vào.

- Hết cả hồn, ngỡ ba bị làm sao? - Hồng Anh ôm ngực thở dốc.

- Đại tướng cải tử hoàn sinh cho tôi! - Ngà nghẹn ngào không thốt nên lời.

*

Vừa thống nhất đất nước, Lê Duẩn đã bộc lộ tham vọng thành lập Liên bang Đông Dương, gồm ba nước Việt Nam, Lào, Campuchia, do Đảng Cộng sản lãnh đạo. Duẩn nói, ngay từ khi mới thành lập, Đảng ta đã chủ trương lập Đảng Cộng sản Đông Dương chung cho cả ba nước. Mà nói xa hơn, thì trước đó, người Pháp cũng đã lập ra Liên bang Đông Dương rồi. Nói gần lại, từ năm 1943, Trường Chinh xây dựng *Đề cương văn hóa Việt Nam* cũng đã nêu: "Phải tiến hành cách mạng xã hội ở Đông Dương, gây dựng một nền văn hóa xã hội ở khắp Đông Dương". Về cơ cấu tổ chức, dự định Tổng Bí thư Liên bang Lê Duẩn, Chủ tịch Liên bang Xi-ha-núc (Sihanouk), Phó chủ tịch Liên bang Xu-pha-nu-vông (Souphanouvong), còn chân Chủ tịch Quốc hội Liên bang thì ai làm cũng được, không quan trọng; bởi tất tần tật đặt dưới sự lãnh đạo của Đảng Cộng sản Đông Dương.

Tính là vậy, trọn gói, nhưng hại thay, lại không lọt qua tai mắt của bọn Hoa Nam. Tất nhiên bị Trung Quốc "bóp chết từ trong trứng". Thế là giấc mộng liên bang đi đời nhà ma. Bây giờ, Mỹ đã cuốn gói, thật ra là từ sau Hiệp định Pa-ri, 1973. À, nhưng mà Mỹ không tham vọng lãnh thổ. Ngay từ trên lễ đài Ba Đình, trong buổi Lễ Tuyên ngôn độc lập, không biết ai cạy miệng cho "Thằng hèn" đã nói lên được điều đó. Thực trạng, Mỹ không chiếm đóng một mi-li-mét vuông đất nào của Việt Nam. Tuy vậy, Mỹ lại là kẻ thù không đội trời chung của những người Cộng sản, nên phải đánh đuổi bằng mọi giá. Nhưng hiểm họa từ Trung Quốc phải coi chừng. Ngay từ năm 1956, tức là ngay sau khi Miền Bắc được hòa bình, đến 1974 thì Trung Quốc chiếm trọn cả quần đảo Hoàng Sa. Nhưng lúc đó, để yên lòng quân, dân tập trung chống Mỹ, Lê Đức Thọ đã giải thích liều rằng, bạn lấy giúp ta thôi, hòa bình sẽ trả lại. Thế mà ai cũng tin? Như vừa rồi đây, khi giải phóng Miền Nam, thì Trung Quốc chiếm ngay Lãnh sự quán Đài Loan tại Sài Gòn, phải thương thuyết mãi mới chịu rút. Chuyện này là hậu quả từ những năm sáu mươi (1960), do Xứ ủy Nam Bộ để lại. Hai bên ngầm thỏa thuận về Hoa Kiều tại Miền Nam Việt Nam rằng, Hoa Kiều tư bản, hoặc có chức tước thì do Đảng Cộng sản Trung Quốc quản lý, còn Hoa Kiều thường dân, do Xứ ủy Nam Bộ quản lý. Duẩn đã nhìn thấy âm mưu của Trung Quốc đối với Nam Bộ, nên ráo riết chuẩn bị kế hoạch tấn công, với danh nghĩa Cải tạo tư bản tư doanh, gọi tắt là Chiến dịch X1. Mà ai cũng biết, tư sản Miền Nam, phần đông là Hoa Kiều. Chợ Lớn, khác nào một căn cứ của người Hoa giữa lòng thành phố.

Duẩn có cái nhìn sắc sảo và nhạy bén chính trị của một

lãnh tụ Cộng sản, lại có máu liều lĩnh của một hảo hán. Duẩn còn chỉ đạo các nhà khoa học chế tạo bom nguyên tử, để "có cái giắt lưng", phòng khi xảy ra tình huống hiểm nghèo, nếu chẳng may lại bị nước ngoài uy hiếp. Nhưng bọn Trần Đại Nghĩa, Nguyễn Đình Tứ đều cho là không khả thi, bởi nguồn lực hạn hẹp, khiến Duẩn bực tức vô cùng. Duẩn quay sang đánh bọn tư sản để thu gom tiền bạc, danh sách các doanh thương Miền Nam đã được Phó Thủ tướng Việt Nam Cộng hòa Nguyễn Văn Hảo, một người có biểu hiện bài Mỹ, đã đoái công chuộc tội, cung cấp đầy đủ rồi.

Nhìn sang Singapore (Tân Gia Ba), một đất nước nhỏ bé mới tách ra từ Mã Lai, có hơn bảy mươi phần trăm người Hoa, người bản địa có chừng chục phần trăm dân số. Nhưng Lý Quang Diệu không kỳ thị dân tộc, mà tập hợp thành một khối thống nhất, tuyển chọn nhân tài, lấy tiếng Anh làm ngôn ngữ chung vừa để ổn định nội bộ, vừa để giao lưu, buôn bán quốc tế. Nếu thực sự có chính sách hòa hợp, hòa giải dân tộc, thì không cần lừa bắt cải tạo cán binh chế độ cũ, sẽ không xảy ra nạn "thuyền nhân", khiến hàng triệu người vượt biên. Và nếu không cải tạo tư bản tư doanh thì kinh tế cũng sẽ không bị lụn bại...

*

- Nghe thành phố, đang có chuyện ồn ào lắm phải không? - Giáp làm động tác bưng tai, làm như đang lắng nghe tiếng vọng từ xa.

- Báo cáo Đại tướng, đang diễn ra vụ xử ông Tạ Đình Đề, - Phương đứng nghiêm báo cáo.

- Không cần phải gò bó như duyệt binh như thế đâu, - Giáp thân mật vỗ vai Phương,- đến điện mật mà miềng cũng chẳng ký cấp bậc "Đại tướng" bao giờ. - Giáp nghĩ bụng, miềng cũng có đôi lần xưng danh "Đại tướng", ấy là khi hạ lệnh tấn công Điện Biên Phủ và bịt chuyện cô Xuân bị hiếp-giết mà thôi.

- Dạ, anh cho em hỏi, - Phương ngập ngừng, - có phải ông Đề là tình báo Mỹ không ạ? Dân chúng đặt vè, rằng:

"Hoan hô anh Tạ Đình Đề
Trước làm gián điệp, sau về với ta".

- Nhiều người cũng nghĩ thế, - Giáp xởi lởi, - khi xưa, anh Đề tên thật là Dề- Tạ Đình Dề, hoạt động trên tuyến hỏa xa Vân Nam, được bác Hồ cử đi học lớp tình báo Trường Hoàng Phố. Sau đó, lại được cử đi học tiếp một lớp đào tạo tình báo của Mỹ. Sau này, tuy hoạt động trong tổ chức tình báo Mỹ ở Huế, chỉ điểm cho máy bay Mỹ ném bom căn cứ Nhật, nhưng anh Đề là người của cách mạng. Chuyện oái oăm là ở chỗ, trong cuộc Chỉnh huấn chỉnh quân, anh Đề lại tự kiểm thảo là: "Có thời kỳ theo địch, phản bội quyền lợi của nhân dân". Trung ương bèn chỉ đạo anh Trần Tử Bình, lúc đó làm Tổng Thanh tra Quân đội, kiêm Phó tổng Thanh tra Chính phủ, xác minh ngọn ngành, nhưng hóa ra không phải như vậy. Cái thời ấy nó lạ thế, người ta bị cuốn theo phong trào, anh khai báo, tôi cũng khai báo, anh thú tội, tôi cũng thú tội. Anh em văn nghệ sĩ Nhân văn-Giai phẩm, gọi chỉnh huấn là Esclavage de lapensee, tức "nô dịch văn hóa, tư tưởng", hoặc Avilissement de lesspit, nghĩa là "đồi trụy tinh thần".

- À ra thế, - Phương thở phào, như trút được gánh nặng, - có phải ông ta đã bắn rụng điếu thuốc lá mà anh đang hút không? - Phương tò mò hỏi kiểu hiếu kì.

- A ha ha, - Giáp ngửa cổ cười to, chảy cả nước mắt, - miệng có hút thuốc lá đâu mà bị bắn rụng? Chuyện đó, dị bản là, anh Đề bắn rụng điếu lá có tẩm chất độc, mà một tên gián điệp vừa mời bác Hồ.

- Chẳng lẽ, toàn là huyền thoại? - Phương tỏ vẻ nghi hoặc, - nhưng công nhân xe lửa và dân chúng khắp nơi kéo về, phải bắc thêm loa ra ngoài sân tòa kia mà?

- Anh Đề là người của huyền thoại. Quân Pháp còn khiếp vía về những huyền thoại ấy cơ mà, - Giáp nheo mắt cười cười, - nhưng anh Đề cũng nóng tính lắm. Máu hiệp sĩ, giữa đường dẫu thấy bất bình chẳng tha, làm cho cánh công an nhiều phen mất mặt. Anh Hoàng Minh Thảo phải mấy lần ra tay can thiệp mới xong.

- Hay là họ thù ông Đề, nên mới bắt bỏ tù, - Phương suy đoán, - nhưng bà Chánh án Phùng Lê Trân đã tuyên bố ông Đề vô tội và tha bổng ngay tại tòa. - Phương cao giọng, - "Nhân danh nước Việt Nam Dân chủ Cộng hòa, Tòa án Nhân dân thành phố Hà Nội quyết định: Tạ Đình Đề không phạm tội cố ý làm trái nguyên tắc, chính sách, thể lệ về quản lý kinh tế gây thiệt hại tài sản Xã hội chủ nghĩa. Tạ Đình Đề không phạm tội tham ô. Tạ Đình Đề không phạm tội hối lộ. Tòa tuyên tha bổng đối với Tạ Đình Đề". Công nhân và dân chúng reo hò như vỡ chợ, công kênh ông Đề như người anh hùng, lại còn tặng hoa nữa chứ, - giọng Phương cũng đầy khoái trá.

- Cô Trân là chị gái anh Phùng Văn Tửu, - Giáp có vẻ đăm chiêu. Bởi Giáp biết, Hoàng Quốc Việt đã chỉ đạo toà án xử tử hình Tạ Đình Đề. Bọn Trần Quốc Hoàn cũng gây sức ép dữ dội vào tòa án và với bản thân cô Trân, để quyết tâm diệt Đề. Trước khi đến tòa, thẩm phán Trân đã phải ngậm ngùi dặn chồng, như thể chiến binh ra sa tràng: "Nếu em không về, anh cố gắng nuôi dạy các con nên người...".

- Thảo nào, - Phương reo to, tưởng chừng phát minh ra thế giới mới.

- Chớ vội mừng, rồi họ sẽ lập cách, chứ chẳng khoanh tay ngồi nhìn đâu? - Giáp phán đoán như vậy và mím môi ngẫm lại những thủ đoạn dùng trong vụ án "Xét lại chống Đảng", mà chúng đã nã vào mình.

- Tưởng, công lí... - Phương lo lắng ra mặt.

- Cậu cương cường thế là tốt, nhưng ở "Trên" là Thượng cấp, Trung ương, phát ngôn phải cẩn trọng.

Giáp nhắc lại cho Phương hiểu là Trên có nhiều bí mật quốc gia, không được tò mò ngoài phận sự. Nếu có biết cũng không được nói. Nhưng một khi đã nói thì phải đúng lúc, đúng chỗ và xác thực. Phương nhớ, bài học vỡ lòng của đám thư kí, có mồm thì nắp có cắp thì đậy, lúc nào cũng phải thu mình thúc thủ như con gấu trong hang.

Nghĩ thân phận Tạ Đình Đề cũng tội nghiệp, đang là cán bộ chỉ huy tình báo thuộc loại giỏi, bỗng nhiên bị nghi là tình báo Mỹ cài lại, nên bị chuyển sang ngành đường sắt. Đề cũng xoay xở ăn nên làm ra, nên công nhân sùng kính lắm. Nhưng do ghen ăn tức ở, mà tay Phó Giám đốc dưới trướng của Đề, lại có người nhà trong Bộ Công an, đang muốn ngoi lên tiếm quyền, nên đã dựng chuyện vu cáo. Thế là, ngay lập tức, công an có cớ vào cuộc để trả thù. Cậu Phương thế mà tinh đời, nắm bắt được ngay nguyên cớ, nguồn cơn sự việc. Nhưng cậu này, phải lưu ý rèn rũa thêm mới được. Ngẫm người lại nghĩ đến ta, thân phận miềng có khác Đề chi mô, hè? Tạ Đình Đề có máu anh hùng hảo hán, miềng thì nhẫn nhục, thờ chữ "nhẫn". Nghe nói, hôm xử Đề, Hoàng Văn Hoan đi xe Von-ga đen, mặc bộ đũi nâu, tay cầm ba-toong, đến ngồi phòng riêng trong tòa án để chỉ đạo? Nhưng Đề là người mưu mẹo, khai trắng phớ trước tòa rằng, bốn mươi chín lần không nhận tội, nên phải ngồi tù mấy trăm ngày, nên đành phải nhận tội để ra trước tòa phản cung, không thì chết rũ trong tù!

Tay Hoàn cũng là thành viên Ban Chuyên án X77, tức là hắn luôn để mắt tới miềng và tâu hót với Duẩn. Bởi thế, cái vụ anh Đề, phải lưu ý cậu Phương không được bép xép. Nghe nói, Hoàn đã tống hết những người trung thực, khẳng khái ra khỏi Bộ Công an. Ngoài Tạ Đình Đề, còn có Nguyễn Tạo, một người từng gắn bó với miềng từ thời hoạt động trong bóng tối, nào kỳ bộ Nhân kỳ (Hà Nội), nào Nha Công an Trung ương tảo thanh đảng phái Quốc gia và Tờ-rốt-kít, thế mà nay bị điều sang Tổng cục Lâm nghiệp... Trong hoàn cảnh bị câu thúc thế này, mới hiểu tâm trạng Văn Cao sau vụ Nhân văn giai phẩm, lúc nào cũng bị ám ảnh bởi luôn có người theo dõi, nên không sáng tác được nữa. Mãi đến ngày thống nhất đất nước mới lại có bài *Mùa xuân đầu tiên*, nhưng cũng bị ách lại. Đúng là, có ăn nhạt mới thương đến mèo.

Chương mười: Tổng động viên

41. Tiếng súng biên cương

- Bác Văn, Trung Quốc đánh mìn, phá sập hang Pắc Bó rồi! -Trịnh Nguyên Huân tái mặt, lắp bắp báo cáo.

- Chúng ta đã dự kiến cả rồi, - Giáp bình tĩnh nhìn cậu thư kí, trấn an.

- Thế thì, tượng Các Mác của bác Hồ tạc trong hang cũng vỡ vụn là cái chắc? - Huân lo sợ, toát cả mồ hôi.

- Năm ngoái, Bảo tàng Hồ Chí Minh đã cưa tượng nhũ đá trong hang và bê bàn đá bên bờ suối Lê-nin về Hà Nội, mấy thứ trên đó chỉ là đồ phục chế thôi, - Giáp buồn rầu đáp.

- Thế nhưng, - Huân ngập ngừng, - nghe nói, cũng từ năm ngoái, quân Trung Quốc đã sang đào mộ của Lý Quốc Súng, đưa về bên ấy rồi. Sao thế ạ?

- Đúng, ông ấy là người dân tộc Choang. - Giáp miễn cưỡng giải thích trong phạm vi có thể.

- Nhưng theo sử sách ghi lại, thì buổi đầu, bác Hồ về nước còn ở nhà ông ấy mấy hôm, rồi mới xuống hang Pắc Bó kia mà? - Huân vẫn chưa hết tò mò, dân học hóa thích khám phá đến ngọn nguồn chân lí, - chẳng lẽ, Trung Quốc cài người sang trước, như kiểu tiền trạm?

- Trung Quốc tuyên bố chỉ tiến hành chiến tranh khu vực biên giới, nhưng Hà Nội đã phải đề phòng, kho tàng và căn cứ đã chuyển vào Tây Nguyên, từ lâu rồi, - Giáp lảng chuyện.

- Tại sao, năm sáu mươi chín (1969), sau khi bác mất thì phu nhân của Luật sư Lô-zơ-bai mới công bố cái chết giả trong nhà tù Hồng Kông, từ năm ba mươi hai (1932), do Lô-zơ-bai tung ra để đánh lừa tình báo Pháp? Thế nhưng Văn kiện Đảng không đính chính về bản báo cáo Quốc tế Cộng sản của Tổng Bí thư Hà Huy Tập nhỉ? - Huân liều lĩnh hỏi thêm, kiểu cố đấm ăn xôi.

- Chuyện này phải hỏi Ban chỉ đạo xây dựng bản thảo, Nhóm xây dựng bản thảo và Hội đồng xuất bản Văn kiện Đảng, - Giáp thẳng thừng thoái thác trách nhiệm.

Huân thất vọng, đứng dậy xem bản đồ quân sự, khu vực mốc biên giới số 108-Cao Bằng.

Từ ngày Giáp thôi chức Bí thư Quân ủy Trung ương, thì Văn phòng Bí thư Quân ủy cũng chuyển sang Duẩn. Do vậy, Giáp thiếu hẳn nguồn tin quan trọng về công tác Đảng trong quân đội. Những nguồn tin tình báo đã được xử lý, lấy từ Bộ Tổng tham mưu vẫn chuyển qua Bộ Quốc phòng và Huân tổng hợp trình lên Giáp.

Sống trong môi trường gò bó của quân đội, cái gì cũng nằm trong khuôn phép nhà binh, lâu dần cũng quen đi. Ngày trước, dép, giày quẳng vào góc nhà, cần đi đâu mới tìm loạn cả lên. Nay thì qui định phải đặt cách một phần ba phía chân giường, mũi quay ra ngoài, khi có báo động, vục dậy là xỏ chân được luôn. Học triết, Huân hiểu câu nói của Lê-nin: "Kỷ luật là tự do", nhưng vào quân đội mới hiểu khẩu hiệu: "Kỷ luật là sức mạnh của quân đội". Văn phòng xếp đầy tài liệu đóng dấu "mật", "tối mật", "tuyệt mật" và "khẩn", "thượng khẩn", "hỏa tốc"... Ban đầu, chỉ nom những khung chữ, mũi tên đỏ mà phát ớn, nhưng rồi cũng quen đi. Nghe nói, hồi chuyên gia quân sự Trung Quốc sang Việt Bắc, còn lập phòng "mật thất" trong Bộ Tổng tham mưu, để lưu trữ tài liệu và bản đồ quân sự. Đã vào chốn này, cái gì cũng quan trọng cả, thậm chí còn bị quan trọng hóa vấn đề nữa kia. Tài liệu cũng đa dạng, phong phú, bằng nhiều vật liệu in giấy, ghi băng đĩa, bản ảnh chụp từ máy bay, hoặc vệ tinh. Chúng được chuyển tới từ các tỉnh đội, quân khu quân chủng, binh chủng, hoặc trao đổi tình báo với Liên Xô và phe Xã hội chủ nghĩa...

"Tin nội địa Trung Quốc:

Từ tháng 7 năm 1977, Đặng Tiểu Bình (Dèng Xiǎopíng) đã được phục hồi, giữ các chức vụ: Phó Chủ tịch Ban Chấp hành Trung ương Đảng, Phó Chủ tịch Quân ủy Trung ương, Phó Thủ tướng, Phó Tổng tham mưu trưởng Quân giải phóng....

Trung Quốc mới nhập về một dây chuyền sản xuất gạo ăn liền cho binh lính. Hai tỉnh Vân Nam và Quảng Tây đã sản xuất 1,25 triệu ki-lô-gam bánh qui cho quân đội. Vân Nam huy động một vạn dân công làm đường ra biên giới Trung-Việt. Quảng Tây huy động 60.000 dân công tải thương. Các phương tiện thông tin đại chúng đang trắng trợn tuyên truyền Việt Nam tiểu bá, phản bội.

Tin Liên Xô trao đổi:

Hai Quân khu Côn Minh và Quảng Châu được lệnh triển khai tại khu vực giáp biên giới Trung-Việt, trước ngày 10/01/1979.

Bộ binh Trung Quốc tập trung 60 vạn quân (9 quân đoàn, 32 sư đoàn, 12 trung đoàn xe tăng- thiếu, 4 sư đoàn pháo binh).

Phần đông lính Trung Quốc mù chữ (xuất thân nông dân), mỗi đại đội bộ binh thọc sâu chỉ có ba lính biết đọc bản đồ quân sự. Chuyển quân ban đêm, cắt liên lạc vô tuyến điện, hòng đánh lừa Tình báo kỹ thuật của Liên Xô và Việt Nam.

13 trung đoàn không quân, với 800 máy bay được điều đến các sân bay Quảng Tây, gần biên giới. Ngoài ra, còn có 78 máy bay J-7 (Mig 21 do Trung Quốc sản xuất) của lực lượng không quân Hải quân. Hai Bộ Chỉ huy Không quân tiền phương: Tư lệnh Không quân Vương Hải phụ trách Quảng Tây; Giám đốc Bộ Chỉ huy Không quân Quân khu Côn Minh Hầu Thư Quân chỉ huy Vân Nam. Tâm lý phi công Trung Quốc sợ tên lửa SAM và Mig 21 của Việt Nam. Bởi 1300 máy bay Mỹ đã bị SAM này bắn hạ. Trình độ

chiến thuật, kỹ thuật của phi công Trung Quốc còn nhiều hạn chế, diễn tập bắn đạn thật, chỉ có 1% (một phần trăm) phi công bắn trúng mục tiêu. Chỉ thị của Trung ương: "Không quân chỉ hỗ trợ, nếu cần".

Hải quân Trung Quốc đóng căn cứ tại đảo Hải Nam và quần đảo Tây Sa (Hoàng Sa) có 2 tàu khu trục tên lửa, một nhóm tàu phóng lôi, một nhóm tàu săn đuổi. Sẵn sàng tấn công Hải quân Liên Xô và Việt Nam trên vùng biển vịnh Bắc Bộ".

Giá như hồi bảy mươi tư (1974), không quân Sài Gòn giội bom, phóng tên lửa quét sạch đám tàu hải quân Trung Quốc, lấy lại quần đảo Hoàng Sa, thì nay miềng rảnh tay phía Biển Đông và con cháu đời sau cũng không phải bận tâm... Giáp ngồi tư lự, chợt nhớ cuộc thăm viếng Trung Quốc vừa rồi, mục đích cám ơn bè bạn quốc tế giúp ta kháng chiến chống Mỹ. Thế mà chúng xử tệ, cho miềng ăn bát mẻ, ngồi ghế không tựa. Thật là một sự bất nhã và thiếu tôn trọng về phép ngoại giao. Thậm chí, họ đã từng cho Hồng vệ binh đả đảo miềng kia mà. Tàu thâm độc, trắng trợn, phân biệt đối xử, hòng dằn mặt. Từ năm 1972, tình báo viên Phạm Xuân Ẩn, tại Sài Gòn đã liên tục báo cáo, về việc gia tăng xâm nhập của mật vụ Trung Quốc vào đất nước Việt Nam. Trung Quốc dùng vũ lực chiếm đóng quần đảo này, biết bao giờ quân miềng mới lấy lại được? Nếu miềng cũng dùng lực lượng quân sự thì khó chơi với chúng ngoài biển, chỉ còn phương pháp hòa bình, nghĩa là kiện ra Tòa án Công lý Quốc tế (Internationnal Court of Justice). Muốn vậy, phải thừa nhận chính quyền Việt Nam Cộng hòa là một thực thể, đã từng tiếp nối Quốc gia Việt Nam quản lý liên tục Hoàng Sa. Lại nhớ, năm ba mươi tám (1938), khi miềng và Trường Chinh viết cuốn *Vấn đề dân cày*, thì em Thái có đọc cho nghe mấy bài báo viết về chuyện Pháp và Việt Nam quản lý, cắm mốc đàng hoàng trên quần đảo đấy thôi. Chính trị cứng nhắc và giáo điều, gọi bọn họ là Ngụy quyền một cách miệt thị, thì làm sao kiện ra tòa mà đòi lại quần đảo cho đặng? Cái nào lợi hơn, toàn vẹn lãnh thổ quốc gia, hay mấy câu danh xưng mang tính chính trị hão huyền? Có kẻ thiển cận, còn cho miếng mà mất lập trường, tư tưởng khi gọi chính danh chế độ cũ nữa kia! Còn nhớ, hồi ấy không biết Hoàng Tùng nhẹ dạ cả tin, hay theo lệnh Lê Đức Thọ bày trò lòe bịp để an dân: "Vì ta bận đánh Mỹ, không có thời gian và không đủ khả năng để giải phóng Hoàng Sa, nên nhờ bạn Trung Quốc giải phóng. Sau này, mình thống nhất đất nước rồi, phía bạn sẽ trả cho mình". Ai nhờ, ngu gì mà gửi trứng cho ác?

*

Hội quân ở Quảng Tây, Thượng tướng Hứa Thế Hữu, Tư lệnh Quân khu Quảng Châu, họp sĩ quan chỉ huy cao cấp, bàn cách chuẩn bị tấn công Việt Nam.

- Ta đã giữ bí mật hành quân, tập kết an toàn, nay chỉ cần giành thế bất ngờ nữa là chắc thắng, - Hứa lướt qua khuôn mặt tướng lĩnh chỉ huy các quân đoàn, đắc ý. - Về phía bọn tiểu bá Việt Nam, Lê Duẩn đã đoạt chức Bí thư Quân ủy Trung ương của Giáp. Thế là Duẩn nắm trọn quyền chỉ huy Đảng và Quân đội. Tên này rất hiếu chiến, âm mưu thôn tính cả Lào, Cam Pốt và Thái Lan. Hắn phản bội lại ta, câu kết với bọn "I-van ngốc nghếch", - thấy chủ tướng dùng từ miệt thị chỉ Liên Xô, đám tướng lĩnh dưới quyền nhìn nhau cười khúc khích, đầy vẻ khoái chí. - Tên Văn Tiến Dũng làm Phó Bí thư Quân ủy Trung ương, Thứ trưởng Quốc phòng. Hắn là kẻ trực tiếp đối đầu với chúng ta trong cuộc chiến này. - Hứa bước lại gần bản đồ treo tường và phân công nhiêm vụ, - dự kiến, sư đoàn Bốn mươi mốt. và Sư đoàn Bốn mươi hai sẽ tấn công hướng Cao Bằng. Sư đoàn Năm mươi lăm đánh Lạng Sơn. Sư đoàn Bốn mươi ba mới chuyển từ Quân khu Vũ Hán đến, làm dự bị. Sắp tới, đề nghị Chính phủ cho đóng cửa khẩu Quảng Tây. Năm ngoái, mặc dù Tập đoàn Lê Duẩn mời chào lập lãnh sự quán ở Sài Gòn, nhưng ta đâu có cần. Ta liền đóng cửa ba lãnh sự quán của bọn tiểu bá, tại Quảng Châu, Nam Ninh và Côn Minh. Thế là chặn đứng nguồn tin gián điệp, hoạt động theo phương thức hợp pháp, qua đường ngoại giao của chúng. Nhưng không được chủ quan, kê cao gối mà ngủ đâu nhá! - Các tướng lại cười hể hả. - Để chủ động tăng cường lực lượng tại chỗ, tôi đã đề nghị tuyển thêm bốn mươi vạn tân binh Quảng Đông. Giữ lại một nghìn năm trăm mười hai đồng chí đến kỳ hạn xuất ngũ. Đây là những chiến binh có kinh nghiệm chiến đấu, am hiểu thực tế chiến trường.

Không quân của bọn tiểu bá chỉ có bốn trăm máy bay, nhưng lực lượng phòng không mạnh, có tới bảy nghìn khẩu cao xạ pháo, một trăm năm mươi bệ phóng tên lửa và hai trăm trạm ra-đa. Không quân Mỹ cũng phải gờm kia mà. Do vậy, chỉ khi thật cần thiết ta mới dùng không quân tham chiến.

Trăm vạn quân áp sát biên giới, chỉ cần mỗi tên lính đái một bãi cũng ngập lụt cả Việt Nam, khỏi cần động binh. Hứa khoái trá nghĩ bụng. Nếu mười năm qua không bị Cách mạng văn hóa làm cho suy kiệt, thì quân ta còn hùng mạnh gấp bội. Hứa thở dài đau xót, mười triệu người chết, một trăm triệu người liên lụy, ba triệu đảng viên bị kỷ luật. Khổ nhất là Nguyên soái, Bộ trưởng Quốc phòng Bành Đức Hoài bị triệt hạ. Đến như đại nhân Đặng Tiểu Bình cũng bị ba lần đày ải; ngẫm lại, thực kinh hoàng. Nhưng đó là chuyện đã qua, hiện giờ, trước mặt ta là bọn tiểu bá hung hãn và thiện chiến. Kể ra, thời kỳ chống Mỹ, với ba mươi vạn quân Trung Quốc, có trang bị vũ khí bộ binh và pháo phòng không sang chi viện Bắc Việt Nam, sao không nhân cơ hội đánh ào một trận, "thuận tay dắt bò" mà thu hồi cả vùng đất Tĩnh Hải Quân[159], có phải là diệu kế không?

Năm ngoái, ta đã dự kiến phân công các quân đoàn và mục tiêu chiếm đóng, nay tình hình thay đổi, cần phân công điều chỉnh. Quân đoàn 13 và Quân đoàn 14 chỉ cần đánh một sư đoàn tiểu bá tại Lao Cai, Cam Đường, rồi tiến vào Sa Pa. Quân đoàn 10 một đánh chiếm Phong Thổ-Lai Châu. Hứa xem lại bản đồ bố trí binh lực. Bộ Chỉ huy sẽ đóng tại Khai Nguyên. Khai Nguyên đây, Hứa rê ngón tay và dựng lại giữa tuyến Côn Minh-Hà Khẩu. Bộ Chỉ huy

---

(159) Tên nước Việt Nam, trước thời Đại Cồ Việt

phía tây đánh thọc sườn tây bắc của địch quân, gồm Quân đoàn 50 và Quân đoàn 54. Ý các tướng kiến nghị, muốn ta cho đánh Đồng Đăng cùng lúc với đánh Cao Bằng. Đồng Đăng đây, ngón tay vàng khè khói thuốc lá chỉ vào địa danh Đồng Đăng. Vị trí này có pháo đài, đánh công kiên phải chấp nhận hy sinh, ta có biển người, không ngán ngại gì, cứ chiến thuật dùng binh "đầu nhọn đuôi dài" mà tấn. Có khi, phải cho Dương Đắc Chí thay thế Vương Tấn Thành. Tay họ Vương này, vốn xuất thân từ Quân đoàn 3, không có quan hệ tốt với đám sở tại Quảng Tây, gây khó cho ta.

Tình hình biên giới nóng lên từng ngày. Hứa sắp xếp lại đội hình, điều chỉnh tướng sĩ, chờ thời cơ sẽ quyết một trận thư hùng. Nói thế chứ quân Việt Nam không thể coi thường được đâu. Chúng vừa trải qua chiến tranh với Pháp, Mỹ, rồi lại vừa đánh quân Khơ-me Đỏ thất điên bát đảo. Quân ta, từ sau cuộc Kháng Mỹ viện Triều cách nay hăm lăm năm rồi, kinh nghiệm chiến đấu phai mờ, lính nông dân ít học, khi lâm trận sẽ nan giải vô cùng, đành phải lấy số đông áp đảo, dùng chiến thuật "Tiền pháo hậu binh" mà nện.

Hứa đang miên man suy tính, thì bất chợt Tư lệnh Quân khu Tây Nam, Thượng tướng Dương Đắc Chí (Yang Dezhi) đến bản doanh.

- Tướng quân, có tin vui đây, - Dương hồ hởi, - đồng chí Tổng Tham mưu trưởng thông báo, thời cơ đã đến, chờ Hứa Thượng tướng ra roi quất ngựa truy phong.

- Có gì mà dông dài thế, chẳng qua phải dụng cách "ngưu đao sát kê" thôi mà, - Hứa niềm nở, - tôi chọn Tướng quân về đây là có ý kế cận đó. Bởi tôi đã già, bảy lăm tuổi rồi.

- Đâu dám, đâu dám! - Dương cười cười, xua tay xã giao, - đồng chí Đặng Tiểu Bình, một trí tuệ siêu việt đã giao nhiệm vụ cho Tướng quân dẹp bọn tiểu bá là sáng suốt. Tôi chỉ làm kẻ phò tá cũng là phúc lớn lắm rồi.

- Thời gian gấp lắm, nhưng ngặt không thể dùng điện đài,

- Hứa nghiêm giọng, - hôm nay, mười sáu tháng hai, tên Tổng Tham mưu trưởng, Đại tướng Văn Tiến Dũng đã hạ lệnh báo động từ cấp một xuống cấp ba[160], nên một số đơn vị quân Việt Nam đã nghỉ ngơi dưỡng sức. Bọn phi công chiến đấu đã lác đác nghỉ phép. Nhưng tụi lính phòng không vẫn ngồi lì trên mâm pháo và túc trực bên cạnh bệ phóng tên lửa đất đối không đấy nhá. Đại tướng Dũng cũng vào Sài Gòn để chuẩn bị theo phái đoàn sang Cam Pốt. Tối mai, mười bảy tháng hai, Tổng Bí thư, kiêm Bí thư Quân ủy Trung ương Lê Duẩn, tổ chức cưới con trai tại Nhà khách Chính phủ, bọn tướng tá và cán bộ cao cấp sẽ hút cả vào đấy. Sáng ngày mười tám, phái đoàn Việt Nam do Thủ tướng Phạm Văn Đồng dẫn đầu, cùng Phó Thủ tướng kiêm Bộ trưởng Ngoại giao Nguyễn Duy Trinh và Văn Tiến Dũng đi thăm Cam Pốt, chiều cùng ngày, hai bên sẽ ký kết với nhau. Do vậy, thời cơ ngàn năm có một đã tới, đồng chí Đặng hạ lệnh, rạng sáng ngày mai, mười bảy tháng hai năm bảy mươi chín (1979), sẽ đồng loạt tấn công qua biên giới, đánh thẳng vào sáu tỉnh đầu cầu của bọn tiểu bá Việt Nam.

- Tuy là cuộc "hoàn kích tự vệ", dụng kế "vây Ngụy cứu Triệu", nhưng ta phải đánh cho tên Võ Nguyên Giáp không còn mảnh giáp. Hắn ngọng ngạnh từ những năm năm mươi (1950) tới giờ, thế là đã quá đủ rồi. Hắn phải về vườn mới xong, - Hứa tuyên chiến vắng mặt với Giáp và bắt chặt tay Dương như một lời thề.

- Tướng quân ra trận, giặc nào chẳng phải quăng giáo cởi giáp, quay đầu tháo chạy. Khi có thời cơ, biết đâu lại dụng kế "thuận tay dắt bò", tràn qua biên giới, đánh thẳng vào Hà Nội, thì Việt Nam biến thành Tây Tạng không chừng? - Dương mờm thêm.

---

(160) Các cấp báo động quân sự:

Cấp 1, sẵn sàng chiến đấu toàn bộ. Các đơn vị sẵn sàng sơ tán, tránh hỏa lực địch và sẵn sàng tiến công đánh địch.

Cấp 2, sẵn sàng chiến đấu cao. Các đơn vị sẵn sàng cơ động chiến đấu. Trang bị, vũ khí, khí tài mở niêm cất.

Cấp 3, sẵn sàng chiến đấu tăng cường. Các đơn vị tập trung quân số 100% tại doanh trại, hoạt động diễn ra bình thường.

Cấp 4, sẵn sàng chiến đấu thường xuyên, thường trực.

Theo tin tình báo, duy chỉ có quân chủng phòng không của Việt Nam là không tuân theo lệnh hạ cấp báo động của Tướng Dũng. Do vậy, Hứa Tư lệnh không thể liều lĩnh cho không quân tham chiến; mặc dù, từ căn cứ không quân Quảng Tây bay vào Hà Nội chỉ hết mươi phút mà thôi. Thiếu lực lượng không quân mở đường và yểm trợ, thì khó mở rộng phạm vi cuộc chiến. Cuộc chiến sẽ có nhiều thách thức, cam go, nhưng cũng mở ra nhiều cơ hội. Tất thảy mọi ý đồ phải có sự chỉ đạo từ bộ thống soái, nay nghe Dương tán tụng như vậy, Hứa cũng cảm thấy hởi lòng, nhưng vội gạt đi:

- Quân ủy Trung ương chỉ đâu, tôi sẽ đánh đó. Mạt tướng đâu dám tùy tiện!

Đoạn, cả hai ngửa cổ cười đắc chí.

*

Quân Trung Quốc đông như kiến cỏ, sức mạnh khác nào vũ bão, chủ động và bất ngờ đồng loạt tấn công sáu tỉnh biên giới phía Bắc, chiếm thế thượng phong, tưởng như không thành lũy nào chống đỡ nổi. Bao công phu chuẩn bị đối phó chiến tranh, đang từ thế chủ động, phút chốc thành bị động, khiến quan quân hoảng loạn.

Ba quân đoàn chủ lực được Liên Xô giúp máy bay, tàu chiến, xe cơ giới để hành quân cấp tốc từ Campuchia lên biên giới phía Bắc. Lê Trọng Tấn-Thứ trưởng Bộ Quốc phòng, kiêm Tổng Tham mưu trưởng, đang làm Tư lệnh mặt trận biên giới Tây Nam phải điều về làm Tư lệnh mặt trận biên giới phía Bắc. Nhưng, Tấn cũng đã là lão tướng bảy mươi tuổi rồi. Giáp gọi điện động viên Tấn: "Ngày xưa, cụ Lý Thường Kiệt cũng bảy mươi tuổi, còn phải ra trận phá quân Tống đấy nhé".

Duẩn cho Bộ Chính trị và Trung ương Đảng "uống thuốc an thần":

- Liên Xô đã điều năm mươi sư đoàn áp sát biên giới Xô-Trung. Điều máy bay và tàu biển cho ta chuyển quân Tây Nam ra Bắc.

- Liệu có kịp không ạ? Nhỡ nó cho quân đánh thẳng vào Hà Nội thì làm sao? - Dũng lo lắng hỏi.

- Không bao giờ xảy ra chuyện đó, - Thọ khẳng định, - Đặng chỉ tuyên bố: "Dạy cho Việt Nam một bài học" và chiến tranh hạn chế trong không gian khu vực biên giới, thời gian diễn ra chừng một tháng mà thôi. Do vậy, lực lượng không quân không tham chiến. Đâu như, chúng đã rục rịch rút.

- Này, đến Bắc Kinh độ mấy ngày? - Duẩn đột ngột hỏi bâng quơ một câu.

Cả hội nghị nín lặng, tưởng như không khí trong phòng họp đông cứng lại.

- Ra lệnh Tổng động viên ngay và mau! - Duẩn vung nắm tay hộ pháp lên, vẻ quyết liệt.

- Nó đang chuẩn bị rút, còn Tổng động viên làm gì nữa? - Dũng không hiểu ý Duẩn, nên mới ngây ngô như thế.

- Cậu còn non kém về chính trị lắm, - Duẩn thở dài, liếc nhìn Giáp và Dũng như thầm so sánh, - nó rút là việc của nó, ta đánh là việc của ta.

- Ngày xưa, Trần Hưng Đạo và Nguyễn Trãi đều tạo điều kiện cho quân Nguyên, Minh thất trận rút về nước, - Dũng liều chết, can ngăn.

- Đồng chí biết một mà không biết hai, - khi Duẩn đã gọi ai là "đồng chí" thì trong lòng đã bực tức lắm rồi, - Hưng Đạo Vương cấp thuyền cho tù binh địch rút, nhưng lại ngầm sai quân lính bám theo ra ngoài biển, rồi đục thủng đáy thuyền để nhấn chìm cả lũ, biết không?

- Trung tâm chỉ huy là Bắc Kinh. Người chỉ đạo là Đặng Tiểu Bình, - nãy giờ, Trường Chinh mới lên tiếng. - Cả hai đầu đất nước đều có liên hệ chặt chẽ với nhau. Nhưng nếu đánh tiêu diệt khi địch rút quân thì có nên không? Cái này, tôi đề nghị đồng chí Tổng Bí thư và Bộ Chính trị cân nhắc, đề phòng hậu họa. Ta với

Trung Quốc cùng theo Chủ nghĩa Mác- Lê-nin, nên không chóng thì trầy lại phải hữu hảo...

- Chiến tranh là nhất thời, hòa bình mới là lâu dài, - Đồng cũng nêu ý kiến, - đất nước do vị trí địa lý lịch sử để lại từ ngàn xưa, chứ đâu phải con thuyền mà có thể đẩy ra ngoài vùng kiểm soát của người ta được?

Giáp nghĩ, từ lâu Chinh đã bộc lộ tư tưởng thân Trung Quốc, thể hiện trong *Đề cương văn hóa năm bốn mươi ba* (1943) và truyền đơn trên báo Tiếng Dội năm bốn mươi tám (1948), rồi chuyện Cải cách ruộng đất năm năm mươi ba (1953). Dân gian truyền khẩu câu vè:

"Hoan hô đồng chí Trường Chinh
Trước theo Trung Quốc, nay hình như không..."

Năm 1954, nghe tin đất nước bị chia cắt hai miền, khiến Duẩn tức tối vô cùng, thì Trường Chinh lại bảo: "Đó là ý kiến chỉ đạo của Liên Xô, Trung Quốc, hai bộ óc sáng suốt của thời đại. Chúng ta phải chấp hành, chỉ việc đi theo thôi".

Còn Đồng thì giao đứt hai quần đảo trên biển Đông cho Trung Quốc, qua công hàm năm năm mươi tám (1958). Do vậy, cả hai vẫn ôm khư khư lấy những điều tệ hại ấy, sẵn sàng cầu hòa. Miềng, tuy cũng là đảng viên Cộng sản, tôn thờ Chủ thuyết Mác - Lê-nin, nhưng hơn lúc nào hết, phải đặt lợi ích dân tộc, quốc gia lên trên hết. Từ xưa đến nay, tướng quốc là phải đánh đuổi quân thù, bảo vệ non sông.

Thấy Đồng hùa theo Chinh, Duẩn bực mắng thầm, chỉ giỏi thuốc phiện với gái gú, trình độ và bản lĩnh chính trị không bén gót thằng Ngô Đình Nhu, thảo nào con Cúc chẳng phát điên. Hẳn là Duẩn biết, Đồng có cái bàn đèn đẹp nhất Đông Dương và mấy cô diễn viên trong vòng cương tỏa; đoạn, Duẩn thở dài, quay sang hỏi Giáp:

- Ý Đại tướng, Tổng tư lệnh thế nào?

- Chiến tranh là phải tiêu hao sinh lực địch, đánh bại ý đồ

xâm lược của chúng. Đối với bọn Khơ-me Đỏ, nên tạo thế gọng kìm, quây lại khu vực biên giới Tây Nam mà xử lý, đề phòng hậu họa. Nếu cứ đánh tràn qua như ne vịt, chúng sẽ tháo chạy sang Thái Lan (Thailand) cố thủ, rồi chờ thời cơ quay lại quấy nhiễu, thì rất phức tạp. - Giáp phân tích, diễn giải từng thế trận. - Còn đối với biên giới phía Bắc, địa hình đồi núi hiểm trở, khó dùng không quân, mà quân địch lại rất đông, chẳng khác một biển người, thì có thể dùng pháo binh giải quyết dứt điểm. Nếu để chúng rút nguyên vẹn về nước, chắc chắn sẽ nấp lại bên kia biên giới, phá rối, khiêu khích làm cho ta tiêu hao và mỏi mệt. Không giải quyết nhanh, sẽ bị sa lầy cả hai đầu đất nước, không ứng cứu được nhau, nguy hiểm vô cùng. Địch sẽ tạo thế gọng kìm mà ép ta.

- Khỏi dài dòng, tôi dứt khoát xác định, bọn Tàu là kẻ thù truyền kiếp, nguy hiểm trực tiếp và lâu dài. Đánh! - Duẩn lại vung tay lên, như thể hạ lệnh cho pháo binh đạp cò.

Đồng và Chinh đưa mắt lặng lẽ nhìn nhau.

- Nhất trí kết luận của đồng chí Tổng Bí thư, kiêm Bí thư Quân ủy Trung ương, - từ sau Đại hội Đảng lần thứ IV năm 1976, chức danh Bí thư thứ Nhất đã được chính thức gọi là Tổng Bí thư, nên Dũng gọi rất chi là trang trọng. Mặt khác, từ năm 1978, Duẩn chính thức nhận chức Bí thư Quân ủy Trung ương, Dũng làm Phó Bí thư Quân ủy. Bởi vậy, việc Dũng hạ cấp báo động, chắc chắn có sự đồng ý của Duẩn, nên không ai dám ẻ họe gì cả. Giáp tuy vẫn giữ chức Bộ trưởng Quốc phòng, nhưng chỉ còn là thần mồng, hữu danh vô thực.

- Về an ninh trật tự, thì anh Hoàn phải đảm bảo, - Duẩn nhìn Bộ trưởng Công an Trần Quốc Hoàn (Nguyễn Trọng Cảnh), giao nhiệm vụ, - chuyên chính vô sản là cứ phải mạnh tay, ai chống đối bắt ngay!

- Báo cáo đồng chí Tổng Bí thư và Bộ Chính trị, ngay từ năm bảy mươi sáu (1976), tôi đã cấm người Hoa ở Hải Phòng, Quảng Ninh làm các nghề cắt tóc, thợ điện gia dụng, vì chúng có khả năng và điều kiện hoạt động gián điệp, - Hoàn mở quyển sổ bìa đen dày cộp, đánh dấu trang bằng tờ lịch treo tường, lật ra đọc.

Nghe vậy, mọi người liếc nhìn cái đầu húi cua của "Cảnh Con", rồi ý nhị nhìn nhau; trong lòng ai cũng nhớ đến vụ cô Nông Thị Xuân bị hắn hãm hiếp, rồi thủ tiêu năm nào...

- Năm ngoái, lực lượng Công an tham mưu cho Ban Bí thư, ra Chỉ thị số Năm mươi ba, không cho người Hoa giữ các chức vụ lãnh đạo quan trọng, - Hoàn lại mở trang có gấp góc đánh dấu tiếp theo, - Quảng Ninh có sáng kiến, ban đêm cho người dán khẩu hiệu vào cửa nhà người Hoa: "Tổ Quốc gọi về", khiến chúng tưởng thật, lũ lượt dắt díu nhau về Trung Quốc. Nhưng đến cửa khẩu, bị biên phòng Trung Quốc chặn lại. Chúng tôi lại cho "côn đồ" đánh nhau, xông cả vào dân Hoa kiều. Thế là chúng chạy ào qua cửa khẩu, không gì ngăn nổi.

- Giỏi lắm, - Thọ reo lên, - các anh còn dập được hai cuộc biểu tình của người Hoa ở ga Hàng Cỏ và Lạng Sơn.

- Nhưng có một điều đáng tiếc, - Hoàn vuốt mái tóc húi cua, vẻ nghiêm trọng, - ông Voòng Hồi là Phó Chủ tịch Ủy ban Mặt trận Tổ quốc tỉnh Quảng Ninh, tự rạch bụng, chứng tỏ lòng trung thành với Việt Nam, coi như quê hương thứ hai. Điều đó, gây dư luận xấu.

Ai nấy đều lặng đi, chỉ còn nghe tiếng quạt trần chạy vù vù.

- Ban nãy, tôi đề cập đến chuyện phòng ngừa hoạt động của gián điệp Trung Quốc, có đồng chí tỏ ra nghi ngờ. - Các đại biểu trợn mắt nhìn nhau, tưởng Hoàn có mắt sau gáy. - Khi Mỹ leo thang ném bom miền Bắc, chúng tôi đã bí mật đào tạo hàng trăm thiếu nữ, cài cắm khắp cá địa bàn trọng điểm, đến nay vẫn hoạt động tốt. - Hoàn ngưng lại để thưởng thức những cái giật mình của các đại biểu, rồi mới nói tiếp. - Trước khi xảy ra cuộc chiến tranh biên giới này, chúng tôi cũng đã xin phép Ban Bí thư tiếp tục thực hiện kế hoạch hậu chiến, nhưng số lượng đào tạo nhiều hơn, giới tính da dạng hơn, trang thiết bị kỹ thuật hiện đại hơn. Tôi nói vậy không phải khoe khoang, mà chính là để các đồng chí tin tưởng vào sự nhìn xa trông rộng và sự lãnh đạo tuyệt đối, trực tiếp, toàn diện của Bộ Chính trị đối với lực lượng Công an mà thôi. - Hoàn đắc ý nhìn Duẩn và đánh mắt thấy các đại biểu ngồi im re.

- Thảo nào, lúc ở nhà tù Sơn La, đồng chí Hoàn đã ước mơ làm nghề gián điệp, - Hoàng Tùng nói to.

Nghe vậy, Duẩn cười cười, vỗ vỗ hai bàn tay hộ pháp vào nhau, hồ hởi nói:

- Đồng chí Trần Quốc Hoàn được Đảng cử ba lần làm Bí thư Hà Nội, rồi sau mới lãnh đạo ngành Công an như bây giờ.

Các đại biểu hoan hô rào rào, tán dương rôm rả. Hồi lâu, Bộ trưởng Ngoại giao Nguyễn Duy Trinh mới lên tiếng:

- Tôi đi họp bên ngoài, - ý Trinh muốn nói là hội nghị quốc tế, - họ phản đối chuyện ta để cho dân Miền Nam vượt biển dữ quá, gọi là "Vấn đề thuyền nhân". Dân chết trên biển cũng khá nhiều, tang thương lắm. Nhưng tôi cãi băng đi, phản đối sự vu cáo. Nay trong nhà mới dám nói thật, phải mau chóng ngăn chặn tình trạng này, kẻo liên quan đến nhân quyền và cấm vận...

- Thực hiện "Phương án Hai" của Bộ Chính trị, - Hoàn thanh minh, - chúng tôi đã bí mật tổ chức tàu, thuyền, bến bãi cho người vượt biên khá chu đáo. Những ai muốn đi phải đóng một khoản tiền, vàng tương đương bảy lượng. Như vậy, vừa đẩy đuổi được phần tử khó giáo dục cải tạo, làm trong sạch địa bàn, lại vừa thu được tiền, vàng nộp công quĩ. Tiêu biểu là đồng chí Mười Vân, tức Nguyễn Hữu Giộc[161]- Trưởng ty Công an Đồng Nai đã làm rất tốt, đáng biểu dương. Địa phương không những thu gom được nửa tấn vàng, nộp công quĩ, - có tiếng các đại biểu cùng ồ lên kinh ngạc. Chờ cho không khí ồn ào lắng xuống, Hoàn mới báo cáo tiếp, - mà còn nhân cơ hội, tống khứ được mụ Kim Anh là tình nhân của tên Tổng thống bù nhìn Nguyễn Văn Thiệu, ra nước ngoài. Cái Năm mươi ba là một chỉ thị tuyệt mật, chỉ phổ biến đến Bí thư, Chủ tịch tỉnh và Trưởng ty công an những địa bàn có liên quan.

*

Trịnh Nguyên Huân ghi vắn tắt mấy sự việc, xảy ra từ năm 1979, vào sổ công tác, mà bản thân từng được nghe kể lại:

---

(161) Giộc bị kết án tử hình, năm 1984.

- Khi Trung Quốc phát động cuộc chiến tranh xâm lược toàn tuyến biên giới phía Bắc. Nhưng khi Cục Tác chiến chuyển điện báo cáo hỏa tốc đến nhà Tổng Bí thư Lê Duẩn, thì ông đang ngủ. Cán bộ cơ yếu phải nhờ con rể là Giáo sư Hồ Ngọc Đại chuyển giúp. Đại bảo, "ổng" chỉ "ừ" một tiếng, rồi lại ngủ tiếp.

- 16/3, Trung Quốc tuyên bố rút quân. Sau một tháng chiến tranh biên giới, mỗi ngày, ước tính chúng tổn thất một trung đoàn, gồm chết, bị thương, đào ngũ, lạc ngũ...

- Một năm sau cuộc chiến tranh biên giới, Đại tướng Võ Nguyên Giáp phải thôi chức Bộ trưởng Quốc phòng (Dũng lên thay). Nhưng chức Phó Chủ tịch Hội đồng Bộ trưởng, phụ trách khoa học kỹ thuật vẫn trong tay Đại tướng nhà mình. Vả lại, bên Đảng, Đại tướng nhà mình vẫn là Ủy viên Bộ Chính trị.

Cuộc chiến tranh chống Trung Quốc xâm lược, ta có chính nghĩa đàng hoàng, nhưng tổ chức luộm thuộm, Trung ương rối loạn, quân tâm dao động, lòng dân bất an. Thì ra, bí kíp của người cầm quân là phải biết lấy lòng người và đánh vào lòng người. Sau khi kết thúc cuộc chiến 1975, Lê Duẩn hân hoan tuyên bố trước công luận: "Vĩnh viễn từ nay sạch bóng quân thù". Thế là chủ quan khinh địch, mất cảnh giác. Cuộc chiến 1979 là một bài học đắt giá, không những đối với bọn bành trướng Bắc Kinh, mà còn đối với cả nước ta. Nếu trong một tuần, Trung Quốc chiếm được sáu tỉnh biên giới, như dự tính của Đặng Tiểu Bình, thì trung du trở thành chiến tuyến và Hà Nội bị đe doạ. Có lẽ, các cụ nhà mình đã lường trước, nên kho tàng kíp chuyển về tuyến sau rồi. Ban đầu, quân Trung Quốc giành lợi thế, do bí mật, bất ngờ và quân đông, nên nhanh chóng tiến vào nội địa. Nhưng gặp bộ đội địa phương và dân quân tại chỗ đánh du kích, sau đó, các đơn vị chủ lực tăng cường, đánh cho quân Trung Quốc những đòn chí mạng. Theo tin tình báo, khi Hứa Thế Hữu đang ung dung ngồi ở Nam Ninh, xem phim võ hiệp Hồng Kông, chợt nhận được điện khẩn báo tin, có một đại đội đã đầu hàng quân Việt Nam, khiến mặt hắn như chàm đổ. Hứa Thế Hữu thất thế, phải nhường quyền đốc xuất binh mã cho Dương Đắc Chí.

Năm năm sau, kể từ cuộc xâm lược 1979, đến ngày 28 tháng 4 năm 1984, Trung Quốc lại huy động năm mươi vạn quân của tám trên mười đại quân khu, với bốn trăm khẩu pháo lớn tiếp tục xâm lược Việt Nam, nhưng lần này, chúng chỉ tập trung vào khu vực biên giới Vị Xuyên (Hà Giang). Địch nã sang hai triệu viên đạn pháo lớn, sạt cả núi đá biên thùy

Rút kinh nghiệm xương máu, củng cố quân đội, Trung Quốc đánh rốc một trận, chiếm được Lão Sơn, khống chế cả vùng Hà Giang. Mặt trận Vị Xuyên nóng bỏng, mười sáu sư đoàn chủ lực Việt Nam thay nhau lên đánh, chuyên gia quân sự Liên Xô lên mặt trận, dự định đánh bom bay. Nhưng quân Trung Quốc đã lớn mạnh vượt bậc, không còn lôi thôi luộm thuộm như hồi 1979 nữa, khiến cuộc chiến biên cương sa lầy. Núi đã cũng bạc màu vì đạn pháo hai bên chọi nhau. Sông Lô nước đỏ màu máu bộ đội. Chiến dịch MB84, ngày 12 tháng 7 năm 1984, tại Vị Xuyên (Hà Tuyên) có chín trăm mười ba bộ đội hy sinh. Sư đoàn 356 mất sức chiến đấu, mất cao điểm trọng yếu 1509, tức Lão Sơn (Laoshan). Đúng ra, phải theo kế của Giáp, các trận địa pháo lúc đó đã sẵn sàng đánh trận tiêu diệt quân cừu thù, nhưng không được chấp thuận. Đánh kiểu cù cưa, hao người tốn của, dân chúng tỏ ra chán ghét chiến tranh khổ ải.

Năm 1984, Mặt trận Vị Xuyên rền vang tiếng súng, Trung Quốc chiếm thế thượng phong, cướp được hai mươi chín điểm cao dọc tuyến biên giới Việt- Trung. Có ý kiến cho rằng, Trung Quốc quyết chiếm thị xã Hà Giang để làm nơi trú chân cho chính phủ lưu vong về nước. Và cũng là lúc Giáp được Duẩn giao cho làm Chủ tịch Ủy ban Dân số quốc gia và Kế hoạch hóa gia đình. Chức này, có thời Thủ tướng Phạm Văn Đồng đã từng gánh vác. Nhưng trong bản Quyết định số 58/HĐBT, ngày 11 tháng 4 năm 1984 của Hội đồng Bộ trưởng, trao cho Đại tướng Võ Nguyên Giáp, lại ghi là: "Ủy ban Dân số và Sinh đẻ có kế hoạch". Cái từ "sinh đẻ" khiến người đời liên hệ ngay đến chuyện đàn bà, khác nào thời Tam quốc, Khổng Minh tặng váy áo đàn bà cho Tư Mã Ý, hòng hạ nhục đối phương. Nhưng Giáp chỉ im lặng và im lặng.

Họp Chi bộ Văn phòng đại tướng, Giáp bảo: "Là đảng viên, thì Đảng phân công việc gì cũng phải cố gắng hoàn thành cho tốt". Mà Giáp cố gắng và say mê thực sự, coi như không có chuyện gì xảy ra. Thế là, từ chỗ bị hạ nhục, rồi dẫn đến sự thương cảm và cuối cùng lại là thái độ kính phục Giáp. Duẩn bị một vố gậy ông đập lưng ông. Lòng dân có cái sự vi diệu, đám tiểu nhân không thể hiểu.

*

Hồng Anh bảo vệ Luận án Tiến sĩ Vật lí, tại Viện Nghiên cứu Hạt nhân Đúp-na (Dubna), được phong hàm Phó Giáo sư. Liên Xô thuận cho cô ở lại nghiên cứu khoa học. Có lần, cô phàn nàn:

- Ba nhẫn nhục quá!

- Chắc hẳn là con gái muốn nói về cái quyết định số Năm mươi tám của anh Tô? - Giáp ân cần hỏi lại.

- Đúng thế ba ạ, dư luận cho đó là một sự hạ nhục trắng trợn, thế mà ba vẫn bình chân như vại, - Hồng Anh phụng phịu.

- Thì có sao đâu nào, ba vẫn "Nguyên Giáp!" - Giáp chơi chữ kiểu khôi hài và cười đôn hậu.

- Con nghĩ, mọi người biết hết ý đồ của đám tiểu nhân kia, nhưng không ai dám nói với ba, kể cả anh Huân.

Vừa hay lúc đó, Trịnh Nguyên Huân đang từ bên Biệt thự 34 vòng về, nghe Hồng Anh nhắc đến tên mình, vội đon đả hỏi:

- Chị Hồng Anh mách bác chuyện gì thế?

- Tội anh to lắm, người ta gây chuyện hạ nhục ba tôi, mà anh cũng im lặng được sao? -

Hồng Anh nói vẻ giận dỗi.

Huân bị "chiếu bí", nhưng đành ngậm miệng, bởi Giáp đã dặn, dù ai nói xuôi nói ngược về chuyện này cũng phải im lặng, im lặng là vàng. Nhưng bữa nay, thấy Giáp khích lệ:

- Cậu nói cho Hồng Anh hạ hỏa xem nào?

- Tôi cũng mới được về làm thư ký thôi, nhiều chuyện còn phải học hỏi cả về nghiệp vụ lẫn cách đối nhân xử thế, để không làm phiền đến bác. Nhưng thực ra chuyện kia, dư luận không chê Đại tướng nhà mình, mà lại là trách người khác... - Huân thực thà nói.

- Tôi còn nghe, năm ngoái, ông Duẩn nói chuyện ở trụ sở báo Nhân Dân, chê ba rằng: "Đại tướng mà nhát như thỏ đế, thì đánh trận sao đặng?" - Hồng Anh bức xúc.

- Tôi cũng có nghe, nhưng xét thấy là chuyện tầm phào, nên không báo cáo bác. Thực tế, khi Bê-Năm hai ném bom hòng hủy diệt Hà Nội, thì ông Duẩn sơ tán lên hang đá Sơn La. Đại tướng chỉ huy trực tiếp tại Thủ đô. Đài phương Tây còn loan tin Đại tướng đi thị sát trận địa, bị tên lửa không đối đất của Mỹ tấn công kia mà. Vậy, thử hỏi, ai nhát gan, ai dũng cảm?

- Chính anh phải lên tiếng, nói lên sự thật, - Hồng Anh dịu giọng, vẻ hài lòng.

- Bác có cho nói đâu? - Huân thanh minh. - Đó là kỷ luật phát ngôn. Khổng Tử nói: "Việc nhỏ không nhẫn, tất loạn đại mưu".

- Người ta nói sao, kệ họ, tai gần mồm thì tự nghe. Miệng phải chú tâm làm việc khác, họ nhà miệng có truyền thống tận tụy với công việc, khi ích nước lợi dân thì dân sẽ hiểu thôi mà. - Giáp vẫn ôn tồn, - bảo vệ danh dự là rất quan trọng đối với mỗi con người chân chính. Nhưng chúng ta sống trong xã hội có tổ chức, thì phải chịu sự phân công của tổ chức...

Sợ chuyện tai vách mạch rừng, nhân việc Huân nói tới Mộc Châu, Giáp liền chuyển hướng câu chuyện:

- Sau vụ Nhân văn giai phẩm, Văn Cao đi thực tế Điện Biên Phủ, nhưng đến Mộc Châu bị đau dạ dày, phải vào bệnh viện quân y dã chiến phẫu thuật. Điện yếu, phải đốt thêm đuốc mới đủ sáng. Văn Cao có vẻ lo, bác sĩ bèn động viên: "Đồng chí nhạc sĩ, đây là nhiệm vụ của Đảng, phải cố gắng dốc toàn lực, toàn tâm hoàn thành xuất sắc". Suýt nữa thì Văn Cao vùng dậy hô khẩu hiệu, thể hiện sự quyết tâm...

Nghe vậy, cả bọn cùng cười sảng khoái.

- Nhạc sĩ Văn Cao nom lẻo khẻo lèo khèo. Thế mà nghe nói, tham gia đội quân ám sát của Việt Minh, rút súng lục nã vào mấy nhân mạng kia đấy, - Hồng Anh lèo thêm câu chuyện cho thêm phần rôm rả.

Huân nghe vậy, trố mắt ngạc nhiên. Giáp điềm tĩnh xác nhận:

- Bắn bể sọ một đối tượng thôi. Nhưng bị ám quẻ...

Bỗng nhiên, từ ngoài cổng, Hoàng Văn Thái phất tập giấy, gọi to:

- Anh Văn, anh Văn! Tin vui, tin vui! Hỏa tốc, hỏa tốc!

Thái vừa reo cười vừa chạy ào vào, y như hôm nào phóng qua hầm Xuyên Sơn báo tin Điện Biên Phủ toàn thắng vậy.

- Đây này, - Thái khơi khơi giơ tài liệu ra, - Hội đồng Hoàng gia Anh bầu chọn anh Văn nhà ta và cụ Trần Hưng Đạo (Trần Quốc Tuấn) là hai trong số mười vị tướng soái giỏi nhất của mọi thời đại.

- Miềng á? - Giáp kinh ngạc hỏi, mắt lấp lánh niềm vui.

- Rành rành đã định tại sách... Anh! - Thái nhái câu thơ "Thần" và cười phớ lớ.

Thái đặt tập tài liệu xuống thảm cỏ ngoài vườn và mở bảng thống kê phiếu bầu chọn.

- Chín mươi tám vị danh tướng của mọi thời đại, trên toàn thế gới, chỉ bầu lấy mười người thôi nhé. Tỉ lệ, coi như mười chọn một, thế mà hai cụ nhà ta, đều đạt một trăm phần trăm số phiếu, ghê chưa?

- Chẳng lẽ, Ku-tu-dốp (Kutuzov) chỉ được bảy mươi hai phần trăm, mà miềng lại ngang phiếu với Giu-cốp (Zhukov)? - Giáp tỏ ra khiêm tốn, nhưng trong lòng buồn rầu nhớ chuyện Nguyên soái Giu-cốp bị cách tuột các chức vụ trong Đảng và quân đội, chỉ vì người ta sợ ông tiếm quyền, nên đã "tiên hạ thủ vi cường", ra tay trước phòng hậu họa.

- Đúng là giời có mắt, chị Hồng Anh thấy rồi nhé? - Huân xúc động, như muốn nói, mọi chuyện tầm phào rồi sẽ tan biến như bọt bèo mà thôi, cái chân giá trị của mỗi con người mới được ghi nhận và trường tồn, - Ngày xưa, quân Nguyên tràn ngập Trung Hoa và lục địa Á, Âu, nhưng khi xâm lược Việt Nam, liền bị Hưng Đạo Đại Vương đánh tan tành, làm thay đổi cục diện chiến tranh thế giới. Thời đại ngày nay, Đại tướng nhà ta, chỉ huy đánh bại hàng chục tướng Pháp, như Leclere, Valluy, Blaizot, Carpentier, Tassgny, Raoul Salan, Henri Navarre, De Castrie; và tướng Mỹ là Harkin, Woestmorland, Abraham, Owen. Việt Nam đã đập tan cuộc chiến của Pháp và Mỹ, thổi bùng lên ngọn lửa đấu tranh giải phóng dân tộc ở châu Phi và Mỹ- La tinh.

- A ha, hôm nay mới thấy anh Huân trổ tài hùng biện. Xuất thân dân Khoa Hóa, Trường Bách khoa có khác, cứ liên hoàn như phản ứng hóa học, - Hồng Anh vỗ tay reo lên.

- Nếu không về giúp ba, thì Huân đã đi Pháp làm luận án Tiến sĩ rồi đó. Nhưng chuyện bầu chọn tướng lĩnh của người ta, thì chỉ biết thế thôi nhé, chớ có ầm ĩ, rùm beng mà thiên hạ chê cười, - Giáp ân cần khuyên nhủ và trìu mến nhìn thuộc cấp, thư ký và con gái.

Kỷ niệm ba mươi năm Chiến thắng Điện Biên Phủ, nhưng ban tổ chức không mời Giáp. Giáp phải tự đi xe lên chiến trường xưa. Huân không ngờ đồng bào lại vây quanh Giáp đông đến thế. Có người khóc vì thương cảm Đại tướng bị hạ nhục, phải trông coi cái chuyện sinh đẻ của đàn bà. Nhưng bất ngờ hơn, là khi biết chuyện Lê Đức Thọ đã chỉ đạo báo chí không được nói gì về Giáp. Giáp bình thản, không để tâm chuyện mình, nhưng lại tỏ ra thương tiếc Chu Văn Tấn.

- Thượng tướng với miềng gắn bó từ những năm bốn mươi (1940), khi cách mạng và quân đội còn trong trứng nước. Thế mà đã bốn mươi tư năm trôi qua?

- Cháu nghe nói, bác Tấn mất trong Bệnh viện Một trăm chín mươi tám của Bộ Công an, chỉ có mười bảy người đưa tiễn ra Nghĩa trang Văn Điển. Cái quan tài bằng gỗ tạp cong vênh cả ván thiên, nhìn thấu bên trong... - Huân bùi ngùi kể lại, - đâu như bị giam lỏng, chứ không phải chữa bệnh?

- Chỗ mai táng anh Tấn phải là Mai Dịch, - Giáp khẽ nói, - nhưng rồi đâu sẽ có đó. Chu Văn Tấn mãi vẫn là "Hùm xám Bắc Sơn". - Giáp nghe nói, Tấn bị bệnh lị, nên phải chuyển vào Bệnh viện Công an, rồi mất. Nghĩ đến đó, Giáp lại nhớ căn bệnh hiểm nghèo mà anh Toản và ông Ké đã mắc khi xưa, nên nén tiếng thở dài.

- Hùm thì nhiều người sợ, - Huân triết lý vụn.

- Sợ hùm, sợ cả cứt hùm, - Giáp nói câu thành ngữ và mỉm cười chua chát, - năm năm mươi (1950), anh Tấn là Chánh án Tòa án Quân sự Trung ương, đã xử tử hình Đại tá Cục trưởng Quân nhu Trần Dụ Châu, thuộc Tổng cục Cung cấp. Bác Hồ cho y án.

- Thế mà cháu cứ ngỡ là ông Trần Tử Bình xử án? - Huân bất ngờ thốt lên, vẻ nghi hoặc.

- Không đúng! - Giáp khẳng định, - anh Bình làm Phó Tổng thanh tra Quân đội, đi điều tra. Đứng ra xử là anh Tấn. Miềng có gửi quân lệnh tước Quân hàm của Châu.

- Vụ này, lẽ ra chỉ cần tước quân hàm là đủ, tử hình nặng tay quá, - Huân vân vi, bởi nghe nói, lúc đó quyền hành Trường Chinh lệch thiên hạ, nên có thể bác xuống tay, ngõ hầu rung cây dọa khỉ?

- Quyết định của Thượng cấp. Tất thảy chấp hành. - Giáp có ý đẩy trách nhiệm, nhưng cảm thấy thái quá, nên thòng thêm một câu cho hài hòa cả hai, ba bên, - bác Hồ từng gọi Chu Văn Tấn là "Anh cả của lực lượng du kích Việt Nam".

- Thế kia ạ! - Huân tròn mắt kinh ngạc.

Sau mỗi ngày, khi màn đêm buông xuống, Huân thường nằm vắt tay lên trán, điểm lại những công việc đã làm; thời xưa, các cụ thường gọi là "tự vấn lương tâm". Thỉnh thoảng, có điều gì ấn tượng lắm, Huân mới ghi chép lại, làm tư liệu riêng. Biết đâu, lúc về hưu lại viết được cái gì đó về Đại tướng thì sao?

"Đà Nẵng, 29/3/1985

Mình theo đoàn của Đại tướng vào Đà Nẵng, nhân kỷ niệm mười năm ngày giải phóng thành phố biển Miền Trung này. Theo các đồng chí lớp trước kể lại, trong Kế hoạch Giải phóng Miền Nam, 1975-1976, thì ban đầu, ý định chiếm Sài Gòn trước, rồi mới quay ra đánh Đà Nẵng. Nhưng quân Ngụy tan rã nhanh hơn ta tưởng, nên giao nhiệm vụ cho Võ Chí Công đánh tới luôn.

Tiếng là Đà Nẵng tổ chức lễ kỷ niệm, nhưng có sự chỉ đạo của Trung ương, Tổng Bí thư vào dự. Đại tướng cũng vào Đà Nẵng, nhưng Ban Tổ chức không mời dự mít tinh. Lê Trọng Tấn bàn: "Không lẽ, ta đứng ngoài cuộc?". Đại tướng nhà mình bảo: "Cái này thuộc quyền Ban Tổ chức, miềng không được tham gia ý kiến. Nhưng đã tới đây, thì nên tổ chức đi viếng nghĩa trang liệt sĩ, thắp hương tưởng niệm các đồng chí đã hy sinh vì Tổ quốc". Thế là đoàn Đại tướng nhà mình đi viếng nghĩa trang. Dân chúng và bộ đội nghe tin, liền bỏ mít tinh, chạy theo. Cuộc thăm viếng diễn ra vừa đầm ấm, trang nghiêm lại đầy tình nghĩa.

Tấn nắc nỏm khen: "Đúng là Anh cả của bộ đội. Thánh thật, xoay chuyển tình thế trong phút chốc, không chỉ ngoài mặt trận, mà còn cả trong phép đối nhân xử thế!"

À quên, còn nữa, chuyện xảy ra năm 1979, kỷ niệm hai mươi lăm năm chiến thắng Điện Biên phủ. - Huân nhổm dậy, ghi tiếp, - lúc đó, mình chưa làm thư ký cho Đại tướng, nhưng nghe anh Nguyễn Minh Phương kể lại. Khi Đại tướng lên thăm Điện Biên phủ, thì có điện bí mật từ Hà Nội, yêu cầu địa phương ngăn chặn, không cho Đại tướng nhà mình tiếp xúc với dân".

Ngó sang phòng bên, thấy Đại tướng đang xoa chân tay trước khi đi ngủ, Huân lại nằm vắt tay lên trán, thao thức...

*

Duẩn lững thững đi dạo trong sân, nhác thấy mấy cây xà

cử cổ thụ khổng lồ ngoài cổng, gốc to choán hết cả vỉa hè, nghĩ bụng, có hàng chục xe tăng cùng húc cũng chẳng đổ được. Trên bờ tường kia, có giăng mạng dây điện trần, nom như những dòng nhạc, nhưng bản nhạc chết người chưa từng có dịp cất lên. Bỗng nhiên, Duẩn nghĩ tới Giáp, cái "Thằng hèn" này kể cũng lạ, hàng chục năm nay, với thiên binh vạn mã bủa vây và hàng loạt đòn tấn công giáng xuống, nhưng vẫn "Nguyên Giáp". Duẩn cười cay đắng, nắm chặt bàn tay hộ pháp, như một quả tạ khổng lồ, sẵn sàng giáng xuống đối thủ. Ta vừa phải cảnh giác, sẵn sàng bóp chết ngay từ trong trứng cái âm mưu đảo chính, chống Đảng, lại vừa phải "bảo vệ" hắn, tóm lại là bao vây cô lập, chặn đường tiến, triệt đường thoái. Nhưng nếu không cẩn thận, bọn Tàu thủ tiêu mất, lại đổ vấy cho cánh ta, thì ôi thôi...

Liệu ta có xuống tay quá với hắn không? Duẩn buồn bực khi mưu đồ thành lập Liên bang Đông Dương thất bại, biết tỏng là do bọn Tàu chọc gậy bánh xe rồi, nhưng không làm gì chúng được, chẳng lẽ lại đổ lỗi cho Giáp để mà nã tiếp? Hắn giống Tờ-rốt-kít, bởi cùng có công thành lập quân đội cách mạng và góp phần kiến tạo nhà nước vô sản, nhưng lập trường, tư tưởng "có vấn đề", trái quan điểm cách mạng tấn công, cách mạng triệt để của Chủ nghĩa Mác - Lê-nin. Hay là hắn chịu học, chịu đọc nên có đầu óc cấp tiến? Thế, chẳng hóa ra bọn ta bảo thủ, lạc hậu sao? Ta luôn bám sát và vận dụng sáng tạo lý luận tiên tiến của thời đại đấy chứ. Khi chuẩn bị văn kiện Đại hội Đảng lần thứ IV, ta đã đọc trọn bộ "Lê-nin toàn tập" kia mà. Hoặc giả, lý luận Chủ nghĩa Cộng sản sai lầm? Không, ngàn lần không! Ta còn góp phần làm phong phú thêm, bằng khái niệm "làm chủ tập thể Xã hội chủ nghĩa". Thật là có một không hai!

42. Mùa đông lạnh giá

Thời gian này, Mỹ khánh thành tượng đài ghi danh gần sáu vạn binh lính tử trận tại Việt Nam, làm chấn động dư luận thế giới. Nhưng chuyện đó, miềng không quan tâm bằng vụ "phản tỉnh báo" tại tỉnh Xiêm Riệp, gây ra vết rạn nứt khó lòng hàn gắn trong mối quan hệ giữa hai nước Việt Nam và Campuchia. Và, chính lúc này, Lê Đức Thọ, kẻ đã từng đánh miếng qua ba kỳ Đại hội Đảng, nay lộ diện trực tiếp tra vấn, với tư cách Trưởng ban Tổ chức Trung ương Đảng.

- Chúng ta là đồng chí, anh em cùng sống, chiến đấu, học tập và lao động theo gương bác Hồ vĩ đại. Sở dĩ phải dài dòng như thế, để hiểu là, giữa chúng ta không có tư thù cá nhân, mà hoàn toàn vì công việc làm trong sạch nội bộ Đảng. Anh từng là Bộ trưởng Nội vụ, nên cũng không cần giải thích nhiều và mong cùng hợp tác... - Thọ ngưng lời, vuốt mớ tóc bạc như cước, nhìn Giáp thăm dò.

- Thế à? - Giáp thốt lên, vẻ ngỡ ngàng đến hồn nhiên, khiến Thọ cụt hứng, cau mày.

- Theo chỉ đạo của Bộ Chính trị và Ban Bí thư, tôi xin anh vui lòng trả lời cho mấy câu hỏi, đã được duyệt trước, ngõ hầu làm sáng tỏ các vấn đề liên can, - Thọ lại nhìn xoáy vào Giáp, mà tưởng đó là đối thủ Kít-sing-giơ, tại Hội nghị Pa-ri năm nào.

- Vâng, anh cứ hỏi, có sao tôi sẽ trả lời vậy, - Giáp tỏ ra dễ dãi và cởi mở.

- Thứ nhất, ai là người kết nạp anh vào Đảng?

- Đầu tiên là anh Nguyễn Chí Diểu, năm một ngàn chín trăm hăm tám, đã kết nạp tôi vào Tân Việt cách mạng Đảng. Tân Việt, sau đổi thành Đông Dương Cộng sản Liên đoàn. Đó là một trong ba tổ chức tiền thân của Đảng Cộng sản Việt Nam. Sau đó, đến năm một ngàn chín trăm bốn mươi, bác Hồ kết nạp lại vào Đảng cộng sản Đông Dương, tại Trung Quốc, có anh Tô chứng kiến.

- Vấn đề thứ hai, bức thư Liên Xô gửi sang, công kích đồng chí Lê Duẩn và thư báo cáo của đồng chí gửi Liên Xô, về vấn đề viện trợ, - Thọ đổi giọng, gọi Giáp là đồng chí thể hiện sự quyết liệt.

- Về việc thư Liên Xô gửi sang, chính là của đồng chí Bí thư thứ Nhất Khơ-rúp-xốp, có nêu vấn đề, nếu đồng chí Lê Duẩn làm Bí thư thứ Nhất của Đảng ta, thì nhiều khả năng sẽ phải tiến hành cách mạng bạo lực tại Miền Nam, trong khi Liên Xô đang chủ trương "chung sống hòa bình", giải trừ quân bị, thi đua phát triển kinh tế. Tôi báo cáo bác Hồ. Bác xem và bảo đốt đi.

- Đốt đi? - Thọ vặn hỏi.

- Đó là lần thứ hai, bác bảo đốt đi, - Giáp rẽ ràng, - lần đầu, trong kháng chiến chống Pháp, đồng chí Lý Ban lập danh sách các cán bộ chỉ huy trong quân đội, có dính thành phần tiểu tư sản, trí thức, để loại ngũ. Tôi đưa bác xem. Bác giật mình, bảo: "Làm thế này thì hết cán bộ có học. Đốt đi".

- Lại đốt đi? - Thọ hỏi lại như một cái máy, vẻ nghi hoặc hiện lên khuôn mặt.

- Đồng chí có thể kiểm tra qua đồng chí Văn Tiến Dũng, bởi đồng chí Lý Ban là thuộc cấp mà, - Giáp bình tĩnh đối phó, nhưng với tinh thần hợp tác cao độ. - Còn chuyện phải trao đổi số liệu với Liên Xô, về tình hình viện trợ trong cuộc kháng chiến chống Mỹ, thì Bộ Chính trị chỉ đạo cụ thể. Tất cả chỉ có hai lá thư đó thôi. - Giáp trả lời tự tin và mạch lạc.

- Vấn đề thứ ba, dư luận dị nghị, đồng chí làm con nuôi mật thám Pháp?

- Đề nghị đồng chí cho xin bằng chứng? - Giáp bật dậy phản công. - Bác Hồ và Ban Thường vụ, sau này gọi là Bộ Chính trị Ban Chấp hành Trung ương Đảng phân công làm Tổng Tư lệnh quân đội, Bí thư Tổng quân ủy, trong kháng chiến chống Pháp, tôi đã nỗ lực hoàn thành nhiệm vụ của người đảng viên; thắng lợi của cuộc kháng chiến chống Pháp là một minh chứng hùng hồn, về sự quyết tâm và lòng trung thành vô hạn với Đảng Cộng sản. Chẳng lẽ, đó lại là kết quả chỉ đạo của mật thám Pháp ư? Tuy nhiên, ai cũng biết rằng, thắng lợi đó là công lao chung của toàn Đảng, toàn quân và toàn dân, lại được phe Xã hội chủ nghĩa và bạn bè khắp năm châu đồng tình ủng hộ. Rồi biết đâu, có kẻ rắp tâm thoán đoạt ngôi Tổng Bí thư của anh Ba, thì người ta cũng đổ riệt cho tôi chăng? - Giáp hít một hơi thở sâu, nói một câu bâng quơ, nhưng hàm ý rung cây dọa khỉ và bắn tin đến Duẩn. Bởi Giáp thừa hiểu, trong cái cặp của Thọ, thế nào cũng đặt máy ghi âm.

Nghe vậy, Thọ tái mặt, lập cập đứng dậy.

Giáp đã vượt qua lần ranh sự sợ hãi, nên không lo ngại mà chỉ cảm thấy mệt mỏi và nỗi buồn dâng lên tê tái trong lòng. Ngồi bất động trên xe, lặng lẽ trở về tư dinh, Giáp chợt nhớ câu thơ của Việt Phương:

"Người thủ trưởng mấy chục năm tuổi Đảng ấy
sao mà hèn hạ hống hách toan tính cưỡi đầu dân
Người lãnh đạo cao giọng thuyết lý công minh chính trực ấy
sao mà ngập ngụa trong thủ đoạn gian hùng..."

Miềng đã đọc ở đâu đó, một cái tài liệu viết về bệnh Marfan. Có lẽ, Duẩn mắc bệnh này chăng? Biểu hiện ra bên ngoài là dáng cao gày, bàn tay to, trán to, tính tình luôn lo lắng, nóng nảy. Loại người này có khả năng làm việc phi thường, tài năng và cầu toàn. Trên thế giới, bao nhiêu vĩ nhân cũng mắc bệnh này, chẳng hạn như Gớt (goethe) nước Đức, Đích-ken (Dicken) ở Anh, Gô-gôn (Gogol) bên Nga, Hê-minh-uê (Hemingway) tại Mỹ... Bởi vậy, miềng không thể xem thường hắn mới được.

*

Đang giấc ban trưa, bỗng chuông điện thoại réo vang, Giáp vội nhấc máy.

- Anh Văn ơi, nhà em nguy rồi!

- Cô Sơn hả? Chú Tấn sao?

Tướng Giáp nghiêm giọng hỏi lại, nhưng điện thoại không còn tín hiệu.

Giáp cùng cận vệ vội vã phóng xe đến nhà Tấn, trên phố Lý Nam Đế. Ngoài đầu hồi, dưới dòng chữ số ghi năm xây dựng và hoàn thành ngôi nhà (1885-1906), nhác thấy Giang[162] là cháu

____

(162) Lê Đông Giang (1970-2010).

nội của Tấn đang cầm gậy đứng gác, khuôn mặt vốn thơ ngây lộ vẻ căng thẳng như chuẩn bị xung trận. Chợt thấy Giáp, nó vội hạ gậy, khoanh tay lễ phép cúi chào, nhưng cái miệng bệu bạo như muốn khóc. Giáp bước gấp lên tầng hai, nơi tướng Lê Ngọc Hiền- `Phó Tổng Tham mưu trưởng quân đội là em vợ Tấn, cũng đang có mặt.

- Sao rồi, Tấn? - Giáp đến bên giường, ân cần hỏi.

- Sáng nay, anh ấy dự cuộc họp Trung ương, rồi sang thẳng nhà anh Thọ, - Hiền đỡ lời, vội thưa. - Em chờ anh ấy về ăn cơm trưa. Khi anh ấy về, vừa nói mấy câu thì gục ngay xuống bàn, - sắc mặt Hiền tái mét, đầy vẻ lo sợ.

- Có việc gì bên ông Trưởng Tiểu ban nhân sự Đại hội tới? - Giáp nhíu mày, hỏi.

- Em cũng không biết anh Thọ gọi có việc gì? - Hiền trấn tĩnh, đáp.

Giáp cắn chặt hàm răng, lộ vẻ đau đớn tột cùng và ngoảnh nhìn Hiền, vẻ nghi hoặc.

Bất chợt, tướng Đinh Đức Thiện huỳnh huỵch chạy lên cầu thang, chưa thấy người đã thấy tiếng, quát to:

- Tấn ơi, đứa nào hại mày?

Bỗng nhìn thấy Giáp, Thiện sững người, tỏ ra bối rối. Giáp hiểu ý, vỗ vai Thiện an ủi và bảo Bùi Tiến Đông là bác sĩ riêng của Tấn:

- Còn nước còn tát. Cậu báo ngay cho Bệnh viện Quân y Một trăm linh tám, cấp cứu kịp thời.

Tấn gượng sức, tháo chiếc đồng hồ Thụy Sĩ hiệu Titoni, trao cho cháu nội và dặn dò: "Con cố gắng trưởng thành!".

Lập tức, tổ cấp cứu của Bệnh viện 108 đến tận nhà riêng. Giáp thấy Tấn hồi phục, mới trở về. Không ngờ, đến chiều tối thì bụng Tấn chướng to, rồi xỉu dần và tắt thở.

*

Sau thất bại đợt Tổng cải cách giá-lương-tiền, hồi cuối năm ngoái, nền kinh tế ngày càng sa sút trầm trọng, giá bán lẻ hàng hóa tăng ngót tám trăm năm mươi phần trăm, thật kinh khủng. Cả nước nháo nhác kiếm ăn. Dân đói ắt sinh loạn. Cổ nhân có câu: "Dân lấy ăn làm trời". Trong xã hội xuất hiện những câu ca oán thán: "Tố Hữu nâng lương, Trần Phương tăng giá". Lại có câu thơ lục bát, gán vào miệng Trần Phương:

"Trên tôi là một nhà thơ
Dưới tôi là lũ ngẩn ngơ bất tài".

Thế là ngầm chỉ, nhà thơ không biết làm kinh tế; tội cho Tố Hữu và Trần Phương quá. Giáp chép miệng, thở dài.

Ngoài chợ, từ thúng gạo cho tới mủng đỗ, đều phải cắm biển ghi giá, nom như cọc tiêu trên sa bàn chiến sự. Nhưng người ta có bán theo giá niêm yết đâu, mà do thị trường điều tiết cả. Sự khiên cưỡng từ tư duy sinh ra bệnh hình thức. Cần phải mau chóng thay đổi phương thức quản lý kinh tế, điều hành đất nước, nếu kịch chân tường sẽ không có đường lui, ắt tự sụp đổ. Trần Phương phải sắm vai Lê Lai cứu chúa, từ chức Phó Chủ tịch Hội đồng Bộ trưởng, về làm Viện trưởng Viện Kế hoạch dài hạn, nhưng vẫn được hưởng nguyên mức lương cũ. Dân Nam Bộ đặt câu vè, có ý bênh vực Trần Phương, đổ lỗi Trung ương:

"Lỗi này, lỗi của triều đình
Cớ sao chịu tội một mình Trần Phương
Lỗi này, lỗi của Trung ương
Cớ sao chịu tội Trần Phương một mình".

Nghe đám thư ký nói lại, Giáp nhếch mép cười cay đắng. Sai lầm đầu tiên, phải nói tới chuyện lấy giá thóc làm cơ sở tính giá thị trường cho mọi thứ hàng hóa, một cách khiên cưỡng của Trường Chinh, kế theo là việc quyết định nâng lương gấp đôi, để lấy lòng cán bộ Miền Nam của Nguyễn Chí Công, rồi cách định giá bao cấp vật tư... Lập tức, dẫn tới tình trạng giá cả tăng chóng mặt, lạm phát với tốc độ phi mã. Nếu nói cho cùng kỳ lý, miềng cũng phải chịu trách nhiệm một phần. Miềng cũng là Phó Chủ tịch

Hội đồng Bộ trưởng như ai kia mà. Dân Nam Bộ cũng hóm và hài, nhìn thấu tâm can Trung ương. Thực là cười ra nước mắt.

Năm này, Bính Dần, tựa hồ như con hổ sổng chuồng tàn phá cùng nơi khắp chốn. Đất nước hòa bình rồi, mà cứ như chảo dầu sôi. Quân đội thì như thể bị âm binh quấy phá. Hồi giữa năm, Thái mất đột ngột. Thái đang được dự kiến giữ chân Bộ trưởng Quốc phòng và Chủ tịch Hội đồng An ninh Quốc gia, quản cả ba bộ, gồm: Quốc phòng, Nội vụ, Công an. Nhưng điều đó, không bao giờ trở thành hiện thực nữa rồi. Bây chừ, Tấn lại gặp nạn, kiểu này khó qua khỏi. Ngoài hai Đại tướng này có thể giữ chân Bộ trưởng Quốc phòng, thì còn lại phải là Trà. Đúng, Trần Văn Trà... Nhưng mà oái oăm thay, chỉ còn mươi hôm nữa là Đại hội Đảng toàn quốc. Trong quá trình tiến hành các Đại hội Đảng bộ địa phương, nhiều ý kiến muốn miếng trở lại Bộ Chính trị. Nhưng nghe nói, đám Sáu Thọ bắt buộc các địa phương phải sửa biên bản, chỉ đến khi nào loại bỏ miếng, thì mới được Trung ương Đảng chấp nhận! Thảo nào, dư luận châm biếm gọi là "Đại hội Sáu Thọ". Và, dần dần từng bước, từng bước, họ tự bộc lộ tính lưu manh chính trị...

Phố Hoàng Diệu nằm giữa trung tâm Thủ đô, dường như lúc nào cũng trầm lặng. Sau ngày tiếp quản Thủ đô, dân chúng bị cấm qua lại để bảo vệ các yếu nhân và gia đình của họ. Rồi dần dần được mở ra từng đoạn và cuối cùng giải phóng. Đầu phố là biệt thự của Lê Duẩn, rồi đến biệt thự của Văn Tiến Dũng, kề bên là biệt thự của Võ Nguyên Giáp. Cạnh đó, biệt thự của Hoàng Văn Thái và Trần Văn Trà, tiếp theo là biệt thự của Lê Trọng Tấn, Vương Thừa Vũ và Tạ Quang Bửu, cuối phố là Đại sứ quán Cộng hòa nhân dân Trung Hoa. Biệt thự nào cũng kín cổng cao tường, duy chỉ Biệt thự 30 là có hàng giậu duối chạy dọc mặt đường. Hẳn là Giáp có chủ ý, vừa gợi nhớ quê nhà làng Thá, vừa là để tỏ không khí thân thiện với người đời. Nhưng ngoài đường, những bóng người cắm cúi đạp xe, dường như họ không để ý đến những ngôi biệt thự thâm nghiêm của các quan chức cao cấp bên dãy số chẵn, lúc nào cũng có bộ đội bồng súng đứng gác. Bây giờ, cái ăn, cái mặc đang choán hết tâm trí bao người...

Giáp chắp hai tay sau lưng, đi bách bộ trong vườn. Gió khua xào xạc trên tán lá và tiếng chim lích rích chuyền cành. Hình như gió, lá và chim chóc cũng hiểu tâm sự của vị Đại tướng khai quốc công thần, nên không dám làm thanh động.

Vài tháng trước, Đại hội Đảng toàn quân, miềng chỉ đến dự với tư cách khách mời, thế mà cả hội trường cùng đứng dậy, hoan hô như sấm. Nhác thấy những nụ cười và cả những giọt nước mắt, khiến miềng chạnh lòng. Nhưng khi Văn Tiến Dũng xuất hiện, thì chỉ lẹt đẹt vài tràng vỗ tay. Chắc hẳn tướng sĩ cũng hiểu, qua cuốn hồi ký *Đại thắng mùa xuân*, anh ta nhẫn tâm vỗ tuột công lao của miềng, khi đề cao thái quá bản thân, trong chiến dịch quân sự cuối cùng giải phóng hoàn toàn Miền Nam. Mà miềng có hé răng phàn nàn chi mô, thế nhưng anh em đồng đội hiểu cả. Đúng lời cụ Đồ Chiểu: "Lòng dân trời tỏ". Thì ra, lịch sử cũng công bằng. Nhưng miềng bất ngờ nhất là trong Đại hội này, cả hai Đại tướng đương nhiệm đứng đầu quân đội là Văn Tiến Dũng và Chu Huy Mân, đều bị gạch tên khỏi danh sách đại biểu quân đội đi dự Đại hội đảng toàn quốc. Như thế, đồng nghĩa với việc sẽ mất hết các chức vụ quan trọng trong hệ thống Đảng, Nhà nước và Quân đội. Trời đất, từ xưa chưa có bao giờ. Tướng Hiền đề nghị bầu lại, cả hội trường nhao nhao phản đối. Thế là, lòng quân vẫn trung!

Thượng tướng Vũ Lăng thì tràn đầy khí thế cách mạng, phát biểu hăng quá, thế là "lộ trận địa", khiến Giáp buồn bã vô cùng. Bao công sức nuôi cấy Vũ Lăng, đến độ Lê Duẩn và Văn Tiến Dũng tin tưởng tuyệt đối. Thế mà chỉ một phút bồng bột lại phơ lên, đấu tranh phê bình quyết liệt, khác gì chuyện lạy ông tôi ở bụi này.

Tướng Phi Long đốc chiến từ Vị Xuyên về dự Đại hội đảng toàn quân, mang theo tình hình chiến sự nóng bỏng của khu vực biên giới tỉnh Hà Giang. Long không ngần ngại nói về những hy sinh, gian khổ của bộ đội và kể cả việc thân nhân tướng tá lợi dụng phương tiện quân sự để buôn bán hàng lậu. Sĩ quan chỉ huy lợi dụng chiến tranh, huy động chiến sĩ khai thác gỗ quí một cách bừa bãi. Đồng bào biên giới tiếc rừng, mà không dám kêu, nhưng chiến sĩ thì đặt vè, than vãn:

"Lát lát, lim lim
Cán bộ đi tìm
Chiến sĩ đi vác.
Lim lim, lát lát
Cán bộ bảo vác
Chiến sĩ nát cổ, nát vai..."

Chết thật! Lại nhớ, Long đã hỏi cung tướng tù binh Nguyễn Vĩnh Nghi. Bản cung đó, bổ sung thêm một nguồn dữ liệu quan trọng giúp cho Tổng hành dinh chỉ huy đại quân đánh trúng, đánh mạnh, đánh dứt điểm trong Chiến dịch Hồ Chí Minh, giải phóng hoàn toàn Miền Nam. Nghe nói, Long có ý phê phán Chiến dịch giải phóng Thành Cổ Quảng Trị, lại là đụng đến nhiều người; trong đó, có Tấn và miềng. Giáp cố nén tiếng thở dài, nhưng nghĩ cho cùng, thế mới là kẻ trung thần, Long cũng không phải thường đâu, từng được miềng giao "Thẻ đỏ", toàn quyền điều động binh lương, phục vụ đại chiến dịch 1975 kia mà. Long cũng chính là một thành viên trong "Nhóm nghiên cứu" tại Rừng Lim ở Định Hóa, để chuẩn bị đánh tập đoàn cứ điểm, hồi kháng chiến chống Pháp.

Hai hôm sau, Giáp mới thấy báo Nhân Dân và Quân Đội Nhân Dân cùng các báo khác, đồng loạt đăng thông báo của Ban Chấp hành Trung ương: "Đại tướng Lê Trọng Tấn từ trần hồi 18 giờ 50 phút ngày 5-12-1986, thọ bảy mươi hai tuổi, sau một cơn đau tim cấp tính, vì đồng chí đã mắc bệnh tim mạch nặng, từ lâu".

Tấn có bị tim mạch chi mô, thế mà họ bày đặt như vậy? Giáp phân vân nghĩ và bồi hồi mở lại tập ảnh, xem tấm hình Tấn chụp chung, sau Chiến dịch Đường Chín-Nam Lào, tháng 2 năm 1971. Một thời khói lửa mà an bình, một chốc hòa bình lại đau thương... Tấn ơi! Những giọt nước mắt rơi lã chã, trên khuôn mặt nhuốm màu chinh chiến của Giáp.

Giáp nhớ lại, lúc đến cửa nhà Tấn, chợt nghe tiếng cô Sơn (Mùi) tru tréo trách em cậu: "Hiền ơi, mày giết anh mày rồi!". Hỏi ra mới biết, Phạm Ngọc Hiền xin Tấn nói một câu với Thọ, để được vào Ủy viên Ban Chấp hành Trung ương trong Đại hội tới, con đường thăng quan tiến chức sẽ rộng mở, nhưng Tấn không chịu. Giáp biết, Tấn có bản lĩnh vững vàng, chuyện đó chưa đến mức gây chấn động tâm lí, mà có thể dẫn đến cái chết bất đắc kỳ tử như thế được. Nghe nói, Tấn còn quát em cậu: "Đối với tao, nó còn vậy, huống chi mày!". Theo lời kể của bác sĩ Đông, ngay sau khi Tấn qua đời, Đông đã đưa ra phương án khám nghiệm tử thi, lấy mẫu máu tĩnh mạch, nước tiểu bàng quang và thức ăn chứa trong dạ dày, rồi chia hai phần; một phần phải tiến hành xét nghiệm tại hai nơi cho khách quan, phần còn lại lưu trữ để bảo quản, đề phòng có sự cố thì xem xét thêm. Nhưng ngay đêm đó, Phùng Thế Tài đã chỉ đạo kíp bác sĩ mổ tử thi và chỉ xem tiêu bản, để phán về nguyên nhân tử vong của Tấn, chứ không qua xét nghiệm khoa học. Việc làm vội vàng, tắc trách, phi khoa học đó, ẩn chứa điều gì bất thường và phải có người đứng sau điều khiển bịt đầu mối? Buổi trưa hôm đó, khi Tấn sang nhà Thọ, liệu có tiếp xúc với chất độc hại không? Ngẫm ra mới thấy cái câu gài cuối bản thông báo, về cái chết của Tấn, quả là có sự tính toán chi li: "Vì đồng chí đã mắc bệnh tim mạch nặng, từ lâu".

Lại nói về Phùng Thế Tài, sau vụ đèn tín hiệu đường băng chệch mười lăm độ, thì Tài mới hiểu rõ vai trò khuynh loát của Duẩn và Thọ, nên chuyển từ cúc cung phục vụ Hồ sang thuần phục anh Ba, anh Sáu...

Thời xưa, Tổng đốc Hoàng Diệu (Hoàng Kim Tích) đã tuẫn tiết vì thành Hà Nội, có nỗi đau của người thất trận, nhưng lại lấp lánh ánh hào quang của kẻ anh hùng xả thân vì nước, nên tên ông được đặt cho con đường này. Còn các tướng của miềng, thời chiến sao mà oanh liệt, nhưng thời bình lại đau đớn đến độ, thế này? Quang Thái cũng bỏ mạng trong lao tù đế quốc, vào mùa đông lạnh lẽo năm Giáp Thân. Mùa đông này đã lạnh lại càng thêm lạnh.

Giáp đau đớn ghi vào sổ tang, đôi dòng huyết lệ: "Vô cùng thương tiếc đồng chí Đại tướng Lê Trọng Tấn, người chỉ huy kiên cường, lỗi lạc, người bạn chiến đấu chí thiết". Cái từ "lỗi lạc", nghĩa là, tài năng khác thường, hơn người, Giáp ít khi dùng. Nhưng với Tấn, Giáp còn cảm thấy từ đó chưa đủ...

Thư ký văn phòng báo có khách, Giáp ngoảnh ra đã thấy Đại tá Nguyễn Bội Giong loạng quạng chạy vào.

- Anh Văn ơi! - Giong ôm chầm lấy Giáp, nghẹn ngào không nói nên lời.

- Phải cứng vững, không để quân tâm dao động! - Giáp vỗ vỗ nhè nhẹ lên đôi vai gày của người bí thư Văn phòng Đại tướng-Tổng Chỉ huy quân đội thời kháng Pháp.

Những chiếc lá vàng quay cuồng rơi trong gió bấc. Giáp kéo tấm khăn choàng cho ấm cổ và khẽ hắng giọng. Biết ý, Giong bèn lảng sang câu chuyện khác:

- Cháu Hồng Anh có hay biên thư về không, anh?

- Có, - Giáp hồ hởi đáp, - vừa rồi, cháu báo tin được mời làm việc tại Viện Nghiên cứu Hạt nhân Đúp-na và phong hàm Giáo sư rồi! -

Giáp hồ hởi khoe thành tích cô con gái rượu:

- Đận về nước mấy năm trước, hai bố con còn đi thăm Tuyên Quang. Tôi dẫn cháu ra thăm cây đa Tân Trào, nơi cử hành lễ xuất quân. Cái cây si khi xưa tui bắn ba phát súng hiệu lệnh, vẫn y nguyên vậy. Hồng Anh bảo: "Có lẽ, hắn sợ quá mà thui chột rồi chăng?" - Giáp cười, mắt ánh lên vẻ hóm hỉnh. - Miếng khen sắn ngon, từng thay cơm thời kháng chiến. Cánh cán bộ Bảo tàng Tân Trào thật thà, đãi món sắn luộc mấy ngày liền, - Giáp lại nhếch mép cười chua chát.

- Áy chà chà! - Giong hoan hỉ, - Thế, cháu có tính về nước phục vụ không, hay nghiên cứu lâu dài bên Liên Xô? - Bất chợt, Giong hạ giọng hỏi nhỏ, - chuyến ấy, đám lãnh đạo tỉnh lánh mặt, phải không anh? Tệ quá!

- Sang năm về! - Giáp vờ như không nghe thấy câu hỏi phụ của Giong, mà khẳng định như đinh đóng cột về chuyện con gái và nói câu hàm ơn, - cũng một phần là nhờ chú Giong kèm cặp bảo ban, khi cháu lên Việt Bắc...

- Có gì đâu anh! Vả, cháu vốn thông minh học một biết mười, - Giọng vẻ khiêm nhường. - Chả lẽ, mang tiếng là Tú tài toàn phần Trường Bưởi, mà không giúp cháu được mấy con toán hay sao? Thấm thoát thế mà đã ngót bốn chục năm trời!

Hà cầm cái mũ lông xám, đon đả ra chào Giong và nói với Giáp:

- Anh đội mũ, kẻo lạnh! Sương xuống nhiều rồi, vào nhà cả thôi!

Thành phố lên đèn. Phía Quảng trường Ba Đình, Lăng Chủ tịch Hồ Chí Minh nom như vầng hào quang. Đảng Cộng sản cũng đã tạo nên một "vầng hào quang" xung quanh thần tượng Hồ Chí Minh. Điều đó có ý nghĩ quan trọng và đóng vai trò nòng cốt trong việc tập hợp quần chúng đấu tranh giành độc lập dân tộc và thống nhất đất nước. Nhưng đến giai đoạn xây dựng Chủ nghĩa xã hội, hình ảnh đó bị lu mờ dần. Thực ra, ngay từ lúc ở Việt Bắc thì vai trò Trường Chinh đã có vẻ nhỉnh hơn, còn giai đoạn chống Mỹ thì Duẩn lấn át. Sự khủng hoảng của hệ thống lý luận Cộng sản và những thất bại kinh tế, văn hóa, xã hội dẫn đến sụp đổ cả hệ thống Xã hội chủ nghĩa trên toàn thế giới. Và, đặc biệt là việc đa dạng hóa thông tin nhiều chiều, chọc thủng bức tường sắt của chế độ, đã khiến nhân dân tỉnh ngộ. Mỗi năm phải chi ngân sách hàng ngàn tỉ đồng để bảo dưỡng, bảo vệ thi hài bác. Điện đóm tiêu tốn cho việc này cũng ngang bằng một huyện. Người có lương tâm hẳn sẽ đắng lòng, khi nghĩ đến những làng quê nghèo khó và những khu phố ở chuột...

Hà bật đèn điện trong phòng khách. Giong vẫn chưa nguôi tâm sự, thủ thỉ nói:

- Không chừng, lại tái diễn trận càn quét cán bộ trung kiên, như hồi sáu mươi bảy (1967), trước cuộc tấn công Mậu Thân!

Giáp vội chống ngón tay trỏ lên chặn đôi môi của mình và trừng mắt nhìn. Giong hiểu ý, sợ chuyện vúc vách có tai, bèn nhớn nhác dòm quanh và lập tức biến báo, nói to như thể diễn viên trên sân khấu:

- Trận Mậu Thân năm sáu mươi tám (1968), thật ác liệt!

Hà mỉm cười ý nhị, quén mớ tóc phi-dê (friser), rồi lặng lẽ bước ra ngoài phòng. Lát sau, tiếng phu nhân kêu lên thảng thốt, từ ngoài vườn:

- Anh Văn ơi! Cây bơ úa tàn rồi!

Cả Giáp và Giong cùng lật đật chạy ra.

- Nghe nói, năm nào cũng chờ đến dịp sinh nhật anh Văn, quả bơ mới chín cơ mà? Lẽ nào... - Giong bỏ lửng câu nói và nhìn vợ chồng Giáp, vẻ ái ngại.

- Mươi hôm trước, sinh nhật bảy lăm của miềng đó, hắn còn tươi xanh cơ mà. - Giáp thẫn thờ nhìn cây bơ đang suy kiệt, vẻ nuối tiếc. - Giống bơ giàu dinh dưỡng, từ châu Mỹ di thực vào nước ta, đúng thời gian Nam Kỳ khởi nghĩa. Đó cũng là năm miềng cùng anh Đồng, tuân theo chỉ thị của đồng chí Thụ, sang Trung Quốc tìm gặp lãnh tụ Vương. Miềng thích món bơ. Vườn miềng cũng có một cây là do cô Kỳ[163] gieo hạt. Thế mà bây chừ, vợ chồng nhà Dũng-Kỳ cũng đã chuyển xuống phố Tôn Thất Thiệp và cây bơ cũng nỡ bỏ miềng ra đi? - Giáp bước ra khỏi miền ký ức, quay sang Hà, - này, em bảo bọn trẻ, trồng cây mới, thế chỗ...

- Có khi, tôi về thôi! - Miệng nói chân bước, Giong xăm xăm đi ra cổng.

- Vội gì? - Giáp vẻ lưu luyến, - để tôi bảo cậu Mùi, lái xe đưa về.

- Cậu này, đã mang quân hàm thiếu tá rồi nhỉ? - Giong ngoái lại, vẻ cảm động, - từ đây sang nhà mười hai, phố Điện Biên, chẳng mấy bước chân. Có khi, cũng chỉ bằng đoạn đường từ nhà riêng của anh sang Bộ Tổng, hồi ở rừng Bảo Biên, - đoạn, Giong nắm chặt bàn tay Giáp, rưng rưng nói, - dù hoàn cảnh nào, thì anh Văn vẫn là "Người anh cả của quân đội"!

*

---

(163) Nguyễn Thị Kỳ (tức Cái Thị Tám), phu nhân Đại tướng Văn Tiến Dũng

"Người anh cả quân đội", điều này do bác Hồ đặt cho từ năm bốn chín (1949), nhân dịp kỷ niệm năm năm thành lập quân đội và được tôn vinh từ thời chân đất đầu trần. Thế mà năm kia, nghe nói, Nông Quốc Chấn, Thứ trưởng Bộ Văn hóa đã viết một bài báo, lại tiếp tục gọi miềng là "Người anh cả quân đội". Tay Phó Tổng biên tập báo Quân Đội Nhân Dân sợ hãi, bảo viên Thứ trưởng: "Tôi đăng, nhưng ông chịu trách nhiệm nhá". Cả hai nín thở chờ từ lúc báo phát hành, đến chiều tối không thấy động tĩnh gì, mới thở phào nhẹ nhõm. Vẫn cái cụm từ "Người anh cả quân đội", gọi thân mật từ xưa thôi, mà nay bỗng dưng biến thành đại sự. Nghe mà thương anh em, nhưng cũng thấy cái tình người Việt Bắc, đến giờ vẫn không phai nhòa...

Giáp toan ngả lưng lên giường cho đỡ mệt, chợt nhìn thấy bản tin đặc biệt, mà Huân đã đặt trên bàn tự lúc nào: "Tổng Bí thư Hồ Diệu Bang, thị sát quần đảo Tây Sa". Bất giác, Giáp ngó lên tấm bản đồ quân sự. Hoàng Sa như một núm ruột đã bị cắt khỏi cơ thể, khiến cho Trường Sa khác nào trứng để đầu gậy. Tình hình này, không cẩn thận là mất nốt chứ chẳng chơi. Cái ông Hồ này cũng người Hẹ, đời Tổng Bí thư thứ mười một của Trung Quốc, miềng vẫn nghĩ là nhà cải cách. Mười năm Cách mạng Văn hóa tàn khốc, làm chết hàng chục triệu sinh mạng, nhưng rồi ông ta cũng khéo léo khôi phục danh dự cho không ít người bị oan sai. Thế mà, trong lúc nước sôi lửa bỏng thế này, lại mò ra quần đảo của xứ miềng, khác nào trêu ngươi nhau. Miềng tuy đã rời ghế Bộ trưởng Quốc phòng dăm sáu năm rồi, nhưng tinh thần chiến đấu bảo vệ Tổ quốc vẫn hừng hực trong lòng. Mấy anh Tàu, dù có khiêng cả Đại lễ đường nhân dân ra Hoàng Sa, thì quần đảo ấy vẫn thuộc về con dân nước Việt Nam, "rành rành đã định tại sách trời". Nếu nói, con người vốn là một sinh vật bậc cao và phức tạp nhất, thì trong đó, mấy anh trong giới chóp bu Cộng sản Tàu lòng dạ đen tối, loại sinh vật biến hóa khôn lường nhất. Họ vẫn tiếp nối truyền thống lấn cướp đất đai lãnh thổ các nước lân bang láng giềng, không ngừng mở mang bờ cõi ra bốn phương tám hướng. Chính trị thật là một trò chơi oái ăm, chủ nghĩa bành trướng, bá quyền của Trung Quốc luôn đe dọa an ninh khu vực và thế giới..

Năm 1945, Liên Xô đã có đại diện tại Hà Nội, nhưng không đoái hoài gì đến Chính phủ Việt Nam Dân chủ Cộng hòa, do Hồ Chí Minh thành lập. Hồ Chủ tịch đã mấy lần điện cho Xta-lin, nhưng cũng không được trả lời. Năm 1947, Phạm Ngọc Thạch được sử sang Thụy Sĩ, gặp đại diện Liên Xô, đề nghị giúp đỡ Việt Minh, nhưng cũng bị làm ngơ. Mãi đến 1949-1950, Xta-lin hối thúc Hồ Chí Minh Cải cách ruộng đất và đến 1954, Liên Xô mới đồng ý giúp vài chục khẩu pháo phòng không mà thôi. Trong khi đó, miếng dự trù xin viện trợ một trăm bốn mươi tư khẩu cao xạ 37 li để trang bị cho bốn trung đoàn và bảy mươi hai khẩu 76 li 2 đủ cho hai trung đoàn và súng phòng không 12 li 7, mỗi khẩu mười cơ số đạn. Xem vậy mới biết mức đề xuất xin và kết quả cho, rõ là một trời một vực. Nếu có được số vũ khí như miếng dự trù, thì trận Điện Biên Phủ sẽ chiến thắng giòn giã hơn, không đến nỗi thiếu đạn pháo và đợt hai đại bại như vậy. Chỉ đến khi Hồ Chí Minh tiến hành Cải cách ruộng đất theo phương án Xta-lin đã duyệt, thì Liên xô mới cấp súng pháo có tính chất tượng trưng cho Việt Minh? Nếu không có vũ khí của Trung Quốc, mà chỉ dựa vào hai mươi bốn khẩu pháo phòng không 37 li và mười hai dàn hỏa tiễn loại sáu nòng của Liên Xô, thì làm sao đánh được Điện Biên Phủ. Công của Trung Quốc đánh Pháp ở Đông Dương nói chung và Điện Biên Phủ nói riêng, xứng đáng được ghi nhận. Nhưng về sau, trong cuộc kháng chiến chống Mỹ, nếu không có vũ khí và chuyên gia Liên Xô, thì làm sao có súng AK cho bộ binh chiến đấu ở Miền Nam và tên lửa SAM để bắn hạ B52 trên miền Bắc? Bàn cờ chính trị gài thế oái oăm thay.

Giáp nhớ, sau chiến thắng Điện Biên Phủ, Liên Xô sang làm phim *Việt Nam*, về sau, ta cắm thêm cái đuôi *trên đường thắng lợi*, thành tên phim *Việt Nam trên đường thắng lợi;* Hồ Chủ tịch dặn đi dặn lại đạo diễn Các-men (Roman Karmen), phải đưa hình ảnh Cải cách ruộng đất vào, như một điểm nhấn trong phim. Té ra, Hồ Chủ tịch vẫn lo ngại, mặc dù Xta-lin vừa chết năm trước rồi. Lại nói đến bộ phim của Các-men, miếng ấn tượng nhất trường đoạn, Hồ Chủ tịch vác sào phơi áo, đi bộ trên đường mòn ven rừng. Khán giả thấy ngay hình ảnh một vị lãnh tụ rất bận rộn với công việc kháng chiến và tác phong dân dã, một công đôi việc. Điều đó khắc một dấu son trong lòng cán bộ, bộ đội và dân chúng. Các-men tài thật...

*

Đất nước triền miên chiến tranh, dân chúng đói khổ đến mức thảm hại, riêng tỉnh Thanh Hóa, nơi được coi là kho của, kho người dự trữ, nhưng bây chừ, xây dựng Chủ nghĩa xã hội đã được hơn ba chục năm rồi, thế mà cũng bị chết đói hai chục mạng người. Khi xưa, Thanh Hóa, vốn tên Thanh Hoa, tránh phạm húy tên hoàng hậu thời nhà Nguyễn mới đổi Hoa ra Hóa. Húy kị đến độ cực đoan, cái tăm hoa cũng phải đổi thành tăm bông. Nếu cứ theo cái đà đó, thì thời nay, huyện Triệu Xuân hẳn phải đổi ra là huyện Triệu Xoan. Giáp ngửa cổ cười khùng khục, chảy cả nước mắt...

Đúng lúc đó, Nghệ sĩ pi-a-nô Đặng Thái Sơn đoạt Giải nhất cuộc thi Sô-panh (Chopin) thế giới, làm nức lòng người. Được mời đến Nhà hát Lớn Hà Nội xem Sơn trình diễn báo cáo, nhưng Giáp cứ khăng khăng yêu cầu được ngồi bên dãy ghế trái khán phòng.

Giáp chăm chú nhìn lên sân khấu, kỷ niệm xưa thức dậy. Nhà hát này, làm từ thời Tây, hàng trăm năm rồi, thế mà đến nay vẫn dùng tốt. Âm thanh, ánh sáng hài hòa, khán phòng sang trọng... Nếu năm 1950, tổ điệp báo A13 mà đánh mìn theo kế hoạch đã định, thì tan tành mây khói rồi, khác nào năm 1945, Mỹ ném bom xóa sổ khu Đấu xảo. May sao, bọn A13 lại chuyển mục tiêu đánh Thông báo hạm A-mi-ô-đanh-vin (Amiodinvin) ngoài biển Sầm Sơn. Miềng thương cô Lợi chết oan. Sắm vai vợ một tên phản động, cô ta cả tin mang một cái va-ly nặng trĩu lên tàu, mà không biết bên trong chứa hàng chục cân thuốc nổ.

- Mời Đại tướng ngồi hàng đầu, ghế giữa cho trang trọng ạ!

- Không, miềng xin ngồi kia, để xem thế tay của nghệ sĩ.

- À, ra thế, Đại tướng biết đánh đàn pi-a-nô.

Nghe vậy, đám khán giả xôn xao thán phục. Vài ba người rỉ tai nhau, về chuyện cô Mơ năm xưa và mỉm cười ý nhị...

*

Nhân chuyện Chủ tịch Hội đồng Bộ trưởng Phạm Hùng mất, Bộ Chính trị và Trung ương chúi đầu vào lo lễ tang cấp nhà nước; thế là Trung Quốc nhanh tay đánh chiếm đảo Gạc-ma, thuộc quần đảo Trường Sa. Hôm sau, Bộ Chính trị họp, Bộ trưởng Ngoại giao Nguyễn Cơ Thạch tức khí đập bàn quát lớn, tưởng rung cả cửa kính:

- Ai không cho bộ đội nổ súng tự vệ?

- Tôi ra lệnh không được bắn! Nếu mắc mưu địch khiêu khích, chúng sẽ thừa cơ chiếm cả quần đảo. - Bộ Quốc phòng Lê Đức Anh lúng túng đáp.

- Thế là tạo thế xôi đỗ. Chúng nó có chỗ đứng chân, rồi dùng chiến thuật vết dầu loang, - Thạch chua xót, thở hắt ra.

Mọi người đổ dồn nhìn Linh xem phản ứng thế nào để lựa chiều bày tỏ thái độ, nhưng tịnh không thấy gì.

- Quân ta vẫn đóng giữ quần đảo Trường Sa, chiếm ưu thế, tôi xin báo cáo cụ thể, - Anh nghiêm trang chỉ lên bản đồ, - chỉ tính riêng năm tám mươi tám (1988) nầy, quân ta chiếm đảo Tiên Nữ, Đá Lát, Đá Lớn, Đá Đông, Tốc Tan, Núi Le. Quân ta đổ bộ lên đảo Len Đao nhổ cờ Trung Quốc vứt đi, cắm cờ đỏ sao vàng lên. Mãi đến mười bốn tháng ba, quân Trung Quốc mới chiếm Gạc-ma đấy chứ!

- Hồi bảy mươi lăm (1975), anh Giáp đã cho Hải quân giải phóng quần đảo Trường Sa rồi cơ mà? - Nguyễn Văn Linh ngỡ ngàng hỏi.

- Lúc đó, chỉ chiếm được năm đảo thôi, thưa đồng chí Tổng Bí thư, - Anh sốt sắng báo cáo, - gồm có đảo Trường Sa, Sơn Ca, Nam Yết, Song Tử Tây và An Bang. So với bây giờ, bé tí.

Thạch nhận thấy thái độ của Anh muốn hạ thấp vai trò của Giáp, nóng mắt muốn vặc lại, nhưng nghĩ thế nào lại thôi.

- Còn quần đảo Hoàng Sa, tạm để cho bạn Trung Quốc giữ hộ nhỉ? - Linh gật gù tâm đắc, - tôi nhớ, hồi trước giải phóng ba mươi tháng tư, Hoàng Sa còn nằm trong tay Ngụy quân Sài Gòn, nhưng rồi bị Trung Quốc chiếm đóng năm bảy mươi tư chi đó, anh Thọ bảo: "Đó là, bạn Trung Quốc giữ giúp ta". Mà xét cho cùng, mình với bạn có sớm nắng chiều mưa đi chăng nữa, thì tối lửa tắt đèn có nhau. Cái bát còn sát nhau nữa là... Hiến Pháp thời anh Duẩn nói về Trung Quốc cần điều chỉnh lại cho đúng nguyên lý của Chủ nghĩa Mác- Lê-nin và di chúc bác Hồ, về vấn đề đoàn kết quốc tế vô sản, không nên gọi bạn là kẻ thù trực tiếp, nguy hiểm và lâu dài nữa.

- Trung Quốc chiếm hẳn, lấy đứt quần đảo trên Biển Đông, chứ không phải họ lấy giúp ta, như ai đó lầm tưởng, - Thạch biết là Linh đang có ý đồ chuyển hướng chiến lược, nhưng buộc phải lên tiếng, có ý phê phán Lê Đức Thọ hồ đồ, - đối với quân đảo Hoàng Sa, Trung Quốc đã đánh chiếm sáu lần: bắt đầu, năm bốn mươi sáu (1946), Tưởng chiếm đảo Phú Lâm, đến bảy mươi tư (1974) thì Mao chiếm ráo cả. Từ năm tám mươi tám (1988) chúng mò xuống chiếm Trường Sa. Bởi Liên Xô thay đổi chính sách đối ngoại, nên khi Đại sứ ta gặp Thứ trưởng Ngoại giao I-go Rô-ga-chép (Igor Rogachev), đặt vấn đề lên án Trung Quốc chiếm giữ trái phép Trường Sa, nhưng bị gạt đi, - bỗng nhiên, Thạch nhớ thời làm thư ký cho Giáp, trong những ngày Cách mạng Tháng Tám, với bầu nhiệt huyết tuổi trẻ, vô tư và trong sáng. Bây giờ, là sự mưu mẹo, lừa miếng lẫn nhau. Đấy, khi xưa, Lê Đức Anh quỵ lụy Giáp bao nhiêu, thì nay ngạo mạn xem thường bấy nhiêu.

- Lại nói về Liên Xô, họ đặt vấn đề cho tàu ngầm hạt nhân vào cảng Cam Ranh, rồi yêu cầu bỏ chế độ chính ủy trong quân đội và đề nghị ta đưa các sư đoàn chủ lực lên biên giới phía Bắc. Nhưng tôi sợ làm như thế, khác nào tạo cớ cho Liên Xô, Trung Quốc đối đầu, bất lợi cho ta. Nếu Liên Xô bỏ Cam Ranh, thì Trung Quốc sẽ bắt tay với Mỹ đánh chiếm nốt Trường Sa. - Anh nhìn Linh thăm dò thái độ, rồi lại diễn giải, - có thể, Liên Xô đã thay đổi đường lối đối ngoại, nên tại Cam Ranh, họ có hạm tàu và máy bay tiêm kích, cường kích hạng nặng. Thế mà khi Trung Quốc đánh chiếm Trường Sa, thì không động binh, theo tinh thần điều Sáu,

Hiệp ước đã ký kết giữa hai nước, hồi bảy tám (1978)[164].

- Cũng có lí, - Linh lại gật gù, rồi ngoảnh sang hỏi Thạch, - đồng chí có nhớ cái điều ấy nói gì không?

Thạch bị chiếu bí, nhưng cũng rành rẽ đáp:

- Tôi không thuộc lòng, nhưng nhớ nội dung cơ bản. Đó là, trong trường hợp một trong hai bên bị tiến công, hoặc bị đe dọa tiến công, thì hai bên ký hiệp ước sẽ lập tức trao đổi ý kiến với nhau, nhằm loại trừ mối đe dọa đó và áp dụng các biện pháp thích đáng có hiệu lực, để đảm bảo hòa bình và an ninh của hai nước.

- Tôi đã cho Đô đốc Giáp Văn Cương báo động cả Tết, điều động các tàu ra giữ đảo và chở xi-măng, cát, sỏi ra xây đảo, - Anh nhìn Thạch bộc lộ sự thiếu thiện cảm, - các anh cứ đổ riệt cho tôi không ra lệnh nổ súng. Nhưng thực tế, Trung Quốc đánh Gạc-ma, chết sáu, bị thương mười tám và một số tàu đổ bộ bị bắn hỏng. Quân ta hy sinh sáu mươi tư, bị thương mười một, bị bắt chín, tàu hỏng một, chìm hai. Thực ra, lực lượng của ta mỏng, Trung Quốc lại chủ động, từ mười bốn tháng hai đã điều ba tàu tới quần đảo Trường Sa mà họ gọi là Nam Sa. Chính ủy tàu Năm trăm ba mươi mốt là Từ Hữu Pháp chỉ huy đánh Gạc-ma. Ngay sau khi trận chiến xảy ra, ta đã điều tàu Đại Lãnh, cắm cờ Chữ thập đỏ, đến Gạc-ma để tìm xác các đồng chí đã hy sinh, nhưng phía Trung Quốc không chấp thuận, chứ có phải chúng tôi vô tâm với các liệt sĩ đâu!

- Thời trước, mất quần đảo Hoàng Sa là do Mỹ bỏ rơi Việt Nam Cộng hòa. Bây giờ, Trung Quốc chiếm được mấy đảo ở Trường Sa là do Liên Xô làm ngơ, bỏ mặc. Đồng chí Bộ trưởng Quốc phòng nói, Trung Quốc chiếm Gạc-ma là chưa đủ, - Thạch hăng lên, - ba mốt tháng một, họ chiếm đảo Chữ Thập, cắm lá cờ đầu tiên của Trung Quốc ở quần đảo Trường Sa, rồi đến Châu

---

(164) Hiệp ước Hữu nghị và Hợp tác giữa Cộng hòa Xã hội chủ nghĩa Việt Nam và Liên bang Cộng hòa Xã hội chủ nghĩa Xô Viết, ký ngày 3/11/1978, tại Mát-xcơ-va, có giá trị 25 năm và mặc nhiên gia hạn 10 năm nữa, nếu như một trong hai nước không phản đối. Nhưng từ khi Liên Xô tan rã, thì hiệp ước này chính thức mất hiệu lực.

Viên, Gia Ven, Tư Nghĩa và cuối cùng chiếm Su Bi.

- Nhưng đó là các đảo không người cai quản, - Anh chống chế, - quân ta cố sức lắm mới lấy được hăm mốt đảo. Về số lượng, đảo của ta ở Trường Sa, ngang với ba nước Trung Quốc, Phi-lip-pin và Ma-lay-xi-a gộp lại. Tất cả bọn họ cũng chỉ có hăm mốt cái mà thôi. Thực ra, về hai quần đảo ngoài Thái Bình Dương, bác đã cho chỉ thị: "Mấy cái đảo hoang, chim ỉa, mãi ngoài khơi đó. Nếu các đồng chí Trung Quốc muốn thì nên cho họ", - Anh nói thẳng băng, không cần giấu giếm.

Nghe bác đã từng nói vậy, cả bọn ngồi ngay cán tàn.

- Hồi năm bảy tư (1974), quân Sài Gòn mà quyết đoán việc dùng không quân, thì đã thu hồi được cả quần đảo Hoàng Sa rồi. Bây giờ, quân ta cũng chỉ cần dùng Mích (Mig) hù dọa thôi, chứ chưa cần ném bom, hay bắn tên lửa, thì chúng cũng chạy re kèn, - Thạch lẩm bẩm, vẻ tiếc nuối.

*

Mấy hôm liền bận bịu chỉ đạo Đại hội Đảng toàn quốc, khiến Trường Chinh mệt nhoài. Thế mà sáng nay, mới bảnh mắt, đã thấy bộ sậu Phạm Văn Đồng, Võ Chí Công, Phạm Hùng, Lê Đức Thọ, Nguyễn Đức Tâm... nhổ cả đến tư gia.

- Có gì mà rộn cả lên thế? - Trường Chinh nhìn cả bọn, vẻ cảnh giác.

- Lê Đức Anh mật báo, - Thọ hạ giọng, vẻ quan trọng, - bọn Xét lại-chống Đảng âm mưu tiếp tục đưa anh lên chức Tổng Bí thư, ngay trong Đại hội này. Cái đó cũng xứng đáng thôi, công lao đề xướng Đổi mới của anh là cứu Đảng một bàn thua trông thấy. Nhưng đằng sau màn kịch ấy, tay Giáp sẽ ngoi lên chức Thủ tướng. Hắn tính, anh Đồng làm Chủ tịch nước, tay Ba Trà sẽ làm Bộ trưởng Quốc phòng, rồi dần dần hắn đoạt chức Tổng Bí thư, thật to gan. Chúng sẽ lái đất nước đi đâu? Thực chất, chúng chỉ dùng anh làm cái bình phong mà thôi. Thực ra, chỉ có anh Ba mới trị được hắn. Nhưng chả may, anh ấy lại "giận" anh em đồng chí mà bỏ đi với bác Hồ rồi. Hôm nay, theo chương trình đã là buổi giới thiệu nhân sự Ban Chấp hành Trung ương. Bởi vậy, cực chẳng đã, chúng tôi mới mạo muội thế này. Mong anh vì sự nghiệp của Đảng, thể tất cho.

- Thế hử? - Trường Chinh hỏi câu bâng quơ, mắt nhìn xa xăm, nhớ lại những ngày cùng Võ Nguyên Giáp kề vai sát cánh hoạt động giữa lòng Hà Nội, viết báo, ra chung cuốn sách *Vấn đề dân cày*; và những tháng năm nếm mật nằm gai, "Miếng cơm sẻ nửa, chăn sui đắp cùng"[(165)] trên núi rừng Việt Bắc. Thế mà, chẳng nhẽ... Trường Chinh cố nén tiếng thở dài. Chuyện ngặt này, mình có nghe tường tận, nhưng còn bán tín bán nghi. Mà cái lão "Cai đồn điền cao su (cautchouc)" ấy cũng đa mưu túc kế, chứ không phải chuyện thường. Hắn muốn gì? Trong lòng nghĩ vậy, nhưng Trường Chinh lại nói câu xã giao, - ông Tướng Anh cũng thạo tin gớm.

- Thật chẳng có gì giấu được anh! - Phạm Hùng nhìn Trường Chinh, cười nịnh; đoạn, quay sang Phạm Văn Đồng, khơi khơi nói câu giễu cợt, - phải không, ngài Chủ tịch nước?

- Ấy chớ, - Đồng sợ hãi, vội giơ hai tay lên như thể đầu hàng, nói câu thanh minh, - Đấy là họ bày đặt ra vậy, chứ anh Thận và Bộ Chính trị đã có ý kiến chỉ đạo gì đâu nào? - rồi quay sang nhắc khẽ, - Khánh, đưa cho anh Thận, cái đơn ấy...

Chánh Văn phòng Trung ương Nguyễn Khánh vội mở cặp, đưa cái đơn từ chức đã soạn thảo sẵn cho Trường Chinh. Trường Chinh bị chiếu bí, chỉ ừ ào cho xong, chứ không dại gì thò bút kí. Thế là, cả bọn hể hả kéo nhau về, coi như đã vô hiệu hóa được âm mưu thoán đoạt của Tướng Giáp.

*

Miếng đã trải qua bao mùa đông lạnh giá. Có mùa đông, trên núi rừng sương sa tê cóng. Có mùa đông, giữa phố phường ấm áp. Và cũng có những "mùa đông" kéo dài hàng chục năm trường. Quãng thời gian tính bằng thập niên là cái chớp mắt của lịch sử, nhưng đối với đời người, khi ngoái lại mới thấy thật khủng khiếp.

---

(165) Thơ, Tố Hữu.

Có lúc, miềng đã nghĩ đến mùa đông trong lao tù, không phải lao Thừa Phủ mà miềng, với anh Mai khi xưa, hay Hỏa Lò nơi em Quang Thái đã trải qua, mà là nhà tù của chính chế độ do miềng góp phần kiến tạo nên, sẽ bị họ điệu vào. Có lúc, miềng nghĩ tới nơi đảo hoang, không phải đi pích-ních (picnic), du lịch hưởng thú vui ẩm thực ngoài trời, mà là một kiểu cách li xã hội, họ biến miềng thành Rô-bin-xơn (Robinson) bất đắc dĩ. Họ sợ miềng tranh ngôi đoạt chức, nào là Tổng Bí thư, nào là Chủ tịch nước, nào là Thủ tướng... Năm 1946, miềng tuy chỉ là Bộ trưởng Nội vụ, nhưng Hồ Chủ tịch đã giao cho ký ba chục sắc lệnh, khác nào vai trò Thủ tướng. Mười năm sau, Hồ Chủ tịch lại gợi ý miềng giữ chân Tổng Bí thư. Mặc dù, tướng sĩ ở trong tay Tổng Quân ủy, Tổng Tư lệnh cũng chính là miềng, nhưng đâu có cuộc động binh nào xảy ra. Kẻ tiểu nhân thường có đầu óc tưởng tượng rất bệnh hoạn. Nhân tài xưa nay bị hãm hại cũng từ đó mà ra, bọn lưu manh chính trị. Miềng cảm thấy cô đơn giữa những người đồng chí. Có lẽ, phải trở lại chiến khu, tìm hơi ấm núi rừng. Nghĩ mà thương cho số phận của cánh Chu Văn Tấn, Lê Quảng Ba, Bằng Giang... kẻ Tày, người Nùng đã chung lưng đấu cật với miềng đi làm cách mạng, mà nay bị hãm hại đau khổ. Thấy đồng đội bị nạn mà phải đứng nhìn, người có lương tâm ai mà không động lòng, nhưng miềng còn không tự cứu nổi thân miềng nữa là...

Nhớ có lần Văn Cao tâm sự: "Sợ nhất là thằng dốt nắm quyền". Biết thế, nhưng không khắc phục được. Bởi có phải nhân dân lựa chọn "kẻ nắm quyền" đâu. Tất cả đều do Đảng cử, rồi thông qua dân bầu, để hợp pháp hóa mà thôi. Vì thế, đất nước mới lắm bi kịch và nhiều cảnh trớ trêu. Singapore phát triển vượt bực, bởi chính sách lựa chọn nhân tài lãnh đạo và quản lý đất nước. Họ không chọn theo thành tựu học tập, mà tìm người thông minh, nghị lực, chính trực, quyết đoán và đa mưu.

Miềng từng một thời làm Tổng Chính ủy, nên hiểu rõ công tác Đảng trong quân đội cách mạng quan trọng ngần nào. Mất định hướng chính trị, quân đội cách mạng sẽ như rắn không đầu. Cách thức đảm bảo sự lãnh đạo của Đảng là phải cử đảng viên giữ chức vụ điều hành, chỉ huy các cơ quan, tổ chức do Đảng lập ra. Ngoài Đảng, không có bất kỳ ai được quyền lập tổ chức khác. Bây chừ, theo Liên Xô muốn bỏ chế độ chính ủy, tức là bỏ cái sự thô thiển, máy móc khô cứng trong công tác, chiến đấu. Có trường hợp, đạn vào bệ phóng, ra-đa bắt mục tiêu, nhưng tiểu đoàn trưởng chưa dám hạ lệnh bấm nút phóng tên lửa, mà phải chờ chính trị viên thuyết giáo về tư tưởng. Thế là mất thời cơ tiêu diệt địch. Tranh luận giữa lý thuyết và thực tiễn, ai cũng có lý cả. Miểng là người chuộng đổi mới, ưa cấp tiến, nhưng cũng phân vân chuyện này.

Một khi không chịu thay đổi, cải tiến, sẽ trở thành vật cản trên con đường phát triển. Nhưng nếu không cân nhắc tính toán kỹ lưỡng, thì hiểm họa khôn lường. Cái gì mất cũng có thể làm lại được, nhưng nếu mất Đảng, thì sẽ ra sao? Bởi thế, những người Cộng sản bảo vệ Đảng bằng mọi giá. Hãy nhìn sang Hung-ga-ri, Ba Lan, Tiệp Khắc... sẽ thấy Liên Xô xuống tay khốc liệt đến mức nào, để quyết tâm bảo vệ đến cùng chế độ Cộng sản. Bây chừ, nếu giữ Đảng bằng mọi giá, thì nước sẽ mất vào tay Trung Quốc, nhưng nếu muốn chấn hưng đất nước, đảm bảo quyền tự do, dân chủ cho dân, thì sẽ mất Đảng; làm sao giữ trọn được cả hai thì lại là điều không tưởng... Trong bản *Tuyên ngôn Cộng sản* đã nêu mục đích của người Cộng sản là giành lấy chính quyền và bảo vệ lợi ích chung toàn thể giai cấp vô sản, không phụ thuộc vào dân tộc. Vậy thì lá cờ Tổ quốc còn ý nghĩa gì nữa đâu? Cờ đỏ búa liềm của Đảng Cộng sản bao trùm lên các quốc gia, dân tộc mất rồi! Càng phân tích lại càng thêm rối, khác nào nồi canh hẹ... Điều đó, đòi hỏi người có trí tuệ và bản lĩnh phải lựa chọn một trong hai, chứ không thể bắt cá hai tay như kẻ cơ hội mãi được. Bất cứ đảng phái nào cũng chỉ là cái bóng phù vân, so với sự trường tồn của quốc gia, dân tộc mà thôi. Nếu đảng phái ấy lại chà đạp lên lợi ích của dân chúng, để giữ độc quyền, độc tôn, thì ắt trở thành "phai khắt"- Đó rách ngáng chỗ. Đảng Nhân dân Hành động nắm quyền lãnh đạo Sinh-ga-po (Singapore), nhưng Lý Quang Diệu tuyên bố, nếu đảng này không tiếp tục làm cho đất nước phát triển thì sẵn sàng nhường chỗ. Như vậy, họ đặt lợi ích của quốc gia, dân tộc lên trên nhóm lợi ích đảng phái. Nhưng ta thì ngược lại, chỉ khư khư giữ độc quyền lãnh đạo mà thôi. Một khi đã độc đảng thì làm sao đất nước có tự do, dân chủ cho đặng? Mà tự do, dân chủ, nhân quyền là một trong những cái chuẩn để phân biệt giữa xã hội hoang dã với xã hội phát triển. Tình trạng hiện nay, chúng ta chỉ có thể giậm chân tại chỗ, thậm chí thụt lùi, chứ khó mà huy động hết nguồn lực, nhất là nguồn lực về con người để phát triển đất nước...

Nguyễn Đình Tứ được Đại hội trù bị bầu vào Bộ Chính trị khóa VIII (1996), nhưng chết bất đắc kỳ tử. Thế là mất một chân Chủ tịch nước sáng giá. Giáp đến chia buồn, vợ Tứ khóc lóc, nói không ra hơi:

- Cái đêm trước khi công bố kết quả bầu cử ra Đại hội chính thức, Ban Bảo vệ sức khỏe Trung ương đánh xe đến, bảo anh ấy đi kiểm tra sức khỏe. Ai ngờ lại mất đột ngột trong bệnh viện.

- Cô là bác sĩ mà dốt thế, trong lúc nước sôi lửa bỏng như vậy, ai lại để người ta kiểm tra sức khỏe mà làm cái gì? Tôi mà cứ cho người ta "kiểm tra sức khỏe", thì chết từ lâu rồi!- Giáp đột nhiên nổi nóng và nói câu nặng lời, khiến ai nấy đều giật mình.

*

Tan họp, Lê Đức Anh tức tối trở về, bảo Đặng Vũ Chính bên Tổng cục Tình báo Quân đội:

- Lão Giáp còn định làm "bố tướng" nữa hay sao, nghỉ hưu đã ngót chục năm rồi, mà lúc nào cũng nghênh ngang khoác bộ quân phục, không biết dơ?

- Tôi nghe cái đận bố vợ ông ta mất, ông Đặng Thai Mai ấy mà, - Chính thủ thỉ, - ông ta đến đám tang, vận áo bộ đội kiểu Ka-Bảy tư (K74) vá vai, khiến ai nhìn thấy cũng thương cảm, chê trách Bộ Quốc phòng, có mỗi một ông Đại tướng, Tổng Tư lệnh mà cũng không lo được cái áo lành lặn. Vậy thì lính tráng còn khổ ải đến mức nào? Mà Ka-Bảy tư dùng từ thời chống Mỹ, nay đã chuyển sang kiểu Ka-Tám hai (K82) rồi kia mà.

- Tôi vào Bảo tàng Quân đội, hạ lệnh cho bọn quản lý dẹp hết những gì liên quan đến Võ Nguyên Giáp đi, chiếu cố đến giai đoạn Điện Biên Phủ là đủ. Nhìn tức mắt, không thể chịu được, - miệng Anh nói vậy, khiến con mắt bị tai biến do bệnh đậu mùa lại ứa lệ.

- Anh ra lệnh thế, khác nào bảo giải tán Bảo tàng Quân đội, - Chính buột mồm và bất giác lè lưỡi sợ hãi.

- Hưm, - Anh trợn mắt quát, - chẳng trách? Tôi lên thăm Bảo tàng Điện Biên cũng thế, chỉ thấy trưng bày cho Giáp và bộ đội ta thôi. Vậy vai trò cố vấn Trung Quốc có tính quyết định chiến dịch như thế lại không thấy đâu? Người ta sẽ trách mình vô ơn, ăn cháo đá bát! Phải chỉnh đốn ngay và mau!

Chính biết lỡ lời, ngồi im re. Anh mưu tính bắn tín hiệu làm thân với Tàu à? Dư luận đồn rằng, Anh vào gặp Thọ, rồi tự đi giật lùi ra đến giữa sân mới dám quay gót, thật chẳng khác gì cua gặp ếch. Anh từng làm cai đồn điền, tức là thuộc thành phần giai cấp bóc lột thì sao có thể kết nạp vào Đảng Cộng sản nhỉ?

- Bảy mươi bảy tuổi, còn tham vọng lắm, - Anh đi đi lại lại, vẫn tư lự suy nghĩ về Giáp, - hai năm trước, ông ta còn định ẵm chức Chủ tịch nước kia mà?

- Hết thời rồi, - Chính khẳng định, - Hoàng Văn Thái, Lê Trọng Tấn là hai cánh tay của ông ta đã bị tiêu ma rồi, còn làm nên trò trống gì nữa?

- Cảnh giác không thừa, - Anh lên giọng khuyên răn, - hãy nhìn gương Tư Mã Ý đó. Tào Sảng tưởng hắn ốm liệt giường, chủ quan bỏ ra ngoài thành, thế là mất ngai vàng. Mưu lược là quan trọng lắm, nhưng tinh thần cảnh giác còn quan trọng hơn. Ông ta tinh thông binh pháp Clau-zơ-vít, - ngẫm nghĩ hồi lâu, Anh chợt hỏi, - chuyến đi Thái Nguyên vừa rồi của ông ta, thế nào?

- Nghe báo cáo, ông ta thăm lại Bảo Biên, nơi từng đóng Đại bản doanh Bộ Tổng tham mưu và nhà riêng, trong thời chống Pháp. Sau đó thăm mấy nơi, chủ yếu là hiếu hỉ, không có vấn đề gì đáng chú ý về chính trị.

- Có kích động, xúi giục gì không?

- Ông ta nói với đám nhà báo rằng, lịch sử chỉ xảy ra một lần, nhưng phải viết đi viết lại nhiều lần, - Chính thật thà báo cáo về chuyến đi Việt Bắc của Giáp.

- Vậy sao? - Anh đang ngồi, bỗng bật dậy như phải bỏng, - viết lại lịch sử ư? Cẩn thận đấy. Ông ta sẽ đánh giá lại hết, hạ bệ tất cả và đề cao bản thân. Thế này, rõ ràng là chưa hết tham vọng đâu. Chẳng cần phải điều cha điều mẹ gì nữa? Viết lại lịch sử là thể hiện mưu đồ làm lại cuộc cách mạng, thoát ly sự lãnh đạo của Đảng. Anh Ba Duẩn và anh Sáu Thọ qui ông ta vào tội "chống Đảng", quả không oan sai. Người đàng hoàng là phải biết trọng danh dự: "ninh thọ tử, bất ninh thọ nhục". Đó, người ta thà chết chứ không chịu nhục. Đằng này, anh Ba văng cả cái "sinh đẻ có kế hoạch" vào mặt, mà vẫn nhe nhởn...

*

Xe của Đại sứ quán Trung Quốc chạy vào thẳng Bộ Quốc phòng để gặp Lê Đức Anh. Tất cả diễn ra một cách dồn dập mà lặng lẽ, chuẩn bị cho cuộc gặp bí mật của lãnh đạo cấp cao hai nước, nối lại quan hệ hai Đảng, hai Nhà nước Cộng sản.

Đại sứ Trương Đức Dy trở về Sứ quán Trung Quốc, tại Hà Nội. Đỗ Mười và Lê Đức Anh nán lại Văn phòng Trung ương Đảng, để bàn với Tổng Bí thư Nguyễn Văn Linh, ấn định cụ thể thành phần đi Thành Đô, nay mai.

- Hơn chục người thôi, cần nhất là cho anh Phạm Văn Đồng sang gặp Đặng Tiểu Bình. Còn lại tôi, anh Mười, - Linh nhẩm tính, - phía Bộ Ngoại giao và Ban Đối ngoại phải cân nhắc thêm.

- Nguyễn Cơ Thạch thì thôi, - Anh xen vào, - bên kia không ưa gì đâu.

- Thế thì, bên Ngoại giao cử Đinh Nho Liêm, Thứ trưởng cũng được. Ban Đối ngoại cho Hoàng Bích Sơn. Văn phòng Trung ương thì Hồng Hà, - Mười bổ sung danh sách.

- Có phải Hồng Hà xuất thân từ Bộ Công an không anh? - Anh phân vân hỏi.

- Không, đó là Lê Hồng Hà lấy cô Thoa con gái Dương Quảng Hàm. Cô này cùng với vợ hai Hoàng Văn Thái, kéo cờ trong lễ Tuyên ngôn độc lập, - Linh tỏ ra hiểu biết nhân sự. - Tay ấy làm Chánh văn phòng Bộ Công an, nhưng bênh bọn "xét lại" chằm chặp. Còn Hồng Hà này là anh trai của Nhà báo Thép Mới.

- Anh hiểu tường tận vậy mới thống lĩnh được Đảng và điều hành đất nước. Tôi còn phải cắp tráp học dài. - Dường như để cho Linh nhấm nháp vị ngọt ngào của lời tâng bốc, hồi lâu, Anh dè dặt báo cáo, - tay "X." cũng muốn đi, anh ạ!

- Ông ta biết rồi à? - Linh hoảng hốt hỏi.

- Biết đầu việc thôi, nhưng không nắm được nội dung cụ thể, - Anh vội trấn an.

- Thôi, thôi, - Linh xua tay, - ông ta lẻo mép, rồi rách việc. Chuyện Thành Đô là tuyệt mật đấy, sống để dạ, chết mang đi; - đoạn, quay sang Anh, Linh bảo, - còn anh, phải ở lại trông nhà.

- Bộ trưởng Quốc phòng phải giữ nhà, nhỡ tay "X." nó thấy anh em mình đi cả, lại bắt chước Tư Mã Ý lật Tào Sảng thì rồi đời, - Mười lại tính chuyện lo xa. - Tư Mã Ý được mệnh danh là "Nhẫn giả chi vương" (Vua của sự nhẫn). Đời cháu hắn đã lập nên nhà Tấn, thống nhất Trung Hoa kia mà!

- Tôi thấy lúc nào các anh cũng chỉ có độc một bài Tư Mã Ý với Tào Sảng, - Linh bực, - chẳng lẽ, tay "X." lại sánh ngang Tư Mã Ý đa mưu túc trí, còn chúng ta chỉ là đồ Tào Sảng ngu hèn hay sao?

- Ấy chết, không phải thế đâu anh Cúc (Nguyễn Văn Linh), - Mười sợ hãi, vội thanh minh, - chẳng qua là muốn nói câu cảnh giác. Hắn tuy nghỉ hưu, nhưng không phải chỉ ngồi chờ chết như kẻ khác. Mà hắn vẫn luôn phát biểu huấn thị hội nghị linh tinh, thăm hỏi kẻ nọ người kia; chứng tỏ uy tín còn lớn lắm, nhất là trong quân đội và dân chúng, bọn ít hiểu biết xã hội...

- Sáu Nam, - Linh nhắc lại bí danh của Lê Đức Anh, - đã sai phái viên Đặng Đình Loan đi rỉ tai, truyền miệng hạ uy tín hắn khắp mọi nơi, kể ra bảy tội, nào là con nuôi mật thám Pháp, cầm đầu nhóm "Xét lại-chống Đảng", gián điệp Liên Xô, mưu đồ phản nghịch, rồi chuyện nhát gan, tranh công, suy đồi đạo đức quan hệ bất chính với phụ nữ... nhưng chưa biết kết quả ra sao? Rồi Đặng Vũ Chính tuyển thằng Nguyễn Quang Vinh, phái sang Mỹ với mật danh "T4", tung tin đánh lại Giáp, nhưng cũng chẳng nên cơm cháo gì. Nghe nói, tuyển sai nguyên tắc, đúng không? - Linh bắt thóp, vẻ nghi hoặc.

- Người ta mới ngờ thôi, chưa tin đâu, hạ bệ một người như hắn phải là một quá trình. Tiến tới, phải làm sao cho bộ đội và dân chúng căm ghét, đạp đổ hắn mới xong. Tôi đã bảo khai trừ hắn ra khỏi Đảng, thế mà cấm có ai nghe, - Mười cũng tỏ thái độ trung kiên cách mạng.

- Chuyện đi Thành Đô hội nghị phải kín, tuyệt đối kín. Chuyện sinh tử của Đảng chứ không phải thường, - Linh nghiêm sắc mặt, nhắc nhở. - Gần đây, xuất hiện bức thư ký tên "T.A.", đánh lại Lê Đức Anh, Lê Khả Phiêu và Đặng Đình Loan, nghi của hắn. - Độ này, Linh gày rộc đi, hàm răng vẩu như càng thêm nhô ra. Thế mới biết cái chuyện Thành Đô nó hệ trọng ngần nào. Linh dốc bầu tâm sự, - vẫn biết chơi với Tàu cuộc này là chấp nhận nguy cơ mất nước. Nhưng thà mất nước còn hơn mất Đảng, - Linh ôm ngực như thể bệnh nhân đau tim. - Không ngờ thành trì cách mạng như Liên Xô mà sụp đổ, Đảng Cộng sản đang từ chỗ toàn quyền lãnh đạo, mà nay bị loại khỏi đời sống xã hội, ở một đất nước có diện tích lớn nhất thế giới, đau xót lắm. Nhưng điều đó sẽ không thể xảy ra tại Việt Nam, nếu ta biết cách hy sinh tất cả để bảo vệ Đảng.

- Về nguyên tắc, nếu không dựa vào Trung Quốc là một nước Xã hội chủ nghĩa, cũng do Đảng Cộng sản lãnh đạo, thì chẳng lẽ dựa vào Mỹ do Đảng Dân chủ, hoặc Cộng hòa lãnh đạo à? - Anh đỡ lời.

- Anh chọn Bộ Quốc phòng để tiếp xúc ban đầu với họ, quả là cao thủ, - Mười khen ngợi.

- Trương Đức Dy yêu cầu bảo mật rất cao, - Anh hồ hởi đáp, - nếu tổ chức việc này bên Bộ Ngoại giao, tuy đúng nghi thức, nhưng khác nào lạy ông tôi ở bụi này. Theo chỗ tôi biết, tay "X." rất mặn mà với Bộ Ngoại giao, mà lại vô cùng lạnh nhạt với Ban Đối ngoại Trung ương Đảng. Thế là, biểu hiện xa rời Đảng rồi còn gì?

- Cũng chưa thể qui kết ngay như thế được đâu! - Linh kẻ cả, - nhưng đám tướng tá có học thức, với bọn văn nghệ sĩ, trí thức cấp tiến vẫn thường qua lại Biệt thự số Ba mươi. Đó mới là điều không bình thường. Nếu hồi tám mươi sáu (1986), anh Trường Chinh quay lại tiếp tục làm Tổng Bí thư, kiêm Bí thư Quân ủy Trung ương, thì hệ quả Việt Nam tất trong tay "X.và cũng sẽ theo con đường của Liên Xô và Đông Âu rồi. Ta, chắc sẽ chẳng có cuộc du ngoạn Thành Đô bàn đại sự quốc gia như thế này đâu.

- Nghe nói, lúc anh Trường Chinh bị dính "phốt" Cải cách ruộng đất, thì tay "X." ép dữ lắm, định dựa vào Hồ Chủ tịch, để ngoi lên ghế Tổng Bí thư, ngay từ lúc đó kia mà, - Anh ra vẻ hiểu biết.

- Khi dự kiến hắn giữ chân Tổng Bí thư, bác Hồ cử hắn đi dự Đại hội Đảng bên Tiệp Khắc, rồi ghé qua Trung Quốc xem ý tứ của Mao Chủ tịch thế nào. Mao Chủ tịch vốn không ưa hắn từ lâu, nên gợi ý chân Tổng Bí thư phải là anh Duẩn mới đặng. Ngoài ra, phải kể đến công lao của anh Nguyễn Chí Thanh và Lê Đức Thọ cản phá, chứ nếu không là bác Hồ đã quyết cho hắn rồi, - Linh dè dặt nói, rồi đứng dậy bắt tay Anh, coi như kết thúc câu chuyện.

Sau Hội nghị Thành Đô, kẻ ủ ê người hể hả. Lê Đức Anh chúc mừng Nguyễn Văn Linh:

- Thế là chúng ta đã cứu được Đảng, giữ được thành quả cách mạng, không kém gì sự kiện lập nước năm bốn lăm (1945)!

- Trong những sự mất mát, đau thương cùng cực, thì bất đắc dĩ phải chọn cái ít thiệt thòi nhất, ít tổn thất nhất, - Linh triết lý.

- Tay Thạch phát ngôn thất chính trị quá anh ạ, - Anh bẩm báo, - ai đời, Ủy viên Bộ Chính trị, Bộ trưởng Ngoại giao mà bô bô cái mồm rằng, Hội nghị Thành Đô bắt đầu thời kỳ Bắc thuộc mới.

- Không sớm thì muộn, phải loại Thạch, thà mất lòng dân được bụng Tàu, - Linh phán, - anh còn nhớ lúc Trần Xuân Bách bị kỷ luật, phải đuổi ra khỏi Bộ Chính trị và Ban Chấp hành Trung ương, chỉ vì chuyện đòi đa nguyên đa đảng, thì Thạch lại rước hắn về Bộ Ngoại giao, khác gì thả phao cho kẻ chết đuối. Phàm là những kẻ có ý kiến về đa nguyên, đa đảng, dân chủ, tự do, cấp tiến, thượng tôn pháp luật, khiếu kiện kéo dài và ca ngợi Âu-Mỹ... thì đều là kẻ thù không đội trời chung của những người Mác-xít Lê-nin-nít.

- Cũng may, nếu không phát hiện sớm, thằng Bách lên Tổng Bí thư, thì ôi thôi, bao xương máu hy sinh của hàng vạn đảng viên thành công cốc. - Anh bồi thêm, - không cẩn thận, thằng Thạch leo lên chức Tổng Bí thư, hoặc Thủ tướng thì phức tạp tình hình.

- Giữ được Đảng, dẫu nước có mất, rồi Đảng lại lãnh đạo nhân dân mà giành giật lại, như quá trình cách mạng đã minh chứng. Đảng ta vốn sinh ra ở Trung Quốc, rồi về lãnh đạo cách mạng, cướp được chính quyền đấy thôi. - Bọn Bách, Thạch coi như ngã ngựa, nên Linh không để ý đến nữa, dồn hết tâm trí vào việc giữ thế độc tôn của Đảng.

Nghe Linh giảng giải tường tận đầu kim góc kéo, nhưng bên trong ẩn náu một sự ngụy trá, Anh nghĩ bụng, thế sao không giữ nước ngay từ lúc chưa mất đi, ai lại thả gà ra mà đuổi? Tuy vậy, Anh lại cười hể hả:

- Anh tính toán như thần. Có được Tổng Bí thư như anh, không những Đảng an tâm, mà dân cũng tin tưởng.

- Lòng dân, ý Đảng mà lại, - Linh cảm thấy Anh hay tâng bốc mình quá, vẻ không hài lòng, nhưng vẫn nói vậy, chẳng chết ai. Tuy Anh để mất Gạc-ma, nhưng về đại cục lại giữ được Đảng. Chứ nếu kiên quyết đánh Tàu, dùng không quân và hải quân có thể chiếm lại đảo, nhưng mất Đảng là mất cả chì lẫn chài, - nói đây thì biết đây thôi nhá, - Linh rào đón, - tôi bàn sơ bộ với anh Đồng, anh Mười, sẽ sớm kiện toàn lại bộ máy Trung ương và Chính phủ.

Anh nín lặng, không hiểu Linh định nói chuyện gì, hẳn là hệ trọng lắm, nên vươn cổ ra nghe ngóng.

- Có thể, anh thôi làm bên Quốc phòng, sang nắm cái chân Chủ tịch nước, - Linh nói nhỏ, vừa đủ nghe.

- Tôi quen chinh chiến rồi, ở lại bên Quốc phòng thôi, - Anh cười cười, vẻ xúc động, nói câu khách sáo.

- Cái đó, để thằng Trà về trông coi Bộ Quốc phòng, - Linh phân công.

- Trời đất, rồi hắn lại lôi tay Giáp, à quên, tên "X" trở lại chính trường thì hỏng, - Anh kêu thất thanh.

- Không, đây nói là Phạm Văn Trà, chứ không phải Trần Văn Trà, - Linh chua thêm.

- Thế thì cũng tàm tạm, - Anh cười đắc ý.

*

Từ những năm bảy mươi (1970), Bộ Chính trị Đảng Lao động Việt Nam đã thành lập hai Ban cán sự trong Đảng Xã hội và Đảng Dân chủ; đồng thời, ngăn chặn kết nạp đảng viên trẻ, làm cho hai đảng này lão hóa nhanh chóng, không có đội ngũ kế cận. Ấy vậy mà đến thời Đỗ Mười, lại xuống tay giải tán cả hai đảng này luôn. Hắn còn định đuổi miềng ra khỏi Đảng Cộng sản nữa. Bây chừ, hai tay này sẽ toa rập với nhau, để hành miềng theo bài bản của Ba Duẩn và Sáu Thọ truyền lại. Rõ thật là, tránh vỏ dưa lại gặp vỏ dừa, đời miềng sẽ không bao giờ hết tai họa, đành phải sống chung với tai họa thôi. Bởi thế, không "nhẫn" không xong. Không nhịn mày cho tốt tao là xảy ra chuyện huynh đệ tương tàn, máu chảy đầu rơi, mà bộ đội và đồng bào phải gánh chịu hậu quả.

Miềng đã bao lần dẫn quân ra trận, thắng cũng nhiều mà thua cũng không phải ít. Trận bại đầu tiên là Đồng Mu, dẫn quân đại đội ra đi, hy sinh một. Trận Mạo Khê, miềng dẫn bốn vạn bộ đội với dân công nữa là tám vạn, chỉ đánh nhau với bốn trăm tên địch. Hắn chết một nửa, miềng thiệt mạng hàng ngàn, đành rút quân. Đau thật! Rồi đến đợt hai Điện Biên Phủ, suýt hết quân, tưởng phải đưa Trung ương, Chính phủ sang Tàu tị nạn. Trận đánh B52 trên bầu trời Hà Nội, nếu Mỹ dấn thêm ba ngày nữa, thì ôi thôi tất cả thành tro bụi. Nhưng tất cả những trận thua cộng lại, cũng không bằng nỗi đau khi nghe tin Liên Xô sụp đổ. Bởi, những trận thua chỉ là tạm thời, hi vọng vào chiến thắng cuối cùng. Quân phát xít Đức ban đầu thắng áp đảo, nhưng cuối cùng phải thua quân Đồng Minh. Quân Tưởng đánh quân Mao thua chạy dài Vạn lý trường chinh, nhưng cuối cùng phải chạy tháo thân ra đảo Đài Loan. Nhưng Liên Xô thành trì, niềm tin của lý tưởng Cộng sản tự tan rữa từ trong mà ra, kéo theo sự tan rã của cả hệ thống xã hội Xã hội chủ nghĩa, khiến những người Cộng sản trên toàn thế giới hoang mang, thế là bơ vơ như kẻ lạc loài. Chính trong hoàn cảnh đó, Linh hoảng sợ tột cùng, đã cam tâm cùng Mười, Đồng... dắt díu nhau sang Trung Quốc cầu hòa. Chuyện đó, chẳng khác nào khi xưa, vua quan nhà Mạc tự trói tay lên biên thùy quì lạy giặc Minh, bán đứng dân tộc đặng giữ ngai vàng. Lịch sử đất nước lặp lại những trang đau thương, tủi nhục như vậy. May mà miềng không có tên trong thành phần sang dự Hội nghị Thành Đô, tưởng rủi lại hóa may, khác gì câu chuyện "Con ngựa tái ông"...

Những người Cộng sản đánh đổ Đế quốc, Tư bản, rồi nghiễm nhiên trở thành Đế quốc đỏ, Tư bản đỏ. Bọn Tư bản, từ hoang dã đã tự lột xác thành văn minh, luôn tự biến đổi để hoàn thiện và phát triển. Họ biết chia sẻ quyền lợi cho dân chúng bằng phúc lợi xã hội và cổ phần... Còn những người Cộng sản, mắc bệnh "kiêu ngạo Cộng sản", luôn tự tung hô là "vô địch", "muôn năm" thì lại tự sụp đổ cả hệ thống. Mấy nước còn sót lại, vội vàng cải cách và đổi mới, nhanh chóng bước vào thời kỳ hoang dã. Dân chúng vẫn tiếp tục bị bóc lột, bần cùng hóa...

Trong lúc phong trào Cộng sản thế giới tan rã, đất nước lại sa vào tay những kẻ cuồng tín ngu trung. Châu Á có Mông Cổ và Campuchia tuyên bố từ bỏ con đường Chủ nghĩa xã hội, chấp nhận đa nguyên đa đảng và thị trường tự do, thì cũng là lúc bọn Lê Đức Anh, Đoàn Khuê, Đỗ Mười dựng lên vụ "Năm Châu-Sáu

Sứ", hòng tạo cớ bắt miệng. Cái câu: "nước sôi lửa bỏng", miệng nghe nhiều và cũng nói nhiều, nhưng vận vào lúc này mới chính xác làm sao. Có lẽ, người đời đặt ra câu thành ngữ này là để dành cho miệng chăng?

May sao, Thứ trưởng Bộ Công an Võ Viết Thanh ra tay tóm sống Sáu Sứ. Sứ khai ra sự thật, khiến Cục Tình báo Bộ Quốc phòng rung động. Thế nhưng, bọn Nguyễn Đức Tâm-Trưởng ban Tổ chức Trung ương chẳng những không minh oan cho miệng, mà còn ép Thanh dựng lại "vụ án Võ Nguyên Giáp chống Đảng", hứa sẽ cho lên Bộ trưởng Công an. Nhưng Thanh khẳng khái như một người quân tử, rũ bỏ hết chức tước và trở về Sài Gòn, dưới sự che chở của Võ Văn Kiệt.

Trần Văn Trà cũng bị họ cho là đồ đệ của miệng, mưu đồ đoạt chức Bộ trưởng Quốc phòng, rồi lên Chủ tịch nước. Thế là, ngay lập tức Trà bị giam lỏng để cô lập.

Ngồi bên bệ súng thần công, trước cửa Bạch Dinh (Villa Blanche), nhìn ra biển Vũng Tàu, Giáp miên man suy tính. Đoàn tháp tùng cứ ngỡ Đại tướng đang ngắm cảnh biển trời thơ mộng trong buổi hoàng hôn, nên không dám làm thanh động.

- Đồ gốm trục vớt được ở Hòn Cau, có từ thế kỷ mười chín, anh ạ! - Bích Hà khẽ khàng ngồi kế bên Giáp, thủ thỉ, - Bạch Dinh này với Đồ Sơn đều ở thế đắc địa, đẹp thật anh nhỉ?

- Trên Đà Lạt, Plây-cu cũng đều có Dinh Bảo Đại. Ông vua nầy chơi sang, - Giáp dứt mạch suy nghĩ, tiếp lời Hà và hỏi, - Huân đâu? - chợt thấy Huân đang đứng dưới gốc đại cổ thụ gần đó, Giáp vẫy lại hỏi, - Huân này, cái thiếp gửi hàng binh Ernst Frey bên Áo, mà hồi bốn mươi sáu(1946) anh ta đã giúp bộ đội Pháo đài Láng đó, đã có hồi âm chưa?

- Dạ, sứ quán bên đó báo về, đâu như ông ta đã mất, - Huân khẽ nói và nhìn Giáp vẻ ái ngại. Bởi Huân biết những khổ nạn mà Giáp đang trải qua trong những tháng năm này.

- Em nghe nói, ông Hoàng Văn Hoan mới mất rồi, anh ạ, - Hà dè dặt nói nhỏ và ngước nhìn Giáp.

- Đúng, anh Hoan mất bên Trung Quốc. Họ tổ chức lễ tang cho anh ấy ở cấp Nhà nước, mai táng ở Bát Bảo Sơn.

- Rốt cuộc là sao? - Hà phá lệ, tò mò hỏi.

- Thời bốn mươi lăm (1945), bốn mươi sáu (1946), bên trong thì Đảng phân công miềng phụ trách quân sự, anh Hoan làm Thứ trưởng Bộ Quốc phòng, kiêm Chính trị viên Vệ quốc quân toàn quốc. Đến thời Lê Duẩn, ép dữ lắm, bởi anh Hoan từng là Đại sứ Trung Quốc. Lúc anh Hoan bỏ trốn, ra mặt chống Lê Duẩn, thì bị khép vào tội phản quốc, lĩnh án tử hình vắng mặt. Sau khi hai nước bình thường hóa quan hệ, anh ấy được xóa án, bèn xin về nước; nhưng Trung Quốc ra điều kiện, buộc Việt Nam phải đón như nguyên thủ quốc gia mới cho về. Anh Hoan biết chuyện, bèn khuyên bên nhà rằng: "Thôi, chết bên này cũng được, kẻo họ ép được cái này, lại kiếm cớ ép cái khác".

- Thế là, ông Hoan chỉ phản đối Lê Duẩn, chứ đâu có chuyện chống Đảng, phản bội Tổ quốc? - Huân rút ra kết luận, theo kiểu lô-gích toán học, rồi lèo thêm, - nhưng mà cả ông Hoan lẫn ông Duẩn đều gặp nhau ở chỗ, cùng chê *Truyện Kiều* là dâm thư...

- Ông Quỳnh thì ca ngợi *Truyện Kiều* hết lời, - Hà nghe Huân nói vậy, bèn quay sang Giáp, thủ thỉ, - nào là: "Truyện Kiều còn, tiếng ta còn. Tiếng ta còn, nước ta còn. Có gì mà lo, có gì mà sợ, có điều chi nữa mà ngờ"[166] Nhưng ông Hoan lại cho là tác phẩm phái sinh, nhái lại cốt truyện *Kim Vân Kiều* của Từ Văn Trường, tức Thanh Tâm Tài Nhân bên xứ Tàu. - Nhắc đến chuyện thi ca, trong lòng Hà lại nhớ tới chàng *Tiếng địch sông Ô*[167]. Khi chàng trở cờ theo Cộng sản, liền bị Pháp trục xuất về nước và giam lỏng tại chốn này, liệu còn hình bóng người xưa?

- Em Hà làu thông kinh sử nhỉ? Ông Quỳnh và anh Hoan đều có chính kiến cả. Người có chính kiến thường khổ. - Giáp nhìn ra khơi xa, chợt nhớ cô Đỗ Thị Lạc, từng là vợ Lý Quang Hoa,

---

166) Bài diễn thuyết của Tổng thư ký Hội Khai trí Tiến đức Phạm Quỳnh, nhân ngày giỗ thi hào Nguyễn Du, năm 1924.

(167) Bài thơ của Phạm Huy Thông.

bí danh của anh Hoan lúc ở Quảng Tây. Nghe phong thanh, cô Lạc lại về quê anh Hoan ở Quỳnh Đôi. Ngẫm sự đời cũng trớ trêu thay... Thế là giấc mơ Thế giới Đại đồng của em Thái đã tan tành mây khói. Một xã hội mộng mơ, ảo tưởng, do Mác vẽ ra trên giấy lúc tuổi ba mươi. Thế mà bao nhiêu người chết oan vì nó, kể cũng kì, hè! Em Thái ơi, một khi phải dùng đến bạo lực cách mạng, đấu tranh giai cấp và chuyên chính vô sản, thì làm sao có thể xây dựng Thế giới Đại đồng? Bạo lực chỉ gây nên hận thù và chia rẽ. Thù hận, chia rẽ tất lụn bại, chỉ có tự do, dân chủ và hòa hợp thì dân tộc mới phát triển mà thôi. Nhưng tự do, dân chủ lại là kẻ thù không đội trời chung của những người Cộng sản.

Nhớ Thái hồi tham gia Hội Truyền bá Quốc ngữ, suốt ngày dạy đánh vần chữ cái theo kiểu "a, bờ, cờ, dờ, đờ...", thay thế "a, bê, xê, dê, đê...", Giáp thấy ngồ ngộ, vui vui. Ồ, nhưng mà bây chừ, cái tên Nguyễn Văn Linh viết tắt NVL, đọc là Enờ-Vê-Elờ, chứ không ai dám đọc Nờ-Vờ-Lờ... Đồ đệ của Linh bảo, đó là viết tắt ba chữ "Nói Và Làm". Vậy thử hỏi, kết quả Hội nghị Thành Đô thì nói và làm kiểu gì đây?

Mấy con tàu đang cập bến. Tàu xứ Ô Cấp nầy (Cape Saint Jacques) sơn xanh sơn đỏ, chứ không để mộc như quê miềng. Bất giác, Gáp đưa tay gãi đầu, tưởng như đang định lội xuống bến sông Kiến Giang để gội đầu như thuở thiếu niên...

*

Lê Sự xách hòm đồ nghề cắt tóc tới khách sạn Du Lịch Dầu Khí, thì đã thấy Giáp chờ sẵn rồi.

- Trời đất, - Sự ngỡ ngàng thốt lên.

- Miềng nhờ cậu hớt đỡ cho cái tóc, nghe, - Giáp tươi cười bắt tay Sự và nói kiểu Nam Bộ.

- Con chào Đại tướng, Thực là vinh hạnh cho con, - Sự bình tĩnh trở lại, - nhưng mái tóc vẫn đẹp mà.

- Miềng là quân nhân, dù có đẹp cũng không thể để tóc dài như văn nghệ sĩ. Vả lại, để dài quá lứa là cảm thấy ngứa ngáy khó chịu. - Giáp vừa giúp Sự choàng mảnh vải trắng lên vai, rồi thong thả kéo xuống gối vừa thân mật hỏi, - quê cậu ở mô?

- Con quê ở Huế, Đại tướng từng học Trường Quốc học tại đó mà. - Sự cầm lược chải sơ vài nhát, quan sát mái đầu và lựa kiểu tóc, - mười bảy tuổi, con vô Vũng Tàu, nên không bị bắt quân dịch, - Sự có ý thanh minh không liên quan đến chế độ cũ.

- Vậy hả? - Giáp hiểu ý, nghĩ bụng, anh chàng này có vẻ thông minh, chắc hẳn đã tiếp xúc với nhiều hạng người trong xã hội và còn có khả năng đoán biết được ý nghĩ, sở thích của khách hàng, - chắc hẳn cậu có nhiều hoa tay, khua kéo giòn lắm? - Giáp hỏi, thay cho lời động viên.

- Con có sáu cái hoa tay cả thảy, nhưng thuận tay trái, - Sự thật thà xòe bàn tay ra.

- Nhưng cậu vẫn cầm kéo tay phải kia thôi? - Giáp thắc mắc.

- Cầm liềm, cầm kéo, cầm bút thì con dùng tay phải. Còn mọi việc đều do tay trái cáng đáng.

- Tay chiêu đập niêu không vỡ. Thuận tay trái là đa tài và sát gái lắm đó. À mà này, nhiều vị Tổng thống Mỹ cũng thuận tay trái đó nghe, nào là James Garfield, Herbert Hoover, Henry Truman, Gerald Ford, Ronald Reagan, George Bush, Bill Clinton...

Nghe Giáp nói câu khôi hài, đúng tâm lý thanh niên, khiến cả Sự lẫn cậu vệ binh canh gác gần đó đều cười phá lên.

- Nhân Đại tướng nhắc đến Tổng thống Mỹ, con xin hỏi, có phải lúc sinh thời Tổng thống Ken-nơ-đi (Kennedy) đã định rút cố vấn Mỹ ra khỏi Miền Nam, từ năm sáu mươi hai (1962), nhưng do chuẩn bị bầu cử năm sau, nên lùi lại, không may bị ám sát, nên lỡ... Liệu hai vụ đó có liên quan với nhau không ạ? - Sự tò mò hỏi chuyện đại sự thế giới.

- Mọi chuyện đều có thể xảy ra, nếu Chúa Trời đã định, - Giáp tán cho xôm trò, rồi lái câu chuyện vào thực tế, - Tóc miềng có dễ hớt không?

- Đại tướng đầu tròn như hổ, - Sự dừng lại ngắm nghía, vẻ ngưỡng mộ.

- Hổ hả? - Giáp khẽ gầm lên một tiếng và phá lên cười đầy vẻ sảng khoái.

- Lúc rảnh việc quân, chắc hẳn Đại tướng hay chơi đùa với cháu chắt trong dinh? - Sự phán đoán kiểu cụ non.

- Đúng, miềng có các cháu nội, ngoại đề huề, - Giáp vô tư khoe, - chơi với các cháu cũng là thú vui và hạnh phúc của người già.

- Con xin phép cạo được không ạ? - Sự ngập ngừng hỏi Giáp, nhưng mắt lại liếc nhìn cậu vệ binh đang đứng gần đó.

- Cứ tự nhiên, miềng đang bị cậu đè đầu cưỡi cổ mà! - Giáp lại nói câu khôi hài, chủ động tạo không khí thân tình, tin tưởng lẫn nhau giữa chủ và khách hàng.

- Dạ, dạ! Con chỉ dám lăng xăng xung quanh Đại tướng thôi ạ! - Sự tủm tỉm cười, cảm thấy thú vị trước thái độ chan hòa, thân ái của vị Đại tướng lừng danh. Lưỡi dao cạo sắc bén, được Sự khéo léo cạo qua vành tai, chân gáy.

- Trên mặt thì để miềng tự cạo. Buổi sáng, miềng cạo râu và rửa mặt cũng là một cái thú, sảng khoái lắm nghe, - Giáp nhắc khéo.

- Dạ, dạ! - Sự tháo khăn choàng và thu dọn đồ nghề.

Giáp móc ví toan trả tiền. Sự vội ngăn lại:

- Ông Giám đốc khách sạn nầy đã trả trước rồi ạ!

- Thế à? Sòng phẳng thì mới chơi với nhau được lâu. Cám ơn nhé! - Giáp lại tươi cười hiền hậu.

43. Câu chuyện hải ngoại

Cùng bất đắc dĩ, Thiệu phải cuốn gói chạy khỏi Việt Nam, nhưng để giữ thể diện, bèn lấy danh nghĩa thăm viếng Tưởng Giới Thạch. Tưởng là chỗ kết nghĩa huynh đệ của Thiệu, vừa qua đời. Ban đầu, Thiệu trú ngụ tại Đài Loan ít lâu, rồi sang Anh và cuối cùng định cư tại Mỹ. Còn Cao Văn Viên, trước khi Sài Gòn thất thủ cũng chạy đến Mỹ. Bây giờ, Thiệu còn có Mai Anh làm bạn đời, chứ Viên thì thực cô đơn. Một hôm, Viên hay tin Thiệu bị bệnh, bèn từ thành phố Ác-linh-tơn (Arlington), bang Tếch-dát (Texas), đến Mát-sa-chu-xét (Massachusette) thăm hỏi. Thiệu vừa hồi phục, gặp lại Viên, cùng nhau ôn cố tri tân giữa Cựu Tổng thống Việt Nam Cộng hòa và Cựu Tổng Tham mưu trưởng Quân lực Việt Nam Cộng hòa.

- Chức tước như của tui (tôi) với ông bây chừ, nói theo cách của Cộng sản vẫn là "nguyên" , chứ không phải "cựu" đâu nhé, - Thiệu cười giả lả.

- "Nguyên" còn là đồng tiền đầu tiên của Bắc Việt. Thời đó, tôi xem đồng tiền thấy ngồ ngộ. Trên chạy hàng chữ Quốc ngữ: "Việt Nam Dân chủ Cộng hòa", bên dưới lại có thêm hàng chữ Tàu, rồi ghi là "nguyên" tức đồng. Tiền đồng là gọi theo kiểu Tàu, - Viên thủ thỉ nói, rồi cười khùng khục. - Nghe nói, Tướng Giáp cũng có thời bỏ tên lót là chữ "Nguyên".

- Thế mà Việt Nam Cộng hòa thì tự chủ, tự quyết. Ngay từ thời nền Cộng hòa Đệ Nhất đã không thèm đề chữ ngoại quốc nào lên đồng tiền, phát hành đầu năm năm mươi nhăm (1955), - Thiệu tự đắc. - Hồi đó, ông Hồ Chí Minh giao cho ông Phạm Văn Đồng lo việc in tiền. Hẳn lúc đó đã có bàn tay Trung Cộng? - Thiệu không đáp lời Viên về việc Giáp có bỏ, hay giữ tên lót, mà vẫn tính đến chuyện lớn, theo thói quen của một vị Tổng thống.

- Chưa chắc đâu, thưa Tổng thống, - Viên ngoái lại, - đến tận năm bốn mươi chín (1949), Trung Cộng mới thống trị Trung Hoa đại lục kia mà?

- Nhưng từ năm hai mươi tư (1924), Cộng sản Trung Quốc đã cho ông Nguyễn Ái Quốc mở lớp huấn luyện tại Quảng Châu, rồi đến năm ba mươi (1930) lập Đảng Cộng sản ở Hương Cảng (Hồng Kông)... Tất thảy từ bàn đạp Trung Quốc, nhằm vô Việt Nam và Đông Dương. Sau ngày "tháng tư đen", Cộng sản ra lịnh (lệnh) đình chỉ vĩnh viễn mười sáu ngân hàng tư nhân và tuyên bố các loại công khố phiếu và tiền tiết kiệm đều vô giá trị. Thật chẳng khác nào ăn cướp của dân, thế mà lúc nào cũng cứ leo lẻo vì dân...

- Này, - Viên làm ra vẻ quan trọng, khẽ hỏi, - tôi nghe nói, ông Hồ Chí Minh chính là ông Hồ Tập Chương, người Hẹ ngoài đảo Đài Loan. Tổng thống từng có thời qua bên Quốc đảo đó, có biết hay không? - Viên tò mò hỏi.

- Thời trai trẻ, ông Nguyễn Tất Thành bôn ba hải ngoại, rồi đăng lính Pháp vài năm, cũng như cánh ta, hè! - Thiệu nhếch mép cười, nén cơn ho, trầm ngâm hồi lâu; đoạn, đưa ngón tay lên như thể vạch nối, lảng sang câu chuyện khác, - Việt Cộng hùn nhau ca ngợi ông Hồ như thánh sống, nhưng nếu bình tâm xét lại, ta thấy cái vụ giành độc lập là công của Cựu Hoàng Bảo Đại và Thủ tướng Trần Trọng Kim; chẳng qua, ổng (ông ấy) cướp chính quyền từ tay Đế quốc Việt Nam mà thôi. Vụ thống nhất đất nước bằng núi xương sông máu, lại do chính ổng chia cắt đất nước chứ ai? Còn chuyện bức dân theo con đường Xã hội chủ nghĩa thì hoàn toàn sai lầm. Chính Trung Cộng dùng cái dây thừng này để dắt mũi Việt Nam... - Thiệu nhấp chén trà, rồi lại bỗ bã câu chuyện, - tui nhớ hồi năm năm mươi chín (1959), ông Hồ Chí Minh đi thăm Nam Dương (In-đô-nê-xi-a), đã liều lĩnh ôm hôn phụ nữ, phạm luật Hồi giáo, nhưng chính phủ nước sở tại khoan hồng và khuyến cáo trên báo: "stop kising girls" (không ôm hôn con gái). Thật là nhục nhã. Tui còn nhớ, ông Lê Duẩn từng tự đắc huyênh hoang rằng, loài người có ba phát minh: một là tìm ra lửa; hai là, tìm ra kim khí; ba là gì ông biết không?

- Xã hội chủ nghĩa? - Viên phỏng đoán.

- Nhầm, đó là, "tinh thần làm chủ Xã hội chủ nghĩa", - Thiệu cười phá lên, đầy vẻ giễu cợt.

- Chuyện nầy mới ngộ, - Viên lấy cườm tay chùi khóe mắt, - từ sau ngày cướp được chính quyền Bắc Kì, Cộng sản phá luôn Trường Đại học Luật Hà Nội. Ông Phạm Văn Đồng bảo là, có luật khó "mầm". Rồi sau khi chiếm Sài Gòn, chúng bỏ luôn Đại học

Luật khoa. Mãi đến thời đánh nhau với Tàu Cộng mới lập lại Đại học Luật. Thiệt là kỳ khôi...

- Chính ông Lê Duẩn phán, chúng ta là nước Xã hội chủ nghĩa, không cần luật. Chúng ta đã có vũ khí phê bình và tự phê bình. Ông Mao Trạch Đông từng tuyên bố, những kẻ nói tuân theo pháp luật là hòng thoát ly sự lãnh đạo bằng chỉ thị, nghị quyết của Đảng, thế là chống Đảng chứ còn gì nữa? - Vươn người sang Viên, Thiệu hỏi, - ông đã đọc cái tác phẩm văn chương "Trại súc vật" (Chuyện ở nông trại) của Văn sĩ Ô-oen (Owell) chưa?

- Rồi, tác gia nầy thiệt tài tình, từ năm bốn mươi lăm (1945) mà đã nhìn thấu gan ruột Cộng sản, chuyện đến giờ vẫn là thời sự, - Viên gục gặc mái đầu bạc, vẻ thán phục và chua thêm một câu tiếng Pháp, - Communisme du Moyenage (chế độ Cộng sản Trung cổ).

- Thực ra là De'ge'ne'rescence du Communisme (Cộng sản suy đồi) - Thiệu cũng hưởng ứng đế theo và hỏi đớp một câu, cứ như trò ú tim, - tui có nghe tin, cái gã Thượng sĩ Văn phòng Bộ Tổng tham mưu của ông, là Việt Cộng nằm vùng?

- Ai ngờ, cái thằng lẻo khoẻo dặt dẹo, tối ngày cờ bạc ấy lại tạo ra vụ xì-căng-đan (scandal) như thế vậy, - Viên thở dài não nề.

- Khi xưa, ví như người Mỹ không "bật đèn xanh " đảo chính cụ Diệm, thì chưa chắc Cộng sản đã "mần" được Miền Nam. Lúc đó, suýt nữa là Việt Nam Cộng hòa đã vô Liên Hợp Quốc, nếu không bị Liên Xô dùng quyền phủ quyết. Bốn mươi tám nước trong Hội đồng Bảo an đã bỏ phiếu thuận, chỉ có tám phiếu chống thôi à. Không chừng, ta bây chừ cũng ngang Nam Hàn, Sin-ga-po, Thái Lan chứ bộ? - Thiệu tỏ ra tiếc rẻ, - tui còn nhớ, khi cụ Diệm dự khánh thành đập nước Đồng Cam, trên sông Ba, tại Tuy Hòa đã phát biểu rằng: "Nếu bọn Cộng sản thắng, thì Quốc gia Việt Nam sẽ bị tiêu diệt và cả nước ta biến thành một tỉnh nhỏ của Trung Hoa Cộng sản". Bốn mươi lăm năm sau, họ dắt díu nhau sang Thành Đô đầu hàng, xin làm một khu tự trị như Tây Tạng, Tân Cương... thấy nhục mặt chưa? Ông Tưởng Giới Thạch lúc sinh thời cũng nói: "Người Mỹ có trách nhiệm nặng nề trong vụ ám sát cụ Diệm. Trung Hoa Dân Quốc mất một người bạn tâm đầu ý hợp. Ông Diệm là một lãnh tụ lớn ở Á Châu. Việt Nam phải mất một trăm năm nữa mới tìm được lãnh tụ cao quí như vậy." - Thiệu thở dài chua xót, - tui phục cả cụ Diệm lẫn ông Tưởng. Nếu suy xét cho kỹ sự kiện Trưng cầu dân ý năm một ngàn chín trăm năm mươi lăm, phế truất Cựu hoàng Bảo Đại, tạo lập một nhà nước tự do, dân chủ tiến bộ theo kiểu Tây phương, thì công cụ Diệm lớn lắm. Cụ là người cuối cùng xóa bỏ vĩnh viễn chế động phong kiến tại Việt Nam. Cụ Diệm là một người yêu nước chân chính, ông Hồ là một người cộng sản khôn ranh, thử hỏi ai hơn ai? Tinh thần yêu nước trường tồn, còn cộng sản đoản mệnh.

- Nếu cụ Diệm còn, thì làm gì ông được chân Tổng thống và tôi cũng chẳng có xuất Tổng Tham mưu trưởng những chín năm trường. Nhưng nếu thời đó, ông Diệm, ông Nhu biết lắng nghe ông Cẩn thì đâu đến nỗi. Ông Cẩn là người khôn ngoan, bắt được cán binh Cộng sản không hề tra tấn, lại còn thân tình hiểu dụ, rồi tha bổng. Thế là nội bộ Việt Cộng nghi ngờ lẫn nhau, không đánh mà tan. Thiệt là một con người lắm mưu sâu kế hiểm. Ông còn ham thú chơi chim cảnh, cây kiểng, đá gà và gái già nữa chớ bộ. Khi quân đảo chính ra giá nộp hai triệu đô-la thì khỏi tử hình, nhưng ổng nộp số tiền đó cho Giáo hội Thiên Chúa, rồi bình thản ra pháp trường, khiến ai nấy đều cảm phục ông Cố Trầu.

Nghe Viên nói vậy, cả hai cùng cười chua chát.

- Ông Tưởng Giới Thạch cho vẽ "đường lưỡi bò" chín đoạn với mười một đoạn chi đó, bao trùm Biển Đông, hậu họa khôn lường đối với dân xứ mình đó nghe, - Viên thở dài, vẻ bất lực. - Bây giờ nhìn lại, kiến trúc sư của cuộc xâm lăng Miền Nam bằng bạo lực vũ trang là Duẩn chứ không phải Giáp. Hắn cùng đám Tùng, Huy cũng có kế hoạch xâm lăng Miền Nam chứ không phải không, nhưng chúng thiên về biện pháp hòa bình, chạy đua kinh tế.

- Đúng thế, - Thiệu đồng tình, - nhưng thi đua kinh tế thì chúng chết là cái chắc. Cái được nhất của Duẩn là về cuối đời, quyết liệt chống Tàu Cộng và đồng ý cho tái lập Đại học Luật, dù chỉ là loại luật pháp Cộng sản mà thôi. Nhưng vì hắn mưu toan diệt Hồ đả Giáp, nên đơn thương độc mã, tự cô lập, bởi tham vọng làm chúa tể thiên hạ. Bệnh sùng bái cá nhân của Cộng sản đã tạo điều kiện thuận lợi cho hắn thực hiện giấc mộng đó. Thực ra, đám Cộng sản Bắc Việt sợ chứ không phục hắn. Bởi hắn có bộ máy chuyên chính vô sản trong tay, ai chống đối là bắt vô khám liền. Sau khi hắn chết, người Bắc mới dám chưởi lại, tới hồi mục mả vẫn chưa nguôi.

- Tui nghe, hồi cuối năm Đinh Mùi (1967), ông Duẩn định hạ thủ ông Hồ, nhưng không thành, hẳn bọn họ đã biết ông Hồ là ai rồi? - Viên ra vẻ hiểu biết, - lại có dư luận, trước khi "uýnh" Điện Biên Phủ, ông Hồ đã ký kết với ông Mao, tại Quảng Tây, về việc sáp nhập Đảng Lao động thành một chi bộ của Trung Cộng và nước Việt Nam thành một khu tự trị của Tàu, theo mô hình Liên bang Xô Viết.

- Tui có nghe Giáo sư Đinh Quang Quyến xem tướng Nguyễn Ái Quốc khác Hồ Chí Minh chứ bộ. Hẳn là ông Duẩn biết tường tận, nên coi thường ông Hồ ra mặt. - Thiệu cũng góp chuyện, nhưng lờ cái vụ sáp nhập, bởi còn bán tín bán nghi.

- Tình hình quốc nội hiện nay, có gì sáng sủa không, Tổng thống? - Viên kéo Thiệu trở lại thực tại.

- Cộng sản khó lật, nhưng sẽ tự đổ. Bài học Nga Xô đó, - Thiệu hăng lên, quên hết bệnh tật, - chúng càng đàn áp nhân quyền, thì càng bị nhân quyền bật lại, khác gì cây cung? Ông Brezinxki từng nói, Cộng sản nhất định sẽ sụp đổ, bởi thiếu trí thuệ, tức là vô minh.

- Tôi với Tổng thống khó có ngày về, may ra có ông Nguyễn Cao Kỳ thôi, - Viên lộ vẻ hoài niệm quê hương bản quán.

- Ổng ham "nổ" quá trời, lúc đương chức cũng thế, - Thiệu phàn nàn về Kỳ, đoạn hỏi Viên, - tui tưởng ông nhớ về đất nước Lão Qua (Lào) với thành Viên Chăn (Vientiane) chứ?

- Bổn tướng tuy sinh ra ở Viên Chăn, nên mới có tên Viên, nhưng bản quán lại Bắc Kì, - Viên trả lời một cách hài hước.

- Tui sẽ về tái thiết quốc gia. Ông chớ bi quan quá thế! - Thiệu gồng mình nén cơn ho, trấn an Viên, - nếu Xi-ai-ây (CIA) bố trí thành công vụ Hà Phan lên làm Tổng Bí thơ Đảng Cộng sản Việt Nam, thì ta cũng đỡ và có cơ hội rồi đó nghen. Cha đó, vốn là Phó Tổng Bí thơ, Phó Chủ tịch Quốc hội, Trưởng ban Kinh tài Trung ương...

Viên không mặn mà lắm với cái trò cài cắm của CIA, bèn đọc câu sấm và hỏi Thiệu, - Tổng thống nghe câu sấm này chưa? Rằng thì là:

"Bao giờ Thạch nổi Mao chìm
Chinh rơi, Giáp rách, Búa Liềm vứt đi".

- Tui chưa, nội chỉ có hai câu mà bốn năm thứ tên lận?- Thiệu thật thà đáp và hỏi lại, - tui nghe quý anh bị té vỡ xương chậu, mà xoa dầu Nhị Thiên Đường cũng lành kia à?

- Đó, từ năm Quí Mùi (2003) kia. Tướng Giáp bị gãy chân cũng học tập và làm theo tôi xức dầu gió hoài hoài... - Viên nói câu khuếch khoác và nheo mắt cười cười. - Tôi nhớ năm năm mươi (1950), ở Hải Dương, Tổng thống lúc đó đeo lon Trung úy, Cựu Thủ tướng Trần Thiện Khiêm lon Đại úy, còn tôi Trung úy.

- "Ba chàng ngự lâm pháo thủ" vật nổi voi, thế mà về già chân không mang nổi bụng... - Thiệu thở dài ngao ngán.

- Đúng là, "bại binh chi tướng, bất khả ngôn dũng", tướng thua trận như tôi thì không nói mạnh được nữa rồi, - Viên cám cảnh than thân.

- Chúng ta sẽ trở về, một khi nền Đệ Tam Cộng hòa hiện diện trên quê hương lầm than, - Thiệu day mặt nhìn qua cửa sổ, mơ màng an ủi Viên như thể ca một điệu cải lương.

- Tướng Giáp có thể "mần" cái ghế Tổng thống Cộng hòa Việt Nam Đệ Tam, - Viên búng ngón tay đánh "pách" một cái, như thể chốt hạ vấn đề lãnh tụ và phán một câu xanh rờn, - nhưng khi và chỉ khi hắn chịu đa nguyên, đa đảng mà thôi. Hắn cũng như tụi Cộng sản, đều có tội với dân tộc, nên rất sợ sự thật, sợ nhất là bị vạch trần chân tướng.

Một lát, Mai Anh ra mời chào Viên:

- Thưa quý anh, tuy đây không phải là Phòng Ăn của Tổng thống trong Dinh Độc lập năm xưa, nhưng gia đình tôi mời quí anh dùng bữa cơm chay, tại tệ xá này.

Nghe vậy, Viên vội đứng dậy, lễ phép nói:

- Trình Phu nhân Tổng thống, thiệt (thật) là vinh hạnh cho mạt tướng này. Người Việt có câu ca rằng:

"Dù ai cho bạc cho vàng
Không bằng trông thấy người là nhà ta".

Thiệu cũng đứng dậy, vỗ tay cười ran:

- Thực là hạnh ngộ, tui hết bịnh rồi nè!

- Phu nhân từng kéo được Tổng thống theo con đường của Chúa cơ mà, - bất chợt, Viên nhớ chuyện xưa, bảy năm sau cưới Mai Anh là con chiên của Chúa, thì Thiệu cũng vô nước Chúa.

Thiệu nghe vậy, khẽ ngâm nga: "Sáng danh Chúa lòng lành vô cùng". Cả ba lại cười vui vẻ. Thiệu nghiêm mặt nói, - nè, chống Cộng mà không có Thiên Chúa thì mần sao đặng? Tui vì đại sự quốc gia chứ bộ. Ngẫm lại mới thấy, hai đời Tổng thống của Đệ Nhất và Đệ Nhị Cộng hòa đều là người theo Thiên Chúa. Ông biểu, Giáp làm Tổng thống Đệ Tam Cộng hòa thì cũng phải dụ hắn đeo Thánh giá như Ngô Tổng thống mới ngon lành. - Nói đoạn, Thiệu phá lên cười, khiến cả bọn cùng cười theo giả lả.

- Nhưng mà, nói Tổng thống bỏ ngoài tai, - Viên thận trọng thăm dò thái độ của Thiệu, rồi mới dốc bầu tâm sự, - cái vụ Quý Mão, cụ Diệm tổ chức chúc Tết rình rang quá. Quan chức thì khăn đóng áo dài, tướng tá vận đồ trắng đeo huân chương, mề đay xếp hàng dài trên đường Ngô Đình Thục, nghe loa phóng thanh xướng tên để vô dinh chúc tụng. Mà trước đó vài chục ngày chứ có xa xôi gì, Việt Cộng đánh Ấp Bắc[168], thể hiện sự non kém của Quân lực Việt Nam Cộng hòa và cố vấn người Mỹ, tuy đợt hai thắng bự. Tôi đồ, Việt Cộng có tay trong, nhưng kiếm không nổi...

- Bây chừ mới lộ diện điệp viên thượng thặng Phạm Xuân Ẩn đó, - Thiệu ngồi lặng ngắt hồi lâu, rồi lảng chuyện, ra hiệu cho vợ mời rượu.

- Quý anh dùng rượu chi ạ? - Mai Anh lễ phép hỏi.

- Cho tôi li vang, ngẫm nghĩ giây lát, Viên chua thêm, - vang Boóc-đô (Bordeaux).

- Thế thì chúng ta cùng học tập và làm theo bác Viên, - Thiệu pha trò, khiến Viên và Mai Anh cười ran cả lên. Tiếng cụng li lách cách. Những gương mặt hồng dần lên cùng men rượu.

- Nhìn lại, ông thấy đám tướng tá hồi nẳm (năm xưa) ra sao? - Thiệu nghiêng đầu hỏi Viên, vẻ thân mật.

Ngẫm nghĩ hồi lâu, tựa hồ lựa món đồ cũ, Viên mới lên tiếng:

- Tôi nghe nói, Tổng thống đang tổng kết để viết hồi kí? Tổng thống từng giữ chân Tổng trưởng Quốc phòng, Tổng Tham mưu trưởng Quân lực Việt Nam Cộng hòa, thì tướng nào mà Tổng thống chẳng rành? - Viên nheo mắt nhìn Thiệu, như thể thầy tướng bắt thóp, rồi mới chậm rãi nói, - Tướng Đỗ Cao Trí đánh trận giỏi, nhưng tham nhũng cũng bự. Trí nghĩ ra kế độc, đưa chiến tranh ra khỏi quốc nội, "uýnh" Việt Cộng tận Cam Pốt, tấn công dữ dội căn cứ Parrot Beak (Mỏ Vẹt) và Fish Hook (Lưỡi Câu). Chiến thắng trong tầm tay, nhưng hại thay, tên tình báo viên Nguyễn Văn Ngọc đã mật báo kế hoạch tác chiến cho Việt Cộng. Về sau, tên này được Hà Nội phong hàm Thiếu tướng "mần" về khoa học công nghệ chi đó trong Bộ Công an Cộng sản.

Thiệu gật đầu, vẻ tư lự:

- Tui biết hắn giỏi môn tử vi, tướng số. Nhưng cũng chính

---

168) Ngày nay thuộc xã Tân Phú Trung, huyện Cai Lậy, tỉnh Tiền Giang.

hắn đã mật báo cho Cộng sản khả năng Mỹ không quay trở lại, trong những ngày "tháng tư đen tối", để Bắc Việt làm tới luôn.

Viên ngoái sang Mai Anh:

- Tổng thống phu nhân thấy thế nào?

- Tui chỉ là "cô Bảy Mỹ Tho" dân miệt vườn thôi, không ham làm chánh trị như bà Nhu. Bả (bà ấy) giỏi, - Mai Anh cười bẽn lẽn và ra hiệu cho người hầu rót thêm rượu vào các li. - Nhưng tui nghe hơi nổi chỗ qua các chánh trị gia mới biết, cũng trong thời gian xảy ra ba cái vụ Lưỡi Câu, Mỏ Vẹt chi đó, thì tụi Trung Cộng chiếm luôn thác Bản Giốc, nằm sâu hai cây số trên vùng biên giới Cao Bằng.

- Vụ đó liên quan tới câu chuyện Mỹ bắt tay Tàu Cộng để tấn Nga Xô. Bọn Duẩn bất mãn làm mếch lòng Chu Ân Lai, nên dằn mặt đó thôi, - Thiệu tỏ ra am hiểu mọi sự.

- Ngay từ hồi sáu mươi mốt (1961), Mỹ-Trung đã đàm phán bí mật với nhau tại Ba Lan rồi mà. Đó, Mỹ đảo Trung Cộng vô Hội đồng bảo an Liên Hợp Quốc thay Đài Loan, rồi bỏ rơi Việt Nam Cộng hòa để nắm lấy Trung Quốc, tạo thế thượng phong so với Nga Xô, - Viên tỏ ra am hiểu tình hình chính trị quốc tế, chêm vào một câu, rồi lại luận bàn quân sự, - Nguyễn Đức Thắng là một tướng tài, có trình độ quân sự. Tướng Ngô Quang Trưởng tung hoành, sát cánh với binh sĩ. Tướng Bùi Thế Lâm nổi tiếng Thủy quân lục chiến. Tướng Lý Tòng Bá thiện chiến. Tướng Nguyễn Khoa Nam kiêu hùng. Tướng Lê Minh Đảo xông xáo. Tướng Đỗ Mậu là thâm nhất xứ... - Viên xổ ra hàng tràng như thể xỉa quân bài.

- Tướng Nam hào hoa lắm đó, tui nhớ nhất hắn có kiểu cười "ngậm kim", - Thiệu mím môi bắt chước. - Nhưng rồi nghe chuyện mấy chả (cha ấy) hè nhau tử thủ Vùng Bốn, hòng lấy vốn liếng đàm phán với Bắc Việt, ngõ hầu lập "Chánh phủ ba thành phần", mà mắc cười (buồn cười) quá ha. Có chi trong tay mà đám phán? Nếu Việt Cộng không thua đau trận Mậu Thân thì đâu chịu ngồi vào bàn hội nghị Ba Lê năm sáu mươi tám (1968)? Ồ, sao chưa kể tới Tướng Cao Văn Viên nhỉ? - Thiệu đá lông nheo (nháy mắt) sang Viên và cười hóm, - trong những ngày "tháng tư đen" ổng cho triệt thoái bao nhiêu máy bay và tàu chiến, không để rơi vào tay Cộng sản đó thôi.

- Tuy có binh hùng tướng mạnh, nhưng quân ta vẫn bị thất trận là do bất phùng thời, - Viên lảng chuyện, nói câu động viên Thiệu.

- Không phải thế, tất cả là do người Mỹ bỏ rơi chúng ta, bắt tay với Trung Cộng để diệt Nga Xô, - Thiệu vẫn cay cú, dựa và thành ghế, thở dốc.

- Thôi đi mấy anh, - Mai Anh lo lắng nhìn Thiệu, - ông Già lại mần chánh trị là mệt đó mà. - Trong gia đình, Thiệu được gọi thân mật là "ông Già".

- Dzô, - Thiệu chủ động nâng li, để chứng tỏ sức khỏe đã hồi phục. - Thiệt tình là tôi cũng không muốn nói tới chánh trị, nhất là trong bữa ăn. Nhưng mà sao gặp anh Viên là quên liền, - Thiệu bày tỏ tâm tình.

- Tôi "mần" quân sự chứ bộ? - Viên khôi hài.

- Clau-zơ-vít nói, quân sự là tiếp theo của chánh trị mà, - Thiệu nâng li và diễn giải, như thể khẳng định lại vai trò của Tổng thống đối với Tổng Tham mưu trưởng.

Người hầu mang ra món đét-xe (dessert) tráng miệng và thu dọn bàn ăn.

- Nhìn nho Mỹ lại nhớ trái cây miền Tây. Miệt vườn Mỹ Tho... - Mai Anh giọng đượm buồn.

- Tui lại nhớ xứ Trung Bộ. Nè, biển Ninh Chữ hay lắm đó, - Thiệu hào hứng.

- Tôi thì đề cao tự do, vui đâu chầu đấy, - Viên vốn điềm đạm, nhưng có chút men rượu cũng hăng lên, nói câu hàm ơn gia chủ và hô to khẩu hiệu, - Thế giới tự do muôn năm! Chủ nghĩa Tô-li-điếu-tờ vạn tuế!- Viên ngả cổ ra cười, rồi phân tích, - dân Nam Bộ, từ anh xế xe ôm cho tới Tổng trưởng, sáng nào cũng nghiền một tô hủ tiếu, một li cà-phê, một điếu thuốc lá và dòm một tờ báo nào đó. Phong lưu quá hà. Sau nầy, thêm món mắt xanh mỏ đỏ cho sang, ai đó mới gọi là Tô-li-điếu-tờ-bồ. "Bồ", chính là câu chuyện bồ bịch tùm lum, mà dẫn tới thế giới tự do. Cách mạng tình dục tất yếu dẫn đến xã hội tự do.

- Anh rành thiệt đó, lại còn am hiểu vấn đề triết lý và tư tưởng. - Thiệu hồ hởi tán dương và chạnh nhớ ca sĩ Kim Loan, nhưng chỉ như bóng mây thoảng qua, rồi lại tiếp chuyện, - đám tướng tá Bắc Việt thì sao nào? - Thiệu gạn hỏi, so sánh tướng lĩnh hai phe, nhưng rỉ rả như tâm tình, - nói chuyện chơi chơi thôi nghe, chứ cái vụ hồi ký thì chưa biết thế nào...

Viên cười ruồi. Mai Anh "chọc quê" (trêu đùa) một câu:

- Thời đương kim Tổng thống, "ông Già" chỉ cần ho một tiếng, bọn ký giả, văn sĩ đến phụ giúp liền, à nghen.

- Thời ta chống Bắc Việt xâm lăng, họ có ba Đại tướng là Võ Nguyên Giáp tấn phong từ năm bốn mươi tám (1948), Nguyễn Chí Thanh phong năm mươi chín (1959) và Văn Tiến Dũng thì bảy mươi tư (1974). Sau này ngưng chiến, nghe đồn có thêm mấy đại tướng nữa. Ở đâu cũng vậy, có dũng tướng, nhân tướng, gia tướng, nhưng tướng xôi thịt cũng không phải là không có, - Viên thủng thẳng triết lý vụn.

- Toàn thế giới cũng thế cả, - Thiệu cười cười, khích Viên.

- Thời ấy, vạch kế hoạch tác chiến là chúng tôi phải điểm mặt chỉ huy đối phương, để lựa chọn cách đánh và điều phái binh lực cho phù hợp. Nguyễn Chí Thanh từ chính trị nhảy qua quân sự, nhưng được coi là người viết binh thư của Cộng quân. Hắn chịu khó nghiên cứu lý luận và xông pha chiến trường, nhiều bài viết ký tên "Hạ sĩ Trường Sơn", có tiếng vang. Hắn được Ba Duẩn đưa lên Đại tướng để làm đối trọng với Giáp.

- Trường Sơn là tên con đường mòn, kêu tên Hồ Chí Minh đó hả? - Mai Anh ngây thơ hỏi.

- Không phải thế, Trường Sơn là tên con trai cả của hắn,

chết mất tiêu rồi, - Viên lại bấm đốt ngón tay kể tiếp, - Tướng Trần Văn Trà thì giản dị, có tư duy độc lập, sáng tạo, có học thức, biết tiếng Pháp, hiểu cả lịch sử phương Tây, thuộc loại kiện tướng, thân với Giáp. Có thời, hắn được dự kiến chức Tổng trưởng Quốc phòng, để rồi chuyển sang Tổng thống, à nói lộn, Việt Cộng kêu là Bộ trưởng Quốc phòng và Chủ tịch nước.

- Chu cha, - Mai Anh buột miệng thốt lên, nhìn Viên thán phục, - sao anh hiểu thấu?

- Tổng Tham mưu trưởng, có lúc còn làm xếp Tình báo Quân sự, - Thiệu trả lời thay, có ý khen Viên.

- Văn Tiến Dũng cũng được Ba Duẩn đưa lên, định thế chân Giáp. Dũng hay qua mặt Giáp "đi đêm" với Duẩn. Người này văn hóa thấp, xuất thân thợ thủ công, đọc và học không nhiều, - Viên lại chuyển đốt ngón tay, - Chu Huy Mân xuất thân cố nông, phòng làm việc đặt một tủ sách bự.

Mai Anh cười khúc khích.

- Tướng Hoàng Văn Thái từng làm Tổng Tham mưu trưởng, do Hồ Chí Minh chỉ định, nhưng do lén kiếm vợ bé, nên bị cách xuống cấp phó. Biệt thự hắn ở chính là tước đoạt của nhà tư sản Trịnh Văn Bô. Hắn là kẻ hiền lành, học vấn cũng thường, thân cận và làm sui gia với Giáp, - đột nhiên, Viên giơ ngón tay lên, vẻ trịnh trọng, - chỉ có Tướng Tấn là ghê gớm. Tên thực của hắn là Lê Trọng Tố, gốc gác dòng dõi chúa Trịnh Căn, xuất thân cai đội Pháp, gọi là Đội Tố. Bị Việt Minh dùng Mỹ nhân kế nhử được. Hắn chịu học, chịu đọc, xông pha sa tràng, tính toán như thần. Có lẽ, hắn là tướng giỏi nhất của Bắc Việt. Đại đoàn của hắn bắt sống Tướng Đờ-cát ở Điện Biên Phủ và xông vào tóm Dương Văn Minh ở Sài Gòn, - Viên nói chệch đi, không dám nhắc đến Dinh Độc lập, sợ vợ chồng Thiệu xót xa, - Hoàng Minh Thảo là tướng có học, được phong lên Giáo sư, lắm mưu nhiều kế. Giáp lót ổ hắn ở Tây Nguyên để làm bàn đạp tấn công Sài Gòn từ xa. Nhưng hắn định nghĩa về "mưu kế" thấy mắc cười; bảo vầy chứ: "Mưu là lừa địch, Kế là điều địch". Ha ha ha... - Viên ngửa cổ cười to.

Thiệu lại thở dài, nghĩ đến cuộc rút lui Tây Nguyên, buồn thối ruột.

- Lê Quang Đạo là tướng chính trị hoàn toàn, từng đi Chiến dịch Hòa Bình với Giáp và chịu thua đau. Về sau, có thời làm Chủ tịch Quốc hội, rồi chuyển sang Ủy ban Mặt trận chi đó. Tướng Đỗ Đức Kiên đậu bảng vàng Học viện Quân sự Phrun-de (Phrunde), được Giáp chọn làm Cục trưởng Tác chiến, cũng là kẻ đáng gờm. Tướng Lê Trọng Nghĩa bên Cục Quân báo bị bắt trong vụ án "Chống Đảng", Tướng Lê Minh Nghĩa làm Chánh Văn phòng Bộ Quốc phòng, Tướng Đặng Kim Giang cũng là tay chân của Giáp. Tướng Trần Độ làm Phó Chính ủy Miền Nam, nhưng thuộc phái cấp tiến, nên lúc chết bị Cộng sản phá rối đám tang...

- Cộng sản tệ thiệt đó, nghĩa tử là nghĩa tận chớ, - Mai Anh than phiền, quay đi làm dấu thánh. - A, tui nhớ, hồi Tết Mậu Thân, báo đài Sài Gòn loan tin Tướng Trần Độ chết trận ở Chợ Lớn, Tướng Ba Trà dính đạn tại Vĩnh Long, chẳng lẽ sai quấy? - Mai tỏ ra hồ nghi nhà đài, khi thấy hai tướng Việt Cộng không bị hề hấn gì.

- Nói về việc học, thì Giáp cũng là người có học, nào Quốc học Huế, nào An-be Xa-rô Hà Nội, nhưng bằng Cử nhân Luật chỉ đỗ hạng "bình thứ". Ông ta còn xin học trường hậu bổ, với lời lẽ trong đơn rất chi là tầm thường. Sau này, có qua học bồi dưỡng kiến thức quân sự bên Nga Xô cùng đám Lê Đức Anh, Trần Văn Trà. Nhưng Giáp tự học là chính, tự nói giễu là "trường quân sự bụi rậm"... - Viên ngượng ngùng lảng chuyện.

Nghe tên trường học ngồ ngộ, khiến Mai Anh trố mắt nhìn, giây lát chợt hiểu ra bèn phá lên cười.

- Người đời thường mắc hội chứng đám đông, cứ thổi Giáp lên tận mây xanh, chứ tui cũng thấy thường, - nhác thấy Viên cười mũi, Thiệu vội áp vào bảo vệ chủ kiến, - này nhá, tui điểm qua từng trận đánh lớn để ông coi. Cái vụ gọi là Cách mạng Tháng Tám, kỳ thực là phỗng tay trên của Chánh phủ Trần Trọng Kim. Trận Thu-Đông năm bốn mươi bảy (1947), Giáp thắng là do ăn may, chứ nếu không bắt được bản đồ và kế hoạch bài binh bố trận của quân Pháp, từ trên trời rớt xuống, thì tiêu đời rồi. Trận

Biên giới năm năm mươi (1950) là do cố vấn Tàu Trần Canh cầm quân. Trận Điện Biên Phủ cũng do cố vấn Trung Cộng Vi Quốc Thanh chỉ huy. Trận Mậu Thân sáu mươi tám (1968) và trận Sài Gòn bảy mươi lăm (1975) thì Lê Duẩn cầm cờ có Văn Tiến Dũng tiên phong chứ bộ... Nhưng hắn cũng mần cái trò tranh công đổ tội như đám cán binh Cộng sản khác. Tui nghe nói, gã Trần Quỳnh, thư ký Duẩn la lối rằng, đường lối của Lê Duẩn, nhưng Giáp nhận tất cả... Nhưng thử hỏi, cái Nghị quyết Mười lăm vạch đường xâm lăng Miền Nam, do Giáp và đồng bọn khởi thảo theo lệnh của Hồ chứ bộ?

- Nhưng bầy tui thì lại mệt với chả (cha ấy). Chả mần chiến lược không hà? - Viên chua chát hạ giọng và lặng lẽ thở dài, rồi bồi thêm, - Nhưng nói cho cùng, thì Giáp cũng là kẻ thức thời. Người xưa có câu: "Thức thời vi tuấn kiệt". Ngạn ngữ phương Tây lại có câu: "Ai nói đúng sớm quá là sai lầm". Đánh giá về Giáp, quả là không đơn giản chút nào. Viên nghĩ, mà xứ Bắc Việt cũng ngộ thiệt đó. Ai đời, quân đội quốc gia lại đi phục vụ cho một đảng phái duy nhất, mà lại là Đảng Cộng sản cơ chứ? Vậy, nếu đảng phải ấy phản bội lại quyền lợi của dân tộc, bán rẻ Tổ quốc, hòng mưu lợi cho sự tồn tại của nó, thì quân đội cũng ngả súng theo ư? Một quân đội chân chính là phải phụng sự Tổ quốc trên hết. Đảng phái nào cũng chỉ là nhất thời, Tổ quốc và Nhân dân mới là vạn đại.

- Nè, mạn phép "ông Già", - Mai Anh day mặt sang Thiệu nhoẻn cười, rồi nói với Viên, - tại sao dân Bắc cơ cực khác chi con vật, mà vẫn trung thành và theo Cộng sản vậy ta?

- Ố là là, quả thực một câu hỏi thú vị. - Viên hồ hởi hẳn lên khi chủ nhà khơi gợi trúng vấn đề hằng suy nghĩ, - Bởi chính điều đó đã làm đau đầu bao học giả. Cuối cùng, người ta rút ra kết luận ba điều: một là, Cộng sản gây nên nỗi sợ hãi, để hù dọa dân chúng. Thí dụ, họ mần Cải cách ruộng đất đó. Hai là, Tạo sự lệ thuộc. Thí dụ, chuyện phân phối lương thực, vải vóc bằng tem phiếu, rồi chi lương và kiểm soát chi tiêu qua hàng hóa. Ai mà thoát khỏi vòng cương tỏa dó, chỉ có chết đói chết rét mà thôi. Ba là, kiểm soát tư tưởng...

- Lạ kỳ hè, tư tưởng ở trong đầu thì làm sao nhìn thấy mà kiểm soát? - Mai Anh lại tò mò hỏi.

- Theo nguyên lý Cộng sản, thì "lời nói là cái vỏ của tư tưởng". Họ đề ra kỷ luật phát ngôn để ràng buộc, mọi người chỉ được nói theo chỉ thị, nghị quyết của Đảng thôi. Nói khác đi là vạ miệng liền hà. - Viên say sưa giảng giải.

- Trời đất! - Mai Anh bất giác kêu lên và xin phép lên lầu dùng thuốc bệnh, Thiệu hỏi Viên về Giáp:

- Nè, từ thời Cộng sản bày trò "chung sống hòa bình", ông Alber D. Biderman[169], đã từng bóc trần tám phương pháp tẩy não, đại loại như rứa, - Thiệu ra vẻ hiểu biết, chen ngang một câu, lấy le với vợ và cũng là để giành lại thế thượng phong với Viên.

- Tay nhạc sĩ Phạm Duy, từng là học trò trường tư thục của Giáp, kể là Giáp giảng tiếng Pháp lưu loát, khá rành lịch sử chiến tranh và sùng bái Na-pô-lê-ông. Cẩn theo Việt Minh, "dinh tê" về thành, rồi lại di cư vô Nam, cuối cùng di tản sang Mỹ. Cuộc đời hắn là những chuyến di cư, cũng thuộc hạng tài ba.

- Ông nào được bọn Việt Minh suy tôn là "Petit Napoleon" (Tiểu Na-pô-lê-ông) ấy nhỉ? - Thiệu không quan tâm đến âm nhạc, mà hỏi về tướng tá Cộng sản.

- Đặng Văn Việt, con giai Tổng đốc Đặng Văn Hướng. Hắn có hai mươi lăm biệt danh đó[170]. Hình như thằng này sát hại ông Phạm Quỳnh và hai bác cháu ông Ngô Đình Thục, trong rừng Hắc Thú, thời bốn mươi lăm (1945) chi đó? Ông Phạm Quỳnh từng đề xướng lập chế độ Quân chủ lập hiến như kiểu Nhật Bổn, hoặc Anh Quốc, với bản "Hiến pháp kiểu chân vạc"; bao gồm: quyền dân chủ cho nhân dân, quyền cai trị của Hoàng đế, quyền bảo hộ của Thực dân Pháp.

---

(169) Nhà xã hội học Mỹ.

170) Người con của muôn họ, Vua đường số 4, Vị tướng của lòng dân, Tướng không sao, Anh hùng không sắc phong, Petits Napoleon, Le vainqueur, Le tigre gris de la RC4, Super Men, Super Hero...

- Tui nghe chuyện, Hội đồng Hoàng gia Anh bầu chọn mười tướng tài của thế giới, thì cả Trần Hưng Đạo và Võ Nguyễn Giáp đều phiếu cao, - Thiệu đang đà quan tâm đến lĩnh vực quân sự, phân vân hỏi, - tại sao Thống tướng Lê Văn Tỵ không vô danh sách nhỉ?

- Người ta có tiêu chí của người ta, - Viên chữa ngượng. - Vả lại, lúc ông Hồ phong tướng ở Việt Bắc cũng là làm đại thôi. Tướng Nguyễn Sơn còn trả lại sắc lệnh. Lúc đó, quân cường tập còn chưa dám đánh cấp tiểu đoàn, thế mà phong hàng loạt đại tướng, trung tướng, thiếu tướng để lấy le cho xôm trò, lúc đánh biên giới Cao- Lạng, phải mời Tướng Trần Canh từ Trung Cộng sang chỉ huy giùm. Giới học giả đánh giá Giáp là một danh tướng tài ba và thông minh, một "Na-pô-lê-ông Đỏ", nhưng chỉ tội hèn, không dám dứt bỏ sai lầm chủ thuyết Cộng sản, ngõ hầu mưu cầu hạnh phúc cho dân tộc. Giáp không có tài hùng biện, viết cũng thường, nhưng được câu hay, nói trong Hội thảo quốc tế về *Việt Nam học* rằng, "Nghệ thuật quân sự Việt Nam là một lĩnh vực thuộc phạm trù văn hóa". Nhưng Cộng sản nói thế, chứ văn hóa cái mẹ gì, - Viên văng tục, - lừa người ta hưu chiến, rồi bất ngờ "uýnh" Mậu Thân, nổ súng vào mâm cỗ Tết của đồng bào.

- Nè, nói Mậu Thân, tui nhớ nguồn tin tình báo khi đó. Bắc Việt phát hiện dấu hiệu Mặt trận giải phóng muốn liên kết với phe ta, nên chúng đánh thí quân. Về mặt lịch sử quân sự mà nói, chỉ sau năm năm mươi (1950), Mao bá chủ Trung Hoa đại lục, thì mới trang bị, huấn luyện quân sự, từ cấp tiểu đoàn cho Việt Minh cả về chiến thuật, thông tin, hậu cần... - Thiệu tỏ ra sành sỏi.

- Nhưng trở lại vấn đề, Tổng thống hỏi về Tướng Giáp, theo tôi biết, chuyện tình hắn còn đào hoa hơn cả Na-pô-lê-ông, - Viên nói. - Na-pô-lê-ông cưới hai lần vợ, nhưng đều là hàng qua tay "Xê-cần hen" (secand Hand). Còn Giáp thì cưới hai lần được hai cô gái tân, con nhà danh giá.

- Tôi từng nghe Phủ Đặc ủy Trung ương Tình báo và Chiêu hồi báo cáo, thì Giáp cũng có bồ bịch chi đó, - Thiệu nói khơi khơi.

- Người như Giáp mà không có "bóng hồng" nào ở ê mới là cái sự lạ, - Viên cười ầm lên.

- Anh Viên có điều chi mà vui dữ vậy cà? - Mai Anh bước xuống lầu, hồ hởi tham góp chuyện.

- Tôi đang mách chuyện Tướng Giáp, từng là thầy giáo tư thục của nhạc sĩ Phạm Duy, - Viên đáp.

- Anh Viên khéo chữa cháy đó, tui nghe hết rồi nghen. Đàn ông ai chẳng ham "năm thê bảy thiếp", nói chi đến mấy ông tướng? - Mai Anh vừa nói vừa liếc xéo Thiệu.

Viên thấy vậy, ý nhị quay mặt đi. Thiệu chột dạ, nhớ chuyện cô bồ là ca sĩ, không may bị Mai Anh phát hiện, đành phải bấm bụng đẩy sang Tây Đức cho yên chuyện, chả gì cũng là "phương diện quốc gia". Bất chợt, Thiệu cất tiếng rổn rảng, đánh trống khỏa lấp:

- Hồi đó, ngoải (ngoài ấy), Việt Cộng phát động phong trào nhảy van-xơ.

Mai Anh nghĩ là chuyện ông nói gà bà nói vịt, nên cười phá lên. Nhưng Viên thanh minh cho Thiệu:

- Tổng thống nói đúng đó, Tướng Giáp cũng học đàn pi-a-nô và nhảy đầm.

Thiệu tỏ ra ga-lăng (gallant), bước ra giữa phòng khách làm điệu bộ khoát tay, mời phu nhân cùng nhảy. Nhưng Mai Anh la lên, từ chối:

- Tui vừa chích thuốc mà! - Mai Anh chặc lưỡi nói mát, - ca sĩ mới biết nhảy đầm, chớ bộ...

- Trình dược viên càng xài thuốc càng khỏe chứ bộ? - Viên có ý nhắc đến nghề nghiệp khi xưa của Mai Anh, và cũng đứng dậy, vừa vỗ tay bắt nhịp, vừa rên rỉ bài hát *Cây đàn bỏ quên*, với giọng khê đặc, - "Tình tang tính tính tình tang..."

- Duy luôn di tản, nhưng đều hướng về Thế giới Tự do, hợp với anh Viên đó, - Thiệu rút ra kết luận, có ý châm chọc, nhưng ngẫm mình phương diện quốc gia, nên bèn nói câu đề cao Duy để xoa dịu, - ổng từng làm Bộ trưởng Văn hóa của chính thể Việt Nam Cộng hòa chứ bộ...

- Cứ xem văn nghệ sĩ, trí thức chạy theo ai, thì người đó chuẩn và hên. Thực tế cho thấy, dân chúng Bắc Việt chạy vô Nam, Bắc Hàn dông xuống Nam Hàn, Đông Đức phới sang Tây Đức, chứ có mấy ai chạy ngược lại mô? - Viên cũng triết lý đáp lời Thiệu. - Thực ra, bọn văn nghệ sĩ như Phạm Duy, Hoàng Thi Thơ, Vũ Hoàng Chương, Đinh Hùng... bỏ chiến khu Việt Bắc, dinh tề (dzinhter) chạy vô thành, là do Việt Minh tổ chức kiểm thảo tiểu tư sản để tẩy não, lột xác. Thế mà không biết thế nào, Giáo sư Trần Đức Thảo lại từ Âu Châu lặn lội về Việt Bắc, liền bị vỡ mộng và thậm chí vỡ mặt...

- Nè, - Thiệu hạ giọng, vẻ buồn thảm, - tui nghe nói, dân Bắc di cư ở Hố Nai[171] đã nằm lăn ra xa lộ, cản chiến xa Bắc Việt hành tiến vô Sài Gòn, liền bị chúng nghiền bẹp hết trơn chọi. Dã man quá trời!

- Thực khủng khiếp, - Viên phụ họa theo. - Tôi cũng nghe kể, khi chúng rút về căn cứ Nước Trong[172], chiến xa phải tháo xích ra, rồi tẩm dầu đốt, mới gỡ hết được xương, thịt và tóc rối của đàn bà kẹt trong mắt xích xe tăng. Thằng lính nào trải qua chiến chinh, đều đã từng ngửi mùi thịt người cháy. Chu cha, muốn ói luôn.

- Mấy cha Bộ Chiêu hồi báo cáo, cán binh Việt Cộng cứ ra rả luận điệu, nào là Ngụy quyền Sài Gòn bán nước, Đế quốc Mỹ xâm lược, Ngụy quân tay sai... Mấy chả mới hỏi, ai là người chia cắt hai miền? Ai vi phạm Hiệp định Giơ-ne-vơ, đưa quân chủ lực vào Miền Nam trước, Bắc Việt hay người Mỹ? Đế quốc là nước quân chủ, nhưng Mỹ là Hợp chủng quốc, làm chi có vua mà kêu đế quốc? Chúng nghe vậy mới ngẩn người ra, ngẫm lại mới biết, bị Cộng sản nhồi sọ mà không hay, lại tưởng Mỹ-Diệm chia cắt đất nước và ngỡ lĩnh sứ mệnh giải phóng Miền Nam, mà thực chất là xâm lược một nước có chủ quyền, được quốc tế thừa nhận. -

---

(171) Ngày nay thuộc Chi khu quân sự Long Thành, tỉnh Đồng Nai.

(172) Ngày nay thuộc thành phố Biên Hòa, tỉnh Đồng Nai.

Thiệu đắc ý, chiêu một ngụm nước cho mát cổ họng, rồi lại thao thao bất tuyệt, - Bắc Việt kêu là tự do, dân chủ kiểu Xã hội chủ nghĩa, thực chất là bức màn sắt, trại tập trung trá hình. Ta thì tự do báo chí, nên chính ta lại bị chúng lợi dụng, đánh tùm lum.

Nghe Thiệu nói vậy, Viên chợt nhớ vụ "Còi hụ Long An"[173], chuyện vợ chồng Thiệu buôn lậu đồ quân trang, quân bị, báo chí la rầm trời. Một người phụ nữ gia giáo, ảnh hưởng nền giáo dục khắt khe của đạo Thiên chúa và đạo Khổng, lại đường đường là một Đệ Nhất phu nhân của nền Đệ Nhị cộng hòa, mà dính vị xì-căng-đan động trời, kể cũng lạ. Thì ra, trong thế giới nầy, điều gì cũng có thể xảy ra với bất kỳ hạng người nào. Mai Anh chột dạ, nhác thấy Viên nhếch mép cười khinh khi.

- Xã hội mở rộng cửa, nên tình báo Bắc Việt lợi dụng điều kiện chui sâu leo cao, hết trơn hết trọi. Vũ Ngọc Nhạ bị Xi-ai-ây (CIA) phát hiện ngay từ ban đầu, nhưng hắn biết dựa vào thế lực Thiên Chúa nên tồn tại. Bà Lệ Xuân còn biết hắn là Cộng sản kia mà. Một khi bí mật đã lọt vô tai đàn bà thì khác nào nước đổ kẽ bàn tay... - Thiệu phàn nàn như thể bây giờ mới ngấm nỗi đau.

- Nè, chớ coi thường đàn bà đó nghe! Có bí mật chôn tận đáy lòng đó. Nghe nói, Ngô Tổng thống ký thác "hòn máu tội lỗi" cho một cô gái Miền Tây, con trai thì phải. Cổ (cô ấy) âm thầm chịu đựng nuôi con nên người, giữ danh tiếng cho tình lang; - đoạn, Mai Anh quay sang Viên, góp chuyện, - Việt Cộng mạnh ở ba cái vụ tuyên truyền phách lối, - Mai Anh góp chuyện.

- Dân chúng cũng biết chớ, nên khoái cái câu Tổng thống tuyên bố: "Đừng nghe Cộng sản nói, hãy nhìn Cộng sản làm". Tôi biết, Tổng thống phải bấm bụng rời sang xứ Đài, dọn đường cho "chính phủ ba thành phần", do Ba Duẩn đề xướng. Cuối cùng, hắn lừa mình, xé toạc hết, có chi mô? - Viên thủng thẳng đế theo.

- Tui thấy đằng mình tuyên truyền cũng hay lắm chớ, - Mai Anh nói, - ba cái chuyện *Chương trình Dạ Lan, Tiếng nói của người em gái hậu phương, Sanh Bắc tử Nam*... nghe mê luôn. Tôi

_____
(173) Vụ việc xảy ra ngày 31/1/1974, tại tỉnh Long An.

thuộc nằm lòng, câu mở đầu chương trình của xướng ngôn viên: "Đây là chương trình Dạ Lan, tiếng nói của những người em gái hậu phương, gởi những anh trai tuyền tuyến".

- Phải đó, còn bài thơ *Lính mà em*, tôi khoái lỗ nhĩ mà, - Thiệu nói câu lính tráng, - nhưng không biết của ai chế ra? Nhạc lính của tụi Cộng quân hô hào "sắt máu", còn lính ta thiên về tâm trạng sầu thương. Xét cho cùng, ba cái thứ đó ảnh hưởng tới tinh thần binh sĩ khi lâm trận.

- Thằng cha Thượng sĩ Ba Minh (Nguyễn Văn Minh), ở chỗ tôi, như hồi nãy Tổng thống nói đó. Hắn là Việt Cộng "chánh hiệu con nai vàng", chui vô chân văn thư trong Bộ Tổng tham mưu, từ thời ông Nguyễn Hữu Có làm Tổng Tham mưu trưởng kia mà, - ý Viên thoái thác trách nhiệm vụ này. - Hắn suốt ngày rên rẩm bài đó. Lính mê, Tổng thống cũng mê, phàm ai có chất lính là mê hết. Tui cũng thuộc nằm lòng luôn:

"Anh kể chuyện hành quân nằm sương gối súng
Trăng tiền đồn không đủ viết thư đêm
Nên thư cho em nét mờ chữ vụng
Hãy hiểu giùm anh nhé lính mà em...".

- Trúng phóc à, - Mai Anh cũng tỏ ra dân dã, - tui nhớ rồi, bài đó của o Lý Thụy Ý, xứ Quảng Nôm (Quảng Nam) đó. Đài báo thời đó nói miết à nghen, - đoạn, Mai Anh lên tiếng khen Thiệu, - nhưng ngon lành hơn cả là "ông Già" nhà nầy, ban hành được cái chánh sách "người cày có ruộng", nức lòng cả nông dân lẫn lính tráng.

- Năm triệu người dân được chia ruộng đất. Bình quân bảy mẫu mỗi đầu người. Dân vùng Việt Cộng kiểm soát cũng nhào vô luôn. Thiếu ruộng thì Chánh phủ đi mua về cấp cho dân, chứ không chơi trò cướp đất, giết địa chủ, phú nông như Việt Minh. Dân thấy "ngon", khen quá trời đất luôn, - Thiệu đắc chí, cười hềnh hệch.

- Tổng thống là chính trị gia đầu tiên của Việt Nam xóa bỏ chế độ tá điền, lưu cữu mấy ngàn năm lận. Ngày đó, hăm sáu tháng ba năm bảy mươi (1970) trở thành ngày lễ toàn quốc kia mà, - Viên cũng không tiếc lời khen Cựu Tổng thống của minh, - không như Bắc Việt, Cải cách ruộng đất mà cướp bóc, bắn giết tùm lum, khiến hàng vạn người oan khốc.

- Trường Chinh là chủ trò phải không anh? - Mai Anh quay sang hỏi Viên.

- Đâu có, ông Hồ soạn thảo chính sách Cải cách điền địa tại chiến khu Việt Bắc, rồi trình Lưu Thiếu Kỳ bên Tàu Cộng nhuận sắc, sau đó chuyển qua Nga Xô cho Xta-lin phê duyệt. Câu chuyện lại "vòng vo Tam quốc" như rứa, - Viên tỏ ra thạo tin.

- Năm bảy mươi ba (1973), sau khi ký Hiệp định Ba Lê, cả thế và lực của ta đều mạnh, nhưng lại đề ra kế hoạch đến năm bảy mươi sáu (1976) mới thanh toán hết Việt Cộng, tính đến hồi tám mươi (1980) thì tự túc được, không cần viện trợ nữa, - Thiệu tỏ ra tiếc rẻ, - thế mà từ bảy mươi tư (1974), Bắc Việt đã làm kế hoạch "uýnh" Miền Nam trong hai năm, cũng đến bảy mươi sáu (1976) thì hoàn thành, về sau, hắn rút lại một năm bảy mươi lăm (1975) thôi. Nhưng nếu bảy mươi sáu (1976) hai bên "tao ngộ chiến", thì chưa biết mèo nào cắn mỉu nào?

Viên định chê kế hoạch triệt thoái Tây Nguyên dở ẹc, mà Tổng thống gọi là tái phối trí, dẫn đến hiệu ứng Đô-mi-nô, đổ vỡ cả nền Cộng hòa. Nhưng nghĩ, vừa ăn cơm uống rượu nhà người ta, mà lại lên tiếng ỉ eo chê bôi, là kẻ không biết điều. Thực ra, sau khi ký Hiệp định Ba Lê, mình đã tính phải bỏ các tiền đồn, co cụm về giữ vùng đồng bằng và duyên hải, thì mới đủ khả năng đáp ứng về binh lực và hậu cần. Nhưng Thiệu đâu có nghe, cứ ham cắm cờ giữ đất để tính thành tích mấy chục phần trăm lãnh thổ và dân chúng. Đến khi bị Việt Cộng lừa, rút chốt cánh cửa Buôn Mê Thuột, sập đổ cả Tây Nguyên, mới tính "tái phối trí lực lượng" thì đã quá trễ. Ngặt nỗi, tụi Mỹ thì rút hết, lại cắt đột ngột các nguồn viện trợ, quân lính không còn xăng dầu và bom đạn nữa, thì đánh đấm cái nỗi gì? Thế mà hắn động viên, còn để một hạm đội ngoài khơi Thái Bình Dương và một sư đoàn không quân thiện chiến ở Thái Lan, sẵn sàng yểm trợ. Yểm trợ cái con tườu. Nghĩ vậy, nhưng Viên lại nói chuyện khác:

- Lịch sử chân chính sẽ chẳng quên ai đâu. Tôi nghe cái ông Tạ Thu Thâu, hồi bốn mươi lăm (1945) bị Việt Minh thủ tiêu ở Quảng Ngãi, nhưng về sau, lại được Pháp triển lãm ảnh, đăng tiểu sử trong cuộc kỷ niệm Hai trăm năm cách mạng Pháp, tại Ba Lê.

- Ổng cũng là người Miền Tây đó, giỏi lắm à? - Mai Anh hóng theo.

- So với tui và anh, ổng là lớp đàn anh, - Thiệu khẽ thở dài, - lịch sử nước miềng đau đớn quá, bị Cộng sản xuyên tạc nhiều quá.

- Lịch sử mà bị xuyên tạc, thì còn đâu sự thật nữa mà là chính trị ba xạo rồi, - Viên triết lý. - Mà này, cái chuyện núi đá Dao bị đổ năm đó?

- Sét đánh mà? - Thiệu nhìn Viên lom lom.

- Việt Cộng cho ốp mìn, nổ đúng lúc trời mưa to gió lớn, rồi đổ thừa cho Thiên Lôi, để "uýnh" về mặt tâm linh, gây hoang mang tư tưởng đó.

- Trời đất, lạy Chúa tôi, - hai vợ chồng Thiệu cùng la lên thẳng thốt và làm dấu thánh. Với vẻ mặt hoang mang tột độ, Thiệu hỏi Viên, - Thế, cái vụ sét đánh mộ ông Ngô Đình Khả có thiệt hông (thật không)?

Viên nghĩ bụng, Tổng thống vốn tính "đa nghi Tào Tháo", thế mà chuyện tâm linh lại cả tin đến độ, bày chuyện yểm bùa trước Dinh Độc Lập. Chỉ có cụ Diệm là chính trực, nên Huy hiệu Tổng thống của cụ có hình khóm trúc, tượng trưng cho khẩu hiệu: "Tiết trực-Tâm hư", nghĩa là, người quân tử tiết tháo mà hành động. Còn Huy hiệu Tổng thống của Thiệu là hình đôi rồng "Song long", thế mà không vùng vẫy nổi, để xảy ra thảm cảnh nước mất nhà tan.

- Hồi đó, Tổng thống Ních-xơn viết thư cho Phạm Văn Đồng, theo điều Hai mươi mốt của Hiệp định Ba Lê, ngỏ ý sẽ bồi thường chiến tranh cho Việt Nam hơn ba tỉ đô-la. Việt Cộng hí hửng sẽ xây dựng một nhà máy luyện thép. Nhưng không biết đó là ý đồ thăm dò của người Mỹ, xem Việt Cộng có thực bụng muốn tái thiết quốc gia, hay lén mua vũ khí để gây hấn tiếp. Bởi Kít-xinh-giơ đã húi Ních-xơn "cài độ" một câu: "Việc bồi thường sẽ thực thi theo Hiến pháp mỗi nước". Việt Cộng dốt luật, há miệng chờ sung rụng. Nhưng Quốc hội Mỹ đâu có ném tiền qua cửa sổ. Thế là xôi hỏng bỏng không. - Thiệu vớt vát câu chuyện, lấy lại tư thế.

- Có thể, Quốc hội Mỹ nại cớ rằng, Bắc Việt vi phạm Hiệp định Pa-ri chi đó. - Viên thở dài, cáo từ ra về. Vợ chồng Thiệu vô cùng quyến luyến chia tay và hẹn tái ngộ. Bất chợt, Viên nhăn trán hỏi:

- Nghe nói, mười lăm ngàn cây số vuông đất liền và mười sáu ngàn cây số vuông mặt biển, vị chi là hơn ba chục ngàn cây số vuông đất đai, biển trời Tổ quốc đã mất vào tay Trung Quốc, đổi lấy hai tỉ đô-la. Họ bán nước ư, thật hay hư?

- Nói đến Biển Đông, tui rầu thúi ruột về cái vụ Hoàng Sa. Ngày đó, tui đã ra lịnh cho Hải quân, nếu cần thì phải nổ súng, bảo vệ toàn vẹn lãnh thổ Việt Nam Cộng hòa, khí thế dân chúng biểu tình phản đối Trung Cộng cướp đảo rần rần. Phi cơ chỉ còn chờ cất cánh, phi công ký đơn thề chết cho Tổ quốc... Thế mà Mỹ lại "bật đèn xanh" với Tàu Cộng, Đệ Thất hạm đội lùi ra xa mười hai hải lí, tạo điều kiện nữa chớ. Thế mới đau, đồng minh bội ước... - Thiệu lảng chuyện, né câu trả lời Viên, bỗng người rũ như tàu lá héo, khiến Mai Anh hoảng sợ, vội ôm choàng lấy chồng.

- Lúc đó, tôi đã cho bốn phi đoàn Ép Năm (F5) ra phối thuộc với một phi đoàn ngoài Đà Nẵng, được hơn trăm phi cơ và trăm rưỡi phi công. Rờ-ép (RF) đã bay chụp hình quanh Hoàng Sa bán kính hàng trăm ki-lô-mét, đếm được bốn mươi tàu Trung Cộng cả thảy, rõ cả số hiệu, - Viên hăng máu diễn giải, như đang sống lại một thời oanh liệt. - Chỉ cần mười hai tiếng đồng hồ là quân ta xóa sạch tàu Trung Cộng quanh quần đảo. Tàu của tụi nó tốc độ chậm hai mươi hải lý, phi cơ ta xơi ngon. Bọn Mích Hăm mốt, từ đảo Hải Nam ra đến nơi thì không đủ xăng về. Vậy là quân ta ở thế thượng phong. Tất cả đều háo hức chờ giờ "Giê" (G) lập công. Thế rồi, cái giờ chết tiệt đó không bao giờ đến nữa. Nếu lúc đó, ta lấy lại được Hoàng Sa, thì đỡ cho con cháu sau này bao nhiêu, dù nó có rơi vào tay Việt Cộng cũng cam lòng.

- Thân phận một nước nhược tiểu, lệ thuộc khổ thế đó. Bây chừ, bình tĩnh ngẫm lại, kinh tế thì đám tư sản người Hoa lũng đoạn, quân sự do Mỹ chỉ huy, thế là Việt Nam Cộng hòa bị kẹt. Nô lệ viện trợ thiệt tình là gian khổ - Thiệu cám cảnh nói. - Nhưng dù sao cũng còn hơn Bắc Việt, bọn hắn không dám lên tiếng đòi chủ quyền biển đảo. Há miệng mắc quai, hè. Giá như hồi trước Mậu Thân, người Mỹ choảng cho Bắc Việt mấy quả bom nguyên tử, thì mình cũng đỡ.

- Mỹ có tính tới chuyện ném bom nguyên tử xuống đèo Mụ Giạ, cắt đường chi viện và "uýnh" các đơn vị Cộng quân, bằng võ khí hạt nhân chiến thuật, hoặc có thể ném xuống Khe Sanh để giải cứu bọn thủy quân lục chiến, nhưng lại e ngại Nga Sô, Trung Cộng cấp võ khí hạt hạt nhân chiến thuật cho Việt Cộng, thì bảy chục căn cứ lớn nhỏ của Mỹ đóng tại Miền Nam sẽ bị đe dọa. Bởi vậy, họ dùng Bê-Năm hai hiệu quả hơn, - Viên dài dòng giãi bày, một cách bất đắc dĩ. - Đó, biểu chia tay mà có dứt được đâu?

Thiệu và Viên khoác tay nhau ra ngoài. Ngoái lại không thấy Mai Anh, Viên mới khẽ hỏi chuyện của cánh đàn ông:

- Nàng Dân biểu Cynos (Kim Anh) cũng qua bên này rồi đó nghe!

- Rồi, rồi... - Thiệu cũng ngoái lại ngó chừng, - từ hồi tám lăm (1985) kia. Khi đó, thằng Lộc (Nguyễn Văn Lộc) nhà tui cũng qua đây du học mà. Tụi tui cứ chạy theo hắn miết, hết Đài Loan, Anh Quốc lại Huê Kì...

- Bả (bà ấy) có nổi "máu Hoạn Thư", như đối với nàng ca sĩ, hồi sáu chín (1969) không? - Ý của Viên muốn nhắc đến Kim Loan.

- Hè, hè... - Thiệu cười trừ, nhớ cú đá lông nheo làm rụng tim của nàng, rồi né vào câu Kiều:

> *"Lòng riêng riêng những kính yêu*
> *Chồng chung chưa dễ ai chiều cho ai".*[174]

- Nè, Học giả Nguyễn Văn Vĩnh từng dịch "Truyện Kiều" ra tiếng Pháp đó[175]. Ổng còn chú giải tường tận. Không hiểu sao, một nhà ái quốc như thế, mà Bắc Việt lại coi là bồi bút, tay sai của Thực dân Pháp? - Viên ra chiều phân vân.

- Ổng có ba vợ và mười lăm con chứ bộ, - Thiệu nói câu bỗ bã và ngả cổ ra cười; đoạn cảm thấy sái, bèn vội đóng tội cho đối phương để thanh minh, - bởi, Cộng sản là thế đó... - rồi ca tụng Vĩnh, - mà ổng cũng ghê thiệt, đòi chế độ trực trị, bỏ vua, lập thượng viện, hạ viện do dân bầu, để cùng với người Pháp cai trị trực tiếp cả ba kỳ kia mà.

- Về sau, nhiều văn nghệ sĩ, trí thức cấp tiến cũng đòi Cộng sản thực thi tự do, dân chủ đối với dân Việt Nam, nhưng khác chi nước đổ đầu vịt. Cộng sản đồng nghĩa với độc quyền và bạo quyền. - Viên mím môi, ra chiều ngẫm ngợi..- À, mà còn điều này, Tổng thống hay trách người Mỹ bỏ rơi. Nhưng thiệt tình, nếu không xảy ra vụ scandal Oa-tơ-ghết (Wategate), thì Ních-xơn (Nixon) không bị đứt gánh Tổng thống, hẳn chương trình chiến lược Đông Dương hóa chiến tranh sẽ thành công. Dù Mỹ có rút quân đội, để lại cố vấn thì vẫn duy trì được ảnh hưởng.

Nghe vậy, Thiệu nhún vai và nhếch mép cười.

---

(174) Nguyễn Du, *Truyện Kiều.*

(175) Năm 1908, Nguyễn Văn Vĩnh dịch *Truyện Kiều* ra tiếng Pháp để đăng báo, đến năm 1942, 1943 in thành sách *Kim Vân Kiều,* Nhà xuất bản Alecxandre de Rhodes.

Phần thứ năm: Hóa thánh
Chương mười một: Làn gió mới

44. Giải phóng tư tưởng

Thế là Giáp đã vượt qua cái tuổi "nhân sinh thất thập cổ lai hy" đặng mười tám mùa xuân, hạ, thu, đông; đủ cả nóng nực, lạnh giá, mát mẻ và hy vọng; và cũng nghỉ hưu được ngót chục năm rồi. Sang năm, nhân loại bước vào năm 2000, khép lại sau lưng cánh cửa thế kỷ XX, để bước sang XXI. Thế giới đầy biến động, thế mà Giáp vẫn cùng dân miềng cứ đi mãi trên một con đường như ray xe lửa. Giải thoát dân tộc khỏi chế độ Phong kiến, Thực dân, nhưng lại đóng khung trong hệ tư tưởng Mác - Lê-nin theo Chủ nghĩa Cộng sản. Những người Cộng sản cảm thấy vẻ vang, đắc thắng. Nhưng từ những năm sáu mươi (1960), Giáp và đồng đội, bạn hữu đã nhận thấy những hạn chế, sai lầm của thứ lý luận giáo điều, phi nhân tính này. Năm 1963, Hoàng Minh Chính đã kiến nghị rằng, chúng ta đã sa vào Chủ nghĩa giáo điều, Đảng bỏ đường lối "chung sống hòa bình" của Liên Xô, đi theo Trung Quốc, nên đã chệch hướng. Đặng Kim Giang, khi chuyển sang làm Thứ trưởng Bộ Nông trường đã mạnh dạn cải tiến công tác quản lý. Cả hai, Chính và Giang đều bị qui kết theo chủ nghĩa xét lại. Giáp ủng hộ cái tân tiến và chính vì thế, Giáp cũng bị ngấm ngầm khép vào tội phản động, chống Đảng, hòng triệt hạ. Nhưng thực trạng xã hội dẫn đến sự sụp đổ của hệ thống Xã hội chủ nghĩa là câu trả lời đau xót và đích đáng.

Giáp bâng khuâng về chuyện Nhà báo Nguyễn Vũ Bình, công tác tại Tạp chí Cộng sản, đề xuất lập Đảng Tự do-Dân chủ, bị bắt tức thì. Những đốm lửa đa nguyên, đa đảng vừa mới nhen lên liền bị dập tắt ngay. Hắn mới ba mươi tuổi, "tam thập nhi lập", chí khí khác thường, lại cùng làng Hành Thiện với Trường Chinh và Đặng Vũ Khiêu. Cách đây bảy, tám năm trước, Phan Đình Diệu cũng đã lên tiếng đòi đa nguyên, đa đảng rồi; nhưng ngặt vì tên tuổi, vị thế Giáo sư lớn quá, nên cánh Công an không dám động vào. Văn nghệ sĩ trí thức lớn, không chỉ là hàn thử biểu của xã hội đương thời, mà còn đi trước thời đại.

Đọc bản tin nội bộ, thấy Lăng Đi-mi-tơ-rốp đã bị Chính phủ Bun-ga-ri phá bỏ bằng chín trăm ki-lô-gam thuốc nổ, khiến Giáp nhớ đến khối bộc phá khổng lồ đánh Đồi A1 năm xưa. Giáp thở dài, rồi quay sang đọc lại dự thảo văn kiện Đại hội đảng lần thứ IX. Lúc thì đọc lướt bao quát nội dung, khi thì xem kỹ ý tứ, từ văn phạm đến dấu câu, từ ngữ; Giáp hiểu, tuy Tiểu ban văn kiện đã kỳ công, nhưng cảm thấy còn bí rì rì, chưa thoát ra được.

"Đổi mới, tiếp tục đổi mới; dân chủ, dân chủ hơn nữa; nâng cao trí tuệ...", Giáp nắn nót viết tiêu đề bản góp ý văn kiện, rồi đi đi lại lại trong phòng, hết nhìn bản đồ treo tường, xoay xoay quả địa cầu đặt trên bàn, lại ra vườn xem hoa trà nở.

Trịnh Nguyên Huân ngó thấy tờ giấy của Giáp mới viết được mỗi cái tiêu đề, hơi văn giống như bức điện chỉ đạo Chiến dịch giải phóng Miền Nam: "Thần tốc, thần tốc hơn nữa. Táo bạo, táo bạo hơn nữa...", bèn lấy hòn đá cuội chặn lên và góp chuyện:

- Cháu đọc tài liệu tham khảo, thấy bọn hải ngoại nói là, năm bảy mươi lăm (1975), Bắc Việt lấy mười sáu tấn vàng trong kho Sài Gòn chở ra Hà Nội, rồi cuộc Cải tạo tư bản thu được mấy chục tấn nữa, vị cho là bốn chục tấn vàng. Nhưng mười năm sau đã ăn cụt vốn, nên buộc phải Đổi mới. Nói Đổi mới, nếu theo lẽ thông thường là phải khai phá ra cái mới, nhưng thực tình toàn xài lại kiểu cũ của Tư bản thôi. "Quay đầu lại thấy bến bờ"...

Nghe vậy, Giáp lặng lẽ thở dài, chắp tay sau lưng, nhìn ra đường Hoàng Diệu.

- Thế mà sau ngày giải phóng, cứ phao lên là Tổng Thiệu chở mười sáu tấn vàng sang Đài Loan. Không ngờ, quân ta lại cho máy bay I-elờ Mười tám (IL18) chở ngay ra, - Huân thắc mắc.

- Miềng không biết lái máy bay mô? - Giáp cười khùng khục.

Nghe vậy, Huân cũng ngả cổ ra cười:

- Giả sử, nếu không bị dồn đến chân tường, liệu có dám "đổi mới" hoặc "quay đầu" không? - bất giác, Huân đứng ngay lưng, vẻ sợ hãi.

- Đúng thế mà, - Giáp ôn tồn, - nhiều người có tâm huyết đã cảnh báo mấy chục năm rồi. Nhưng ngặt nỗi, hoàn cảnh lịch sử lúc đó chưa cho phép.

- Sang năm là hai nghìn rồi, liệu đã cho phép Đổi mới kinh tế song song với Đổi mới chính trị chưa ạ? - Huân hỏi khó.

- Đó, chính là điều miềng muốn viết trong bản góp ý văn kiện Đại hội Đảng sắp tới. Nếu không tiếp tục Đổi mới sẽ thách thức sự tồn vong của chế độ. Nhưng không đảm bảo sự lãnh đạo của Đảng cũng không xong; tuy nhiên, Đảng cũng phải tự Đổi mới. Nhưng nói gì thì nói, không giải phóng tư tưởng là Đổi mới nửa vời và cũng không mở được cánh cửa ra với thế giới.

- Giải phóng tư tưởng thì mới chống được bệnh giáo điều, bảo thủ. Nhưng Đổi mới quá ngưỡng, cái gì cũng theo Tư bản thì liệu Đảng có bị mất chất Cộng sản? - Huân lao theo như xung kích vượt cửa mở.

- Giải phóng tư tưởng còn khó hơn giải phóng dân tộc. Có thể coi như một cuộc cách mạng lần thứ hai. Muốn đất nước phát triển thì con người là chủ nhân phải có óc sáng tạo. Muốn sáng tạo cần được tự do. Vấn đề cứ móc xích vào nhau, mà cái gốc tự do bị phong tỏa bởi nguyên tắc "tập trung dân chủ", khác nào ôm nhau cùng chết chìm giữa dòng sông thời đại. Nếu mổ xẻ ra, thì "tập trung" và "dân chủ" là hai khái niệm đối lập nhau, mà lại cùng tồn tại trong một nguyên tắc, thực khiên cưỡng, - Giáp triết lý. - Giải phóng dân tộc thì toàn Đảng, toàn dân, toàn quân đều đồng lòng. Nhưng nói đến giải phóng tư tưởng là gặp trở ngại ngay từ thượng tầng. - Này, - Giáp ra hiệu cho Huân lấy giấy bút, - miệng đọc cho cậu viết, - Tôi thiết nghĩ (phảy) bây giờ đã đến lúc phải giải phóng tư tưởng (chấm) Nói tự do tư tưởng thì phải thực sự tự do tư tưởng đi (phảy) Đổi mới thì Đổi mới cả kinh tế lẫn chính trị đi (phảy) đừng để cái vòng kim cô (cụm từ, cái vòng kim cô để trong ngoặc kép) đè xuống (phảy) không dám suy nghĩ gì khác (ba chấm). - Giáp thong thả bóc vỏ quả chuối tiêu, vừa ngẫm ngợi vừa ăn lót dạ. - Hãy tạm thế hẵng, - Giáp vẫy Huân cùng đi bách bộ.

- Dùng từ "Đổi mới", cảm thấy nhàn nhạt thế nào ấy, bác ạ! Hay là kiến nghị dùng khái niệm "Canh tân", như các cụ nhà Nho khi xưa đã từng nung nấu, - Huân bước chậm chậm theo sau, dè dặt nêu ý kiến.

- "Đổi mới" chính là làm thay đổi cho tiến bộ hơn, - Giáp chậm rãi nói. - Khi bàn vấn đề này, cũng có ý kiến nêu là "Canh tân". Nhưng canh tân lại là đổi mới chính trị. Mà đổi mới chính trị thì khác nào Liên Xô, phải trả giá đắt. Bởi vậy, ta nói "Đổi mới", ngụ ý chủ yếu về kinh tế mà thôi.

- Vậy thì tại sao không Đổi mới cả kinh tế lẫn chính trị? - Huân hỏi quẩn.

- Thế thì khác gì một cuộc cách mạng? - Giáp cười cười, nhưng nét mặt lộ vẻ đau đớn. - Đó là một cuộc biến đổi lớn lao cả về chính trị, xã hội. Cách mạng tức là lật đổ chế độ lỗi thời, để lập ra một xã hội mới, tiến bộ hơn.

Nghe vậy, Huân nghệt mặt ra, ngỡ ngàng không nói nên lời. Vừa may lúc đó, phía ngoài cổng phụ, Mùi- lái xe, vừa nghỉ tranh thủ từ quê xuống, đang vẫy tay ra hiệu mở cổng.

- Cái gì mà lễ mễ, tay xách nách mang vậy? - Huân chạy a ra, đỡ ba-lô. - Sao không đi cổng chính?

- Nom nhếch nhác quá, - Mùi thật thà đáp. - Thực ra, chỉ có mấy củ măng vườn rừng nhà trồng, với lại vài con cá chép hồ Thác Bà. Quà quê ấy mà...

Lúc Huân mới rời chân giảng viên Học viện Quân sự trên Vĩnh Yên, về làm thư ký cho Giáp, phần vì kiến thức xã hội, chính trị còn hạn chế, phần vì tự ti là tâm lý của kẻ hầu cận, nên chẳng mấy khi Huân dám bày tỏ chính kiến. Tại sao, Đại tướng, Tổng Tư lệnh mà còn bị quy là xét lại, thì khác gì phản động? Huân tò mò tìm hiểu mới biết gốc rễ vấn đề. Chả là, năm sáu mốt (1961), Bí thư thứ nhất Đảng Cộng sản Liên Xô Khơ-rúp-xốp dương dương tự đắc đi thăm Mỹ, tư thế cường quốc, trong tay lại có ba vạn đầu đạn hạt nhân. Nhưng khi xuống các cơ sở kinh tế, xã hội và xem xét chuyện phúc lợi thì mới giật mình, thấy Mỹ hơn hẳn Liên Xô. Từ đó, ông ta chỉ đạo xét lại, cải tổ các chính sách kinh tế, xã hội. Nguồn cơn của "thời kỳ xét lại" là thế. Trung Quốc thì cho là Liên Xô phản bội Chủ nghĩa Mác - Lê-nin, nên Đặng Tiểu Bình được Mao Trạch Đông phân công chỉ đạo trực tiếp luận chiến với bọn xét lại. Rồi trong mười năm, từ bảy tám (1978) tới tám tám (1988), Đặng chỉ đạo xây dựng năm Đặc khu kinh tế (Special Economic Zone)[176], với kế sách "mượn gà đẻ trứng". Đặng trở thành nhà cải cách kinh tế hàng đầu của thế kỷ. Một ông già cao một mét bốn mươi chín, mà tầm cỡ vượt lên thời đại, kể cũng hiếm. Nếu không có chuyện Đặng chỉ đạo quân Trung Quốc đánh chiếm quần đảo Hoàng Sa và gây chiến tranh biên giới phía Bắc nước ta, thì quả là đáng nể phục. Lâu dần, Huân tích lũy kiến thức qua sách báo, va chạm xã hội, lắng nghe đồng nghiệp và sự chỉ bảo của lãnh đạo, nhất là của Đại tướng, nên tỏ ra mạnh dạn. Bây giờ, có lúc còn tranh luận, đặt câu hỏi khó về những vấn đề quốc gia đại sự. Đại tướng là rất quan tâm tình hình, bối cảnh quốc tế, nên đòi hỏi thư ký cũng phải cập nhật tình hình trong nước và am hiểu vấn đề quốc tế.

- Cháu nghe nói, Đại hội này, anh Lê Khả Phiêu có thể năng lên Tổng Bí thư thay bác Đỗ Mười? - Huân dè dặt hỏi.

- Cũng có một vài phương án, - Giáp nói nước đôi, - nhưng đúng như cậu nói, có khả năng và lại còn tùy ở Đại hội tới.

---

(176) Bao gồm: Xà Khẩu, Thâm Quyến, Chu Hải, Sán Đầu và đảo Hải Nam

- Năm tám mươi sáu (1986), Đại hội Sáu, bác làm quách Chủ tịch nước, hoặc Thủ tướng, rồi lên Tổng Bí thư khéo lại hóa hay, tha hồ mà Đổi mới, với giải phóng tư tưởng, đất nước lại không bị cái họa "hàng Tàu", - Huân bộc trực nói kiểu lính tráng.

- Cậu nghe lỏm ở đâu vậy? - Giáp nghiêm nét mặt, trách nhẹ, - rõ là toàn dân làm nhân sự, - rồi hạ giọng, cậu nên nhớ, cổ nhân dạy rằng: "Quân tử vô sở tranh"[177]; nghĩa là, người quân tử thì không tranh giành, chỉ có loài vật mới tranh ăn mà thôi.

- Cháu nghe nhiều người nói thế, mà bác cũng xứng đáng thôi. Giá mà bác Hồ quyết từ năm năm mươi bảy (1957), thì đất nước tránh được mấy cuộc chiến tranh điêu tàn. Chỗ anh Phiêu, có dư luận về chuyện Trung Quốc gài bẫy Mỹ nhân kế?

Nghe Huân vô tư nói vậy, Giáp chép miệng, trốn được cái giật mình, chợt nhớ em Thanh, em Mơ... - miệng thế gian như làn sóng bể. Mà ai chẳng có thời trẻ trai, - Giáp nói câu khỏa lấp. - Tết Mậu Thân, đơn vị anh Phiêu giữ Huế được hăm lăm ngày. Lúc rút ra, cả Trung đoàn chỉ còn năm cân gạo, - Giáp có ý chia sẻ với thuộc cấp của mình.

- Bọn tình báo nước ngoài, biết điểm yếu cá nhân, giăng bẫy thì nguy, - Huân trở nên tư lự.

- Cậu có vẻ trưởng thành rồi đấy, - Giáp khen. - Nhưng lo thay, Trên biết được, lại điều cậu về Ban Tổ chức Trung ương, thì miềng mất cán bộ.

- Ngồi trong quán chè chén ngoài vỉa hè, người ta còn xếp sắp nhân sự từ Trung ương đến tỉnh, thành phố kia ạ, - Huân cười ngượng nghịu.

Giáp nhớ lại kỳ Đại hội Đảng lần trước, Vũ Oanh (Vũ Duy Chương) được dự kiến Tổng Bí thư, nhưng Đỗ Mười vỗ vai bảo: "Cánh ta trên dưới thất thập cả rồi, nên cùng nhau nghỉ cho lớp trẻ có điều kiện phát triển". Thế là Oanh xin thôi, lập tức Mười thế chỗ, mặc dù Mười hơn Oanh bảy tuổi...

---

(177) Khổng Tử, *Luận ngữ*, Thiên III (Bát dật), Nhà xuất bản Văn học, Hà Nội, 1995. (Bản dịch Nguyễn Hiến Lê)

Oanh đề xuất "Khoán 100", tạo luồng gió mới trong nông nghiệp, lúa gạo "(của cải) tuôn ra dào dạt như nước suối ban mai". Khi bị dồn đến chân tường, buộc phải điều chỉnh đường lối theo cơ chế thị trường tư bản, mà thường gọi một cách văn hoa là Đổi mới, thì câu kinh điển xưa của Lê-nin lại đúng. Dân ta từ chỗ thiếu đói, nay có gạo xuất khẩu, sản lượng nhất nhì thế giới. Khi miếng bị Duẩn phong tỏa, đành phải trao đổi để Oanh đề xuất thành lập Hội Cựu Chiến binh, tập hợp anh em đồng đội trên khắp mọi miền đất nước. Oanh cũng khởi xướng xây dựng xã hội học tập... Oanh có đầu óc kiến tạo chiến lược, nhưng chỉ đứng hậu trường...

*

Hồi ở căn cứ Trung ương Cục, Trần Độ mê Nguyễn Thị Định lắm. Định mặn mà, nhưng bao quanh lúc nào cũng có một tiểu đội lính bảo vệ. Tiểu đội này, Ba Định chọn toàn lính Bắc của Trung đoàn 16, thuộc Sư đoàn 9.

- Cô Ba thiên vị bộ đội Miền Bắc dữ hè? - Độ cười cười, phô hàm răng hô như kiểu Phạm Hùng và Nguyễn Văn Linh.

- Dân Bắc lạ thung thổ, khỏi chiêu hồi, - Định nháy mắt tinh quái và ghé tai Độ, nói nhỏ.

- Hồi kháng chiến chống Pháp, anh Văn chọn bảo vệ toàn là người Thổ. Họ dũng cảm và thật thà; đoạn, Độ ỡm ờ, ghé tai Định thì thào, - người xinh thì tiếng nói cũng thơm, Ba Định đỏ mặt, ánh mắt long lanh, kéo khăn rằn che má, khẽ la "đồ quỷ", rồi ngúng nguẩy bước xuống căn nhà hầm nửa nổi nửa chìm.

Độ cũng xuống theo, ngả lưng lên võng, đòng đưa.

- Bến Tre là xứ dừa của cô Mười Nhì. Mình mang tiếng vô Nam mà chẳng được nếm hớp nước dừa nào.

- Khi nào giải phóng, mời các anh về quê em, thỏa sức, - Định đon đả mời chào như các cô gái miệt vườn mến khách. - Ủa, mà sao anh biết cái tên Mười Nhì của em? - Định ngạc nhiên hỏi lại.

- Chờ đến ngày đó thì còn trường kỳ lắm. Bây giờ đang khát

khô họng đây, nhưng cặp dừa người ta lại treo cao cất kỹ, uổng quá, cô Út à! - Độ lại trổ tài biết ngọn ngành gốc tích của Định.

Định vội nhìn xuống ngực mình, cài lại khuy áo quân phục đã tự bật ra từ lúc nào không hay và lại lủng bủng mắng yêu "đồ quỷ".

- Giỡn chút xíu cho vui đời chiến sĩ thôi, cô Ba. - Lúc này, Độ mới thong thả mở xắc-cốt, lấy tập tài liệu ra, trịnh trọng nói, - anh Ba Trà biểu tui, mang cho cô Ba nghiên cứu trước bản kế hoạch này, - Độ trao tận tay tập tài liệu đóng dấu "tuyệt mật", - một giờ nữa thảo luận tại hầm anh Ba Trà, nghe hông?

Định rụt rè tiến lại, nhận tập tài liệu, vẻ cảnh giác, nhưng vẫn tươi cười hỏi:

- Chi mà gấp rứa, hè?

- Đọc thì biết, việc quân cơ, - Độ vuốt nhẹ vào tay Định, rồi mới lui bước.

Nguyễn Văn Linh-Bí thư Trung ương Cục cũng nghe phong thanh chuyện Độ và Định thân nhau quá mức, nên mỗi khi chuyển căn cứ, đều ra lệnh:

- Tụi bây đào hầm cho Phó Chính ủy phải xa hầm Phó Tư lệnh, đảm bảo nguyên tắc an toàn, nghe!

- Thế thì bất tiện những lúc trao đổi công tác khẩn cấp?

- Phòng tránh Bê-Năm hai (B52) rải thảm, an toàn đặt lên hàng đầu!

Cánh bảo vệ Ba Định lại là "đồng hương Miền Bắc" của Độ, nên rất có thiện cảm với ông tướng tài hoa. Bởi Độ vốn có "máu văn nghệ", hay viết lách và ham đọc. Một hôm, thấy trong giá sách của Nguyễn Văn Linh có cả sách văn học Nga: *Những linh hồn chết* của Gô-gôn (Gogol), *Tội ác và trừng phạt* của Đô-xtôi-ép-xki (Dostoevsky), thì nể phục lắm, bèn mượn đọc ngấu nghiến.

Quả thực, trong Căn cứ R, Trần Độ thân với Nguyễn Thị Định hơn cả. Độ nể phục một người con gái năm xưa, dám cưới thuyền vượt biển ra Bắc, chở vũ khí vào Nam giao cho Trần Văn

Trà. Nay đường đường là Phó Tư lệnh Quân giải phóng Miền Nam Việt Nam, phụ trách chiến tranh du kích; chức vụ này, khiến con người ta phải sắt đá lắm, mà Định lại hiền khô. Nhưng cuộc đời Ba Định cũng có những đau thương không gì bù đắp nổi. Đứa con trai tập kết ra Bắc, đã không may bị ốm chết. Để bù vào sự thiếu thốn tình cảm, Định xin cho cháu gái tên Mẫn lên căn cứ, làm thư ký riêng.

- Nè, tui có bản thông báo treo giải bắt cô Ba Định, "khai quật" từ thời Ngô Tổng thống đây, - Độ nằm khểnh trên tấm tăng ni-lông (nilon), đọc to, - "Thưởng một vạn đồng cho ai bắt được tên Nguyễn Thị Định." - Cao giá dữ hè? Nè, nghe nói, hồi kháng chiến chống Pháp, bà cụ thân sinh Đại tướng và cháu Võ Hồng Anh bị mắc kẹt trong vùng địch tạm chiếm. Địch treo giá hàng vạn đồng Đông Dương, để bắt hai bà cháu làm con tin. Bộ đội phải bí mật đưa lên chiến khu Việt Bắc, đi bộ ròng rã nửa năm liền, - nghe vậy, khiến ai cũng lấy làm kinh ngạc. - Nếu tụi nó rao giá bắt tôi, chắc chỉ mấy xu thôi à, - cả tiểu đội bảo vệ cười hưng hức. - "Hắn rất lợi hại, người mập, trắng, mày rậm, tóc quăn, có cái bớt nhỏ ở má phải." - Ngô Tổng thống chưa tả đúng sắc đẹp của cô Ba. Nếu tui chấm bài tập làm văn tả chân dung thì trừ điểm, - Độ cười ha hả. Thực ra, từ "hắn" là do Độ tránh cụm từ "Việt Cộng cái", có tính chất miệt thị trong bản thông báo kia.

Định chăm chú nghe, rồi bồi hồi nói:

- Em có nghe chuyện nầy, nhưng bữa nay mới được tường tận.

- Anh Văn hay nhắc đến cô Ba Định lắm đó! - Độ tỏ ra gần gũi với Đại tướng Võ Nguyên Giáp, khiến đám lính càng trọng nể.

- Hồi bốn mươi sáu (1946), tụi em ra Bắc, ở nhà Bộ trưởng Giáo dục Đặng Thai Mai, trên phố Triệu Quang Phục[(178)]. Một hôm, cỡ chừng mười giờ sáng, bỗng nghe thấy còi hụ ở Nhà hát Lớn thành phố cất lên, vang khắp phố phường Thủ đô. Em thấy lạ mới hỏi, thì Giáo sư bảo, cụ Hồ cho kéo còi một phút, để cả nước

---

(178) Ngày nay là phố Hàng Bài, thành phố Hà Nội.

hướng về Miền Nam. Em xúc động trào nước mắt. Về sau, bác Hồ đến tận nhà Giáo sư, thăm đoàn Nam Bộ. Lúc bấy giờ, anh Văn chưa cưới chị Hà.

*

Lê Khả Phiêu lên Tổng Bí thư được hai năm, bèn sai Bộ Ngoại giao ký với Trung Quốc Hiệp ước phân định biên giới trên bộ. Thế là một phần thác Bản Giốc (Cao Bằng), cửa khẩu Hữu nghị Quan (Lạng Sơn) và Núi Đất (Điểm cao 1509- Hà Giang)... chính thức mất đứt về Trung Quốc. Giáp chỉ còn biết thở dài thườn thượt, hết nhìn bản đồ, lại ra vườn phong lan, chân tay như thừa ra, đầu óc nặng chình chịch, cảm thấy sức khỏe xuống nhanh như cưỡi ngựa tụt dốc.

Đau nhất là chuyện Trần Độ bị khai trừ, năm mươi tám tuổi Đảng chứ có ít đâu? Ếch chết tại miệng, nhưng người có tri thức mà ngậm miệng trước thời cuộc đảo điên thì chẳng bằng hạng thất phu. Độ từng là Trung tướng, Phó Chính ủy, Phó Bí thư quân ủy Quân giải phóng Miền Nam, rồi Thứ trưởng Bộ Văn hóa, Chủ nhiệm Ủy ban Văn hóa-Giáo dục của Quốc hội... mà phát biểu thẳng băng, phảng phất triết lý, thấp thoáng chân lí: "Tôi tỏ ra ân hận, khi đánh đổ một chế độ, nhưng cuối cùng té ra, nó còn tốt hơn chế độ mà mình bỏ công xây dựng". "Càng tăng cường sự lãnh đạo của Đảng bao nhiêu, càng bóp chết văn hóa bấy nhiêu". "Văn hóa không có tự do là văn hóa chết"... Chuyện Độ đề xuất mời nước ngoài vào phát triển du lịch thì được, nhưng nhiều người phản đối việc cho nước ngoài vào khai thác tài nguyên để đổi lấy cơ sở hạ tầng... Công an chỉ lo bọn nước ngoài lợi dụng hoạt động gây cơ sở, thu thập tình báo và phá hoại.

Độ chín chắn lắm, nhưng bộc trực cũng nhiều. Thực ra, quan điểm của Độ là đúng, nhưng hại thay, lại trái quan điểm của Đảng. Độ có gan dám nói ra, viết ra quan điểm, chính kiến, dù bị cấp trên giận dữ, bợp tai đá đít. Mấy cái anh họ Tạ này, tài năng và tính cách khá tương đồng: Tạ Đình Đề này, Tạ Ngọc Phách này (tên thực của Độ), chỉ có Hoàng Minh Thảo, tức Tạ Thái An là có khác. Thảo tài giỏi mà khôn khéo.

Thương mấy anh họ Tạ bao nhiêu, lại giận cái anh họ Lê Khả, họ Nông Đức bấy nhiêu. Họ đồng lõa với Trung Quốc, rêu rao cái gọi là phương châm "Mười sáu chữ vàng"[179] và "Tinh thần bốn tốt"[180]. Nghe mĩ miều vậy thôi, chứ đấy thực chất là cái dây thừng để Trung Quốc dắt mũi Việt Nam. Chẳng lẽ, bấy lâu nay ta chiến đấu, hy sinh xương máu bộ đội và nhân dân không biết bao nhiêu mà kể, rồi chỉ sau một Hội nghị Thành Đô, và chín năm sau đó, cùng với hai phương châm quái gở kia, dân ta lại thành trâu, ngựa của chúng sao?

Trần Độ được đi thăm một loạt các nước Xã hội chủ nghĩa trở về, liền viết một bản kiến nghị lên Trung ương, với tinh thần trách nhiệm của người đảng viên Cộng sản, vừa từ chiến trường ra. Nhưng hỡi ôi, từ đó "nguyên tử Trần Độ bị đánh dấu" trong "sổ đen" của Đảng.

Khi nghe tin Võ Nguyên Giáp viết bản góp văn kiện Đại hội IX, Độ mừng lắm, đọc thấy tâm đắc nhất là chuyện giải phóng tư tưởng. Nhưng rồi Độ phân vân, hỏi Trần Phương:

- Anh là người nghiên cứu lý luận chính trị, triết học. Anh thử giải thích xem, tại sao anh Văn đã đưa ra vấn đề giải phóng tư tưởng, nhưng lại đề cao tư tưởng Hồ Chí Minh?

- Thì đã làm sao? - Phương đá lại câu hỏi.

- Hồ Chí Minh làm gì có tư tưởng? - Độ mắc bẫy Phương, - nếu có, chẳng qua là học theo Mác- Lê-nin, còn Hồ Chí Minh là nhà cách mạng thực hành. Một khi đã giải phóng tư tưởng lại còn chụp lên đầu cái vòng kim cô: "Cộng sản- Hồ Chí Minh- Cộng sản...", nghĩa là sao? Luẩn quẩn như sa vào vũng nước xoáy thì

---

(179) Hội đàm năm 1999, tại Bắc Kinh giữa Chủ tịch Cộng hòa Nhân dân Trung Hoa Giang Trạch Dân với Tổng Bí thư Đảng Cộng sản Việt Nam Lê Khả Phiêu, Trung Quốc đưa ra phương châm Thập lục tương liên: Sơn thủy tương liên, lý tưởng tương thông, văn hóa tương đồng, vận mệnh tương quan. Dịch thành Mười sáu chữ vàng: Láng giềng hữu nghị, hợp tác toàn diện, ổn định lâu dài, hướng tới tương lai).

(180) Hội đàm năm 2000, tại Hà Nội, giữa Tổng Bí thư, Chủ tịch Giang Trạch Dân với Tổng Bí thư Nông Đức Mạnh, phía Trung Quốc đưa ra Tinh thần bốn tốt: Láng giềng tốt, bạn bè tốt, đồng chí tốt, đối tác tốt.

thoát ra làm sao cho đặng?

- Tốt nhất là nên hỏi trực tiếp anh Văn? - Phương trốn câu trả lời.

- À, thì ra tay này "dụng võ" chứ không thực lòng, - Độ bĩu môi, - thì ra...

Thì ra, Giáp cũng là con người phức tạp, có lúc xông ra chiến trận như hổ, có khi lại giấu mình trong hang như gấu. Thì ra, cán bộ ai cũng thế cả, hèn... Độ bực, quầy quả bỏ đi, Phương phải gọi giật lại:

- Gớm, chuyển ngạch quan văn bao lâu rồi, mà vẫn nóng như quan võ?

- Tôi ghét nhất là cái loại nửa nạc nửa mỡ, - Độ vẫn đang bốc hỏa, - đúng, chẳng ai dám bảo vệ; sai, chẳng ai dám đấu tranh, cứ nhập nhà nhập nhèm... Tôi tham mưu cho anh Linh ra hẳn Nghị quyết Năm, xốc lại văn học nghệ thuật, cởi trói cho văn nghệ sĩ thì mới sáng tác được tác phẩm hay. Đó là con ruồi trâu, đốt chí mạng cho cả đàn trâu bảo thủ, u mê phải lồng thếch lên.

- Cái đó cũng nằm trong phạm trù Đổi mới, - Phương kẻ cả.

- Này, tôi hỏi thật, nếu Liên Xô không sụp đổ, thì Đảng có dám Đổi mới không? Mà nói trắng ra, nếu Lê Duẩn còn đó, thì Trường Chinh có dám ho he gì không? Lại nữa, nếu ông ta không giữ chân Tổng Bí thư, thì có dám Đổi mới không, hay vẫn mũ ni che tai? - nghe Phương nói đến "Đổi mới", khiến Độ bị chạm nọc, hăng lên, - ai cũng hiểu biết ở trong chăn mới biết chăn có rận, chỉ có điều, ai là người dám ra tay giết rận mà thôi. Nếu không, vẫn tiếp tục chấp nhận chung sống với rận và ngợi ca sự ấm áp và thơm tho của tấm chăn uế tạp ấy.

- Thời mươi sáu (1960), xảy ra sự kiện Hung-ga-ri, năm sáu mươi tám (1968) lại chuyện Tiệp Khắc, khiến Liên Xô phải đưa quân và xe tăng vào Pờ-ra-ha (Praha), bắt Tổng Bí thư Đúp-xếch (Dubcek) đưa về Mát-xcơ-va (Moskva) mới yên. Rồi thì Ba Lan, Nam Tư... Nam Tư vừa mới mon men phát triển kinh tế thị trường, liền bị khai trừ ra khỏi phe Xã hội chủ nghĩa, - Phương nhập đồng, diễn giải. - Đó là những "tiếng sấm đầu mùa", nhưng phải đến ngót nửa thế kỷ sau, Việt Nam mới đổ mưa, - Phương chơi chữ "đổ mưa", khiến Độ cười khoái trá, - tức là, y như anh Văn góp ý văn kiện dự thảo Đại hội IX, cái gì cũng phải nhìn ra thế giới. Năm ba mươi (1930), Tổng Bí thư Trần Phú đề ra trong bản "Luận cương chính trị của Đảng Cộng sản", bỏ qua giai đoạn phát triển Tư bản, tiến thẳng lên Chủ nghĩa xã hội. Nhưng nay xem lại, nếu chẳng có cơ sở vật chất thì tiến lên làm sao, nên đành phải quay lại thời kỳ Tích lũy tư bản và các loại Tư bản thân hữu có đất phát triển, như nấm sau mưa. Đất nước bước vào thời kỳ hoang dã, "kim ngân phá luật lệ".

- Tức là, nếu ta có Đổi mới sớm cũng không xong, - Độ đăm chiêu, - nhân loại phải biết ơn Goóc-ba-chốp (Gorbachov), mở đường cho kiểu chiến tranh không tiếng súng. Đấy, Liên Xô có một triệu quân thường trực, có đủ cả tàu vũ trụ, tên lửa gắn đầu đạn hạt nhân vượt đại châu, bom nguyên tử và hai chục triệu đảng viên... Thế mà, ụp một cái, nói như kiểu Nam Bộ là "đánh cái rụp", thôi xong.

- Thế nên ông ta mới được Giải thưởng Nô-ben Hòa bình (Nobels Fredspris), - Phương tỏ ra am hiểu. - En-xin (Eltsin) cấm Đảng Cộng sản hoạt động lại là sai lầm đối với một xã hội tự do, công bằng. Nhưng kết thúc một canh bạc bịp đẫm máu và nước mắt kéo dài hơn bảy chục năm cũng là một cơ may cho nhân loại. Nếu nhìn lại nước ta, thử hỏi, Đảng đang đưa dân dẫn nước đi đâu? - Phương rành rọt, - làm khoa học, thì phải lấy khách quan làm đầu. Mác suy diễn xã hội phát triển theo thuyết tiến hóa ngụy khoa học của Đác-uyn (Darwin), dẫn đến kết quả bê bối mà chúng ta đang gánh chịu. Thực ra ở xứ ta, trí thức cũng góp ý này nọ nhiều lắm, thể hiện không phải đồ ngu. Nhưng Bộ Chính trị đâu có đọc. May ra, bọn thư ký bồi bút đọc vài ba dòng, thế là quý hóa lắm rồi. Lê Duẩn từng tuyên bố, người Cộng sản không cần phải nghe góp ý! Nhưng thử hỏi, Chủ nghĩa xã hội mang lại phúc lợi xã hội gì cho dân? Thất nghiệp có trợ cấp không? Xin thưa là không! Giáo dục có mất tiền không? Xin thưa là dân è cổ đóng góp! Chữa bệnh có mất tiền không? Nếu dân không có tiền chỉ có nước chờ chết mà thôi. Bầu cử do Đảng lãnh đạo có mất tiền không? Không, khoản này thì không. Thậm chí, có nơi dân còn được cho tiền đi bầu cử.

- Cuộc đời này, ngẫm cũng thật bất công. - Độ chậm dãi nói câu triết lý, - anh Văn có tư tưởng tiến bộ, thì bị khép vào tội "Xét lại-chống Đảng". Còn ông Trường Chinh, Nguyễn Văn Linh làm cuộc Đổi mới, nghĩa là chống lại Chủ nghĩa Mác, Lê-nin thì lại được khắp chốn cùng nơi ngợi ca, tâng bốc lên tận mây xanh, khác nào đấng cứu nhân độ thế. Hai ông này tưởng khù khờ vậy mà quyết đoán và hành động quyết liệt. Tôi mà như anh Văn là làm tới luôn, thì nước mình có cơ sánh vai với các cường quốc năm châu từ lâu rồi.

Phương ngoái sang, trố mắt nhìn Độ và nhún vai tỏ vẻ ngạc nhiên. Cử chỉ đó của Phương, khiến Độ bị kích động tinh thần, như thể lâm trận mà ngửi thấy mùi thuốc súng, bèn xông lên:

- Cốt lõi của Chủ nghĩa Mác là công hữu, mà nay giải thể các hợp tác xã, nông trường, xí nghiệp, tổ chức lại nền kinh tế đa thành phần, có cả tư nhân và tư bản. Thế là phá nát Quan hệ sản xuất Xã hội chủ nghĩa đã xây dựng bấy lâu nhá... Thế thì Trung ương lập chuyên án gì để theo dõi đám phản động này, Ích-xì Bảy bảy (X77), hay Ích-xì Bảy mốt (X71)? Đúng là, thắng làm vua, thua làm giặc...

- Ô không, tôi ngạc nhiên về điều khác kia, - Phương lầm bầm, vẻ thán phục, - đúng là Tướng-Nhà-Giời. Mà này, Phương vỗ vai Độ dõng dạc phán, - nếu nói Đổi mới là chuyển đổi cơ chế, giải phóng sức sản xuất, tạo ra cơ sở vật chất cho xã hội thì không thể không tính đến cuộc cách mạng về khoa học- kỹ thuật và từ thời ông Duẩn, rồi thì thủy điện Sông Đà, dầu khí Việt-Xô... thực là tầm cỡ quốc gia.

Trần Độ và Trần Phương dạo quanh Hồ Tây, vừa trao đổi thủ thỉ như hai ông bạn già đang nói chuyện gia đình, làng xóm.

Thoạt đầu, nếu chỉ đọc họ và tên, sẽ tưởng là hai anh em, nhưng thực ra, Độ họ Tạ, còn Phương họ Vũ.

- Linh loại trừ anh Bách hơi nặng tay, - Độ phàn nàn.

- Thực ra, lúc ấy anh Bách phụ trách soạn thảo văn kiện Đại hội Bảy. Tổ văn kiện đã rút ra hai điều quan trọng của lịch sử nhân loại: *một là*, tự do tư tưởng; *hai là*, kinh tế thị trường. Thế thì khác nào chấp nhận đa nguyên đa đảng. Mà mấy thứ đó là khắc tinh của Chủ nghĩa Cộng sản.

- Anh ấy cùng họ Vũ với anh đấy, - Độ thâm mật nói.

- Phải, Vũ Thiện Tuấn. Tiếc là anh ấy bộc lộ quá sớm, nên yểu mệnh. Linh không những thẳng tay "loại khỏi vòng chiến đấu", mà còn cắt hết mọi chế độ. Vợ anh ấy cũng bị đẩy ra khỏi cơ quan, đứng vỉa hè trông xe. Từ vai trò là một "Giang Thanh của Việt Nam", bỗng nhiên hạ bệ một phát xuống thảo dân, thế mà cô ấy vẫn cúc cung phục vụ anh Bách. Nghe nói, cô ấy phải bán hết đồ đạc và đi làm thêm, lấy tiền mua thức ăn, đường, sữa để anh ấy không bị choáng. Anh ấy vô tâm chuyện nhà, không hay biết gì, vẫn cứ tưởng đồng chí đấu tranh tư tưởng, chứ không có chuyện thù vặt cắt cả chế độ sinh hoạt, đối xử tiểu nhân như vậy?

- Chính ra, việc này anh Văn phải lên tiếng? - Độ tư lự

Phương cười mũi, rảo bước qua đường Thanh Niên sang hồ Trúc Bạch, nhìn thấy pho tượng anh chàng phi công Mỹ[181], bất giác cười hềnh hệch. Độ rảo bước theo và bình:

- Đây cũng là một cách ghi dấu ấn chiến công của bộ đội tên lửa Việt Nam anh hùng! - Độ nổi máu tuyên huấn.

- Thằng chuyên gia Liên Xô bấm nút quả tên lửa, bắn trúng máy bay thằng Mỹ này đấy chứ, có phải quân ta bắn như báo chí đưa tin đâu, - Phương phán một câu xanh rời. - Thôi, rồng rắn thế đủ rồi.

---

(181) Thiếu tá phi công hải quân Hoa kỳ Giôn Mác-kên (John Mccain), lái máy bay cường kích A4E, bị bắn rơi trên Hồ Trúc Bạch (Hà Nội), năm 1967.

Phương ngụ ý nói về cuốn *Nhật ký rồng rắn*. Độ cười tươi nét mặt.

- Nghĩ chuyện Đổi mới lại thương anh Kim Ngọc, - Độ bùi ngùi, - Trường Chinh cũng quá tay. À, cái dịp Trường Chinh lên Vĩnh Phú choảng Kim Ngọc, về chuyện khoán trong nông nghiệp ấy mà, có làm bài thơ[182], ngộ lắm nhé.

- Tôi biết bài ấy rồi. "Thơ con cóc" thôi, - Phương chấm bài.

- Anh chấm chặt tay quá đấy. - Độ nghĩ bụng, tay này cũng táo tợn, dám phê cả "đấng tối cao". Nghe nói, trước mặt Lê Khả Phiêu mà hắn cứ bô bô cái mồm: "Thà làm đầy tớ thằng khôn, còn hơn làm thầy thằng dại"; đoạn bảo, - Trường Chinh là bậc đa mưu túc trí, chớp được thời cơ. Giáp thì cứ thờ chữ "nhẫn" mãi, thành ra yếm thế. Nhưng ngó đi ngoảnh lại, tới lui giật lùi thì cũng chỉ thấy còn một Tướng Giáp mà thôi, - Độ cười phồm phàm.

Nghe vậy, Phương lắc đầu và cười phá lên, nghĩ bụng, tay này vẫn còn chất võ biền. Phương nhớ, một lần nghe Nhạc sĩ Văn Cao tâm sự và lo lắng thay cho Độ: "Hăng tiết vịt. Chúng nó bóp cho chết non mất thôi!". Thời chưa giác ngộ dân chủ, Độ còn lên giọng khuyên một cô phụ nữ nên bỏ chồng, bởi chồng cô ta phạm tội phản động kia mà. Từ một kẻ ngu trung, vụt biến thành người cấp tiến, quả là phi thường. Chắc hẳn phải có cái gì đó gây chấn động ghê gớm lắm?

*

Trần Độ ốm nặng, nằm điều trị tại Bệnh viện Trung ương Quân đội 108. Đi cùng Bích Hà tới thăm, Giáp ghé tai nói nhỏ với Độ:

- *Nhật ký rồng rắn*, cậu viết đúng, không lỗi!

---

(182)
"Phù Lập làm phân thật khác thường
Phương Trù thủy lợi cũng nêu gương
Chăn nuôi tập thể Hoàn Loan giỏi
Cây rợp bên đường bóng Lạc Trung".

Độ nhoẻn cười, gương mặt rạng ngời như vừa hay tin thắng trận.

Hà vội giật áo Giáp, thì thầm:

- "Rệp" đấy!

Ý Hà muốn nhắc Giáp là phải cảnh giác, đề phòng có máy nghe trộm. Cô bác sĩ thính tai, tưởng Phu nhân đại tướng chê phòng bệnh mất vệ sinh, vội thanh minh:

- Bệnh viện chúng cháu thuộc loại cao cấp đặc biệt, vệ sinh sạch sẽ, mỗi ngày ba chiều quét dọn, làm gì có rệp bọ đâu ạ?

Nghe vậy, cả ba cùng cười vui vẻ và ý nhị đưa mắt nhìn nhau. Tuy nhiên, Độ vẫn thận trọng, ra hiệu gửi thông điệp về loài rệp điện tử đang "chăm sóc bệnh nhân". Cả ba lại nói những chuyện vô thưởng vô phạt, nào là tác phẩm *Bên sông đón súng*, viết từ hồi kháng chiến chống Pháp của Độ. Độ lại bình bài thơ *Chữ nhẫn*. Hà sợ khơi mạch quá sâu, vội giơ tay ra hiệu ngăn lại.

- Thế mà anh góp ý với Đại hội Đảng về giải phóng tư tưởng, - nhịn được một lúc, Độ lại hăng lên như ra mặt trận.- Tự do tư tưởng tất dẫn đến tự do bầu cử, ứng cử vào bộ máy lãnh đạo đất nước, từ Trung ương đến địa phương, bỏ được cái vòng kim cô "tập trung dân chủ". Nhiều người có trình độ cao, tâm huyết với vận mệnh dân tộc, sẽ không bị chụp mũ chống Đảng, hoặc đảo chính...

- Đúng tư tưởng Hồ Chí Minh về giải phóng dân tộc, theo con đường của Chủ nghĩa Mác- Lê-nin, - Giáp vẫn bình tĩnh, nói nhấn từng câu, như trước diễn đàn hội nghị, mục đích cho tiếng thu âm rõ ràng, nhưng cố tình lờ đi vế thứ hai trong câu chuyện của Trần Độ.

- Nhưng từ xưa đến nay, chưa có đồng chí lãnh đạo cấp cao nào của Đảng, ngoài anh Văn, dám nói về tự do tư tưởng, - Độ vẫn khơi khơi.

- Nói đúng ra, từ năm năm mươi sáu (1956), Hồ Chủ tịch đã nói chuyện tại Trường Đại học Nhân dân, rằng: "Chế độ ta là chế độ dân chủ, tư tưởng phải được tự do. Tự do là thế nào? Đối với mọi vấn đề, mọi người tự do bày tỏ ý kiến của mình, góp phần tìm ra chân lí". Đó, bác nói thế đó, - Giáp nheo mắt cười cười. - Sự nghiệp Đổi mới do Đảng khởi xướng và lãnh đạo đã nói lên tất cả rồi, - Giáp cũng đành cưỡi ngựa ra trận, không phải đối đầu với người đối thoại đang khoác áo bệnh nhân kia, mà là đánh giáp lá cà với kẻ thù vô hình đang dỏng tai nghe trộm, - Đại hội Mười một vừa rồi, khẳng định chính thức Đường lối phát triển nền kinh tế thị trường định hướng Xã hội chủ nghĩa.

- Đặc trưng của nền kinh tế xã hội Xã hội chủ nghĩa là kế hoạch hóa và tập trung cao độ, sản phẩm phân phối theo lao động. Kinh tế Tư bản lại tuân theo quy luật thị trường. Hai cái đó kị nhau như nước với lửa, làm sao cắm đuôi vào nhau được? Đó là sự khiên cưỡng. Thực chất bộc lộ một xã hội theo kiểu Tư bản dã man. Một canh bạc bịp, - Độ hăng lên, nói trắng phớ.

- Có thể, đó chỉ là sách lược tạm thời. Đến một lúc nào đó, đủ tiềm lực kinh tế, lại ra lệnh: quốc hữu hóa, a-lê hấp! - Giáp miễn cưỡng trò chuyện, chủ yếu để an lòng người bệnh.

Hà đóng vai khán giả bất đắc dĩ, xem hai ông tướng diễn kịch cương với ma, vừa sợ hãi, vừa thú vị. Những ông tướng, sắp lìa cõi đời rồi, mà vẫn chưa dám nói thật. Tại sao cứ phải dối trá? Người xưa có câu: nói thật mất lòng, nhưng thời nay, nói thật mất đầu. Lúc về, Hà khẽ nói với Giáp:

- Em linh cảm như anh Độ đã nói gở, dở tính thế nào ấy...

- Nhân định thắng thiên, - mượn lời người xưa, nói câu trấn an, nhưng lòng cũng cảm thấy có điều không bình thường.

Chỉ hôm trước hôm sau, Trần Độ từ giã cõi đời, tuổi bảy mươi chín bước sang tám mươi.

Từ sau hôm vào viện thăm Độ, Giáp cũng bị mệt, Hà và con cháu không cho đến đám tang, nên đành gửi vòng hoa viếng.

Thấy vòng hoa mang dòng chữ: "Đại tướng Võ Nguyên Giáp, Kính viếng hương hồn đồng chí Trung tướng Trần Độ", bọn bảo vệ xông vào giật phắt dải băng, yêu cầu bỏ những chữ "Kính" "đồng chí" và "Trung tướng", lại còn hỏi xếch mé:

- Các bác có phải đảng viên không? - ý chúng muốn nói, Trần Độ bị khai trừ Đảng rồi, thì không còn là đồng chí nữa, không cần tôn trọng nữa, - bức trướng trong phòng tang lễ cũng chỉ cắt dán mấy chữ: "Lễ tang ông Trần Độ".

Huyên bực, cãi cọ một hồi không xong, đành điện về nhà:

- Báo cáo Đại tướng, - mọi khi Huyên thường gọi anh Văn, nhưng lúc này phải dùng từ "Đại tướng" cho nặng kí, - Ban tổ chức lễ tang yêu cầu, băng tang chỉ đề dòng chữ "viếng Trần Độ" mới cho mang vào viếng.

- Thế hả? - Giáp ngẫm nghĩ giây lát, - thôi được, họ đã yêu cầu thế, thì làm theo như thế.

Thế nhưng không hiểu sao, lúc làm lễ truy điệu lại thấy vòng hoa của Giáp viếng Độ, băng chữ trắng trên nền vải đen vẫn y nguyên và hiện diện bên cạnh quan tài, khiến ai nấy đều kinh ngạc và xúc động. Thì ra, trong Ban tổ chức lễ trang vẫn còn có người nhân đức.

Khi xe ô-tô đưa Trần Độ về quê hương Thái Bình, lại gặp mấy cái xe ô-tô "chết máy" giữa đường, khiến cả đoàn xe đưa tang phải dừng nửa buổi mới thông. Mãi sau mới biết, công an gây cản trở, để có thời gian bố trí lực lượng, đề phòng biểu tình, bạo loạn. Chẳng là, trong điếu văn, Vũ Mão có nhắc đến chuyện Độ vi phạm kỷ luật về quan hệ nam nữ bất chính. Con trai Độ lên tiếng phản đối, thế là những người dự đám tang hoan hô rầm cả lên. Thật bi hài, chưa từng có bao giờ trên toàn cõi Việt Nam. Điều đó, thể hiện lòng người ngưỡng mộ Trần Độ, xét ra cũng thật đáng gờm. Hơn nữa, cái chuyện giật phá vòng hoa viếng của các Tướng Võ Nguyên Giáp, Lê Ngọc Hiền, Nguyễn Hòa... cũng đã gây phản cảm lắm rồi. Tình hình rất căng thẳng, dễ tạo nên đám cháy giữa trời, nhất là tình cảm đau thương bị kích động nơi quê hương bản quán.

Giáp biết Độ có bài thơ đầy tâm trạng:
"Chỉ mong xóa ác ở trên đời
Ta phó thân ta với đất trời
Tưởng xóa ác rồi thay cực thiện
Không ngờ cái cái lại luân hồi".

Thế là Độ đã "hồi đầu thị ngạn", (quay đầu thấy bờ). Giáp buồn, sang chùa Sủi bên Gia Lâm, vãng cảnh và trò chuyện với sư sãi. Sau khi Trường Chinh qua đời, gia đình cũng sang đây làm lễ cầu siêu.

Chùa Sủi ngay cạnh đền thờ Cao Bá Quát. Sinh thời, ông là một tài trai mà lận đận, nhưng dám dấy binh chống lại nhà Nguyễn, can trường lắm thay. Ông cũng để lại những câu thơ giọt lệ:

"Tài trai sống ở đời, đã không làm được việc phơi gan, bẻ gãy chấn song, giữ vững cương thường

Lại nhìn bọn cường quyền sói lang hoành hoành..."

Sau đám tang Độ, có cuộc điện thoại gọi đến hỏi Vũ Mão và Ban lễ tang, nghe giọng quen quen:

- Cớ làm sao mà cản phá thế, ông Mão?

- Cái đó thuộc về Ban Tổ chức tang lễ, - Mão chối. - Tôi chỉ đọc điếu văn thôi mà.

- Người đã chết, nghĩa tử là nghĩa tận, sao nỡ bươi móc chuyện nọ chuyện kia ra làm gì?

- Thì tôi cũng có muốn đâu, nhưng anh Đỗ Mười bảo là phải thêm chỗ ấy vào. Tôi lại bảo, chẳng dám đọc đâu. Anh Mười dặn, đọc nhỏ thôi cũng được. Nhưng nhỏ làm sao, cái loa phóng thanh vặn chiết áp hết cỡ, cứ oang oang, thế mới sinh chuyện, - Mão thanh minh.

- Tiếng để đời đấy ông ạ! -

- Chẳng qua, tôi từng làm Chánh Văn phòng Quốc hội, mà anh Trần Độ có thời giữ chức Chủ nhiệm Ủy ban Văn hóa-Giáo dục của Quốc hội, nên tôi được phân công đọc điếu văn. Thật là bất khả kháng.

- Người ta rắp tâm đưa một cô gái từ Đắc Lắc (Dak Lak) ra khách sạn ở Hà Nội, gài bẫy anh Độ phải không? -

- Tôi cũng có nghe, nhưng không rõ binh tình thế nào, - Mão trả lời lập lờ. - xin lỗi, ai gọi đấy ạ?

Điện thoại mất tín hiệu, Mão giật mình, ngơ ngác nhìn quanh, tưởng ai đó từ cõi âm hiện về...

*

Phan Hồng Việt dẫn Thu Trang về nhà chơi, chợt thấy Giáp đang lúi húi mở cuốn sách dày cộm, bèn sà vào:

- Ông ngoại ơi! Đây là Thu Trang, bạn đăng-pót (dence sport) với cháu.

- Cháu chào ông! - Trang lễ phép chào. Từ lâu, hình ảnh Giáp đã choáng ngợp trong tâm hồn cô, mà nay thấy cảnh hai ông cháu đầm ấm như vậy, khiến cô rất đỗi xúc động.

- Mời cháu ngồi, - Giáp khoát tay ân cần bảo Trang, rồi quay sang nhắc cháu ngoại, - Hồng Việt, lấy hoa quả, bánh kẹo, trà nước ra khoản đãi khách quý nào.

- Cháu có mang mấy quả bơ, biếu ông! - Trang thỏ thẻ, vẻ ngượng ngùng, khi thấy Giáp nhận và cám ơn rất trân trọng.

Không để Việt phải nhọc công, cậu lính cần vụ đã lễ mễ mang đồ ăn thức uống lên bàn. Trang cũng mau mắn giúp một tay và cũng đưa luôn túi quả bơ cho cậu cần vụ. Bởi Việt đã dặn Trang, chỉ có bác sĩ riêng mới được tiếp thức ăn, nước uống và thuốc thang cho ông ngoại mà thôi.

- Thế là mẹ cháu đã được nghỉ hưu. Thấm thoắt hơn nửa thế kỷ gian khổ và vinh quang. Thời gian là thánh thần phán xét mọi sự ở đời, - Giáp nhìn xa xăm, vẻ suy tư.

- Mẹ cháu vẫn đọc sách liên miên ông ạ, - Việt đỡ lời.

- Cháu đọc sách báo, thấy nói là, khi ông sang Trung Quốc hoạt động cách mạng, thì bác Hồng Anh mới tròn một tuổi, - Trang tỏ vẻ hiểu biết về cuộc đời và gia đình Đại tướng.

- Đúng đó, - Việt cướp lời, để tỏ ra là chủ nhân ông, - chúng cháu đi tìm "địa chỉ đỏ", còn biết ngôi nhà số Một lẻ sáu, phố Hàng Bông của ông thuê, khi mới ra Hà Nội.

- Ồ, những hai, ba nơi, - Giáp mừng rỡ, - nào Nam Ngư, Hàng Bông, Phùng Hưng... Gần nhà mà xa ngõ, ngay trong thành phố, nhưng có mấy khi trở lại thăm được mô?

- Ông nhiều sách thế kia, - Trang ngước nhìn chồng sách chất ngất, tò mò hỏi, - thì đọc sao cho xuể được ạ?

- Ồ, câu hỏi thú vị, - Giáp tươi cười đáp, - phải tùy theo quỹ thời gian mà bố trí cách đọc cho hợp lí. Nếu bận quá cũng phải mở qua xem mục lục, lướt mấy đoạn để lưu ý, khi rảnh thì đọc sẽ nhập tâm rất nhanh. Như vậy, sách dày cũng không ngán.

- Bây giờ, nhiều người chỉ thích sách mỏng, có tranh ảnh minh họa để giải trí, thậm chí, đọc cho mỏi mắt, dễ ngủ... - Trang bộc bạch tâm sự.

Nghe vậy, cả ba cười vang căn phòng, khiến không khí buổi trò chuyện thêm ấm áp.

Trang vừa bóc hoa quả mời hai ông cháu Giáp, vừa hồ hởi khoe:

- Bây giờ, ngôi nhà Một lẻ sáu, Hàng Bông đã chia đôi, một bên là Khách sạn Place, còn bên kia là Trụ sở Ủy ban phường Hàng Bông.

- Lúc nhỏ, ca sĩ Khánh Ly đã cùng gia đình ở chính ngôi nhà đó, rồi mới di cư vào Nam, ông ạ, - Việt khoe với ông ngoại về sự khám phá của mình.

- Khánh Ly là cô ca sĩ thường hát rất hay nhạc Trịnh Công Sơn, phải không? - Giáp hưởng ứng câu chuyện.

- Ông thích nhạc Trịnh ạ? - Trang tò mò, hỏi.

- Nhạc Trịnh êm dịu, lời hay, đi vào lòng người. Nhạc sĩ Trịnh Công Sơn lại là bạn của nhạc sĩ Văn Cao, - Giáp tỏ ra là người hiểu biết âm nhạc và giới nhạc sĩ. Nhớ cái hôm ba mươi tháng tư, khi Quân giải phóng vừa vào Dinh Độc Lập, Sơn đã xuất đầu lộ diện, lên Đài Sài Gòn kêu gọi văn nghệ sĩ không di tản, ở lại với Chính phủ lâm thời...

- Ông anh quen biết nhiều văn nghệ sĩ có tên tuổi lắm, - Việt khoe với Trang, đầy vẻ tự hào.

- Vừa rồi, ông đi máy bay lên Điện Biên Phủ ạ? - Trang hỏi xã giao, - vui không ông?

- Vui thì cũng có, thăm lại cảnh cũ người xưa mà. Lần nào lên trên ấy, ông cũng đến viếng nghĩa trang liệt sĩ, - Giáp lặng đi vì xúc động.

Trang thấy vậy, tỏ ra hối hận, vì đụng vào nỗi đau của người lính già, hơn chín chục tuổi rồi, sức cũng đã yếu. Người già lại thường hay xúc động.

- Nhưng buồn nhất là lúc vào hầm Đờ-cát, hỏi cái giá sách cũ đâu? Mấy cô cậu bảo tàng bảo, đốt mất rồi, - Giáp lại lặng đi. - Có phải cái gì của địch cũng xấu cả đâu? Sách là kho kiến thức của nhân loại, xem để hiểu đối phương, thế mà người ta vẫn hủy vì thành kiến. Ông cảm thấy buồn vì điều đó. Thành kiến với quá khứ lịch sử, thì làm sao hội nhập thế giới và hòa giải, hòa hợp dân tộc? Mà nếu không làm được điều đó, thì đất nước chỉ giẫm chân tại chỗ, không thể phát triển.

- Đánh nhau với mấy tướng quý tộc, trí thức cũng khoái, ông nhỉ? - Việt động viên ông ngoại. - À, cháu nghe nói, ông gửi thư cho Trung ương Đảng, đề nghị giải quyết vụ Sáu Sứ và Tê bốn (T4), đã được trả lời chưa ạ? Thật là một cú "lội ngược dòng" ngoạn mục.

Giáp lừ mắt chỉ sang Trang, có ý nhắc nhở phải giữ mồm giữa miệng, không nên bép xép với khách.

- Chắc là ông ngạc nhiên lắm ạ. Nhưng chúng cháu biết hết cả rồi, - hầu như cả Việt lẫn Trang cùng đồng thanh reo lên.

- Chu cha? - Giáp ngạc nhiên thực sự.

- Thời đại In-tơ-nét (internet) mà ông? - Việt khoái chí huyếnh lên, - hơn tám mươi vạn người dùng in-tơ-nét rồi ông ạ. Công của các Giáo sư, Tiến sĩ Mai Liêm Trực, Phan Đình Diệu, Chu Hảo và nhóm những nhà khoa học, nhà quản lý đưa được In-te-nét vào Việt Nam là lớn lắm. In-tơ-nét sẽ đục thủng bức màn sắt...

- Nói đi cũng phải nói lại, anh Đỗ Mười và Lê Khả Phiêu không phê chuẩn thì làm sao nước ta có In-tơ-nét. Vả lại, trong cơ chế Đảng lãnh đạo, nếu không chủ trương, thì Tổng Bí thư và Thủ tướng cũng chẳng dám thò bút kí. Anh Võ Văn Kiệt là người Việt Nam đầu tiên, chính thức gửi thư điện tử cho Thủ tướng Thụy Điển đấy thôi. - Giáp bênh chằm chặp, khiến Việt và Trang nhìn nhau, vẻ ngạc nhiên. Đoạn, Giáp lèo thêm, - các cháu có nhớ tấm ảnh bác Hồ đọc Tuyên ngôn độc lập không? Người cầm ô che cho bác trên kỳ đài, chính là ông Chu Đình Xương làm Giám đốc Công an Bắc Bộ và cũng là bố Chu Hảo đó.

Nghe vậy, cả hai ồ lên kinh ngạc, vô tình trúng ý Giáp muốn khẳng định rằng, gia thế Hảo cũng không phải tầm thường trong đám cán bộ Cộng sản.

- Thượng tướng Nguyễn Nam Khánh cùng phe với ông, - Trang buột miệng nói từ "phe" và lẽ lưỡi như thạch thùng, nhưng thấy Giáp chú tâm lắng nghe, nên Trang lại kể tiếp, - ông Khánh cũng viết thư lên Trung ương, đề nghị giải quyết vụ Xiêm Riệp xảy ra từ năm tám mươi ba (1983), Năm Châu- Sáu Sứ năm chín mươi mốt (1991) và vụ Tê bốn (T4) năm chín mươi sáu (1996).

- Thế là toàn dân cùng tham gia làm chính trị rồi, - Giáp cười rổn rảng, khiến Trang và Việt cũng vui lây.

- Cháu nghĩ, cái này cũng chẳng bí mật được đâu? - Việt khẳng khái, - làm sao cứ phải núp vào bóng tối mà hại nhau, không dám công khai minh bạch? - cũng như các chàng trai đang yêu, Việt vào vai một chú gà trống, tỏ vẻ hiểu biết và mạnh mẽ trước bạn gái. Trang cũng ngước nhìn Việt đầy vẻ thán phục. - Chúng cháu nghe nói, vụ Xiêm Riệp hàm oan cho cán bộ Campuchia cũng chẳng khác gì vụ Hát Xăng-xanh-đơ gây bao oan khuất ngay thuở ban đầu trên Chiến khu Việt Bắc. Xiêp Riệp, tiếng Khơ-me nghĩa là, ghi lại chiến tích người Thái Lan bị bại trận từ thế kỷ mười bảy, thì bây giờ, người Campuchia lại bị người Việt đánh bại, tại đó.

- Nói thế mất quan điểm chính trị, - Giáp răn cháu. - Ta thực lòng giúp bạn.

- Cháu nghe nói, chính người Khơ-me cũng phân biệt cán bộ, bộ đội tình nguyện Việt Nam trước năm bảy mươi tám (1978), bảy mươi chín (1979) là "Bộ đội nhà Phật"; còn sau đó, họ coi như như quân chiếm đóng, gọi miệt thị là Duôn (Yuon)[183]. Có nơi, quân ta tàn sát cả phum sóc, không từ người già và trẻ em. Thật không thể tưởng tượng nổi. - Việt nổi máu nghệ sĩ mặt đỏ phừng phừng, phơ lên phê phán. - Bộ máy chính quyền, đoàn thể áp dụng y hệt khuôn mẫu Việt Nam, khác nào bọn phong kiến Trung Quốc áp đặt ngàn năm Bắc thuộc đối với Đại Việt?

*

Hôm ấy, trong buổi Lễ Độc lập, tại Quảng trường Ba Đình, sau khi Hồ Chí Minh đọc Tuyên ngôn độc lập, miềng đã nói về quân Đồng Minh. Những người bạn Mỹ không tham vọng lãnh thổ, hẳn Thiếu tá Tô-mát đứng dưới chân lễ đài cũng nghe thấy điều đó. Thế rồi, khi Liên Xô hô hào "chung sống hòa bình", thi đua phát triển kinh tế, giải trừ quân bị... miềng đã cho làm lễ hạ sao mấy sư đoàn bộ đội Miền Nam tập kết, tất cả vác cuốc ra nông trường, khiến Lê Duẩn tức điên.

Duẩn cài lại hơn năm ngàn bộ đội, cán bộ và chôn giấu vũ khí, đúng với chủ trương bàn bạc Liễu Châu, nhưng trái với tinh thần Hiệp định Giơ-ne-vơ, khiến Diệm đàn áp khốc liệt. Duẩn lại bí mật điều năm ngàn quân chủ lực vào Nam, làm cho Mỹ lo sợ "làn sóng đỏ" tràn xuống Đông Nam Á, nên buộc phải loại bỏ Diệm, để đưa quân Mỹ vào, trực tiếp can thiệp quân sự.

Diệm là một chính khách, có tinh thần độc lập dân tộc, bị Mỹ "thay ngựa giữa dòng" là thất sách. Bởi sau Ngô Đình Diệm và Hồ

---

(183) Bọn Bắc (tiếng Khơ-me).

Chí Minh, thì Việt Nam sẽ khủng hoảng lãnh tụ. Mỹ đổ quân vào Miền Nam, bỗng dưng Miền Bắc được lợi thế chính trị, với chiêu bài chống Mỹ xâm lược, giải phóng Miền Nam, thống nhất đất nước. Đó là khẩu hiệu để hiệu triệu, tăng gấp bội tinh thần bộ đội và dân chúng. Diệm cũng từng la lên rằng, Miền Bắc xâm lược, và hô hào "Bắc tiến", nhưng chẳng thấy động binh...

Tuy đương kim là Bộ trưởng Quốc phòng, Tổng Tư lệnh quân đội, Bí thư Quân ủy Trung ương, nhưng thật tình, miếng không muốn chiến tranh, nhất là lại đối đầu với Mỹ. Cuối cùng, Việt Nam sẽ tất thắng, nhưng tổn hại không biết bao nhiêu mà kể. Chính vì thế, Duẩn đánh giá miếng "hèn", "xét lại" và từng bước đưa Nguyễn Chí Thanh, Văn Tiến Dũng lên thế chỗ. Miếng nhớ, năm bốn mươi sáu (1946), khi vận nước ngàn cân treo sợi tóc, phải kiếm kế hòa hoãn với quân Tưởng và Pháp, tạo điều kiện thanh trừng các đảng phái quốc gia. Để có thể hòa với quân Tưởng, Hồ Chủ tịch đã phái Nguyễn Lương Bằng mang một ngàn lạng vàng, trong số hơn năm ngàn lạng của gia đình ông Trịnh Văn Bô ủng hộ cách mạng, hối lộ cho Hà Ứng Khâm năm trăm lạng, Lư Hán ba trăm lạng và Tiêu Văn hai trăm lạng. Đối với Pháp, Hồ Chủ tịch ký kết cùng Xanh-tơ-ni, thì miếng ký với Xa-lăng. Địa điểm Séc Tây (Crercle) đó là ngôi biệt thự sang trọng, sàn lát ván, cầu thang gỗ, lan can đúc con tiện và ngoài sân có cây xoài Mộc Châu xanh mát. Nhớ bữa đó, tranh luận nảy lửa với Xa-lăng, nhưng khi nghe tin vợ hắn vừa sinh con gái, miếng liền trao tặng một bức bình phong, cảnh làng quê Việt Nam, khiến không khí hội nghị hạ hỏa tức thì.

- Ngài không những là nhà quân sự, mà còn là nhà ngoại giao. Thiên bẩm ư? - Xa-lăng nói câu hàm ơn đầy tính xã giao.

- Tôi học tập Hồ Chủ tịch!

Miếng không còn là miếng, mà đã trở thành người của Đảng. Bản thân nguyện là cái ốc vít trong cỗ máy khổng lồ ấy. Nào ai học được chữ "ngờ", nó đã đưa lịch sử trở lại "xã hội nguyên thủy kiểu mới".

Từ năm sáu mươi ba (1963), miếng đã bị phân biệt đối xử,

có lúc tưởng chừng cả nhà sắp bị đày ra đảo hoang. Ngẫm ra mới thấy, độc đảng thì làm sao lại có công bằng, dân chủ, văn minh cho đặng? Dần dà, miềng ngộ ra và Phật hoàng Trần Nhân Tông như một sự cứu cánh. Miềng đã trở về với Quốc gia và Dân tộc, khi xác định và kiến nghị giải phóng tư tưởng cho nhân dân. Từ một người yêu nước, miềng trở thành Cộng sản, qua một quá trình tự lột xác với sự giằng xé nội tâm dài lâu và đau đớn, rồi lại từ Cộng sản trở về với THẾ GIỚI CON NGƯỜI.

Thời trai trẻ sôi nổi, miềng đi theo con đường Cộng sản. Lúc đó, Chủ nghĩa Cộng sản như một trào lưu trên thế giới, lực lượng công, nông, binh tràn lên như nước vỡ bờ, cuốn phăng đi tất cả. Nhưng lâu đài trên cát tất nhiên phải sụp đổ, bởi không có nền móng dân tộc và nhân bản. Giành độc lập dân tộc phải trả bằng xương máu, nhưng kiến tạo nền dân chủ, tự do để phát triển đất nước thì trí não phải đặt lên hàng đầu. Từ mông muội tới văn minh là bước nhảy vọt của trí tuệ. Sự sai lầm trong nhận thức của kẻ cầm quyền, về con đường phát triển đất nước, có khi gây tai hoạ

Bây chừ, miềng có thể hô to lên rằng: Mẹ Việt Nam ơi! Con, Võ Nguyên Giáp đã trở về. Và, con xin mượn câu thơ của tiền nhân bày tỏ lòng thành:

"Cái tôi hoàn lại đất trời
Trả tôi mặt mũi muôn đời chưa sanh"[184].

Từ năm 2001, mấy cô con gái đã nhờ bà sư trụ trì chùa Giải oan, dưới chân núi Yên Tử, xem về quãng đời còn lại của miềng. Nghe nói, miềng được thêm một con giáp nữa. Vị chi là hai ngàn linh một cộng mười hai. Vậy thì cuộc đời miềng sẽ kết thúc vào năm 2013 ư?

---

(184) Nguyên tác:
"Hoàn nhĩ thiên sinh ngã
Hoàn ngã vị sinh thời".
Dịch nghĩa:
Trả ông trời cái tôi mà ông trời sinh ra
Trả lại cho tôi cái thời tôi chưa sinh ra.
Thơ của thi nhân họ Phạm (Trung Quốc). Viên Minh dịch ra tiếng Việt.

Sau khi Tô[185] mất, con cháu xin đặt mộ vào hàng đầu đang còn để trống trong Nghĩa trang Mai Dịch, Trung ương không chấp thuận, bảo vị trí đó là để các nguyên thủ còn đang sống nhưng nếu chẳng may đột ngột từ trần, cụ Đồng thì đã nghỉ hưu rồi. Con cháu uất quá, toan tự tổ chức lễ tang, không cần Đảng, Nhà nước làm gì nữa. Giáp nghe vậy, thở dài khẽ nói: "Thế thì miềng vào Mai Dịch làm chi mô, hè?".

45. Đôi thanh kiếm báu

Sau cái tên Hồ Chí Minh, miềng và mười ba người nữa, cùng tham gia ký vào bản Tuyên ngôn độc lập, gồm: Trần Huy Liệu, Chu Văn Tấn, Dương Đức Hiền, Nguyễn Văn Tố, Nguyễn Mạnh Hà, Cù Huy Cận, Phạm Ngọc Thạch, Nguyễn Văn Xuân, Vũ Trọng Khánh, Phạm Văn Đồng, Đào Trọng Kim, Vũ Đình Hòe, Lê Văn Hiến.

Thực ra, ai cũng biết, ngày 11 tháng 3 năm 1945, Vua Bảo Đại đã ra bản Tuyên cáo độc lập rồi. Một tuần, sau khi công bố bản Tuyên cáo độc lập đầu tiên của nước Việt Nam, vua đã sức cho các lý trưởng, chánh tổng tụ tập dân chúng trong làng, xã khắp cả nước, đánh trống khua chiêng cùng nghe đọc lại bản sao y Tuyên cáo độc lập, thế mà chẳng mấy ai để ý, dù gọi là "Ngày Độc lập". Nhưng đến bản Tuyên ngôn độc lập của Hồ Chủ tịch vào ngày mùng 2 tháng 9 cùng năm, thì toàn dân hưởng ứng rầm rầm, gọi là "Tết Độc lập", các làng xã mổ lợn ăn mừng. Quả là Hồ Chí Minh có sức lan tỏa và biết cách tập hợp quần chúng. Giáp lại nhớ bài học "Người mị dân".

Năm ngoái, miềng nêu quan điểm "Giải phóng tư tưởng", góp ý với Tiểu ban văn kiện Đại hội IX, thì vừa rồi, Lê Khả Phiêu lại ký quyết định cho Tổng cục Tình báo Quân đội, được theo dõi những người cấp tiến trong Quân đội và ngoài xã hội, lấn sang sân của Công an. Cánh Công an lên tiếng phản đối rầm rĩ, nhưng đâu biết rằng, quyết định đó là mũi tên trúng những hai, ba đích:

---

(185) Phạm Văn Đồng (01/3/1906 - 29/4/2000).

trước là, tăng cường vị thế và sức mạnh quân đội; hai là, kìm hãm lực lượng cấp tiến để duy trì sự độc tôn của giới lãnh đạo Đảng; ba là, có cớ hạ bệ chính Lê Khả Phiêu, mà hắn cũng không ngờ. Phiêu giải tán Ban Cố vấn là một đòn đau giáng vào Lê Đức Anh. Thế là, Anh giật dây, cả đám cán bộ cao cấp cùng nhao nhao phản đối: Ai cho phép quân đội theo dõi Trung ương Đảng và Chính phủ? Phiêu hớ quá, miệng vừa bực lại vừa buồn cười, thậm chí pha chút thương hại nữa. Phiêu cũng chưa phải là chính trị gia tầm cỡ, nên bị xỏ mũi. Cái vụ Năm Châu-Sáu Sứ và T4, đều chĩa vũ khí nhằm vào miệng, nay lại có thêm cái quyết định chết tiệt kia, chúng sẽ tạo cớ làm mẻ lưới vét, hòng đưa cả nhà miệng ra đảo Tuần Châu[186] giam lỏng.

Tuần Châu ngoài biển Quảng Ninh, cách đất liền hai cây số. Khoảng cách đó, cũng bằng quãng đường giữa thác Bản Giốc[187] tới cột mốc số 53 cũ trên biên giới Việt-Trung, theo thỏa thuận Pháp-Thanh. Đồng bào địa phương nói, "cột mốc biết đi", nên ngày càng lấn sâu sang đất Việt Nam. Thời trước, dân mình làm nương tận chỗ ngã ba đường, bên kia núi đấy lố!

Hắn bọn Thọ đã trù tính phương án phòng ngừa tại Tuần Châu, một khoảng không quá xa, đối tượng đâu có thể dễ dàng bỏ trốn ra nước ngoài và cũng không quá gần để tập hợp lực lượng nổi dậy trong đất liền... Ra đảo phải lụy tàu, thuyền quốc doanh, còn phương tiện trực thăng là điều không tưởng. Về hạ tầng và cơ sở vật chất là con số dê-rô (zero): điện đóm không, liên lạc điện thoại không, vô tuyến điện hẳn là không được cấp, đường xá trên đảo chỉ là những lối mòn... Tóm lại, Tuần Châu tuy có dân cư thưa thớt làm nghề đánh cá, nhưng chẳng khác một đảo hoang, sống ở đó coi như đi đày, cách li thiên hạ. Sau này, nếu có điều kiện, miệng cho con cháu xây dựng thành khu nghỉ dưỡng, không khéo lại hóa thiên đường ngoài biển khơi cũng nên... Nghe đâu như, từ năm 1938, khi bọn miệng viết *Vấn đề dân cày*, thì cũng là lúc nhà khảo cổ Thụy Điển An-đéc-xơn (Anderson) ra hang Tiên Ông

---

(186) Ngày nay thuộc thành phố Hạ Long, tỉnh Quảng Ninh.

(187) Nay thuộc xã Đàm Thủy, huyện Trùng Khánh, tỉnh Cao Bằng.

(Hang Đục), cách Bãi Cháy hơn hai chục cây số đường biển khai quật nền hang, phát hiện cơ man nào vỏ ốc nước ngọt bị vùi lấp. Có lẽ, thời kỳ biển lùi, người Việt cổ đã sinh sống ngoài đó rồi. Vậy Tuần Châu cách bờ vài cây số, ăn nhằm gì, hè?

Không biết bọn Thọ sơ xuất để lộ lọt từ đâu, mà các tướng thân tín biết tin, nháo nhào chạy đến nhà miềng, bàn cách đối phó:

- Chúng nó mà bắt anh Văn đày ra đảo hoang, chúng tôi sẽ liều chết giải cứu!

- Chớ manh động, - Giáp vội khoát tay, can ngăn quyết liệt, - rồi xảy ra binh biến, huynh đệ tương tàn. Bộ đội đã hy sinh xương máu quá nhiều rồi.

- Nhưng mà...

- Không nhưng gì hết! Đây là mệnh lệnh! - Giáp dứt khoát. - Vả lại, ở đâu cũng là quê hương Việt Nam. Ngày xưa, Mai An Tiêm bị đi đày ra đảo thuộc vùng biển Thanh Hóa, mà còn trồng cấy nên giống dưa hấu, vỏ xanh lòng đỏ, ăn rất khoái khẩu đấy thôi, - Giáp cười khôi hài, nghĩ bụng, sự việc đã lộ ra thế này, bọn họ không dám ra tay nữa đâu...

Mấy tướng lấy tay quệt nước mắt, ngẫm câu: "xanh vỏ đỏ lòng", mà nhìn Giáp đầy thương cảm.

- Chúng tôi nghe nói, tay Đinh Đức Thiện mắng vào mặt anh trai rằng: "Anh Thọ, anh làm thế, rồi người ta đào mồ bố mình lên đấy!"

- Thì lão gì Bí thư Hải Phòng[188] lên Trung ương ấy nhỉ? Lão bảo, lúc Lê Duẩn chết, các con Duẩn sợ hãi hỏi: "Chú ơi, liệu người ta có bắt chúng cháu không?". Chẳng là, hồi đó, lão hay đến nhà Duẩn, làm thân.

Lại nhớ, sau năm bảy lăm (1975), Duẩn nói câu đãi bôi: "Tôi luôn bảo vệ anh Giáp". Bọn bậu sậu hùa theo: "Nếu Tổng Bí thư

---

[188] Đoàn Duy Thành- Phó Chủ tịch Hội đồng Bộ trưởng, Bộ trưởng Ngoại thương, Chủ tịch Phòng Thương mại và Công nghiệp Việt Nam...

không nương tay, thì số phận lão G., không biết sẽ ra sao rồi". Nay Giáp nghe đồng đội kháo chuyện như vậy càng thêm đau lòng. Nhưng thế mới biết tình cảm anh em, tình đồng đội đã trải qua chiến trận vào sống ra chết, thật sâu nặng. Anh em không bỏ miếng lúc nguy nan, qua cơn hoạn nạn mới hiểu được lòng nhau...

Nhưng nói cho cùng kỳ lý, dù Lê Duẩn, Lê Đức Thọ, hay người nào đó, ráo riết bao vây cô lập, thậm chí tấn công miếng, thì cũng vì đề cao thái quá lý tưởng Cộng sản, ngu trung bảo vệ Đảng mà thôi. Nếu được như vậy thì còn trong sáng quá, nhưng xem chừng chỉ là cái cớ, chứ thực chất, nó lại gắn với động cơ cá nhân, nên mới làm vẩn đục chính trường và đầu độc bầu không khí xã hội. Chỉ trách họ một điều, đó là sự mù quáng. Như con ngựa bị lá đề che mắt, họ chỉ biết chạy một đường, do xà ích (post-boy) cầm cương. Cũng như miếng thời xưa thôi, cứ tưởng Chủ nghĩa Cộng sản là đỉnh cao nhân loại, là phương thức sản xuất thứ năm (Nguyên thủy, Nô lệ, Phong kiến, Tư bản, Cộng sản) và cũng là sau cùng của xã hội loài người. Sai lầm của Mác thời trẻ, đã gây ra hệ lụy đau đớn cho nhân loại, trong đó có miếng. Chứ nếu trí tuệ và công sức ấy, Mác làm nghệ thuật, hoặc khoa học, thì có khi danh tiếng lẫy lừng không kém, mà lại an lành. Thậm chí, Mác đừng làm gì cả, khỏi bị lợi dụng. Làm cách mạng, miếng sợ nhất là bọn lưu manh chính trị.

Lê Duẩn vừa nằm xuống, mặc dù văn kiện Đại hội Đảng lần thứ VI đã chuẩn bị xong, nhưng Trường Chinh vẫn chỉ đạo nhóm Hoàng Tùng viết lại, chỉ sau vài tháng là tươm tất. Ngẫm thấy Trường Chinh cũng bợm thật, bao người vẫn nghĩ hắn là người cách mạng trung kiên và có lý luận chính trị? Nhớ khi Kim Ngọc làm chuyện "khoán hộ" ở Vĩnh Phúc, Duẩn có ý tán đồng, nhưng Trường Chinh lại đề ra kiểm điểm, tỏ rõ lập trường kiên định Chủ nghĩa Mác - Lê-nin. Té ra, hắn biết cả nhưng vẫn cung cúc tuân theo mớ lý luận giáo điều, từ thời cố vấn Trung Quốc, đến Hồ Chí Minh, rồi Lê Duẩn, khi cờ đến tay thì phất ngược lại. A hà hà, đúng là Tư Mã Ý...

Tình huống đặt ra là phải tính kế hóa giải. Khi Trung ương

chỉ đạo ra sách kỷ niệm 90 năm ngày sinh Nguyên Bộ trưởng Công an Trần Quốc Hoàn, miềng cũng phải viết một bài ngắn, tuy chưa tới một trang in, nhưng phải viết kiểu vô thưởng vô phạt, cốt sao vô hiệu hóa một phép thử nào đó: "Tôi và anh Hoàn có sự phối hợp hiệp đồng rất tốt. Tôi thường nói với anh, Quân đội và Công an là anh em sinh đôi..."[189]. Nhưng có lẽ, cái lá chắn hữu hiệu nhất phải là Hồ Chí Minh. Dù ý thức hệ Cộng sản có bị mai một và lãnh tụ Mác, Lê-nin, Mao Trạch Đông... cũng bị hạ bệ, thì hình tượng bác Hồ cùng với tư tưởng của Người vẫn tại vị trong mỗi tổ chức Cộng sản và lòng dân theo Đảng. Nói đến Hồ Chí Minh là không kẻ nào dám đụng vào, vì đã được tôn thờ thành thần thánh rồi. Miềng sẽ giương cao ngọn đuốc Hồ Chí Minh để trừ tà. Cần phải gấp rút tổ chức Hội thảo Tư tưởng Hồ Chí Minh với tiến trình cách mạng Việt Nam. Nói đến cách mạng Việt Nam thì không thể thiếu lực lượng vũ trang của Đảng, mà Hồ Chí Minh từng giao cho miềng thành lập, xây dựng và cầm quân, suốt từ thuở trứng nước, cho đến lúc nghỉ hưu, non nửa thế kỷ chứ không ít. Thế thì, kẻ nào dám đụng vào miềng thì đụng đi, thử coi? Nhưng trên diễn đàn, miềng sẽ chỉ đề cao Tư tưởng Hồ Chí Minh và chủ trương toàn dân đánh giặc, kháng chiến trường kỳ, chiến tranh du kích, trường học bụi rậm. Nhà Phật có câu: "Ngẩng đầu cần ý chí, cúi đầu cần dũng khí".

*

Nghĩ đến Giáp, Trà lại nhớ câu chuyện cổ tích Thánh Gióng. Số phận run rủi thế nào mà Trà và Giáp lại gặp nhau và tâm đầu ý hợp, mặc dù Giáp lớn hơn Trà gần chục tuổi. Những ngày bị giam lỏng ở Nhà khách T78 của Văn phòng Trung ương Đảng[190], Trà càng ngẫm về sự im lặng ba năm của Thánh Gióng và khi thời cơ đến, vụt biến hóa, làm nên lịch sử với tấm lòng đánh giặc cứu nước, trừ họa cho dân. Thế mà Giáp giữ "chữ nhẫn" bao năm

---

(189) *Đồng chí Trần Quốc Hoàn, chiến sĩ cách mạng trung kiên của Đảng, nhà lãnh đạo xuất sắc của Công an Việt Nam*, Nxb Chính trị Quốc gia, Hà Nội, 2006.

(190) Nhà khách T78, số 145, đường Lý Chính Thắng, phường 7, quận 3, thành phố Hồ chí Minh.

trường đằng đẵng. Một con người thực phi thường trong lịch sử dân tộc. Trà cho đúc hai thanh kiếm báu, tặng Giáp để tri ân.

Đất nước muốn phát triển thì phải có đường đi phù hợp và khai mở; đồng thời, tập hợp nguồn lực và trí tuệ để thực hiện. Muốn vậy, bắt buộc phải hòa giải và hòa hợp dân tộc, nghĩa là, gạt bỏ quá khứ, hướng tới tương lai. Lịch sử Việt Nam chỉ ghi nhận ba triều đại, bị gán tội thoán nghịch, theo quan niệm thời phong kiến là "ngụy", hoặc "nhuận" mà thôi. Đó là, Ngụy Hồ, Nhuận Mạc và Ngụy Tây Sơn. Nếu bây chừ vẫn coi Việt Nam Cộng hòa là Ngụy thì khác nào lội ngược dòng lịch sử. Nói ba cái thứ lý luận thì dài dòng, nhưng thực tế là phải công nhận sự tồn tại của chế độ Việt Nam Cộng hòa. Quy mô cuộc vận động xã hội như vậy, ngang tầm một cuộc cách mạng. May mà Lê Duẩn đã nhận công đầu đánh Mỹ, diệt Ngụy, nên cũng đỡ cho Giáp quá.

Do vậy, chỉ có Giáp mới có thể kiến tạo một xã hội cho tương lai mà thôi. Chế độ đó, đương nhiên là phải đa nguyên, đa đảng, tam quyền phân lập, tự do tư tưởng, tự do kinh doanh, tự do ngôn luận, đa sở hữu đất đai. Và, những người lính hai bên chiến tuyến đều được tôn vinh. Kẻ tử trận của cả hai phía phải được chôn cất chung một nghĩa trang. Hơn thế nữa, những giá trị của Việt Nam Dân chủ Cộng hòa và Việt Nam Cộng hòa đều được đánh giá ngang bằng sổ thẳng... Những người Cộng sản "bảo hoàng hơn cả vua", tất nhiên sẽ không chấp nhận điều đó. Vậy làm sao tránh đổ máu là vấn đề nan giải? Nhìn sang Đông Âu, cách mạng nổ ra chỉ thông qua mấy cuộc biểu tình là thành công. Nhưng xứ đó, người dân đã quen với xã hội dân chủ, tự do. Còn xứ mình, vẫn nặng tư tưởng phong kiến, trung quân mù quáng đến độ ngu trung. Dù biết xã hội mới sẽ tiến bộ và văn minh hơn, con người thực sự là chủ nhân ông, nhưng lại sợ mang tiếng chống Đảng, phản bội lý tưởng Cộng sản và không ít người thực dụng, sợ mất biên chế trong các cơ quan, rồi mất lương hưu thì lấy gì mà sống???

Biết nhà báo Nhật Hoa Khanh thường viết những bài nặng ký về Giáp và gia đình Giáp cũng quý trọng, nên Tướng Trần Văn Trà mang hai thanh kiếm báu đến trao. Khanh thoạt nhìn thấy đã biến sắc mặt, sợ hãi nói:

- Thưa Thượng tướng, tôi chỉ làm chân bồi bút, có điều chi phạm phải oai linh?

- Ấy chết, - không cho Khanh nói hết câu, Trà đã vội giơ tay ngăn lại và thanh minh, - chẳng là, tôi có đôi song kiếm này, một khắc dòng chữ: "Võ Nguyên Giáp-Tổng Tư lệnh thật lòng xóa bỏ hận thù", đây! - Trà giơ cho Khanh xem tận nơi, - còn thanh kia khắc dòng chữ: "Võ Nguyên Giáp-Tổng Tư lệnh tiếc từng giọt máu chiến sĩ".

Khanh chăm chú xem kỹ từng chữ, rồi thở phào nhẹ nhõm, bảo:

- Thượng tướng mang luôn đến nhà Đại tướng có phải tiện hơn không?

- Đây là chuyện tế nhị, ca ngợi Đại tướng trước mặt không hợp với cái tạng của tôi, - Trà tình thực giãi bày, - tôi muốn nhờ anh, chỗ thân quen gia đình Đại tướng, lúc nào thuận tiện thì đưa ra công luận và có đôi kiếm này làm bằng.

- À, thì ra thế, - Khanh cười hoan hỉ, vươn tấm thân gầy nhom của mình, tự giễu, - có khi, đôi kiếm này còn nặng ký hơn cả tôi ấy chứ?

Nghe vậy, cả bọn tùy tùng cùng cười vui vẻ.

Hôm sau, Khanh mang đôi kiếm đến nhà Giáp, đám vệ binh không cho vào.

- Tôi là nhà báo, vẫn đến gặp Đại tướng mà? - Khanh ngạc nhiên chất vấn.

- Người vào, nhưng kiếm để lại.

Khanh chợt hiểu nguyên tắc bảo vệ, nên xin gặp Giáp để trực tiếp trình bày. Giáp gọi với ra sau:

- Biên, ra cổng mang đôi song kiếm của chú Trà vào cho ba.

Khi mở hộp kiếm ra, cả hai cha con cùng ồ lên kinh ngạc.

- Ba Trà chu đáo quá, hè! - Giáp trầm trồ.

- Chú ấy tặng ba à? - Biên phân vân hỏi, - sao không tự mang đến?

- Chẳng là, hôm qua, Thượng tướng trao cho tôi đôi kiếm báu và dặn, khi nào thuận tiện thì trình Đại tướng ngự lãm. Nên tôi mới mạo muộn mang đến mà quên không xin phép trước, - Khanh trình bày đầy vẻ trang trọng.

- Tôi nghỉ hưu rồi, cũng chẳng phải vua chúa gì mà "ngự lãm", - Giáp tỏ ra tỉnh táo và cất tiếng cười ha hả, - Ba Trà đã trao cho anh, thì anh cứ dùng. Tôi xin cám ơn cả hai anh.

- Tôi định bán đấu giá, - Khanh rụt rè thưa, - có được không ạ?

- Thế sao? - mắt Giáp sáng lên, - nhưng sau này, phải chọn thời điểm thích hợp. Gia đình tôi xin đăng ký một thanh, để làm kỷ niệm. Biên, con nhớ nhé! - Giáp ngoái sang người con trai trưởng, ân cần dặn dò.

Nghe Giáp nói thế, Khanh hiểu, phải chờ Giáp quy tiên hãy bán đấu giá, và trưởng nam sẽ thay mặt gia đình định liệu.

Mấy hôm sau, Giáo sư Vũ Khiêu cũng đến tặng Giáp đôi câu đối:

"Võ công truyền quốc sử,

Văn đức quán nhân tâm".

Biên xem xem, thấy hay hay, bèn hỏi:

- Ba quen ông ta à?

- Từ hồi trên Việt Bắc, ông Khiêu làm công tác tuyên truyền Liên khu ủy. Rồi đến khi Hội thảo quốc tế về Nguyễn Trãi, cách đây phải đến hơn hai chục năm, ba nhờ ông ấy dịch lại bản *Bình Ngô đại cáo*.

- Họ Võ với họ Vũ quan hệ thế nào hả ba?

- Không phải chuyện người ta thấy sang bắt quàng làm họ đâu con ạ, - Giáp nghiêm giọng chấn chỉnh, - nhưng khi Chúa Nguyễn mở đất phương nam, thì họ Vũ đổi sang Võ, tránh phạm húy Vũ vương Nguyễn Phúc Khoát.

- Thế ạ, con cũng biết ông Khiêu có anh em bên bác Trường Chinh. Vũ Đặng, Đặng Vũ...

Nghe đến chữ "Đặng Vũ" Giáp chột dạ, sực nhớ Đặng Vũ Chính-Phó Tổng cục trưởng Tổng cục Tình báo quân đội.

- Quan hệ họ hàng, quan hệ xã hội chằng chịt, dây mơ rễ má đan xen tế nhị lắm. Miềng trân trọng tình cảm, nhưng phải tỉnh táo, con ạ, - Giáp lại dặn dò cách đối nhân xử thế, - quan hệ họ hàng, xã hội là con phải thay mặt ba và gia đình đứng mũi chịu sào nhé!

- Vâng ạ! - Biên băn khoăn hỏi lại, - tại sao ba không giữ lại đôi song kiếm để trừ tà?

- Không nên tàng trữ vũ khí chưa chính danh trong nhà. Về sau, con sẽ hiểu, - Giáp vừa nói vừa lẩm nhẩm đọc lại đôi câu đối của Khiêu tặng, nghĩ bụng, "võ" vừa là họ lại vừa là nghiệp binh của miềng; "văn" vừa là bí danh do bác Hồ đặt cho, lại vừa có nghĩa là văn chương và cái đẹp... Còn các chữ kia và hai vế đối thì to tát quá, miềng gánh không đặng...

*

Giáp mời Nhà văn, Nhạc sĩ, Nhà thơ Nguyễn Đình Thi đến tư dinh chơi, cùng ôn lại những năm tháng gian khổ trên chiến khu Việt Bắc, rồi Việt Minh cướp được chính quyền. Khi Đảng rút vào bí mật, nhưng Giáp và Thi vẫn được phép hoạt động công khai.

- Bây chừ, cậu đang phụ trách Hội Liên hiệp Văn học-Nghệ thuật, hè? - Giáp cảm thấy vào đề khí đường đột, nên khoát tay mời Nguyễn Đình Thi, - uống cà-phê, kẻo nguội. Cậu đa tài đấy chứ, nào nhạc, nào thơ, nào kịch, nào tiểu thuyết... nhiều cái "đứng được". Vậy cậu thấy văn chương lớp trẻ ra sao?

- Một hôm, em đi dự Hội nghị các nhà văn trẻ, tổ chức tại

Khách sạn La Thành bên phố Đội Cấn, - Thi nhấp tách cà-phê, khen, - chị pha khéo, - em phát biểu thế này. Năm năm mươi tư (1954), tôi được tham gia Chiến dịch Trần Đình, mà ta thường quen gọi là Chiến dịch Điện Biên Phủ. Một đêm, tôi quan sát thung lũng Mường Thanh, chỗ nào cũng thấy lập lòe, bèn hỏi chiến sĩ xung kích, thì mới hay đó là đom đóm. Văn học trẻ của các bạn bây giờ, ai ai cũng lập lòe khắp nơi như vậy, nhưng chưa phải là vầng hào quang sáng chói.

- Hay, dí dỏm, - Giáp cười hiền lành. - Nguyên nhân do đâu? - Giáp nheo mắt hỏi, - Đảng, Nhà nước chưa quan tâm đúng mức, hay thiếu tài năng?

- Có lẽ, do cả hai anh ạ, - Thi điềm nhiên nói. - Nhưng cái thiếu hơn cả là cơ chế.

- Nhìn lại tình hình văn chương cả nước, trước Cách mạng Tháng Tám năm bốn mươi nhăm (1945) và sau này là chế độ Việt Nam Cộng hòa trong Nam. Nó có đủ cả tự do tư tưởng, mà tự do tư tưởng của nó được nêu trong hiến pháp nhé, - Giáp nhấn mạnh, - rồi thì tự do sáng tác, tự do xuất bản, khác hẳn Miền Bắc Xã hội chủ nghĩa. - Giáp hạ giọng, khiến Thi phải dỏng tai lên, - chỉ có anh em ta, nên công tâm mà nói thế, khỏi phải "vòng vo Tam quốc". Nhưng đó là nói trong phạm vi văn học nghệ thuật thôi nhé, chứ không nói chính trị, - Giáp cười cười, Thi cũng hiểu ý, tủm tỉm cười và điệu nghệ vuốt mớ túc rậm, đầy chất nghệ sĩ, - Nhưng sự thực, có thấy tác giả, tác phẩm nào nổi đình đám, vượt ra ngoài biên giới quốc gia, sánh với thế giới đâu?

- Văn nghệ sĩ có hàng ngàn, hàng vạn, nhưng nổi tiếng trong nước thì có chừng trên dưới trăm người, còn ra với thế giới thì cũng phải có quá trình. Cái nền văn hóa của chúng ta chưa cao. Hơn nữa, không phải cứ cầm bút viết ra chữ mà thành văn được đâu và cũng không phải cứ ai biết đọc chữ mà đã là người đọc nổi văn đâu. Có người đọc tác phẩm văn chương, mà cứ như thể mật thám đọc hồ sơ, bươi móc ra đủ thứ bôi lem tác phẩm, triệt hạ tác giả, - Thi phàn nàn vẻ buồn nản. - Nhưng anh đã nói thẳng, thì cũng cho phép em nói thật, - Thi ngước nhìn Giáp, thăm dò, - cái vụ đánh Nhân văn-Giai phẩm làm cho văn nghệ sĩ tịt ngòi, đến bây giờ vẫn như con chim sợ làn cây cong, thì làm sao viết nổi? Em tiếc cho Nguyễn Bính, Văn Cao, Phùng Quán, Trần Dần... - Thi đau lòng nghĩ về nền văn học Xã hội chủ nghĩa, bị văn nghệ sĩ cấp tiến coi là thứ "Văn học xi-rô (siro)".

- Cũng phải nhìn bối cảnh quốc tế lúc đó, - Giáp nhìn ra nước ngoài để soi xét, so sánh, - nên anh Trường Chinh mới chỉ đạo Tố Hữu mạnh tay. Nhưng thực tế, Bộ Chính trị giao cho anh Hoàng Văn Hoan trực tiếp theo dõi vụ này. Lúc đó, khí thế như ra trận. - Giáp nhìn xa xôi, - nhớ cái hôm ở Mường Phăng, miệng gọi cậu đến hát bài *Người Hà Nội?*...

- Lúc đó, anh ao ước được học đàn pi-a-nô, thế mà nay đã thành sự thực, - mắt Thi sáng lên, nụ cười rạng rỡ. Nhớ lại, lúc đó Thi giữ chức Chính trị viên phó tiểu đoàn, đơn vị đang chuẩn bị tham gia tấn công cứ điểm Him Lam, thì được lệnh về gấp Chỉ huy ở chiến dịch Trần Đình, để nhận nhiệm vụ quan trọng. Thế là, Thi vội vã bám theo liên lạc, chạy bộ bốn mươi cây số. Giáp chỉ vào mấy ông cố vấn, bảo: "Bọn miềng đang chờ cậu về hát cho khuây đây nè". Hát xong, Lê Liêm đưa cho bao thuốc lá Cô-táp, rồi chỉ ra mặt trận. Thi ngớ người, chả lẽ nhiệm vụ chỉ có vậy? Bất chợt, Giáp ân cần vỗ vai, bảo ở lại Chỉ huy sở nhận nhiệm vụ mới. Hôm sau, nghe tin cả tiểu đoàn của mình hy sinh, chẳng còn người nào sống sót, Thi khóc rống lên và dần dần hiểu cái ơn cứu mạng của Giáp, nhưng không biết vô tình hay hữu ý, nên chẳng dám hỏi.
- Ta lại lên phủ Điện Biên với tinh thần Điện Biên Phủ nào... Miềng đàn cho Thi hát nhé.

Giáp ngồi vào đàn. Thi đứng bên hát. Thi hát say sưa như hôm nào ở rừng Phiêng Tà Lẹt. Tiếng đàn lúc thánh thót, lúc trầm hùng. Thi nương theo và cất lên câu hát:

"Hà Nội cháy khói lửa ngập trời
Hà Nội ầm ầm rung, sông Hồng reo
Thét lên xung phong căm hờn sôi gầm súng..."

Tiếng đàn lắng, giọng hát ngưng. Bích Hà đứng bên từ lúc nào, vỗ tay hoan hô và hồ hởi nói:

- Tôi thích bài thơ gì đó của anh Thi, nói về mùa thu có đoạn:

"Như có vàng bay trong nắng

Những hàng cây sáng trên cao"

Mắt Thi sáng lên, vẻ tự hào. Hà vẫn say sưa:

- "Gió lất phất trang báo", câu rất mới mẻ và đắt giá, hình ảnh rất gợi, - giọng Hà hoan hỉ.

- Một vị Tướng quốc mà có niềm đam mê nghệ thuật như anh Văn, thật là quý hóa, - Thi nói câu xúc động; quay sang Hà, trịnh trọng cúi đầu khiêm nhường, - cám ơn chị đã nhớ tới bài thơ lẻ này, *Mùa thu về*, chị ạ. Chị có một tâm hồn thi sĩ, dễ đồng cảm với cảnh làm thơ "con cóc" chúng tôi... - Thi tỏ ra khiêm tốn. Bất chợt, nghe Giáp ho khan một tiếng, khiến Thi chột dạ, sực nhớ chuyện riêng tư thầm kín giữa Bích Hà với Nhà thơ Phạm Huy Thông...

- Cái tên chị Bích Hà cũng có nghĩa là "ráng biếc" của trời thu đó. - Giáp làm như không để ý đến chuyện trăng hoa kia, vẫn hồ hởi khoe, rồi nghiêm giọng, - cậu nói hoàn cảnh sáng tác bó buộc, nhưng vẫn thấy sòn sòn: *Rừng trúc, Con hươu đen, Nguyễn Trãi ở Đông Quan...* - Nỗi nhớ Quang Thái da diết bỗng nhiên bật dậy trong lòng, khiến Giáp bất chợt tới câu tục ngữ của người Mèo, học thuộc từ thời hoạt động trên rẻo cao:

*"Cơm ngô không ngon bằng cơm gạo
Vợ hai không thể tốt bằng vợ đầu tiên".*[191]

- Ôi, thật là... - Thi ngỡ ngàng, không ngờ các vở kịch của mình, lại được Giáp quan tâm đến thế. Và nghĩ bụng, Giáp tuy đam mê, nhưng tỉnh táo lạ thường, chứ không chúi đầu vũ điệu

---

(191)
"Mao cuov kangz tsi chuos maor blêx
Nav yar jong tsi chuos tul pux taov ntêx
(Mã A Lềnh, Tục ngữ và Câu đố Hmongz, chưa xuất bản).

chim công. Ôi, những con chim công văn nghệ sĩ, lúc cuồng si nhất trong sáng tác văn học nghệ thuật, quên hết mọi sự đời, nên bị cánh thợ săn ngu trung và mẫn cán bắt sống.

- Miềng rất ấn tượng với bài hát *Diệt phát xít* của cậu. Quốc dân đại hội Tân Trào, cậu trẻ măng, - Giáp hồi tưởng những tháng năm lịch sử hào hùng.

- Cám ơn anh, - Thi xúc động, khẽ nói.

- Như miềng nói lúc ban đầu, văn học nghệ thuật phải Đổi mới, khẩn trương nhưng thận trọng; nếu "cực tả", hay "cực hữu", thì sẽ dẫn đến nguy cơ, tất thảy nền văn học nghệ thuật cách mạng bị phủ định. Các tác giả, tác phẩm của Nguyễn Tuân sẽ mất, mà Văn Cao cũng chẳng còn... - Giáp cảnh báo Thi, nhưng trong lòng lại lo lắng khôn cùng. - Miềng nghe nói, khi Liên Xô sụp đổ, những người thuộc phe nổi dậy, đã kéo mô hình cái toa-lét (toilet) khổng lồ qua Quảng trường Đỏ, rồi vứt các tác phẩm cách mạng, sáng tác theo phương pháp Hiện thực Xã hội chủ nghĩa vào đó và lôi ra bãi rác.

- Đến thế kia ạ? - Thi bàng hoàng, bởi chưa nghe chuyện này bao giờ.

- Chúng ta đã mất bao công sức xây dựng nền Văn hóa mới, Con người mới Xã hội chủ nghĩa, nhưng xem ra còn mông lung lắm, - Giáp nhìn Thi chờ đợi một sự lý giải tin cậy.

- Thực ra, bấy lâu nay, chúng ta thiên về ca ngợi "cái hùng", hạn chế nói về "cái bi", thế mà "cái ác" lại lên ngôi. Văn hóa là phải tạo dựng "cái đẹp", "cái thiện" nhưng lại dùng vũ khí đấu tranh giai cấp và biện pháp chuyên chính vô sản, thì tự nhiên phá nát mất "cái văn", nghĩa là "cái đẹp" chân chính bị vùi dập một cách không thương tiếc, - Thi nói như nhập đồng, về phạm trù Mỹ học.

- Chẳng lẽ, trong bản *Đề cương văn hóa*, anh Trường Chinh sai lầm về phương pháp tiến hành, hoặc biện pháp thực hiện ư? - Giáp tỏ vẻ phân vân, nhưng có ý quy trách nhiệm.

- Nói đúng hơn là sai lầm về chủ trương, đường lối, tất nhiên không chỉ với văn hóa, - Thi thổ lộ tâm sự từ trong gan ruột.

Giáp ngồi bất động như pho tượng. Thi toát mồ hôi, cúi đầu lặng lẽ lui ra. Nhưng Giáp vẫy tay lại nói tiếp, trong hơi thở:

- Thật đau lòng cậu ạ! Hôm nay, miềng muốn căn dặn cậu điều đó. Bởi miềng biết, từ lâu, cậu đã từ bỏ phương pháp sáng tác Hiện thực Xã hội chủ nghĩa rồi.

Thi sợ hãi nghẹn thở. Hà thì thầm:

- Chú ấy về rồi.

- Miềng biết, Thi vẫn nghe...

- Vâng, em vẫn nghe tiếng anh Văn, - Thi nói vọng lại. - Tréc-nưi-xép-xki (Tsernưsexki) nói rằng: "Người nghệ sĩ nào đứng về phía nhân dân, hiểu được nỗi thống khổ của nhân dân, nói lên được tiếng nói của nhân dân, thì đó là người nghệ sĩ chân chính".

*

- Thời đánh "Xét lại", Thi đã từng tuyên bố, "Xét lại" là nhát dao đâm vào lưng cuộc kháng chiến chống Mỹ. Mà anh thì lại bị quy cầm đầu phái "Xét lại-Chống Đảng" đó thôi, - tiễn Thi về rồi, Hà thủ thỉ với Giáp.

- Cái thời ấy nó thế. Nhưng không vì thế mà lấy làm điều... Miềng hiểu Thi mà, hắn cũng bầm giập lắm, thời chống Pháp trên Việt Bắc, bị đánh te tua bởi cái chuyện thơ không vần. - Giáp chép miệng.

- Thi cũng số đào hoa. Người ta kháo nhau, ra đường cứ gặp đứa trẻ nào mày rậm, mắt sáng thì đích thị là con nhà ấy. Em nghe nói, nếu Thi mà không vướng vào vụ Ríp-pô (Madeleine Riffaud), chắc hẳn còn tiến xa hơn trên bước đường hoạn lộ? - Hà tò mò khẽ hỏi, - có phải, cô này là người của Pháp, sang Việt Nam để "chài" Thi. Nhưng Ka-giê-bê (KGB) biết được, nên thông báo với ta. Bộ Công an báo cáo lên Trên. Bác Hồ lựa lời khuyên răn thế nào đó, nên Thi chân giò doãi ra...

- Nguyễn Huy Tưởng đã thốt lên rằng: "Chẳng biết Vũ Như

Tô phải, hay những kẻ giết Vũ Như Tô phải". - Nghe nhắc đến Bộ Công an, Giáp bèn nhớ ngay đến Cảnh Con[192], rồi nhíu mày, trả lời một câu bâng quơ như vậy và nói tiếp, - văn nghệ sĩ mà không có nỗi đau, không có tài năng, không dám dấn thân thì không có tác phẩm lớn đâu! - Giáp tránh câu trả lời, lòng rưng rưng xúc động. - Văn nghệ sĩ là hàn thử biểu của chế độ xã hội, - Giáp nhắc lại với Hà.

- Em nghe nói, Thi lên Trại sáng tác văn nghệ trên Quảng Bá, lúc đọc bản thảo mới nhất cho Dương Thu Hương nghe, liền bị chê dở và đuổi khỏi phòng, - Hà thẽ thọt.

- Chu cha, Thi viết mà còn bị chê dở ư? - Giáp ngỡ ngàng thốt lên, như thể bị sốc (shock). - Cô ta là nhà văn bất đồng chính kiến, con gái tay đại đội trưởng thông tin báo vụ của miềng, trong thời kháng Pháp.

- Có thể, nhờ cú sốc đó mà anh ta giác ngộ, từ bỏ phương pháp Hiện thực Xã hội chủ nghĩa chăng? Họ đang sám hối đấy, - Hà thủ thỉ, - có khi, lăng kính của văn nghệ sĩ khác hẳn với người làm chính trị. Chế Lan Viên làm bài thơ *Ai? Tôi!* và *Bánh vẽ...* như tự vấn lương tâm. Người ta nói, muốn có tác phẩm lớn phải có nghệ sĩ lớn. Mình lại thực dụng, nên đốt cháy giai đoạn, chưa thủ đã vặn, thế mới ra nông nỗi...

- Chế Lan Viên, trong cuộc đánh Bê-Năm hai, lại viết bài thơ cổ võ, đầy tính triết lý. Bài gì nhỉ? - Giáp nhăn trán suy nghĩ, - à, nhớ rồi, *Hè bảy hai bình luận*. Hồi chống Pháp, khi cô Hồ Mộ La về nước, chính nhà thơ này đã dạy chữ Quốc ngữ cho đấy.

- Nhiều khi, người ta phải giấu lòng mình để tồn tại cái đã, - Hà chua chát nói. - Bây giờ, đâu đâu cũng ca ngợi Hồ Chí Minh, dựng tượng, lập đền thờ la liệt... - Hà không dám nói hết câu. Giáp hiểu, cả hai ôm lấy nhau truyền hơi ấm, như những ngày mùa đông lạnh giá bên Ngòi Quẵng, hay giữa núi rừng Bảo Biên. - Bất kỳ xã hội nào, khi văn học, nghệ thuật giẫm chân tại chỗ, hoặc thụt lùi, thì phải bắt lại mạch văn hóa và chẩn đoán bệnh tình xã hội,

---

(192) Một trong những biệt danh của Trần Quốc Hoàn.

nếu không sẽ xảy ra biến động. Liên Xô và Đông Âu sụp đổ, một bài học nhãn tiền.

- Em Hà nói vậy, liệu có đề cao quá mức vai trò của văn hóa, văn nghệ không, hè? - Giáp nheo mắt cười cười.

Trong lòng Giáp sực nhớ thời Giảm tô, giảm tức, rồi Cải cách ruộng đất và Chỉnh huấn chỉnh quân. Họa sĩ Nguyễn Tư Nghiêm được phát động căm thù mẹ đẻ, nhưng ép thế nào hắn cũng không chịu nhận. Đoàn thể bày cách tống vô nhà thương điên, tạo cớ cho "bệnh nhân điên" đánh cho thừa sống thiếu chết. Thế nhưng không xoay chuyển được tấm lòng của hắn đối với mẹ. Họa sĩ Tô Ngọc Vân dám tranh luận tay đôi với Tổng Bí thư Trường Chinh về quan điểm văn học nghệ thuật phục vụ chính trị, hay tự do sáng tạo. Cuối cùng, hắn đã chết trên đường đi chiến dịch Điện Biên Phủ. Tay Vũ Ngọc Khánh cũng nằng nặc đòi tòa án phải độc lập xét xử... Thế chẳng hóa ra, những kẻ văn nghệ sĩ, trí thức có tài, có tâm đều muốn thoát ly sự lãnh đạo của Đảng Cộng sản ư? Họ không cho đó là sự lãnh đạo, mà gọi là sự thống trị, cai trị của Đảng...

- Bước chân nhân loại đi qua thời đại, để lại dấu vết văn hóa. Giáo sư Trần Quốc Vượng hài hước nhận xét rằng, văn hóa là cái mảnh sành, - Hà cũng vừa cười vừa đáp.

- Ngày xưa, ba cấm em Hà can dự chuyện chính trị. Bây chừ, giác ngộ rồi đó. Nhưng Uy-nét-cô (UNESCO) ra quyết nghị kỷ niệm một trăm năm ngày sinh Chủ tịch Hồ Chí Minh, - Giáp vuốt mớ tóc bạc bù xù của Hà. - Nói vậy chứ, nhiều người vẫn còn đặt niềm tin mãnh liệt vào bác Hồ, tôn vinh như vị thánh, chứ niềm tin đối với Đảng thì giảm sút rồi. Bởi thế, Trung ương đang bằng mọi cách để củng cố niềm tin, lý tưởng. Hôm sang Ấn Độ, dự lễ kỷ niệm Một trăm năm ngày sinh của bác, có đến ba vạn người dự mít tinh, miệng thốt lên: "Tôi không còn biết đây là Ấn Độ hay Việt Nam nữa?". Cả quảng trường hoan hô như sấm.

- "Người mị dân", - Hà âu yếm ngả vào vai Giáp.

- Có lẽ, em Hà hiểu theo nghĩa "dân túy" hè? Nói nôm na, dân túy là mị dân; đoạn, Giáp lẩm nhẩm đọc câu thơ của Việt Phương:

"Ta đã thấy chỗ lõm, chỗ lồi trên mặt trăng sao
Những vết bùn trên tận đỉnh chín tầng cao".

Giáp nhấn vào cụm từ "tận đỉnh" đầy vẻ chua chát và lặng lẽ thở dài.

- Cái vụ *Cửa mở*[193] cũng khiến anh Huy lao đao, may mà là thư ký của anh Đồng, không thì đã phải theo gót anh em Nhân văn-Giai phẩm vào nhà đá rồi, - Hà tỏ ra am hiểu chuyện thâm cung bí sử. - Thế, cái hồi cùng Hoàng Tùng giúp anh dự thảo cái kế hoạch gì đó về cách mạng Miền Nam, thì anh Huy đã biết làm thơ chưa?

- Thi sĩ thì có máu thơ ca từ khi còn trong trứng, chỉ có điều không biết nó bùng nổ, thăng hoa vào lúc nào mà thôi, - Giáp triết lý đầy vẻ tâm đắc, tránh câu trả lời của vợ, nhưng sực nhớ tay thi sĩ họ Phạm, nên nhăn mặt như ăn phải hạt sạn.

Nhắc đến "máu thi sĩ", Giáp lại nhớ bài thơ viết trong tù của Quang Thái. Hằng năm, vào dịp kỷ niệm Ngày Thương binh-Liệt sĩ (27 tháng 7), Giáp và Hà thường lên Nghĩa trang liệt sĩ Mai Dịch, viếng mộ Quang Thái. Nghe nói, khu vực này, trước kia là ruộng của dân, sau ngày tiếp quản Thủ đô mới lập thành nghĩa trang, quy tập hài cốt các liệt sĩ Hà Nội đã hy sinh trong kháng chiến chống Pháp. Thế rồi lâu ngày mọc thêm khu mai táng cán bộ cao cấp và cái từ "liệt sĩ" ghi trên cổng nghĩa trang biến mất, thay bằng dòng chữ "Nghĩa trang Mai Dịch". Trong cùng một khuôn viên, mà khu mộ liệt sĩ nom như cảnh làng quê nghèo khó, còn bên cán bộ cao cấp thì khác nào thành phố nguy nga. Nhớ một lần họp Chính phủ, có bàn về cái nghĩa trang này, Thủ tướng Phạm Văn Đồng cám cảnh thốt lên: "Sống đã phân cấp vòm trời, chết cũng phân biệt chỗ chôn cất" và ngửa cổ cười kha kha đầy vẻ giễu cợt, khiến ai nấy ngậm ngùi.

---

(193) Tập thơ của Việt Phương (Trần Quang Huy, 1928-2017).

- Anh hay nói, văn nghệ sĩ là hàn thử biểu xã hội. Nhưng từ năm bảy chín (1979), tại Đại hội Văn nghệ Trung Quốc, Đặng Tiểu Bình đã tuyên bố: Kiên quyết giải phóng tư tưởng. Bỏ mệnh đề "Văn nghệ tòng thuộc chính trị". Trước đây coi Văn nghệ là phong vũ biểu của cuộc đấu tranh tư tưởng, nay văn nghệ ra ngoài biên duyên.

- Làm chính trị nó phải vậy. Nói vậy mà không phải vậy... - Giáp sượng sùng nói câu triết lý vụn.

*

- Bác ạ, - Huân khẽ thưa, - hài cốt Tướng Nguyễn Bình đã đưa về nước rồi ạ.

- Miềng biết rồi, - Giáp thoát khỏi miền ký ức.

- Liệu có phải gửi vòng hoa viếng không ạ? - Huân dè dặt hỏi.

- Có chứ, nhưng phải xem chương trình tang lễ thế nào, rồi tính cho phù hợp. Nghĩa tử là nghĩa tận mà, - Giáp trầm ngâm.

Bình đánh nam dẹp bắc, thật là đáng anh hùng, chẳng cần vai trò lãnh đạo của Đảng Cộng sản gì sất cả, thế mà một tay cướp chính quyền hàng tỉnh vùng Đông Bắc. Khi được phái vào Nam Bộ, tất nhiên đã kịp kết nạp vào Đảng Cộng sản, để làm cái dây cương gò con ngựa bất kham này lại. Và Nguyễn Bình đã "bình" được các đảng phái, giáo phái nơi đất khách quê người, cuối đất cùng trời xa xôi cách trở. Quả là, lúc đó, chỗ đó, phi người đó là không xong. Rồi chính miềng, tuân theo lệnh Hồ Chủ tịch, gọi Bình ra Bắc. Cái chết của Bình xảy ra hơn nửa thế kỷ và nắm xương tàn đã được hồi hương. Cuộc đời của một vị Trung tướng đầu tiên, quả cảm và bất hạnh. Bình xứng đáng được tặng danh hiệu Anh hùng Lực lượng vũ trang chứ nhỉ?

- Cuốn sách viết về Tướng Nguyễn Sơn, cậu đọc xong chưa? - Giáp hỏi Huân.

- Xong rồi ạ, *Nguyễn Sơn một vị tướng huyền thoại*, - Huân sốt sắng, - cháu cũng đã viết xong dự thảo lời tựa rồi, bác xem, - Huân lễ phép trình bản thảo.

- Cả hai tướng đều rất oanh liệt và cũng rất kiêu hùng, - Giáp nói câu khẳng định sự nghiệp của hai vị tướng quá cố.

- Thưa bác, Quân khu Bảy mời bác vào thăm, - Huân trang trọng đặt lên bàn, gồm cả thư mời, kèm theo phong bì có đóng dấu "hỏa tốc" của Tư lệnh Quân khu Bảy.

*

Thiếu tướng Trần Ngọc Thổ rước Đại tướng Võ Nguyên Giáp vào hội trường, tức thì các khối học viên rùng rùng đứng dậy, vỗ tay hoan hô rầm rập. Giáp xúc động, chợt nhớ lại Đại hội Đảng toàn quân năm 1986 và giơ tay lên trán đứng nghiêm chào. Lập tức, học viên nhất loạt đứng nghiêm đáp lễ. Cả hội trường im phăng phắc.

Thổ bước lên, giới thiệu:

- Thưa các đồng chí, Đại tướng Võ Nguyên Giáp-Tổng Tư lệnh Quân đội nhân dân Việt Nam, được bác Hồ gọi là "người anh cả của quân đội". Hôm nay, vừa bay từ Hà Nội vào đây, thăm trường Quân chính Quân khu Bảy của chúng ta. - Thổ cao giọng và kéo dài cụm từ cuối câu, - toàn thể cán bộ, chiến sĩ, học viên, nhân viên phục vụ của nhà trường, nhiệt liệt chào đón Người-anh-cả-quân-đội...

Tràng vỗ tay kéo dài, đầy hứng khởi. Những khuôn mặt thanh xuân rạng ngời..

- Trước hết, - Thổ xúc động nói, - tôi xin tiết lộ một bí mật quân sự, - những ánh mắt tò mò hướng vào Thổ, chờ đợi. - Cách đây ba mươi lăm năm, khi Trung đoàn Tám mươi tám thuộc Sư Ba linh tám của chúng tôi bí mật hành quân vào Nam, thì Đại tướng đến tận ga Hương Canh đưa tiễn. Hôm ấy, trời mưa gió, Đại tướng khoác áo mưa, ân cần bắt tay chiến sĩ và dặn dò giữ gìn sức khỏe, chúc lập công, khiến chúng tôi vô cùng xúc động, vào chiến trường ác liệt, nhưng chiến đấu hy sinh quên mình.

Cả hội trường lại hoan hô. Giáp xúc động nhớ lại khoảnh khắc ấy.

- Chúng ta đều đã được học lịch sử, nên hiểu quá trình ra đời và trưởng thành của Quân đội nhân dân Việt Nam anh hùng, - Thổ hướng về Giáp với tất cả sự ngưỡng mộ. - Hôm nay, tôi xin trân trọng giới thiệu "Anh cả", sẽ huấn thị chúng ta.

Cả hội trường vỗ tay rào rào. Giáp nhanh nhẹn bước tới micro, nhìn bao quát hội trường và chậm rãi nói:

- Nhìn các đồng chí, tôi cảm thấy như gặp lại những gương mặt của đội Tuyên truyền Giải phóng quân, năm xưa.

Cả hội trường lại hoan hô.

- Ngày ấy, chúng tôi không được học hành bài bản như các đồng chí bây giờ. Không có hội trường, không có doanh trại và không có súng. Chúng tôi chỉ đánh du kích, bằng vũ khí thô sơ và học "trường quân sự bụi rậm". - Nghe Giáp nói vậy, đám lính trẻ không hiểu, nên dỏng tai lên, - Trường quân sự bụi rậm là gì? Tức là nằm bờ rúc bụi đánh địch, rồi đúc rút ra kinh nghiệm chiến đấu. - Đến lúc này, đám học viên mới hiểu ra, lại hoan hô vẻ khoái chí vô cùng, tiếng cười nói xôn xao. - Các đồng chí học trường quân sự của Quân khu Bảy, nhưng sẽ đi chiến đấu trên khắp các chiến trường. Ngày xưa, đồng chí Nguyễn Thị Định cũng từ Bến Tre mà giong buồm, vượt biển ra Hà Nội, gặp bác Hồ, rồi chở vũ khí về Nam Bộ, giao cho đồng chí Ba Trà, lúc đó ở Chiến khu Tám, về sau mới chuyển sang Quân khu Bảy của chúng ta. Người chiến sĩ, phải xác định, "đâu có giặc là ta cứ đi".

Từ dưới hàng ghế học viên, có tiếng hát khe khẽ bài hành khúc *Hành quân xa*[194].

- Đồng chí Ba Định là Nữ-Thiếu-tướng đầu tiên của quân đội ta, được phong hàm trước khi mở Chiến dịch Giải phóng hoàn toàn Miền Nam. Nhưng trước đó, lúc sinh thời, đồng chí Nguyễn Chí Thanh đã dạy binh pháp cho đồng chí Ba Định, ngay tại chiến khu của Trung ương Cục. Như vậy, lớp đồng chí Ba Định cũng như lớp chúng tôi, đều trải qua "trường quân sự bụi rậm" mà trưởng

---

(194) Nhạc và lời: Đỗ Nhuận.

thành. Bây chừ, được Đảng, Nhà nước, Quân đội quan tâm, cơ sở vật chất khang trang, các đồng chí phải học tập, rèn luyện cho tốt, để sẵn sàng tham gia chiến đấu bảo vệ Tổ quốc.

Tiếng hoan hô lại bùng lên, như thể một hiệu ứng lan tỏa.

- Tôi vừa nghe đồng chí Hiệu trưởng báo cáo thành tích học tập, rèn luyện của cán bộ, học viên với kết quả khá tốt. Nhưng cũng cần phải kiểm tra thực tế cụ thể thì mới chắc ăn. Bởi giữa chỉ thị, nghị quyết và thực tiễn vẫn còn là một khoảng cách khá lớn. Nếu nước ta mà xuất khẩu được nghị quyết thì ngân sách đã thu bộn tiền ngoại tệ. - Chợt nghe học viên có tiếng xì xào bàn tán và nhác thấy vẻ mặt ngượng nghịu của Thổ, Giáp đưa đẩy, - Tôi nói thế không phải là không tin đồng chí Thổ và các đồng chí cán bộ, học viên trường ta, mà ý muốn nói đến công tác kiểm tra, đôn đốc, tác phong sâu sát của chỉ huy. Bác Hồ dạy, làm lãnh đạo là phải kiểm tra. Không kiểm tra, không phải là lãnh đạo. - Giáp chợt nhận thấy thái độ khác thường của khán giả, bèn giở bài "Người mị dân", hỏi vui, - tôi nói có hay không?

Đám cán bộ và học viên buộc phải đồng thanh đáp:

- Có ạ!

- Thế thì cho một tràng pháo tay, Đại tướng cũng thích khen chứ...

Tiếng vỗ tay lại nổi lên, nhưng không hồ hởi như trước nữa.

Sợ Giáp mệt, Thổ phải ra hiệu tan cuộc sớm. Khi mời Giáp vào phòng họp Hiệu bộ uống trà, đột nhiên Thổ đứng dậy đề nghị:

- Chúng tôi được biết, đồng chí Đại tướng có bài thơ hay lắm. Kính xin Đại tướng cho anh em thưởng thức.

- Kẹt quá hè, - Giáp cười, - đồng chí Hiệu trưởng đã giao, miềng không đọc là không hoàn thành nhiệm vụ. Thôi, miềng ráng đọc, các đồng chí ráng nghe.

Tiếng cười lại rộ lên trong căn phòng nhỏ.

- Miềng vốn dĩ không biết mần thơ. Nhưng trong quá trình đi

làm cách mạng, được bác Hồ dìu dắt. Mà như chúng ta biết, bác là một nhà thơ lớn, nên miềng cũng học lỏm được đôi điều. Bài thơ *Nhẫn*, được người ta quí mến mà tặng. Nay miềng xin đọc, có tính tâm sự, chứ không phải trình diễn đâu nhé:

"Có khi nhẫn để yêu thương
Có khi nhẫn để liệu đường lo toan
Có khi nhẫn để vẹn toàn
Có khi nhẫn để tránh tàn sát nhau"[195].

Giáp ngưng lại, giải thích:

- Chữ "nhẫn" viết chữ kiểu tượng hình, như dao đâm vào tim mà vẫn bình thản. Bác Hồ dạy: "Bình tĩnh sáng suốt lúc nguy nan".

Giáp dứt lời, ai nấy lại hoan hô; người ghi chép vào sổ tay, kẻ bình luận rôm rả, làm cho không khí càng thêm thân mật. Thổ đỡ lời:

- Theo sách xưa: "Sĩ bất khả sát, bất khả nhục,". Soi vào thực tế lịch sử, lại thấy câu chuyện sinh động vô cùng. Thời Tam quốc, Tư Mã Ý cuối cùng lại giành chiến thắng là nhờ đức tính nhẫn nhịn chờ thời. Bởi vậy, những đấng trượng phu mới có thể thấu hiểu chữ "nhẫn". Trước bao thử thách cam go, nhưng "Người anh cả quân đội" vẫn giữ được thái độ bình thản. Người xưa có câu: "Nước lặng thì sâu".

Trên đường về, Huân khẽ nói:

- Lúc bác nói về Nguyễn Chí Thanh, cháu nghe bọn học viên kháo nhau: "Tía (ba) tớ biểu, ông Thanh vào Quảng Bình, đào phá mộ nhà Ngô Tổng thống và cả mộ của ông bà Đại tướng. Thế mà Đại tướng vẫn ca ngợi ổng". Thì ra, tưởng chuyện triều đình, thâm cung bí sử, thế mà dân biết tỏ tường.

Giáp đăm chiêu không nói.

*

Cả nhà kéo nhau ra vườn sau, ngồi trước cửa căn phòng

---

(195) Trần Lê Nhân.

hướng tây, ngay dưới giàn phong lan. Hạnh vừa bóc cam vừa tán tếu:

- Trong phong trào cả nước trở thành đại công trường sản xuất thơ, thế mà nhà ta, cả nội lẫn ngoại, nỏ biết mần thơ là ra răng hè (làm sao nhỉ)?

- Anh Văn có bài thơ tiễn đoàn quân lên Tây Bắc, đợt bốn mươi tám (1948), cũng đầy háo khí, - Cư hấp háy đôi mắt sáng như sao, dõng dạc đọc:

"Sông Đà, sông Mã uốn dòng
Ghềnh rêu, thác bạc ghi công anh hào
Con vàn tung bánh bay cao
Ngọn cờ chỉ hướng, ngôi sao dẫn đường".[196]

- Chị Thái làm thơ hay đấy chứ! - Hà cũng lên tiếng, - bài thơ chị viết trong nhà lao Thừa Phủ, lúc mười sáu tuổi, anh nhỉ? - Hà quay sang hỏi Giáp, như thể tìm kiếm sự cảm thông, nhưng bất chợt hình bóng thi nhân Phạm Huy Thông lại hiện về, choáng ngợp trong lòng.

- Chị Thái làm thơ hay, chị "Ích-xì" (X) cũng có thơ độc đáo, - Giáp tựa xa-lông đá mài, đánh mắt sang Hà, lấp lánh cười. - Thơ toàn về quả cây thôi à.

Cả nhà cùng cười theo vui vẻ.

Cư giật mình, sực nhớ bí danh "X" là chỉ đối tượng Võ Nguyên Giáp, trong Chuyên án X77; thế mà anh Văn còn mang ra đùa cợt được, kể cũng lạ. Nhớ câu chuyện về thân phận ông Tờ-rốt-kít, một người Cộng sản kỳ cựu, có công thành lập Hồng quân Liên Xô và có thể kế vị Lê-nin, nhưng Xta-lin đã cao tay, quy tội trái quan điểm và loại bỏ, khiến ông phải sống lưu vong, rồi bị KGB ám sát. Anh Văn cũng từng tuân lệnh bác Hồ thành lập Quân đội nhân dân và từng được tín nhiệm giới thiệu chức Tổng Bí thư. Thế mà, giờ đây, tính mạng và sự nghiệp của anh Văn cũng đang

---

(196) Hữu Mai, Không phải huyền thoại, tiểu thuyết, Nxb Trẻ, thành phố Hồ Chí Minh, 2009.

trong tay Ban chuyên án X77. Đối với người Cộng sản, việc khác quan điểm bị coi như kẻ thù và thẳng tay loại trừ.

Cơn gió nhẹ thoảng qua, mấy giờ phong lan khẽ đung đưa trên giàn hoa.

- A, em nhớ rồi, có cả tên dì Lê, tên dì Đào và tên em cũng lần đầu tiên được đưa vào thi ca, - Hạnh nâng đĩa cam mời mọi người, phá tan bầu không khí đang bị đóng băng.

Giáp vừa ăn cam, vừa đọc mấy câu thơ:

"Hạnh ra sớm, Hạnh chê Lê muộn
Đào ra sau, Đào bảo Lê khôn."

- Lê là cây lê. Hạnh cũng là cây mơ đó, - Hà giải thích.

- Chú Hữu Loan thơ hay lắm đó, - Giáp nghe câu "Hạnh là Mơ" thì chột dạ, hình bóng cô văn công thoảng qua như làn sương mỏng; đoạn, quay sang nói chuyện với Cư về Hữu Loan.

- Phải, tôi rất ấn tượng với hình ảnh trong bài thơ *Đèo Cả* của Hữu Loan. Ý thơ khiến người ta liên tưởng tới tráng sĩ ra sa tràng. - Cư hắng giọng toan đọc, nhưng nghĩ sao lại thôi.

- Mự Lê Đỗ Thị Ninh, vợ Hữu Loan lại là em gái út anh Cư đó, - Hạnh bùi ngùi. - Có em rể thi sĩ dính vụ Nhân văn-Giai phẩm, thế mà chẳng ai cứu, dượng ấy phải về quê thồ đá kiếm sống.

- Cái thời ấy nó thế, ốc còn chẳng mang nổi mình ốc, - Cư thanh minh. - Đồng đội anh Văn còn bị tù đầy, mà đành khoanh tay đứng nhìn, - Cư quay sang Giáp chia sẻ. - Khi Nguyễn Sơn mất, Hữu Loan làm bài thơ khóc, có câu: "Một đám tang đi không bao giờ đến huyệt". Ghê thật, nghe mà sởn cả gai ốc... - Cư thở dài, - ai cũng có nỗi đau, nhưng tôi lại có tới hai nỗi đau chồng lên nỗi đau, khi mất người thân. Đó là lúc nghe tin cô Ninh mất, trước tin lấy chồng, như lời thơ chú Loan viết. Và khi tôi với anh cả Lê Đỗ Khôi, trong trận Điện Biên năm xưa, anh em hẹn gặp nhau khi chiến thắng, ngay tại hầm Đờ-cát. Thế mà chiều mùng bảy tháng năm ấy, tôi chờ đến đêm mới biết tin anh ấy đã bị thương nặng bên bờ sông Nậm Rốm, rồi hy sinh. Có lẽ, đó là khoảng thời gian chờ đợi dài nhất trong đời tôi.

Thấy giọt nước cam nhểu ra khóe mép Giáp, Hà vội lấy khăn thấm. Giáp nhúc nhích tựa lưng trên ghế đá. Cư thấy vậy, vội chạy đến đỡ. Giáp xua tay, nói:

- Chú có nhớ trường hợp Thụy An không? - Thấy Cư gật đầu xác nhận, Giáp mới thong thả nói tiếp, - Khi miềng dạy học ở trường tư thục, thì bố mẹ cô ta nhờ miềng dạy thêm cho. Cô nữ sinh mười sáu Lưu Thị Yến, tức Thụy An, mần thơ chọc "Thầy đồ Nghệ"...

- Bài này thì em biết. Cô trò yêu... - Hà tiếp lời, nói từ "yêu" đầy ngụ ý:

"Hung hãn vọng vào tiếng bể
Hờn căm rít ngọn gió Lào
Anh mang trùng dương giận dữ
Anh mang hoang dại khô khan...
Mắt anh hừng trí bốn phương
Tay run nắm hồn dân tộc
Tóc xòa vương hận núi sông..."

- Ồ, thế mà hôm nay em mới nghe. Hình tượng anh Văn khi xưa đã hoành tráng nhỉ? Cô này, từng là chủ bút báo Đàn bà, sau bị quy vào tội gián điệp thì phải. Trong tù, cô ta tự chọc mù mắt kia mà... - Hạnh tấm tắc, vẻ thán phục.

Nhắc đến Thụy An, Giáp nhớ thời cô ta làm đặc tình[197] cho Bộ Công an, cung cấp bao tin tức bí mật, thế rồi loanh quanh thế nào lại bị công an bắt bỏ tù. Cô ta tức điên, tự chọc thủng một con mắt...

- Hữu Loan còn một bài thơ viết về Hà Nội kháng chiến cũng hay, - Giáp trở lại đề tài Hữu Loan, - tưởng như nghe thấy không khí chuẩn bị kháng chiến toàn quốc, nào là tiếng bánh xe bò, tiếng đoàn người sơ tán qua Chèm, Vẽ lên Việt Bắc, tiếng súng đạn, chiến lũy, Trung đoàn Thủ Đô đánh Pháp...

---

(197) Người cộng tác bí mật với cơ quan An ninh.

- Đấy là bài *Tình thủ đô*, nhưng hay nhất vẫn là bài *Màu tím hoa sim*, được Nguyễn Bính đăng trên báo Trăm Hoa, rồi trong Nam phổ nhạc lại càng lan tỏa. - Hạnh khe khẽ ngâm nga mấy câu thơ.

- Dì là Phó Giáo sư văn học Pháp, mà nghiên cứu văn học ta cũng sâu sắc đấy chứ, - Giáp khen Hạnh.

Cư gật đầu đồng tình, trong lòng cố nén nỗi đau về đứa em gái út xấu số, rồi lảng chuyện:

- Đấy, suýt nữa lại quên bài thơ chữ *Nhẫn*, - Cư reo lên. - Dư luận tâm đắc lắm, nhưng có người chế theo ý khác, nghe rất bông phèng. Nhưng như thế tác phẩm mới có sức sống trong dân chúng.

- Gọi là họa thơ, chứ ai gọi là chế thơ bao giờ, - Hạnh thân tình góp ý với chồng.

- Họa thơ thì ai mà chẳng biết, phải tuân theo niêm luật bài thơ gốc. Nhưng chế thơ là thêm thắt vào bài thơ của anh Văn, làm sai lạc bản chất.

- Thế cơ à? - Hạnh tỏ ra lo lắng, - rồi chúng lại khoác vào cổ anh tai họa, tội vịt chưa qua tội gà đã đến. - Hạnh lại nâng đĩa cam mời Giáp. Giáp nói câu cám ơn rồi xua tay từ chối.

Giáp cười cười, nhái câu ca dao:

"Thật vàng chẳng phải thau đâu
Đừng mang thử lửa mà" choa (tôi) bị bỏng

- Thơ chế đó, - Giáp cười cười.

Cả bọn cười theo, chảy cả nước mắt vì thương cảm. Đàn cá cảnh đa sắc tố trong bể bên cạnh quẫy sóng, tung bọt nước. Giáp trỏ tay bảo:

- Cháu Hoài Nam làm bể cá cho ông ngắm cảnh. Thế mà mấy khi gượng sức ra coi được đâu. Khác nào cảnh ông lão được mời xơi thịt bò thì đã móm hết răng rồi.

Hai chị em Hà, Hạnh tựa lưng nhau cười nghiêng ngả.

- Hồi này, anh có bị họ làm khó dễ gì không? - Cư ngó quanh, vẻ thận trọng, rồi khẽ hỏi.

- Thì họ biết mỗi cái tích *Tam quốc diễn nghĩa*, thấy chuyện Tư Mã Ý giả ốm, lừa Tào Sảng đi săn mà cướp ngôi, nên nhìn ai cũng tưởng là Tư Mã Ý, - bỗng nhiên Giáp bật cười kha kha, vẻ sảng khoái vô cùng.

- Nhưng anh nghiền *Bàn về chiến tranh* của Clau-zơ-vít, chứ đâu phải binh pháp Khổng Minh và Tôn Tử? - Cư đắc ý họa theo.

- Ơ, Khổng Minh cũng có binh pháp à? - Hạnh ngạc nhiên hỏi.

- Phải, binh pháp thời đó bàn cả chuyện chính trị, xã hội, chứ không chuyên quân sự như Tôn Tử, hoặc Clau-zơ-vít, - Hà tỏ ra thành thạo, giải thích cho em gái.

- Đúng là gần đèn thì rạng, - Hạnh tỏ ý thán phục vợ chồng chị gái.

- Chú Lê Đỗ Nguyên[198] cũng cầm "Đèn pha trung tướng", tỏa sáng chứ bộ? - Giáp bênh Cư.

Hạnh giật mình, hiểu ra câu nói hớ, nhưng được Giáp tinh nhạy và tế nhị chỉ ra.

- Chỉ có anh Văn mới hiểu tôi thôi, - Cư nháy mắt diễn vẻ đau khổ.

Hạnh thấy vậy, phát mạnh mạnh vào vai chồng một cái:

- Này thì "Đèn-Trung-tướng", này!

Giáp nhìn Cư cười ha hả, đầy vẻ thích thú.

- Cứ như là vợ chồng trẻ không bằng? - Hà mắng yêu em gái.

- Tái xuân chậm! Hồi xuân muộn! - Hạnh ghé tai Hà thì thầm.

Hai chị em lại ôm nhau cười khúc khích.

---

[198] Tên thật của trung tướng Phạm Hồng Cư.

Thấy Cư nhấp nhổm muốn về, Hà đon đả mời:

- Chú với dì ở lại ăn cơm trưa đã nào, vội gì?

- Thôi, để khi khác. Lúc nào rủ cả các cặp dì- dượng, cậu- mự, sẽ đánh chén một bữa no say, - Hạnh cười hớn hở và thu dọn túi, áo, rồi xắm nắm bước theo chồng.

- Có phải cái bận Pát-ti (Patti) sang thăm, anh tiếp ngay ở thềm Bắc Bộ Phủ là ý tứ ra sao? - Cư dợm bước định về, chợt quay lại hỏi Giáp.

- Chuyện từ năm chín mươi (1990) kia mà? - Giáp vỗ trán nhớ lại, - lúc đó cũng vào trong sảnh rồi, ngồi thảm đỏ hẳn hoi, nói chuyện thân mật thôi mà.

- Có người bảo, anh phá cách ngoại giao. Có kẻ lại nghĩ là anh sợ trong phòng có "rệp", - Cư dán mắt vào Giáp như rọi đèn pha.

- Ông ta đến Hà Nội từ năm bốn mươi lăm (1945), những ngày Cách mạng Tháng Tám sôi sục, nên hiểu nhau và xuề xòa. Nay ông ta đi chơi, thăm thú cảnh vật, chứ có đàm phán gì đâu? Mà có "rệp" cũng tốt, càng sáng tỏ lòng miềng, - Giáp cười khinh khi. - Miềng như nguyên tử bị đánh dấu, nhất cử nhất động đều bị đặt lên bàn cân.

Vừa dìu Giáp thong thả bước, Cư vừa nói:

- Anh phải bảo trọng mới được!

- Ngày xưa, ông thân nhìn xa trông rộng, không cho bỏ chữ "Nguyên", nên đến bây chừ vẫn vẹn toàn "Nguyên Giáp", hè!- Giáp tán tếu và ngửa cổ cười ha hả.

*

Phạm Hồng Cư và Bích Hà ngồi lại với nhau, tại nhà Cư bên phố Liễu Giai, bàn chuyện viết cuốn sách *Võ Nguyên Giáp thời trẻ*[199].

---

(199) Nhà xuất bản Thanh niên, Hà Nội, 2004.

- Ai cũng cảm phục tính điềm đạm của vị Đại tướng, Tổng tư lệnh quân đội. Giê-nê-ran (General)[200], mà không cáu gắt bao giờ. Chị gần anh, có thấy đúng thế không? - Cư hỏi.

- Phàm là con người, tuy khác nhau, nhưng ai mà chẳng có tính khí ái, ố, hỉ, nộ. Hồi tôi còn bé tí, lúc bố tôi và anh Giáp từ Huế ra Vinh, có ở nhà ông ngoại tôi, - Hà lục miền ký ức.

- Cụ Hồ Phi Thống, - Cư tỏ ra hiểu biết, đỡ lời.

- Phải, - Hà xác định. - Có lần, anh Giáp rủ tôi đi chơi biển Cửa Lò. Tôi không thích đi. Anh Giáp giận, mắng: "Ở nhà với mẹ biết ngày nào khôn?". Tôi tức, khóc ầm lên. Anh Giáp phải đền cái khăn mui-xoa mới yên, - Hà cười cười. - Còn sau này, khi lên thăm lại chiến trường Điện Biên Phủ, anh ấy hỏi cái giá sách của Đờ-cát, thì bên bảo tàng nói là đốt rồi. Nhân chuyện đó, anh bực, rồi ca cẩm: "Tướng giặc thì tôn tạo hầm nọ hào kia, còn hầm chỉ huy của tướng ta thì bỏ hoang?". Nghe đâu, mãi khi ông Phi-đen Cát-xtơ-rô lên trên đó, hỏi hầm chỉ huy của Tướng Giáp, thì họ mới tá hỏa khôi phục. Nghe nói, Hội nghị Đà Lạt năm bốn mươi sáu (1946), anh Văn phật ý, bỏ họp ra về và đóng sầm cửa lại, khiến bọn Pháp phát hoảng.

- Tôi cũng có nghe, - Cư đáp. - Nhưng chi tiết này có nên đưa vào sách không? Bởi thiên hạ mặc định, đã nói đến Hồ Chí Minh và Võ Nguyên Giáp là toàn các đức tính quý báu mà thôi.

- Tùy chú, - Hà nói, - tôi chỉ làm chân phụ bếp thôi.

- Trời ơi! - Cư thốt lên, - chị đường đường là Phu nhân đại tướng, Phó Giáo sư Sử học mà khiêm tốn quá thế.

- Này, anh Giáp không muốn ai gọi tôi là "phu nhân", hay "bà tướng" gì sất cả, - Hà thanh minh. - Có lần, Liên Xô mời anh Giáp sang nghỉ mát, tôi muốn đi cùng, nhưng bác Hồ không đồng ý, bảo: "Lúc nào cũng cặp kè ông tướng bà tướng". Hà kể, - nhiều khi Pờ-rê-si-đần (President)[201] còn cáu gắt hơn cả Giê-nê-rần.

---

(200) Tướng (tiếng Pháp).

(201) Chủ tịch (tiếng Anh).

Chú có nghe chuyện Pờ-rê-si-đần giật giật cà vạt quát mắng cụ Tố rồi chứ? - Cư gật đầu, Hà nói tiếp, - sau hòa bình, Pờ-rê-si-đần gọi đám văn nghệ sĩ vào ngâm thơ. Thấy một anh nhà thơ đang đứng lơ ngơ ngoài hành lang, Pờ-rê-si-đần tưởng là nhân viên Chính phủ của mình, bèn quát: "Đứng đây làm gì? Sao không kiếm việc gì làm?"

- Hồi trên Việt Bắc, - Cư góp chuyện, - lính bảo vệ rỗi việc, hay ngồi tán gẫu. Pờ-rê-si-đần quát lên: "Sao không biết tìm việc mà làm? Bổ củi chẳng hạn. Lúc nào cũng chuyện trò, trò chuyện như bầy vẹt, bầy khiếu...". Nhưng mấy chuyện vặt vãnh đó, không thể hiện tính cách căn bản của lãnh tụ. À, hay là viết hồi ký về chị nữa nhỉ? - đột nhiên Cư đặt vấn đề.

- Tôi có gì mà viết. Ý nghĩa, sự nghiệp, cuộc đời tôi là anh Văn rồi, - Hà khiêm tốn đáp. - Thực ra, tôi có tính con trai, lúc nào cũng luộm thuộm, đầu bù tóc rối...

Cư trố mắt ngạc nhiên, nhưng không dám hỏi.

- Không tin, chú về hỏi dì Hạnh mà xem? Lúc bé, tôi với dì Hạnh dạo chơi trên bãi biển Sầm Sơn, nhìn những con tàu ngoài khơi xa, tôi chỉ ước mình trở thành đàn ông để làm nên nghiệp lớn. Chứ, thực ra, đàn bà bị câu thúc lắm chú ạ. Ồ, có bận, tôi thấy bọn Nhật bắn chết một người giám mã, can tội ăn cắp. Chúng bêu xác người ở ngã ba đường. Dì Hạnh thấy hình ảnh ghê rợn đó vội quay mặt đi, nhưng tôi cứ nhìn chằm chằm. Phải chăng, tôi to gan hơn?

- A, tôi có nghe Hạnh kể chuyện này, - Cư trầm ngâm suy ngẫm.

- Còn chuyện này, - Hà sực nhớ, - lúc bấy giờ mới từ Việt Bắc về cướp chính quyền. À, không phải, lúc đó Hà Nội cướp được chính quyền rồi, Trung ương mới về.

- Bây giờ, trên sách báo, câu chữ sửa lại là "Giành chính quyền về tay nhân dân", - Cư đính chính và cười hóm.

- Thì chẳng qua là... - Hà cũng cười, - để tôi kể tiếp nhé. Ba tôi thấy đêm khuya mà đèn phòng tôi còn sáng, bèn nhắc khéo: "Hà ngủ đi, để anh Giáp còn nghỉ ngơi". Bỗng nhiên anh Giáp dằn giọng nói một câu bằng tiếng Pháp: "Để yên nào! Đừng quấy rầy bọn tôi!". Tôi sợ đứng tim. Ba tôi lắc đầu đi ra.

- Hay là dùng chi tiết này, - Cư đắn đo, - thể hiện tình cảm bộc phát của chàng trai đang yêu cuồng nhiệt. Chứ dựng hình ảnh anh Văn tròn trịa quá, có khi lại kém sự hấp dẫn và thiếu sức thuyết phục. Ai cũng phục anh Văn, bị vật lên bờ xuống ruộng bao lần, mà vẫn bình thản như không vậy. Nghe nói, bên Liên Xô, Nguyên soái Giu-cốp, được bố trí đi thăm Nam Tư, để ở nhà họ họp nhau lại cách chức Ủy viên Trung ương Đảng, rồi sau đó truất luôn chức Bộ trưởng Quốc phòng. Nhưng ông ta bảo vợ, không được hé răng kêu ca nửa lời, rồi uống thuốc, ngủ li bì mấy ngày liền. Như vậy mới thấy bản lĩnh anh Văn lớn nhường nào. Ông Trần Văn Giàu tiên đoán, ba trăm năm sau, khi nhắc đến thời đại này, người ta chỉ nhớ hai nhân vật là Hồ Chí Minh và Võ Nguyên Giáp, mà thôi.

- Thực ra, thời trai trẻ, Giê-nê-rần mặt cũng khó đăm đăm như Ngô Đình Nhu. Pờ-rê-si-đần bèn nhắc: "Nom chú lúc nào cứ như giận ai, khiến người khác khó gần". Giê-nê-rần giật mình, cười rổn rảng và tiếp thu. Thế mà lại hóa hay, khiến cho khuôn dung tươi tỉnh, tôi cũng cảm thấy dễ mến hơn. Nghĩ bà Lệ Xuân sống cả đời được với ông Nhu, lúc nào cũng lạnh như khối băng, cứng như sắt thép, thì quả là sức chịu đựng phi thường, - Hà bộc bạc tâm sự.

- Thế mới xảy ra chuyện Lệ Xuân tư thông với Tướng Trần Văn Đôn, - Cư cười hóm.

Hà giật mình, ngẫm về bản thân, liệu có phải do mình đầu bù tóc rối, nên "người ta" mới để mắt đến những cô gái Thổ đa tình ở Ngân Sơn và Ngòi Quẳng, hay bọn văn công nuột nà giữa Thủ đô? Đúng là, "sông bao nhiêu nước cho vừa?". Chuyện mấy chục năm rồi, mỗi khi nhớ lại vẫn còn cảm thấy xót xa như xát muối vào lòng... Nhưng bù lại, mình có Thông, một người tài hoa, lịch lãm, chân thực, thời trai trẻ mà thi ca đã nổi như cồn. Nhưng chàng chuyển hướng sang lĩnh vực khoa học xã hội và khảo cổ, lại càng nổi danh. Nhớ cái dận chàng chết bất đắc kỳ tử, thủ phạm không phải thằng cháu gọi chàng bằng cậu đâu... Bởi trước đó không lâu, chàng tâm sự, vừa bị cơ quan chức năng cảnh báo về mối quan hệ tội lỗi kia. Chàng ngang nhiên phân bua: "Hà yêu tôi và tôi cũng yêu...". Ôi, chàng thật can trường và tội nghiệp...

"Em sợ nghe, khi chiều tàn đêm hết
Vẳng bên tai tiếng gọi của ái ân,
Là vì rằng lòng yêu đương tha thiết
Em đã trao tất cả cho tình quân".[202]

Bỗng nhiên, Hà nhớ tới mẹ, bà Hồ Thị Toan. Nghe nói, ngay từ lúc sinh ra, gót chân đã đỏ như son, ai cũng trầm trồ khi thấy quý tướng mà trời ban tặng. Nhưng không hiểu sao, ông ngoại lại đặt tên là Toan. Toan là một vị thuốc chua. Mẹ dịu dàng, trầm tính và thường mặc đồ lụa, lại thường tích cóp các loại hộp. Có lẽ bởi thế, nên lúc nào trong nhà đồ đạc cũng gọn gàng, ngăn nắp. Đã bao lần mẹ chấn chỉnh cái tính luộm thuộm của mình, thế mà khác nào nước đổ lá khoai... Rõ là, cha mẹ sinh con, ông trời sinh tính. Hà tự an ủi và ứa đôi dòng lệ.

Nói vậy chứ, nghĩ đi cũng phải nghĩ lại, Giáp là người chỉn chu và bền bỉ, năm nào cũng mua một bó hồng nhung tặng mình, nhân kỷ niệm ngày cưới. Trên thế gian này, người như Giáp, kể cũng hiếm có khó tìm. Nhưng năm xưa, bó hồng sáu bông mà ai đặt trên phím đàn piano để tặng ai? Trong khi đó, mình đang ở Liên Xô? Chẳng ả văn công đó thì còn ai vào đấy nữa, có cho vào cối mà giã cũng không trật... Tại sao cánh đàn ông làm chính trị hay mê bọn con hát thế nhỉ? Chẳng lẽ chúng biết làm đẹp và biết làm tình hơn đời ư? Hay là chúng có đồ vàng, vú bạc, lưỡi kim cương? Hà mở tủ lạnh lấy cốc nước uống ừng ực, kiềm chế "máu Hoạn Thư[203] đang bốc lên ngùn ngụt. Năm xưa, nghe cái vụ Trần Lệ Xuân bị vợ người tình bắn bể vai mà rùng mình, ớn lạnh. Thôi,

(202) Phạm Huy Thông, *Tiếng ái ân.*

(203) Nữ nhân vật trong Truyện Kiều của Nguyễn Du.

xấu chàng hổ ai? Mẹ đã mấy lần dạy thế. Vả lại, mình cũng là ông nọ bà kia cơ mà?

Chương mười hai: Nơi yên nghỉ

46. Trận đánh cuối cùng

Con cái phương trưởng cả rồi, thầy thím cũng mồ yên mả đẹp, thôi thì dọn dẹp đi là vừa. Ông Bắc Đẩu ghi sổ tử quên tên miềng rồi chắc, hay cứ theo cái tên Võ Giáp mà tra không thấy, nên đã loại Võ Nguyên Giáp ra rồi? Nhưng cổ nhân có câu: "Sinh có hạn, tử bất kì", vậy khi Trời-Phật gọi về, miềng gửi thân xác nơi mô? Từ một cậu học trò yêu nước, đứng lên chống áp bức, bất công, rồi đến với chủ thuyết Cộng sản-vô thần; thậm chí, chống lại thánh thần, ma quỷ, và đến cuối đời, miềng ngộ ra niềm tin tôn giáo mới là vĩnh hằng và hướng thiện. Trường Chinh cũng cầu siêu kia mà. Ngô Đình Diệm theo Công giáo được dân suy tôn là "Lành Thánh". Hồi bốn mươi sáu (1946), trước khi trở lại Việt Bắc, bác Hồ còn làm thầy cúng ở Chùa Thầy đấy thôi. Bây chừ, nhiều đền, chùa thờ cả tượng Phật lẫn tượng và ảnh chân dung Chủ tịch Hồ Chí Minh, theo kiểu "tiền Hồ hậu Phật", thật là một cuộc hội ngộ bất đắc dĩ, trớ trêu và lý thú. Sau ngày hòa bình lập lại trên Miền Bắc, bác Hồ đi thăm chùa Quán Sứ và chỉ vào những bông hoa giấy cắm trong lọ độc bình mà nói nhỏ với bọn tháp tùng: "Hoa giả cũng phải cần, miễn sao được việc". Ai cũng hiểu, Người nói "hoa giả" là ngụ ý về tôn giáo, mà cụ thể là đạo Phật. Tôn giáo là chậu cây cảnh của những người Cộng sản, bày ra để dụ khị thiên hạ mà thôi.

- Mấy ông thì tiêu chuẩn Mai Dịch chứ sao nữa? - Bích Hà cười cười, - chẳng lẽ, có voi đòi tiên? À mà này, - Hà thì thầm với Giáp, - em nghe nói, cái lão thường "chiếu tướng" anh, bị dân chúng ném phân vào mộ Mai Dịch. Đúng là, ác giả ác báo.

- Mai Dịch, bên khu liệt sĩ có chị Thái, - Giáp nói một cách thành kính. Vả, Bội Giong bảo, đất Mai Dịch vốn không tốt. Chị Thái đã trót ở đấy rồi. Chú ấy bảo, đất nghĩa trang Thanh Tước mới là tốt. - Giáp lờ chuyện mộ Thọ bị uế tạp.

- Hay là, nếu trăm tuổi già, ba về Lệ Thủy với ông bà? - Điện Biên góp ý, thể hiện vai trò trưởng nam.

- Lên Bảo Biên khéo lại hóa hay? Xa hẳn chốn Ba Đình, thì lúc chết may ra mới yên thân, ba ạ, - Hòa Bình cũng bàn chuyện.

- Chốn đó, xa xôi vật nẻo lắm, - Hồng Nam can ngăn. - Con thấy chỗ Phong Nha, sơn thủy hữu tình, mà hình như Hiệp hội Hang động Hoàng gia Anh cũng đang nghiên cứu thám hiểm?

- Năm bảy mươi ba (1973), hai bên ngưng bắn sau Hiệp định Pa-ri, ba đi thị sát Trường Sơn, sang tận Binh trạm Ba mươi hai, ở Savanakhet (Lào), qua cả Ka Tốc, Phu La Nhích, Ta Lê, rồi ngược bến Xuân Sơn theo sông Son lên Phong Nha. Thời chiến tranh, đó là nơi cất giấu ca-nô, cầu phà rất hữu hiệu. Máy bay Mỹ bắn rốc-két vào tận cửa động. Vừa rồi, ba cũng trở lại chỗ nớ, gặp bọn Hiệp hội Hang động đó rồi, - ký ức chiến tranh dồn nén trong lòng, khiến Giáp nói một thôi một hồi, rồi mới quay lại việc chọn địa điểm cho giấc ngủ ngàn thu của mình, - nói Bảo Biên vật nẻo, thì Phong Nha cũng xa cách ngàn trùng. Nhưng mà này, chớ nói ra ngoài, kẻo thiên hạ kháo nhau, Tướng Giáp tìm chỗ chết thì phiền...

Cả nhà cười theo mà nghẹn lòng.

- Chuyến đi hồi ấy của anh khá mạo hiểm, khiến ai cũng lo. - Hà thủ thỉ giãi bày nỗi lòng; đoạn, ngoảnh sang nói với các con, - bởi, tuy ngưng bắn, nhưng máy bay trinh sát của Mỹ vẫn đảo qua đảo lại hoài.

- Sợ gì cơ chứ! Bộ Tổng giao trách nhiệm cho hai Sư đoàn Bốn bảy hai và Năm bảy một, chăm sóc và bảo vệ kẻ hèn mọn này rồi. - Giáp nói câu tếu táo, kéo không khí đầm ấm trở lại. - Khi ba vào thăm Bộ tư lệnh Trường Sơn đóng ở Hiền Ninh[204], còn được bắn pháo hoa chào mừng kia mà. Ba gặp lại sông Kiến Giang và Lũy Thầy thì khác gì trở lại tuổi thơ...

- Hôm vừa rồi, Tổng thống Cha-vét (Chavez) còn tặng ba phiên bản thanh gươm báu, ngụ ý xui ba ra trận nữa đấy, - Hạnh Phúc hùa vào góp chuyện.

- Ối trời, con gái đã từng tốt nghiệp Đại học Lơ-ma-nô-xốp (Lomonoxov) mà còn ấu trĩ vậy sao? - Giáp trìu mến mắng yêu. - Thanh kiếm phiên bản của Anh hùng Si-mông Bô-li-va (Simon Bolivia), bên Vê-nê-du-ê-la (Venezuela) đã tặng cho hàng chục người trên thế giới rồi. Điều đó, chỉ tỏ lòng tôn kính mà thôi, con gái ạ.

- Dân họ chỉ cần bơm dầu lửa lên mà bán cũng thừa ăn, - Bình tỏ ra am hiểu thế giới. - Con đọc tài liệu của Ngân hàng Thế giới, thống kê Việt Nam tụt hậu so với mười nước trong khu vực. Dân mình lại bị đóng góp cao nhất, so sánh tỷ lệ giữa dân và nhà nước là năm mươi phần trăm; trong khi đó, dân Mỹ có mười chín phần trăm, dân Pháp bảy, dân Trung Quốc cũng chỉ mười hai...

Ban nãy, Phúc bị la về sự ngây thơ chính trị, vội lẻn xuống bếp, nay mang đĩa hoa quả lên, hô to:

- Người ta thì bơm dầu lên ăn, còn tôi "bơm" hoa quả. Mời ba mẹ và các chị em đây-ây-ây...

Đĩa hoa quả to sụ, gồm: bơ, vú sữa, măng cụt... Toàn những loại mà Giáp ưa thích, làm cho câu chuyện thêm rôm rả.

- Ba thích bơ, nhưng không phải mùa. Cây bơ xưa cũng đã chết, - Phúc bùi ngùi.

- Chắc là lúc Bắc Đẩu toan gạch tên miềng, thì lại nhầm sang "ông Bơ", - Giáp nói câu khôi hài, - khổ thân "ông Bơ"...

---

(204) Ngày nay thuộc huyện Quảng Ninh, tỉnh Quảng Bình.

Cả nhà lại cười nói rộn ràng.

- Anh còn khỏe lắm, chưa đi được đâu mà đã vội lo hậu sự? - Hà khuyên Giáp, bởi chưa linh cảm thấy điều gì bất thường.

Nghe mẹ khen bố khỏe, hai cô con gái đưa mắt ý nhị nhìn nhau, tủm tỉm cười...

- Mi chọn mấy trái, mang về cho bé Trương Ngọc Anh, - Bình tỏ sự chỉn chu của bác cả, khẽ nhắc Phúc, rồi tiện tay lựa quả cho cháu.

*

- Mấy bữa nay, có chuyện chi mà bên Thành rầm rập thế nhỉ? - Giáp nghe tiếng ồn ã như công trường, bèn hỏi thư ký Huân.

- Họ bắt đầu thi công Tòa nhà Quốc hội, tại Mười tám, Hoàng Diệu, - Huân thưa.

- Trời đất, Di tích quốc gia đó, - Giáp thảng thốt kêu lên. - Chuyện ni (này), phải kiến nghị dừng ngay, kẻo có tội với Thủ đô văn hiến.

Huân thảo một bản kiến nghị, phân tích đủ mọi lẽ để buộc phải dừng xây Tòa nhà Quốc hội tại đó và cần chuyển ngay đến địa điểm khác. Giáp xem kỹ từng dấu phẩy, rồi ký một chữ như rồng bay. Văn phòng Đại tướng chuyển hỏa tốc lên Trung ương. Nhưng mấy ngày sau, công trường đó vẫn ồn ã như trêu ngươi. Giáp bảo Huân nhắc lại về lá thư kiến nghị, nhưng vẫn chẳng có hồi âm. Thì ra, họ cố tình bỏ ngoài tai kiến nghị của một vị "khai quốc công thần", bất chấp chuyện xâm hại di tích.

Mấy hôm sau, trên mạng in-tơ-nét lại rộ lên chuyện khai thác Bô-xít (bauxite)Tây Nguyên. Hỏi ra mới biết, từ năm 2001, Nông Đức Mạnh lên chức Tổng Bí thư, đã ký với Giang Trạch Dân, để cho Trung Quốc thực hiện dự án này rồi. Hẳn là dự án đã thông qua Bộ Chính trị, thì Mạnh mới dám thò bút ký chứ? Hắn có hiểu công nghệ khai thác bô-xít lạc hậu như của Trung Quốc, sẽ rất có thể gây thảm họa "bùn đỏ" cho cả Tây Nguyên và Nam Bộ hay không? Ngày trước, khi miềng làm việc với chuyên gia Liên Xô, họ đã khuyến cáo chưa nên khai thác kia mà. Vả lại, Tây Nguyên là "mái nhà Đông Dương", một vị trí chiến lược quan trọng mà để Trung Quốc chốt giữ, thì nguy hại cho an ninh, quốc phòng biết chừng nào? Cái này, miềng phải kiến nghị dừng ngay, khi chưa quá muộn. Có lẽ, phải quyết liệt hơn việc kiến nghị dừng xây nhà Quốc hội.

Huân lại chắp bút, một lá thư, hai lá thư và ba lá thư của Giáp kiến nghị dừng dự án khai thác Bô-xít Tây Nguyên, nhưng vẫn bặt âm vô tín.

- Trận đánh cuối cùng của Giê-nê-rần chăng? - Trần Phương cám cảnh hỏi Nhật Hoa Khanh.

- Những thứ đã được coi là "chủ trương lớn của Đảng", thì một Tướng Giáp, chứ mười Tướng Giáp cũng chẳng xoay chuyển được tình thế, - Khanh khẳng định như đinh đóng cột. - Đảng thắng, Giáp thua và nhân dân thiệt thòi. Nhưng có thể coi đây là thuật "đà đao" của Quan Vân Trường, thời Tam quốc, khiến lão tướng Hoàng Trung phải ngã ngựa.

- Cánh văn nghệ sĩ, trí thức ký đơn kiến nghị, danh sách hàng ngàn người, cả trong lẫn ngoài nước, nhưng cũng sẽ không cản được "quyết tâm chính trị" của những cái đầu nóng, - Phương cũng cảm thấy bức bối và mệt mỏi. - Có lẽ, vùng đó có quặng Uranium nên Trung Quốc mới nhảy vào. À, khi xưa, ông Duẩn toan chỉ đạo chế tạo bom nguyên tử...

- Tôi và nhiều người có đọc các bài phân tích của anh trên mạng in-tơ-nét, về sự sai lầm của lý luận Mác - Lê-nin và con đường xã hội Xã hội chủ nghĩa, - Khanh thủ thỉ tâm sự, không để ý tới chuyện phóng xạ, với nguyên tử. - Ghê thật, họ không nể anh từng là thư ký của Tổng Bí thư Lê Duẩn, thì lại đút vào rọ X77 như ai...

- Tôi còn là Phó Thủ tướng chứ bộ? - Phương nháy mắt tinh quái và vênh mặt lên. - Nói cho oai vậy thôi, Giáp còn bị "chiếu tướng" thì cánh ta chỉ là hạt bụi. Nhưng nói đi lại phải nói lại, cổ nhân dạy: "Đất nước lâm nguy, thất phu hữu trách", mình đường đường là ông nọ bà kia, mà nhắm mắt làm ngơ thì hèn quá. Tôi cũng đã lường đến hệ lụy, nhưng không thể như ba con khỉ này.

Phương chỉ ba cái tượng khỉ, ai bỏ quên trên ghế trong vườn: con bịt mắt, con nút tai, con che mõm; đoạn, dõng dạc nói như đang giảng bài:

- Nếu từ thời nguyên thủy, tổ tiên loài người đã có thái độ yếm thế, giữ mình như ba "cụ" này, thì vượn không thể chuyển thành người.

- Thủy tổ loài người là vượn nhỉ ư? Có phải chính Mác dựa vào thuyết Tiến hóa của Đác-uyn (Darwin), mà mường tượng ra lý thuyết về chủ nghĩa Cộng sản? - Khanh tỏ ra nghi ngờ mớ kiến thức phổ thông.

- Nếu truy đến cùng, theo kiểu "chẻ sợi tóc làm tư", thì kịch đường, lại phải giải thích theo cái cách của tôn giáo, rằng thì là, Thượng Đế sinh ra muôn loài. Nhưng nói, Chủ nghĩa Tư bản là là đêm trước của Chủ nghĩa xã hội thì chưa chắc nhé. Bởi, Chủ nghĩa xã hội có thật đâu, mà nếu có thật thì chắc gì đã cao hơn Tư bản. Bây giờ, nhận thức lại, thấy Đổi mới là cực kỳ cấp thiết và quan trọng, nhưng nếu Đổi mới chính trị mà vẫn đảm bảo sự lãnh đạo toàn diện, tuyệt đối và trực tiếp của Đảng Cộng sản thì thật khôi hài. Chúng ta đang Đổi mới kinh tế nhưng lại bảo thủ về chính trị, thì khác gì kẻ thọt chân. Nhưng nếu Đổi mới lần hai cho đồng bộ, thì khác gì làm lại cuộc cách mạng, có ai tự túm tóc mình mà nâng nổi thân lên khỏi mặt đất được đâu? Thế thì làm sao yêu cầu Đảng Cộng sản Việt Nam Đổi mới toàn diện cho đặng? Đảng Cộng sản đã và đang trở thành vật cản trên con đường phát triển của dân tộc. Đồng thời, nó cũng chứa đựng khả năng mất nước, mất độc lập, mất chủ quyền vào tay Trung Quốc... Một khi Đảng bảo thủ, khư khư giữ thế độc quyền lãnh đạo, đàn áp những người yêu nước có tư tưởng tiến bộ, thì tự trở thành phản động. Có lẽ, Đại tướng cũng hiểu rõ điều đó, nhưng chưa tiện nói ra mà thôi. - Phương không trả lời câu hỏi vu vơ của Khanh, mà trổ tài hùng biện về quan điểm Đổi mới.

- Tôi thì chẳng có kiến thức triết học và lý luận chính trị như anh, - Khanh nhìn vói qua hàng giậu duối, thủ thỉ, - nhưng nghe nói, khi ra bản Tuyên ngôn Cộng sản, thì Mác viết rằng, người Cộng sản ghi trên lá cờ của mình là "xóa bỏ tư hữu". Nhưng cuối đời, lại cải chính rằng thì là, những nhà sản xuất chỉ được tự do khi họ có quyền sở hữu đất đai, nhà xưởng, tàu thuyền, ngân hàng... Chẳng lẽ, tự ông ta phủ định học thuyết của mình ư?.

- Đúng, đúng... - Phương vội bắt lấy "quả cầu lý luận" mà Khanh vừa ném sang và nói vanh vách như tụng kinh, - trong Lời tựa cuốn sách *Cuộc đấu tranh giai cấp ở Pháp*, Ăng-ghen đã viết: "Lịch sử chứng tỏ chúng tôi đã mắc sai lầm". - Tức là, Mác và Ăng-ghen ấy mà. - Phương chua thêm và lại nói như đọc, - "Quan điểm của chúng tôi hồi đó chỉ là ảo tưởng. Phương pháp đấu tranh đề ra trong Tuyên ngôn Cộng sản nay đã lỗi thời mọi mặt; chẳng có mục tiêu lớn Chủ nghĩa Cộng sản gì sất cả. Đó chỉ là điều Mác đề xuất lúc trẻ, nhưng đã vứt bỏ nó trong cuối đời".

- Bản tiếng Việt, Nhà xuất bản ích-xì (x), trang e-nờ (n), dòng nọ trên xuống, đến dòng kia dưới lên, - bề ngoài thì Khanh làm ra vẻ giễu cợt nói như vậy, nhưng trong lòng vô cùng thán phục trí nhớ siêu việt của Phương. - Này, tôi hỏi thật, khi xưa, lúc anh bổ túc kiến thức cho ông Giáp, ông Đồng, liệu đã dám nói đến chuyện sai lầm của Mác và Chủ nghĩa Mác - Lê-nin chưa?

- Đúng là nhà báo có khác! - Phương vỗ vai Khanh và ngửa cổ cười với trời xanh.

- Trong mỗi con người, dù là vĩ nhân đi chăng nữa, cũng đều ẩn khuất một cái sự hèn, - Khanh lẩm bẩm một mình và thở dài não nuột, rồi bất chợt chỉ tay sang phía hàng rào nói nhỏ, - biệt thự bên kia, từng là nhà cũ của ông bà Trịnh Văn Bô đấy.

- Biết rồi, của Xê-da (Caesar) đã trả về cho Xê-da rồi. Năm năm mươi tư (1954), ông Hoàng Văn Thái bảo với ông bà Bô, chỉ mượn nhà hai năm thôi, hẹn đến năm năm mươi sáu (1956) sẽ trả lại. Tất nhiên, biệt thự này không chỉ có gia đỉnh Thái ở, mà còn có cả Trần Văn Trà. Nhưng kéo dài đến nửa thế kỷ sau, đòi mãi không được. Đơn thư đòi nhà gửi Trung ương, thành phố và cả Tướng Giáp, Tướng Thái nữa, nhưng không có hồi âm. Về sau, ông Thái chuyển sang khu Liễu Giai, thì vợ chồng Điện Biên lại chiếm đóng. Cuối cùng, bà Hồ mới cùng con cái "đổ bộ" vào, lại còn xách theo can xăng làm vũ khí nữa, quyết tử chiến giành lại chủ quyền. May thay, khi cái "Bằng khoán điền thổ" của gia đình Trịnh Văn Bô và Hoàng Thị Minh Hồ được trưng ra, cho mọi người đến chúc mừng, mà can xăng vẫn không phải dùng đến, - Phương cười khẩy và thở dài lặng lẽ, ngẫm ngợi rất lung. Khu vực tọa lạc Biệt thự 30 này, gồm mấy thổ đất cơ mà. Thảo nào, phố này không có số nhà 28 và 32, mà lại tồn tại số 26, rồi đến 30, tiếp theo 34, 36 luôn. Bà Hồ từng phàn nàn: "Việt Minh nó bạc lắm". Để cho chắc ăn, bà bảo các con trưng cái biển số nhà 34 lên, nhằm công khai xác định chủ quyền vốn có như xưa. Từ lúc đó, bên nhà Giáp cũng mới treo biển số nhà 30. Bởi, phố con Hoàng Diệu này, sau khi bộ đội kéo quân về tiếp quản Thủ đô, thì được bảo vệ nghiêm ngặt lắm. Đầu phố, chỗ giao nhau với phố Phan Đình Phùng, liền bị cấm đường. Các biển số nhà quanh khu vực vườn hoa Kính Thiên bị tháo bỏ. Biệt thự của Lê Duẩn vốn đã kín cổng cao tường, nay lại được chăng thêm bốn đường dây điện trần. Hàng rào nhà Giáp tuy trồng cây duối, nhưng ẩn bên trong là lớp song sắt sơn màu xanh lá cây.

Vợ chồng ông Bô cũng như nhiều người từng nhiệt tình hưởng ứng và tham gia cách mạng, nhưng không hiểu bản chất Cộng sản. Người Cộng sản dựa và các nhà Tư bản, chỉ có tính sách lược mà thôi. Khi đủ lông đủ cánh, họ sẽ đào mồ chôn sống bọn Tư bản, dù là ân nhân, thể hiện lập trường cách mạng kiên định và triệt để. Hiện nay, trong tình thế khốn cùng, họ buộc phải lùi bước, chấp nhận nền kinh tế đa thành phần, cho phát triển các doanh nhiệp tư nhân, thậm chí, còn đặt ra "Ngày doanh nhân" nữa. Rồi đến một lúc nào đó, bi kịch lịch sử "Cải tạo tư bản tư doanh" sẽ lặp lại. A-lê hấp, xin quý vị về đúng chỗ của mình. Đó là, đáy mồ!

Chính ra, Giáp kiếm một suất nhà ở Liễu Giai, rồi để cho con thừa kế lại hóa hay. Chứ biệt thự này là nhà công vụ, sớm muộn cũng phải trả nhà nước, thế là trắng tay, xôi hỏng bỏng không. Giáp nhún nhường, hay nhu nhược? Giáp thường tự xưng "miềng" (mình), một cách khiêm nhường và thân mật, nhưng bộc lộ một sự yếu thế. Tại sao không xưng "tôi". Tôi, tự khẳng định vị thế. Mình, nói lên sự nhún nhường, nhiều trường hợp không cần thiết, không đúng chỗ. Người ta đã nghiên cứu và khẳng định rằng, chặng đường từ "mình" đến "tôi" là cả một cuộc vận động cách mạng!?

- Này, ông "Hùm xám đường số Bốn" cũng đổi mới tư duy lắm rồi nhé! - Đột ngột Khanh quay sang nói với Phương.

- Cái ông Đặng Văn Việt ấy à? - Phương ngạc nhiên hỏi.

- Đúng, ông ta cũng đòi bỏ điều Bốn, vì rằng, như thế là Đảng đứng trên Hiến pháp. Ông phê phán Trần Phú với chủ trương: "Trí, phú, địa, hào đào tận gốc trốc tận rễ", dìm cả dân tộc trong biển máu, trái với quan điểm đại đoàn kết của Hồ Chủ tịch. Phê Đỗ Mười phá nát nền kinh tế bằng chủ trương cải tạo công thương, tác hại còn hơn Bê năm hai ném bom rải thảm... Từ xưa đến nay, đấu tranh giải phóng dân tộc đều do chính sách đại đoàn kết, chứ có phải vận dụng lý luận đấu tranh giai cấp và chuyên chính vô sản của Mác đâu? Ông tâm sự, muốn cứu Đảng, cứu dân. Nhưng khi hỏi, thế có phải là chống Đảng không? Ông cụ ngớ người bảo, tớ vẫn là đảng viên kỳ cựu chứ bộ! Tôi lại hỏi, ông Giáp đòi tự do tư tưởng, thì có còn là người Cộng sản không, hay đã quay trở lại làm người yêu nước? Ông ấy khùng lên quát hỏi, ai bảo thế? Tướng Giáp vẫn là người Cộng sản chứ. Cộng sản nào chẳng yêu nước?

Khanh cùng Phương phá lên cười, về sự ngây thơ chính trị của cả một lớp người. Lý tưởng Cộng sản là thoát ly dân tộc, từ bỏ tổ quốc, xây dựng Thế giới Đại đồng, nêu cao tinh thần Quốc tế vô sản thì làm sao còn yêu nước? Tự do tư tưởng là cấp độ cao nhất của tinh thần tự do dân chủ thì đâu còn tôn trọng cái sự nhất nguyên độc đảng nữa? Phương cay đắng nghĩ, nhiều người đã thoát ly Chủ nghĩa Cộng sản, nhưng vẫn mượn Đảng làm cái bình phong. Loại này, hoặc ngây thơ chính trị, hoặc hèn...

Tiếng nước chảy rào rào, bọt tung trắng xóa trên thác nhân tạo mang hình lá bùa khổng lồ đặt giữa vườn, hướng từ cửa chính biệt thự ra đường phía Hoàng Diệu. Khanh tò mò đếm được trên thân "thác bùa" có một ô tam giác, hai ô vuông và sáu ô chữ nhật, vị chi là chín ô. Dòng "kênh" xi-măng chảy ngang qua vườn chia làm ba bậc. Khanh vừa thong thả dạo bước ngắm cảnh, nhưng kỳ thực là đang đo đếm, cả thảy bốn mươi lăm bước chân.

Giáp đang bận tiếp đoàn gì đó của Trung ương, nên Phương và Khanh ngồi chờ trên ghế đá, đặt ngoài vườn. Đây là khu đất xưa thuộc điện Kính Thiên, đường rộng tám làn xe ngựa.

- Đại tướng kiến nghị dừng xây nhà Quốc hội trong thành Hoàng Diệu. Vậy, nếu có ai đó đòi lại vườn này, khôi phục điện Kính Thiên thì sao? - Phương hỏi Khanh.

- Thì miếng đồng ý cả hai tay, - Giáp cười cười, vừa bước vào vườn, vừa nói to.

Phương và Khanh cùng giật mình ngoái lại và nhìn nhau cười ngượng ngập.

- Nhà công vụ, - Giáp chỉ biệt thự đang sở hữu, - tôi sẽ trả lại nhà nước theo đúng chế độ. Còn chỗ này, - Giáp chỉ xuống vườn, - cần sớm khôi phục lại điện Kính Thiên. Nghe nói, năm một ngàn tám trăm linh tư, Vua Gia Long ra nhận sắc phong "Việt Nam Quốc Vương", chính ngay tại điện Kính Thiên này. Từ đó, Trung Quốc chính thức gọi nước ta là Việt Nam. Nhưng ta thì cứ "mần" Đại Việt, Đại Nam, thậm chí Đại Việt Nam. - Giáp vừa cười xởi lởi, vừa thân mật bắt tay cả hai, - để các anh phải chờ lâu quá hè? Thông cảm, tôi phải làm việc với Ban Đối ngoại Trung ương.

Lúc đó, Phương và Khanh mới để ý, thấy mấy ông cán bộ

đang xách cặp đi ra cổng và họ lễ phép cúi chào cả ba, như kiểu chào của người Nhật cúi gập cả lưng.

- A, vừa khéo, ba ta với ba "cụ" này, - Giáp cười, chỉ ba cái tượng khỉ, nói câu hài hước, - anh nào thấy hợp "cụ" nào thì nhận luôn đi.

Cả ba nhìn nhau cười giả lả.

- Rất may, cả ba chúng ta đều không thuộc hạng người bịt mắt, nút tai, ngậm miệng, - Giáp ôn tồn nói, - chỉ có điều kiến nghị của tôi và ý kiến của các anh chưa được xem xét mà thôi. - Đột nhiên Giáp hỏi, - khí không phải, hai anh gặp tôi có chuyện gì?

- Không, chẳng qua là lâu không gặp, thấy nhớ nhớ thì chúng tôi rủ nhau đến thăm anh, nói chuyện chơi cho khuây thôi, - Phương thật thà đáp.

- Thế, cái Trường Đại học tư thục Kinh doanh và Công nghệ, ở dốc Vĩnh Tuy kia, thì bỏ cho ai cai quản? - Giáp quay sang hỏi Phương.

- Chúng tôi gọi tắt là Trường Kinh-Công anh ạ, - Phương cười tán tếu.

- A, nghe nói, cậu thư kí[205] của Cay-xỏn Phôm-vi-hản (Kaysone Phomvihane) cũng về trường đó làm việc rồi hả?

- Đúng thế, cậu ta nhắc đến anh luôn, - Phương mau mắn đáp, - nghe nói, Cay-xỏn thần tượng anh lắm. Anh đã từng kết nạp Đảng cho Cay-xỏn kia mà.

- Cùng chiến hào, trong hai cuộc kháng chiến, chứ có chi mô mà thần tượng? - Giáp nháy mắt, lại chỉ vào ba cái tượng khỉ.

Cả ba lại cười ha hả, đầy sảng khoái.

- Mời các anh vô nhà, - Giáp trịnh trọng khoát tay chỉ vào biệt thự.

- Chúng tôi lại thích không gian vườn, - Khanh đáp.

---

(205) Kim Sơn.

- Cho ấm trà, em Hà! - Giáp gọi với vào trong nhà.

- Tôi sang Nhật giảng bài, - Phương vào chuyện, - thấy mấy ông chính khách nghỉ hưu cũng dân dã như anh chị vậy. Họ bảo vầy chứ, Việt Nam giàu tài nguyên khoáng sản, nhưng dân khổ, vì Đảng Cộng sản dắt đi sai đường.

Giáp lặng lẽ lắng nghe.

- Cánh nhà văn Nhật Bản, trước những năm năm mươi ồ ạt kéo nhau tham gia Đảng Cộng sản, nhưng sau đó, lại lũ lượt xin ra khỏi Đảng. Thế mà văn chương lại giành giải Nô-ben,

- Khanh bốc lên. - Sao xứ ta, nhà văn cứ phải vào một cái Đảng Cộng sản độc tôn và sáng tác tắc tị?

- Thời miếng với anh Tô lên Chèm, nhận nhiệm vụ sang Trung Quốc gặp Thượng cấp. Anh ấy phàn nàn: Hít-le với Xta-lin vừa ký hiệp ước phân chia Châu Âu, thế mà hắn "uýnh" liền, - Giáp góp chuyện cho khuây.

- Các cụ cứ thắc mắc, sao cùng phe Xã hội chủ nghĩa, mà Liên Xô, Trung Quốc, Việt Nam, Khơ-me Đỏ đánh nhau hoài, - Phương bập vào câu chuyện thế sự, - nhưng xét lịch sử, thấy như chuyện anh Văn vừa nói, thì trước đó, Hít-le và Xta-lin đã nện nhau rồi.

- Nhưng có phải cùng phe Xã hội chủ nghĩ đâu? - Khanh ngạc nhiên hỏi.

- Nói một cách tương đối, mọi sự vật hiện tượng đều là tương đối mà.- Phương vung tay lên với Khanh, nhưng mắt lại đăm đăm nhìn sang Giáp, - Quốc xã, tức là Quốc gia Xã hội chủ nghĩa của Hít-le và Thế giới Đại đồng, tức là, Quốc tế xã hội chủ nghĩa của Xta-lin có chung một mệnh đề Xã-hội-chủ-nghĩa. Họ đều tự coi là những con người siêu đẳng mà. - Phương nhấn mạnh, nhưng giọng có vẻ giễu nhại.

- Nghe có vẻ ngụy biện thế nào ấy nhỉ? Nhưng dù sao, tôi hiểu thêm về biểu tượng "Chữ thập ngoặc" và "Búa liềm", - Khanh nhìn xa xăm, vẻ tư lự.

Hà lễ mễ bưng trà ra, vừa tươi cười chào khách, vừa nói câu cảnh báo:

- Các ông lại bàn chuyện thế giới đấy à?

- Nhà Đại tướng Đổi mới triệt để, Phó Giáo sư đi hầu bàn, - Phương khen xã giao.

- Nhà báo Nhật Hoa Khanh dạo này bạo miệng gớm? - Giáp cười hỏi.

- Thì chính anh là người đề nghị Đảng giải phóng tư tưởng, từ Đại hội Chín kia mà, - Khanh cự lại. - Tôi chưa từng thấy ở cán bộ cao cấp nào, dám nói về tự do tư tưởng, trừ Võ Nguyên Giáp. Đó là chuyện lớn, nói theo kiểu anh Trần Phương là "đại vấn đề". - Khanh quay sang Hà, nói nhỏ, - chị cho xin cốc nước đun sôi để nguội. Tôi không quen uống trà.

- Tôi nghe anh Ba Trà kể, từ năm năm mươi lăm (1955), Việt Minh đã treo pa-nô, áp- phích ở Cà Mau, định nghĩa về tự do: "Tự do nghĩa là: tôn giáo không bị cấm, tư tưởng không bị kiềm chế, cá nhân không bị trói buộc"; - đoạn, Hà cười hóm, - anh bảo lấy nước nguội, hẳn là đuổi khéo tôi?

- Thì tôi chờ chị trở lại mới mở loa phóng thanh. Ngồi ngoài vườn, không sợ "rệp". - Khanh cười cười nhìn Giáp, - chính anh kiến nghị dừng xây nhà Quốc hội trên đất Di tích quốc gia và ba thư kiến nghị dừng khai thác Bô-xít Tây Nguyên, rồi kiến nghị đổi tên Hà Nội thành Thăng Long. Thăng Long, địa danh thuần Việt mang đầy ý nghĩa. - Khanh đón cốc nước từ tay Hà và quay sang nói với Phương, - đó, anh thấy đã có tướng nào đã dám trừng mắt, ngoáy tai và gầm lên giữa trận tiền như "Người anh cả của quân đội"? Chưa hả? - Khanh nhặt ba cái tượng khỉ chầu đầu vào nhau kiểu bếp đầu rau và đặt cốc nước lên, giảng giải, - xã hội sẽ tàn lụi, nếu như không có đấng hiền nhân quân tử dám đứng ra nhóm ngọn lửa tư tưởng tự do, giữa bão tố cuộc đời.

- Chà, chà... nhà triết học đại tài! - Hà khoái chí vỗ tay reo lên.

- Cái danh hiệu này, phải trao cho Hoàng Minh Chính và Trần Phương mới xứng đáng. Chứ bản thân tôi chỉ lỗ mỗ xôi đỗ, nổ vài phát đạn lép vậy thôi, - Khanh khiêm nhường thu mình lại. - này, xem ti-vi, tôi thấy toàn cảnh Đại hội Đảng Cộng sản Cu Ba, trên nền phông (fond) trung tâm, treo sau lưng Đoàn Chủ tịch ấy mà, không thấy hình ông Mác, ông Lê-nin đâu nữa nhá...

- Mấy ông Ban Đối ngoại Trung ương ban nãy, mà nghe được các anh diễn thuyết thế này, thì vía cũng không dám bắt bẻ anh Giáp, về chuyện trả lời phỏng vấn báo chí ngoại quốc, - Hà than phiền.

- Nếu nói Đổi mới, thì phải kể tới Chủ tịch Hội đồng Bộ trưởng Liên Xô Cô-xư-ghin (Koxưgin). Mình dận giày da lại nhớ đến tên ông này, - Phương cất tiếng sang sảng, - ngay từ đầu những năm sáu mươi (1960), ông ta đã công bố bản *Báo cáo về cải cách quản lý kinh* tế, giao quyền rộng hơn cho các xí nghiệp. Mà Liên Xô lúc đó có tới bốn vạn xí nghiệp, bốn vạn công trường; ông ta bị quy "xét lại". Lê Duẩn nghe vậy, liền tổ chức thảo luận, mời ba mươi Phó Tiến sĩ Kinh tế và Triết học. Tôi bèn phát biểu về đòn bẩy kinh tế của Lê-nin. Lúc kết luận hội nghị, Lê Duẩn bảo: "Ý kiến anh Phương có căn cứ", khiến bọn Phó Tiến sĩ cười khúc khích. Khi xưa, nếu cái nút đó Liên Xô mà không mở ra, hay không rã nát cả cái đó như sau này, mà tiếng Tày gọi là "phai khắt"... - Giáp nghe vậy thì cười ha hả, nhớ lại trận đầu ra quân đánh thắng. Phương nói tiếp, - thì thách Việt Nam dám Đổi mới. Cái gọi là Đổi mới cho xôm trò, chứ thực ra là quay đầu về với các phương pháp và giá trị Tư bản, mà ta gọi chệch đi là các giá trị của thế giới loài người cho nó sang mà thôi. Nếu Liên Xô còn tại vị, thách Việt Nam dám qua mặt chơi trò Đổi mới? Nó không cho ngay máy bay sang chở Chủ tịch Hồ Chí Minh và Tổng Bí thư Lê Duẩn về Mát-xcơ-va giam lỏng, thì tôi đi đầu xuống đất! Bởi thế, tôi rất phục anh Giáp là xem xét đánh giá vấn đề trong nước, thì phải gắn với tình hình thế giới. - Giáp cười rạng rỡ, nhưng không nói gì. Phương lại thao thao, - Nhưng nói đi lại phải nói lại, cái hồi xưa, cứ cải cách theo kiểu Cô-xư-ghin, thì chưa chắc Liên Xô và Đông Âu đã bị đổ chổng kềnh.

Tại tỉnh An Huy bên Tàu, từ năm bảy mươi bảy (1977) cũng đã khoán hộ rồi. - Phương chiêu một ngụm trà, rồi trở nên trầm ngâm và hạ thấp giọng như tâm sự, - người ta hay nói nọ nói kia về Lê Duẩn, thực ra, ông ấy cũng là người biết nghe. Chứ nếu không, Miền Bắc đã tiến hành mô hình Công xã nhân dân như thời Mao Trạch Đông xứ Tàu, hay Pôn Pốt bên Campuchia rồi.

- Chả lẽ, do anh liều chết can gián? - Khanh hỏi có ý diễu cợt.

- Thực ra là ý kiến của anh Trần Xuân Bách, hồi năm bảy mươi ba (1973) đang làm Chánh Văn phòng Trung ương. Anh Bách nhận thấy Lê Duẩn đang có ý đồ như thế, bèn xui tôi ngăn lại. Anh Bách bảo vầy chứ, Đại công xã của Mao gọi nôm na là "Nồi cơm to", các công xã xây dựng nhà ăn đồ sộ. Chuyện này, manh nha từ đầu Công nguyên, khi Trương Lỗ thời nhà Hán lập ra "Trí xã nghĩa", mọi người ăn cơm không phải trả tiền. Thoạt nghe, có vẻ tiến bộ, nhưng kỳ thực là bình quân chủ nghĩa, khuyến khích những anh lười dựa dẫm và nồi cơm xã hội cạn kiệt.

- Thực là trời giúp dân ta, - Khanh bật dậy, múa một đường quyền như phường tuồng.

- Chỉ có trước anh Văn, người ta mới dám dốc lòng nói thật, chứ đâu phải diễn trò, - Phương có ý không vui.

- Trận đầu, anh Văn chỉ huy Giải phóng quân đánh đồn Phai Khắt. "Phai Khắt" nghĩa là cái đó rách, phải không anh? - Giáp gật đầu, Khanh đã độp luôn một câu, - bây giờ, cũng phải dẹp những cái đó rách ngáng chỗ, thì mới thông được dòng chảy tự do tư tưởng.

- Thời chống Mỹ, - Giáp cười cười, chuyển sang đề tài quân sự, - miệng lo quân Trung Quốc vào Miền Bắc, kiểm soát đường vận tải trên bộ và chuyên gia quân sự Liên Xô điều khiển tên lửa canh giữ đường không. Liên Xô đưa sang ta gần tám ngàn quả đạn tên lửa, mỗi quả trị giá bằng bốn cái xe ô-tô Von-ga. Nhưng sau trận Mậu Thân sáu mươi tám (1968) là họ không viện trợ nữa, - Giáp phân tích rành rẽ. - Nhưng miệng lo Tây Nguyên, nên cử anh Hoàng Minh Thảo vào làm Tư lệnh Bê-ba (B3), chờ thời cơ tạo bàn đạp tấn công Sài Gòn. Thảo thay cho Chu Huy Mân chuyển ra vùng duyên hải.

- Sức làm việc của anh Văn cũng ghê đấy chứ? - Khanh khen xã giao.

- Biết miềng chịu khó chịu khổ, Trung ương điều bác sĩ Ngà về chăm sóc sức khỏe cho miềng, mãi đến chín mươi lăm (1995) mới thay bác sĩ Nhựa, để Ngà hưu. Lại nói, trước khi bác Hồ mất, chừng một tháng, Kít-xinh-giơ (Kissinger) đề nghị hai bên Mỹ và Bắc Việt cùng rút quân khỏi Miền Nam. Nhưng phía ta không chấp thuận.

- Trời ơi, lại bỏ lỡ một cơ hội hòa bình, - Khanh thốt lên, vẻ tiếc rẻ.

- Mãi đến năm bảy mươi (1970), Lê Đức Thọ và Kít-xinh-giơ họp riêng, hắn ta lại đề nghị, nếu Bắc Việt rút mười lăm vạn quân chính qui, thì quân Mỹ cũng sẽ rút hết, - Giáp lại tiết lộ một cơ hội hòa bình nữa bị đánh mất, khiến Khanh và Phương kinh ngạc không thốt nên lời.

- Có phải chuyện anh trả lời nhà báo Welter Cronkite, Hoa Kì?- Khanh tò mò hỏi Giáp, - tôi đọc trên mạng in-tơ-nét, nhưng xứ mình không đăng báo cũng chẳng dịch tư liệu.

- Tôi cũng không ngờ anh mạnh bạo như vậy? - Phương nhìn Giáp thán phục.

- Các anh đọc cả rồi à? - Giáp ngạc nhiên, - đúng là thời đại thông tin toàn cầu có khác. Cái chết ở xứ miềng là không dám nói thật. Đến lúc người ta nói thật lại thành vấn đề như xứ người nói dối vậy!.

- Hay, - Khanh buột miệng khen kiểu "phò mã tốt áo" và vỗ đùi đánh "độp" một cái.

- Đùi anh khô như que củi, thế mà vỗ cũng kêu to ra phết, - Phương diễu Khanh.

Cả bọn, vừa uống trà vừa trò chuyện như những lão nông nơi thôn dã.

- Thì có gì đâu, miềng bảo, nếu hồi bảy mươi hai (1972) mà Bê-Năm hai ném bom thêm ba ngày nữa, thì Miền Bắc nguy khốn; cũng như năm sáu mươi tám (1968), Mỹ đã đánh bại ta rồi, - Giáp thanh minh. - Hồi đó, Mỹ thắng về quân sự, gây tổn thất nghiêm trọng cho ta. Nhưng ta lại thắng về ý nghĩa chính trị. Nói theo kiểu Lỗ Tấn là "phép thắng lợi tinh thần".

- Về mặt báo chí, thì anh từng là Chủ tịch Hội Nhà báo Bắc Kì, là một địch thủ đáng gờm, nên người ta phải lo ngại và đề phòng. Nói như thế là xác đáng, nhưng trái với những gì Đảng vẫn chỉ đạo tuyên truyền bấy lâu nay, - Phương an ủi. - Thực lòng, tôi chẳng ưa gì cánh Đối ngoại Trung ương, - Phương biết Giáp không khoái bọn này, nên nói câu bài xích.

- Nói gì thì nói cũng phải khách quan, - Giáp ôn tồn, - Đảng lập Ban Đối ngoại để lãnh đạo công tác ngoại giao. Còn Bộ Ngoại giao thuộc Chính phủ, để thực hiện sự chỉ đạo đó. Thế mới ra chuyện... - Giáp tư lự hồi lâu, - hồi bốn mươi sáu (1946), miềng đi sự Hội nghị Đà Lạt, Nguyễn Tường Tam là Bộ trưởng Ngoại giao, nhưng bên trong, bác Hồ chỉ đạo miềng nắm cả, nên hắn tức, bỏ không đi Hội nghị Phông-ten-nơ-bờ-lô nữa, thế là bác lại phải kiêm luôn. Sau đó, anh Hoàng Minh Giám, rồi mới đến anh Tô và anh Ung Văn Khiêm giữa chân Bộ trưởng Ngoại giao, - Giáp nói lại tường tận.

- Cái ông Ung Văn Khiêm (Uông Văn Khiêm) chán mớ đời, Bộ trưởng Ngoại giao gì mà lại oang oang tuyên bố, hai quần đảo Hoàng Sa, Trường Sa là của Tàu, từ thời nhà Tống? Thực là, tứ mã nan truy[206]. Hai năm sau, ông Đồng lại ký công hàm thừa nhận. Rõ là, cả hai ông đều chán mớ đời.

- Dư luận Âu, Mỹ phản đối Chủ nghĩa Phát-xít và Cộng sản

---

[206] "Theo các tài liệu lịch sử từ phía chúng tôi (Việt Nam), đảo Xisha (Hoàng Sa) và Nasha (Trường Sa), thuộc về vùng đất lịch sử của quý quốc (Trung Quốc)/ tháng 6. 1956".

dữ lắm. Họ coi Cộng sản còn tàn ác hơn Phát-xít. Bởi bọn Phát-xít đề cao tinh thần dân tộc, nên tuy tàn sát các nước khác, nhưng trừ người dân của chúng ra, còn Cộng sản thượng tôn tính quốc tế thì xơi tất, nhất là đồng bào nước mình. Vừa rồi, Nghị viện Châu Âu ra nghị quyết, đánh đồng Chủ nghĩa Cộng sản với Chủ nghĩa Phát-xít, - Khanh buông sõng một câu, rồi đăm đăm nhìn Giáp thăm dò thái độ.

- Chuyện này, xảy ra từ năm hai ngàn linh sáu (2006) kia mà, - Giáp ngạc nhiên hỏi lại, - nhưng không đủ hai phần ba số phiếu thuận, nên giá trị không có bao nhiêu. Dù sao cũng là một đòn nặng nề giáng xuống phong trào Cộng sản và Công nhân quốc tế.

- Trong bản nghị quyết ấy, chỉ nói, hiện thời trên thế giới có bốn nước Cộng sản[207], chẳng lẽ, bỏ qua Lào? - Khanh hạ giọng, khẽ hỏi Giáp, - bây giờ, hình như cái anh Lào này, chân giò doãi ra rồi thì phải? Quân tình nguyện hy sinh bao xương máu giúp họ cơ mà? Nghe nói, năm sáu mươi[208], anh Văn chỉ đạo vụ giải cứu Hoàng thân Xu-pha-nu-vông thoát khỏi nhà tù Phôn Khênh, tại Viêng Chăn (Vientin), đó thôi. Thế mà bây giờ, họ bảo ta, sang mà rước tượng "Cha già" về đi...

- Thực ra là hai bên giúp nhau, mình mượn đường qua Lào để đưa quân vào Nam và bảo vệ sườn phía tây. Lào hứng chịu bom đạn của Mỹ trút xuống cũng là hy sinh cho Việt Nam đấy chứ. Tất nhiên, công lao của ông Hoàng thân này cũng không phải là nhỏ. - Phương xen vào câu chuyện và quay sang hỏi Giáp, - có phải, bố ông Cay-xỏn Phôm-vi-hản và vợ ông Xu-pha-nu-vông đều là người Việt Nam?

- Cuộc đó là theo yêu cầu của bạn. - Giáp trả lời Khanh, nhưng bỏ qua câu hỏi của Phương. - Mười lăm chiến sĩ tình báo, đặc công quân đội và ngoại tuyến công an, giải cứu an toàn mười

---

(207) Cộng hòa Nhân dân Trung Hoa, Cộng hòa Xã hội chủ nghĩa Việt Nam, Cộng hòa Cu Ba, Cộng hòa Dân chủ Nhân dân Triều Tiên.

(208) Đêm 23, sang ngày 24/5/1960.

sáu nhân vật cao cấp Neo Lào Hắc xạt (Mặt trận Lào yêu nước). Chiến công quả là phi thường. - Giáp hào hứng kể lại một thời oanh liệt, đôi mắt lấp lánh niềm vui.

- Thế thì ông ta mới trở thành Chủ tịch đầu tiên của Cộng hòa Dân chủ Nhân dân Lào, - Khanh đáp cho qua chuyện, rồi trở lại mạch cũ. - Cái tay gì người nước ngoài bảo vầy chứ, kiếm một cái đảo, đưa tất cả các ông bà Cộng sản ra đó, để họ làm cách mạng vô sản với nhau, khỏi quấy phá dân chúng. - Khanh cười cười, tán tếu.

- Không có dân thì ai đóng thuế, Cộng sản sống bằng gì? Cộng sản tiến hành đấu tranh giai cấp và chuyên chính vô sản với ai? Độc quyền lãnh đạo ai nào? - Phương nheo mắt, hỏi kháy.

Đột nhiên, thằng bé Hoài Nam, con trai của Hồng Nam vừa dáo dác tìm kiếm gì đó, vừa quệt nước mắt khóc lóc:

- Ba cụ khỉ đâu rồi, hu hu?

- Ba cụ đây!

Giáp cười ha hả, vẫy cháu nội. Phương nhanh tay ôm ba tượng khỉ giơ lên. Khanh cười chảy cả nước mắt. Hà vội đón thằng bé dỗ dành và lắc đầu than phiền: "Đến chết với trẻ con".

Huân cứ đi ra đi vào, vẻ sốt ruột về điều gì đó, Hà bèn ghé tai Giáp nói nhỏ. Thấy vậy, Phương và Khanh vội cáo từ và nói câu động viên Giáp:

- Tướng quốc thì đến già vẫn phải lo việc nước.

Hà tiễn khách ra tận cổng. Giáp vẫy Huân lại, vội hỏi:

- Có việc gì thế?

- Lực lượng An ninh Bộ Công an bên phố Yết Kiêu và phố Trần Bình Trọng đang được cấp phát phù hiệu giống hệt của bọn An ninh Trung Quốc.

- Chu cha, - bất giác, Giáp thốt lên đau đớn.

- Chính phủ vẫn cho phép Trung Quốc khai thác Bô-xít Tây

Nguyên, coi như một "chủ trương lớn của Đảng". Việc nhập Hà Tây vào Hà Nội, một nửa số đại biểu Quốc hội không tán thành, mãi khi Trung ương Đảng lên tiếng chỉ đạo, thì các đại biểu là đảng viên mới miễn cưỡng bỏ phiếu cho xong chuyện.

- Chuyện này, anh Võ Văn Kiệt cũng can ngăn. Nhưng Nguyễn Tấn Dũng ép quá, nên văn hóa Xứ Đoài tiêu vong, mà anh Kiệt cũng thọ bịnh, không biết mệnh hệ thế nào? Chuyện lớn đấy, lịch sử sẽ phán xét. - Giáp cầm tập tài liệu lật qua lật lại, nhắc thêm, - còn gì nữa không?

- Đại tướng Cao Văn Viên đã chết bên Mỹ, lễ tang kiểu quân đội. Mặc dù, trước khi chết, ông ta đã dặn, không phủ Quốc kỳ Việt Nam Cộng hòa lên quan tài, vì cảm thấy có lỗi trong việc để mất nước vào tay Cộng sản và hỏa táng xong hãy báo tang...

- Chả gì, ông ta cũng là Tổng Tham mưu trưởng Quân lực Việt Nam Cộng hòa, tại vị ngót chục năm.

- Nghe nói, tay Thượng sĩ trợ lý của Viên là tình báo của ta, phải không ạ? - Huân tò mò hỏi.

- Đúng, nhưng Phạm Xuân Ẩn mới là tình báo chiến lược, - Giáp nhìn xa xăm.

- Nhưng ông Ẩn chỉ là người Cộng sản yêu nước, không tán thành cái kiểu Chủ nghĩa xã hội như thế này?

- Không hẳn thế... Nhưng đó là bi kịch của những người có tâm huyết, chứ không riêng gì Ẩn. - Giáp lặng đi hồi lâu, rồi mới khẽ khàng nói, - Ẩn rất hi vọng, sau khi thống nhất đất nước sẽ tiến hành hòa giải và hòa hợp dân tộc, không chỉ người Việt với nhau, mà cả với Mỹ nữa, nhưng xôi hỏng bỏng không...

*

Giáp ngắm mấy bông hoa trà bên thềm mà lòng buồn man mác. Người xưa có câu: "vua chơi lan, quan chơi trà". Miềng thích hoa trà, bởi trong mưa bão, hay sương giá, bạch trà vẫn trắng một màu tinh khiết, nhưng ngặt vì đã cuối vụ rồi...

Giáp lại chắp tay sau lưng, lững thững đi dạo trong vườn và ngẫm ngợi. Ông Ké đại diện cho Đảng, giao miềng thành lập quân đội. Đảng lãnh đạo quân đội giành độc lập. Đó là công đầu của Đảng. Nhưng khi đã có chính quyền, quân đội phải thuộc sự điều hành của chính phủ thì mới làm tròn bổn phận trong công cuộc bảo vệ và kiến thiết đất nước. Nhưng khốn nỗi, Đảng lại lãnh đạo chính phủ, nên quân đội vẫn do Đảng chỉ đạo. Một khi Đảng theo chủ trương "chung sống hòa bình" của Liên Xô, thì còn có hơi hướng phong trào Cộng sản quốc tế. Nhưng nếu Đảng ngả cờ về phía Trung Cộng, thì coi như độc lập dân tộc chỉ còn trên danh nghĩa mà thôi. Lẽ ra, quân đội trung lập thì Đảng chưa chắc đã dám làm thế, vì sợ quân đội đảo chính quân sự. Nhưng quân đội trong tay Đảng, nên dẫn tới sự lạm quyền. Không hiểu sao mà quân đội lại cảm thấy vẻ vang và tự hào, khi bị đặt dưới sự lãnh đạo toàn diện, trực tiếp và tuyệt đối của Đảng? Có lẽ, bởi sự tuyên truyền tẩy não, nhuộm hồng có bài bản và dai dẳng bấy lâu chăng?

Nếu quân đội trung lập, thì chưa chắc Duẩn đã dám làm gì miềng, với cái Chuyên án X77 chết tiệt đó. Và bọn Thanh, Dũng cũng đâu dám dỡn mặt "Người anh cả quân đội".

Nếu giải thoát quân đội ra khỏi cái "vòng kim cô" của Đảng, thì khác nào phải làm lại cuộc cách mạng. Nhưng mà cứ duy trì tình trạng lệ thuộc như bấy lâu nay, thì nước sẽ mất vào tay Tàu Cộng lúc nào chẳng biết? Chúng có chính sách "qua trên nắm dưới", nghĩa là, cứ lôi kéo được Tổng Bí thư, Bí thư Quân ủy Trung ương, thì quân đội sẽ bị vô hiệu hóa.

Nghĩ vậy, nhưng hiềm một nỗi, miềng cũng là người có chất Cộng sản từ trong máu rồi, nên đâu dám "đảo chính" như bọn Duẩn, Thọ vẫn dè chừng? Vả lại, các tướng tá thân cận thì kẻ còn người mất, đều bị vô hiệu hóa cả rồi, lực bất tòng tâm là cái sự vậy. Bởi thế, miềng chỉ dám đề ra chuyện tự do tư tưởng, ngõ hầu cảnh tỉnh như sách của cụ Phan mà thôi. Chao ôi, thế cùng lực kiệt mất rồi...

Giáp thở dài, đôi mắt đã sụp mí vẻ nặng nhọc nhìn ra phía đường Hoàng Diệu. Ngoài cổng, bộ đổi đang lặng lẽ đổi gác. Dòng đời vẫn trôi như lệ thường. Từ sau ngày hòa bình lập lại trên Miền Bắc, các tướng lĩnh vốn cùng ở phố này với miềng, lúc cao điểm có tới dăm sáu tướng quây quần. Bây chừ, kẻ thân người sơ lần lượt chuyển đến nơi ở mới hết cả rồi, Giáp cảm giác cô đơn như thể bị lạc rừng...

*

Sau khi Võ Nguyên Giáp và Đặng Bích Hà dựng nhà lưu niệm Giáo sư Đặng Thai Mai, tại quê ngoại Thanh Chương, thì vợ chồng Trương Gia Bình, Võ Hạnh Phúc cũng thuê thợ làm thêm nhà tả vu, lấy chỗ nấu cỗ. Gọi là nhà lưu niệm, nhưng thực ra là chỗ thờ cúng ông Mai. Đặng Bá Hương là con ông chú, trông coi nhà thờ, nói chữ:

- O Phúc quả là người có phúc lắm đấy.

- Chú chỉ thấy cái gian nhà nấu cỗ, mà không nhìn thấu cuộc đời cô cháu ra làm sao?, - Hòa Bình vẻ bực bội, nói.

- Tau tính cho mi nghe, - Hương xòe bàn tay tính đầu việc, - hắn là con gái thứ của Đại tướng khai quốc công thần này, mi là chị gái cả chứ ri (chứ gì)? Du học Liên Xô cùng với Công chúa nhà Lê Duẩn nè; lấy chồng danh giá là Đại gia Trương Gia Bình; sinh hạ con gái đầu lòng, mà người xưa đã có câu ca rằng: "ruộng sâu, trâu nái không bằng con gái đầu lòng"... Nội mấy thứ đó, cả làng Lương Điền, cả tổng Thanh Xuân, thậm chỉ cả huyện Thanh Chương, cả tỉnh Nghệ An này, không tìm ra người thứ hai mô?

- Trời ơi, chú đừng xát muối vào lòng nó nữa, - nhác thấy Phúc vừa quệt nước mắt vừa chạy xuống chân đồi, - Bình sấn tới bên Hương chì chiết, - thời học Liên Xô, nó mết tay Giáo sư, Tiến sĩ Mát-lốp (Victor Pavlovich Maslov). Nhưng rồi thấy con gái Lê Duẩn xinh hơn, thế là nó bị "đá", - Bình nói câu khinh khi. - Nó chỉ sinh được một mụn con gái, nhưng lại bị bệnh máu trắng. Thằng Gia Bình bỏ nó rồi, nại cớ là không có con trai nối dõi tông đường, đi lấy con mụ Tổng Giám đốc Du lịch...

- Chu cha! - Hương kinh ngạc thốt lên.

- Hưm... - Bình hỉ mũi vào gốc xoài, mắt đỏ hoe, nhìn theo Phúc đang chạy qua cánh đồng.

Hương cũng ái ngại nhìn theo và thủ thỉ với Bình, như thể hướng dẫn viên du lịch:

- Trước mặt hắn là dãy núi Kim Nghê, thời xưa, bọn Tàu sang yểm năm con nghê vàng. Đó, bên trái hắn là núi Trò Hác, khi xưa bố mi hay lên hái sim, rồi về tắm Khe Sanh bên tê (bên kia), có mấy cây sắn thuyền cao cao đó, - Hương chỉ khe nước bên phải. - Cô Hồng Anh đậu Tiến sĩ nguyên tử, bên Liên Xô, đúng không? Nhưng con bà cả, dù có là cháu ruột của Nguyễn Thị Minh Khai, thì vẫn khác máu tanh lòng.

- Chị ấy đã mất rồi, chú đừng nói thế, - Bình thở dài, mở túi xắc lấy ra một xấp tiền, đưa cho Hương, - chú cầm lấy lo hương khói, - Bình nhìn bao quát từ nhà thờ Đặng Thúc Hứa, qua nhà thờ Họ Đặng, cho tới nhà lưu niệm Đặng Thai Mai.

- Ừ, tau lo. Họ Đặng danh giá ở cái làng Lương Điền này, tự tau phải lo, bọn bay có thêm hương hoa càng tốt phúc, - Hương cầm tiền, rồi quầy quả đi đóng các cửa nhà thờ. Cánh cửa gỗ lim kêu kèn kẹt, - trong nhà lưu niệm ông ngoại mi đó, gian phối thờ ba mi vẫn đặt cái chậu nhôm thay bát hương.

- Anh em bên ngoại, cháu là đời thứ mấy? - hình như Bình không để ý đến chuyện đó mà quay sang hỏi về phả hệ; đoạn, tháo guốc xách tay, chật chưỡng theo đường mòn đầy sỏi đá, lần xuống đường làng dưới chân đồi.

Vừa đi, Hương vừa giảng giải:

- Cụ Cam Thuyến sinh được hai trai, một gái. Ông cả là Đặng Thai Giai.

- Cụ Cam Thuyến sinh người thứ ba là ai? - Bình tò mò hỏi.

- Nữ nhi ngoại tộc, không tính. Ông Giai sinh ra ông Đặng Nguyên Cẩn và Đặng Thúc Hứa, Đặng Quý Hối. Ông Cẩn sinh ra ông Đặng Thai Mai là ông nội mi. Còn chi hai là bên tau.

- Thế, chú là đời thứ tư, cháu là đời thứ năm, - Bình nhẩm tính ngôi thứ.

- Ờ, tau bầy vai với mẹ mi, gọi là chị Hà. Mẹ mi tốt phước lấy được hẳn ông Đại tướng. các dì nhà mi cũng lấy Tướng tuốt luốt. O Hạnh lấy Trung tướng Phạm Hồng Cư, o Đào lấy Trung tướng Phạm Hồng Sơn. Nhà mi ẵm ba Tướng của thiên hạ.

Bình nghe vậy, ngửa cổ cười phá lên, nghĩ bụng, rõ là cách suy nghĩ, tính toán của dân nhà quê.

- Gia đình mi có đến hàng chục giáo sư chứ không phải là ít? Anh Mai ba mi là một, mẹ mi là hai, o Hạnh là ba, o Lê là bốn, o Đào là năm, cậu Hoàng là sáu, o Như là bảy, rồi o Hồng Anh nữa là tám. Thời xưa, anh Giáp cũng được gọi là giáo sư dạy tư thục, thứ chín đó!

- Thực ra, chỉ có ông ngoại cháu với dì Hạnh là Giáo sư, còn lại là Phó Giáp sư. Nhưng kể làm chi chú? Người ta nghe thấy, lại ngỡ nhà mình khoe khoang chức tước, hàm cấp thì phiền, - Bình cảm thấy tự hào, nhưng nói át đi.

- Con cái cán bộ Trung ương đều ra nước ngoài học tập, thành danh. Chỉ có con em giai cấp công-nông là tòng quân ra trận mà thôi, rồi lãnh được cái huy hiệu Thương binh, hoặc cái bằng liệt sĩ "Tổ quốc ghi công". - Hương lẩm bẩm nói một mình, rồi bước thấp bước cao, lội tắt qua cánh ruộng, về nhà.

*

Giáp cùng đoàn tùy tùng lặn lội từ Việt Bắc, qua Sơn Tây, vào Lệ Thủy, đến Vũng Chùa thì dừng. Qua nơi nào, Giáp cũng thấy nhức nhối vấn đề ruộng đất. Nghị quyết của Đảng vẫn xác định, đất đai thuộc sở hữu toàn dân, nên Hiến pháp và Luật Đất đai cũng hùa theo như thế. Đảng lại độc quyền trong việc chỉ đạo phân phối sử dụng, dẫn đến hệ lụy xã hội nặng nề. Người dân không có quyền sở hữu mà chỉ có quyền sử dụng, nên đất đai bị xà xẻo, tước đoạt một cách dễ dàng. Các doanh nghiệp sân sau của các quan chức, có thể coi như bọn Tư bản thân hữu, giàu lên nhanh chóng, nhờ móc ngoặc với chính quyền chiếm đoạt đất đai với giá rẻ mạt của nông dân và bán lại với giá cắt cổ cho các nhà đầu tư. Mác nói, đất đai là tư liệu sản xuất, nhưng thực tế cho thấy, nếu không đa sở hữu thì xã hội sẽ khủng hoảng trầm trọng. Muốn ổn định xã hội phải giải quyết cho được vấn đề nông dân, mà nông dân bao giờ cũng gắn chặt với ruộng đất. Ôi, "Vấn đề dân cày" vẫn còn nan giải, chẳng lẽ lại viết tiếp quyển hai? Thời Cải cách ruộng đất, Đảng lãnh đạo bần, cố nông chiếm đoạt ruộng đất của địa chủ, chia cho dân nghèo. Bây chừ, làm ngược lại, sử dụng lực lượng vũ trang mang danh cưỡng chế, nhưng thực chất là cướp bóc ruộng đất của nông dân cho doanh nghiệp, tức là bọn "tư bản đỏ". "Cách mạng đến Còng thì quay trở lại", chính là sự sám hối ư? Nhưng nếu kiên trì Chủ nghĩa Mác - Lê-nin, thì đến một lúc nào đó, Đảng Cộng sản lại lãnh đạo giai cấp công nhân đánh đổ các nhà tư sản. Thảo nào, bà Hồ (vợ ông Bô), chê Việt Minh bạc nghĩa bạc tình và ham phá hoại. Như miềng, đôn đốc về việc "tiêu thổ kháng chiến", năm 1946 cũng là phá hoại đấy thôi. Nhưng Đỗ Mười, dưới danh nghĩa cải tạo kinh tế cả hai miền Bắc, Nam thì sự phá mới ghê gớm làm sao. Đồng bảo: "Thằng Mười chỉ được cái phá hoại là tài". Hắn làm cho đất nước tiêu điều, thảm họa còn hơn cả chiến tranh gây ra, nhưng vẫn được tiếng là người cách mạng triệt để và cộng sản trung kiên. Thậm chí, hắn còn nhằm vào miềng mà tấn công chính trị. Giáp ngẫm ngợi và mỉm cười chua chát.

Thời này là thời nào, có phải là Thời kỳ tích lũy tư bản đỏ? Hãy nhìn sang Châu Âu, mấy trăm năm trước, Thời kỳ tích lũy tư bản, được gọi là "cừu ăn thịt người". Mác cũng từng viết, lợi nhuận ba trăm phần trăm, thì dù có bị treo cổ, nhà tư bản cũng không sợ. Vậy mà giờ đây, cưỡng chế đất đai của nông dân, thì doanh nghiệp có lợi nhiều hơn thế nữa, nên bọn họ cứ hùa với nhau và làm bừa đi, khiến nông dân không biết kêu ai. Người khiếu kiện đất đai đông đàn dài lũ, khắp trong nam ngoài bắc, nom thật cám cảnh... Chẳng lẽ, từ xa xưa, các bậc vĩ nhân, như: Vích-to Huy-gô, Phan Bội Châu... đã từng nhìn thấu bản chất và khuyết tật của Chủ nghĩa xã hội ư? Vĩ nhân có cái nhìn thấu thị, kiến thức đa chiều, không thể độc tôn tư tưởng. Vậy miềng là kẻ ngu trung, hay hèn nhát, yếm thế? Một khi sự thật lịch sử bạch hóa và dân trí trỗi dậy, thì Đảng Cộng sản có cơ tồn tại nữa hay không? Bất kỳ thế lực nào, một khi đã lừa dối lịch sử và dùng bạo lực cách mạng để giữ vững quyền độc tôn cai trị, thì đều gây tội ác với nhân dân.

Sai cần vụ mắc võng bạt lên lưng chừng Núi Rồng, Giáp nằm nghỉ. Gió nồm nam mát rượi từ Đảo Yến thổi vào, thế là "tụ khí" rồi, Giáp nghĩ bụng mừng thầm và chợt nhớ, năm 1954, bọn Anh, Pháp, Mỹ âm mưu chia cắt Việt Nam qua đảo Hòn La, tức vĩ tuyến 18 này, nhưng cuối cùng, bị đẩy vào vĩ tuyến 17.... Giáp thiu thiu ngủ, hồi ức từ năm 1935 lại hiện về. Chiếc xe ô-tô hiệu Rê-nô, rước Quang Thái về làm dâu, đến Đèo Ngang thì dừng lại nghỉ ngơi, ngắm cảnh vật. Giữa núi non hùng vĩ, biển trời bao la, Thái xúc động lẩm nhẩm đọc bài thơ *Qua đèo Ngang* của Bà huyện Thanh Quan:

"Dừng chân đứng lại trời non nước
Một mảnh tình riêng ta với ta".

Bữa đó là năm Ất Hợi (1935), năm ni là Giáp Thân (2004). Trời, sáu mươi chín đã trôi qua. Em Thái ra đi cũng sáu chục năm rồi; bây chừ mà còn, thì cũng chín mươi. Có lẽ, miềng dừng chân chốn đây, với kỷ niệm về người tri âm tri kỉ đầu tiên trong cuộc đời.

Năm ngoái, Báo điện tử Đảng Cộng sản đăng lại bức thư của Tổng Bí thư Hà Huy Tập gửi Quốc tế Cộng sản, báo cáo về cái chết của Nguyễn Ái Quốc, năm 1932, tại nhà tù Hương Cảng. Dư luận xôn xao như một đợt sóng ngầm... Giáp lặng lẽ nhớ lại những bài báo thời ấy, nuối tiếc thần tượng thuở nào.

- Trình Tướng quân, mỗ họ Trần tên Đạt, theo hầu Lê Thái Tổ, rồi an nghỉ ngoài đảo kia. Còn đây là Liễu Hạnh Công chúa, trú ngụ sau núi này. Dám hỏi Tướng quân bôn tẩu bấy lâu, có việc chi khó nhọc?

Giáp cúi đầu thi lễ, rồi thưa:

- Thật vinh hạnh, tôi là kẻ trẻ chưa qua mà già chưa tới, nhưng cũng tính tìm về nơi quê hương bản quán Quảng Bình gửi nắm xương tàn. Thực bụng là vậy, xin Bà chúa và Tướng công chớ cười chê mới được.

- Đất lành đón cánh chim bằng về đậu, quả là phúc lớn lắm thay, - Trần Đạt nói với Liễu Hạnh.

Trong khi đó, Liễu Hạnh đăm đắm nhìn, khiến Giáp cũng bối rối giây lát.

- Ba ơi, ba! - Điện Biên khẽ lay võng bạt, gọi dồn. Giáp sực tỉnh cơn mê. Biên nâng dậy, Giáp nới lỏng cà vạt sĩ quan quân đội nơi cổ áo, khẽ hỏi:

- Binh tình thế nào?

- Con vào làng Thọ Sơn hỏi thăm. Các cụ già bảo, sau núi có đền thờ Công chúa Liễu Hạnh, ngoài Đảo Yến có mộ Tướng quân Trần Đạt, người có công dẹp quân Minh ở Miền Trung. Họ còn bảo, thời xưa, Long Vương lấy gỗ trò trên núi này xây dựng thủy cung, nên chốn này thiêng lắm, được Ngài phù hộ gây bão tố đánh tan chiến thuyền quan Chiêm Thành, khi chúng nống ra đây. Vua Lê Thánh Tông trên đường đi đánh Chiêm thành cũng ghé Vũng Chùa cầu khấn nên chiến thắng.

- Nước ngọt có nguồn nào? - Giáp gặng hỏi.

- Các cụ bảo, ngoài Đảo Yến có giếng nước ngọt. Chân Núi Rồng cũng có mạch nước ngọt. Con sẽ nhờ Tiến sĩ Vũ Văn Bằng thăm dò cụ thể, rồi khoan hút, chắc cũng dồi dào ba ạ! - Biên hồ hởi đáp.

- Cẩn trọng, kẻo tai vách mạch rừng! - Giáp nghiêm mặt khuyên răn.

- Con lấy danh nghĩa công ti. Chẳng gì, Đông Sơn cũng đã thành lập được dăm năm rồi, nên chuyện tìm nước, dựng nhà cũng là chuyện bình thường, - Biên tỏ ra khôn ngoan, vẻ từng trải của một Giám đốc Công ti cổ phần.

- Thế thì, có lẽ, ba chọn nơi đây! - Sau một thoáng suy nghĩ, Giáp bảo, - ba có nghe nói về ông "Tiến sĩ tia đất". Con nhờ anh ta khoan giếng ở Ba mươi, Hoàng Diệu xem sao? Chủ động nguồn nước cho an toàn. Nhưng chỉ nói là để lấy nước tưới vườn, tiết kiệm nước công cộng thôi nhé! - Giáp vươn vai đứng dậy, ngóng nhìn ngoài khơi xa, - đo la bàn xem Đảo Yến hướng mô?

- Đảo Yến, dân thường gọi là Đảo Nồm, - Biên loay hoay chỉnh la bàn.

- Dân nói thế là hướng nam rồi, khỏi cần đo, - Giáp hồ hởi, gọi cần vụ thu võng, xuống núi. - Cũng tương đối thôi, cụ thể sẽ nhờ thầy thợ đo vẽ tính toán sau, chuyện này phức tạp lắm. Biển Đông bao la, hẳn là chốn "Linh thần Đại vượng cát"... Mà còn dăm sáu năm nữa, vội chi hè?

Nhắc đến Liễu Hạnh Công chúa, Giáp sực nhớ câu chuyện thời phản phong. Tượng bà ở Phủ Dầy (Giày)[209], bị lôi ra sân, chặt phá tan tành. Ngẫm mà cám cảnh cho cái sự u mê và quá khích. Dẫu rằng người đời có bôi lem, bảo bà là gái làng chơi, hay phá đền, đập tượng, thì bà vẫn là một người phụ nữ duy nhất trong bốn vị thánh "Tứ bất tử", tồn tại mãi trong lòng người dân Việt. Trước những biến động, thăng trầm lịch sử, lòng dân mới kỳ diệu làm sao... Thời làm báo với cụ Huỳnh, Giáp đã nghe câu sấm của Bà chúa Liễu Hạnh: "Mèo lùi, cáo nắm kỉ cương". Cụ Huỳnh phán, Hoàng đế Bảo Đại cầm tinh con mèo. Miềng hỏi, thế ai là cáo? Cụ cười cười hỏi lại, mi không biết chữ Nho thì con cáo gọi ra răng, hè? Đến năm bốn lăm (1945), Bảo Đại thoái vị và bác Hồ lên ngôi, Giáp giật mình thán phục, người xưa ghê thiệt...

Giáp lại bàn với vợ con chuyện hậu sự.

- Miềng thích lấy Đảo Yến làm bình phong, giới phong thủy gọi là phương nam "Chu tước khai Minh đường". Triền Núi Rồng dựng một cái lầu, kế bên mộ phần, - Giáp nói rành rẽ. - Biên nhờ ai vẽ phác thảo một cái lầu chuông xem sao? Việc này phải kín, kẻo trong nhà chưa tỏ, ngoài ngõ đã thông thì phiền toái lắm đấy.

____

[209] Ngày nay thuộc xã Kim Thái, huyện Vụ Bản, tỉnh Nam Định.

- Lầu hóng mát như đình tạ ở Biệt thự Liễu Trang xưa ấy à? Có nơi gọi là lầu Nghênh phong, - Hà dè dặt hỏi.

- Có lẽ, nên treo một cái chuông to, gọi là Hồng chung. Lầu chuông Vũng Chùa, nghe tên cũng trang nghiêm và dân dã, - Giáp nhẩm tính. Gần đấy có một ngôi chùa cổ, nên không mấy ai để ý đến việc đúc chuông, xây lầu của miềng.

- Chỗ đấy có đền bà Liễu Hạnh, - Biên nhanh nhẩu.

- Không, đền Bà Chúa sau núi, chân Đèo Ngang. Còn đền này gần bờ biển cơ mà, - Giáp chỉ lên bản đồ.

- Nhoáng một cái mà ba đã tỏ tường, - Biên khâm phục, - con cũng đi dạo quanh, sao chẳng thấy nhỉ?

- Rồi sẽ thấy, cứ mở lòng sẽ thấy tất cả, - Giáp nói câu triết lý với con, sực nhớ chuyến đi tảo mộ An Mã năm xưa, ông Nghiêm cũng nói câu triết lý tương tự như vậy; đoạn quay sang vợ, bảo, - trên chuông phải viết gì, vẽ gì cần tính toán cân nhắc cho kỹ, bởi truyền lại ngàn đời.

*

Lê Đức Anh nhận được tin báo, nhà Tướng Giáp đang lo đúc chuông đồng, to lắm, nặng đến nửa tấn. Trên thành chuông có đúc dòng chữ, ghi rõ cả năm Phật lịch và Dương lịch: "Gia đình bà: Đặng Bích Hà cùng các phật tử thành tâm chú tạo. Đại hồng chung Vũng Chùa. PL: 2554 - DL: 2010". Bài kệ "Trần cư lạc đạo" của Phật Hoàng Trần Nhân Tông, do Đại Đức Thích Tâm Hạnh, ở Thiền viện Bạch Mã, thuộc xứ Huế chọn lựa:

"Cư trần lạc đạo thả tùy duyên
Cơ tắc xan hề, khốn tắc miên
Gia trung hữu bảo, hưu tầm mịch
Đối cảnh vô tâm, mạc vấn thiền".

Bên cạnh là bản dịch tiếng Việt:

"Sống đời vui đạo cứ tùy duyên,
Đói đến thì ăn, mệt ngủ liền.

Của báu trong nhà, đừng tìm nữa
Thấy cảnh vô tâm, chẳng hỏi thiền".

Cuối cùng, có khắc hai câu thơ, không rõ của ai:

"Cái tôi hoàn lại đất trời
Trả tôi mặt mũi muôn đời chưa sanh".

Anh đọc xong, đòi xem cả bản ảnh, rồi ngẫm nghĩ hồi lâu, bảo:

- Vô thưởng vô phạt. Hắn cũng đi chùa Sủi, ngồi thiền, vẻ thư nhàn. Tôn chỉ Đạo Phật của ta là: "Đạo pháp-Dân tộc-Chủ nghĩa xã hội", nên không phải lo chuyện lợi dụng tôn giáo này để chống Đảng. Các đạo tuy cùng theo chủ thuyết duy tâm cả, nhưng đạo Phật ru người ta tu nhân tích đức, còn Công giáo thì cứ xông vào giải quyết vấn đề xã hội hiện thời, nên "quậy tưng". Vả, hắn cũng tới ngưỡng một trăm, tuổi già sức yếu rồi. May sao, Trời-Phật lại quản giúp cho, chứ nếu thả rông, hắn mà xách động thì lộn tùng phèo hết, liệu Đảng có còn được độc quyền lãnh đạo cách mạng nữa hay không, rồi đất nước này sẽ đi đến đâu? Bây giờ, có chục Tư Mã Ý cũng chỉ có thể đưa hắn vào Bệnh viện Một linh tám là cùng. - Nói đến đây, Anh chợt lắng lại, nghĩ về Tư Mã Ý, họ Tư là kẻ "cố lang", nghĩa là, con sói ngoái đầu lại mà không cần xoay mình. Ôi, một kẻ nhẫn nhục cả đời để đạt mộng tiếm quyền, ghê gớm thay. Còn Giáp thì sao? Khi hắn ngoái đầu có xoay người không? Bấy lâu nay, sao ta không để ý nhỉ? - Mà này, lầu chuông Vũng Chùa là ở đâu?

- Vũng Chùa, vùng Hòn La, vĩ tuyến mười tám. Ở đấy có ngôi chùa cổ, gần bờ biển.

- Nhà hắn định cúng tiến quả chuông vào chùa đó chắc? Phúc đức gì chưa biết. Nhưng đứa con gái cũng mang tên Võ Hạnh Phúc, bị thằng Trương Gia Bình Ép-pê-tê (FPT) bỏ rồi. Có mụn con gái phải vác sang Mỹ mới chữa khỏi bệnh máu trắng. Võ Hồng Anh bị thằng Phan Trúc Long là con trai của ông Phan Anh đá bay. Thằng Võ Điện Biên cũng đã bỏ con Phượng, trưởng nữ của Hoàng Văn Thái. Nhà hắn loạn rồi. Sau năm bảy mươi lăm

(1975), hắn tung tin tao không phải đảng viên. Anh Thọ bèn cho vỗ thằng Phương thư ký lại, lục vấn: "Ai giải phóng Bà Rịa-Vũng Tàu?". Thằng Phương sợ hãi trả lời: "Ông Lê Đức Anh ạ". "Ai giao nhiệm vụ đó cho Lê Đức Anh?". "Xứ ủy Nam Bộ ạ". "Sao bảo không phải đảng viên?". "Anh Võ Nguyên Giáp bảo thế, nên tôi cũng nói theo như thế, chứ có biết gì đâu?". Sáu Thọ bực mình, xộc đến hỏi Giáp. Hắn chối: "Đâu có. Tôi chỉ nói đồng chí Lê Đức Anh là ngày vào Đảng, khai chưa thống nhất, lúc thì năm ba mươi tám (1938), lúc thì năm bốn mươi lăm (1945). Còn thằng Phương, tôi đuổi đi rồi". Ha ha ha, đúng là "Thằng hèn"! Anh cười khoái trá. Anh Đỗ Mười đề nghị khai trừ Đảng đối với Giáp, còn tau đòi khai trừ thêm thằng Nguyễn Nam Khánh, Thượng tướng mà bố láo bố toét nữa. Hắn cậy có công tham gia lãnh đạo cuộc Khởi nghĩa Ba Tơ mà làm bố thiên hạ sao được, dám cả gan viết thư bênh Giáp, gửi khắp nơi trái nguyên tắc. Lúc nào hắn cũng lải nhải vụ Xiêm Riệp, Sáu Sứ, với lại Tê bốn, hòng chĩa mũi nhọn vào tau. Hắn thần tượng Giáp lắm, coi như Ông-Tướng-Nhà-Trời. Chúng bay để ý nhá, tay Giáp ngoẻo là đốc thẳng vào Mai Dịch, có hố sẵn rồi. Việc này phải thận trọng mới được, chớ có rùm beng như vụ thằng Trần Độ là mất mặt đấy. Lúc nào Giáp cũng cao giọng tôn vinh Hồ Chủ tịch, nhưng lại mưu đồ tách tư tưởng Hồ Chí Minh ra khỏi Chủ nghĩa Mác - Lê-nin, biến đổi màu cách mạng. Công phá sự nghiệp cách mạng vô sản Xã hội chủ nghĩa thành vấn đề Dân tộc và Dân chủ, với kiểu Xã hội chủ nghĩa nhân văn, nếu bỏ chuyên chính vô sản và đấu tranh giai cấp, thì đâu còn Đảng Cộng sản nữa? Thực gớm ghê chứ không phải chuyện thường. Đại hội Chín, Giáp đưa ra chiêu bài Tự do tư tưởng, thoạt nghe ngỡ là tiến bộ, nhưng ngẫm lại thì thấy khác nào từ bỏ nguyên tắc sống còn là "tập trung dân chủ" của Lê-nin. Đó, chẳng gọi là chống Đảng thì còn gọi là gì khác được? Nhưng sao mà bọn tướng tá, văn nghệ sĩ, trí thức cấp tiến vẫn bị Giáp mê hoặc, với cái bả canh tân, chấn hưng, mà thực ra là phản động... Đặng Tiểu Bình cũng từng bị lập án hai năm[210], Trung ương thỉnh thị, Mao chỉ cần bút phê hai chữ

---

(210) Chuyên án Đặng Tiểu Bình, bắt đầu hoạt động từ ngày 5/3/1968, kết thúc ngày 24/12/1970.

"Có thể", khiến Đặng lên bờ xuống ruộng. Nhưng rồi Đặng quay lại lật nhào "Bè lũ bốn tên", nắm quyền trị vì Trung Hoa bao la. Giáp cũng bị anh Ba Duẩn và Sáu Búa xin ý kiến chỉ đạo của bác Hồ để lập án chặt vây cánh, trói chân tay, triệt ý đồ tạo phản. Ồ, nhưng hắn họ Võ chứ đâu phải họ Đặng...

Năm 2006, sau khi Công ti cổ phần Đông Sơn của Võ Điện Biên cho thăm dò được nguồn nước, thì Võ Hòa Bình đã đứng ra xây dưới chân núi Thọ một ngôi nhà khá bề thế, tầng dưới ba phòng, tầng trên có một cái sảnh trông ra biển. Và đến năm 2010, mấy người con của Giáp đã húm vào xây lầu chuông vững chãi dưới đỉnh U Voi.

*

- Ngô Bảo Châu được giải Phiu (Fields), thuộc hạng Nô-ben trong Toán học, - Bích Hà thông báo với Giáp.

- Có lẽ, miềng phải biên một lá thư động viên. Bởi, miềng từng làm Phó Chủ tịch Hội đồng Bộ trưởng, phụ trách Văn hóa, Giáo dục, - Giáp nằm trên giường, khó nhọc nói và húng hắng ho. Bác sĩ Nhựa vội chạy đến, Giáp chỉ tay bảo dẫn ra ngoài vườn.

- Xưa nay, nước ta chỉ có dăm, ba nhân vật ra được với thế giới. Đó là, Nguyễn Du được Uy-nét-cô (UNESCO) vinh danh Danh nhân Văn hóa thế giới[211]. Phan Châu Trinh thì được Daniel Hemerry người Pháp, đánh giá là "khuôn mặt sáng giá nhất lịch sử văn hóa Việt Nam, không những trong thế kỷ hai mươi mà còn mãi mãi". Và nay, đến lượt Ngô Bảo Châu làm rạng danh trí tuệ Việt, - Hà thủ thỉ bên Giáp tâm sự chuyện quốc gia.

- Cụ Nguyễn Trãi cũng được Uy-nét-cô phong tặng danh hiệu Danh nhân văn hóa thế giới, năm tám mươi (1980) đó thôi. Lại còn cụ Phan Bội Châu, - Huân tham gia bổ sung một cách hào hứng.

- Cũng có ý đúng, nhưng mỗi người một góc độ, - Hà rẽ ràng, - cụ Phan Sào Nam thì nặng về tư tưởng bạo động. Cụ tổ

---

(211) Nghị quyết số 37C/15, ngày 25/10/2013 của Hội đồng Giáo dục, Khoa học và Văn hóa Liên Hợp Quốc (UNESCO).

chức cả một đội du kích hoạt động ở vùng Cốc Pàng, giáp ranh huyện Bảo Lạc, tỉnh Cao Bằng với huyện Na Pô, tỉnh Quảng Tây. - Hà quay sang nói với Giáp, - khu vực đó cũng gần chỗ anh dẫn quân vòng qua Trung Quốc về đánh đồn Đồng Mu, năm xưa.

Nghe nhắc đến trận thất bại đầu tiên trong cuộc đời cầm quân, khiến Giáp không vui.

- Nhân vô thập toàn, miềng chỉ bàn mỗi chuyện viết thư cho Ngô Bảo Châu thôi, kẻo dông dài, chuyện nọ xọ chuyện kia, - Giáp ân cần nhắc nhở cả vợ lẫn thư ký và bác sĩ riêng.

Hà cầm hộp thức ăn đứng bên. Mỗi khi Giáp nhón tay thả mấy hạt, đàn cá đa sắc tố lại nhao lên, như muốn vượt ra ngoài thành bể. Chờ lúc chỉ còn hai vợ chồng, Hà mới thủ thỉ:

- Người ta bảo, bây giờ, lúc nào Tướng Giáp cũng nói đến bác Hồ, đề cao Tư tưởng Hồ Chí Minh, nhưng lại lái sang hướng nhân văn, thế là thâm tâm muốn thoát khỏi Chủ nghĩa Mác - Lê-nin cùng với món cách mạng vô sản bạo lực rồi. Tướng Giáp có đề cập đến xã hội Xã hội chủ nghĩa, thì cũng chỉ nêu cao theo kiểu Chủ nghĩa xã hội nhân văn. "Kim thiền thoát xác" mà cũng là "man thiên quá hải", thực diệu kế. Mà đúng, lý luận Chủ nghĩa Mác - Lê-nin cũng chỉ có tính lịch sử thôi. Nhưng có ý kiến, dù là xã hội Xã hội chủ nghĩa nhân văn, hay thứ chủ nghĩa xã hội gì đi chăng nữa, thì vẫn do Đảng Cộng sản lãnh đạo. Mà đã là thế, thì ắt phải sử dụng chuyên chính vô sản, đấu tranh giai cấp làm vũ khí. Như vậy, nhân văn ở đâu, không khéo lại sa vào chủ nghĩa cải lương, hoặc chỉ là một màn kịch? Bởi nhân văn đồng nghĩa với nhân bản và đó là vấn đề thuộc về văn hóa, thuộc về con người. Lại có ý kiến cho rằng, Tướng Giáp khôn ngoan, đề cao Hồ Chí Minh là theo sách cụ Trạng Trình, khi xưa: "Giữ chùa, thờ bụt, thì ăn oản"... Nhưng cũng có ý kiến mang tính tổng kết rằng, Võ Nguyên Giáp thuộc hạng "Đảng ghét, dân yêu".

- Chu cha, - Giáp thốt lên, rồi ngây người bất động như "Từ Hải chết đứng". Hà vội dìu vào ghế xa-lông đặt dưới giàn phong lan. Thấy Giáp thảng thốt đến độ, Hà tưởng đã chạm phải "Gót chân A-sin (Achilles)", nên ân hận vô cùng.

*

Một chàng Võ Nguyên Giáp phương phi, tràn đầy sức sống thuở nào, nay còn lại một thân hình khô gầy, mặt tóp má hóp, khiến Hà thương cảm vô cùng. Mình chắc sẽ không sống lâu được như chàng. Chàng hơn mình mười bảy tuổi. Nay chàng một trăm rồi, mình cũng ngoại bảy mươi. Các đôi vợ chồng chênh lệch tuổi tác, phải nói tới Lê Duẩn hơn Thụy Nga tới ba mươi mốt, anh Đồng cũng hơn Cúc hai mươi.

- Em Hà, bữa nay có điều gì tâm tư? - Giáp nắm tay vợ, khẽ hỏi.

- Em đọc báo Nhân Dân, thấy bài viết về sự hợp tác giữa Pháp và Việt Nam, dựng vở "Ăng-đro-mác", tại Nhà hát Lớn thành phố Hà Nội. Sực nhớ, có lần anh tâm sự, hồi nghỉ học vì bãi khóa, đã đọc thuộc tập kịch thơ này, - Hà lái câu chuyện và ý tứ dùng từ "nghỉ học" thay cho "đuổi học".

- Đúng đó, - mắt Giáp sáng lên, nói khơi khơi, - miềng bị đuổi học, cách đây chừng bảy mươi lăm năm, có đọc Ra-xin, kịch tác gia nổi tiếng người Pháp. Làm sao mà đi coi hát được, hầy?

- Anh ngồi còn chẳng vững, sao đi? - Hà ái ngại, rồi động viên Giáp, - em nhớ, hồi bốn mươi sáu (1946), trước Ngày toàn quốc kháng chiến, Nhà hát Lớn có trình diễn vở kịch thơ Kiều Loan của Hoàng Cầm.

- Ăng-đrô-mác và Kiều Loan, đều là những nhân vật phụ nữ đáng trân trọng, - Giáp bồi hồi xúc động, thở dốc. - Hà bón múi cam đã tách hạt, chỉ còn các nhánh tép kết vào nhau, non như cái lược bé tí xíu. Giáp nhai tóp tép và miền ký ức xa xưa thức dậy, - Hoàng Cầm cũng là một bậc tài hoa, nhưng hệ lụy nhân văn, tội nghiệp...

- Nhà nước đã chiêu tuyết cả rồi. Chỉ có người đã chết thì thiệt thân mà thôi, - Hà cũng bùi ngùi.

- Người trí thức, văn nghệ sĩ thường đi trước thời đại, nên chịu số phận oan nghiệt, - Giáp triết lý.

- Thì anh cũng rứa đó, - Hà lấy khăn thấm miệng cho Giáp. Hồi này, Giáp nói nhiều là sùi bọt mép. Có hôm, xem Giáp trả lời phỏng vấn trên ti-vi (television), thấy hai bên mép Giáp bọt sùi ra như "cua nấu cơm". Thế mà nhà đài không biết đường day ống kính đi chỗ khác, để Huân tranh thủ thấm bọt giúp. Bọn này làm văn hóa nhưng cũng đoảng vị...

- Trước khi Pháo đài Láng nổ súng, mà dân chúng vẫn được xem kịch thơ tại Nhà hát Lớn thành phố, thì tầm vóc Việt Minh cao đến mức nào? - Giáp tỏ ra khoái chí, - quân dân ta khí thế, khiến Pháp và tụi Quốc gia cũng phải kiềng nể chứ?

- Mấy ông Việt Minh Cộng sản thì cái gì cũng gắn chính trị vào được? - Hà nói, vẻ thán phục xen lẫn giễu cợt.

- Và, quân sự là tiếp nối của chính trị, - Giáp cười cười, liếc nhìn Hà.

- Trích "Bàn về chiến tranh" của Clau-zơ-vít, - Hà đế theo, vẻ hài hước.

Cả hai vợ chồng cùng phá lên cười. Giáp nhớ lại, những tháng ngày trên núi rừng Việt Bắc, Hà đọc bản tiếng Pháp *Bàn về chiến tranh* cho Giáp nghe.

*

Từ ngày Trương Gia Bình đòi li hôn, Võ Hạnh Phúc cảm thấy cuộc đời thực bất hạnh, thường trở về Biệt thự 30, Hoàng Diệu cho khuây khỏa.

- Con nhớ căn nhà ở Bảo Biên, trên chiến khu Việt Bắc, có rất nhiều cửa sổ, - Phúc vừa xay sinh tố bơ vừa hồi tưởng.

- Mấy? Lúc đó con bé tẹo, - Hà nheo mắt nhìn con, vẻ thương cảm và tự trả lời câu hỏi của chính mình, - tất cả có chín cửa, gồm bảy cửa sổ, hai cửa ra vào. Đoàn làm phim *Việt Nam trên đường thắng lợi* của đạo diễn Các-men đến thăm. Ba định mời đoàn bữa cơm gia đình, nhưng chính hôm đó thằng Điện Biên chào đời, nên "phèo". Đoàn phải sang Bộ Tổng ăn cơm bộ đội.

- Đằng sau nhà đã có ba cái cửa sổ, phía trước sân có hai cái, mỗi chái nhà có một cái nữa. À, bảy cửa sổ thật. Còn cửa ra vào, trước gian giữa một cái, cửa ngách xuống giao thông hào bên góc buồng, - Phúc nhẩm tính.

- Đó là cửa thoát hiểm, - Giáp cười, góp chuyện. - Nhà phải có hai cửa mới an toàn.

- Tinh thần cảnh giác đã thấm vào máu thịt của ba rồi, - Phúc nói câu khâm phục, pha chút thương cảm.

- Lần đầu xuất ngoại sang Trung Quốc, thế mà ba con đã biết lập kế, viết thư rồi nhờ người nhà vô Quảng Bình gửi ra Hà Nội, đánh lừa mật thám Pháp, - Hà khoe sự mưu mẹo của chồng.

- Thế thì tình báo Pháp và Hoa Nam Cục phải gọi bằng cụ, - Phúc san sinh tố vào hai cốc, mời ba mẹ.

- Có trí nhớ thế, mới được sang học Trường Lơ-ma-nô-xốp của Liên Xô chứ, - Giáp động viên đứa con gái bất hạnh.

- Anh nói thế mới chuẩn, chứ nhiều người đã đi Nga rồi, mà vẫn đọc là Lô-mô-nô-xốp, cũng như đọc tên tác phẩm Đông-ki-sốt quen rồi, nay sửa lại Đon khi-hô-tê, lại bảo ngồ ngộ.

- Cái anh chàng Viện sĩ Vích-to Mát-lốp thế nào rồi, hè?

- Hắn lấy cái Vũ Anh, phải cưới chui, vì ông Duẩn không đồng ý, Phúc bùi ngùi, - cũng bởi bên nhà chỉ thị, cấm yêu và cấm lấy người ngoại quốc.

- Con bé này đã cưới cậu Tiến sĩ Toán học, tên là Dũng (Đinh Nho Dũng), con anh Đinh Nho Liêm. Sau đó, nó lại nhảy sang lấy anh chàng Viện sĩ Nga, nhưng do băng huyết mà mất rồi. Rõ là, người chửa cửa mả, - Hà thở dài cám cảnh, - đâu như cô Bảy Vân đưa tro hài cốt, cùng với thằng bé út về nước rồi thì phải.

- Hắn cảnh giác lắm nhé, - Phúc nói câu khâm phục, pha chút tiếc nuối Mát-lốp. Chợt nhớ kỷ niệm chuyến bơi thuyền vào cuối mùa thu, không may ngã xuống hồ. Mát-lốp kịp thời cứu giúp. Nếu không, Phúc đã bị cảm lạnh mà nhắm mắt xuôi tay rồi cũng không biết chừng. - Người nhà ông Duẩn sang chơi, hắn đều mang máy dò phóng xạ ra kiểm tra.

- Trời đất, cảnh giác đến mức bệnh hoạn, - Hà thốt lên kinh ngạc.

- Không phải hắn bệnh hoạn đâu... - Giáp bỏ lửng câu nói, có ý bênh vực Mát-lốp. - Hắn từng dùng thuật toán chi đó, mà ngay thời Liên Xô đang thịnh vượng, đã tính được sự sụp đổ tất yếu, khiến ai cũng chế giễu là hạng thần kinh có vấn đề, thậm chí còn quy tội phản động. Đến khi sự thực diễn ra như thế, mới ngã ngửa người ra, tỏ ý khâm phục thì đã muộn.

- Ba cũng biết chuyện tầm phào đó à? - Phúc ngạc nhiên, - Vũ Anh kể, nhưng con cũng cho là hắn lẩm cẩm.

- Thiên tài thường đi trước nhân loại, người đời có khi lại cho là kẻ khùng khùng điên điên, - Giáp triết lý.

- Anh cũng bị quy chụp là phản động đấy thôi, - Hà trêu chồng. - Đi trước vài chục bước, người ta còn nhìn thấy, khen có sức hơn người. Nhưng vọt trước hàng mấy trăm bước, chỉ còn thấy cái bóng lờ mờ, thì đích thị dị nhân rồi. Âu cũng là chuyện thường tình, đến như dân Do Thái mà có lúc còn ngờ nghệch, huống là ta?

Bất chợt Huân chạy xộc vào. Giáp ngạc nhiên hỏi:

- Có chuyện cháy nhà chết người hay sao?

Hai mẹ con Hà, Phúc biết có chuyện hệ trọng, vội lỉnh ra ngoài.

- Bài báo của Trung Quốc, viết về mật ước Thành Đô, năm chín mươi (1990), giữa Việt Nam và Trung Quốc. Bản dịch tiếng Việt, - Huân ngồi bệt xuống sàn, hắng giọng đọc, để cho Giáp cùng nhìn:

"Vì sự tồn tại sự nghiệp xây dựng Chủ nghĩa Cộng sản, Việt Nam đề nghị phía Trung Quốc giải quyết các mối quan hệ bất đồng giữa hai nước. Phía Việt Nam sẽ cố hết sức mình để vun đắp tình hữu nghị lâu đời vốn có giữa hai đảng và nhân dân hai nước do Chủ tịch Mao Trạch Đông và Chủ tịch Hồ Chí Minh đã dày công xây đắp trong quá khứ. Việt Nam bày tỏ mong muốn sẵn sàng chấp nhận làm một Khu tự trị thuộc chính quyền Trung ương Bắc Kinh, như Trung Quốc đã dành cho Nội Mông, Tây Tạng... Phía Trung Quốc đồng ý chấp nhận đề nghị trên, và cho Việt Nam thời hạn ba mươi năm (1990 - 2020), để Đảng Cộng sản Việt Nam giải quyết các bước tiến hành cần thiết gia nhập đại gia đình các dân tộc Trung Quốc".

Huân dừng đọc, buông tờ Thời báo Hoàn Cầu (Global Times) [212] và khóc ầm lên. Hà hốt hoảng xô cửa chạy vào, hỏi dồn:

- Anh Văn sao rồi?

Thấy Giáp ngồi chết lặng, nom như một pho tượng, Hà ôm vai lay, cảm thấy lạnh giá, bèn cuống lên, gọi ồi ồi cả bí danh lẫn tên cúng cơm:

- Anh Văn ơi, anh Giáp ơi? Ba hồn bảy vía anh Giáp?

Thấy chuyện bất thường, tất cả cán bộ, nhân viên Văn phòng Đại tướng cùng ào tới, ai nấy vô cùng kinh hãi. Hồi lâu Giáp mới sực tỉnh, phẩy tay cho mọi người lui ra. Huân nhặt tờ báo nhét vào cặp bảo mật.

- Bình tĩnh, tất cả phải bình tĩnh. Miềng không sao mô. Không phải gọi bác sĩ Nhựa mô. Huân phải kiểm tra lại nội dung bài báo, chớ hồ đồ. Bây chừ, chiến tranh tâm lý tinh vi và xảo quyệt. Cảnh giác... - Giáp nói đứt quãng, hơi thở nặng nhọc và gắng gượng đứng dậy, muốn thể hiện cho mọi người thấy tình trạng sức khỏe đã hồi phục, nhưng bỗng dưng ngã vật xuống nền nhà.

Màn sương trắng bao phủ nơi nơi, như ngày nào buông trắng rừng núi chiến khu Việt Bắc. Giáp bỗng cảm thấy nhớ mẹ da diết. Bữa mẹ ra đi vào cõi vĩnh hằng, Giáp lại đang đau ốm ở Liên Xô, nhưng Đại sứ quán chỉ báo tin: "Cụ bà mệt nặng". Đêm

____

(212) Thời báo Hoàn Cầu là loại nhật báo, in bằng tiếng Trung và tiếng Anh, thuộc quyền quản lý và xuất bản của Nhân Dân nhật báo- Cơ quan ngôn luận chính thức của Ban Chấp hành Trung ương Đảng Cộng sản Trung Quốc.

trước đó, Giáp nằm mơ thấy mẹ đau bụng dữ dội và có cả máu. Mẹ bảo: "Con cứ đặt tay lên bụng, thím sẽ hết đau thôi". Giáp giật mình thức giấc, ngồi chờ trời sáng.

Bố mẹ đang đứng đợi bên sông. Sông gì nhỉ, không phải Kiến Giang, có lẽ dòng sông trời nào đó? Bất giác, Giáp gọi to: "Thầy ơi! Thím ơi!". Không, bố mẹ xua tay và quay mặt đi. Giáp vùng căng chạy theo, như thở nhỏ chạy ra bến sông đòi theo thuyền ngược nước.

Nhà có bảy chị em, ba trai bốn gái, mỗi người mỗi phận. Giáp thương anh Toại hay chữ như thần đồng mà yểu mệnh, chị Châu xấu số lụy sông nước, chị Điểm gửi phận đất chiến khu, chị Liên ra đi trước ngày nông dân nổi loạn Nghệ-Tĩnh. Sau ngày hòa bình lập lại, nhà chỉ còn thím và ba anh em, chú Nho làm Thứ trưởng Bộ Giáo dục, Út Lài thủ kho Bộ Nông nghiệp, nhưng cũng khuất núi cả rồi. Bây chừ, còn mỗi thân miềng đang trên đường về với tổ tiên. Năm đứa con phương trưởng, nhưng mất một còn bốn, Hồng Anh bỏ miềng theo mẹ Quang Thái của hắn rồi mà. Lá vàng còn ở trên cây... Giáp khóc không thành tiếng, nước mắt ứa ra. Thế là sức cùng lực kiệt thật rồi sao? "Hãy Thoát Trung"! Giáp muốn gầm lên, nhưng cổ họng tắc nghẹn đờm dãi. Thấy Giáp thở khò khè nặng nhọc, kíp bác sĩ bèn bật máy hút đờm.

*

Nếu như Hà Nội, phố Lý Nam Đế được gọi là phố Nhà Binh, thì khu Liễu Giai cũng có thể gọi là phố Tướng Lĩnh. Hai chục tướng quân đội định cư ở đó, chứ ít ỏi gì nào. Tướng Phạm Hồng Cư, người em cọc chèo với Tướng Giáp cũng ở chốn này.

Nhà báo Nhật Hoa Khanh theo hẹn, rà rà chiếc xe Cub 50 đến chơi, xung quanh xe quặc đầy các loại túi nào là tài liệu, máy tính, máy ảnh, máy quay phim và chai lọ. Cư ra cổng đón, cười bảo:

- Nom như thể ông già cưỡi la?

- Tôi là thân con lừa mới đúng. Già lừa ưa nặng, - Khanh cười hớn hớ.

- Uống gì nào, hay vẫn "trường ca" nước lã đun sôi để nguội?

- "Thanh thủy", - Khanh khoát tay, - chị Hạnh cứ cho tôi nước trắng cho thanh bạch nhé.

- Thế thì sẵn có nước lạnh cho anh đây, - Hạnh vồn vã.

- Không, lạnh viêm họng ngay. Rồi khi ngồi với anh Văn, mà chỉ nơm nớp lo chuyện ho hắng là hỏng việc. Này, tôi có thể nhịn ho được đấy, nhưng hắt hơi thì không thể, nó bột phát. - Khanh quay sang Cư, - tôi viết mấy bài về anh Văn. Anh Văn sướng lắm, tôi đánh giá: "Võ Nguyên Giáp là tướng của các vị tướng, tư lệnh của các tư lệnh, chính ủy của các chính ủy".

- Vậy ư, tưởng Trần Văn Trà viết như thế chứ? - Cư trố mắt nhìn Khanh, hỏi dồn.

- Tôi chấp bút cho Ba Trà, bè tôi gỗ chú nó, - Khanh cười cười.

- Cái câu "Tướng của các vị tướng" là bộ đội ngầm phong cho Hùm xám Đường số Bốn Đặng Văn Việt nhá. Không phải chuyện, vì quý trọng anh Văn mà vơ vao tất cả chiến công và danh hiệu của tướng sĩ, không sợ đời sau chê cười à? Báo chí và lịch sử là phải khách quan. - Cư nháy mắt cười hóm, và ghé tai nói nhỏ, - này, bài viết về Tố Hữu là có vấn đề, gây xôn xao dư luận đấy nhé.

- Tôi có ghi âm, chép sổ tay đầy đủ tư liệu mà anh. Chẳng qua là vợ ông ấy sĩ diện, - Khanh nói, vẻ tự tin, - có gì phạm thượng, hoặc trái luật đâu mà cứ làm ầm ĩ cả lên. Ể họe vừa vừa thôi, kẻo chó nó viết. Chính cái chuyện phát hiện thần đồng Trần Đăng Khoa là do Hoàng Tùng, nhưng Tố Hữu cướp công. Tùng tức lắm. Hồi ký của Ba Trà bị thu hồi là sao? Là vì Trà dám phê cái đám Lê Đức Thọ, Hoàng Văn Thái chẳng hiểu mô tê gì về chiến trường Miền Nam, nên lập kế hoạch đến năm bảy mươi bảy (1977) mới giải phóng. Trà tuyên bố dứt khoát, chỉ bảy mươi lăm (1975) là xong. Mà bảy mươi lăm (1975) xong thật. Nhưng bọn Thọ lại lao vào cướp công...

Hạnh lễ mễ bưng khay i-nốc (inox) dựng mấy cốc nước đang bốc khói nghi ngút lên cho Khanh:

- Nghe anh Khanh nói chuyện chính trị, mà ghê cả răng.

- Chị là Giáo sư, anh lại là Trung tướng, chịu khó nghe tôi kể chuyện này, không phải phản động đâu mà sợ, - Khanh vừa thổi vừa xụp xoạt uống mấy hớp nước, nom ngon lành, như thưởng thức món cao lương Mỹ vị. - Chuyến anh Đồng đi Thái Lan, khoe rằng: "Chúng tôi đã đánh thắng hai đế quốc to là Pháp và Mỹ". Anh chị có biết Thủ tướng nó đối lại thế nào không?

- Cái chuyện này, tôi có nghe mấy cô bên Bộ Ngoại giao kể, - Hạnh cũng tỏ ra am hiểu thời cuộc, - có phải nó bảo, cái hay của chúng tôi là tránh được, nên không xảy ra cuộc chiến tranh nào!

- Rất đúng, - Khanh hồ hởi, - thế thì khác nào nó xỏ toẹt vào hai cuộc kháng chiến thần thánh của ta. Mà này, - Khanh làm ra vẻ quan trọng, nói nhỏ với Cư, - hồi chiến tranh, Sài Gòn nhận viện trợ của Mỹ bằng vũ khí đạn dược để "uýnh" Việt Cộng. Còn Băng Cốc chỉ nhận phương tiện kỹ thuật chấn hưng đất nước, khôn lõi đời chưa?

- Mấy cuộc chiến tranh vừa rồi, nếu tránh được thì đỡ tốn bao xương máu và của cải, nhưng đặng chẳng đừng, - Cư cúi đầu trầm ngâm, mái tóc bạc rủ xuống vầng trán rộng. Đôi mắt tinh anh hấp háy linh hoạt, khiến cho gương mặt luôn tươi tỉnh và sắc sảo.

- Gọi tên cuộc chiến này là gì? Miền Bắc thì bảo, đó là Cuộc chiến tranh giải phóng Miền Nam, chống xâm lược Mỹ. Miền Nam lại kêu là Cuộc chiến chống Bắc Việt xâm lăng. Các học giả thì phán, nào là Cuộc chiến tranh ủy nhiệm (proxy), rồi thì Nội chiến hai miền Nam-Bắc, vân vân và vân vân... Những nếu "chẻ sợi tóc làm tư" cũng thấy thú vị. Nhưng tuyệt vời hơn, nếu dân Việt Nam tránh được cuộc chiến tranh này. - Khanh hớp ngụm nước và nhún mình nói, - Ngô Tử dạy: "Chiến tranh là thủ đoạn chính trị. Sự sáng suốt chính trị mới là phương pháp duy nhất tránh chiến tranh". Nhưng hỡi ôi, nó đã đi qua mất rồi, chỉ để lại hậu quả cho toàn dân lãnh đủ! Có điều lạ, cả hai chiến tuyến đều hát chung bài *Hồn tử sĩ*, tức *Hát Giang trường hận* của Lưu hữu Phước. Nhưng nếu thế thì hai ngôi sao tướng chẳng đậu trên vai anh, - Khanh trắng phớ, vẻ sỗ sàng. - Bây giờ, mỗi sáng thức dậy, anh đã có dăm trăm ngàn để sẵn đầu giường. Còn tôi thân con lừa, thồ hàng chữ nghĩa ngày nào va miệng ngày ấy. Nào có ai hay, bố tôi từng là Giám đốc Bưu điện thời Tây. Nhà tôi ở phố Hàng Đào cũng gần nhà ông Trịnh Văn Bô bên Hàng Ngang. Tôi từng được bố dắt đi xem Lễ Tuyên ngôn độc lập ở vườn hoa Ba Đình, dùng ống nhòm nhìn lên lễ đài; sang trọng thế, mà nay sa sút đến tận đáy rồi.

- Ơ, tôi ngỡ anh có lương hưu của Báo Sài Gòn Giải Phóng? - Hạnh ngạc nhiên hỏi.

- Tôi sai lầm ra Bắc, mất hết cả. Nay đi trọ nhà này, mai chỗ khác, cứ như dân du mục, - Khanh phàn nàn, vẻ tội nghiệp.

Vợ chồng Cư- Hạnh nhìn bạn đầy vẻ cảm thông.

- Thế, đôi thanh kiếm mà Ba Trà đưa cho, thì anh để đâu, không thấy giắt bên cổ xe lừa? - Cư cười hỏi.

- Nói vậy, tôi cũng có tệ xá to bằng cái lỗ mũi, xây mãi chẳng xong. Còn mấy chục thùng sách, tư liệu cứ phải gửi cùng với kiếm cung, nào kém gì Từ Hải? - Khanh tuyên bố hùng hồn.

- Sao anh không đấu giá đi? - Hạnh thắc mắc.

- Phải chờ thời, bán đấu giá là phải có kẻ tung người hứng thì mới moi được tiền thiên hạ, - Cư tỏ ra thông thạo. - Đấy là khi anh Văn ở thế thượng phong...

- Còn bây giờ, vụ Tê bốn (T4), với Năm Châu-Sáu Sứ đã giải quyết đâu? Chính trị còn phức tạp hơn cả phụ nữ, - Khanh chen ngang và triết lý.

- "Chung sống hòa bình" như ý anh Văn, thì đâu đến nỗi anh phải chờ thời bán kiếm, mà hiến quách cho bảo tàng. - Cư nhìn Khanh, lòng trào lên nỗi xúc động. - Cái sự tài ba, đức độ của anh Văn nổi trội là câu chuyện "ngỏ trận không đánh", mà vẫn thắng lợi vẻ vang, - Cư cũng nghiêng đầu triết lý và chờ phản ứng của Khanh.

- Ý anh muốn nói cuộc đấu đá nội bộ dai dẳng nửa thế kỷ chứ gì? Ngài phòng thủ dữ lắm, nhưng phòng thủ đến mức thúc thủ, bỏ rơi cả đồng đội lại là điều đáng trách, - Khanh tỏ ra am tường chuyện cung đình và chuyển mạch, - bọn Thái Lan vẫn độc lập như ai, mà phát triển kinh tế, văn hóa, xã hội hơn hẳn mình mấy bậc. Dăm chục năm nữa, nước mình có bằng nó bây giờ không? - Khanh cay đắng thốt lên.

- Nó đứng lại chờ mình đuổi theo à? - Cư nheo mắt cười hóm, hùa theo.

- Nước mình muốn đuổi kịp, chứ chưa dám nói vượt các nước trong khu vực Đông Nam Á, thì trước hết phải "thoát Trung"; muốn vậy phải từ bỏ ý thức hệ Cộng sản. Do đó, về chính trị phải "đa nguyên, đa đảng", "tam quyền phân lập", "đa sở hữu đất đai"... Đấy, câu chuyện cứ dắt dây cà ra dây muống như thế mới khó gỡ. Anh Trần Xuân Bách đã từng....

Khanh đang hăng hái thuyết trình con đường trong mộng, khô cổ họng phải dừng lại nửa chừng để chiêu ngụm nước, thì Cư cướp lời nói tiếp, như kiểu ghép nối chi tiết trong cuốn phim nhựa (mông-ta-giơ):

- ... như anh Bách đã từng khởi xướng đa nguyên văn hóa, thế mà bị tước sạch mọi thứ, đuổi về Khu tập thể Trung Tự cho dễ bề quản thúc.

Nghe vậy, cả ba cùng cười chua chát và mạch chuyện bị cụt hứng.

- Cái sự đòi hỏi quyền con người của anh Bách thể hiện cấp độ văn hóa cao, - Khanh cố vớt vát giãi bày, như thể nhà buôn gắng sức níu kéo để chuyển nốt món hàng lên con thuyền đang rời bến, - cấp thấp nhất là quyền được sống. Cái này, nhìn vào lũ ăn mày và đám tù nhân là hiểu ngay. Cấp trung bình là quyền no ấm. Khoản này, nói với nông dân và công nhân thì cả ngày không hết. Cấp cao nhất của quyền con người là tự do, dân chủ. Đấy, đám văn nghệ sĩ, trí thức mà không có thứ này là bó tay. Thử hỏi, ai đã ngăn chặn những cái quyền chính đáng đó của con người? Hơi một tí là quy phản động, "bóp chết từ trong trứng", thì xã hội làm sao nở hoa, kết quả cho đặng, hở Đảng?

- Nhưng nói đi cũng phải nói lại, các cuộc kháng chiến chống xâm lược và bảo vệ Tổ quốc rất đỗi hào hùng, xứng đáng ghi vào lịch sử, - Cư chiếu cái nhìn vào Khanh, vẻ thách thức.

- Đó chỉ là khởi đầu. Thậm chí cái khởi đầu ấy có thể làm theo cách khác như các nước trong khu vực đã làm, không tốn xương máu mà vẫn có độc lập, tự do, - Khanh cũng hăng hái, như chiến binh vung gươm quyết đấu. - Còn bước tiếp theo là xây dựng đất nước phú cường, thì Đảng chệch đường hoàn toàn. Xã hội Xã hội chủ nghĩa là một thứ lâu đài trên cát. - Khanh đứng dậy, phun ra một tràng như bắn liên thanh, - ảo vọng, ngõ cụt, bi đát... Tất cả những từ ngữ tệ hại ấy cũng chưa phản ánh được hết thảm họa của đất nước này. - Vũ Mạnh Tường khi nói về Cải cách ruộng đất đã đặt ra hai câu hỏi lớn, chưa ai trả lời: Tại sao Đảng lại sợ dân chủ? Giữa Đảng và Tổ quốc, chọn cái nào? Có ý kiến đề nghị, phải khởi tố vụ án Cải cách ruộng đất, truy tố những kẻ đã gây thảm họa cho đất nước, - Khanh vung tay lên, như thể nghéo cò, nổ phát súng cuối cùng, trước khi kết thúc trận đánh.

- Một xã hội phát triển rất cần trí thức. - Hạnh nói câu triết lý và lèo thêm, - một trong những nguyên nhân khiến cho Liên Xô sụp đổ là bởi thiếu các nhà trí thức đích thực, biết phản biện xã hội; tuy rằng, họ có số lượng các nhà bác học chiếm đến một phần tư của thế giới.

- Một sự phát hiện! - Khanh tròn mắt kinh ngạc.

- Đó không phải là ý kiến của tôi, mà của Nhà báo Lê Phú Khải, - Hạnh khiêm tốn đáp. - Anh ấy còn nói rằng, các nhà khoa học thì sống sung túc trong thành phố Ngôi sao, còn các nhà trí thức đích thực thì bị đi đày Tây Bá Lợi Á (Xi-bê-ri)...

- Bây giờ nhiều người giác ngộ, muốn thoát Trung, nhưng muốn vậy phải thoát khỏi ý thức hệ trước đã, tức là "thoát Cộng". Này, cậu Chính, con giai Nguyễn Đình Thi, cũng bộ đội về, làm thơ chua chát lắm:

"Trí thực cụp tai
Ngòi bút trượt dài sợ hãi
Sự ngạo mạn trống rỗng lên ngôi
Và quả đấm rình mò..."

- Tên bài thơ ghê lắm, như thể cái thức bón ruộng. Có phải thế không anh Khanh? - Hạnh chun mũi, nhưng lại cười rung bần bật cả người.

- Cùng lắm thì như câu bác nói với anh Tô, anh Văn, khi lập chính phủ thời bốn sáu (1946); "Cứt có thối không?" - Cư lờ mờ hiểu ra tên bài thơ ấy và nói phứa một câu.

47. Đảo Yến-Vũng Chùa

Dân làng Thá xôn xao cả lên:

- Cụ Giáp trăm tuổi trời, hóa Thánh rồi!

- Thảo nào, tôi thấy ngoài vườn nhà Ngài đã đeo tang cho cây khế cổ thụ, trong nhà cũng tháo một bên giát giường.

- Nhưng ông Hàm bảo, ngoài Hà Nội tổ chức Lễ mừng Ngài thượng thọ, một trăm tuổi kia mà?

- Thế tức là, Ngài tròn trăm tuổi, chứ không phải "hai năm mươi", "về già"... Ngài tài đức hơn đời, thì không bao giờ chết. Ngài sẽ được coi như Thánh vậy.

Trong khi đó, tại Hà Nội, Giáp ốm thập tử nhất sinh, phải nằm điều trị tại Phòng 207, Khoa A11, Bệnh viện Trung ương Quân đội 108. Bích Hà phải đứng ra tiếp khách đến mừng thọ.

Hồng Việt chạy vào bệnh viện thăm ông ngoại, kể chuyện lễ mừng thọ đang diễn ra tại Biệt thự 30, Hoàng Diệu.

- Ông Hà Sĩ Phu có bài thơ dài lắm, mừng thọ ông, - Việt hồ hởi khoe.

Giáp thấy Việt là lại nhớ Hồng Anh và Quang Thái. Thái chỉ có một "mụn" cháu ngoại duy nhất là đây, nhưng Việt theo một nghề không giống ai. Cả hai bên gia đình nội, ngoại chỉ mình Việt làm nghệ sĩ khiêu vũ thể thao, tuy bố hắn cũng có năng khiếu về khoản này. Nhiều người phản đối, muốn Việt chọn nghề quân đội, hoặc cái chi khác cũng được, để đảm bảo cuộc sống trong tương lai, nhưng Giáp tôn trọng sự lựa chọn của con cháu, nên không can thiệp. Giáp thở khó nhọc, giơ tay ra hiệu cho Việt đọc bài thơ của ông Phu.

- Chú Huân đang chép lại cả bài, sẽ mang vào đọc cho ông nghe sau. Cháu chỉ nhớ hai câu kết, mà bốn từ "Văn", "Võ", "Nguyên", "Giáp" đều viết hoa chữ đầu cả nhé :

"Một đời ái quốc, Văn thành Võ
Chửa cởi chiến bào, Giáp vẫn Nguyên".

Giáp cười, gương mặt khô héo như tươi lại.

- Đúng là, cả đời ông chỉ mặc quân phục, - Việt nói câu vừa thương xót lại cũng rất tự hào.

- Ông bảo, quân phục đẹp, khỏe, lại đỡ phải giặt là, - Công trả lời thay thủ trưởng của mình và quay sang hỏi Giáp, - bên Bộ Công an xin phép bác, cho thợ vào đo ni, để đóng đôi giày mới, vẫn cỡ băm chín đấy ạ.

Giáp khẽ gật đầu, đồng ý.

- Giày công an đóng đẹp, thanh thấu, ôm chân mà nhẹ, - Công trao đổi với Việt.

Sức khỏe của Giáp suy sụp rất nhanh, từ chỗ nói chuyện hụt hơi, rồi dần dà chỉ còn đoán biết qua khẩu hình và cử chỉ. Bí thư Thành ủy Phạm Quang Nghị đến bệnh viện gặp Giáp, trực tiếp chuyển giấy mời dự Đại lễ Một nghìn năm Thăng Long-Hà Nội và trao biểu tượng Khuê Văn Các. Bích Hà cũng mang tặng Nghị tấm thiếp mà Giáp đã ký nắm nót thay lời cám ơn. Giáp tuy nằm bất động, nhưng câu hỏi trong đầu vẫn lóe lên như tia chớp: "Tại sao lại tổ chức Đại lễ vào đúng ngày Quốc khánh Trung Hoa?".[213]

Đoàn Văn Công vừa là bộ quân phục cỡ số bốn, bằng dạ cho Giáp, vừa thong thả nói chuyện với Huân:

- Em chỉ là người phục vụ áo quần, rồi thì tham gia bảo vệ Đại tướng thôi, chứ không được trình độ học vấn, lại là thư ký riêng danh giá như anh.

Huân đang chọn tài liệu cũ, lọc ra những tờ giấy còn trắng mặt sau, để tận dụng làm bản nháp, nghe thấy Công tỉ tê kiểu lạ tai, bèn dừng lại hỏi:

- Hôm nay chú sao thế? Mấy đồng chí từng làm nhiệm vụ về quân phục cho Đại tướng, đều giữ chức Bí thư chi bộ Văn phòng đấy nhé, công việc quan trọng chứ không phải thường đâu!

- Chẳng là, em biết Đại tướng nhà ta rất quan tâm đến vấn đề biển đảo, - Công vội thanh minh, sợ Huân hiểu lầm.

- Chuyện đấy thì rõ rồi. Hồi bảy mươi lăm (1975), khi mới giải phóng đến Đà Nẵng, Đại tướng nhà mình đã hạ lệnh cho hải quân giải phóng Trường Sa luôn mà lại, - Huân giảng giải cho Công về sự kiện lịch sử liên quan đến Giáp.

- Nhưng em nghe ngoài phố đang đồn ầm lên rằng, trong Bình Dương, Củ Chi, rồi thì Hải Phòng, Đồng Hới, Quảng Bình, Thanh Hóa, Nam Định, Phan Thiết, Sài Gòn, Buôn Ma Thuật, thậm chí cả Hà Nội nữa, xuất hiện nhiều truyền đơn lắm, - Công treo áo vào tủ và lặng lẽ thở dài.

- Truyền đơn viết gì? - Huân giật giọng hỏi.

- Họ bảo, chỉ viết mấy chữ cái: "Hát-ét gạch ngang Tê-ét chấm Vê-enờ" (HS-TS.VN). Em mới hỏi là nghĩa gì? Họ bảo, đấy là biểu ngữ khẳng định chủ quyền hai quần đảo Hoàng Sa,

---

213) Quốc khánh CHND Trung Hoa, ngày 1/10/1949.
Việt Nam tổ chức Đại lễ Thăng Long-Hà Nội, 1/10/2010.

Trường Sa là của Việt Nam. Em lại lục vấn, sao không viết rõ ra luôn, hai quần đảo ấy chẳng của Việt Nam đó thôi? Họ bảo, nếu viết rõ ra là công an bắt liền. Vậy có nên báo cáo Đại tướng nhà mình không anh?

- Đại tướng nhà mình tuy có dấu hiệu phục hồi, nhưng còn mệt nặng lắm. Tuy vậy, Đại tướng vẫn nghe đọc báo cáo hằng ngày, - lưỡng lự hồi lâu, Huân bảo, - được, tôi sẽ báo cáo.

Chú đọc lại tên các địa phương, để tôi ghi vào sổ, nói có sách mách có chứng. Thứ tự các tỉnh, thành phố, từ Bắc vào Nam cho dễ nhớ nhé.

- Có phải chính anh đọc cái tài liệu khỉ khô gì đó, mới làm Đại tướng nhà mình đột quỵ? - Công nghiêm sắc mặt, nhìn Huân tra vấn.

- Đại tướng bảo, các tin tức liên quan "chuyện hàng Tàu" là phải suy xét thấu đáo, đề phòng địch lợi dụng chia rẽ nội bộ ta, - Huân khỏa lấp.

- "Hàng" kiểu nào, danh từ hay động từ? - Công bắt bẻ chữ nghĩa.

- Thế mà cũng phải hỏi, - Huân ngạc nhiên, vặn lại.

- Thực ra, em nghe ngoài phố đồn lâu rồi, cái chuyện Thành Đô thành đê gì đó, chỉ không rõ thực hư mà thôi. - Công ứa nước mắt, như chính mình bị mắc lừa.

*

Miềng đã đến chốn này mấy lần, đầu tiên là đến gặp Hồ Chủ tịch và Trung ương, vừa chân ướt chân ráo từ Việt Bắc về Hà Nội, trú tạm ở nhà thương Đồn Thủy (Tanessan), chính là khu vực Bệnh viện 108 bây giờ. Chu Văn Tấn chết ở Bệnh viện Bộ Công an 198. Miềng và anh nớ (anh ấy) cuối đời đều nằm bệnh viện của lực lượng vũ trang, số cuối chữ số tám. Ôi, những cái còng "số tám", dành cho T4 là bí số Ban Chuyên án đặt cho Chu Văn Tấn kẻ bị tống giam; còn miềng với bí số V1 là người bị canh chừng. Giáp thở dài, đập tay xuống đệm, gọi cháu:

- Yên!

- Cậu gọi cháu ạ? - Yên đang mê mải ngắm ánh trăng xanh phủ trên tán cây bên cửa sổ, vội đóng rèm cửa sổ, chạy a lại.

- Mi mở nhạc nghe coi, - Giáp nói đứt quãng, - Hò khoan Lệ Thủy...

- Lời cổ có câu "chàng chàng thiếp thiếp" là cậu mê luôn. - Yên vừa "xô" vừa cười hềnh hệch.

- Mi lém lỉnh quá chừng. Bác Hồ cũng từng dạy: "vui tươi là liều thuốc sống", - Giáp cười tươi, gương mặt sáng lên.

- Cậu thì lúc nào cũng "bác Hồ", "bác Hồ"... nhưng cháu hỏi thật, cậu có biết bác Hồ đích thực là ai không? - Yên rốt ráo như con ong rúc vào đài hoa.

- Bác Hồ chính là Hồ Chí Minh, - Giáp trả lời một cách vô thưởng vô phạt, rồi vê ngón cái và ngón trỏ rồi chỉ vào tai mình, ra hiệu chỉnh chiết áp máy nghe nhạc.

Tức thì Yên làm theo, điệu hò quê hương tràn ngập phòng bệnh:

"Thiếp gặp chàng dạ mừng hớn hở
Chàng gặp thiếp như hoa nở trên (hơ) bồn...".

Nghe tiếng nhạc ồn ào trong phòng, bất giác, bác sĩ trực phòng vội hé cửa dòm vào, thấy hai cậu cháu nhà Giáp đang cười nói gì đó, thì tỏ vẻ yên tâm, quay ra. Yên cũng biết ý, bèn xua tay ra hiệu với hắn là không có vấn đề gì. Yên hiểu hoàn cảnh của cậu mình, nên nhìn ai cũng nghĩ là "người của Tổng cục 2" cài vào theo dõi, do vậy, không thiện cảm lắm. Giáp nhíu mày, chỉ vào tai, nói trong hơi thở:

- Nghe không rõ lời.

Yên tua lại nói:

- Có khi tại băng đĩa mòn nhão cả ra rồi, chứ người ta hát chuẩn, - Yên liến láu dàn hòa. Từ bận Giáp bị ngã, gãy cổ xương đùi trái, phải nằm điều trị, thì Yên luôn túc trực bên giường bệnh, nên cậu cháu ăn ý nhau lắm. - Hay là, cháu mở bài tỉnh ca *Quảng Bình quê ta ơi.*

- Phải đó, cái cậu Hoàng Vân mần *Hò kéo pháo*, - Giáp phều phào nói một hơi, rồi thở dốc. - Thần tượng của cậu là Văn Cao nhạc sĩ cách mạng tiền chiến, - Giáp khoe.

- Cháu biết là cậu ký sắc lệnh công nhận bài hát *Tiến quân ca* trở thành Quốc ca, nhưng đó là thời điểm lịch sử thôi.

- Ca khúc đi cùng năm tháng, chứ sao lại là lịch sử tạm bợ? - Giáp nghiêm mặt, hỏi lại.

- Cậu là vị khai quốc công thần nhưng biết lắng nghe, nên cháu tuy chỉ là hạng thảo dân mới dám nói. Chứ cậu thấy, có mấy ai trong triều dám trái ý vua quan. Họ sợ xảy miệng trượt lời là đi tong sự nghiệp, thậm chí cháy nhà chết người? - Yên mạnh bạo lên tiếng. - Bài hát có mười câu, thì có đến tám câu sắt máu, nghe hát mà kinh hãi. "Thế giới phẳng", hội nhập toàn cầu, mà cứ ra rả "thề ăn gan uống máu quân thù" thì gớm chết. Theo cháu, nếu cần thì giữ phần nhạc sửa phần lời. Liên Xô cũng đã làm thế rồi mà. Quốc ca đao búa như thế, thảo nào hơi một tí là kiếm cớ ẩu đả, từ ngoài hè phố đến trong Đảng chỗ nào cũng đánh nhau, không công khai thì ngấm ngầm, chả còn ra thể thống gì nữa.

Giáp nghe loáng thoáng, nhóm làm phim *Bác Hồ ở Hồng Kông*, toan đưa thêm chi tiết bác vẽ cái bánh lên tờ báo, giúp đồng chí quên cái đói, nhưng bị loại khỏi kịch bản. Thì ra, người ta hiểu, Cộng sản chỉ mang cái bánh vẽ Xã hội chủ nghĩa lừa phỉnh dân chúng mà thôi. Nay nghe cháu giãi bày điều nầy mà cảm thấy đau nhói trong tim, Giáp hiểu, không hẳn là của riêng nó, mà có khi là cả mấy thế hệ. Chúng không phải là không có lí, nhưng miếng đã hạ bút ký sắc lệnh hơn nửa thế kỷ rồi. Bút sa gà chết, nhưng nếu đổi quốc ca sắt máu và cả Quốc kỳ ngoại bang năm xưa, thì khác nào thay đổi chế độ. Một cuộc cách mạng Quốc kỳ và quốc ca, cũng giống cuộc "cách mạng màu". Hắn cứ hỏi xoắn vào chuyện "Bác Hồ là ai?". Tổng Bí thư Nông Đức Mạnh phát động phong trào toàn Đảng, toàn dân "Học tập và làm theo tấm gương đạo đức Hồ Chí Minh". Trung ương muốn tôn vinh Hồ Chí Minh làm thánh thần, để dẫn dắt toàn dân theo Đảng. Liên Xô sụp đổ, hàng ngàn pho tượng Lê-nin, Xta-lin bị giật đổ theo. Trần Trọng Kim từng nhận xét về Việt Minh: "công chi thủ, tội chi khôi", nghĩa là, công đứng đầu, mà tội cũng đứng đầu. Chẳng lẽ, miềng cũng rứa? Nghĩ đến đó, Giáp chìm dần vào giấc ngủ nhọc nhằn.

Yên đã đọc lịch sử cách mạng, thấy quyền hành của Bộ Nội vụ thời đó to lắm. Nó dựng lên cả một bộ máy chính quyền Việt Minh, đảm bảo an ninh trật tự và theo dõi các phần tử nghi vấn, điều hành nội vụ, pháp chế và hành chính công. Cậu mình từng nói đùa rằng, miềng làm từ "cờ" đến "giờ"; nghĩa là, ra sắc lệnh về linh hồn chế độ thể hiện trên Quốc kỳ, Quốc ca, còn "giờ" là ban sắc lệnh chuẩn giờ mới, lùi lại sau hai giờ so với quy định của chế độ cũ. Ghê thật...

Một biểu tượng của nước Mỹ là tượng Thần Tự do. Tượng đó, người Pháp làm tặng Mỹ. Vậy thì, lá cờ Phúc Kiến trở thành Quốc kỳ Việt Nam có được chăng? Lá cờ đó đã hiệu triệu bao thế hệ người Việt Nam đổ máu tô thắm, trở thành biểu tượng thiêng liêng đối với người cách mạng cũng như dân chúng. Vậy thử hỏi, có chấp nhận theo kiểu Mỹ được không? Việc tặng tượng công khai, nhưng lấy cờ lại là bí mật rồi hợp thức hóa. Hai câu chuyện khác nhau, nhưng tại sao không trưng cầu dân ý, thiết kế một lá cờ khác của Tổ quốc Việt Nam. Còn lá cờ kia, cho vào bảo tàng, trở thành kỉ vật đau đớn của dân tộc một thời khờ dại... Bất giác, Yên khe khẽ ngâm nga mấy câu trong bài hát *Thời hoa đỏ*[214], như thốt ra tự đáy lòng:

> *"Như tháng ngày xưa ta dại khờ*
> *Ta nhìn sâu vào trong mắt nhau*
> *Trong câu thơ của em, anh không có mặt.*
> *Câu thơ hát về một thời yêu đương*
> *Anh không buồn mà chỉ tiếc..."*

---

(214) Thơ: Thanh Tùng (Doãn Tùng), nhạc: Nguyễn Đình Bảng.

Bao máu xương binh sĩ và dân lành đổ xuống, giành lại độc lập dân tộc, thống nhất đất nước. Các chế độ cũ mãn trào, thì Trung Cộng lại lù lù tiến vào thế chỗ, chẳng khác nào "tiền môn cự hổ, hậu môn tiến lang", nghĩa là, đuổi hổ cổng trước, rước sói cửa sau. Từ hồi ấu thơ, Yên đã nghe câu sấm, lan truyền:

"Ai ơi chớ vội làm giàu
Thằng Tây nó cút, thằng Tàu nó sang".

Sau ngày hòa bình lập lại, Trần Phương đã bồi dưỡng kiến thức cho miềng, về lý luận chính trị. Miềng phân vân khi được biết, cơ sở cấu thành ba bộ phận quan trọng của Chủ nghĩa Mác - Lê-nin là Triết học cổ điển Đức, Kinh tế chính trị Anh và Chủ nghĩa xã hội không tưởng Pháp. "Ba ông đầu rau" mà như thế này thì chông chênh quá. Một ông Chủ nghĩa xã hội không tưởng đổ chổng kềnh thì hai ông kia cũng sụm theo. Có lẽ, chính vì thế mà cả hệ thống Xã hội chủ nghĩa sụp đổ chăng? Nghe đâu như Hội đồng lý luận Trung ương đang mầy mò tìm cách sửa lại, cho rằng, ba bộ phận cấu thành Chủ nghĩa Mác - Lê-nin là Triết học Mác-xít, Kinh tế chính trị Mác-xít và Chủ nghĩa xã hội khoa học... Nhưng cái gốc của nó vẫn là "ba ông đầu rau" kia ư? Trong thâm tâm của Giáp và nhiều người cấp tiến muốn "thoát Trung" để bảo vệ chủ quyền lãnh thổ quốc gia và hội nhập thế giới tiến bộ. Nhưng Đảng còn đó thì làm sao mà thoát, ấy là chưa kể nguy cơ phiên thuộc đã cận kề. Không kiên quyết và khôn khéo để mau chóng thực hiện chế độ "đa nguyên, đa đảng" và "tam quyền phân lập" thì nước đã ngập đến chân rồi...

Nói cho cùng, thì miềng cũng là một kẻ có tội với dân tộc. Miềng đã góp phần cùng Hồ Chí Minh và Bộ Chính trị Ban Chấp hành Trung ương Đảng dẫn dắt dân nước lầm đường lạc lối, vào ngõ cụt mà không đủ tinh thần dũng cảm quay đầu, hoặc không dám tự giải tán Đảng, vẫn tham quyền cố vị, gieo rắc khổ đau cho nhân dân. Nhưng điều tệ hại hơn cả, khiến đất nước lâm vào nguy cơ có thể mất vào tay Trung Cộng bất cứ lúc nào. Điểm mấu chốt là bởi chọn sai chủ thuyết, lựa lầm lãnh tụ. Bao đêm ngày, miềng giằng xé giữa hai bờ Cộng sản và Dân tộc của dòng sông thế cuộc. Có lúc, chúng nhập làm một, rồi lại đối kháng thù nghịch. Từ một người yêu nước miềng trở thành người Cộng sản với bầu nhiệt huyết của tuổi thanh niên. Nhưng đến tuổi "tri thiên mệnh", miềng trở về với Dân tộc một cách nhọc nhằn. Có lúc bị quy kết thành phần tử phản động để xử lý. Từ chỗ vô thần, nay theo Phật, nhưng lòng đã rũ bỏ được hết bụi trần mô? Cộng sản như một thứ thuốc phiện từng gây nghiện cho một nửa nhân loại. Cai nghiện thực khó khăn, không chỉ bởi sự ưu ái đãi ngộ hậu hĩnh của chế độ đối với cán bộ lãnh đạo và đảng viên nòng cốt, thật không dễ chối từ. Hơn nữa, viễn cảnh xã hội do Cộng sản vạch ra khác nào chốn "Bồng Lai tiên cảnh", sẽ được gây dựng ngay trên trái đất này. Cuối đời mới giác ngộ, dần dần thoát khỏi cõi mê. Những người lãnh đạo Đảng Cộng sản Việt Nam gắn bó quyền lợi mật thiết với Trung Cộng, thì dễ gì quay đầu để trở về với bến bờ Dân tộc? Chà chà, thực là nan giải.

Một dòng sông trắng lại chảy về ngang trời, đích thị là giới tuyến giữa hai cõi âm, dương cách biệt. Bên kia sông ông Nguyên, bà Gái, bố Nghiêm, mẹ Kiên và anh Toại, chị Châu, chị Điểm, chị Liên, chú Nho, o Lài, cùng Quang Thái, Hồng Anh đang xúm xít bên nhau đứng đợi Giáp. Thương Nho quá chừng. Có thời Nho ở cùng phố Hàng Chuối (Hà Nội) với Hữu Mai. Mai viết *Không phải huyền thoại*, như thể một cuốn hồi ký của miềng về giai đoạn kháng chiến chống Pháp... Giáp muốn ào qua đến với người thân, nhưng một sức mạnh vô hình nào đó níu lại. "Hỡi các nhà sư chùa Sủi, cứu!" - Giáp la lên tuyệt vọng. Kíp bác sĩ thấy Giáp ú ớ, kêu không thành tiếng, vội nhìn bảng điện tử nhấp nháy đầu giường bệnh nhân, kẻ kiểm tra dây truyền dịch và thuốc, người đo huyết áp... An toàn, tất cả lại thở phào nhẹ nhõm.

Huân cắp cặp vào, khẽ hỏi bác sĩ ca trực:

- Ổn chứ?

- Đại tướng sống thực vật rồi, đồng chí ạ. Chúng tôi vẫn xác định còn nước còn tát, - kíp trưởng trao đổi công việc, - nhưng đồng chí còn mang tài liệu vào làm gì nữa?

- Sắp đến mười ba tháng mười, Ngày Doanh nhân Việt Nam, Đại tướng cần viết thư động viên, để phát triển kinh tế đất nước, - Huân mở cặp ra đọc chầm chậm và kín đáo quan sát, thăm dò phản ứng. Chợt thấy nét mặt hốc hác và trắng bệch của Đại tướng như lóe lên chút thần sắc, Huân vội nói, - thế là Đại tướng chuẩn y rồi. - Huân lấy bút điền vào "Hà Nội, ngày 6 tháng 9 năm 2013" và dùng con dấu có khắc chữ ký "Võ Nguyên Giáp" đóng vào cuối bức thư đánh máy vi tính, trước sự kinh ngạc của kíp bác sĩ.

Nhưng lá thư cuối cùng có chữ ký của Giáp chưa kịp gửi đi, thì ông bà, bố mẹ và các anh chị, vợ con đã đón qua dòng sông li biệt. Thời khắc đó, Công túc trực bên Đại tướng nhà mình, nhớ chính xác là 18 giờ 9 phút, ngày 4 tháng 10 năm 2013. Lúc đó, một cây cổ thụ khổng lồ bên đường Hoàng Diệu bỗng dưng bị đổ vật xuống, khiến dân chúng ai nấy đều sợ hãi.

- Tính theo tuổi ta là một trăm linh ba, theo dương lịch là một trăm linh hai, vậy chọn tuổi nào? - Biên khẽ hỏi Huân.

- Cách đây dăm năm, Đại tướng nói với Đoàn đại biểu Quân đội đến thăm, rằng: "Các đồng chí xem tôi có phải sống được một trăm linh ba tuổi không?". Vậy là Đại tướng nhà mình đã biết trước cái tuổi một trăm linh ba rồi. Chúng ta phải tuân theo lời di huấn của Đại tướng.

Nghe vậy, cả ba mươi bảy người trong kíp trực cùng ồ lên kinh ngạc.

- Đúng là Ông-Thánh-Nhà-Trời! - Có ai đó thốt lên, đầy vẻ thán phục.

- Lúc đó chính xác phút thứ tám hay chín? - Huân thận trọng hỏi lại Công.

- Phút thứ tám sang chín, Công dán mắt vào mặt kính đồng hồ, lẩm nhẩm, - ngày âm là ba mươi tháng Tám, năm Quý Tị.

*

Giáp vừa nằm xuống, thì Trưởng ban Tuyên giáo Trung

ương Tô Tuy Rứa và Phó Thủ tướng Chính phủ Nguyễn Xuân Phúc đã tới, thay mặt Trung ương Đảng và Chính phủ đề nghị gia đình mai táng Cố Đại tướng ở Nghĩa trang Mai Dịch. Biên bảo:

- Từ sau khi bác Đồng mất, ba tôi đã có ý định tìm nơi an nghỉ cuối cùng ở Đá Chông, cho gần bác Hồ, Tỉnh ủy Hà Tây đã cấp đất, - Biên lắng lại, Rứa và Phúc ngỡ tang chủ đang xúc động, nên chờ. Thực ra, Biên nghĩ đến chuyện Cựu Chủ tịch nước Trần Đức Lương xây biệt thự gần đó, gây dư luận xấu, nên Giáp rút lui. - Được sự quan tâm của Đảng, Chính phủ về việc này, tôi thay mặt gia đình, xin chân thành cám ơn. Nhưng lúc sinh thời ba tôi dặn, khi trăm tuổi già thì về miền Trung. Đồng bào miền Trung còn gian khổ lắm, nên đã chọn Vũng Chùa.

- Thật thế sao? - Rứa nhanh miệng hỏi lại.

- Thật chứ ạ, - Biên đáp mạch lạc, - còn bút tích ba tôi để lại, nếu cần tôi sẽ trưng ra.

- Thôi, lúc này không phải kiểm tra chuyện đó, - Phúc quay sang Rứa và nói. - Chúng tôi sẽ về báo cáo Bộ Chính trị, rồi thông báo tình hình cụ thể sau.

Vừa hay tin Đại tướng Võ Nguyên Giáp từ trần, thì lại nghe chuyện an táng tít tận chân Đèo Ngang, Đồng Sỹ Nguyên choáng váng, gọi điện ngay cho trưởng nam Võ Điện Biên:

- Biên à, tao, Nguyên đây, Đồng Sỹ Nguyên đây, nghe rõ chưa? Mày định đưa bố mày vào chốn khỉ ho cò gáy bãi biển Vũng Chùa ấy à? Đại tướng không chỉ là bố mày, mà còn là "Người anh cả của quân đội", là Thánh của lòng dân, hiểu chưa? Phải để ở Mai Dịch. Tay Thọ còn có mộ ở Mai Dịch nữa là anh Văn của chúng tao.

Đang lúc bấn búi lo việc tang lễ, lại nghe Nguyên nói như tát nước vào mặt, khiến Biên nổi cáu, sẵng giọng:

- Chú chẳng hiểu gì cả. Ba cháu không thích vào Mai Dịch. Chính ba cháu chọn Vũng Chùa.

- Xa mấy trăm cây số, đường xá cách trở, di chuyển linh cữu làm sao? - Nguyên đã dịu giọng khi hiểu nguồn cơn.

- Ba cháu đã cho xây tháp chuông ở đó, mẹ cháu đã đúc chuông treo lên rồi, - Biên thấy không cần giấu giếm nữa, nên nói ngọn ngành.

Nguyên cảm thấy hụt hẫng và mở bản đồ quân sự ra xem địa hình. Đây là Vũng Chùa ngay sát bờ biển, ngoài khơi là Đảo Yến. Khu vực ghi địa danh thuộc xã Quảng Đông, huyện Quảng Trạch, tỉnh Quảng Bình. Chỗ này gần Hòn La, đặt mộ nhìn ra biển Đông à? Thôi được, biết sơ sơ thế hẳng. Bây giờ, phải hỏi xem lễ tang cấp nào? Tuy anh Văn không có tiêu chuẩn "tứ trụ triều đình", nhưng lễ tang phải là cấp Nhà nước mới đặng. Anh Văn chẳng màng chốn danh giá Mai Dịch, lại về nơi tít mù khơi, ngàn trùng cách trở. Nguyên nhớ lại những ngày ở Bộ Tư lệnh Đoàn 559, anh Văn vào kiểm tra chiến trường, chuẩn bị cho chiến dịch cuối cùng giải phóng Miền Nam. Thấm thoắt thế mà đã bốn chục năm, vật đổi sao dời, lòng người cũng khác. Nhưng dù trong hoàn cảnh nào, anh Văn vẫn bình tĩnh và sáng suốt, nên ung dung tự tại. Anh Văn luôn làm chủ mọi tình huống. Nhưng có một điều lạ, lúc cuối đời, anh Văn lại theo đạo Phật, các nhà sư đến làm lễ cầu siêu. Vũ Đình Huỳnh cũng được vợ con mời linh mục đến rửa tội trước khi từ giã cõi đời. Bởi Huỳnh theo Thiên Chúa từ thuở thiếu thời. Cả hai người cùng bị đeo gông "Xét lại-chống Đảng". Vậy thì lý tưởng Cộng sản và đức tin tôn giáo, ai thắng ai???

Lễ tang Đại tướng, từ khắp mọi miền, dòng người cuồn cuộn đổ về Hà Nội. Không thấy đám bảo vệ nhảy vào giật vòng hoa tang và cắt phá trướng viếng như đám tang Trần Độ nữa. Nguyên ngồi xem ti-vi, nước mắt rưng rưng, khi thấy một ông người Thái, nói bô bô giữa phố:

- Chúng tôi trên Sơn La, phải thuê xe ô-tô về viếng Đại tướng, xin bà con Thủ đô ưu tiên cho chen ngang, vì phải ngược đường trả xe ngay tối nay rồi. Chúng tôi chỉ đi viếng lần này thôi, chẳng còn ai nữa đâu...

Đại tướng mất thì vẫn còn Bộ Chính trị chứ, sao lại bi quan tuyệt vọng đến thế? Nguyên nghĩ, nhưng cái ông người Thái này chắc không làm chính trị, nên chỉ sờ đầu gối nói chân thật mà thôi.

*

Từ chốn cao xanh, Quán Thế Âm Bồ tát và Ngọc Hoàng Thượng đế hóa thành ngư dân, vi hành xuống Vũng Chùa- Đảo Yến.

- Liễu Hạnh là con gái trẫm, từng mở quán bán hàng ở Đèo Ngang đó, - Ngọc Hoàng giới thiệu với Quan thế âm.

- Liễu Hạnh Công chúa được tôn thờ rồi, - Quán Thế Âm tỏ ý thán phục. - Nàng có đền thờ ở đó mà. Nay Võ Tướng quân cũng chọn Đèo Ngang làm nơi an giấc ngàn thu là cũng có sự xui khiến. Trước hôm Võ Tướng quân mất hai ngày, bần tăng đã sai Đại đức Thích Minh Phương mang một tấm vải vàng, từng khoác lên Kim thân Đức Phật, xứ Ấn Độ, rồi đưa lại cho gia đình Tướng quân mà rằng: "Chúc cho ngài luôn cát lành và được gia hộ bởi hào quang Đức Phật". Lúc sinh thời, Tướng quân có đến chùa Sủi, lại bớt một phần tiền lương mà cung tiến nữa, nên lúc Tướng quân bỏ trần gian mà đi, có tới bốn vị chư tăng đến làm lễ cầu an, triệu tổ, vân hồi, rồi khâm liệm cho. Chốn trần gian mà được như Tướng quân cũng là xưa nay hiếm.

- Võ Tướng quân cũng tới số lâu rồi, nhưng bởi chịu khổ nạn, nên được lòng người thương xót. Âu cũng là trời cho kẻ biết quay về với dân.

- Võ Tướng quân được hưởng Quốc tang. Dân chúng tuy còn lầm than lắm, nhưng vẫn rủ nhau phúng viếng, đông như kiến cỏ. Thế thì, Tướng quân khác gì được phong Thánh, - Quán Thế Âm lần tràng hạt nói.

- Phong Thánh là chuyện ở như lòng dân ý trời, được hay không lại là lẽ khác. Dân chúng người Việt Nam ở hải ngoại đã phong "Thập đại thần tướng"[215] của chế độ Việt Nam Cộng hòa,

---

(215) Trung tướng Trình Minh Thế (sinh 1922 - bị ám sát 1955), Trung úy Phan Quang Đông (sinh 1929 - bị quân đảo chính tử hình 1964), Chuẩn tướng Phan Quang Ân (sinh

thảy gồm các tướng nhà binh có đạo đức, tiết tháo, nhân nghĩa, thao lược. Tướng Đỗ Cao Trí đã bị rút tên, bởi đã từng tham gia đảo chính và thủ tiêu Ngô Tổng thống, một người được dân suy tôn là "Lành Thánh". - Ngọc Hoàng vẻ đắn đo suy tính, - nhưng đó mới chỉ là một phía chống Cộng, còn thần tướng Cộng sản chẳng lẽ không có sao? Có điều gì đó khiên cưỡng, thể hiện chưa hòa giải, hòa hợp dân tộc. Nếu Võ Tướng quân được phong thánh, thì những oan hồn bị Cộng sản tạo cớ, gài bẫy giết hại khi mới lập nước của Việt Minh, mà lúc đó, Võ Tướng quân chức tước ngang Tể tướng, quyền sinh quyền sát nắm cả trong tay, chúng sinh sẽ nghĩ gì về sự công tâm của Trời-Phật? Vả lại, Cộng sản vô thần, dù Phật, hay Chúa, thánh A-la, kể cả ông Trời cũng không là gì đối với họ. Chẳng qua, họ lợi dụng danh nghĩa thần thánh, trời đất để dụ khị dân đen đi theo mà thôi.

- Phàm đã là binh lính thì phải can dự việc giết chóc, huống chi Tướng quốc, nhưng Võ Tướng quân đã biết quay đầu. Vả lại, suốt từ thời Trần Nhân Tông đến nay đã ngót nghìn năm, nhưng xứ Việt Nam chưa có kẻ nào được phong Thánh cho dân thờ cúng. Vậy thiển nghĩ, chúng ta cũng nên gia ân. Bó đũa chọn cột cờ là cái sự vậy.

- Thôi, cứ giập giạp thế đã, còn việc phong Thánh là phải bàn bạc cho kỳ nát nước mới có thể an tâm được; việc đưa lên đã khó, hạ bệ còn khó hơn. Xứ này, có kẻ mạo xưng thánh thần, lừa mị dân chúng; bây giờ đã chót lập đền thờ, tạc tượng cả rồi, nhưng không biết sẽ phải xử trí sao đây?

- Nếu như năm Đinh Mùi (1967), bọn Duẩn, Thọ bố trí thành công vụ tai nạn máy bay đối với Hồ, thì dân Việt đã thoát ách Tàu Cộng. Và, không chừng, sau đận Bính Dần (1986), Võ Tướng

---

1932 - tử nạn 1968), Trung tướng Nguyễn Viết Thanh (sinh 1930 - tử nạn 1970), Thiếu tướng Phạm Văn Phú (sinh 1929 - tuẫn tiết 1975), Chuẩn tướng Lê Nguyên Vỹ (sinh 1933- tuẫn tiết 1975), Chuẩn tướng Trần Văn Hai (sinh 1929 - tuẫn tiết 1975), Thiếu tướng Lê Văn Hưng (sinh 1933 - tuẫn tiết 1975), Thiếu tướng Nguyễn Khoa Nam (sinh 1927 - tuẫn tiết 1975), Đại tá Hồ Ngọc Cẩn (sinh 1938 - bị Quân giải phóng tử hình 1975).

quân lên ngôi, thì đất nước ắt thái bình thịnh trị. Bây giờ, Võ tướng quân được dân chúng phong Thánh, âu cũng là sự thường tình, - Quán Thế Âm thủng thẳng nói với cao xanh.

*

Hai bên đường, có hàng vạn người đưa tiễn, khiến Huân nhớ tới đám tang Nguyên soái Ku-tu-dốp, mà đã được đọc ở đâu đó. Sách viết rằng, Ku-tu-dốp bị ốm chết trên đường ra trận, thi hài đưa về cố đô Xanh Pe-téc-bua (Sankt Peterburg). Dân chúng đưa tiễn người anh hùng dọc hai bên đường di chuyển linh cữu. Khi còn cách thành năm dặm, thì tháo ngựa khỏi xe và mọi người chuyền tay nhau khênh quan tài, an táng tại Nhà thờ Đức Mẹ Ka-dan (Kazanski).

Linh hồn Giáp phiêu diêu, bay từ mặt đất lên chín tầng trời, rồi theo đoàn xe ô-tô ra sân bay Nội Bài, ngự máy bay vào Đồng Hới, lại ngồi ô-tô ra Vũng Chùa. Chà chà, đâu đâu cũng thấy dân chúng đứng hai bên đường đưa tiễn. Có lẽ, người ta thương miềng bị bầm giập vì tai ương, mà vẫn nhẫn nhịn, giữ hòa khí, chứ tài năng, đức độ chưa đong đầy một đấu.

Lúc còn trên cõi trần, Giáp đã chọn chốn này. Mộ phần nhìn ra Đảo Yến, đo la bàn xác định đó là hướng chính nam, bởi mạch núi Trường Sơn qua Đèo Ngang chạy đến Vũng Chùa như một bán đảo nhô ra biển, và thế là Giáp nằm song song với dải đất hình chữ "S", theo đường kinh tuyến bắc-nam. Bọn trẻ tìm kiếm hồi lâu, bảo là trong núi có mạch nước ngọt, thế thì Mỹ mãn rồi. Giáp đã gắn bó với biển suốt cuộc đời và nay nằm nghe biển hát.

Nhớ lại buổi trưa ngày 30 tháng 4 năm 1975, sau khi ra mệnh lệnh cuối cùng, cho bộ đội đánh chiếm Sài Gòn, Giáp đã thư thả dạo chơi bên hồ Hoàn Kiếm. Ôi trời, cơ man nào là người, khác chi bữa nay?

Bữa nay rời lầu chuông, Giáp ra ghềnh đá ngồi ngắm Đảo Yến.

Mấy đứa trẻ mặc quần đỏ áo vàng, chạy tung tăng trên bãi cát và líu lo hát:

"Những người Đảng ghét dân yêu
Phần nhiều trong đó là siêu anh tài.
Những kẻ Đảng đến vỗ vai
Phần đông trong đó là loài bất lương"[216].

Có hai ông bà ngư dân đang đi dọc bờ biển. Ông khoác tay lưới, bà vác mái chèo. Hẳn là họ đang đi tìm con thuyền nhỏ, neo đậu quanh đâu đó.

- Chào ông bà, - Giáp mau miệng, - tôi mới nhập tịch bãi ni. Ông bà đi đánh cá đấy ư?

- Chào Tướng quân , - ông lão ngư dân đáp lễ.

- Tôi vẫn là Tướng sao? - Giáp giật mình.

- Trần sao âm vậy. Tướng quân đã tịch diệt[217], nhưng trên vai ông có đính bốn ngôi sao sáng đó thôi, - ông lão ngư dân chỉ vào Giáp và cười cười, vẻ thân thiện. - Nghe nói, quanh năm suốt tháng, Tướng quân đều mặc quân phục?

- Đất nước chiến tranh liên miên, mặc đồ lính để luôn nhớ trách nhiệm cầm quân, - Giáp tình thực kể lại, - thế, hỏi khí không phải, thuyền ông bà đậu chỗ mô?

- Bầy tui vốn là dân đánh cá ngoài Hoàng Sa, gặp phải bão tố, nhưng lính Tàu chiếm đảo Phú Lâm không cho trú tránh, nên gửi xác vào lòng biển cả rồi. Ví bằng, Vua Lê Duẩn còn cầm trịch, thì quân giặc đâu dám hoành hoành ngoài bể Đông?

- Tội nghiệp, - lòng Giáp đắng ngắt, bùi ngùi nói, - bao người bỏ mạng biển khơi mà bộ đội của tôi không bảo vệ được họ, để bọn Trung Cộng lộng hành như chỗ không người, nghĩ mà thẹn với dân, với nước lắm thay!

- Lăng mộ cho Tướng quân dựng trên cả một quả đồi thế kia, thì khác gì Đại điền chủ?

Nghe vậy, Giáp giật nảy mình, vội thanh minh:

____

(216) Khuyết danh.

(217) Chết, không còn mối liên hệ với đời. (Theo quan niệm đạo Phật).

- Trộm nghĩ, Biển Đông còn thì nước Việt Nam còn, nên tôi xin ra trấn giữ. Gia tài chỉ có căn nhà cũ ở làng Thá, do bố mẹ để lại. Ngôi biệt thự ở phố Hoàng Diệu-Hà Nội, có ý kiến đề nghị Trung ương, Chính phủ chuyển thành nhà bảo tàng, lưu niệm chi đó.

Hai ông bà ngư dân thì thào học chuyện (nói chuyện) hồi lâu, rồi đưa mắt nhìn nhau, vẻ hài lòng.

- Khi nào Tướng quân rảnh rỗi, bầy tui sẽ ghé thăm. Bây chừ, phải đi đánh cá, kẻo trễ.

Giáp thực lòng bày tỏ và thầm nghĩ, những người dân nầy đi guốc trong bụng miềng và những người Cộng sản hay sao? Quả là bọn miềng hô hào và tổ chức dân chúng đánh đổ giai cấp Địa chủ, Tư sản, giành lấy độc lập, tự do, nhằm gây dựng cuộc sống ấm no, hạnh phúc cho dân nước, nhưng rồi tự trở thành Đại điền chủ và Tư bản đỏ lúc nào không hay... Một sự hoán vị, đổi ngôi trên xương máu và mồ hôi, nước mắt của muôn dân. Tuyên ngôn Cộng sản thì ghi "xóa bỏ tư hữu", nhưng lòng tham của con người không có giới hạn, nên khó có thể xóa bỏ. "Nhân chi sơ, tính bổn Tư bản chủ nghĩa", Nguyễn Chí Thanh nhái câu đạo lý trong sách "Tam tự kinh" cho vui như vậy, mà lại đúng. Từ lúc cất tiếng khóc chào đời ở làng Thá, cho đến khi an giấc ngàn thu tại Vũng Chùa, miềng đã trải qua những bước ngoặt mà nên thân phận. Từ độ cướp chính quyền, miềng kiếm cớ tảo thanh đảng phái, để Đảng Cộng sản độc tôn ngôi vị thống trị. Cuối đời, miềng nói tự do tư tưởng cũng đồng nghĩa với việc xóa bỏ chế độ độc tài độc tôn.

Nói đi cũng phải nói lại, nếu năm bốn mươi (1940) mà không được gặp Thượng cấp, thì cuộc đời mình có nên tấm nên miếng gì chăng? Bởi vậy, có chuyện phải giữ kín trong lòng, sống để dạ, chết mang đi, nói ra thì xấu chàng hổ ai? Bây chừ, chấm dứt mọi sự vui buồn, cay đắng lẫn ngọt bùi trên cõi đời kia, khi nhân loại bước sang thế kỷ XXI được mươi năm có lẻ. A hà hà, miềng đã nhảy ra khỏi chân trời, hay là do biết thờ chữ "nhẫn", lại được Trời giúp, Phật đỡ, dân yêu, nên trải qua bao sóng gió, mà đến cuối đời "Giáp" vẫn "Nguyên"...

Giáp thoát khỏi miền ký ức, tươi cười vẫy chào. Hai ông bà ngư dân càng đi xa thì ánh hào quang càng tỏa lan rực rỡ, khiến Giáp kinh ngạc vô chừng, nghĩ bụng, có lẽ, không phải người thường?

Ngoài Đảo Yến, con tàu tuần tiểu của bộ đội biên phòng đang lượn vòng cung, vạch đường sóng trắng trên mặt biển xanh, nom như một bức tranh sinh động. Giáp luôn nghĩ về kinh tế biển, mong ước ngày càng có thêm những con tàu chở hàng từ cảng Hòn La, ra với Biển Đông. Năm bảy mươi lăm (1975), Giáp cho hải quân ra đánh chiếm quần đảo Trường Sa, nhưng chỉ khi nào thu hồi quần đảo Hoàng Sa từ tay Trung Cộng, thì ngư dân Miền Trung mới không bị gây khó dễ và đường hàng hải quốc tế mới được vẹn toàn.

Bất chợt, cả đoàn đưa tang ở Vũng Chùa kêu ầm lên, khi thấy từ ngoài Đảo Yến, có một quầng hào quang từ mặt biển lao vút lên trời. Nhưng chỉ có Giáp mới nhìn thấy hình ảnh hai ông bà lão ngư dân ban nãy, cưỡi thuyền vàng giong buồm bạc về trời. Trên Đảo Yến và Đèo Ngang, Tướng quân Trần Đạt và Công chúa Liễu Hạnh vẫy tay theo.

Tiếng chuông ngân nga, khiến ai nấy đều chắp tay hộ niệm, cung rước linh hồn Đại tướng Võ Nguyên Giáp về nơi an nghỉ cuối cùng. Giáp đứng lặng trong lầu chuông, thành kính vẫy chào đoàn người không quản đường xá xa xôi đến với Đảo Yến- Vũng Chùa. Ai nấy đều bịn dịn, không muốn lui gót.

*

Bên nấm mộ còn tươi màu đất mới, mấy chiến sĩ bộ đội biên phòng bồng súng đứng gác. Màn đêm buông xuống, sóng biển ngân lên giai điệu trầm hùng.

Lần đầu tiên trong đời, Giáp cảm thấy cô đơn, ước gì có cây đàn pi-a-nô để cùng hòa tấu với đại dương. Giáp chợt nhớ bức thư pháp, mà bảy năm về trước, Thiền sư Thích Nhất Hạnh (Nguyễn Xuân Bảo) đã tặng tại nhà riêng: *"Bản môn xuân ấy còn nguyên vẹn"*.

Tp. Tuyên Quang, 2014-2019.

Vũ Xuân Tửu

Phụ lục

Các loại nhân vật & Tên người liên quan

(Chỉ tính các cấp bậc, chức vụ, nghề nghiệp nhân vật được sử dụng trong tiểu thuyết)

1. Nhân vật trung tâm (1):
Võ Nguyên Giáp (1910-1913)

- Bí danh, biệt danh: Dương Hoài Nam, Hưng, Văn, Người anh cả quân đội, Mũ phớt, G, X, V1, Thằng hèn, General (Tướng), Na-pô-lê-ông Đỏ...

- Thời điểm hoạt động liên quan:

1928, gia nhập Đảng Tân Việt (tức Tân Việt Cách mạng Đảng, sau đổi tên Đông Dương Cộng sản Liên đoàn, một trong ba tổ chức tiền thân của Đảng Cộng sản Việt Nam).

1929, Ủy viên Trung ương (dự bị), phụ trách Ban Tuyên giáo Đảng Tân Việt.

1936, Chủ tịch Hội Nhà báo Bắc Kì.

1941, Phụ trách Ủy ban Quân sự của Tổng bộ Việt Minh.

1944, Thành lập Đội Việt Nam Tuyên truyền Giải phóng quân, Ủy viên Ban quân sự Bắc Kì, Tổng chỉ huy lực lượng vũ trang thống nhất (Việt Nam Giải phóng quân), Ủy ban Chỉ huy lâm thời Khu giải phóng Việt Bắc.

1945, Tham gia Ban Chấp hành Trung ương và Ban Thường vụ Đảng Cộng sản Đông Dương, Ủy viên Ủy ban dân tộc giải phóng, Tư lệnh các lực lượng vũ trang cách mạng, Chỉ huy các chiến khu miền bắc Đông Dương, Thứ trưởng Bộ Quốc phòng, Bí thư Đảng-Đoàn Chính phủ.

1946, Tổng chỉ huy Quân đội quốc gia và Dân quân tự vệ, Bộ trưởng Nội vụ, Bí thư Tổng quân ủy, Đại biểu Quốc hội (1946-1986), Phụ trách Ban soạn thảo Hiến pháp.

1948, Đại tướng đầu tiên của QĐND VN.

1950, Bộ trưởng Quốc phòng, kiêm Tổng Tư lệnh Quân đội quốc gia và Dân quân tự vệ/1949; Tổng Tư lệnh, Tổng Chính ủy, Bí thư quân ủy Trung ương.

1951, Ủy viên BCHTW (1951-1986).

1954, kiêm chức Chỉ huy trưởng, Bí thư Đảng ủy Mặt trận Điện Biên Phủ.

1955, Ủy viên Bộ Chính trị (1955-1982), Bí thư Quân ủy TW(1955-1978), Tổng Tư lệnh Quân đội nhân dân, Bộ trưởng Quốc phòng (1955-1980), Phó Thủ tướng (1955-1980), Trưởng đoàn đại biểu quân sự thăm Liên Xô, Trung Quốc...

1957, Soạn thảo Nghị quyết 15 (Chính sách đối với Miền Nam), dự kiến Bí thư thứ Nhất (TBT).

1960, kiêm chức Chủ nhiệm Ủy ban Khoa học Nhà nước.

1983, kiêm chức Chủ tịch Ủy ban quốc gia Dân số và Sinh đẻ có kế hoạch.

1984, Hội đồng Hoàng gia Anh bầu chọn một trong mười tướng, soái giỏi nhất thế giới, từ cổ đại đến nay.

1990, dự kiến Chủ tịch nước, Tổng Bí thư (lần 2).

1991, thôi các chức vụ, nghỉ hưu; về sau làm chủ tịch danh dự một số hội (Cựu chiến binh, Sử học...).

Vợ đầu Nguyễn Thị Quang Thái, vợ thứ hai Đặng Bích Hà.

Người tình: Lưu Thị Yến (Thụy An), Nguyễn Thị Thanh (Ngân Sơn) và Mơ (đổi tên).

2. Nhân vật chính (20):

Nguyễn Ái Quốc (1891-1932), tức Nguyễn Sinh Cung (Côông), Nguyễn Tất Thành...

Tham gia Hội Tam điểm tại Pháp, thành lập Đảng Cộng sản Việt Nam tại Trung Quốc.

Người tình của Nguyễn Thị Vinh (Minh Khai).

hoặc là, **Hồ Chí Minh** (1901-1969), tức Thiếu tá Hồ Quang (Bát Lộ Quân Trung Quốc), Thượng cấp Vương, Ké Thu, Hồ Chủ tịch, Cha già dân tộc, Bác, Hồ, bác Hồ, President, Lucius...

Chức vụ cao nhất: Chủ tịch Đảng, Tổng Bí thư, Chủ tịch nước.

Người tình Lý Sâm (Lý Phương Thuận), Đỗ Thị Lạc, Nông (Nguyễn) Thị Xuân, Nông Thị Trưng.

Trường Chinh (1907-1988), tức Đặng Xuân Khu, Thận, Phong...
Tổng Bí thư.

Phạm Văn Đồng (1906-2000), tức Lâm Bá Kiệt, Tô...
Bộ trưởng Tài chính, Bộ trưởng Ngoại giao, Thủ tướng, dự kiến
Chủ tịch nước.

Lê Duẩn (1907-1986), tức Lê Văn Nhuận, Hai trăm nến...
Bí thư thứ nhất, Tổng Bí thư Đảng CSVN, Bí thư Quân ủy Trung
ương.
Dự kiến Tổng Bí thư Đảng Cộng sản Đông Dương.
Chồng của Lê Thị Sương, Nguyễn Thụy Nga (Bảy Vân).
Người tình Hồ Thị Nghĩa.

Lê Đức Thọ (1911-1990), tức Phan Đình Khải, Sáu Búa, Sáu
Thọ...
Cố vấn đặc biệt phái đoàn VNDCCH tại Hội nghị Pa-ri, Trưởng
ban Tổ chức Trung ương, dự kiến Tổng Bí thư.

Lê Trọng Tấn (1914-1986), tức Lê Trọng Tố, Đội Tố, Ba Long...
Đại đoàn trưởng 312, Ủy viên Quân ủy, Phó tư lệnh Quân giải
phóng miền Nam, Đại tướng, Tổng tham mưu trưởng, Thứ trưởng
BQP QĐND VN, Tư lệnh Mặt trận Tây Nam và Mặt trận phía Bắc
1979.

Hoàng Văn Thái (1915-1986), tức Hoàng Văn Xiêm
Phu mỏ, thành viên ban nhạc làng quê, Tham mưu trưởng, Tổng
Tham mưu trưởng đầu tiên QĐND VN, Phó tổng Tham mưu
trưởng.
Vợ cả tên Bình.
Vợ hai Đàm Thị Nết, tức Loan.

Lê Đức Anh (1920- đến nay), tức Sú Chột, Sáu Nam.
Cai đồn điền cao su thời Pháp thuộc, phong vượt cấp Đại tá lên
Trung tướng, Đại tướng, Bộ trưởng Quốc phòng QĐND VN, Chủ
tịch nước.

Văn Tiến Dũng (1917-2002), tức Tuấn
Tổng Tham mưu trưởng, Đại tướng, Bộ Trưởng Quốc phòng, Phó Bí thư Quân ủy TW.

Nguyễn Chí Thanh (1914-1967), tức Vịnh.
Đại tướng QĐND, Trưởng ban Nông nghiệp Trung ương, Bí thư Trung ương Cục miền Nam.
Dự kiến Tổng Bí thư.

Phùng Thế Tài (1920-2014), tức Phùng Văn Thụ, Hữu Tài, Thế Tài.
Cận vệ HCM tại TQ và Pắc Bó, Tư lệnh Quân chủng Phòng không-Không quân QĐND VN.

Nguyễn Sơn (1908-1956), tức Vũ Nguyên Bác.
"Lưỡng quốc tướng quân" (QĐND VN và QGPND TQ).
Trần Độ (1923-2002), tức Tạ Ngọc Phách.
Chính ủy Đại đoàn 312 QĐND VN, Phó chính ủy QGP miền Nam, Trưởng ban Văn hóa Quốc hội, Thứ trưởng Bộ Văn hóa.

Nguyễn Thị Quang Thái (1915-1944).
Vợ đầu VNG.

Đặng Bích Hà (1927-đến nay).
Vợ thứ hai VNG.
Người tình Phạm Huy Thông.

Đặng Thai Mai (1902-1984), tức Đặng Thái Mai, Đốc Mai.
Bố Đặng Bích Hà.
Bộ trưởng Giáo dục.

Ngô Đình Diệm (1901-1963), tức Nguyễn Bá Chinh, Lành Thánh.
Thượng thư Bộ lại, Thủ tướng, Tổng thống Đệ Nhất Việt Nam Cộng hòa.

Ngô Đình Nhu (1910-1963), tức ông Cố vấn.
Phó Giám đốc Nha Lưu trữ quốc gia và Thư viện Đông Dương,
Giám đốc Nha Lưu trữ quốc gia và Thư viện Việt Nam, Cố vấn
Ngô Tổng thống.

Nguyễn Văn Thiệu (1923-2001), tức Ông Già.
Trung úy (Hải Dương), Trung tướng (Sài Gòn), Tổng thống VNCH
(Đệ Nhị).
Vợ Mai Anh (Cô Bảy).
Người tình Ca sĩ Kim Loan và Cynos Kim Anh.

Cao Văn Viên (1921-2008).
Trung úy (Hải Dương), Đại tướng (Sài Gòn), Tổng tham mưu
trưởng Quân lực VNCH.

3. Nhân vật phụ: (64)
3.1. Việt Nam:
Phan Bội Châu (1867-1940)- Ông già Bến Ngự.

Nguyễn Thị Vịnh (1910-1941), tức Nguyễn Thị Minh Khai- người
tình Nguyễn Ái Quốc, vợ Lê Hồng Phong, Bí thư Thành ủy Sài
Gòn-Chợ Lớn.

Huỳnh Thúc Kháng (1876-1947)- Chủ bút Báo Tiếng dân, Quyền
Chủ tịch VNDCCH, Bộ trưởng Nội vụ.

Nguyễn Tạo (1905-1994)- công tác cơ quan Nhân Kì, Phó Giám
đốc Nha Công an TW, phụ trách Đoàn thể (Đảng), Tổng cục Lâm
nghiệp.

Hoàng Văn Thụ (1909-1944)- tham gia quân đội Quốc dân Đảng
Trung Quốc và Hồng quân Trung Hoa, Ủy viên Ban Thường vụ,
Bí thư Xứ ủy Bắc Kì.

Hồ Học Lãm (1884-1943), tức Hồ Xuân Lan- bạn Tưởng Giới Thạch, sĩ quan Quốc dân Đảng, tham gia thành lập Việt Minh.

Hồ Mộ La (1931 đến nay)- con gái Hồ Học Lãm, giảng viên Nhạc viện Hà Nội.

Nguyễn Thị Thanh- cơ sở cách mạng VNG tại Ngân Sơn, người tình VNG.

Nông Văn Quỳnh (1923-2002), tức Nông Quốc Chấn- hoạt động Việt Minh, Thứ trưởng Bộ Văn hóa.

Đàm Thị Nết (1926-1910), tức Loan- Trung đội trưởng tự vệ Hà Nội, vợ 2 của Hoàng Văn Thái.
Vũ Trọng Khánh (1912-1996)- Luật sư, Đốc lý Hải Phòng, Bộ trưởng Tư pháp.

Nguyễn Bình (1906-1951), tức Nguyễn Phương Thảo- tham gia Quốc dân Đảng, giành chính quyền vùng Đông Bắc, Trung tướng đầu tiên QĐND VN.

Nguyễn Văn Tố (1889-1947)- Trưởng ban Truyền bá Quốc ngữ, Ủy viên thường trực (Chủ tịch) Quốc hội, Quốc vụ khanh.

Đặng Kim Giang (1910-1983), tức Đặng Rao- Chủ nhiệm Hậu cần Điện Biên Phủ QĐND VN, Thứ trưởng Bộ Nông trường.

Hoàng Tùng (1920-2010), tức Trần Khánh Thọ- Tổng biên tập Báo Nhân Dân, Đặc phái viên TW tại Điện Biên Phủ.

Nguyễn Hữu Đang (1913-2007)- Thứ trưởng Bộ Tuyên truyền, dựng kỳ đài mừng lễ Tuyên ngôn độc lập, cầm đầu nhóm "Nhân văn-Giai phẩm".

Phạm Hùng (1912-1988), tức Phạm Văn Thiện- Phái viên HCM gặp gỡ bí mật Ngô Đình Nhu, Bí thư Trung ương Cục.

Trần Văn Trà (1018-1996), tức Nguyễn Chấn- Thượng tướng, Phó Tổng tham mưu trưởng QĐND VN, dự kiến Bộ trưởng Quốc phòng, Chủ tịch nước.

Vũ Lăng (1921-1988), tức Đỗ Đức Liêm- Trung đoàn trưởng Thủ đô QĐND VN, chim mồi của VNG.
Nguyễn Thụy Nga (Bảy Vân, Lý phu nhân)- vợ 2 Lê Duẩn.
Vũ Kỳ (1921-2005), tức Vũ Long Chẩn- Thư ký HCM.

Trần Quốc Hoàn (1916-1986), tức Cảnh Con- Bộ trưởng Công an.

Nguyễn Văn Linh (1915-1998)- Bí thư Trung ương cục, Tổng Bí thư

Nguyễn Thị Định (1920-1992), tức Ba Định- Thiếu tướng, Phó Tư lệnh QGP miền Nam.

Trần Quý Hai (1913-1985), tức Bùi Chấn- Thiếu tướng, Trung tướng, Phó Tổng tham mưu trưởng QĐND VN.

Trần Phương (1927-đến nay), tức Vũ Văn Dung- Thư ký Lê Duẩn, Phó Thủ tướng, Giáo sư, Hiệu trưởng Trường Đại học dân lập Kinh doanh & Công nghệ..

Đồng Sỹ Nguyên (1923- đến nay), tức Nguyễn Hữu Vũ- Trung tướng, Tư lệnh Đoàn 559 QĐND VN.

Đinh Đức Thiện (1914-1986), tức Phan Đình Dinh- em ruột Lê Đức Thọ.

Trần Thị Kiên (mất năm 1961)- mẹ VNG.

Võ Hồng Anh (1942-2009)- con gái VNG với Nguyễn Thị Quang Thái, GS-TS Vật lí.

Võ Thuần Nho- em trai VNG, Thứ trưởng Bộ Giáo dục.
Phan Hồng Việt- con trai Võ Hồng Anh, Kiện tướng đăng-pót (dence sport).

Đặng Bá Hương- con ông chú Đặng Thai Mai.
Yên (đổi tên)- cháu VNG.

Võ Điện Biên (1954-đến nay)- con trai trưởng VNG.

Hồ Thị Toan (1903-1986)- vợ Đặng Thai Mai.

Nguyễn Đình Thi (1924-2003)- Nhà văn, Nhạc sĩ, Nhà thơ, Chủ tịch Hội LHVHNT Việt Nam.

Nhật Hoa Khanh (Nguyễn Huy Đức)- Nhà báo.

Mơ (đổi tên)- diễn viên Văn công, người tình của VNG.

Phạm Ngà (1928-đến nay)- Bác sĩ phục vụ VNG.

Nguyễn Bội Giong- Thư ký VNG.

Trịnh Nguyên Huân- Thư ký VNG.

Lê Sự- Thợ cắt tóc VNG tại Vũng Tàu.

Dương Văn Minh (1916-2001), tức Minh Big, Minh Lớn, Minh Cồ- đảo chính Ngô Đình Diệm, Tổng thống áp chót của chế độ VNCH.

Ngô Quang Trưởng (1929-2007)- Trung tướng, Tư lệnh Quân đoàn I-Quân Khu I (QL VNCH).

Nguyễn Khoa Nam (1927-1975)- Thiếu tướng, Tư lệnh Quân khu Bốn, Vùng Bốn (QL VNCH), tuẫn tiết 1975.

Bảo Đại (1913-1997), tức Nguyễn Phúc Vĩnh Thụy- Vua đầu tiên tuyên cáo độc lập, thoái vị trao quyền cho Việt Minh, lưu vong.

Trần Trọng Kim (1883-1953)- Thủ tướng đầu tiên Đế quốc Việt Nam.

Vũ Hồng Khanh (1898-1993), tức Vũ Văn Giản- Bí thư trưởng Quốc dân Đảng, Phó Chủ tịch Ủy ban kháng chiến.

Nguyễn Tường Tam (1906-1963)- Nhà văn, bút danh Nhất linh, Bộ trưởng Ngoại giao.

Trần Lệ Xuân (1924-2011)- vợ Ngô Đình Nhu (Đệ Nhất phu nhân), người tình Trần Văn Đôn.

Trần Văn Đôn (1917-1998)- người tình Trần Lệ Xuân, Trung tướng, Quyền Tổng tham mưu trưởng Quân lực VNCH.

Nguyễn Thị Mai Anh (Cô Bảy Mỹ tho)- Trình dược viên, phu nhân Tổng thống Thiệu.

Quán Thế Âm Bồ tát.
Ngọc Hoàng Thượng đế.

3.2. Nước ngoài:
Đờ-cát-tơ-ri/ Chistan Mari Fecdinand Delacroix De Castries (1902-1991) - Đại tá, Chuẩn tướng, chỉ huy Tập đoàn Điện Biên Phủ.
Tô-mát (Thomas)- Nhóm trưởng OSS, Tham mưu trưởng Đại đội Việt-Mỹ.

Xta-lin/ Sử Đại Lâm (1879-1953)- Dân ủy (Bộ trưởng) Quốc phòng, Chủ tịch HĐBT (Thủ tướng), Tổng Bí thư Đảng Cộng sản Liên Xô.

Trạch Đông/ Máo Zédòng (1893-1976)- Chủ tịch Cộng hòa Nhân dân Trung Hoa.

Chu Ân Lai /Chou En-lai (1898-1976)- Cha đẻ của Tình báo Trung Cộng, Thủ tướng Quốc vụ viện Cộng hòa Nhân dân Trung Hoa.

Trần Canh/ Cheng Geng (1903-1961)- Học ngành tình báo tại Liên Xô, bạn học Trường Quân sự Hàng Phố với Hồ Chí Minh, Đại tướng QGPND TQ, Cố vấn Chiến dịch Biên giới 1950.

Vi Quốc Thanh/ Wi Guoqing (1913-1989)- Thượng tướng, Chính ủy Binh đoàn 10 TQ, Trưởng đoàn cố vấn quân sự, kiêm Bí thư Đảng ủy đoàn, Tổng cố vấn Điện Biên Phủ.

Dương Đắc Chí/ Yang Dezhi (1911-1994)- Thượng tướng, Tư lệnh Quân khu Tây Nam TQ.

Hứa Thế Hữu (1905-1985)-Thượng tướng, Tư lệnh Quân khu Quảng Châu TQ.

4. Nhân vật minh họa: (121)
4.1. Việt Nam:
Phùng Chí Kiên (Nguyễn Vỹ)- truy phong Tướng đầu tiên của quân Việt Minh.
Đàm Quang Trung (Đàm Ngọc Lưu)- QĐND VN.
Hoàng Minh Thảo (Tạ Thái An)- Thượng tướng QĐND VN.
Lê Trọng Nghĩa- Cục trưởng Tác chiến QĐND VN.
Ba Minh- Thượng sĩ QL VNCH, tình báo viên Bắc Việt.
Chu Văn Tấn (Hùm xám Bắc Sơn)- Thượng tướng QĐND VN.
Nguyễn Phú Xuyên Khung -Đại đội trưởng QĐND VN.
Nguyễn Văn Bạch- Chiến sĩ QĐND VN (đánh bộc phá Đồi A1).
Sơn (Mùi)- vợ Lê Trọng Tấn.
Lê Hữu Qua- Tướng Công an VN
Tôn Gia Ngân (con trai Tôn Quang Phiệt), người tình đầu tiên của Đặng Bích Hà.
Minh (Bùi Văn Hách)- dẫn đường VNG đi Trung Quốc, 1940.
Nguyễn Duy Trinh- Bộ trưởng Ngoại giao VN.
Trần Ngọc Thổ- Thiếu tướng Quân khu 7 QĐND VN.

Nguyễn Chí Diểu- bạn học Quốc học Huế của VNG.

Nguyễn Thúc Hào- bạn học Quốc học Huế của VNG.

Phan Bôi- bạn học Quốc học Huế của VNG.

Hồ Cầm- em gái Hải Đường, bạn cùng học với Quang Thái.

Võ Liêm Sơn- thầy dạy VNG.

Dương Đại Lâm.

Tài xế lái xe jep của VNG, 1945.

Hoàng Sâm- QĐND VN.

Nông Thị Lự- dụng kế Mỹ nhân đánh đồn Phai Khắt.

Nông Văn Lạc- nhà cũ là đồn Phai Khắt.

Bé Hồng- liên lạc của VNG trận Phai Khắt.

Tô Văn Cắm (Tô Tiến Lực)- thương binh đầu tiên của Giải phóng quân.

Nông Văn Nhủng- liệt sĩ đầu tiên của Giải phóng quân.

Việt Cường-y tá.

Ông lang chữa bệnh cho HCM, tại Nà Lừa.

Thanh- nữ cán bộ Việt Minh tại Tân Trào.

Trần Huy Liệu.

Hoàng Văn Dự- đảng viên Xã hội, kỹ sư canh nông.

Lâm Kính-Chi đội trưởng QĐND VN.

Trần Đăng Ninh.

Phạm Khắc Hòe- Ngự tiền Đổng lý Văn phòng, Bộ trưởng Tư pháp.

Nghiêm Thúy Băng- Phu nhân Nhạc sĩ văn Cao.

Lê Giản (Tô Gĩ)- Giám đốc Nha Công an Trung ương VN.

Nguyễn Bá Hùng (Trần Tấn Nghĩa)- cán bộ Nha Công an TW.

Nguyễn Thị Thanh- chị ruột Nguyễn Tất Thành.

Trần Duy Hưng- Bác sĩ, Chủ tịch UBHC thành phố Hà Nội.

Nguyễn Danh Lộc- chiến sĩ QĐND VN (trận Thu-Đông, 1947).

 Đào Văn Hiếu- Tiểu đoàn trưởng, tham gia bắt tướng Đờ-cát.

Tạ Quốc Luật- Đại đội trưởng, tham gia bắt tướng Đờ-cát.

Đàm Ngọc Sính (Đàm Nhí)- phiên dịch, tham gia bắt tướng Đờ-cát.

Văn Cao- Nhạc sĩ.

Nữ nha sĩ (con gái Nhà văn Hoàng Ngọc Phách)- làm răng giả

cho HCM

Hoàng Sâm- Đội trưởng Đội Tuyên truyền Giải phóng quân, Thiếu tướng QĐND VN.

Hoàng Minh Phương- Thư ký VNG.

Hoàng Đạo Thúy- Cục trưởng Thông tin Liên lạc.

Phạm Kiệt- Cục phó Bảo vệ, phái viên Bộ Tư lệnh mặt trận Điện Biên Phủ QĐND VN.

Lê Liêm- Chủ nhiệm Chính trị mặt trận Điện Biên Phủ QĐND VN.

Tạ Quốc Luật- chiến sĩ QĐND VN.

Hoàng Minh Chính (Trần Ngọc Nghiêm)- Viện trưởng Triết học, Chủ nhiệm Trường Đảng Trung ương.

Trần Quang Huy (Việt Phương)- Nhà thơ, thư ký Phạm Văn Đồng.

Khắc Tuế- Trưởng đoàn Văn công QĐND VN.

Đỗ Mười (Đỗ Duy Cống)- Tổng Bí thư.

Đặng Văn Việt (Tiểu Na-pô-lê-ông)- Trung đoàn trưởng Cao-Lạng, QĐND VN.

Nhị -Trưởng cơ (chuyến bay chở Hồ Chủ tịch từ TQ về VN 1967).

Hoàng Nghĩa Khánh- Cục phó Tác chiến QĐND VN.

Đỗ Trình- Đại tá, Chánh Văn phòng Bộ Quốc phòng QĐND VN.

Nguyễn Văn Ninh- Thiếu tướng, trợ lý VNG về phòng không và biển đảo QĐND VN.

Phạm Ngọc Lan- phi công QĐND VN.

Lê Ngọc Hiền- Phó Tổng tham mưu trưởng QĐND VN.

Bùi Tiến Đông- bác sĩ riêng của Lê Trọng Tấn.

Nguyễn Cơ Thạch- Thư ký VNG thời 1946, Bộ trưởng Ngoại giao.

Đặng Vũ Chính- Tổng cục 2 QĐND VN, bố vợ Nguyễn Chí Vịnh.

Vũ Mão- Chủ nhiệm Văn phòng Quốc hội.

Nguyễn Nam Khánh- Thượng tướng QĐND VN.

Song Hào (Nguyễn Văn Khương)- Thượng tướng QĐND VN.

Tố Hữu (Lành)- Nhà thơ, Phó Thủ tướng, dự kiến Tổng Bí thư; tác giả bài thơ *Việt Bắc*.

Hữu Loan- Nhà thơ, bài thơ *Màu tím hoa sim*.

Hoàng Vân- Nhạc sĩ, bài hát *Hò kéo pháo, Quảng Bình quê ta ơi*..

Hà Văn Tỵ- khu Thiêng Lay, làng Lạc, xã xuân Quang, huyện Chiêm Hóa.

Triệu Đình Đưa- thôn Bảo Biên, xã Bảo Linh, huyện Định Hóa, tỉnh Thái Nguyên.

Thích Minh Phương- Đại đức, tế lễ vong linh VNG

Hiệp- chiến sĩ QĐND VN, cận vệ của Đặng Bích Hà và Đam Thị Loan, tại Việt Bắc.

Chúng Sính- chiến sĩ QĐND VN, cận vệ VNG tại Điện Biên Phủ.

Thích- chiến sĩ QĐND VN, lái xe VNG từ 1954-1975.

Đoàn Văn Công- chiến sĩ QĐND VN, phục vụ VNG.

Hoài Nam- con Võ Hồng Nam, cháu nội VNG.

Thu Trang- cháu dâu VNG, Kiện tướng đăng-pót (dence sport).

Đặng Thị Hạnh- GS, con gái Đặng Thai Mai, vợ Trung tướng Phạm Hồng Cư.

Huy Bình- bố Quang Thái và Minh Khai.

Đậu Thị Thư- mẹ Quang Thái và Minh Khai.

Doãn- bạn làng Thá.

Đính- anh trai cô Bá làng Thá.

O Bá- con gái nhà Bá hộ làng Thá.

Bà lão bán quán bánh giò tại Đại Từ.

Vũ Thị Đốc (bà Thiều)- chăm sóc con cái cho VNG.

Lê Thị Sương- vợ cả Lê Duẩn.

Ngô Đình Dinh (Niệm)- ông nội Ngô Đình Diệm.

Lê Văn Ty- Thống tướng (Nguyên soái), Tổng Tham trưởng mưu QL VNCH.

Phạm Duy Cẩn- Nhạc sĩ Phạm Duy, Bộ trưởng Văn hóa VNCH..

Phan Kích Nam (Phan Xuân Thiện)- Tư lệnh Đệ Thất Chiến khu Quốc dân Đảng.

Võ Văn Ba- Tình báo viên CIA (X92).

4.2. nước ngoài:
4.2.1. Pháp:
Mác-ti (Marty)- trùm mật thám Đông Dương.

Sô-nhi (Sogny)- Chánh mật thám Trung Kì.

Hác-te (Harter)- Tổng giám thị Quốc học Huế.

Bu-rốt (Bourotte)- Hiệu trưởng Quốc học Huế.

Va-luy (Valluy)- Chỉ huy tối cao quân đội viễn chinh Pháp.

Xa-lăng (Salan)- Tổng Chỉ huy quân đội viễn chinh Pháp tại Việt Nam.

Xanh-tơ-ni (Jean Sainteny)- đại diện Chính phủ Pháp, ký Hiệp định Sơ bộ.

Đờ Ga-la (De Galard)- Nữ hộ lý quân Pháp tại Điện Biên Phủ.

4.2.2. Mỹ:

Pôn Hau-lăn (Paul Hoaglund)- bác sĩ Đồng Minh.

Trung sỹ Anron Squires- nhiếp ảnh của đội Con nai.

Welter Cronkite- Nhà báo Mỹ.

Mác Na-ma-ra (Mc Namara)- Bộ trưởng Quốc phòng Mỹ.

Bân-cơ (Bunker)- Đại sứ Mỹ tại Sài Gòn.

Mác-tin (Martin)- Đại sứ Mỹ tại Sài Gòn.

4.2.3. Liên Xô:

Brê-giơ-nhép (Brezhnev)- Tổng Bí thư Đảng Cộng sản Liên Xô.

Cô-xư-ghin (Koxưgin)- Chủ tịch Hội đồng Bộ trưởng Liên Xô.

Xéc-ba-cốp- Đại sứ Liên Xô tại Hà Nội.

Bộ trưởng Quốc phòng Liên Xô.

Tùy viên Quân sự Liên Xô tại Hà Nội.

4.2.4.Trung Quốc:

La Quý Ba- phụ trách đoàn cố vấn Trung Quốc, tại Điện Biên Phủ.

Mai Gia Sinh- Cố vấn quân sự Trung Quốc, tại Điện Biên Phủ.

Mã Tây Phu- Cố vấn hậu cần Trung Quốc, tại Điện Biên Phủ.

Trương Đức Dy- Đại sứ Trung Quốc tại Hà Nội.

Lý Quốc Súng- người Choang Tĩnh Tây, tại Pắc Bó (Cao Bằng).

4.2.5. Các nước khác:

Ernst Frey (Nguyễn Dân, Hồ Chí Dân)- hàng binh Đức.

5. Tên người liên quan: (300)
5.1. Việt Nam:

Hùng Vương.

Phù Đổng Thiên Vương (Thánh Gióng).

Bà Trưng.

Bà Triệu.

Đinh Bộ Lĩnh.

Nguyễn Bặc- Định quốc công (Tể tướng) thời nhà Đinh, Thủy tổ dòng họ Nguyễn VN.

Lý Thường Kiệt (Ngô Tuấn).

Lê Văn Thịnh- Thái sư triều Lý.

Trần Hưng Đạo (Trần Quốc Tuấn).

Lê Lợi.

Nguyễn Trãi.

Trạng Trình (Nguyễn Bỉnh Khiêm).

Trần Nhân Tông- Phật Hoàng.

Trần Tuấn- dòng dõi Trần Hưng Đạo, đổi sang họ Đặng tránh họa tru di.

Chính phi Minh Đức Hoàng Thái hậu.

Trần Thánh Tông.

Huyền Trân công chúa

Cao Bá Quát.

Nguyễn Phúc Khoát.

Trịnh Căn.

Nguyễn Hữu Cảnh.

Hoàng Diệu (Hoàng Kim Tích).

Trần Đạt- Tướng quân, phò tá Lê Thái Tổ, an nghỉ tại Đảo Yến.

Liễu Hạnh công chúa (Phạm Tiên Nga, Lê Giáng Tiên).

Phan Châu Trinh.

Trần Phú- Tổng Bí thư đầu tiên của Đảng CSVN.

Hà Huy Tập- Tổng Bí thư Đảng CSVN.

Nguyễn Văn Cừ- Tổng Bí thư Đảng CSVN.

Võ Văn Kiệt- Thủ tướng.

Lê Quang Đạo- QĐND VN.

Cao Hồng Lãnh (Phan Hải Thâm).

Ngãi- người giúp việc cho vợ chồng VNG khi mới ra Hà Nội.

Lưu Thị Yến (Thụy An)- người tình VNG, đặc tình của Công an.

Nguyễn Huy Tưởng- Nhà văn.

Lê Phi Long- Thiếu tướng QĐND VN

Trần Xuân Bách (Vũ Thiện Tuấn)- Ủy viên Bộ Chính trị Đảng CSVN, dự kiến Tổng Bí thư.

Lê Khả Phiêu- Trung đoàn trưởng, Tổng Bí thư Đảng CSVN.

Nguyễn Văn Huyên- Quản lý nhà xác Cống Vọng.

Ông già đoàn người Thái viếng VNG.

Người phiên dịch cho Ernst Frey.

Hoàng Thị Minh Hồ- vợ Trịnh Văn Bô.

Trung Nguyên- nơi VNG trọ tại Tân Trào.

Bàn Tài Tuyên (Bàn Tài Đoàn)- Nhà thơ dân tộc Dao.

Chu Đình Xương- Giám đốc Công an Bắc Bộ (bố Chu Hảo).

Nguyễn Văn Ngọc- Tình báo viên, Thiếu tướng Công an VN.

Kim Ngọc- Bí thư Tỉnh ủy Vĩnh Phúc.

Giám đốc Khách sạn Dầu khí Vũng Tàu.

Năm Châu- Vụ án Năm Châu- Sáu Sứ.

Sáu Sứ- Tổng cục 2 QĐND VN.

Nguyễn Quang Vinh (T4)- Tổng cục 2 QĐND VN.

Chế Lan Viên (Phan Ngọc Hoan)- Nhà thơ.

Lâm Đức Thụ (Nguyễn Công Viễn).

Nguyễn Văn Vĩnh (Tân Nam Tử)- Hội Tam điểm, Người Khai sáng.

Bùi Huy Lượng- Tỉnh trưởng Thái Nguyên.

Hoàng Xuân Hãn- Giáo sư Bộ trưởng Giáo dục trong chính phủ Trần trọng Kim.

La Văn Cầu- Chiến sĩ đánh bộc phá đồn Đông Khê, 1950.

Nguyễn Hữu Oanh- Tiểu đội trưởng trận Him Lam QĐND VN.

Nguyễn Kim Hùng- nhóm OSS dạy kỹ thuật thông tin VTĐ.

Hải Đường- bạn học thuở thiếu thời của VNG.

Phan Văn Trường - Chủ bút lên tờ L'Annam (An Nam).

Bà Cát Hanh Long (Nguyễn Thị Năm).

Nguyễn Hữu Mẫn- Hiệp tá đại học sĩ dạy Quốc học Huế.

Lê Văn Phổ- Quốc học Huế.

Lai-Teak (tức Phạm Văn Đắc)- Tổng Bí thư Đảng Cộng sản Mã Lai (Malaysia).

Ngô Khôn Duy- vợ Hồ Học Lãm.

Trịnh Đình Cửu- Phụ trách BCH lâm thời Đảng CSVN, 1930.

Dương Đức Hiền- tham gia ký vào bản Tuyên ngôn độc lập 2/9/1945.

Nguyễn Mạnh Hà- tham gia ký vào bản Tuyên ngôn độc lập 2/9/1945.

Cù Huy Cận- tham gia ký vào bản Tuyên ngôn độc lập 2/9/1945.

Nguyễn Văn Xuân- tham gia ký vào bản Tuyên ngôn độc lập 2/9/1945.

Đào Trọng Kim- tham gia ký vào bản Tuyên ngôn độc lập 2/9/1945.

Lê Văn Hiến- tham gia ký vào bản Tuyên ngôn độc lập 2/9/1945.

Tạ Đình Đề.

Hồ Tùng Mậu.

Lý Sâm (Lý Phương Thuận)- vợ Hồ Tùng Mậu và cũng là người tình Nguyễn Ái Quốc.

Nông Thị Xuân (Nguyễn Thị Xuân, Sang), người tình của HCM, mẹ của Nghĩa và Trung.

Đỗ Thị Lạc (Thuần), vợ Hoàng Văn Hoan, người tình của HCM.

Lê Minh Nghĩa- Chánh Văn phòng Bộ Quốc phòng QĐND VN.

Lê Hồng Phong (Lê Văn Dục)- Tổng Bí thư Đảng CSVN.

Nguyễn Lương Bằng-Tổng bộ Việt Minh, Phó chủ tịch nước.

Đỗ Đức Kiên- Cục trưởng Tác chiến QĐND VN.

Đào Duy Anh-Tổng Bí thư Đảng Tân Việt.

Lê Quảng Ba (Đàm Văn Mông)- QĐND VN.

Phan Anh- Luật sư Bộ trưởng Thanh niên trong Chính phủ Trần Trọng Kim, thông gia với VNG (Phan Trúc Long lấy Võ Hồng Anh).

Phạm Văn Trà- Bộ trưởng Quốc phòng QĐND VN.

Võ Viết Thanh- Thứ trưởng Bộ Công an VN, dự kiến Bộ trưởng Công an.

Hoàng Quốc Việt (Hạ Bá Cang).

Hoàng Văn Hoan (Hoàng Ngọc Ân, Trần Văn Phong)- Bí thư Tỉnh ủy U-đon (Thái Lan), Thứ trưởng BQP, Chính trị viên Vệ quốc quân toàn quốc, Đại sứ đầu tiên của VNDCCH tại TQ.

Bí thư Văn phòng Liên khu Tư.

Phạm Ngọc Thạch- Hội Tam điểm.

Phạm Huy Thông- Nhà thơ, Tiến sĩ Luật, người tình Đặng Bích Hà.

Tài xế lái xe zép cho Đặng Kim Giang tại Điện Biên Phủ.

Hồ Đắc Di- Bác sĩ.

Đặng Văn Ngữ- Bác sĩ.

Tôn Thất Tùng- Bác sĩ.

Phùng Văn Tửu (Tửu em).

Phùng Lê Trân (Thi)- Thẩm phán Tòa án nhân dân thành phố Hà Nội.

Hoàng Nhật Tân- con trai Hoàng Văn Hoan.

Lễ- Đại đội trưởng Nha Công an TW.

Gia- Trung đội trưởng Pháo đài Láng QĐND VN.

Tôn Quang Phiệt (bố Tôn Gia Ngân).

Ung Văn Khiêm- Thứ trưởng Bộ Ngoại giao, Trưởng ban Đối ngoại TW.

Phùng Quán- Nhà thơ.

Trần Dần- Nhà thơ.

Trần Quốc Vượng- Giáo sư Sử học.

Trần Đức Thảo-Giáo sư Triết học.

Trần Bạch Đằng (Trương Gia Triều).

Hoàng Văn Nọn (Hoàng Như).

Nguyễn Văn Chức- Pháo thủ hy sinh, cảm hứng bài hát *Hò kéo pháo* của Hoàng Vân.

Hồng Hà- Văn phòng Trung ương.

Hà Sĩ Phu (Nguyễn Xuân Tụ).

Thép Mới (Hà Văn Lộc)- Nhà báo .

Mai Liêm Trực- Thứ trưởng Bộ Bưu chính Viễn thông.

Phan Đình Diệu- Giáo sư, Tiến sĩ Toán học.

Nguyễn Vũ Bình- Nhà báo (Tạp chí Cộng sản).

Nguyễn Hòa (Trần Doanh)- Trung tướng QĐND VN, người tình của Hồ Thị Nghĩa.

Vũ Như Tô- Thợ xây dựng thời Lê.

Dương Bạch Mai (Bourov).

Võ Văn Tần.

Đặng Thái Sơn- Nghệ sĩ pi-a-nô đoạt Giải nhất cuộc thi Sô-panh.

Ngô Bảo Châu- Giáo sư, giải Phiu (Fields).

Vũ Văn Bằng- Tiến sĩ, "Tia đất".

Nguyễn Đức Mãi- nhân viên cơ yếu.

Cam Thuyến- anh em bên ngoại (vợ 2) của VNG.

Lê Phú Khải- Nhà báo.

Đặng Thai Giai- anh em bên ngoại (vợ 2) của VNG.

Đặng Nguyên Cẩn- anh em bên ngoại (vợ 2) của VNG.

Đặng Thúc Hứa- anh em bên ngoại (vợ 2) của VNG.

Đặng Quý Hối- anh em bên ngoại (vợ 2) của VNG.

Đặng Bá Văn- anh em bên ngoại (vợ 2) của VNG.

Đặng Huyên- anh em bên ngoại (vợ 2) của VNG.

Kim Sơn- Thư ký Cay-xỏn Phôm-vi-hẳn.

Nguyễn Hữu Giộc (Mười Vân)- Trưởng ti Công an Đồng Nai, người tình của Cynos Kim Anh.

Nguyễn Tiến Trổ- Thượng uý, bảo vệ, kiêm thợ ảnh nghiệp dư của VNG.

Đinh Văn Mùi- Thiếu tá QĐND VN, lái xe VNG.

Võ Quang Nguyên- ông nội VNG.

Nguyễn Văn Trỗi- Biệt động, ám sát hụt Mác Na-ma-ra.

Trường Sơn- tên con trai cả Nguyễn Chí Thanh.

Nguyễn Chí Vịnh- con trai Nguyễn Chí Thanh, Tổng cục 2 BQP.

Bùi Thị Gái- bà nội VNG.

Võ Quang Toại- anh cả VNG.

Ông ngoại của VNG.

Võ Thị Châu- chị VNG.

Võ Thị Liên- chị VNG.

Võ Thị Điểm- chị VNG.

Võ Thị Lài- em gái út VNG.

Võ Hòa Bình- con gái cả VNG với vợ 2.

Võ Hồng Nam-con trai út của VNG với vợ 2.

Trương Gia Bình- con rể VNG, chồng Võ Hạnh Phúc, li hôn.

Trương Ngọc Anh- con gái của Võ Hạnh Phúc và Trương Gia Bình.

Phan Trúc Long- Tiến sĩ Vật lý lí thuyết (con trai Luật sư Phan Anh), chồng Võ Hồng Anh.

Phượng- Vợ đầu của Võ Điện Biên (con gái cả Đại tướng Hoàng Văn Thái).

Hồ Phi Thống (Hồ Phi Huyền, Cụ Cử)- bố vợ Đặng Thai Mai.

Đặng Thanh Lê- PGS, con gái Đặng Thai Mai.

Đặng Anh Đào- PGS, con gái Đặng Thai Mai.

Đặng Thái Hoàng- PGS, con trai Đặng Thai Mai.

Đặng Xuyến Như (bé Zếnh)- PGS, con gái Đặng Thai Mai.

Mụ Thơ- làng Thá.

Bố đẻ Lê Duẩn.

Hồ Thị Nghĩa- Bác sĩ, con gái Hồ Việt Thắng, người tình của Nguyễn Hòa và Lê Duẩn.

Lê Vũ Anh- con gái Lê Duẩn, vợ Đinh Nho Dũng và Mát-lốp.

Đinh Nho Dũng- Tiến sĩ Toán, người chồng đầu tiên của Lê Vũ Anh.

Đinh Nho Liêm- bố Đinh Nho Dũng, Thứ trưởng Bộ Ngoại giao.

Lê Đỗ Khôi- Chính trị viên tiểu đoàn (F312), anh trai Phạm Hồng Cư.

Lê Đông Giang- cháu nội Lê Trọng Tấn.

Dương Thu Hương- Nhà văn bất đồng chính kiến.

Nguyễn Tư Nghiêm- Họa sĩ.

Tô Ngọc Vân- Họa sĩ.

Nguyễn Đình Chính- con Nguyễn Đình Thi.

Tô Huy Rứa- Trưởng ban Tổ chức Trung ương.

Vũ Oanh (Vũ Duy Chương)- dự kiến Tổng Bí thư.

Nguyễn Xuân Phúc- Phó thủ tướng.

Hoàng Trọng Phu- Tổng đốc Hà Đông.

Ngô Đình Thục- anh Ngô Đình Diệm.

Ngô Đình Khả- bố Ngô Đình Diệm.

Phạm Quỳnh- Thượng thư Bộ lại.

Nguyễn Cao Kỳ- Phó Tổng thống VNCH.

Trần Văn Đỗ- Ngoại trưởng VNCH.

Nguyễn Văn Hảo- Phó Thủ tướng VNCH.

Đỗ Hữu Vị- một trong những phi công đầu tiên của VN.

Trình Minh Thế- Trung tướng QL VNCH, bị ám sát 1955.

Phan Quang Đông- Trung úy QL VNCH, bị quân đảo chính tử hình 1964.

Nguyễn Viết Thanh- Trung tướng QL VNCH, tử nạn 1970.

Phan Quang Ân- Chuẩn tướng QL VNCH, tử nạn 1968.
Phạm Văn Phú- Thiếu tướng QL VNCH, tuẫn tiết 1975.
Lê Nguyên Vỹ- Chuẩn tướng QL VNCH, tuẫn tiết 1975.
Trần Văn Hai- Chuẩn tướng QL VNCH, tuẫn tiết 1975.
Lê Văn Hưng- Thiếu tướng QL VNCH, tuẫn tiết 1975.
Hồ Ngọc Cẩn- Đại tá QL VNCH, bị quân giải phóng tử hình 1975.
Đỗ Cao Trí- Tướng QL VNCH.
Bùi Thế Lâm- Tướng Thủy quân lục chiến QL VNCH.
Lý Tòng Bá- Tướng QL VNCH.
Lê Minh Đảo- Tướng QL VNCH.
Đỗ Mậu- Tướng QL VNCH.
Nguyễn Hữu Có- Tổng Tham mưu trưởng QL VNCH.
Trần Kim Tuyến.
Khánh Ly- Ca sĩ VNCH.
Hoàng Thi Thơ- Nhạc sĩ VNCH.
Vũ Hoàng Chương- Nhà thơ VNCH.
Đinh Hùng- Nhà thơ VNCH.
Đỗ Tấn- Nhà thơ VNCH.
Trần Quang Quyến- Giáo sư
Nguyễn Hữu Thùy- người hầu của Ngô Đình Diệm.
Nguyễn Trang Đài- bạn gái của Ngô Đình Diệm.
Ngô Đình Cẩn (Cố Trầu).
Nguyễn Văn Lộc- con trai Tổng thống Nguyễn Văn Thiệu.
Kim Loan- Ca sĩ, người tình của Nguyễn Văn Thiệu.
Cynos Kim Anh- người tình của Nguyễn Văn Thiệu và Nguyễn Hữu Giộc.

5.2. Pháp:

Nã Phá Luân (Napoleon).
Ga-vô-rốt (Gavroche)- "Cậu bé chiến lũy" trong tiểu thuyết *Những người khốn khổ*.
Sĩ quan tù binh Pháp tại Cao Bằng.
Pi-rốt (Piroth)- Trung tá pháo binh quân Pháp tại Điện Biên Phủ.
Lơ Cuya- nữ cai ngục Chí Hòa.
Láp-bê (Labbe')- Công sứ Huế.

Ca-tru (G.Catroux)- Toàn quyền Đông Dương.
Xi-mô-nô- Đồn trưởng Phai Khắt, 1944.
An-li-úc- Đồn trưởng Đại úy Đông Khê, 1950.
Leclere- tướng Pháp tham chiến tại Việt Nam.
Blaizot- tướng Pháp tham chiến tại Việt Nam.
Carpentier- Tướng Pháp tham chiến tại Việt Nam.
Tassgny- Tướng Pháp tham chiến tại Việt Nam.
Montfonlt- Trung úy người Pháp nhóm OSS.
De Gaulle- Tướng quân đội, sau làm Tổng thống Pháp.
Castella- Quan tư Pháp.
A-lếch-xan đờ Rốt (Alexandre de Rhodes), tức A Lịch Sơn Đắc
Lộ.
Ríp-pô (Madelainr Riffaud)- Nhân viên tình báo Pháp, người tình
Nguyễn Đình Thi.

5.3. Nhật:
Hi-rô-si-tô (Hiroshito) -Nhật Hoàng.
Yuitsu Tsuchihashi- Toàn quyền Đông Dương.
Yokoyama- Võ quan Nhật.

5.4. Mỹ:
Ác-thơ (Douglas MacArthur)- Tướng Mỹ chiếm đóng nước Nhật.
Westmorland- Tướng Mỹ tham chiến tại Việt Nam.
Abraham- Tướng Mỹ tham chiến tại Việt Nam.
Owen- Tướng Mỹ tham chiến tại Việt Nam.
Harkin- Tướng Mỹ tham chiến tại Việt Nam.
Bơ-nớt-phon (Banard Fall)- Nhà sử học Mỹ.
Brezinxki (người Ba Lan, Cố vấn an ninh Tổng thống Mỹ).
Ru-dơ-ven (Roosevent)- Tổng thống Mỹ.
Kít-xinh-giơ- Tiến sĩ, Cố vấn phái đoàn Mỹ tại Hội nghị Pa-ri..
Welter Cronkite- Nhà báo Mỹ.
Giôn Mác-kên (John Mccain)- Phi công Hải quân Mỹ.

5.5. Liên Xô:
Lê-nin (Liệt Ninh).

Tờ-rốt-kit.

Ku-tu-dốp (Kutuzov).

Giu-cốp (Zhukov).

Xtê-phen (Stephen)- Đại tá Liên Xô theo phái bộ Đồng Minh.

Ê-ren-bua (Ehrenburg)- Nhà văn, Chủ tịch Hội đồng Hòa bình Liên Xô.

Pê-tơ-rốp (Petrorov)- Quốc tế Cộng sản

Goóc-ba-chốp (Gorbachov).

En-xin (Eltsin).

Mát-lốp (Victor Pavlovich Maslov)- Tiến sĩ, Viện sĩ Liên Xô, con rể Lê Duẩn.

5.6. Trung Quốc:

Khổng Tử.

Mạnh Tử.

Quan Vân Trường.

Tào Sảng.

Mã Hắc Mâu- Quân đoàn 17 của Tàu Tưởng.

Chu Đức- Bộ trưởng Quốc phòng Trung Quốc. Chi bộ Cộng sản cùng Hồ Chí Minh

Tạ Ất- Cố vấn tình báo Trung Quốc, tại Việt Nam trong thời kỳ chống Pháp.

Vương Ngôn Đường- Cố vấn tình báo Trung Quốc, tại VN trong thời kỳ chống Pháp.

Kim Chiếu Điện- Cố vấn công an của Trung Quốc, tại VN, thời kỳ chống Pháp.

Từ Hữu Pháp- Chỉ huy hải quân TQ đánh Gạc-ma.

Khương Nãi Tuệ- Diễn viên múa, đoàn văn công TQ.

Phùng Tử Tồn- Nhạc công TQ.

Hầu Thư Quân- Chỉ huy không quân Quân khu Côn Minh.

Vương Hải- Tư lệnh không quân Quảng Tây.

Vương Tấn Thành- Quân đoàn 3, Quảng Tây.

Lưu Thiếu Kỳ- Phó chủ tịch nước CHND Trung Hoa.

Đặng Tiểu Bình (Dèng Xiaoping)- Tổng Tham mưu trưởng QGPND TQ, Phó Thủ tướng.

Lý Gia Trung- Đại sứ CHND Trung Hoa tại Việt Nam DCCH.

Vương Tinh Minh- Y tá trưởng Bệnh viện Trung ương Bắc Kinh.

5.7. Các nước khác:

A-ri-xtốt (Aristoteles).

Đề-các (Descartes).

Béc-son (Bergson).

Căng (Kant).

Nit-xơ (Nietzsche).

Rút-xô (Rousseau).

Đác-uyn (Darwin)

Các Mác (Karl Marx).

Ăng-ghen (An Tư Cách).

Hít-le (Hitler).

Phi-đen Cát-xtơ-rô (Fidel Castro).

Brorchers (Chiến sĩ)- hàng binh làm báo địch vận, tại VN, thời kỳ chống Pháp.

Schroder (Lê Đức Nhân)- hàng binh công tác ở Đài tiếng nói Việt Nam...

Xu-pha-nu-vông (Souphanouvong).

Xi-ha-núc (Sihanouk).

Pôn Pốt (Saloth Sar)- lãnh tụ Khơ-me Đỏ (Khme Rouge).

Lý Quang Diệu (Lee Kuan Yew)- Thủ tướng Singapore

Bết-tô-ven (Beethoven).

Xếch-pia (Shakespeare).

Oen-ling-tơn (Wellington).

Sác-lô (Charlie)- vua hài.

Xê-da (Caesar)

An-đéc-xơn (Anderson) - Nhà khảo cổ Thụy Điển.

Đi-mi-tơ-rốp (Dimitrov).

Lô-zơ-bai (Lozsseby)- Luật sư

Đúp-xếch (Dubcek)- Bí thư thứ Nhất Đảng Cộng sản Tiệp Khắc.

Horstudwg Wessel (?)- Tác giả Quốc ca Đức Quốc Xã.

Alexandrov, Mikhalkov, Reghistan- Tác giả Quốc ca Liên bang Xô Viết.

Alber D. Biderman- Nhà xã hội học Mỹ.

Tổng hợp nhân vật:
- **Các loại nhân vật:**   **206**
  Nhân vật trung tâm: 1
  Nhân vật chính: 20
  Nhân vật phụ: 64
  Nhân vật minh họa: 121

- **Tên gọi nhân vật:**
  Đổi tên: 2 (Mơ, Yên)
  Tên nghề: 12
  Tên thật: 192

- **Tên người liên quan:**   300

(Tổng số, khoảng 506 nhân vật và tên người liên quan).

<u>Chữ viết tắt trong bảng thống kê:</u>
VN: Việt Nam
HCM: Hồ Chí Minh
VNG: Võ Nguyên Giáp
BCH: Ban chấp hành
TW: Trung ương
CSVN: Cộng sản Việt Nam
DCCH: Dân chủ cộng hòa
HĐBT: Hội đồng Bộ trưởng
QĐND: Quân đội nhân dân
BQP: Bộ Quốc phòng
LHVHNT: Liên hiệp Văn học-Nghệ thuật
VNCH: Việt Nam Cộng hòa
QL VNCH: Quân lực Việt Nam Cộng hòa
TQ: Trung Quốc
CHND: Cộng hòa nhân dân
QGPND: Quân giải phóng nhân dân

<u>Phụ lục</u>
Một vài cách xưng hô khác biệt
của các nhân vật

- Võ Nguyên Giáp tự xưng với đồng cấp, bạn bè là **miềng**,
với các con là **ba**;
gọi bố đẻ (Võ Quang Nghiêm) và bố vợ 1 (Trần Huy Bình) là **thầy**
(xưng con);
gọi bố vợ 2 (Đặng Thai Mai) là **anh** (xưng tôi);
gọi mẹ đẻ (Trần Thị Kiên) là **thím** (xưng con);
gọi mẹ vợ 1 (Đậu Thị Thư) là **đẻ** (xưng con);
gọi các chị là **ả**.

- Con Đặng Thai Mai gọi bố là ba, hoặc **cậu** (xưng con).
- Đặng Thai Mai gọi con là **em** (xưng cậu).
- Con em cô gọi VNG là **cậu**.
- Vợ cậu, vợ chú gọi là **mự** (mợ).
- Chồng em gái, chồng em dì gọi là chú, hoặc **dượng**.

Mục lục

Tác giả, tác phẩm

Tác giả:

Vũ Xuân Tửu

Sinh năm 1955.

Quê quán: xóm Ninh Tân, xã Ninh Giang, huyện Hoa Lư, tỉnh Ninh Bình.

Nơi ở hiện nay: thành phố Tuyên Quang.

Hội viên:

Hội viên hội Văn học Nghệ thuật Tuyên Quang (1998-2013);

Hội Văn học Nghệ thuật các dân tộc thiểu số Việt Nam, từ năm 2001;

Hội Nhà văn Việt Nam, từ năm 2006.

Tác phẩm:

- 27 cuốn sách đã xuất bản;
- 36 cuốn sách in chung với các tác giả khác;
- 10 vạn lượt người đọc trên mạng internet.
- 10 tập bản thảo chưa xuất bản.

<u>Giải thưởng:</u>

- Giải nhất, Cuộc thi Truyện ngắn Tạp chí Văn nghệ quân đội, (2005-2006).

- Giải A, Giải thưởng Văn học Nghệ thuật các Dân tộc thiểu số Việt Nam, 2018.

- Giải thưởng Liên hiệp các Hội Văn học Nghệ thuật Việt Nam, 2018.

<u>Nghiên cứu tác giả, tác phẩm:</u>

- 10 Luận văn Thạc sĩ và Khóa luận tốt nghiệp Đại học, nghiên cứu về VXT.

Liên lạc Vũ Xuân Tửu:
xuantuuvu@gmail.com